சி.சு. செல்லப்பா படைப்புகள் - 2

கட்டுரைகள் - ஸ்கிட் - ஸ்கெட்ச் - சிறுகதைகள் -
ஹாஸ்யக் கட்டுரைகள்- குழந்தைகளுக்கான கதைகள்

சி.சு. செல்லப்பா படைப்புகள் - 2

கட்டுரைகள் - ஸ்கிட் - ஸ்கெட்ச் - சிறுகதைகள் -
ஹாஸ்யக் கட்டுரைகள்- குழந்தைகளுக்கான கதைகள்

எழுத்து பிரசுரம்

Title : Si.Su. Chellappa Padaipugal-2
Author's Name : Si.Su. Chellappa

Published by Ezutthu Prachuram

Zero Degree Publishing
No. 55(7), R Block, 6th Avenue,
Anna Nagar,
Chennai - 600 040

Website: www.zerodegreepublishing.com
E Mail id: zerodegreepublishing@gmail.com
Phone : 98400 65000

Ezutthu Prachuram First Edition: February 2021
ISBN : 978-93-90053-25-4
TITLE NO EP :170

Cover Design Layout : Creative Studio

உள்ளே

கட்டுரைகள்

காற்று உள்ளபோதே 13
ஹெவியாக இருக்கு 18
அளக்கிற விஷயம் 22
தொட்டிலில் 26
தியாகம் 29
குப்பைக் கூடை 33
முண்டிப் போ 37
காத்திருந்தால் 41
சொல்லும் விதம் 46
பொறுப்பு கழிய 49
வந்த காரியம் 52
இந்தச் சபையோர்கள் 57
சீசன் டிக்கட் 60

ஸ்கிட்

எல்லாம் தெரியும் 67
குடி கட் 75
புத்தக ரசிகர் 80
படக் காலண்டர் 86
போதும் அனுபவம் 92
கொடுத்து வைத்தவன் 99
இலவச டிக்கட் 104
தீபாவளி ஸ்பெஷல் 111
கம்பெனி கௌரவம் 118
கோதான பலன் 124

ஸ்கெட்ச்

ஏரிக்கரை 133

விரோதிக்கு விரோதி 138

வம்பு பேச 141

முதல் நாள் 144

போதும் பிரயாணப் பேச்சு 148

இன்று விடுமுறை 155

பிச்சையாம் பிச்சை 161

செருப்புத் தொல்லை 166

சுயானுபவம் 170

இந்த வாசகர் 178

சிறுகதைகள்

வஞ்சம் 187

அங்கச்சி 194

கைதியின் கர்வம் 201

மணல் வீடு 208

தர்ம போதனை 214

பிரார்த்தனை 225

ஒரு பழம் 234

அவள் சம்மதம் 242

இரட்டைப் பரிசு 251

சூடு...259

அமிர்தகுமாரி 270

பிராப்தம் 285

இணைப்புச் சங்கிலி 295

யானை விளக்கு 303

பந்தயம் 311

முறைமைப் பெண் 319
லட்சிய சோதனை 329
சிப்பாய் இதயம் 337
மார்கழி மலர் 345
பைராகி 352
செய்த கணக்கு 357
வீரமும் வகையும் 361
தாய் 367
நிலா இரவில் 372
சரித்திர தினம் 378
அன்றைய பொங்கல் 385

ஹாஸ்யக் கட்டுரைகள்

நாவலாசிரியர் 395
அறிமுக லக்ஷணம் 402
அபேட்சகரின் உற்சாகம் 409
குறித்த நேரத்தில் 415
பயந்த காரணம் 419
லீவு 423
சட்டம் சட்டமே 430
வெல்லமோ வெல்லம் 434
நல்ல தீபாவளி 440
அந்தப் பார்வை 446

குழந்தைகளுக்கான கதைகள்

நீர்க்குமிழி 453
தாயும் குட்டியும் 458
ஆசையும் நிராசையும் 462

சிறந்த சின்னம் 465

தக்க தண்டனை.................................... 468

பொன்னொளி தீபம்.................................... 472

முன்னுக்குப் பின் 476

திருத்தம்.................................... 480

நந்தன் - நந்தி.................................... 487

அவள் மேல் ஜாதியாம்.................................... 493

பழக்க வாசனை.................................... 496

குதிரை 503

சீ நாயே.................................... 508

திருடன்.................................... 519

மந்திரக்கட்டு.................................... 527

மந்திரக்கட்டு - 2 532

முன்னுரை

(இந்த ஒரு பழம்)

என் மொத்த கதைகளை பாகுபாடு செய்து சிலதைத் தேர்ந்தெடுத்து ஆறு புத்தகங்களாக வெளியிட்டிருக்கிறேன். நீர்க்குமிழி, பழக்கவாசனை, கைதியின் கர்வம், செய்த கணக்கு, பந்தயம் ஆகியவற்றுடன் இந்த ஒரு பழம்' தொகுப்பும் சேர்கிறது.

இதில் உள்ள ஆறு சிறுகதைகளும் ஜெயபாரதி, சந்திரோதயம், தினமணி, தினமணிக் கதிர், கலாவல்லி, ஆனந்த விகடன் ஆகிய பத்திரிகைகளில் வெளி வந்தவை. மார்கழி மலர் என்ற (செய்த கணக்கு தொகுப்பில் உள்ளது) என் முதல் கதையை *1933* இறுதியில் ஆனந்த விகடனுக்குத் தான் முதலில் அனுப்பினேன். அது உடனே திருப்பியனுப்பப்பட்டு விட்டது. பிறகு சுதந்திரச்சங்குவில் வெளியானது. அதன் பிறகு நான் விகடன் பக்கம் திரும்பவே இல்லை. மணிக்கொடிக்காரனாக ஆகிவிட்டேன். *1958*ல் 'பிராப்தம்' சிறுகதையை சும்மா அனுப்பி வைத்தேன் ஆனந்த விகடனுக்கு. அவர்கள் பிரசுரித்தது அதிசயமாக இருந்தது. விகடனில் நான் எழுதிய ஒரே கதை அதுதான். அதே போல கல்கியிலும் நான் எழுதிய ஒரே கதை சாயல் என்பது.

இனி மீதமுள்ள என் சிறுகதைகளை 'செல்லப்பா சிறுகதைகள்' என்ற தலைப்பில் தொடர்ந்து வெளியிட இருக்கிறேன்.

1.4.77 **சி.சு. செல்லப்பா**

சென்னை

கட்டுரைகள்

காற்று உள்ளபோதே

என் இருபத்தி ஆறாவது பிறந்தநாள் எப்படியோ எனக்கு தெரியாமல் தாண்டிப் போய்விட்டது. அதைப் பற்றியே சதா நினைத்துக் கொண்டிருந்து, அதை ரொம்ப பிரமாதமாக கொண்டாட வேண்டும் என்றெல்லாம் திட்டம் போட்டிருந்தேன். இதற்கு முன் போனதெல்லாம் போகட்டும், நான் ஒரு குறிப்பு, லக்ஷியம் இல்லாமல் இதுவரை செய்திருந்தது, உபயோகமானதாக ஒன்றும் செய்யாமல் வீணாக்கி இருந்தது, இதையெல்லாம் ஒதுக்கி எறிந்துவிட்டு புதுக் கணக்கு போடவேண்டும் என்றெல்லாம் எனக்குள் ஒரு தீர்மானம் செய்திருந்தேன். அன்று முதலாவது நான் ரொம்ப புதுசாக ஆகவேண்டும்; புது ஆரம்பம் செய்ய வேண்டும்; அதற்காக நான் அப்போதுதான் பிறந்திருந்ததாகக் கூட நினைத்து இருந்தேன்.

ஆனால் திடீரென ஞாபகம் வந்து பஞ்சாங்கத்தையும், காலண்டரையும் புரட்டிப் பார்த்தபோதுதான், இங்கிலீஷ், தமிழ் இரண்டு பிறந்தநாள்களும் நழுவிப் போய்விட்டதாகவும், இருபத்தி ஏழாவது வயதில் பத்தெட்டுகள் அடியெடுத்து வைத்துவிட்டதாகவும், என் பழைய தீர்மான திட்டம் எல்லாம் பறந்துபோய் 'பழைய குருடி, கதவைத் திறடி' என்ற ரீதியிலேயே போய்க் கொண்டிருப்பதையும் கண்டேன்.

ஹும்! நான் மட்டும் குறி தவறாது அந்த நாளை பிடித்து நிறுத்தி விசாரணை செய்திருந்தேனானால் எவ்வளவெல்லாம் பரிசீலனை செய்து பார்த்திருப்பேன். ஆனால் அதுதான் ஒரு திருடனைப் போல் ஓடிவிட்டதே! பூனையின் காலடி சத்தம் போல.

ஆனால் ஒன்று; அது தவறிப் போனதற்கு காரணம் நானேதான். பிறந்த நாள் கொண்டாடும் விஷயத்தில் கொஞ்ச காலமாக எனக்கு

ஒரு பெரிய சந்தேகாஸ்பதமான நினைப்பு. இங்கிலீஷ் தினப்படி கொண்டாடுவதா, அல்லது தமிழ் தினப்படியா என்று ஒரு பெரிய சர்ச்சையில் அகப்பட்டு தடுமாறிக் கொண்டிருந்தேன்.

முதல் முறையோ சிக்கல் இல்லாமல் நிலையாக நின்று ஒரே தினத்தை ஒவ்வொரு வருஷமும் குறித்தது. இரண்டாவது முறையோ இரண்டு தடவை சேர்ந்தாற்போல் ஒரே நாளில் வந்ததே கிடையாது. முதல் தேதி முதல் முப்பதாம் தேதி வரையிலும் அலைப்பட்டுக் கொண்டிருந்தது. வருஷா வருஷம், மண்டலங்கள், பூமி, சுழன்று கொண்டிருப்பதுபோல், ஓரோர் சமயம் அடுத்த மாதத்திற்கும் கூட போய்விடுகிறது.

இங்கிலீஷ் மாத பிரகாரம் அநேக சமயம் நான் தமிழ் வயதை விட ஒரு மாதம், இரண்டு மாதம் கூட பெரியவனாக இருப்பதுண்டு. என் வயதை நிர்ணயிப்பது அந்த நக்ஷத்திரத்தின் கையில்தான் இருக்கிறது. அந்த நக்ஷத்திரத்தின் நிலையை நிர்ணயிப்பது வாத்தியார் கையில் இருக்கிறது: அவருக்கு பஞ்சாங்கம் ஆதாரம். இப்படி வருஷா வருஷம் ஸ்திரம் இல்லாமல் தவிக்கும் என் தமிழ் வயதைக் கண்டு 'கருடா சுகமா' என்று கேட்கிறது இங்கிலீஷ் வயது. ஏன் கேட்காது?

ஆனபோதிலும் என் புது உணர்ச்சி, சுதேசி ஆர்வம், காதுக்கு இனிமையாக இருக்கும்: நக்ஷத்திர, வருஷமா தங்களின் பெயர், அதற்கு நாம் கொடுத்திருக்கும் புனிதத் தன்மை எல்லாம் சேர்ந்து தமிழ் பிறப்புக்குத்தான் சலுகை காட்டிவிட்டது. எஸ்.எஸ்.எல்.சி. சர்ட்டிபிகேட் புஸ்தகத்திலும், உத்யோக, விண்ணப்ப பாரங்கள் போன்றவற்றில் மட்டும் வருங்காலத்தில் நிலைக்கும்படியான முக்கியத்வம் வாய்ந்த தினத்தை கொஞ்ச காலமாக அலக்ஷியமாக நடத்தினதில் என்ன ஆச்சரியம்!

இந்தத் தகராறிலே, வேகத்திலே, எப்படியோ தமிழ் பிறப்பும் தப்பிப் போய்விட்டது. இப்படி அனாதரவாய் போய்விட்ட அந்தப் பிறந்த நாளைப்பற்றி கொஞ்சம் கவலை செலுத்திவிட்டு, 'நல்லது! அடுத்த வருஷப் பிறப்பை இப்படி விடுவதில்லை' என்று எனக்குள் சொல்லிக் கொண்டேன்.

அப்போதுதான் நண்பர் ந.சி.சு. வந்து சேர்ந்தார். இலக்கியத்தில் அவருக்கு அபார பசி. தினம் தினம் அவருடைய புத்தகாலயத்துக்கு புத்தகங்கள் சேர்ப்பது போல், புத்தி விசாலத்துக்கு வேண்டியதையும் மூளைக்குள் சேர்த்துக் கொள்பவர். அவர் கையில் இருந்த புத்தகம் கீட்ஸினுடைய கவிதைகள் அடங்கியது. வழக்கம் போல் அதிலிருந்து வரிகளை பொறுக்கி வாசித்து, இருவரும் ரசனையில் ஈடுபட்டோம். ந.சி.சு. நடுவில் நிறுத்தி, 'கண்றாவி ஸார், இந்த மேதாவி இருபத்தாறாவது

வயதில் செத்துப் போனான், கோரமான தலைவிதி' என்றார்.

அது எனக்கு முன்னமே தெரியும். ஆனாலும் அந்த ஞாபகமூட்டு எனக்கு அப்போது சாதாரணமாகப் படவில்லை. நான் அப்போது அவன் இறந்த அந்த வயதை தாண்டிக் கொண்டிருந்தேன். அதை எனக்கு ஞாபகப்படுத்தி விட்டது. ஒரு மேதாவி வாழ்க்கையின் சாவுகாலத்தின் அளவை நான் கடந்து கொண்டிருந்தேன். அவனை விட அதிகமான வாழ்க்கை அளவு எனக்கு கொடுக்கப்பட்டிருக்கிறதா? ஹும்! அதைப்பற்றி இப்போது என்ன சொல்ல முடியும்?

கொடுக்கப்பட்டு இருந்ததாகவே வைத்துக் கொள்வோம் பேச்சுக்கு. பிரயோசனம்? வாழ்க்கையில் அளவு முக்கியமாக கருதப்பட்டு வந்திருப்பதாக, இதுவரை தெரியவில்லையே... சஷ்டியப்த பூர்த்தி, சதாபிஷேகம் இவையெல்லாம் மனிதன் தன் ஆத்ம திருப்திக்காக வெளிக்கு செய்து காட்டிக் கொள்ளும் ஒரு சுபாவ சடங்கே தவிர, அதில் அவனை சிலாகித்து சொல்வது ஒன்றும் இல்லையே. வாழ்க்கையில் அளவு பெரிதில்லை; சிறப்புதான் முக்கியம். அதற்குத்தானே நிரந்தர ஸ்தானம் இதுவரை கொடுக்கப்பட்டு வந்திருக்கிறது.

கீட்ஸ் அல்பாயுஸாக போய்விட்டான். எதிர்காலம் பூராவும் அதை நினைத்து துக்கப்படலாம். ஐயோ! அவன் இருந்திருந்தால் இன்னும் எவ்வளவெல்லாம் என்று வரையற்ற அபிலாஷையை கொட்டிக்கொண்டே போகலாம். பிரயோசனம்? இல்லை, அது புத்திசாலித்தனம் கூட ஆகாது. அவனை சிரஞ்சீவி ஆக்கிவிட முடியாது உங்களால். பழுத்த வயது கொடுக்கப்பட்டு, இன்னும் அதிகம் செய்திருந்தாலும் அப்போதும் இப்படித்தானே குறைப்படப் போகிறீர்கள்!

ஆகவே, அவன் எவ்வளவு இருந்தானோ அதை மட்டும் எடுத்துக் கொள்ளுங்கள். ஒருவேளை அவனுக்கு அல்பாயுஸ் இருந்ததால் தான் அவ்வளவு சீக்கிரமே ஆரம்பித்து, அநேகர் ஆரம்பிக்கும் அந்தக் காலத்திற்குள் அவனுக்கு முடிவு காலம் வந்ததோ என்னமோ? அந்த சிறு சந்தர்ப்பத்திலும் மற்றவர்கள் நீண்ட வயது காலத்தில் செய்யக் கூடியதை அவன் செய்து முடித்துவிட்டானோ என்னவோ?

அழிக்க முடியாத ஒரு முத்திரையை வருங்காலத்தின் மீது வைத்துவிட்டு அல்பாயுஸாக கீட்ஸ் செத்து இருக்கிறான். அதைப் போலவே நானும் செய்துவிட்டு சில மாதங்களுக்கு முன்பே மறைந்திருக்கக் கூடாதா என்று எவ்வளவு ஆத்திரப்படுகிறது மனசு! ஆனால் அதை நினைத்து பலன்? நான் அப்படி ஒன்றும் செய்துவிடவில்லையே. ஆகவே நான் மறைவதற்கும் தயாராக இல்லை. கீட்ஸை போல எனக்கும் சந்தர்ப்பம்

கொடுக்கப்பட்டிருந்தது, நான் எவ்வளவோ செய்வதற்கு. நான் செய்யத் தவறிவிட்டேன். ஒரு அரிய சந்தர்ப்பம் எனக்கு போய் விட்டது என்ற ஏமாற்ற நினைப்புடன் வருங்காலத்தை ஆசையுடன் எதிர்பார்ப்பேன்.

அல்பாயுஸாக இறந்தவர்களைப் பற்றிய என் நினைப்பை நான் இப்போது அகற்றிவிடவேண்டும். அவர்களோடு நான் சேர முடியவில்லை. என்னிடமிருந்து அவர்கள் அலை ஒதுக்கி தள்ளப்பட்டு விட்டார்கள். இல்லை, நான் தள்ளப்பட்டு விட்டேன். அவர்கள் வரிசையில் இடம் கிடையாது. வருங்காலத்தைத்தான் எதிர்பார்த்து ஆகவேண்டும்.

கொஞ்ச காலத்திற்குள் அவர்கள் செய்ததை, நான் இன்னும் ஆரம்பிக்காமல் இருக்கும் போது என் ஆசை நிறைவேறாமல், தேடும் சிறப்பை, வாழ்க்கையின் உத்தம அளவை அடையாளம் வெறும் கால அளவை மட்டும் கொண்டு அவர்களோடு இடம் பெற. வாழ்க்கையை எவ்வாறு இழக்க சாத்தியப்படும்?

இல்லை, நான் நீண்ட வயதுக்கு ஆசைப்படுகிறேன். அது இழுத்து இழுத்துப் போய்க்கொண்டு வேண்டுமானாலும் இருக்கட்டும். நான் அதை விரும்புகிறேன். எனக்கு திருப்தி தரும் சிறப்பை அடையாமல் மறையவா? அது கிடைத்த அடுத்த க்ஷணம் நான் தயாராகி விடுகிறேன். நானே வலிய அழைக்கிறேன். ஆனால் அதுவரையில், “சாவே! என் அருகில் வராதே; உன்னை சீக்கிரம் அடைய வேண்டுமென்று எத்தனையோ பேர்கள் தவிக்கிறார்கள். நீ மட்டும் கொஞ்சம் சிரமம், சிரத்தை எடுத்து தேடுவாயானால் ஏராளமாக கிடைக்கும் உனக்கு” என்றுதான் சொல்வேன். உத்தராயணத்துக்கு காத்துக் கொண்டிருந்த பீஷ்மனின் பலத்தை நான் விரும்புகிறேன்.”

சிறப்பு ஒன்றையே தேடித் திரியும் ஆத்திரத்தில் ஒரு சமயம் அல்பாயுஸை விரும்புகிறது மனசு. அதில் கிடைக்காவிட்டால் மறுகோடிக்குப் போய், நீண்ட ஆயுள், சாவு இல்லாத நிலைமையை விரும்புகிறது.

நான் இதை நினைத்து நினைத்துப் பார்த்தாகி விட்டது. இந்த அபிலாஷைகளை நான் நிச்சயமாக அடைய முடியாது. என் சக்திக்கு மீறினவை அவை. அவற்றைக் கட்டுப்படுத்தும் சுதந்திரம் எனக்கு இல்லை. மரணத்தின் இடுக்குகளில் நான் பொடிப் பொடியாகுபவன்; அதுதான் உண்மை. நான் வேண்டிக் கொள்வதும், முரண்படுவதும், ஆத்திரப்படுவதும் எல்லாம் வீண்.

சிறப்புக்கு எனக்கு இடம் கொடுக்காமல் அல்பாயுஸ் செய்து விடலாம். அதே போல் நீண்ட ஆயுள் சிறப்பை கொண்டு வராமல் போகலாம்.

இப்போது எனக்குத் தோன்றுகிறது. வாழ்க்கையின் அளவுக்கும்,

சிறப்புக்கும் ஒருவித பாந்தவ்யமும் இல்லை. அல்பாயுஸ், நீண்டாயுஸ் இரண்டையும் பற்றி எனக்கு கவலை இல்லை. அதைப் பொறுத்து கொஞ்சம் கூட இல்லை சிறப்பின் தன்மை. எனக்கு எவ்வளவு கொடுக்கப்பட்டிருக்கிறதோ அது இருக்கிறது என் முன்னால். இன்று வரையில் நான் இருந்திருக்கிறேன். அல்பாயுஸ், நீண்டாயுஸ், இந்தத் தகராறு நினைப்பால், நான் வீணாக்கி இருக்கும் நேரத்தை சிறப்பை அடையும் முயற்சியில் செலவழித்து இருக்க வேண்டும்; அதுதான் உசிதமாக இருந்திருக்கும். எனக்கு கொடுக்கப்பட்டிருக்கும் ஒவ்வொரு விநாடியையும் உபயோகப்படுத்திக் கொள்ள வேண்டும். அதற்காகத்தான் காலமே எனக்கு கொடுக்கப்பட்டிருக்கிறது. இல்லாவிட்டால் பிறப்பே எனக்கு அளிக்கப்பட்டிருக்காதே.

ஹெவியாக இருக்கு

ஆங்கில பதப் பிரயோகத்துக்கு மன்னிக்க வேண்டும். சந்தர்ப்பத்தில் அவசரமாக புரிந்து கொள்வதற்கு ஏதுவாக உபயோகப்படுத்தி இருக்கிறது. அதற்குச் சமமாக ஒரு தமிழ்ப் பதம் கண்டுபிடித்து அதை விளக்க சிரத்தை இல்லாத சோம்பல் நினைப்பில் கொடுக்கப்பட்டிருக்கிறது என்று வேண்டுமானால் நீங்கள் வைத்துக் கொள்ளுங்கள். எப்படியாவது அதன் அர்த்தத்தை உணர்ந்து கொண்டால் சரி; அதன் 'கனத்தை' உணர்ந்து பார்த்துக் கொண்டால் சரி.

ஓஹோ! நானே மொழி பெயர்த்து விட்டேனோ? 'கனமாக இருக்கு' என்று போட்டிருந்தால், இல்லை, 'பாரம் அழுத்துகிறது' என்று மறுமலர்ச்சி பாணியில் போட்டிருந்தால் தலைப்பு புரிந்திருக்குமா? கனத்துக்கு கல்லையும், பாரத்துக்கு மூட்டையையும் நினைத்துக் கொண்டிருப்பீர்களோ என்னவோ?

அந்தப் பத்திரிகை கொஞ்சம் 'ஹெவியாக இருக்கு, ஸார்' என்று தெளிவாக அர்த்தம் கொடுக்கப் பேசின ஒரு தொனியைக் கேட்டதும் எனக்கு சிரிப்பு வந்து விட்டது. ஏன், இரண்டணா கொடுத்து வாங்குவதற்கு இந்தக் கனமாவது வேண்டாமா? அதுதானே தற்கால வாசகனுக்கு வேண்டும்? என்ன ஆச்சர்ய பிரகிருதி ஐயா நீர்?' என்று கேட்டேன்.

'இல்லை சார், நான் பத்திரிகை கனத்தைப் பற்றிச் சொல்ல வரவில்லை. எழுத்து கனத்தைப் பற்றித்தான் சொன்னேன்' என்று மடக்கிப்

பேசினார். அவர் எழுத்து கனம் என்பது அவர் ஆங்கிலத்தில் கூறினதின் என் மொழிபெயர்ப்பு.

அவர், எழுத்து கனமாக இருக்கிறது என்றது, பத்திரிகையில் வெளியான விஷயங்களைப் பற்றி கட்டுரைகளைப் பற்றி. அதாவது, வெகுவாக ஜீரணிக்க முடியாத சாமான்களைப்போல் அவை இருக்கின்றன என்பது அவருடைய அபிப்பிராயம்,

அவருக்கு, முகத்தில் அடித்தாற்போல், 'ஸார், உங்கள் குடல் ரொம்ப பலவீனமானது. ஜீரணம் ஆகாததற்கு அதுதான் காரணம்' என்று சொல்லி இருப்பேன். முகாலோபனத்துக்கு இடைஞ்சல் வரும் என்ற நினைப்பில் பின் வாங்கிவிட்டேன்.

நுனிப்புல் மேயும் மிருகத்துக்கு ஒப்புவமை காட்டும் ஒரு வாசகக் கூட்டத்திற்கு இந்த வாசகர் ஒரு பிரதிநிதி. 'ஹெவியாக இருக்கு' என்று 'காயத்திரி' செய்துகொண்டே காலமெல்லாம் ஓடிவரும் ஜன்மம்.

ஒரு கட்டுரையின் தலைப்பில், கொஞ்சம் நிதானித்து மனதைப் பதித்து, அதன் பொருளை கிரகிக்க வைக்கும் இரண்டு வாக்கியங்கள் இருந்துவிட்டால், அதற்கு உரிய மனப்பக்குவம் இல்லாத சோம்பலில், அந்தக் கட்டுரையை அப்படியே புரட்டி 'இதெல்லாம் தத்துவார்த்தமானது' என்று தள்ளிவிடும் பார்வையில் விழுந்த க்ஷணத்திலே, மேலெழுந்தவாரியாக உதட்டு அசைவிலேயே அர்த்தமாகக் கூடிய மூளைக்கு வேலை கொடுக்க வேண்டிய அவசியம் ஏற்படாத ஒரு விஷயத்திலே கவனத்தை செலுத்தும்.

காலடி பாவாமல் நடந்தே பண்பட்டுப் போய்விட்ட ஒரு உள்ளம் அது. பொழுதுபோகாத நிலைமையில் சுவாரஸ்யத்தை மட்டும் முக்கியமாக கருதி, ரயில் பிரயாணத்தின் கட கட சப்தத்திடையேயும், மோட்டார் ஓட்டத்தின் குலுங்கலிலும் (எவ்வளவுதான் கிரஹிக்க முடியுமோ) நாலுவரிகள் இடையிடையே பிசகினாலும் முழுகிப்போய் விடாது என்ற நினைப்பிலேயே எழுத்துகளை ஓட்டிவந்திருக்கும் மனசு.

வெறும் சுவாரஸ்யத்திற்காக மட்டும் படிப்பது எழுத்தின் நோக்கம் அல்ல. மனிதனின் மூளை பல துறைகளிலே விரிவடைவதற்கும், புதுப்புது சிந்தனைகளை ஒன்றுக்குப் பத்தாக அவன் மனதிலே நினைத்துப் பார்க்க வழி செய்வதும்தான் எழுத்தின் நோக்கம்.

அதற்காகப் போடப்படும் வித்திலே ஒரு வலு, சொத்தையின்மை இருந்தால்தான், கிளம்பும் முளையிலே, விடும் துளிரிலே லெகுவில் கருகிப் போய்விடாத ஒரு ஜீவசத்து இருக்கும்.

அஸ்திவாரத்தின் பலத்தைப் பொருத்துதான் இருக்கிறது மேலே

அளாவிக் கட்டடப்படும் மாடிகளின் ஸ்திர நிலை.

'அழுத்தமான வித்து வேண்டாம்' என்பது போலிருக்கிறது 'ஹெவியாக இருக்கு' என்று எழுத்தைப்பற்றி பேசுவது. அர்த்தமற்ற அபிப்ராயம் அது.

எந்த எழுத்தின் பகைப்புலனிலும் ஒரு ஆழ்ந்த தத்துவம் இருக்கத்தான் செய்கிறது. கீதையின் உபதேசத்தில், சங்கரர் வாக்கில், ஏன், எதிலும். அவற்றில் ஒரு வலு இருந்திராவிட்டால் அதன் அஸ்திவாரத்திலிருந்து கிளம்பிய எந்த ஒரு ஸ்தாபனமோ நிரந்தர ஸ்தானம் பெற்றுவிட முடியாது. மஹாத்மாவின் சத்யாக்ரக எழுத்தில், அகிம்சை கருத்தில் எவ்வளவு வலிமை இருப்பதனால் அது நம்மை இவ்வளவு ஆகர்ஷித்து இருக்கிறது!

வெறும் சொல் அலங்காரமாக, சிந்தனையைத் தூண்ட முடியாத ஒரு வார்த்தை கட்டுக்கோப்பாக, மனோதத்துவத்தைப் பிடித்து இழுத்து வந்து கண்முன்னே நிறுத்தும் சக்தியற்ற ஒரு வாக்யத் தொடர்ச்சியாக மட்டும் எழுத்து அமைவதிலே, சிருஷ்டிக்கு ஒரு பிரபாவம் இல்லை; வாசகனுக்கும் பிரயோஜனம் இல்லை.

அழுத்தமான கருத்துகளை, ஆழ்ந்த உத்வேகம் கொண்ட மெய்ப்பாடுகளை, எடுத்து வெளியே கிளப்பித் தந்துதான் ஆகவேண்டும் சிருஷ்டிகர்த்தா. 'இதெல்லாம் மூளையை குழப்பக்கூடிய கருத்துக்' என்று பக்கத்தைப் புரட்டிச் செல்லும் வாசகன் ஒழிய வேண்டும். எழுத்தின் போக்கில் சிந்தனையை வளர விடும் வாசகமனது வளர வேண்டும்.

என்றுமே எதுவும் நிரந்தரமாக குழம்பி இருந்தது இல்லை. யுகப் பிரளயம் கூட தெளிந்து போய், புதுப்புது சகாப்தங்கள் ஆரம்பமாகி இருக்கின்றன. பாற்கடலைக் குழப்பி, கடைந்து எடுத்த நிலையிலேதான் அமிர்த வகைகள் வெளிக் கிளம்பின. இந்தக் குழம்பிலிருந்து என்ன வரப் போகிறது என்று மலைத்து விட்டுவிடவில்லை அவர்கள்.

மனதை பக்குவப்படுத்தி ஆழ்ந்த கருத்துகளை ஓடவிட்டுப் பார்த்த முடிவு நிலையில்தான் லக்ஷியங்கள் மேலோங்கி வருகின்றன.

ஓரளவு மனப் பக்குவமாவது வாசகர்களுக்கு இருந்து விட்டால், 'ஹெவியாக இருக்கு' 'மூளையைக் குழப்புகிறது' என்ற அர்த்தமற்ற வார்த்தைகள் பேச நா வராது. எதையும் லெகுவில் கிரஹித்துக் கொள்ளும் ஒரு சக்தி, துணிவு ஏற்பட்டிருக்கும்.

இந்த மனப்பக்குவம் சிறுகச் சிறுக படிப்பின் வழக்கத்திலே வரவேண்டும். வாழ்க்கையை மேலெழுந்தவாரியாகப் பார்க்காமல், அதன் மேடு

பள்ளங்களை அலசிப் பார்க்கும் ஒரு அனுபவ நினைப்பிலே ஊறி வரவேண்டும்.

படிப்பின் ஆரம்பத்திலே சக்திக்கு மீறினதை ஜீரணிப்பது சிறிது கஷ்டம்தான். ஆனால் கஷ்டம் என்பதற்காக அதற்குத் தாழ்ப்பாள் போட்டு விடுவது பெரிய ஆபத்தாகும். நேற்றைவிட இன்றைய அறிவின் வளர்ச்சி விரிவானதுதான். இன்றைவிட நாளை. இன்னும், படிப் பிலும் சரி; அனுபவத்திலும் சரி.

படிப்பும், அனுபவமும் இந்த மனப்பக்குவத்துக்கு பகைப்புலன், இந்த மனப்பக்குவத்திலே ரசனை பிறக்கிறது. எதையும் ரசிக்கும் ஒரு தன்மை உண்டாகிறது. இந்த ரசனையிலே மனப்பக்குவத்துக்கு இன்னும் பலம் உண்டாகிறது.

மனப்பக்குவம் ஒரு நாளிலே அடைந்துவிடக் கூடியதுமல்ல; அதற்கு ஒரு எல்லை கட்டி பூரணத்வத்தை அடைந்துவிட்டதாக சொல்லிக் கொள்ளவும் முடியாது. ஆனாலும் அவரவரால் சாத்தியமான மட்டிற்கு அதை வளர்ப்பதிலே சிரத்தை காட்ட வேண்டியதுதான் கடமை. வாசகன் இதை உணர வேண்டும். ‘ஹெவியாக இருக்கு’ என்று சொல்வது அசட்டுத்தனமாகும்.

ஏன், இந்தக் கட்டுரையும் ‘ஹெவியாகத்தானே இருக்கு’ என்று சொல்லப் போகிறீர்களோ என்னவோ?

அளக்கிற விஷயம்

இன்று மல்லிகை முழம் ஓரணாவுக்கு வாங்கினேன். நல்ல மலிவு; மற்ற எல்லோரும் இரண்டணா சொன்னார்கள் என்று பெருமை பேசிக்கொண்டே மனைவியின் கையில் புஷ்பப் பொட்டலத்தை கொடுத்தேன். 'அட, எவ்வளவு மலிவு' என்று சொல்லிக்கொண்டே அதைப் பிரித்து தொங்க விட்டவள் திடீரென தொனியை மாற்றிக் கொண்டு 'ஐயே, அரை முழம் கூட நீளம் இருக்காது போலிருக்கே ஏமாற்றி விட்டாள் உங்களை' என்று சிரித்துக்கொண்டே முடித்தாள்,

"ரொம்பக் கண்டாயாக்கும்" என்று அதட்டிக்கொண்டே அவள் கைத் தொடரை வெடுக்கென பிடுங்கி என் விரல் இடுக்குகளில் பிடித்துக் கொண்டே அளந்தேன். முழங்கைக்கு பாதி வழியிலேயே தொடர் நின்றது. கண்களைத் தெளிவாக்கிக் கொண்டு ஒரு தடவைக்கு நாலுதடவை அளந்திருப்பேன் போலிருக்கிறது.

இன்னும் எட்டுத்தரம் அளந்தாலும் ஒரு கண்ணிகூட ஆகிவிடாது அன்றைக்கு வெண்ணெய் கொஞ்சம் குறைந்ததுக்கு என்னை என்ன பாடுபடுத்தி ஏமாளம் அப்படி இப்படி என்றெல்லாம் கேலிபண்ணி...

சுடச்சுட திருப்பிக் கொடுப்பதற்கு அவளுக்கு அப்போது கிடைத்த சந்தர்ப்பத்தை விடுவாளா என்ன? ஆனாலும் நான் அதைப் பொருட்படுத்தவில்லை. என் கண் முன் நான் புஷ்பம் வாங்கின காட்சிதான் தோன்றியது. முழம் இரண்டணா விலை என்று சொன்னவளிடம் நான் ஓரணா என்று கேட்டதும், அவள் 'சரி, இந்தா சாமி' என்று தன் விரல் இடுக்குகளில் வெகு லாகவமாக

புஷ்பத் தொடரை பிடித்துக் கொண்டு தன் முழங்கை மணிக்கட்டு வரை பிடித்து, கிள்ளி ஒரு இலையில் வளைத்துச் சுற்றிக் கட்டிக் கொடுத்ததையும் நான் உற்றுப் பார்த்துக் கொண்டேதான் இருந்தேன். அப்படியிருந்துமா ஏமாந்து போனேன்? அவள் அளந்து காட்டிய ஒரு முழம் உண்மையில் அரை முழமாக எப்படி மாயமாக மாறியது?

அடேயப்பா, இந்த அளக்கிற விஷயம் இருக்கே, ரொம்பப் பெரிய விஷயம்தான். கண்ணெதிரில் உண்மை போல் அளந்து காட்டியது பொய்யளவாகி விடுவதென்றால்? அதை சாதித்துக் காட்டுவதற்கு அபாரத் திறமைதான் வேண்டும். ஒன்றரை வீசை பழைய பேப்பர்களை ஒரு வீசையாக நிறுத்துக் காட்டும் போதுகூட முள் சரியாக மத்தியில் நின்று கொண்டே இருப்பதை பார்க்கவில்லையா? தான்யங்களை அளப்பதிலே பாய்ச்சியும் சொருகியும் அளந்து, கூடக் குறைய அளந்து காட்டி விடுகிறார்களே.

இப்படி நிறை, நீளம் இரண்டையும் அளப்பதற்கு உரிய அளவு கருவி போலவே மனிதர்களின் குணத்தை அளப்பதற்கும் ஒரு அளவு கருவி வேண்டித்தானே இருக்கிறது. ஒருவருடைய தேக அமைப்பு, தோற்றம், நடையுடை பாவனை இவை மூலம் ஒருவரது குணத்தை அளக்கமுடியும் என்று சொல்கிறார்கள். சமீபத்தில் யாரோ ஒருவர் எழுதியிருந்த ஒரு கட்டுரையில் படித்தேன். கையில் வைத்துக் கொண்டிருக்கும் டிராம் டிக்கட்டுகளை எப்படி எல்லாம் திரிசமன் செய்கிறார்கள் என்பதை கவனித்துப் பார்த்தால் அதிலிருந்து அவர்கள் எப்படிப்பட்ட குணம் வாய்ந்தவர்கள் என்று கண்டுபிடிக்க முடியுமாம்.

அதாவது கண்டக்டர் டிக்கட்டை கையில் கொடுக்கும் வரையில் ஒரு பிரயாணி பணத்தைக் கொடுக்காமல் இருந்தார் என்றால், அவர் அமைதியான பேர்வழி. ஆத்திரப்படுபவரல்ல என்று சொல்ல முடியும்.

கண்டக்டரிடம் வந்தனம் தெரிவிப்பவர்கள் மரியாதை தெரிந்தவர்கள் என்று சொல்லலாம்.

டிக்கட் நம்பர் ஒத்தைப்படை இரட்டைப் படையாக இருக்கா என்று பார்ப்பவர் மூட நம்பிக்கை வாய்ந்தவராக இருப்பார். கையில் உள்ள டிக்கட்டை கசக்கி, சுருட்டி, கிழித்து, மடித்துக் கொண்டிருப்பவர்கள் எல்லோரும் நிதான புத்தியற்றவர்களாகவும் ஆத்திரக்காரர்களாகவும் உணர்ச்சி வசப்பட்டவர்களாகவும் இருக்கக் கூடியவர்கள்.

டிக்கட்டை இழந்து விடுபவரைப் பற்றி கேட்கவே வேண்டாம். அஜாக்ரதைப் பேர்வழி. டிக்கட் இன்ஸ்பெக்டர் கேட்டபிறகு டிக்கட்டைத் தேடுபவனுடைய ஞாபக சக்தியைப் பற்றியோ கேட்க வேண்டியதே இல்லை.

அவர் சொல்வது பொதுவாக ஒப்புக்கொள்ளக் கூடியது தான் என்றாலும் இதுவும் தப்பாக அளவு காட்டாது என்று சொல்வதற்கில்லை. ஏனெனில் அநேக சமயங்களில் ஆளைப் பார்த்தால் அப்படித் தெரியவே யில்லையே; அவரா இப்படி என்றெல்லாம் நாம் வியக்கும்படியாகக் கூட ஏற்பட்டிருக்கிறது. ஆகவே அளந்து பார்க்கிற விஷயம் அவ்வளவு லேசான காரியமாக இல்லை.

இந்தச் சந்தர்ப்பத்தில் "உன் நண்பன் யாரென்று கூறு; உன்னைப் பற்றி நான் ஒரு அபிப்பிராயம் உண்டாக்கிக் கொள்கிறேன்" என்பது ஞாபகம் வருகிறது. ஒரு மனிதனது குணத்தை அறிவதற்கு இன்னொரு மனிதன் அளவு கருவியாக உபயோகப்படுகிறான். அந்த நண்பனை வைத்துக் கொண்டு மற்றவனை அளப்பதும் எப்போதும் சரியாக இருக்கும் என்றும் சொல்லி விடுவதற்கும் இல்லை. சூழ்நிலையாலும் சந்தர்ப்பத்தாலும் பாதகமடையாமல் இருக்கக்கூடியவர்களிடம் இந்த அளவு கருவி பிரயோசனப்படாது. ஓரளவுக்குத்தான் இது உபயோகமாகும்.

நிறை, நீளம், குணம், தன்மை இவற்றை அளப்பதற்கு உபயோகம் ஆகும், இந்த அளவு கருவிதான் நியாயத்தை அளப்பதற்கும் வேண்டி இருக்கிறது. நியாயஸ்தலத்தில் ஜட்ஜின் வேலையைப் பற்றிச் சொல்லும்போது 'தென்காஞ்சி வழக்கு' ஞாபகம் வருகிறது.

படியை வழக்கமாக அளப்பதுபோல் நிறுத்தி அளக்க வேண்டும் என்று வாதித்தான் ஒருவன். மற்றவன் அதெல்லாம் முடியாது, படியை கவிழ்த்து அடிப்பாகம் மேலே வர அளக்க வேண்டும் என்றான். இருவரும் மூன்றாமவரிடம் போனார்கள். வழக்கைச் சொன்னார்கள். அந்த மத்யஸ்த மஹானுபாவர் என்ன தீர்ப்புச் சொன்னார் தெரியுமா? வாதியும் பிரதிவாதியும் சொன்னபடி முறையே இரண்டு விதமாக வும் அளக்க வேண்டாம். படியை படுக்க வைத்து அளக்கலாம் என்றாராம். எப்படி இருக்கிறது மத்யஸ்தம்!

இப்படி தென்காஞ்சி வழக்காக மத்யஸ்தம் செய்யப்படுவதை நாம் எவ்வளவோ பார்த்திருக்கிறோம். இரண்டு பேருக்கும் சாதகமாகவும் பாதகமாகவும் இருவரையும் பகைத்துக் கொள்ளாமலும் சாதுர்யமான "இஷ்கா பஷ்கா" என்று மத்யஸ்தம் செய்யப்படுவதில்லையா?

ஏன் வங்காளத்தையும், பஞ்சாபையும் பிரித்து, பிரிவினை எல்லை ஏற்படுத்திய ராட்கிளிப் தீர்ப்பு அப்படிப்பட்டதுதானே! மனுஷன் அந்தரங்க சுத்தியோடு அலசி அலசி ஆராய்ந்து தீராத பிரச்னையாக சிக்கை ரொம்ப நேர்த்தியாகப் போட்டுவிட்டுப் போய்விட்டாரல்லவா? அவர் மேலே தப்பு இல்லை. அவர் அளவு தப்பாகி விட்டது அவ்வளவுதான்!

...வங்களை எடுத்து அடுக்கிக் ...ந்த ஒரு மஹா புத்திசாலியின் ...னர். வெகு சாதுர்யமாக மூன்றடி ... அளந்து, ஆகாயத்தை இரண்டாவது ... அடி எங்கே என்று கொடைவள்ளல்

...யை காட்டினான் மஹாபலி. அவ்வளவு ...து விட்டார். 'என்னடா இது! மொத்தம் ... இரண்டு அடிகளில் அளந்து விட்டோம் – ... இடமே இல்லாமல் தன் வாக்கை நிறைவேற்ற ... மஹாபலி திணறப் போகிறான்' என்ற வெற்றி ...வருக்கு இது ஒரு பேரிடியாக விழுந்தது. தன் அளவு ...லை என்றுதான் மனதில் பட்டிருக்க வேண்டும்.

...தன் மூன்றாவது அடியை மஹாபலியில் தலை மீது ...ற்கு இடமே இல்லாமல் சேர்த்து, இரண்டே அடிகளில் ...தையும் அவர்தான் அளக்கவில்லையே. அப்பேர்பட்ட அவதார ...னாலேயே சரியாக அளக்க முடியாமல் போய்விட்டது என்றால் ...த அளக்கிற விஷயமே ரொம்ப ரொம்ப பிரமாதமான விஷயம்தான் இல்லையா!

இத்தனை தினுசு அளவுகளைப் பார்த்துவிட்ட பிறகு இன்னொரு வித அளப்பு ஞாபகத்துக்கு வராமல் இருக்க முடியுமா? "என்னப்பா ரொம்ப ரொம்ப அளக்கிறாயே" "அளக்காதே, நீ படி அளக்கிறதை நிறுத்திக்கொள்" என்றெல்லாம் காதில் விழுகிறதே. இந்த வித அளப்பைப் பற்றி எழுதுவதை ஹாஸ்யமாக எழுதுபவர்களுக்கு விட்டு விட்டேன். ஏனென்றால் ஹாஸ்யமாக எழுதும் உத்தேசத்துடன் உட்கார்ந்து எழுதப்பட்ட இந்தக் கட்டுரைதான் ரொம்ப சீரியஸ் ஆக போய் விட்டதே!

தொட்டிலில்

“அதோ இருக்கு உன் தொட்டில். போய் உட்காரு” என்று சிரித்துக் கொண்டே வீட்டில் யாரோ கூறினார்கள்.

“நீங்கள் சொன்னாலும், சொல்லாவிட்டாலும் நான் அதில் போய் உட்கார்ந்து கொள்ளத்தான் போகிறேன்” என்று சொல்லிக் கொண்டே போய் அதில் உட்காரப் போனேன்.

“இரு, இரு, குழந்தையை விடணும். தூங்கிவிட்டது, எதிரே எங்கேயாவது உட்கார்ந்து கொள்” என்று சொல்லிக் கொண்டே உள்ளே இருந்து ஒரு தாய் தோளில் தூங்கும் குழந்தையுடன் வந்தாள்.

‘ஐயோ, சின்னக் குழந்தை மாதிரி இன்னும் தொட்டில் ஆசை விடவில்லையே இவனுக்கு’ என்று ஒரு வயதான குரல் பேசியது.

சின்னக் குழந்தை! ஆமாம், யாருக்குத்தான் சின்னக் குழந்தையாக இருக்க பிரியம் கிடையாது? அப்படி பிரியப்படாதவர்கள் யாருமே இருப்பதாக நான் நம்பவில்லை.

வேட்ஸ்வொர்த் கூறி இருப்பதாக ஞாபகம்: ‘வயதான மனிதனின் தகப்பன்தான் குழந்தை’ என்று. குழந்தைதானே முதலில் பிறக்கிறது; அதிலிருந்து வளர்ந்தவன்தானே மனிதன், குழந்தையில்லாவிட்டால் மனிதன் ஏது? குழந்தை வயதான மனிதனின் வித்து.

அதோடு சொல்லி இருக்கிறான்; ‘குழந்தைக்கும் மோக்ஷ லோகத்துக்கும்தான் நெருங்கிய தொடர்பு உண்டு. வயதாக ஆக இரண்டிற்கும் இடையே உள்ள தூரம் அதிகமாகிக் கொண்டே வந்து

மோக்ஷம் மனிதனுக்கு கனவாகி விடுகிறது.'

லெகுவில் ஒருவித சிரமமும் படாமல் குழந்தை அனுபவித்த சொர்க்க போகத்தை, மனிதன் அடைய எவ்வளவு கவலைப் பொழுதை போக்க வேண்டி இருக்கிறது!

ஆகவே எப்போதும் குழந்தையாகவே இருந்து, சொர்க்கத்தோடு இருக்கும் உறவை நிரந்தரமாக நிலை நிறுத்திக்கொண்டு நிரந்தரமாக ஆனந்தம் அடைய வேண்டும் என்று மனது துடிக்கிறது. இந்த நிரந்தர ஆனந்தத்திற்கு என் வயது வளர்ச்சியை, வருஷ அனுபவத்தைக் கூட விட்டு விடுவதற்கு நான் ஏன் தயங்க வேண்டும்?

நான் வளர்ந்து விட்டேன். இத்தனை வருஷத்தில் என்னெல்லாம் எங்கிருந்தெல்லாமோ வந்து என்னைச் சேர்ந்து கொண்டிருக்கின்றன. கவலை! இது எங்கிருந்தது என் குழந்தை உள்ளத்தில்? ஆசை எனக்கு எதில், எவ்வளவு இருந்தது? இப்போது என்னால் யூகிக்க முடியவில்லை. பயம்! ஐயோ இப்போது ஒவ்வொரு எட்டு எடுத்து வைப்பதற்கும் எப்படி தயங்குகிறேன், பயப்படுகிறேன், அது அப்போது இருந்ததா?

கையிலிருந்த கல்லை எங்கே வீசி எறிந்தேனோ அப்போது? யார்மீது அது விழுந்ததோ? அதைப் பற்றி நான் கவலைப்பட்டேனா? உற்சாகத்தில் துள்ளிக் கொண்டு எந்தப் பள்ளத்தை நோக்கி ஓடினேனோ! தாய் அலறி ஓடி வந்து தூக்கினாளோ?

இப்போது வானத்திலே இடி இடிக்கிறது. அது என் தலையில் விழுந்து விடுமோ என்ற பயம், ஒவ்வொரு இடிக்கும் திடுக்கிடுகிறேனே!

சற்று எட்டி ஒரு காளை கொம்பை ஆட்டிக் கொண்டு வருகிறது. அது யதார்த்தமாக இருந்தாலும் இருக்கலாம், என்னை முட்டுமோ என்று பயந்து சுவரை இடித்துத் தள்ளும்படியாக ஒதுங்கிப் போகிறேனே!

இத்தனையும் இல்லாத அந்தக் குழந்தை – நான், எனக்கு நிறைவேறப் போகாத கனவுதானே!

'தொட்டிற் பழக்கம் சுடுகாடு மட்டும்!' இந்தப் பழமொழி எனக்கு சரியாகப் புரியவில்லை.

நான் மேலே கூறின தொட்டில் பழக்கம் அத்தனையும், என் குழந்தை மனது அத்தனையும், இப்போது என்னிடம் இல்லையே. துளிர் விட்ட அந்த மன நிலைக்கும் வாடி வதங்கின இந்த சரகு மன நிலைக்கும் எவ்வளவு வித்தியாசம்! அப்படியிருக்க சுடுகாடு மட்டும் என்பது எப்படி பொருந்தும்? இன்னும் நான் விலகி விலகித்தானே போகப் போகிறேன்.

என் தொட்டில் பழக்கம் தொட்டிலோடு நின்று விட்டது. நான் தரையில் நடக்க ஆரம்பித்தேன். என் காலிலே எல்லா அசுத்தங்களும் வந்து ஒட்டிக் கொண்டு விட்டன. மழை காலத்தில் சகதியிலே நடப்பது போல அடையப்பிக் கொள்கிறது. சுடுகாட்டில் கொண்டு போடுவதற்குள் எவ்வளவு சேரப்போகிறதோ?

ஆனால் நான் அவற்றை உதறிவிட முடியவில்லை. நான்தான் முன்னமே சொன்னேனே, பலவீனம் அத்தனையும் அடங்கிய மனிதன் நான் என்று.

இப்படியே நான் சகதியை அப்பிக்கொண்டு கடைசியில் மண் அடையில் படுக்க வேண்டியவன்தான். படுத்து விடுவேன்.

ஆனால் ஒரு திருப்தி. மறுபடியும் குழந்தையாகலாம் அல்லவா? கொஞ்ச காலத்திற்காவது அந்த சொர்க்கபோகம் எனக்கு வரும் அல்லவா?

தியாகம்

தியாகம்! ரொம்ப புனிதமான அர்த்தத்துடன் உலவி வரும் வார்த்தை. அதற்குத்தான் எவ்வளவு பெரிய அந்தஸ்து கொடுக்கப்பட்டிருக்கிறது, மனித நாக்குகளில்! திடீரென்று ஒருவன் கேட்கிறான். 'என்னப்பா! எனக்காக இந்த சின்ன தியாகம் செய்யக்கூடாதா' என்று.

அவனுக்கு ஒரு காரியம் ரொம்ப அவசரமாக ஆக வேண்டி இருக்கும். அதற்கு என் உதவி அவசியம் வேண்டி இருக்கும். நான் "கொஞ்சம் பொறு, ஒரு கப் காபி சாப்பிட்டு வருகிறேன்!' என்பேன். அப்போதுதான் அவனிடமிருந்து அந்தக் கேள்வி எழுகிறது, அவனுடைய ஆத்திர நினைப்பில்...

இந்த மாதிரி ஒவ்வொரு சின்ன விஷயத்துக்கும் தியாகம், தியாகம் என்று அடிபட்டு வருவதைப் பார்த்தால், அந்தத் தியாகத்தின் அந்தஸ்தைப் பற்றிய என் அபிப்ராயமே ஒருவிதமாக ஆகிவிடுகிறது. தியாகம் இவ்வளவு மலிவான சரக்காக ஆகிவிட்டதா?

'ஆமாம். ஒரு கப் காப்பியை தியாகம் செய்யக்கூடாதா' என்று கேட்ட குரலில் புனித எண்ணம் ஏதும் இருப்பதாகத் தெரியவில்லை எனக்கு. தன் காரியம் ஆனால் போதும் என்ற ஒரு நினைப்பிலேதான் அந்த நினைவு பிறக்கிறது.

'என் சௌகர்யத்தை நீ கவனித்துப் பாரு. உன் சௌகர்யம் கிடக்கட்டும் பிறகு' என்றுதான் சொல்வதாகப் படுகிறது. இவ்வளவு மதிப்பு குறைந்துபோன அந்த வார்த்தை காட்டும் அர்த்தத்துக்கு வேறு

வார்த்தை கண்டுபிடித்தால் கூடத் தேவலை என்றுதான் நினைக்கிறேன்.

'தியாகம் செய்' என்று என்னைக் கேட்பவர்களைப் பற்றி எடுத்தெறிந்து பேசினேனே. அந்தத் தியாகத்தைப் பற்றி நான் என்ன நினைக்கிறேன் என்பதையும் மறைத்து வைப்பதில் பிரயோசனம் இல்லை.

'தியாகம் செய்' என்று கேட்கும் குரலுக்கு நான் என்ன மதிப்பு வைத்தேனோ, அதே மதிப்புதான் 'தியாகம் செய்தேன்' என்று நினைக்கும் மனதுக்கும் நான் மதிப்பு வைத்திருக்கிறேன் என்று சொன்னால் திகைப்பாக இருக்கலாம்.

என்னைத் தவிர, என் சம்பந்தமில்லாத, பிற விஷயங்களுக்காக என் சௌகர்யங்களை விட்டுக் கொடுக்கும் ஒரு சிந்தனை, செயலுக்குத்தான் தியாகம் என்ற வார்த்தை கொடுக்கப்பட்டிருப்பதாக நான் நினைக்கிறேன்.

இந்தச் செயலை செய்தவனைத்தான்உலகம் 'தியாகி' என்று தலையில் வைத்துக்கொண்டு கூத்தாடுகிறது. 'தர்ம கைங்கரியத்துக்கு அவன் இவ்வளவு சொத்து எழுதி வைத்துவிட்டுப் போயிருக்கிறான், என்ன தியாகம்! அவனுக்கு ஞாபகார்த்தம் ஏற்படுத்து. தேசத்திற்கு அவன் தன் உயிரையே கொடுத்திருக்கிறான், என்ன மஹத்தான தியாகம்! அவன் உருவத்தை , பெயரை, அழியாத நிலையிலே பொறித்து வை, என்றெல்லாம் உச்சாணிக் கொப்பிலே ஏற்றி வைத்து விடுகிறது உலகம்!

எதற்காக இதெல்லாம்?

தர்மத்திற்கு அவ்வளவு சொத்தையும் எழுதி வைத்து விட்டுப் போனவனின் உண்மை மனது என்ன என்பதை உலகம் கண்டிருந்தால் இதைச் செய்திருக்குமா? ஆனால், அந்த உண்மை எண்ணம் உலகத்துக்கு தெரியப்போவதே இல்லை. ஏன், தர்மத்துக்காக அவ்வளவு பொருளையும் செலவழித்த அந்த உருவத்துக்கே, தன் செயலின் உண்மை எண்ணம் பட்டிருக்காது.

தர்மம் தலை காக்கும். இகத்திலே நல்லது செய்தவன் பரத்திலே சுகமடைவான். அவனுக்கு மோக்ஷம் கிடைக்கும். செய்யாதவனுக்கு அங்கே இடம் இல்லை. நரகத்தில் தான். இது தெரியாதா எனக்கு? நரகத்தின் கோரத்தை அனுபவிப்பதற்கு நான் தயாராக இல்லை. செத்தபிறகு சுகம் தரக்கூடிய அந்த மோக்ஷ உலகத்துக்கு நான் போக வேண்டும். அதற்கு வழி?

நானோ என்றானாலும் அழியப் போகிறவன். நிரந்தர வீட்டை சுகமானதாக்கிக் கொள்வதை விட்டு, இந்த அல்பாயுஸ் ஜன்மத்தைக் கட்டி அழுவதில் சுகம் எதற்கு?

மோக்ஷம் தான் நிரந்தரமான வீடு. அங்கே இடம் தேடிக் கொள்வதற்கு

வழி சொல்லியிருக்கிறது. அது என் ரத்தத்தில் ஊறிப்போய் இருக்கிறது.

ஆகையால் புதிதாக நான் ஏதோ தர்மம் செய்து, பிரமாதமாக சாதித்து விட்டவனாக எண்ணிக்கொண்டு விடுகிறேன். ஆனால் உண்மை? மோக்ஷத்தில் இடம் தேடும் சுயநலத்திலேதான் பிறக்கிறது என் தர்ம எண்ணம். வெளியே உணர முடியாத அந்த அடிப்படையான உண்மை நினைவுதான் அந்த தர்மத்தின் பகைப் புலத்தில்!

தூக்கி வாரிப்போடும் இந்த வியாக்யானம் தர்மம் சுயநலத்தின் அடியிலிருந்து கிளம்புகிறது என்பது. போகட்டும்.

உண்மையை ஒப்புக் கொள்வதில், தப்பர்த்தத்தை நீக்கி, உள்ளதை உள்ளபடியே மதிப்பிடுவதில் ஒரு தப்பும் இல்லை. தேசத்துக்காக நான் நாளை உயிரைக் கொடுத்து விட்டால் தியாகம் என்பீர்கள் என்று எனக்குத் தெரியும்.

நான் உயிரைக் கொடுப்பேன் வாஸ்தவம்! ஆனால் எதற்காக?

நீங்கள் சொல்லும் தியாக குணத்தின் சாயல்கூட, என் உயிரைக் கொடுக்க நான் தயாராக இருக்கும் இந்த நிலையிலும், எனக்கு இல்லவே இல்லை என்று சத்தியமாக சொல்கிறேன். என் சுயநலம்தான் எனக்குப் பெரிது. தனக்கு மிஞ்சித்தான் எதுவும்.

நான் சுதந்திரமாக இருக்க விரும்புகிறேன். கட்டுப்பட்டிருக்கும் என் கையை நான் அவிழ்த்துக் கொள்ள விரும்புகிறேன். என் கவலை எனக்கு. பிறர் அடிமையோ, சுதந்திரமோ நான் கவலைப்படவில்லை. நான் சுதந்திரமாக இருக்க, என் தேசம் சுதந்திரமாக இருந்தால் தான் முடியும், அதற்கு நான் விலை கொடுக்கத் தயாராக இருப்பது என் உயிரை. என்னால் கொடுக்க முடிந்த உச்சவிலை அதுதான். எனக்கும் சுதந்திரத்திற்கும் ஒரு பேரம் அது! அதற்குத்தான் நீங்கள் கொடுக்கும் பெயர் தியாகம்!

நான் உயிரை விட்டு, நீங்கள் அடையும் பலனைப் பற்றியும் எனக்கு சிரத்தை கிடையாது. நான் தர்மம் செய்து, பிறர் வாழ்வதிலும் எனக்கு அக்கறை கிடையாது.

இரண்டையும் நான் செய்தது பின் எதற்காக? என் ஆத்ம திருப்திக்காக, என் சுய ஆசை நிறைவேறுவதற்காக. என் உயிரை கொடுப்பதிலே, என் சொத்தை தர்மம் செய்வதிலே பிறர் அடையும் பலனைவிட நான் அடையும் பலன் எத்தனை மடங்கு மேல் தெரியுமா? என் திருப்திக்காக தர்மத்தையும், உயிர் அர்ப்பணத்தையும் படியாக உபயோகித்துக் கொள்கிறேன்.

அவ்வளவுதான்!

நீங்கள் எனக்கு கொடுக்கும் அந்த மகத்தான லக்ஷியங்கள் எனக்கு இல்லை. முழு நினைவும் என்னைப் பற்றித்தான் நான் தேவன் அல்ல; மனிதன் தான். அதன் பலவீனம் அவ்வளவும் அடங்கின ஒரு சின்னம் தான்.

பிறருக்காக நான் தியாகம் செய்கிறேன் என்னும்போதே பிறர் எனக்காக தியாகம் செய்ய வேண்டும் என்பதையும் எதிர்பார்ப்பவன் தானே நான். இப்படி ஒருவர் மற்றொருவருக்காக தியாகம் செய்துகொண்டே போவதைவிட அவரவர் காரியத்தை பார்த்துக்கொண்டு போவது மேலல்லவா!

அதைத்தான் நாம் செய்துகொண்டு வருகிறோம். மனிதன் செய்யும் எந்தக் காரியங்களுக்கும் அடிப்படை சுயநலம் தான். ஆழத்திலே அது நிரந்தரமாக பதிந்து போய் இருக்கிறது. அத்தனை முழு ஆழத்தையும் ஆராய்ந்து, உண்மை நிலையை கண்டறிய மனிதனுக்கு சக்தி இல்லை. அதன் சாயல் கொஞ்சம் மேலெழுந்து தோன்றினாலும், அதை ஒப்புக் கொள்வதற்கு தைர்யம் இருக்கிறதில்லை.

வெளியுலகத்துக்கு என் சிந்தனை பற்றி அக்கறையில்லை. வெளித் தோன்றும் செய்கையைத்தான் அது மதிப்பிடுகிறது. அடிப்படையிலே ஆழப்பதிந்து இருக்கும் சுயநலத்துக்கு, ஆத்ம திருப்திக்கு, தர்மம், தியாகம் என்றெல்லாம் பெயர் கொடுத்து அழைக்கிறது. இதற்கு முடிவு வரப்போகிறதே இல்லை. நிச்சயம்!

குப்பைக் கூடை

"**பை**யா, குப்பைக் கூடை ஒன்றும் கிடையாதா?" என்று புதுப் பத்திரிகை ஆபீஸ் நாற்காலியில் உட்கார்ந்ததும் உட்காராததுமாக கேட்டேன்.

'இல்லெ ஸார், இன்னும் வாங்கவில்லை' என்று பதில் தந்தான் பையன், 'சரிதான், குப்பைக் கூடைக்கே அவசியம் இல்லை என்று பத்திரிகை நிர்வாகிகள் நினைத்து விட்டார்கள் போலிருக்கிறது. பேஷ்! சரியான தீர்மானம்தான் அதுவும். கவலையில்லை. கூசாமல் என்ன வேண்டுமானாலும் எழுதலாம் இனி, இந்தப் பத்திரிகையில்' என்ற அர்த்தம்தான் கொடுத்தது அந்தத் தீர்மானம்,

பத்திரிகை ஆபீஸில் குப்பைக் கூடை சம்பந்தமான ஹாஸ்யக் கதைகள், கட்டுரைகள் எல்லாம் வேண மட்டும் நீங்கள் படித்து வயிறு வெடிக்க சிரித்திருக்கிறீர்கள். இங்கு பிரஸ்தாபிக்கப்படும் விஷயமே வேறு. பத்திரிகையில் பிரசுரிப்பதற்கு லாயக்கற்றது எனக் கருதப்படுபனவற்றையெல்லாம், இந்த குப்பைக் கூடையில் போடுவது தான். சம்பிரதாயமாக, முதல் பத்திரிகை வெளிவந்த காலமுதல் இருந்து வருவதாகத் தெரிகிறது.

ஆனால் இத்த புதுப்பத்திரிகை ஆபீஸில் குப்பைக் கூடை இல்லாததின் அர்த்தம் என்ன? இந்த பத்திரிகை ஆபீஸில் எழுதப்படும் எழுத்துகளோ, வெளியேயிருந்து கிடைக்கும் விஷயதானங்களோ, எதுவும் குப்பைக் கூடைக்குப் போக லாயக்கற்றவை. அதாவது, மேஜையில் மதிப்பாக

இருந்து, பத்திரிகையில் பிரசுரமாகி வெளிவருவதற்கான அந்தஸ்து கொண்டவை என்றுதான் கருதப்படும் என்பதுதானே.

அந்த மாதிரி ஏற்படும் பக்ஷத்தில் தமிழ் இலக்கியத்துக்கு, யாரும் அனுதாபமான நினைவுகள் காட்ட வேண்டியதில்லை. எழுதும் எழுத்து அத்தனையும் ஒரு நிரந்தரமான மதிப்புடனே பிறக்கவேண்டும் என்பது தான் நம் லக்ஷியம். அந்தச் சமயம் வந்துவிட்டது என்பதற்கு அறிகுறி அது.

ஆனால் நாம் எழுதும் எழுத்து அத்தனையும் அப்படி பிறக்கிறதா என்று ஒரு கேள்வி போட்டுக் கொண்டால், கொஞ்சம் யோசனை செய்யத்தான் வேண்டியிருக்கிறது. உள்ளக் கிளர்ச்சியின் அழுத்தத்திலே, ஒரு வெறியிலே கிளம்பிவரும் வார்த்தைகள் சாதாரண நிலையிலே வருவதில்லை. சாதாரண நிலையிலே வரும் எழுத்துகளில் வலு அவ்வளவாக இருப்பதில்லை.

'இப்போதே ஒரு விஷயத்தைப் பற்றி எழுதிக் கொடுங்கள்' என்று உத்தரவு போட்டு விடுவது ரொம்ப எளிது. கலைஞன் எப்போதும் எதையும் பற்றி எழுதத் தயாராக கடிவாளம் பூட்டின குதிரையாக இருக்கவேண்டும் என்று சொல்வது சரிதான். ஆனால் கடிவாளம் பூட்டின குதிரை எடுத்த எடுப்பிலேயே கியாலப்பில் போய்க் கொண்டே இருக்கவேண்டும் என்று எப்படி எதிர்பார்க்க முடியும்? நடை, டிராட்டில் கொஞ்ச தூரம் போய் எகிறிப் பிடித்துப் பாய அதற்கு அவகாசம் வேண்டும். நடுவே நடுவே அலுப்புக்கு நின்று நடை, டிராட் போட்டுத்தான் ஆகவேண்டும்,

அதேபோல எழுத்தாளனும் சுருதி சேர்ந்த வாத்தியமாக, முறுக்கேற்றின நாணாக, 'விடைப்பாக' இருக்கவேண்டுமென்றாலும், எதையும் பற்றி எழுத தயாராக இருக்க வேண்டும் என்றாலும், மனதிற்குள்ளே இருந்து நெட்டித் தள்ளும் ஒரு வேகத்திலே, அதையே பற்றி எழுதினால் எதையும் பற்றி அவன் சிலாக்யமாக எழுத முடியும். அதற்கு அவன் காத்திருக்கத்தான் வேண்டும். க்ஷணத்திலே தோன்றின நினைப்பு வலுவடைவதற்கு மனதுக்கு அவகாசம் வேண்டும்.

மன நிலையை எவ்வளவு பக்குவமாக வைத்துக் கொண்டிருந்த போதிலும், கலைஞன் தன் முழு உணர்ச்சி வேகத்தின் அளவையும், கற்பனை நினைவின் எல்லையையும் எழுத்திலே காட்ட முடிகிறதில்லை. மனதின் வேகத்தை அப்படியே படம் பிடித்துக் காட்ட எழுத்துக்கு சக்தியில்லை. எவ்வளவு உயர்தரமான சிருஷ்டியான போதிலும், சிருஷ்டிகர்த்தாவுக்கு அதிலே திருப்தி ஏற்படுகிறதில்லை.

கடலைப்போல கொந்தளித்துக் கிளம்பும் உணர்ச்சி, பேனா முனையிலே

வார்த்தைகளில் அடங்கி எழுத்தாக உருவெடுக்கும் முன், அதன் வேகம் எவ்வளவோ குடைந்து விடுகிறது. உணர்ச்சி வேகத்தின் அளவுக்குக் தக்க அழுத்தமான வார்த்தைகள் கிடையாது. ஓரளவுக்குட்பட்டுத்தான் அவை மதிப்பிடுகின்றன.

சிருஷ்டிக் கடவுள் பிர்மா, யுகம் யுகமாக சிருஷ்டி ஒன்றிலேயே முனைந்து இருக்கும் கர்த்தா. அவன் மனம் பக்குவமடைந்து தான் எப்போதும் இருக்கவேண்டும். ஆனால் அவன் சிருஷ்டியிலும் எவ்வளவு மாறுபாடுகள்! ஒரு உருவத்தைப் போல மற்றொன்று இருப்பதில்லை. தராசில் உயர்ந்தும் தணிந்தும் போகும் எத்தனை வித்தியாசங்கள்! அவன் சிருஷ்டியிலேயே எவ்வளவு ஏற்றத்தாழ்வு?

உணர்ச்சியை மனித உருவத்தில் சித்தரித்துக் காட்டி இருக்கிறான் பிர்மா. அந்த உருவமே உணர்ச்சிக்கு ஒரு வரையறை ஏற்படுத்தி விடுகிறது, மனிதனின் உணர்ச்சியை எழுத்தில் சித்தரித்துக் காட்டுகிறான் கலைஞன். இன்னும் வரையறை குறைந்துதானே போகவேண்டும்.

நிற்க, ‘காக்கைக்கும் தன் குஞ்சு பொன்குஞ்சு’ என்பது ரொம்ப பழைய மொழி. நான் எழுதுவதெல்லாம் சிலாக்யமானதுதான் என்ற மனப்ராந்தி மனித சுபாவத்தில் கொஞ்சம் அதிகம் கலந்திருக்கிறது. இந்த நினைப்பில் வரும் எழுத்துகளுக்காகத்தான் குப்பைக் கூடையும் முன் ஜாக்கிரதையாக ஆபீஸில் வைத்துக் கொள்ளப்பட்டிருப்பதாகத் தெரிகிறது எனக்கு.

அந்தக் குப்பைக்கூடை ஒரு பரிகாசப் பொருள் இல்லை. அது ஒரு அளவுகோல். எழுத்தின் மதிப்பை நிர்ணயிக்கும் ஒரு அளவு கருவி. மதிப்புள்ள ஒரு எழுத்தை தன்னிடம் இழுத்துக் கொள்ள அது மறுத்து, கவிழ்ந்து கொள்ளக் கூடியது. ஒரு பெரும்பான்மை அபிப்ராயத்தை பிரதிபலித்துக் காட்டும் வாசகச் சின்னம் அது.

இன்னும் அது ஒரு விமர்சகனும் கூட. அதற்குள் வந்து விழுந்தாலும், விழாவிட்டாலும் சரி; ஒருவிதமாக அந்த எழுத்தை நிர்ணயம் செய்துவிடுகிறது.

இந்தக் கூடையை எழுத்தாளன் பொருட்படுத்தித்தான் ஆக வேண்டும். எழுத்துதான் அதற்கு முக்கியம், எழுத்தாளன் இல்லை, உருவம் அதற்கு பெரிதில்லை; உணர்ச்சிதான் அதற்கு பிரதானம். உணர்ச்சியை சரியாக காட்டாத எந்த பெரிய உருவத்தையும் அது பார்க்க மறுத்து விடுகிறது.

இந்தத் தொனியிலேதான் இலக்கியம் மதிப்பிடப்பட்டு வந்திருக்கிறது. ஒவ்வொரு எழுத்தும் காலத்தின் போக்கில் அலசி அலசி விமர்சனம் செய்யப்பட்டு வருகிறது. அந்தப் போக்கிலே எவ்வளவு புரட்சியான

மாறுதல்கள்! எத்தனை உருவங்கள் மறைந்துபோய் இருக்கின்றன! எத்தனை எழுத்துக்கள் மங்கிப் போயிருக்கின்றன!

இந்த மங்காத எழுத்தையும், மறையாத உருவத்தையும் ஏற்படுத்தி விட்டுப் போவதுதான் கலைஞன் லக்ஷியம்.

அந்த நினைப்பில் எப்போதும் இருக்கும் பக்ஷத்தில் குப்பைக்கூடையைப்பற்றி அவன் கவனம் செலுத்த வேண்டிய அவசியமே இல்லை. சரியான விமர்சனத் தராசு தப்பு நிறுவை காட்டாது. அதைக்கொண்டு ஒரு மதிப்பு ஏற்படுத்திக் கொள்ள முடியும், இன்றைய எழுத்தைவிட நாளைய எழுத்திலே அதிக வலுவைக் கொடுப்பதற்கு, உணர்ச்சியிலே ஒரு வேகத்தை திணிப்பதற்கு அது ஒரு தூண்டுகோல். கலைஞனின் உணர்ச்சி, கருத்து, எழுத்து, இவற்றின் வளர்ச்சிதான் இலக்கியத்தின் வளர்ச்சி.

முண்டிப் போ

குழந்தைகளின் கூட்டம் ஒன்றுக்கு எதையோ விநியோகித்துக் கொண்டிருக்கிறார்கள். நான் முந்தி, நீ முந்தி, என்று எல்லாம் அடித்துக் கொண்டிருக்கின்றன. ஒன்றின் மீது இன்னொன்று பாய்ந்து முன்னுக்குப் போக முண்டிக்கொண்டிருக்கின்றன.

இந்தக் கூட்டத்திற்குள் நுழைந்து கிட்டப் போய் கையை நீட்ட முடியாமல் தவித்துக் கொண்டிருக்கும் ஒரு குழந்தை அழுது கொண்டிருக்கிறது. அதற்கு முண்டிப் போக சக்தியில்லை.

கோவிலில் தீபாராதனைக்கு, கடவுள் தீபாலங்கார தர்சனத்துக்கு 'ஜே ஜே!' என்று கூட்டம் காத்துக் கொண்டிருக்கிறது. நின்ற இடத் திலிருந்து ஒரு அங்குலம் கூட காலை நகர்த்தவில்லை ஒருவரும்.

ஒரு சோனி உருவம். முந்தி நிற்கும் கூட்டத்தைத் தள்ளி விலக்கிக் கொண்டு முன்னேறிப் போய், தேவ தரிசனம் செய்வதற்கு அதற்கு சக்தி இல்லை.

அவர்கள் எல்லோரும் பார்த்துவிட்டுப் போகட்டும். அப்புறம் தரிசனம் செய்து கொள்ளலாமென்று ஒதுங்கி நின்று கொண்டிருந்தது.

ஒதுங்கி நிற்கும் குழந்தைக்கு அழுகைதான் மிச்சம். விநியோகிக்கப்படும் பொருள் ஆகிப் போய் தட்டைக் கவிழ்த்த பிறகுதான் யாராவது அதைப் பார்ப்பார்கள். பிரயோஜனம்?

ஒதுங்கி நின்ற சோனிக்கும் அப்படித்தான். எல்லோரும் தரிசனம் செய்து போய்விட்ட பிறகு, தீபாராதனையின் போது ஒளி ரூபமாக

விளங்கின அந்த ஒளிப்பொருளை அவன் அப்போது கற்பனை செய்துகொண்டு தான் பார்க்க வேண்டும். எதற்காக அவனும் மற்றவர்களைப் போல் அங்கே வந்தானோ அந்த தீபாராதனையை பார்க்காத குறை குறைதான்.

விநியோகப் பொருளை அடைய அந்தக் குழந்தைக்கும், அந்த சோனிக்கு தீபாராதனையைப் பார்க்கவும் உள்ள ஆசைக்கு, ஆத்திரத்துக்கு கொஞ் சம்கூட குறைவில்லை. ஆயினும் ஏன் அவர்கள் தங்கள் ஆசையைப் பூர்த்தி செய்துகொள்ள முடியவில்லை?

அந்தக் குழந்தைக்கும் அந்த சோனிக்கும் வித்தியாசம் இல்லை. இருவருக்கும் முண்டிப்போக சக்தியில்லை.

சக்தியென்றால் எது சக்தி? தேக பலமா?

தேகபலம் இல்லை. அங்கே கூடியிருந்த குழந்தைகள் எல்லாமோ, அல்லது பெரியவர்கள் எல்லாருமோ தேக பலத்தில், இந்தக் குழந்தை, சோனி இவர்களைப் போலவேதான்.

ஆனால் இவர்கள் அடையாத வெற்றியை அவர்கள் அடைந்த காரணம், அவர்கள் மனதிலே உள்ள சக்தி தான். மனதிலே இயற்கையாக உள்ள தெம்பு, 'நாம் என்ன சளைத்தவனா?' என்ற ஒரு திமிர் எண்ணம், முண்டிப் போகும் சக்தியிலே தூண்டப்பட்டுதான் அவர்கள் ஆசை நிறைவேறுகிறது. இந்த சக்தியை வளர்க்க வேண்டும்.

ஆசையின் நிறைவு இவ்வளவு இருந்தும், அதை நிறைவேற்றுவதற்கான மன சக்தியின் நிறைவு இல்லாத நிலைமையில், நிறைவேறாத ஆசையை நினைத்து, குழந்தையைப் போல் கண்ணீர் விடுவதும், சோனியைப்போல் பொறுத்துப் போவதும் மனிதனுக்கு அழகு இல்லை.

ருசியைக் கண்ட குழந்தைகள் பின்வாங்கும் என்று எதிர்பார்க்க முடியாத மாதிரி, கடவுளை தரிசனம் செய்பவன் அலுத்துப் போய், பின்னால் நிற்கும் சோனிக்கு தயவு காட்டி இடம் விடுவான் என்று எதிர்பார்க்க முடியாது. தணியாத ஆசைதான் அவனுக்கு.

ஆகையால் அவனவன் முண்ட வேண்டும்; அந்த மாதிரி முண்டுவதினால் பிறருக்கு ஏதாவது அசௌகரியம் ஏற்படுத்தி விடுவோமா, அல்லது வருத்தம் ஏற்பட்டு விடுமோ என்ற நினைவை கொஞ்சம் ஒதுக்கி வைத்துவிட வேண்டும்.

அதில்லாவிட்டால் நாம் இந்த யோசனையில் இருக்கும்போதே பிறர் நம்மீது காயம் உண்டாக்கிவிட்டு முன்னுக்குப் போய் விடுவார்கள். அவர்களை விழித்துப் பார்த்துப் பிரயோஜனம் இல்லை. ஏக்கம்தான் மிஞ்சும் நமக்கு.

வாழ்க்கை எப்போதும் தேங்கிக் கிடக்கும் ஜடப் பொருள் அல்ல. தினம் தினம் வளர்ச்சியைக் கண்டு கொண்டிருக்கும் ஜீவியப் பொருள், முன்னேற்றம்தான் அதன் நாடி, மூச்சு. முண்டிப் போகும் சக்திக்குத் தக்கபடி நாடி அழுத்தமாக, திடமாகப் பேசுகிறது; சுவாசம் தடுமாற்றம் இல்லாமல் கம்பீரமாக வருகிறது.

இதிலே இன்னொரு விபரீதம் ஏற்பட்டு விடுகிறது, அநேக சந்தர்ப்பங்களில். நமக்கு முன்னே போய் நின்று கொண்டிருப்பவர்கள் எல்லாம் தைரியசாலிகள், இந்த சக்தி வாய்ந்தவர்கள் என்று சொல்லிவிட முடியாது. சமயமும் சந்தர்ப்பமும், வலிமை, சக்தி இல்லாதவர்களை எல்லாம் முன்னணியில் கொண்டு பெரும்பாலும் நிறுத்தி விடுகிறது.

இந்த பலஹீனர்கள் வழியை அடைத்துக்கொண்டு விடுகிறார்கள். மேலே மேலே போக அவர்களுக்கும் தெரியவில்லை. தைர்யமும் இல்லை. பிறர் முன்னுக்குப் போகவும் விடுவதில்லை. இந்த ரீதி பலஹீனர்கள் தங்கள் சக்தியின் அளவை மதிப்பிட்டுக்கொண்டு சக்தி வாய்ந்தவர்களுக்கு வழி விடுவது இயற்கையாகும். அதுதான் முன்னேற்றத்தின் போக்காகும்.

காலத்தின் போக்கறிந்து போகத் தெரியாமல், வளர்ச்சியைத் தடுத்து நிற்கும் மதிலாக அவர்கள் நிற்க உறுதி காட்டினால், அதற்கு மேலான உறுதியுடன் அவர்களைப் பிளந்து எறிந்துகொண்டு போவதுதான் முன்னேற்றம்.

பிளந்து எறிந்துகொண்டு போவது என்றால் எறியும் அகல் விளக்குகளில் போய் முட்டிக் கொண்டு விழ வேண்டுமென்பதில்லை. கீழே கிடக்கும் படிக்கட்டுகளை ஆராயாமல் போய் தடுக்கிவிழ வேண்டுமென்பதில்லை. அது முண்டிப் போவதல்ல, முறண்டிப் போவது.

முண்டிப் போவதிலே ஒரு தர்க்க நியாயம் வேண்டும். செய்யும் காரியத்திற்கான சாதனத்தை தெளிவான வகையிலே வகுத்துக் கொண்டிருக்க வேண்டும். லக்ஷிய நோக்கு இல்லாமல், குறிப்பு இல்லாமல் முறண்டிப் போவது பிரயோசனம் இல்லை. அந்த வெறியிலே போய் நின்ற முன்னணியை வெகு நேரம் காப்பாற்றிக் கொண்டிருக்க முடியாது.

நிதானத்தின் பேரில், அடிக்கு அடி உறுதி பார்த்து நிலையில் போய் நிற்பதுதான் முண்டிப் போவதற்கு அழகு. வீம்புக்கு முறண்டிப்போவது சாஸ்வத பலன் அளிக்காது. அது ஆலோசனை இல்லாத நிலையில் பிறந்தது. முறண்டிப் போவதிலே உணர்ச்சியோடு கலந்த தர்க்க நியாயத்துக்குத்தான் இடம்.

உணர்ச்சி வசமானவர்களுக்கு தர்க்க ரீதியில் போகிறவர்கள் பதமிடும் வழி நிதானமாகத்தான் தோன்றும். தங்கள் ஆசைக்கு ஏற்ற திருப்தியை கொடுக்காது.

உணர்ச்சி நிரந்தரமாக ஒரே நிலையில் நிற்பதில்லை. க்ஷணத்துக்கு க்ஷணம், சந்தர்ப்பங்களுக்குத் தக்கபடி மாறிக் கொண்டிருக்கிறது. தர்க்க ரீதிக்கு அப்படியில்லை.

முறண்டிப் போக வேண்டும் என்ற ஆத்திரத்திலும் சந்தர்ப்ப நியாயங்களைக் குறிப்புப் படுத்திக் கொண்டுவிட்ட ஒரே நிலைதான் அதற்கு. இதை அடிப்படையாகக் கொண்டதுதான் வாழ்க்கை.

காத்திருந்தால்

ரயிலுக்கு டிக்கட் வாங்குவதற்காக வரிசையில் நின்று கொண்டிருந்தேன். எனக்கு முன் நின்றுகொண்டிருந்த நண்பர் பேச்சுக் கொடுத்தார். 'இந்தச் சண்டையால் வந்த ஒரே நல்ல வழக்கம் இந்த க்யூ முறை இது இல்லாவிட்டால் இவ்வளவு அமரிக்கையாக ஒருவர் பின் ஒருவராக காத்து இருந்து அவரவர் முறைப்படி தங்கள் காரியத்தை சாதித்துக்கொண்டு போக முடியுமா?" என்று கேட்டார்.

நான் அவரை ஆமோதித்து "ஆமாம், அதற்காக நாம் இந்தச் சண்டையை வாழ்த்தக்கூட வேண்டும்" என்றேன். "இந்த வழக்கம் நீடித்து நிற்க வேண்டுமே. வெள்ளைக்காரன் போய்விட்டதோடு அதுவும் போய் விடக்கூடாதே" என்று சேர்த்தேன். ஏனென்றால் நல்ல வழக்கங்கள் வெகு சீக்கிரமே நழுவிப் போய் விடுவது ரொம்ப சகஜம் தானே.

நான் சொல்லி வாய் மூடவில்லை. ஒருவர் வெகு அவசரமாக வந்தார். எனக்கு முன்பு க்யூ குறைந்து நான் டிக்கட் கொடுக்கும் ஜன்னலை நெருங்கிக் கொண்டிருந்தேன். எனக்குப் பின்னே க்யூ வெகுவாக நீண்டு போய் இருந்தது. வந்தவரின் அவசரத்தை பார்த்தால் டிக்கட் வாங்க வந்தவர் தான் என்பதைக் காட்டியது. க்யூ நிற்பதையும் அதன் தன்மையையும் அறிந்து கொள்ளக்கூடியவர் மாதிரித்தான் தோற்றம் காட்டினார் அவர். ஆனால் அவர் அதை லக்ஷியம் செய்யவில்லை. க்யூ சிதையாமல் இருக்க தடுத்து எழுப்பப்பட்டிருந்த மார்பு உயரச் சுவரின் பக்கம் வந்து, நேரே ஜன்னல் எதிரில் நின்று டிக்கட்

ஜன்னலை நெருங்கிக் கொண்டிருந்த எங்கள் முகங்களை மாறி மாறி பார்த்தார். என் முன் நிற்பவரை கையசைத்து ஒரணாவை நீட்டி “கோடம்பாக்கத்துக்கு எனக்கும் ஒரு டிக்கட் சேர்த்து வாங்குங்கள், அவசரமாக போகவேண்டும்” என்று வினயமாகக் கேட்டார்.

நண்பர் தயங்கினார் மாதிரியும் இருந்தது. அதை வாங்கிக் கொடுக்கப்போவது மாதிரியும் இருந்தது. நான் அதற்குள் அவர் உதவிக்குப் போனேன். "ஸார் உங்களைப் போலவே அவசரக் காரியமாகவேதான் இதில் வரிசையாக வரும் எத்தனையோ பேரும் போய்க் கொண்டே இருக்கிறார்கள். நாங்களும் இந்த ஜன்னலை உடனே வந்து அடையவில்லை. ஆகையால் அதோ க்யூவின் வால்முனை யில் போய் சேர்ந்து கொள்ளுங்கள். உங்கள் முறைக்கு காத்திருங்கள் இப்படி குறுக்கே வருவது சரியல்ல" என்றேன்.

என் இந்த உபதேச வார்த்தைகளை அவர் காதில் போட்டுக் கொள்ளத் தயாராக இல்லை. தன் முறைக்கு அவர் காத்திருக்கவும் தயாராக இல்லை. எப்படியாவது காரியத்தை சாதித்துக் கொண்டு இத்தனை பேருக்கும் முன்னால் போய் விடவேண்டும் என்ற ஒரே ஆசைதான் அவருக்கு. நண்பர் மறுக்கவும் அடுத்து நின்ற ஒவ்வொருவரையும் வாங்கித் தரும்படி கேட்டுக் கொண்டிருந்தாரே தவிர வரிசைக் கிரமத்தில் போய் நிற்க வேண்டும் என்ற நியதியை அவர் மனது ஒப்புக் கொள்ளவே இல்லை.

இதே மாதிரி க்யூவின் நடுவில் வந்து ஒண்டிக்கொள்ளப் பார்ப்பவர்களும், எதிர் திசையிலிருந்து வருபவர்களும், காத்திருந்து காரியம் சாதிக்கும் மனப்பக்குவம் கொள்ளாதவர்கள்தான்.

ஆனால் ஸ்டேஷனில் காத்து இருந்து டிக்கட் வாங்கத் தயாராக இல்லாத நபர், வேறு வழியின்றி காத்திருக்க வேண்டிய இடத்தில் நின்று ஒழுங்கைப் பற்றி பேசிக் கொண்டிருப்பார். ஆளுக்கு ஒரு டிக்கட் என்று போட்டிருக்கும் படத் தியேட்டர் ஜன்னல் முன்னால் மூன்று மணி ஆட்டத்திற்கு பன்னிரண்டு மணி முதலே தகிக்கும் வெயிலிலோ, கொட்டும் மழையிலோ நின்று கொண்டிருக்க தயாராக இருப்பார். காப்பிக் கொட்டையோ, காப்பிப்பொடியோ ஐந்து பலம் கொடுக்கிறார்கள் என்றால் மணிக்கணக்காக ரோடில் கூட சங்கோசமின்றி நின்று கொண்டிருப்பார்.

ஆகவே காத்திருப்பது என்பதை எப்போதும் வாழ்க்கையில் கையாளப்பட வேண்டிய ஒரு நல்ல வழக்கமாக, நிதானம், நேர்மையைக் காட்டும் குணமாக இருக்க, கடைப்பிடிக்கத் தயாராக இல்லை: “வேறு வழியில்லை” என்ற சந்தர்ப்பத்தில் தவிர மற்ற சமயங்களில் காரியத்தை எப்படியாவது துரிதமாக நிறைவேற்றிக் கொண்டால் போதும் என்ற

ஒரே நினைப்புதான். மற்றவை பற்றி அக்கறை இல்லை.

'பொறுத்தவர் பூமி ஆள்வார்' என்ற பழமொழி தெரிந்து இருக்கத்தான் செய்கிறது. ஆனாலும்–

காத்திருந்தவர்களின் பரம்பரை ரொம்ப காலமாகவே நீண்டு வந்திருக்கிறது. எப்படியும் ராமன் ஒரு நாள் தன்னை வந்து மீட்டுச் செல்வான் என்று சீதை அசோகவனத்தில் காத்து இருந்தாள். அவள் காரியம் கை கூடியது. விரித்த தலையை முடிவதில்லை என்று திரௌபதி செய்திருந்த சபதம் நிறைவேற எத்தனை வருஷ காலம் காத்திருக்க வேண்டி இருந்தது! அவள் காத்திருந்ததற்கு பலன் கிடைத்தது. தந்தையின் மடியிலே ஏறி உட்கார விரும்பிய துருவன் எத்தனை வருஷம் தவம் செய்து கடவுளைக் காணக் காத்திருந்தான்! காத்திருந்ததன் பயன், அவன் கடவுள் மடியிலே ஏறி உட்கார்ந்து கொண்டான். இப்படி எத்தனையோ பேர்களை அடுக்கிக் கொண்டே போகலாம். ஏன், அழகி மும்தாஜின் கணவனைக் கொன்றுவிட்டு மும்தாஜை சிறைப்பிடித்து வந்த ஷாஜஹான் அவள் மனது மாற எத்தனை வருஷங்கள் காத்து இருந்தான்!

இப்படி காத்திருந்து காரியத்தை சாதித்தவர்கள் ஒரு பக்கம் இருக்கட்டும். காத்திருந்து கோட்டை விட்ட பேர்வழிகள் ஜாப்தா கூட இருக்கிறது. 'காத்திருந்தவன் பெண்டாட்டியை நேற்று வந்தவன் கொண்டு போனான்' என்று வசனம் வழங்கும் (சிசுபாலன் மணக்க நினைத்த ருக்மணியை கிருஷ்ணன் மணந்து கொண்ட சம்பவம்) பழமொழி ஞாபகம் வருகிறது. சிசுபாலன் கோட்டை விட்டான் என்று பெயர் வாங்கி விட்டான். ஆனால் காத்திருந்து என்பதின்... உண்மையான அர்த்தத்தில் அவன் காத்திருக்கவே இல்லை. அவனுக்கு வேண்டும் டிக்கட், கொடுக்கும் ஜன்னல் முன்பு அவன் போய் நிற்கவில்லை. அதுதான் காரணம். அதே மாதிரிதான் இலவு காத்த கிளியும். பழங் களிலிருந்து இலவங்காயை பிரித்து அறிய அதற்கு இல்லாத சக்தியே காத்திருந்து ஏமாறச் செய்தது.

இதே மாதிரியே காத்து நிற்பவர்கள் காதலன் காதலி என்ற இருவர்களும். ஒருவருக்காக மற்றவர் காலவரையின்றி காத்து நிற்கிறார்கள். எவ்வளவு காலம் தலைவன் வரவுக்குக் காத்திருப்பது என்று தலைவி தோழி யிடம் சொல்லிச் சொல்லி ஏங்குகிறாள். ஆனாலும், அவள் மனம் உடையவில்லை. நம்பிக்கையில் வாழ்நாட்களை ஒவ்வொன்றாக கழிக்கிறாள். ஒரு நாள் அவள் தலைவன் வந்து விடுகிறான். காத்திருந்த பயனை அவள் அடைந்து விடுகிறாள்! அதே மாதிரியே அவனும் அவள் மனம் என்று தன்பால் ஈடுபடும் என்று தவிக்கிறான். தன்னை மணக்க மறுத்தவளின் மனது தானே இணக்கம் கொள்ளும் வரையில்

நம்பிக்கை இழக்காமல் நாட்களை ஓட்டுகிறான். பலன் கிடைக்கிறது.

ஆனால் காத்திருக்கவே தயாராக இல்லாத காதலர் காதலிகளும் இருக்கிறார்கள். பாரதியாரின் "காதலன் காதலி" இந்த ரகத்தில் முதலில் நிற்பவர்கள்.

"மூத்தவர் சம்மதியில் வதுவை
முறைகள் பின்பு செய்வோம்
காத்திருப் பேனோடி – இதோபார்
கன்னத்து முத்தமொன்று"

என்று நேரடி நடவடிக்கையில் இறங்கி விடுகிறான் காதலன். இதே மாதிரியே அந்தக் காதலியும். காதலன் வருவான் வருவான் என்று எதிர்பார்த்து நிற்கிறாள். ஆனால் காதலன் அந்த திசைப்பக்கம் திரும்பவே இல்லை. அவள் காதலன் 'என்று வருவானோ' என்று எதிர்பார்த்துப் பார்த்து தவித்து நாட்களை கழிக்கத் தயாராக இல்லை. சீக்கிரமே காதலன் மன நிலையை அறிந்து கொண்டுவிட விரும்புகிறாள். அவள் சொல்கிறாள்: 'அடி தோழி, கண்ணன் மன நிலையை கண்டு வர வேண்டுமடி... எண்ணமுரைந்துவிடில் பின்னர் ஏதெனிலும் செய்வமடி... கன்னிகையாயிருந்து காலம் கழிப்பமடி...' என்று சொல்லி அனுப்புகிறாள்... ஒன்று அவன் உடனே வந்து தன்னை மணந்து கொள்ள வேண்டும். இல்லையானால் கன்னிகையாக இருந்து விடுவது என்று தீர்மானித்து விடுகிறாள். அவள் அதற்கு மேல் காத்திருக்கத் தயாராக இல்லை. முடிவு கட்டிவிட விரும்புகிறாள்.

ஆனால் சிறிதும் அவசரப்படாமல் ஒற்றைக்காலில் நின்று காத்து இருக்கும் ஜந்து கொக்கு ஒன்றுதான். காத்திருந்து காரியம் சாதிப்பது மட்டுமல்ல; அதில் பெரிய ரராஜதந்திரமும் அடங்கி இருக்கிறது. சின்னச் சின்ன மீன்களை அது லட்சியம் செய்யாமல் ஓட விட்டுக்கொண்டே அசையாமல் இருக்கும். எப்போது பெரிய மீன் வரும் என்று காத்துக்கொண்டே இருந்து, அது வரவும் 'லபக்' என்று கொத்தும். அதன்றி அது அவசரப்பட்டு சிறு மீன்களை கொத்தி குட்டையை குழப்பிக் கொண்டிருந்தால் பெரிய மீன் வரவே வராது. காத்திருப்பதற்கு முதற் பரிசு இந்த கொக்கிற்குத்தான் கொடுக்க வேண்டும்.

சமீபத்தில் ஏதோ ஒரு பழைய 'டைஜஸ்ட்' ஒன்றின் பக்கங்களை புரட்டிக் கொண்டிருந்தேன். அதில் ஒரு குறிப்பு இருந்தது.

"தன்னுடைய சாதனைகள் இன்னும் பூரணமாக முடியாத நிலைமை யிலேயே ஒரு மேடை நாட்டியக்காரிக்கு 'சபாஷ்' என்று அப்ளாஸ் கிடைத்து விடுகிறது. அவள் அதற்காக காத்திருக்க வேண்டிய அவசியமே இல்லை. நாலு பேர் நடுவில் ஹாஸ்யமாக பேசின பேச்சுக்கும் உடனே

பாராட்டுதல் வந்து விடுகிறது. அந்தப் பாராட்டுதலுக்காக அவன் அதிகம் காத்திருக்க வேண்டியதில்லை. ஆனால் ஒரு விஞ்ஞானியோ தனக்கு புகழையோ பாராட்டுதலையோ எதிர்பார்த்து, ஒரு ஐந்து வருஷம் என்ன... எத்தனையோ ஐந்து வருஷங்கள் கூடக் காத்துக் கிடக்கவேண்டி இருக்கிறது. அப்படி அது ஒரு வேளை வரும்போது அது கிட்டே இருந்து வராது. வெகு தொலைவிலிருந்து வரும்" என்று இருந்தது.

விஞ்ஞானி மட்டும் என்ன, எந்த ஆதர்ச மனிதனும் காத்திருக்கப் பிறந்தவன்தான்!

சொல்லும் விதம்

அதெல்லாம் சொல்கிற விதமாகச் சொல்ல வேண்டும். சட்டென்று படும்படியாக. ஊரைச் சுற்றி நீட்டி முழக்கி பீடிகையை பிரமாதமாக போட்டுச் சொல்லிக் கொண்டிருந்தால் என்று பேசிக் கொள்கிறோம். ஆமாம், சொல்லும் வாய்க்கு அலுப்புத் தட்டாமல் இருக்கலாம். கேட்கும் காதுக்கு சலிப்பு ஏற்படாதிருக்க வேண்டாமா?

ஆகவே எந்த விஷயத்தையும் எடுத்துச் சொல்வதற்கு ஒரே வழி உண்டு. எடுத்துக் கொண்ட விஷயத்திற்கு ஏற்ப, அதை கேட்பவன் சட்டென்று மனதில் வாங்கிக் கொள்ள ஏதுவாக வார்த்தைகளை வெளிக் கிளப்ப வேண்டும். எல்லோராலும் இப்படி எடுத்துச் சொல்ல முடிகிறதா என்பது சந்தேகம்தான். எப்படி ஆரம்பிப்பது, எந்த இடத்தில் முடிப்பது என்பதே தெரியாமல் எவ்வளவோ பேர் விஷயத்தை சொல்லிக் கொண்டே போவதைக் கேட்கிறோம்.

மேடைப் பிரசங்கிகள் பலர்தான் இந்த மாதிரியான சந்தர்ப்பத்துக்கு உள்ளாகிறார்கள். அவர்கள் குறிப்பிட்ட ஒரு விஷயத்தை எடுத்துக் கொண்டு அதிலிருந்து உபவிஷயமாக எதையோ விளக்கப் போய், சொல்ல வந்த விஷயத்தை விட்டு விட்டு எங்கெல்லாமோ போய் விடுகிறார்கள். தங்கள் மனதில் அவ்வப்போது தோன்றும் விஷயங்களை எல்லாம், சம்பந்தமோ இல்லையோ சேர்த்துக் குழப்பி விடுகிறார்கள். 'தாங்கள் சொல்ல வந்ததென்ன, சரியாகச் சொல்லி விட்டோமோ, என்று அவர்களுக்கும் தெரியாமல், கேட்டவர்களுக்கும் 'ஆமாம், இவர் என்ன சொன்னார்' என்றும் புரியாமல் தவிக்கிறார்கள்.

ஒரு சமயம் ஒரு மஹாநாட்டில் ஒரு தீர்மானத்தை ஆக்ஷேபித்துப் பேச ஒரு பிரதிநிதி எழுந்தார். அவர் பேசிக் கொண்டே போனார். தீர்மானத்தில் கண்டிருந்த விஷயத்தைப் பற்றித்தான் அவர் பேசிக் கொண்டிருந்தார். சபையினர் அவரை கூர்ந்து கேட்டுக் கொண்டிருந்தார்கள். அவர்கள் ஒருவரை ஒருவர் பார்த்துவிழித்துக் கொண்டிருந்தார்கள். அப்போது சபைத் தலைவரும் பிரசங்கியின் முகத்தை ஒரு தரம் ஏற இறங்கப் பார்த்து விட்டு “ஆமாம், தாங்கள் தீர்மானத்தை ஆதரிக்கிறீர்களா, எதிர்க்கிறீர்களா” என்று கேட்டார்.

“நான் எதிர்க்கிறேன்” என்று அவர் பதில் கூறினார்.

“அப்படித் தெரியவில்லையே உங்கள் பேச்சு” என்றார் தலைவர். சபை பூராவும் சிரித்து கரகோஷம் செய்தார்கள். தீர்மானத்தை வெட்டிப் பேச வந்தவரின் வார்த்தைகள் தீர்மானத்தை ஒட்டிப் பேசியதாக இருந்தது. ஞாபகமே இல்லாமல், எதிர்ப்புக்கும் ஆமோதிப்புக்கும் வித்தியாசம் தெரியாமல் அவர் பேசிக் கொண்டிருந்ததை தலைவர் அவர் வார்த்தைகளிலிருந்தே எடுத்துக் காட்டி அவரை மேலே பேசவிடாமல் உட்காரச் செய்தார். ஆனாலும் ஓட் எடுத்த போது அவர் எதிர்த்துத்தான் ஓட் செய்தார்.

இப்படி, சொல்லும் விதத்தில் ஏற்படும் கோளாறுகளினால் விசித்திரமாக எல்லாம் நடந்து விடுகின்றன. அவர் மனதில் இருந்ததை தெளிவாக எடுத்துச் சொல்ல அவருக்குத் தெரியவில்லை. அதுதான் விஷயம்.

ஒரு நாள் பீச்சுக்குப் போய்க் கொண்டிருக்கும் போது ஒரு நண்பரை சந்தித்தேன். உபயகுசலோபரி முதலில் விசாரித்துக் கொண்டோம். திடீரென்று அவர் ஆரம்பித்தார். “நம்ம இவன் செத்துப் போய் விட்டான் தெரியுமோ இல்லையோ?” எனக்கு தூக்கிவாரிப் போட்டது. சாவு சமாச்சாரம் இல்லையா? நமக்கு வேண்டிய யார் இறந்து போய்விட்டார்களோ என்ற கவலையுடன் “யாரது” என்று கேட்டேன்.

நண்பர் ரொம்ப சாவகாசமாக “அதான் ஸார். நம்ப கிருஷ்ணமூர்த்தி தாலுகாபீஸ் குமாஸ்தா.”

கிருஷ்ணமூர்த்தி என்றதுமே நான் அதிர்ந்து போனேன். “அடடா, கிருஷ்ணமூர்த்தியா செத்துப் போய்விட்டான்? என்ன வயிற்றெறிச்சல்! இரண்டு நாளைக்கு முந்திக் கூட இரண்டு பேரும் சேர்ந்து ஹோட்டலில் சாப்பிட்டோமே. அட தெய்வமே...!” இப்படியெல்லாம் அந்த ஒரு கணத்தில் என் மனது அலைமோதி விட்டது.

ஆனால் வாய்மட்டும் நண்பனைப் பார்த்துக் கொண்டு “ஆமாம்” என்று இழுத்து மேலே வரும் வார்த்தையை எதிர்பார்த்துக் கொண்டிருந்தது.

“கிருஷ்ணமூர்த்தி தம்பி சுந்தரம் இருக்கானோல்லியோ...” என்று நண்பர் சடக்கென கூறி நிறுத்தினார்.

எனக்கு போன உயிர் திரும்பி வந்த மாதிரி இருந்தது. நல்ல வேளை கிருஷ்ணமூர்த்தி சாகவில்லை. அவனாக்கும் என்று பயந்து போனேன். அவன் தம்பியா, அடடா, நல்ல வன் ஆச்சே. போன வாரம் ஆத்துக்கு வந்திருந்தானே என்று மனதில் நினைத்துக் கொண்டே “ஆமாம், சுந்தரத்தை எனக்குத் தெரியும்' என்று பதட்டக் குரலுடன் கவலையுடன் நண்பரை பார்த்தேன்.

“சுந்தரம் பையன் பாலு பாலுன்னு இருந்தானே, அவன் போயிட்டான்" என்று முடித்தார்.

சுந்தரமும் சாகவில்லை, பாலு தான் போய்விட்டான். "அட பாவமே! நல்ல பையனாச்சே” என்று சொல்லி கொஞ்சம் நேரம் பேசிவிட்டு நகர்ந்தேன்.

பாருங்கள், செத்துப்போனவன் பாலு. நண்பர் சொன்ன விதத்திலே கிருஷ்ணமூர்த்தி, சுந்தரம் இரண்டு பேரையும் சாகவச்சு பிழைக்க வச்ச கதையாப் போச்சு. இப்படி எல்லாம் ஊரைச் சுற்றி வளைத்து ஆரம்பிக்காமல் பாலு போய் விட்டான் என்று ஆரம்பித்திருந்தால் செத்துப்போனது பாலு என்று எடுத்தவுடனே தெரிந்திருக்கும், எந்த பாலு என்று கேட்டால், அப்புறம் வேண்டுமானால் சுந்தரம் கிருஷ்ணமூர்த்தி இரண்டு பேர்களையும் இழுத்திருக்கலாம்.

சொல்லும் விதம் ஒன்று இருக்கிறது. அதன்படிதான் எதையும் சொல்ல முடியும். சொல்லவேண்டும். சொன்னால் தான் தெளிவாக இருக்கும். குறிப்பிடும் அர்த்தத்தையும் உணர்த்தும். பேசும் வாயும் கேட்கும் காதும் எந்த இடத்தில் சுருதி சேர்ந்து விடுகிறதோ அந்த சந்தர்ப்பம்தான் சொல் லும் விதத்திற்கு உதாரணமானதாக அமைகிறது. மற்ற சந் தர்ப்பங்களில் பேசப்படுவதெல்லாம் வெட்டிப் பேச்சுகள், சப்தம் வீணாகி காற்றில் கலப்பதைத் தவிர வேறு ஒன்றும் இல்லை .

பொறுப்பு கழிய

'சார், ஊருக்குப் போய் அசிரத்தையாக இருந்து விடாதீர்கள். அடிக்கடி கடிதம் போட்டுக்கொண்டிருங்கள்' என்று ஸ்டேஷனில் விடைபெற்றுக் கொள்ளும் போது, புறப்பட்டுப் போகும் வண்டியையும் தொடர்ந்து கொண்டே போய் எத்தனை தரம் சொல்லிவிட்டு வருகிறோம்.

அவரும், 'ஆஹா! கட்டாயம் போடுகிறேன். அது மூலம் தானே தொடர்பு இருக்க முடியும் இனிமேல் நமக்குள்ளே' என்று கேள்விக்கு தக்க பதில் ஈடு கொடுத்து, பிளாட்பாரத்திலிருந்து வண்டி போகுமட்டும் தலையை வெளியில் நீட்டிக் கொண்டே பிரிவு பெற்றுக் கொள்கிறார்.

அவரும் தன் வாக்குப்படி, போனதும் போய்ச்சேர்ந்த விஷயத்துக்கு கடிதம் எழுதுகிறார். விவரமாக பிறகு எழுதுவதாகவும் சொல்கிறார் அதில். உடனே கடிதம் பெற்றுக்கொண்டவரும், புதுப் பசுவுக்கு புல் போட்ட கதை மாதிரியாக, விஷயம் இருக்கோ இல்லையோ பதிலும் எழுதிவிடுகிறார்.

இப்போது நான் என் நண்பருக்குச் சுருக்க சுருக்க இரண்டு கடிதங்கள் போட்டுவிட்டேன். அந்த இரண்டுக்கும் பதில் வந்து விட்டது.

ஆகவே அடுத்தபடியாக கடிதம் போட வேண்டியது என்னுடைய முறைதான். அதைப் போட்டுவிட்டு பிறகுதான் நண்பரிடமிருந்து பதில் எதிர்பார்க்க முடியும்.

நான் இன்னும் பதில் போடவில்லை; அவரிடமிருந்து கடிதம் வந்து

இரண்டு மாதங்கள் ஆகிவிட்டன. 'போடாதது தவறுதான்' என்று ஒப்புக்கொண்டு தீர வேண்டியது தான், தட்டிக் கழித்துப் பேசுவதில் அர்த்தம் இல்லை.

ஆனால் 'ஏன் போடவில்லை' என்ற ஒரு கேள்வி பிறக்கிறது. ஒப்புக்கு நான் வெளியே, 'எங்கே அவகாசம் இருக்கிறது. பாழும் உத்யோகம் ஒரு நிமிஷம் அவகாசமாவது கொடுத்தால்தானே' என்று சொல்லிவிடலாம். ஆனால் இது எவ்வளவு தூரம் பொருத்தமான விளக்கமாக இருக்கும்?

கடிதம் எழுதுவதற்கு அவகாசம் இல்லை என்று சொல்வதை நான் எப்போதும் நம்புவதில்லை. அதில் அர்த்தமே கிடையாது. சாப்பிடுவதற்கு அவகாசம் இல்லை; தூங்குவதற்கு அவகாசம் இல்லை என்பதைப் போலத்தான். நெருக்கடி இருந்தால்தான் என்ன?

'இவ்விடம் க்ஷேமம், அங்கே க்ஷேமமா' என்று இரண்டு வரி எழுதி கையெழுத்துப் போடுவதற்குக்கூட அவகாசம் இல்லாமல் நாம் பொழுதை அவ்வளவு அளந்து, விரயமாக்காமலா போக்கிக் கொண்டிருக்கிறோம்? அப்படி அளந்து திட்டம் வகுத்து பொழுது போக்கினாலும், அந்த அளவில் இந்தத் திட்டத்துக்கும் கொஞ்சம் அவகாசம் சேர்த்துப் போடலாமே.

ஆகவே இதை சால்ஜாப்பாக நான் சொல்லத் தயாராக இல்லை. பின் ஏன் எழுதவில்லை? எழுத வேண்டும் என்ற நினைப்புத் தோன்றவில்லையா?

இல்லை, அதற்கு நேர் எதிரிடையாகத்தான் நினைப்பு. அவருக்கு கடிதம் எழுதவேண்டுமே என்ற நினைப்பு அவர் நினைவு வரும்போதெல்லாம் தோன்றுகிறது. இன்னும் பதில் போடாமல் இருக்கிறோமே என்ற குற்ற உணர்ச்சியும் கஷ்டப்படுத்திக் கொண்டு தான் இருக்கிறது.

ஏன், எத்தனையோ தரம் பேனாவை எடுத்துக்கொண்டுகூட உட்கார்ந்தேன்.

அதற்குள் எத்தனை குறுக்கு யோசனைகள்! எங்கெங்கேயோ மனது சிதறுகிறது. இரண்டு வரி எழுத ஆரம்பிக்கிறேன். அதற்குள் அந்த நிலை, கடிதம் எழுதுவதற்கான மனப்பக்குவம் எங்கேயோ?

"சரி, நாளை எழுதிக் கொள்வோம்' என்று பேனாவையும் பேப்பரையும் மூலையில் போடுகிறேன். அதற்குப் பிறகு அந்த 'நாளை' வருவதற்கு எத்தனை நாட்கள் ஆகின்றன. அட! கடிதம் எழுதுவதற்குக் கூடவா மனது பக்குவமடைய வேண்டி இருக்கிறது.

"ஆமாம், இங்கு சௌக்யம்... அங்கே சௌக்யமா" என்று கடிதம் எழுத எனக்கும் பிடிப்பதில்லை. இதைவிட கடிதம் வராத வரையில், எழுதாத

வரையில் எல்லாம் சௌக்கியம் என்று வைத்துக் கொள்வது மேல், என் மனதை அந்தக் கடிதத்தில் கொஞ்சமாவது காட்டினால்தான் எனக்குத் திருப்தி ஏற்படுகிறது.

ஊரிலே நான் வைத்து ஆரம்பப் பயிரிட்ட புஷ்பக் கொடிகளைப் பற்றி, இத்தனை மைல் தூரத்திலிருந்து அது நன்றாக வளர்கிறதா, புஷ்பிக்கிறதா, யார் ஜாக்ரதையாக பார்த்துக் கொள்கிறார்கள், அந்த 'ஜோதி' – மான் – எப்படி வளர்கிறது. அதை இளைக்க விடாமல் பார்த்துக் கொள்ளுங்கள்' என்றெல்லாம் நான் நினைப்பதை எழுதிக் கேட்டால் மனதுக்கு ஒரு திருப்தி; அதற்குச் சரியான பதிலையும் ஆவலோடு எதிர்பார்க்கிறது.

இந்தச் சின்ன விஷயங்கள் எல்லாம் கடிதத்திலா என்று சிரிக்கிறவர்கள் சிரிக்கட்டுமே!

இந்த ரீதியில் ஒரு கடிதம் எழுதி முடித்து எப்படியோ நண்பருக்கு கடிதம் போட்டுவிட்டேன். என் பொறுப்பு கழிந்தது. இரண்டு மாத அவஸ்தையை முடித்துக் கொண்டு விட்டேன். அந்தப் பொறுப்பு அவரிடம் போய்ச் சேர்ந்துவிட்டது, இனி நான் நிமிர்ந்து நிற்கலாம். அவருக்கு நான் கடிதம் போட்டேன், இன்னும் பதில் போடவேயில்லை என்று புகாரை துணிவுடன் சொல்ல முடியுமல்லவா?

வந்த காரியம்

வந்த காரியத்தை சட்டென்று எடுத்துச் சொல்ல வேண்டும். அதையும் சாதித்துக் கொள்ள வேண்டும். இந்த அவசியத்தைப் பற்றி எல்லோரும் ஒருவருக்கொருவர் எடுத்துச் சொல்கிறார்கள். ஆனால் இந்த இரண்டிலும் எவ்வளவு தூரம் வெற்றி பெறுகிறார்கள் என்பது எனக்குச் சந்தேகமாகவேதான் இருக்கிறது.

இதற்கு ஒரு தனி சாதுர்யம் வேண்டும் என்று எனக்குச் சமீபத்தில் நடந்த சம்பவம் ஒன்றினால் நிதர்சனமாக பட்டது. அதிலும் எனக்கு இது கொஞ்சம்கூட இல்லை என்பதும் அதோடேயே விளங்கி விட்டது.

பிரச்னை. தற்போதைக்கு சுதந்திர பிரச்னை, உணவுப் பிரச்னையை விட பிரபலமாகிவிட்ட வீட்டுப் பிரச்னைதான். எனக்கு சற்று அறிமுகமான ஒரு நண்பரின் வீட்டில் ஒரு இடம் இருப்பதாக நெருங்கிய நண்பர் ஒருவர் துப்புச் சொன்னார். அதை வைத்துக் கொண்டு அந்த அறிமுக நண்பரிடம் ஒரு நாள் போய் உட்கார்ந்தேன். சமயம் பார்த்து அவரிடம் பிரஸ்தாபித்து விட உத்தேசம். ஆனால் திடுதிப்பென்று எப்படி அதை அணுகுண்டு மாதிரி போடுவது என்று தயங்கிக் கொண்டிருந்தேன்.

ஊரை எல்லாம் வளைத்து, துருக்கி விவகாரம் முதல், அறிவாளி தியாகி பிரச்னை வரையில் எங்கள் பேச்சில் வெகு லாகவமாக அடிபட்டது. அப்புறம் நேரடியாக அவரிடம் இதைப்பற்றி கேட்காமல் கொஞ்சம் சுற்றி வளைத்து ஆரம்பித்தேன்...

"ஏன் ஸார்! இப்போது எங்கே இருக்கிறீர்கள்" என்று அவர் திடீரென்று கேட்டது எனக்கு அந்த விஷயத்தைப் பற்றி பேச சந்தர்ப்பம் கொடுத்தது.

"அதான் ஸார். வீடே கிடைக்கவில்லை. உங்க பக்கத்திலே ஏதாவது வீடு காலி இருந்தா..."

என்னை முடிக்கவிடவில்லை அவர். கலகலப்புடன் சிரித்துக்கொண்டு, "வீடா. சரிதான். ஒரு அங்குல இடம் கூட இந்தப் பக்கத்திலேயா? ஹுஹூம்! பாருங்கள். என்னையே வந்து எத்தனை பேர்கள் கேட்டுவிட்டுப் போய் விட்டார்கள் தெரியுமா? ரொம்ப வேண்டியவர்கள் தான். ஏன் ஸார், உங்களுக்கு இவ்வளவு பெரிய வீடு எதற்கு? குடும்பமும் அவ்வளவு பெரிசாக இல்லையே? இந்தக் காலத்திலே நல்ல வாடகைக்கு போகுமே – இப்ப எல்லாம் இப்படியெல்லாம் கேட்டு விட்டார்கள். அவர்களுக்கு என்ன தெரியும்? நீங்களே இப்போதான் பார்க்கிறீர்களே. இந்த இடம் பூராவும் எனக்கு சரியாக இருக்கா பாருங்கோ. பங்களா என்று பெரிதாக சொல்லி விடுகிறார்கள். அதுகூடப் போதாமல் இங்கே வாருங்கோ. எல்லாம் பார்த்தால்தான் தெரியும்..." என்று பின்பக்கம் கூட்டிக் கொண்டுபோய் ஒரு கீற்றுக் கொட்டகையை காட்டிக் கொண்டே சொன்னார்.

"பாருங்கள் உபயோகமான சாமான்களைக்கூட அங்கே போட்டிருக்கேன். இப்படி இருக்கிறபோது எப்படி சார் நான் வேறே குடி வைத்துக் கொள்ள முடியும்? ஏதாவது விஷயம் தெரிந்தவர்கள் மாதிரியா கேட்கிறார்கள் பாருங்கள்" என்று ஒரே மூச்சில் சொல்லி நிறுத்தினார்.

இதற்குப் பிறகு நான் வந்த, காரியத்தைப் பற்றி அவரிடம் பிரஸ்தாபித்திருப்பேனா என்று யோசித்துப் பாருங்கள். ஒரு வேளை நான் வந்த காரியம் அவருக்குத் தெரிந்துதான் இப்படி பேசினாரோ என்னமோ!

அவர் பேசுவதற்கு குறுக்கே எதிர் அபிப்பிராயம் சொல்ல ஒரு வார்த்தை வந்தால்தானே எனக்கு? நான் வந்த விஷயம் அப்படி, அப்படித்தான்.

"இடம் எவ்வளவு இருந்தாலும் சரியாகத்தான் இருக்கும். நமக்குப் போகத்தானே ஸார் மிச்சம். நீங்கள் சொல்றது ரொம்ப சரி" என்று அவரோடு ஒத்துப் பாடிவிட்டு வந்த காரியத்தைப் பற்றி அவரிடம் பிரஸ்தாபிக்காமலே கிளம்பி விட்டேன். நாலைந்து நாட்கள் கழித்து அந்த நெருங்கிய நண்பரை சந்தித்தபோது "வீட்டை வாடகைக்கு விடும் உத்தேசம் அவருக்கு இருப்பதாகத் தெரியவில்லை" என்றேன்.

நண்பன் கடகடவென சிரித்தான்.

விஷயம் புரியாமல் திகைத்தேன்.

'போடா, ஏமாளம்! நேற்றிக்கு அந்த இடத்துக்கு குடித்தனம் வந்தாச்சு. அந்த நண்பரைத்தான் போய் பார்த்துவிட்டு வருகிறேன். போன காரியத்தை பேசி முடிக்கத் தெரியவில்லை" என்றான்.

"அட, எங்கிட்டே அப்படிச் சொன்னாரே மனுஷன். என்ன மனுஷன்" என்றேன்.

"அந்த மனுஷன் மேலே குற்றம் இல்லை. அப்படித்தான் பேசுவார்கள். உனக்கு அந்த 'நேக்' சாதுர்யம் போதாது" என்று இடித்துக் காட்டினான்.

"நீ சொல்வது வாஸ்தவம் தானப்பா" என்று என் திறமையின்மையை ஒப்புக் கொள்வதைத் தவிர வேறு வழியில்லை. வந்த காரியத்தைக் கோட்டை விட்டவர்கள் என்னைப் போல எத்தனையோ பேர்கள் இருக்க வேண்டும். வந்த காரியத்தை சட்டென எடுத்துச் சொல்லாமல் தயங்குவதில் காரியம் கெட்டுப் போவதைப் போலவே, வந்த காரியத்தை சமயம் பார்த்துச் சொல்லாமல் எடுத்தவுடனேயே பேசி காரியம் கெட்டுப் போவதும் உண்டு. இதற்கென்ன செய்வது. ஒரு உத்தியோகத்துக்காக சிபார்சுக்குப் போவது, கைம்மாத்தாக அல்லது கடன் வாங்கப் போவது இந்த மாதிரியான விஷயங்களில் ஒவ்வொரு சமயம் ஆளுக்குத் தக்கபடி சமயத்துக்குத் தக்கபடி ஒவ்வொரு விதமாக நடந்து கொள்ள வேண்டி இருக்கிறது. இதிலே ஏற்படும் வெற்றி தோல்வி பற்றி புத்திசாலி, ஏமாளப் பட்டங்கள் கொடுப்பதை நான் ஒப்புக் கொள்ள முடியாது.

வந்த காரியத்தை பிரஸ்தாபிக்கும் விதம் ஒரு பக்கம் இருக்கட்டும். வந்த காரியத்தைப் பற்றி பேசாமலேயே அதாவது அந்த நினைவே இல்லாமல் எவ்வளவு பேர் ஊரில் அகப்பட்ட விஷயங்களை எல்லாம் பேசிவிட்டு குறிப்பான விஷயத்தை மறந்து விட்டுப் போய் விடுகிறார்கள். திரும்பி மறுபடியும் ஒருதரம் போக வேண்டி இருக்கிறது.

ஏன், சில சமயம் நாம் வந்த காரியத்தை பிறர் ஞாபக மூட்டும் படியாகக்கூட ஏற்பட்டு விடுகிறது.

ஒரு ரசமான சம்பவம். எங்கள் வீட்டுக்கு ஒரு நாள் உறவினர் ஒருவர் வந்திருந்தார். அவர் எதற்காக வந்திருந்தார் என்பது எங்களுக்கு முன் கூட்டியே சூசகமாகத் தெரியும். வெளியிடங்களில் அவர் லேசாக பிரஸ்தாபித்திருந்தது எங்கள் காதுகளில் விழுந்திருந்தது. இரண்டு மூன்று நாட்கள் தங்கி இருந்தார். என் தகப்பனாரும் அவரும் வெகு சுவாரஸ்யமான சம்பாஷணையில் பெரும்பாலான நேரம் முழுதும்

ஈடுபட்டிருந்தார்கள். அவர்கள் பேச்சிடையே அடிபடாத விஷயம் கிடையாது.

இரண்டாம் நாளன்று என் தாயார் மெதுவாக என் தகப்பனாரைக் கேட்டாள்: "கணேசன் வந்தவன் வெட்டி வம்பு அளந்துகொண்டு இருக்கானே. வந்த விஷயத்தை உங்ககிட்ட சொன்னானா என்ன?' என்று கேட்டாள்.

“இல்லையே” என்றார் தந்தை.

“நாளைக்கு ஊருக்குப் போகணும் என்று சொன்னானே நல்ல பிள்ளை, வந்த காரியத்தைப் பார்க்காமே... நீங்களாவது..."

"என்ன, நானா வலுவிலே அவன்கிட்ட கேட்கச் சொல்கிறாயா? அவனல்லவா அதை பிரஸ்தாபிக்கணும். பார்ப்போம். இன்னிக்கு சொல்வான் என்று நினைக்கிறேன்" என்றார் தந்தை.

அன்றும் கழிந்து விட்டது பழைய தோரணையில் பேச்சுதான். விஷயம் தேக்கம்தான்.

மறுநாள் கணேசன் திடீரென்று, “சரி, நான் ஊருக்குப் புறப்படலாமென்று இருக்கிறேன் இன்னும் ஒரு மணி நேரத்திலே” என்று என் பெற்றோரிடம் கூறினான்.

“சரி, போய் விட்டு வா. வேறே ஒன்றும் விசேஷமில்லையே” என்று என் தந்தை இழுத்துப் பேசினார்.

“விசேஷம் ஒன்றுமில்லை" என்று அவரும் கூடவே இழுத்துப் பேசிக் கொண்டே மூட்டையைக் கட்டினாரே தவிர வந்த காரியம் என்ன என்பதை அவர் அப்போதும் பிரஸ்தாபிக்கவில்லை.

அதற்கு மேல் என் தாயாருக்குப் பொறுமை இல்லை. "ஏன் கணேசா! ஆமாம், இப்போ என்ன காரியமாக வந்திருக்கிறாய்? நீ வந்த காரியத்தை நாங்கள்தான் ஞாபக மூட்ட வேண்டும் போலிருக்கிறது. நன்றாக இருக்கிறது. ஊருக்குக் கிளம்பிக் கொண்டிருக்கே. மாமா கிட்ட சொன்னாயா ஜாதகம் சேர்ந்திருக்கு என்று?”

"நீ அதற்குள் அவசரப்படுகிறாயே. அவனாகச் சொல்கிறபோது சொல்லட்டுமே” என்றார் சிரித்துக் கொண்டே தந்தை.

கணேசன் முகத்தில் அசடு வழிந்தது. வந்த காரியத்தைப் பற்றிச் சொல்ல சமயம் அப்போதுதான் கிடைத்தது அவருக்கு. “சொல்லணும் என்றுதான் இருக்கேன்...” என்று இழுத்தார்.

“எப்போ, ஊருக்கு கிளம்புகிற போதா? இப்படி வந்த காரியத்தைப்

பேசாமே ஊர் வம்பு நன்றாக அளந்து மூன்று நாளாக பொழுது போக்கியாச்சு. நன்றாக மாப்பிள்ளை தேடுகிறாய்" என்றாள் தாய்.

அப்புறம் கணேசன் உட்காரவே, என் பெற்றோர் பாதியும் அவர் பாதியுமாக விஷயத்தைக் கிளப்பி ஒரு கல்யாண விஷயத்தைப் பற்றி பேச ஆரம்பித்தார்கள். கணேசன் அதன் பிறகு இரண்டு நாட்கள் கழித்துத்தான் ஊருக்குப் புறப்பட்டுச் சென்றார், வந்த காரியத்தை முடித்துக்கொண்டு.

கணேசன் மாதிரி எத்தனையோ பேர்கள் இருக்கிறார்கள். ரொம்ப கெட்டிக்காரராக இருந்தாலும் சமயத்தில் அசட்டுப்பட்டம் வாங்கிக் கட்டிக்கொள்ளுவார்கள். எனவே வந்த காரியத்தை கவனிப்பது என்பது ரொம்பவும் சிரமமான விஷயமாகத்தான் இருக்கிறது, அவ்வளவு லெகுவாக கையாளக்கூடிய விஷயம் அல்ல.

இந்தச் சபையோர்கள்

இந்த ஹாஸ்ய கட்டுரைகள் எழுதுபவர்களுக்கு துளிகூட ஈவு இரக்கம் கிடையாதுபோல் இருக்கிறது. இல்லாதுபோனால் 'ஏழைக்கு இளைத்தவன் பிள்ளையார் கோயில் ஆண்டி' என்று சொல்வார்களே அது மாதிரி இந்த மேடைப் பிரசங்கிகளைப் பற்றி இப்படியா எழுதுவார்கள்? சமீபத்தில் நான் படித்த பல பத்திரிகைகளில் ஒன்றி லாவது இந்த மேடைப் பிரசங்கிகளின் பேச்சுகள் பற்றிய கிண்டல்கள், அவர்கள் பட்ட அவஸ்தைகளைப் பற்றி நையாண்டி, கூட்டத்தில் குறுக்கிட்டு அவர்கள் அவமானப்படுத்தப்பட்ட வரலாறுகளை பொறுக்கி எடுத்துத் தொகுத்து எழுதாத கட்டுரைகளே இல்லை.

ஆமாம், இந்தப் பிரசங்கிகளைப் பற்றி இப்படிப் பேசுகிறோமே, எழுதுகிறோமே... போகட்டும், யாருக்காக இந்தப் பிரசங்கம் செய்யப்படுகிறதோ அந்தச் சபையோர்களைப் பற்றி யாராவது கொஞ்சமாவது சொல்லி இருக்கிறார்களா? அதுதான் கிடையாது. பிரசங்கி எப்படி முக்கியமானவரோ அவருடைய பேச்சு எவ்வளவு முக்யத்துவம் வாய்ந்ததோ அதே அளவுக்கு முக்கியத்துவம் வாய்ந்த இந்த சபையோர் கள் இருக்கிறார்களோ இவர்கள் மட்டும்?

எனக்கு ஞாபகம் வருகிறது. கதை தான். உங்களுக்கும் தெரிந்திருக்கலாம். ராமாயணம் கேட்கப் போனானாம் ஒருவன். எத்தனையோ பேரில் அவனும் ஒருவனாக உட்கார்ந்து பிரசங்கி சொல்வதை எல்லாம் வெகு சிரத்தையாகக் கேட்டுவிட்டு பிரசங்கம் முடிந்ததும் பக்கத்தில் இருந்தவரிடம் காதோடு காது வைத்தாற் போல் கேட்டானாம்:

"ஆமாம் ஒரு சிறு சந்தேகம். சீதைக்கு ராமன் என்ன உறவு?" என்று.

இன்னும் ஒன்று 'ராமாயணம் ஒரு ஆள் சுமை இருந்தது' என்று குனிந்த முதுகின் மேல் ஏறி உட்கார்ந்த பையனின் பாரத்தைப் பற்றி வீட்டுக்கு வந்து சொன்னானே ஒரு சபையோன் – அவனைப் பற்றி என்ன? இன்னும், பிரசங்கம் ஆரம்பித்ததும் தூங்க ஆரம்பித்து, முடியவும் எழுந்து திரும்பிவந்து 'ஆஹா எப்படி இருந்தது பிரசங்கம்!" என்று சொல்லுகிற சபையோன் இப்படி எல்லாம் எத்தனையோ ரக சபையோர்களை நாம் பார்த்ததில்லையா?

நான் இப்படிப்பட்ட சபையோர்களைப் பற்றிச் சொல்ல வரவில்லை. இவர்களை எல்லாம் உதாரணமாகச் சொல்வது பொருந்தாது பொதுவாக என்று வாதிக்கக்கூடும். ஆகையால் விஷயம் தெரிந்த சபையோர்களைப் பற்றித் தான் சொல்ல விரும்புகிறேன். ராமாயணம் கேட்டவனாவது ஒரு சிறு சந்தேகத்தை கேட்டு வைத்தான் – யதார்த்தமாக, தெரியாமல். அந்த மட்டுக்கு தெளிவாக்கிக் கொள்ள விரும்பினானே!

ஆனால் அநேக சபையோர்களுக்கு சந்தேகமே தோன்றுவதில்லை. அந்த சமயத்துக்கு எல்லாம் புரிந்து விட்டது போல் கைதட்டி ஆர்ப்பரித்து சபாஷ் போட்டு விடுகிறார்கள். ஆனால் வெளியே வந்து "என்னமா பேசினார்" என்று சொல்லிக் கொண்டு போகும்போது, யாராவது குறுக்கிட்டு ஒரு குறிப்பிட்ட இடத்தைப் பற்றி பிரஸ்தாபித்து "அந்த இடத்தில் என்ன சொன்னார்" என்று கேட்டால், "அதுவா...... நான் கூட அதை சரியாக கவனிக்கல்லே சார்!" என்று அசடு வழிய இழுத்துப் பேசி, நமக்கு எங்கே சந்தேகமோ தனக்கும் அங்கேதான் சந்தேகம் என்று காட்டிக்கொண்டு விடுகிறார்கள். கொஞ்சம் சமாளித்துக் கொள்ள விரும்புகிறவர்கள் என்ன செய்கிறார்கள். "என்ன ஸார். சொன்னதையே திருப்பிச் சொன்னார். புதுசா ஒன்றும் சொல்லல்லே" என்று மழுப்பிவிட்டுப் போய்விடுகிறார்கள்.

சபையோர்களில் எத்தனையோ விதம். ஹாஸ்யமாகப் பேசினால் பலருக்குப் பிடிக்கிறது. உற்சாகம் தாங்கமாட்டாமல் கரகோஷம் செய்து அப்படியே ஆனந்த மயமாகி விடுகிறார்கள். சுடச்சுட, காரசாரமாக, கட்டிடம் அதிரும்படியாக கர்ஜனை செய்யும் பிரசங்கியின் ஆவேசத்தில் தாங்களும் ஐக்யமாகி உணர்ச்சிக் கடலில் ஆழ்ந்துவிடுகிறார்கள் சிலர்,

இன்னும் சிலர் இருக்கிறார்கள். பிரசங்கி அழுது வடியப் பேசினாலும் சரி, சிரித்துக் கொட்டிப் பேசினாலும் சரி, கர்ஜீத்தாலும் சரி, உட்கார்ந்த இடத்தில் ஜடமாக உட்கார்ந்து கொண்டு ஒருவித குறியுமே காட்டாமல் இருக்கிறார்கள்.

ஒரு கூட்டத்தில் பிரசங்கி ரொம்ப ஹாஸ்யமாகப் பேசினார், பெரிய மனிதர் தான் அவர். அவருடைய வாயிலிருந்து ஒரு புகழ் வார்த்தை கிடைத்தாலும் பெரும் பாக்யமாக சபையோர் கருதக்கூடிய அளவுக்குப் பிரமுகர் அவர்.

"நண்பர்களே... இவ்வளவு அறிவாளிகள் நிரம்பிய ஒரு கூட்டத்தை நான் இதுவரை இங்கு கண்டதேயில்லை" என்றதும் பலத்த கரகோஷம் எழுந்தது. சபையோர்கள் தாங்கள் பாராட்டப்பட்டதை பாராட்டிக்கொண்டார்கள்.

சபையோருக்கு இருந்த உற்சாகத்தில், பிரசங்கியின் வாக்குத் திறமையை பற்றிய வியப்பில் அவர் கேலியைப் புரிந்து கொள்ள முடியவில்லை. 'கூட்டத்தின் உண்மையான அந்தஸ்தை புரிந்து கொள்ள உங்களுக்கு இவ்வளவு காலம் ஆனதா?" என்று யாராவது கேட்டிருந்தால்!

அநேக சபையோர்கள் கூட்டத்திற்கு முதலில் போய் உட்கார்ந்து கொண்டு விடுவார்கள், கூட்டம் ஆரம்பமாகி பிரசங்கி எழுந்து ஒரு சில நிமிஷங்கள் கூட ஆகியிராது. ஏதோ ரொம்ப அவசரக் காரியம் ஞாபகத்துக்கு வந்து விட்டது போல் ஜோடி செருப்பையும் கையில் தூக்கிக் கொண்டு உட்கார்ந்து இருப்பர்களின் தலைக்கு மேலே நடந்துகொண்டு போவது போல் கூட்டத்தை விட்டு வெளி யேறுவார்கள். இன்னும் சிலர் கூட்டத்திற்கு ரொம்பத் தாமதமாக வருவார்கள். முன்னுக்குப் போக வேண்டி கூட்டத்தில் களேபரம் உண்டாக்கிக் கொண்டு முன்னுக்குப் போவார்கள்.

பிரசங்கியின் பேச்சை சுவாரஸ்யமாகக் கேட்டுக் கொண்டிருப்பார்கள். உற்சாகம் தாங்கமாட்டாமல் சபையில் ஒருவர் பேச ஆரம்பித்து விடுவார். அவ்வளவுதான் "ஷ்ஷுஷ்... யார் பேசறது! பேசாதே! வாயை மூடு! போ வெளியே!" இப்படி படிப்படியாக உயர்ந்துபோய், இந்தச் சபையோர் கூட்டத்தையே குழப்பி விடுவார்கள்.

தொண்டை சரியில்லாத விஷய ஞானம் உள்ள ஒரு பிரசங்கி நல்ல பிரசங்கம் செய்தால் கூட அதைக் கேட்க முடியாதபடி சபையோர்கள் செய்து விடுகிறதில்லையா? வெறும் வார்த்தைகளைக் கொட்டி அளக்கும் உற்சாக வீராவேச, கருத்தாழம் இல்லாத பிரசங்கிகளுக்கு வார்த்தைக்கு வார்த்தை ஒரு சபாஷ், கரகோஷம் செய்து ஆர்ப்பரிக்கிற தில்லையா?

என்ன செய்வது? இத்தகைய பல திறப்பட்ட இந்தச் சபையோர்களுக்கு முன் தான் பிரசங்கிகள் பிரசங்கம் செய்ய வேண்டியிருக்கிறது!

சீசன் டிக்கட்

ரயில் ஸ்டேஷனில் வந்து நின்றதும் நிற்காததுமாக, தங்கள் சட்டைப் பைகளிலோ, மணி பர்ஸுகளிலோ, பெட்டிகளிலோ வைத்திருக்கும் டிக்கட்டைத்தான் முதலில் எடுத்துக் கையில் வைத்துக் கொள்கிறார்கள். ரயில்வே சட்டத்துக்கு அடங்கி, அனுமதி பெற்று பிரயாணம் செய்ய அவர்களுக்கு அளிக்கப்பட்ட அத்தாக்ஷிப் பத்திரம் அது தான். அது இல்லாவிட்டால், அல்லது காணாமற் போய் விட்டால் ஏற்படும் பலன் அவர்களுக்கு, ஒன்று முந்திய அனுபவத்தாலோ அல்லது பிறருடைய அனுபவம் மூலமாகவோ அல்லது ஸ்டேஷனில் 'டிக்கட் இல்லாமல் பிரயாணம் செய்பவர்கள் தண்டிக்கப்படுவார்கள்" என்ற எச்சரிக்கை நோட்டீஸ் மூலமாகவோ நன்றாகத் தெரியும்.

எல்லோரும் முண்டிக் கொண்டு வேகமாகப் போகிறார்கள், அந்த சிறிய கேட்டை நோக்கி. அந்த கேட்டில் பாதிக் கதவை சாத்திக்கொண்டு ஒரே சமயம் ஒருவர் தான் வெளியே போகும்படியாக வழி விட்டு டிக்கட் பரிசோதகரின் கை தலையையும் டிக்கட்டையும் சேர்த்து கணக்குப் பண்ணிக் கொண்டு வெளியே அனுப்புகிறது.

சாதாரணமாக நான் ஒரு பொழுதும் முண்டியடித்து வெளியே போவதில்லை. அது மட்டுமல்ல; டிக்கட் எடுத்து டிக்கட் பரிசோதகருக்கு காட்ட வேண்டுமென்றும் கவலைப்படுகிறதில்லை. நான் செய்வதெல்லாம் என்னுடைய முறைக்கு காத்திருந்து, நான் அந்த சிறிய கேட்டிற்குள் நுழையும்போது உதடு அசைந்ததோ, அசையவில்லையோ என்கிறபடியாக ஒரு முணுக்க உச்சரிப்பு.

மற்றவர்களைப் போல், நான் அங்கு ஒரு விநாடி நிற்க, டிக்கட் பரிசோதகர் என்னையும் டிக்கட்டையும் பரிசீலனை செய்து பார்க்க அவசியம் இல்லை என்பது போல் அதோடு வந்த ஒரு அலக்ஷிய பார்வையுடன், நிற்காமல் போய்க் கொண்டே நடை; என்னை அந்த இடத்தில் தடை செய்து நிற்க யாருக்கும் அதிகாரம் கிடையாது என்ற மனோபாவம் இவைதான். என்னுடைய இந்த ஒரு பிகுவான நட வடிக்கையிலிருந்தே டிக்கட் பரிசோதகர் டிக்கட் என்று முறையாக கையை நீட்டிவிட்டு தணிப்பதைத் தவிர மேற்கொண்டு ஒரு வார்த்தை கிடையாது – இது தினமும்.

என்னிடம் சீசன் டிக்கட் இருக்கிறது. அதில் நான் "இவ்வளவு கட்டணம் கட்டி இருப்பதால் மூன்று மாத காலம் அந்தப் பாதையில் திருவொற்றியூர் ஸ்டேஷனுக்கும் சென்டிரல் ஸ்டேஷனுக்கும் இடையே இண்டர் வகுப்பில் பிரயாணம் செய்யலாம்" என்று ரயில்வே பிரதம கமர்ஷியல் மானேஜர் கையெழுத்து அடங்கிய சீசன் டிக்கட்.

ஆகவே நான் எத்தனை தடவைகள் வேண்டுமானாலும் போய் வரலாம். அது மட்டுமல்ல. என் வீட்டிலிருந்து நடந்து ரயில் வரும் நேரத்திற்கு குறிப்பாக வரலாம். டிக்கட் புக்கிங் ஜன்னல் பக்கம் கதவில் நின்று 'டிரெயின் வருது ஸார், டிக்கட் சீக்கிரம் கொடுங்க,' என்று ரயிலைத் தவற விட்டுவிடப் போகிறோமே என்ற பதட்டத்துடன் கேட்கும் ஒரு பிரயாணியாக இருக்க வேண்டாம். 'என்ன ஸார் அவசரம்? அவசரமானா முன்னாடியே வரத்துக்கென்ன' என்று சீறி விழும் டிக்கட் கொடுப்பவர், வேறு புஸ்தகம் எதையோ கணக்குப் பார்த்துக் கொண்டே அலக்ஷியமாக இருப்பதற்கும், ஆளாக வேண்டாம். வேறு வார்த்தை பேச முடியாமல் அந்த ஜன்னலையும் ரயில் வரும் திசையையும் மாறி மாறி பார்த்துக் கொண்டே இருக்கவும் வேண்டாம். நேராக நான் கேட்டில் நிற்கும் பரிசோதகரையும் லக்ஷியம் செய்யாமல் ரயிலில் ஏறி உட்கார்ந்து கொள்ளலாம். இறங்கி வெளியே போகலாம். இந்த சீசன் டிக்கட்டுக்குத் தான் என்ன மகிமை!

ஆனால் ஒன்று, என் சுதந்திரமும் கட்டுப்படாமல் இல்லை. டிக்கட் பரிசோதகர் கேட்டால் டிக்கட்டை எடுத்துக் காட்ட வேண்டும் என்று ஒரு விதி அதில் இருக்கிறது. நான் அதற்கு எப்பொழுதும் தயாராக இருக்கிறேன். ஆனால் ஆச்சரியம்! இந்த நீண்ட காலத்தில் நான் ஒரு தடவை கூட அதைப் பரிசோதகருக்கு எடுத்துக் காட்ட வேண்டிய சந்தர்ப்பம் ஏற்பட்டதேயில்லை. என் முகத்தைப் பார்த்துக் கொண்டு டிக்கட் என்று இழுப்பார்கள். நான் 'பாஸ்' என்று இழுத்துக்கொண்டே கையை பைக்கு உயர்த்துவேன். 'சரி. வேண்டாம்' என்பதுபோல் கையமர்த்தி தாங்கள் தவறுதலாக ஏதோ ஒரு காரியத்தை செய்து

விட்டோம் என்ற குற்ற நினைப்புடனோ என்னமோ அடுத்தவரை டிக்கட் கேட்கப் போய் விடுவார்கள். என் முகமே ஒரு பாசாகப் பட்டு விட்டது போலும்! அவ்வளவு நம்பிக்கை! இந்த நம்பிக்கை மீது தானே உலகமே சுழல்கிறது.

நான் இந்த நம்பிக்கையை துஷ்பிரயோகம் செய்து விட முடியும். சீசன் டிக்கட் இல்லாமலே ...

அது போகட்டும். என் நண்பர் ஒருவர் அன்று முதல் தடவையாக பாஸை மறந்து விட்டு வேறு சட்டையில் இருந்து விட்டது அவசரமாக வந்து ரயில் ஏறி விட்டார். எங்கள் வண்டியில் ஏறிய டிக்கட் பரிசோதகர் அவரை டிக்கட் கேட்டார். 'பாஸ்' என்று பதில் வந்தும் திருப்திப்படாமல் அது கூடச் சொல்லக் கூடாது; தன் வேலையை முறையாகச் செய்யும் ஒரு சிரத்தை என்று தான் சொல்ல வேண்டும்... "தயவு செய்து எடுத்துக் காட்டுங்கள்' என்று விநயமாக கேட்டார். நண்பர் பைகளில் தேடினார். பாஸ் இல்லை! திடுக்கிட்டுப் போனார். ஒரு கணம் அவர் பட்ட பாட்டை சொல்லி முடியாது. அவருடைய கௌரதை அத்தனையும் அன்று பறிபட்டுப் போய்விட்ட ஒரு உணர்ச்சி அவரை குன்றச் செய்தது.

டிக்கட் பரிசோதகரின் முகத்தையும் உற்றுக் கவனித்துக் கொண்டே தேடினார். தேடினார். சட்டையை மாற்றியபோது தவறிவிட்ட ஞாபகம் வந்தது. டிக்கட் பரிசோதகர் அவருடைய அவஸ்தையை எப்படி எடுத்துக் கொண்டார் என்று அவர் முகக் குறியை கவனித்தேன், ஒன்றும் தெரியவில்லை.

"நான் மறந்து விட்டேன் கொண்டு வர. மன்னிக்கவும். வேண்டிய எக்ஸஸைக் கொடுத்து விடுகிறேன்" என்றார் நண்பர். சட்டைப் பையில் பணம் எடுக்க கைபோட்டார்.

டிக்கட் பரிசோதகர் ஒரு கணம் ஒரு விஷமச் சிரிப்புடன் அவரை உற்றுப் பார்த்தார். ஒரு கௌரவமான சீசன் டிக்கட்காரரின் அசட்டுத்தனமான காரியத்தைக் கண்டுபிடித்து குற்றவாளியாக்கி விட்ட வெற்றி அதில் தெரிந்தது. இந்த தண்டனையே போதும் என்று நினைத்து விட்டார் போலும்! "சரி பரவாயில்லை" என்று அரை குறையாகச் சிரித்துக் கொண்டே நகர்ந்தார்.

அந்த மன்னிப்பு நண்பரை உறுத்திய மாதிரியே என்னையும் உறுத்தியது. என்றும் இல்லாதபடி என் கை தானாக பாஸை எடுக்கப் போயிற்று. பரிசோதகர் கேட்பதற்கு முன்னாடியே நான் அதை வெளியேயும் எடுத்துவிட்டுப் பரிசோதகர் பக்கம் நீட்டினேன். ஆனால் அதை அவர் ஓரக் கண்ணால் பார்த்தாரே தவிர, ஒரு விரலால் கையமர்த்தி

சிரித்துக்கொண்டே போய்விட்டார். எனக்கு வியப்பாக இருந்தது. அன்றைக்குப் பார்த்து நண்பர் சிக்கிக் கொண்டதும், நான் தவறாமல் கொண்டு வரும் என்னை ஒரு நாள் கூட கேட்காததும் இதெல்லாம் எப்படி ஏற்படுகிறது! எனக்கும் அந்த ஒரு நாள் வரக்கூடும். அதற்கு நான் எச்சரிக்கையாக இருக்கவேண்டும். இது தான் அன்றைய சம்பவம் எனக்கு அறிவுறுத்தியது.

இந்த சீசன் டிக்கட் என்னை ஒரு யந்திரமாக ஆக்கி விட்டது. சரியாக நான் எட்டு இருபத்தைந்துக்கு ஸ்டேஷனில் இருக்க வேண்டும். சென்னைக்கு வடக்கே பன்னிரண்டு மைல் தூரத்தில் உள்ள ஒரு கிராமத்துக்கும் சென்னை நகரத்துக்கும் ஒரு தொடர்பு ஏற்படுத்திக் கொள்ள அந்த ரயில்தான் சாதனம். மாலை திரும்புவதற்கு சரியாக ஆபீஸ் நேரம் முடிந்து ஐந்தரைக்கு ஸ்டேஷனில் இருக்க வேண்டும். மணிப்படி என் தினசரி வாழ்க்கையை கட்டுப் படுத்துவதற்கு அது ஒரு பிரம்பு. இந்த முறைப்படியான வாழ்க்கை இருக்கிறதே அது ஒரு விலங்கு என்றுதான் எனக்குப் படுகிறது. அவசியமோ, அனாவசியமோ, அது ஒரு விலங்கு அவ்வளவுதான்.

“என்ன ஸார், பிளாக்காயிடுத்தா? “இன்றைக்கு 6. அப் தர்ட்டி மினிட்ஸ் லேட்” “தர்ட்டிடூ அப் அண்டிரட் மினிட்ஸ் லேட்டாமே' சிக்னல் கொடுக்கலியே” “அதெல்லாம் மேக்கப் பண்ணிடுவான்' என்றெல்லாம் ரயில் பாஷையில் தினமும் பிளாட்பாரத்தில் சம்பாஷணைகள். ஆபீசுக்கு இத்தனை நிமிஷம் முன்னாலே அல்லது லேட்டாக போனதைப் பற்றித்தான் எங்கும் பேச்சு.

இத்தகைய பேச்சுப் போக்கின் நடுவே ரயில் வந்து விடுகிறது. ஏறிக் கொண்டதும் அதே குரல்கள் என்னைப் போல சீசன் டிக்கட் எடுத்து இன்னும் சில மைல் அதிக தூரத்திலிருந்து வருபவர்களின் எனக்கு பழக்கமான குரல்கள் முறைப்படியான சம்பாஷணையை ஆரம்பிக்க வரவேற்கின்றன. நான் அதில் ஈடுபடுகிறேன். முந்தின நாள் பத்திரிகையை படித்துக் கொண்டிருக்கும் நண்பர் ராஜீயம் பேச ஆரம்பித்து விடுகிறார். “நீங்கள் சொல்வது பழைய சமாச்சாரம். இன்றைய காலை பத்திரிகையில்” என்று ஆரம்பிப்பார் மற்றவர். அவர் கிராமத்திற்கு காலைப் பத்திரிகை கிடைத்து விடும். நகரத்திற்கு துரிதப் போக்குவரத்திற்கு வசதி இருப்பதால் இல்லையா விஷயம்? அரசியல் நிர்ணய சபை, முஸ்லீம் லீக் விஷயம் அதைவிட முக்கியமாக இந்த 5 – கஜம் துணிப் பிரச்னை. இதெல்லாம் ஆரம்பம். “நம்ம மந்திரி சபை உபயோகமில்லே சார்–” ஒரு குரல் “இதை விட வேறு எதுவும் செய்ய முடியாது” மறுகுரல், இப்படி...

சென்டிரல் ஸ்டேஷன் வந்து விடுகிறது. அவரவர்கள் வாய் வார்த்தை

அப்படியே நின்று விடும். எழுந்து கீழே இறங்கி பிரிந்து விடுவார்கள் அவரவர்கள் அப்படியே. 'ஓ! வரட்டுமா' இந்த விடை பெற்றுக் கொள்வதெல்லாம் தினம் சொல்லி சாத்தியப்படாது; மாலை மீண்டும் அன்றைய பத்திரிகை நகர விஷயங்கள் இவற்றை சேகரித்துக் கொண்டு சீசன் டிக்கட்டுடன் திரும்பவும் பிளாட்பாரத்தில், இப்படியே தினமும், நல்ல சீசன் டிக்கட்!

அது ஆரம்பத்தில் எனக்கு புதிதாக இருந்தது. சலிப்பைத் தந்தது. அரிசி ரேஷனைப் போல ஆளுக்கு இத்தனை சதுர கஜம் தான் குடியிருக்க என்று கணக்குப் பண்ணியோ, இல்லை இத்தனை பேருள்ள குடும்பத்துக்கு இவ்வளவு இடம் தான் என்று வீட்டையும் ரேஷன் செய்தால் கூட, எனக்கு சென்னை நகரில் வீடு கிடைத்திருக்குமோ என்னமோ என்ற பயமே என்னை இந்த சீசன் டிக்கட்டுக்குத் தூண்டியது. இப்போது தான் ஒரு மிஷினாகி விட்டேன். இந்த சீசன் டிக்கட்டை அனுசரித்து என்னை தயார் செய்து கொண்டு விட்டேன்.

நான் தயார் செய்து கொண்டு விட்டது கூட பிரமாதமல்ல. என்னை விடத் தயார் செய்து கொண்டிருப்பவர்கள் இருக்கிறார்கள். சீசன் டிக்கட் நண்பர் ஒருவர் ஒரு நாள் "நான் என் குழந்தைகளுடன் பேசி மூன்று நாட்கள் ஆகிவிட்டது என்று சொன்னார் "என்ன ஊரில் இல்லையா" என்றார் மற்றவர். 'வீட்டில்தான் இருக்கிறார்கள், இந்த ரயிலைப் பிடிக்க காலை 6மணிக்கு முன் போய் ஸ்டேஷனுக்கு வரவேண்டும். ஆபீஸ் லோகலை பிடிக்க பனி காலமாகையால் அவர்கள் அதற்குள் எழுந்திருக்கவில்லை. நான் மாலை ஆபீஸ் லோகலில் வீடு போய்ச் சேர்கிற போது மணி ஒன்பதாகிறது. அவர்கள் சாப்பிட்டு விட்டு தூங்கி விடுகிறார்கள். மூன்று நாட்களாக தொடர்ச்சியாக ஒரு வார்த்தை கூட அவர்களிடம் பேசவில்லை" என்றார். இந்த சீசன் டிக்கட்டுக்குத்தான் என்ன சக்தி! என்ன வலிமை!

ஸ்கிட்

எல்லாம் தெரியும்

'சகல கலாவல்லவன்' என்று சொல்வார்களே... அது நூற்றுக்கு நூறு ஜனார்த்தனத்திற்குத் தான் பொருந்தக் கூடியது என்பது நாங்கள் எல்லோரும் ஏகோபித்து ஒப்புக்கொண்ட விஷயம். இல்லாவிட்டால் இத்தனை நாட்களை நாங்கள் அவனுடன் தள்ளி வந்திருக்கவே முடியாது.

எல்லாம் தெரியும் என்று சொல்லக்கூடிய பெருமை வாய்ந்த ஜனார்த்தனத்திடம் நீங்கள் ஒருதரம் பேச்சுக் கொடுத்தீர்களானால் தெரியும். உங்களுக்குத் தெரிந்தது என்ன, எது, எவ்வளவு என்பது பற்றி நீங்களே உங்களுக்குள் ஒரு அனுமானம் செய்து கொண்டு வைத்திருப்பீர்களே, அதெல்லாம் தவிடு பொடியாகப் போய் விடும். அதாவது அதை எல்லாம் தவிடு பொடியாக்கி விடுவான் ஜனார்த்தனம். அதுமட்டுமல்ல, சரிதான் நமக்கு ஒன்றும் தெரியாது போலிருக்கு என்ற சிறுமையுணர்ச்சி கூட நமக்கு ஏற்படச் செய்யக் கூடியதாகவும் இருக்கும்.

அரசியல் முதல் குழந்தை வளர்ப்பு வரை எந்த விஷயத்தையும் பற்றி தனக்கு தெரியாது என்று அவன் நினைப்பதே இல்லை. சிறிதளவு தயக்கமும் இல்லாமல் சட்டடியாகப் பேசி நம்மை மடக்கி ஒரு முடிவு கூறிவிடுவான் அல்லது ஒரு வழியில் நம்மை அழைத்துச் சென்றுவிடுவான்.

அப்படித்தான் ஒரு சமயம் எங்கள் வீட்டில் எல்லோரையும் ஊருக்கு அனுப்பும்போது நடந்தது. கர்ப்பிணியாக இருந்த மனைவியையும்

இரண்டு குழந்தைகளையும் மாமியாரையும் அன்று எக்ஸ்பிரஸில் ஏற்றி அனுப்ப, முன்கூட்டியே டிக்கட் வாங்கி ஸீட் ரிசர்வ் செய்யப் புறப்பட்டுக் கொண்டிருந்தேன். இருநூற்று ஐம்பது மைலுக்கு மேல் பிரயாணம் செய்கிறவர்கள் நாலணா கொடுத்து முன் கூட்டி டிக்கட் வாங்கி ரிஸர்வ் செய்து கொண்டால் இடம் ஒதுக்கி வைக்கப் படும் என்று இருப்பதை உபயோகித்துக் கொள்ள காலையில் ஸ்டேஷனுக்கு புறப்பட்டுக் கொண்டிருந்தேன்.

அப்போதுதான் ஜனார்த்தனம் வந்து சேர்ந்தான். "எங்கே ரொம்ப அவசரமாக புறப்பட்டுக் கொண்டிருக்கிறாய்" என்றான்.

விஷயத்தைச் சொன்னேன்.

"சுத்தப் பைத்தியக்காரத்தனமாக இருக்கே! ரயில்வேக்காரன் ஏதோ நோட்டீஸ் போட்டு விட்டான் என்று நீயும் கிளம்பி விட்டாயே" என்றானே பார்க்க வேண்டும்.

"என்னப்பா விஷயத்தை சொல்லு" என்றேன்.

"இப்போ சமீபத்தில் ரயில் பிரயாணம் செய்திருக்கிறாயா?" என்றான்.

"இல்லை. எழும்பூர் ஸ்டேஷன் பிளாட்பாரத்திற்குள் போய் ஆறு மாதம் ஆச்சு" என்றேன்.

"அப்போது நான் சொல்கிறபடி கேளு. சாயந்திரம் ஸ்டேஷனுக்குப் போய் டிக்கட் வாங்கிக் கொள்ளலாம். இப்போது அனாவச்யமாக நாலணா செலவழிக்காதே" என்றான்.

"இல்லை, ரிஸர்வ் செய்யாவிட்டால் சௌகர்யமாக..." என்று நான் இழுத்தேன்.

அவ்வளவுதான், ஜனார்த்தனம் என் அசட்டுத்தனத்தை அளவிடுவது போல் ஒரு பார்வை பார்த்தான். "உனக்கும் தெரியாது, தெரிந்தவன் சொல்வதையும் காதில் வாங்க மாட்டாய். இதோ பாரு, இப்போதெல்லாம் டிரெயினில் கூட்டமே கிடையாது. மேலும் நிறைய கம்பார்ட்மெண்டுகள் சேர்த்திருக்கிறார்கள். நாலணா கொடுத்து ரிஸர்வ் செய்து விட்டால் ரயிலையே விலைக்கு வாங்கி விடுவதுபோல பேசுகிறாயே. உனக்கு விஷயம் தெரிமா? பார்க்கப்போனால் இந்த ரிஸர்வ் வண்டியில்தான் கூட்டம் அதிகமாக இருக்கும்......."

"எப்படி இருக்கும்? அதுதான் கணக்காக .." என்று நான் தயக்கத்துடன் மறித்தேன்.

"எல்லாம் தெரிந்தவன் மாதிரி நடுவிலே பேசாதே. நீ சொல்ல வருவது எனக்குத் தெரியும், கணக்காகத்தான் ரிஸர்வ் செய்வார்கள் என்று

சொல்ல வருகிறாய். அப்பனே! உன் ரிஸர்வ் பெருமையெல்லாம் இந்த எழும்பூர் ஸ்டேஷனோடுதான். அப்புறம் அது எப்படி ஆகிறது தெரியுமா? தெரியுமா உனக்கு?"

"தெரியாது, சொல்லு."

"அப்படிக் கேளு, அப்புறம் இடை ஸ்டேஷன்களில் எவ்வளவு ஏறினாலும் தடுப்பாரே கிடையாது. தெரியுமா?"

“இருக்காதப்பா... இதையெல்லாம்” நான் மீண்டும் மறித்தேன்.

“அசட்டுத்தனமாக பேசாதே நீ! நீயோ ரயிலைப் பார்த்து ஆறு மாதம் ஆச்சு என்கிறாய். ஸீட் ரிஸர்வ் செய்வதைப் போல வடிகட்டின முட்டாள்தனம் வேறே கிடையாது. பேசாமல், இரு. நானாச்சு, சாயந்திரம் கூடவந்து செளகர்யமாக ஏற்றி அனுப்புகிறேன்" என்றான்.

“அதில்லை ஜனார்த்தனம்! வந்து..." என்று மறுபடியும் ஆரம்பித்தேன். அதற்கு சந்தர்ப்பம் கொடுத்தால்தானே அவன்?

“சரி, இப்போதே போய் ரயிலில் ஏறி உட்கார்ந்துகொள்” என்று கடைசி பாணத்தையும் பிரயோகித்து விட்டான்.

இந்த சம்பாஷணை முழுவதையும் கேட்டுக்கொண்டிருந்த என் மனைவி “உங்கள் சிநேகிதர்தான் அவ்வளவு சொல்கிறாரே. அவருக்குத் தெரியாதா என்ன? அப்படியே செய்து விடுங்கள். சாயந்திரம் சீக்கிரமாக ஸ்டேஷனுக்கு போய்விட்டால் போகிறது” என்றாள்.

இதற்குமேல் நான் என்ன பேச முடியும்? இன்னும் பேசி அவனிடம் அசட்டுப் பட்டம் வாங்கிக் கட்டிக் கொண்டது போதாதென்று மனைவியிடமிருந்தும் அதைப் பெற்றுக் கொள்ள நான் தயாராக இருப்பேனா என்ன?

"சரி, ஜனார்த்தனம்! இவ்வளவு நிச்சயமாக நீ சொல்லும் போது பார்ப்போமே” என்றேன்.

“பார்ப்போமா! அதென்ன அப்படி இழுக்கிறாய், உன் மாதிரி ஆட்களே இப்படித்தானப்பா. வகை வழி தெரியாமல் அவஸ்தைப் படுகிறவர்கள்தான். சரி, தயாராக இருங்கள். சரியாக ஏழு மணிக்கு வருகிறேன்" என்றான்.

“ஏழு மணிக்கா?”

“யாரு இவன் பைத்தியம்!” என்பது போல பறுபடியும் ஒரு பார்வை பார்த்து, “பின்னே மூன்று மணிக்கே போகணுமோ?” என்றான்,

“இல்லை வண்டி பிளாட்பாரத்திற்கு ஆறரை மணிக்கே

வந்துவிடுகிறதாமே” என்றேன், மறுபடியும் தயங்கிக் கொண்டே.

“மறுபடியும் தெரிந்தவன் மாதிரி பேச ஆரம்பித்து விட்டாயா? அதெல்லாம் ஹைதர்காலம். இப்போதெல்லாம் எப்போது வருகிறது என்பதெல்லாம் எனக்குத் தெரியும். 'என்னிடம் விட்டுவிடு. நீ பேசாமல் ஹோல்டாலை தூக்கிக் கொண்டுவா” என்று எனக்கு போர்ட்டர் உத்யோக நியமனம் செய்துவிட்டு போய்விட்டான்.

குடும்பத் தலைவன் என்ற ஹோதாவில் நான் போட்ட திட்டம் எல்லாம் தவிடிபொடியாகி ஜனார்த்தனன் வருகையை எதிர்பார்த்துக் கொண்டிருந்தேன். பொறுப்பையோ அவன் முழுவதும் ஏற்றுக் கொண்டுவிட்டான். நான் அதன்படி நடப்பதைத் தவிர எதுவும் இல்லை.

ஏழு மணிக்கு வரவேண்டியவன் ஏழே காலுக்குத்தான் வந்தான். “ஏண்டா இப்படி நேரமாக்கி விட்டாயே இங்கிருந்து டாக்ஸி பார்த்துப் போக வேண்டாமா?" என்று ஆரம்பித்தேன்,

மறுபடியும் அதே முறைத்தப் பார்வை. 'போய் டாக்ஸி கொண்டு வா” என்றான். டாக்ஸி தேடிப் போய் அமர்த்தி வருவதற்குள் கால் மணி ஆகிவிட்டது.

நான் வந்ததும் அவன் “டாக்ஸி அமர்த்தி வர இவ்வளவு நாழியா? இதற்குத்தான் எல்லாம் தெரிந்து இருக்க வேண்டும் என்பது. பக்கத்து தெருவிலே இருக்கிற டாக்ஸியை விட்டு விட்டு மவுண்ட்ரோடு பக்கமாக போயிருப்பாய் அதானே, தெரியுமே” என்றான்.

'இல்லை...” என்று இழுத்து அவன் சொன்ன இடத்தையும் பார்த்துவிட்டுத் தான் கிடைக்காமல் மவுண்ட்ரோடுக்கு பஸ்ஸில் போய் கொண்டுவந்தேன் என்று சொல்ல ஆரம்பிப்பதற்கு முன், அவனே இடைமறித்தான், 'சரி சரி தெரியுமே உன் சமாச்சாரம். ஹூம், சீக்கிரம் வண்டியில் சாமான்களை ஏற்று, பேசிப் பொழுதைப் போக்காதே" என்று என்னை ஒரு வார்த்தைக்கூட பேசவிடாமல் விரட்டிப் பேசினான்.

எழும்பூர் ஸ்டேஷனுக்குச் சென்றோம். ஸ்டேஷனுக்குப் போனதும் அவன் "சரி நீங்கள் உள்ளே போங்கள். நான் போய் டிக்கட் வாங்கிக்கொண்டு வருகிறேன். வண்டி வந்திருக்காது” என்று சொல்லிவிட்டு டிக்கட் வாங்கப் போய் விட்டான்.

ராமன் கிழித்த கோட்டைத் தாண்டிய சீதைக்கு ஏற்பட்ட கதிபோல் எங்களுக்கும் ஏற்பட்டு விடக்கூடாதே என்ற கவலையில் ஜனார்த்தனம் கிழித்த கோட்டைத் தாண்டாமல், நாங்கள் போர்ட்டரை அமர்த்திக்

கொண்டு டிக்கட் பரிசோதகரிடம் சொல்லிவிட்டு உள்ளே சென்றோம்.

"எந்த வண்டிக்கு ஸார் போகிறீர்கள்" என்று போர்ட்டர் கேட்டான்:

"திருவனந்தபுரம் எக்ஸ்பிரஸூக்கு" என்ற நான் "ஆமாம், வண்டி பிளாட்பாரத்திற்கு எப்போது வரும்" என்று கேட்டேன்.

அவன் எளப்பமாக சிரித்தான். ஜனார்த்தனம் எனக்குக் கட்டிய அசட்டுப் பட்டத்தோடு இன்னொன்று சேர்க்கும் தோரணையில் அது இருந்தது.

"எவ்வளவு நேரமாச்சு! ஆறு மணிக்கே வந்துட்டதுங்களே" என்றான்.

எனக்கு தூக்கி வாரிப்போட்டது.

"இல்லேப்பா, ஏழே முக்காலுக்குத் தான் வருமென்று சொன்னார்களே" என்றேன்.

"நல்லாச் சொன்னீங்க. ரொம்ப கண்டவங்கள்ளே! அதோ பாருங்கள்" என்று வண்டியை காட்டினான், ஆமாம், பிளாட்பாரத்தில் வண்டி வந்து நிறைந்து வழிந்து நின்றது.

"அட ஜனார்த்தனா"

"ஆமாம் இந்தக் கூட்டத்திலே நாம் எப்படி ஏறி உட்காருவது" என்று கேட்டாள் என் மனைவி.

"உட்கார இடம் பாக்கிறீங்களா! நிக்க இடம் கிடைச்சா போதாது" என்று எரிகிற தீயில் எண்ணெயை ஊற்றிப் பேசினான் போர்ட்டர்.

"உங்க சினேகிதர் சொன்னதை நம்பி..." என்று மெதுவாக ஆரம்பித்தாள் மனைவி,

"நீயும் சேர்ந்து சொன்னாயே" என்று நான் இழுத்தேன்,

"எல்லாம் தெரிந்தவர் மாதிரி சொன்னாரே. இருக்குமாக்கும் என்று நினைத்தேன். நீங்களும்தானே அப்புறம் சரி என்று ஒத்துக்கொண்டீர்கள். மழமழ என்று பேசாமல் நீங்கள் அடித்துப் பேசினால் தானே? இப்போ இந்த அம்மாவையும் இரண்டு நண்டுகளையும் வைத்துக் கொண்டு ராத்திரிப் பூராவும் அவதிப்படப் போகிறது நானா நீங்களா?" என்று ஆரம்பித்து விட்டாள்.

" இதோ பாரு, ஆனது ஆகிவிட்டது. வண்டியிலே ஏறி உட்கார இடம் பார்க்க வேண்டியது முதல் காரியம். சண்டை விஷயத்தை ஊருக்குப் போய் தபால் மூலமாக வைத்துக் கொள். வேகமாக நட" என்று வண்டியை நோக்கி நடந்தோம். அவள் முனகிக் கொண்டே வந்து கொண்டிருந்தாள்.

போர்ட்டரிடம் ஏதாவது ஒரு வண்டியைப் பார்த்து ஏற்றச் சொன்னேன். அவனும் நாங்களும் வண்டிவண்டியாக கடைசி கார்டு வண்டியிலிருந்து என்ஜின்வரை, கதவு கதவாக ஜன்னல் ஜன்னலாக பார்த்துக்கொண்டே சென்றோம்.

ஹுஹும்! இம்மியளவு இடம்?

“இதோ பாருங்கள் என்னால் நடக்க முடியவில்லை. நன்றாக உங்கள் சிநேகிதரை நம்பி இப்படி ஆச்சு. கஷ்ட காலம்! பெண்கள் வண்டி யிலேயாவது ஏற்றி விடுங்கள்” என்றாள் மனைவி.

பெண்கள் வண்டியும், நிரம்பி இருந்தது. எப்படியோ ஒரு விதமாக போர்ட்டர் சாமான்களை உள்ளே தள்ள அவர்களும் ஏறிக் கொண்டார்கள். கதவுப் பக்கத்தில் உள்ள நடை பாதையில் நெருங்கி நிற்கத்தான் இடம் இருந்தது. குழந்தைகள் தவித்துக் கதறின. இதுவரை பொறுத்து இருந்த மாமியார்கூட “நல்ல பிள்ளை இப்படி சங்கடத்தில் மாட்டிவிட்டுப் போய் விட்டது. காலாகாலத்தில் வந்து...'' என்று அங்கலாய்க்க ஆரம்பித்தாள்,

ஆளுக்கொரு வார்த்தையாக மாறி எனக்கும், ஜனார்த்தனத்துக்குமாக டோஸ் விட்டுக் கொண்டிருந்தார்கள்.

“சரி இனிமேல் என்ன செய்வது? எப்படியோ போகப் போக சரியாகி விடும்” என்று சமாதானமாக சொல்லிக் கொண்டிருந்தேன்.

“ஆமாம். டிக்கட் வாங்கப் போனவரை இன்னும் காணோமே. அது வேறே தொல்லை. நீங்களாவது போய் பார்த்து விட்டு வாருங்கள். இந்த எல்லாம் தெரிந்தவர் அதையும் கோட்டை விட்டு விட்டு நிற்கப்போகிறார்” என்று மனைவி அவசரப்படுத்தினாள்.

எனக்கும் அந்த பயம்தான். ''சரி சாமான்கள் சரியாக இருக்கிறதா பார்த்துக் கொள்ளுங்கள்” என்று சொல்லிவிட்டு பிளாட்பாரத்தின் பக்கம் திரும்பியபோது ரொம்ப அவசரமாக வந்து கொண்டிருந்தான் ஜனார்த்தனம்.

''என்னடா, டிக்கட் வாங்குவதற்கா இவ்வளவு நாழி'' என்று நான் முடிப்பதற்குள்ளே “நீயாக இருந்தால் திணறிப் போயிருப்பாய்'' என்று ஆரம்பித்து, ''ஆமாம் ஏண்டா, இப்போதானா வண்டியில் ஏற்றி விட்டாய்? அட, பெண்கள் வண்டியிலா ஏற்றி விட்டாய் இந்த நெருக்கடியிலே? அட புத்திசாலி! முன்னாலே பூரா வண்டியும் காலியாக இருக்குமேடா. நான் வருவதற்குள் என்னடா அவசரம்'' என்று பொழிய ஆரம்பித்து விட்டான்.

நானும் என் மனைவியும், அவனுக்கு ஒரு தினுசான பதில் தயாரித்து

வைத்திருந்தபோதிலும் எப்படி ஆரம்பிப்பதென்று தெரியவில்லை. ஒவ்வொன்றாக சொல்வதா ஒருமிக்கச் சொல்வதா என்று இருக்கும்போது, பக்கத்தில் நின்ற போர்ட்டர் "ஏன் ஸார்! இவரைப்பற்றித் தானே நீங்க பேசிக்கிட்டு இருந்தீங்க" என்றான்.

"ஆமாப்பா இவரேதான்" என்றாள் என் மனைவி,

"என்னா ஸார்! பாவம் பெண்பிள்ளைகளை சங்கடத்திலே மாட்டிவிட்டே, ஏழே முக்காலுக்கு வண்டி பிளாட்பாரத்துக்கு வருது. நிறைய இடம் கிடக்கும்னு சொன்னியாமே! அதெல்லாம் நவாப் காலம் ஸார் நீ வேணா போய் நல்லா இடம் இருக்குதான்னு பார்த்திட்டு வா" என்றான்.

ஜனார்த்தனம் என்னைப் பார்த்தான். நான் அவனைப் பார்க்காதது போல் என் மனைவியைப் பார்ந்தேன். எனக்கு அவன் கட்டின அசட்டுப் பட்டத்தை போர்ட்டர் அவனுக்கு கட்டினதில் என் மனைவிக்கும் என் மாமியாருக்கும் பரம திருப்தி என்பதை அவர்கள் சிரிப்பு காட்டியது. எனக்கும் திருப்திதான், என்றாலும் அதை வெளிக்காட்டவில்லை. இன்னொருதரம் இந்த ஜனார்த்தனன் பேச்சை நம்பி ஒரு காரியம் செய்வதில்லை என்ற முடிவுக்கு வருவதைத் தவிர மேலும் அவன் மானத்தை வாங்கத் தயாராக இல்லை.

போர்ட்டருக்கு பதில் சொல்லும் தோரணையில் ஜனார்த்தனம், "அதில்லேப்பா, இன்றைக்கு கூட்டம் ரொம்ப ஜாஸ்தியாகப் போச்சு இல்லாட்டா..."

"என்னா ஸார் கூட்டம் எப்போதான் இல்லே? கப்பல் நாளு வேறே. இரண்டு வண்டி வேறே குறைச்சுப் போட்டாங்க. பேசாம காலமே வந்து ரிஸர்வ் பண்ணிட்டு இருந்திங்கன்னா உட்கார இடம் கிடைத்திருக்குங்களே" என்றான் போர்ட்டர்.

"எல்லாருடைய பேச்சையும் அடிச்சுப் பேசி விட்டாரப்பா அவர்! இப்போ நாங்க முழிக்க வேண்டியிருக்கு" என்றாள் மாமியார்.

"அவருக்கு அசட்டு பட்டம் வேறே கட்டிவிட்டாரே காலமே" என்றாள் மனைவி...

"ஏதடா இது விடமாட்டார்கள் போலிருக்கே" என்று ஜனார்த்தனம் பக்கம் பார்த்தேன். அவன் முகம் என் பக்கம் திரும்பி இருந்தால்தானே?

வண்டி புறப்பட்ட பின் நான் ஜனார்த்தனிடம் வீடு திரும்பும்போது அதைப்பற்றி ஒரு வார்த்தைகூட பேசவில்லை.

மறுநாள் எங்கள் கோஷ்டி கூடியதும் ஜனார்த்தனம் ரயிலேற்றிவிட்ட

கதையைச் சொன்ன போது அவர்கள் ஆச்சரியப்படவில்லை. "சபாஷ்! அகப்பட்டுக் கொண்டாயா? நீ ஒருவன்தான் பாக்கி இருந்தது" என்று கைதட்டி ஆர்ப்பரித்தார்கள். ஜனார்த்தனம் சம்பந்தப்பட்ட சம்பவங்களை ஆளுக்கொன்றாக சொல்ல ஆரம்பித்தார்கள்.

ஜனார்த்தனம் காப்பிக் கொட்டை வாங்கிக் கொடுத்த கதையை சொன்னார் ஒருவர். கோவாபரேடிவ் ஸ்டோர்ஸில் தன் செல்வாக்கை உபயோகித்து வாங்கித் தருவதாகச் சொல்லி, கியூவில் நிற்பவனை கலைத்து இழுத்துக் கொண்டு போய் அதுவும் நடக்காமல், க்யூவில் கிடைத்திருக்கக்கூடிய 10 பலம் காப்பிக் கொட்டையும் போய் கோட்டைவிட ஏற்பட்ட ஜனார்த்தன சம்பவத்தை சொன்னார் ஒருவர்.

ஒரு உதவி செய்ய ஒருவர் சம்மதித்து இருப்பதாகச் சொல்லி அவர் வீட்டுக்கு ஒருவரை ஜனார்த்தனம் அழைத்துச் சென்ற சமயம் அவர் ஜனார்த்தனத்திடம் “எப்போது நான் அப்படிச் சொன்னேன்” என்று கேட்டுவிட்ட போது ஜனார்த்தனம் அசட்டு பிசட்டென்று விழித்த கதையைச் சொன்னார் ஒருவர்.

இப்படி இன்னும் பல.

எப்படி எங்கள் ஜனார்த்தனம்?

குடி கட்

“ஆஹா, என்ன செய்வோம் நாங்கள் எல்லாம் இப்படி பாழாகப் போகும் காலமும் வருமா! "அந்தோ ! நான் வேறு எங்கே தேடுவேன்!” “படத்திலாவது பார்த்துக் களிக்கலாம் என்று பார்த்தால் அதுகூட முடியாமற் போய் விட்டதே"

"இதென்ன அலறல்! ஓலம்! என்னை வந்து இத்தனை பேரும் சேர்ந்தாற்போல் காதைத் துளைக்கிறீர்கள், சட்! வாயை மூடுங்கள். ஒவ்வொருவராய் சொல்லியழுங்களேன். சேர்ந்தாற்போல் கேட்க இந்த காது என்ன கிராமபோன் பிளேட்டுகள் பதிவு செய்கிற யந்திரமா? போதும் நிறுத்துங்கள்!” என்று கையிலிருந்த தடியால் தொப்பென்று ஒரு தட்டுத் தட்டினேன். எதன்மீது தட்டினேன் என்பது கூட அப்போது ஞாபகம் இல்லை. அந்த களேபர சப்தம் அடங்கினால் போதும் என்று ஆகிவிட்டது எனக்கு.

என் அதிகாரம் பலித்தது. அடுத்த நிமிஷம் அந்த களேபர சப்தம் நின்றது. ஒரு குரல் ஹீனமாக ஆரம்பித்தது. 'ஐயோ என் குறையைக் கேட்க மாட்டீர்களா?' என்று ஆரம்பித்தது தான் தாமதம். உடனே மற்ற குரல்களும் 'என் குறை' என்று ஏகமாக மறுபடியும் ஆரம்பித்தன.

அவ்வளவுதான்; முறைத்துப் பார்த்தேன். "ஒரே சமயத்தில் ஒருவர்தான்” என்று கையில் இருந்த தடியால் மறுபடியும் தட்டினேன்.

"வாஸ்தவம்தான்" “சரி, சரி" "மன்னிக்கவும் மன்னிக்கவும்” என்று அந்த குரல்கள் அமைதியடைந்தன.

முதலில் நின்ற உருவத்தைப் பார்த்தேன். அது மீசையும் டோபாவுமாக தலைமயிர் தாறுமாறாக கலைந்து நிற்க, "என்னைத் தெரியவில்லையா? ஸார்! நான்தான் நடிகன். எத்தனையோ தடவை என்னை பார்த்திருக்கிறீர்களே சினிமாவில்" என்று இரங்கலாக கேட்டது.

"சரி சரி; பார்த்திருக்கலாம்; என்ன விசேஷம்? நான் படம் ஒன்றும் தயாரிக்கப் போவதில்லை. நடிகன் தேவையில்லை" என்று முறுக்காகப் பேசினேன்.

அந்தக் குரல் இன்னும் பரிதாபமாக கேட்டது. "ஐயா நான் அதற்காக வரவில்லை. என்னுடைய நடிப்புத் திறமை எல்லாம் இப்படி வீணாகி விட்டதே. நான் அதில்தானே 'ஸ்பெஷலைஸ்' பண்ணி இருந்தேன். இப்படி–"

"அட என்ன விஷயம், சொல்லித் தொலையேன்!"

"உங்கள் கையில் இருக்கிற பத்திரிகையில் போட்டிருப்பதைப் படிக்க வில்லையா? சினிமாப் படங்களில் குடிக்கும் காட்சிகள் காட்டக் கூடாது என்று உத்தரவு போடப்பட்டிருக்கிறதாமே! தெரியாதா உங்களுக்கு?"

"சரி அதற்கு என்ன இப்போ!"

"என் வாழ்க்கையே போய் விட்டதே. நான் சில வார்த்தைகளில் சொல்லி முடித்து விடுகிறேன். அடுத்தவர்கள் காத்திருக்கிறார்கள், அவர்கள் குறைகளைச் சொல்ல. நான் பிரபல சினிமா நடிகன் கதாநாயகன் அல்லது அவனுக்கு விரோதி அதுவும் சம அந்தஸ்தான, பதவிதான் இரண்டு பாத்திரங்களாகவும் நடித்து வருபவன். அதிலும் நான் சமூகப் படங்களில் நடிப்பதில் பிரக்யாதி பெற்றவன். ஆஹா, குடிகாரனாக நடிப்பதற்கென்றே பிறந்தவன் என்று என்னை சபையோர் கரகோஷத்தினால் அப்படியே உயரே எழுப்பி விடுவார்கள். அவ்வளவு தத்ரூபமாக நடிப்பேன். நிஜமான குடிகாரர்கள் கூட அப்படி நடக்க முடியாது என்றெல்லாம் பேர் வாங்கினேன். அந்தப் பேருக்கு ஹானி வந்து விட்டதே. எனக்காகவே பட முதலாளிகள் குடிக்கிற கட்டத்தை ஏற்படுத்திக் கொடுப்பார்கள், அதற்காக கதாசிரியர்களை அத்தகைய கட்டத்தை எப்படியாவது அந்தக் கதையில் கொண்டுவரச் செய்வார்கள், அப்படி இருக்க..." குரல் அழுகைக் குறி காட்டியது. "விஷயத்தை சொல்லிவிட்டு கடைசியில் அழலாம்... அப்புறம்" என்றேன்.

"என்னை யார் நடிக்கச் சொல்லப் போகிறார்கள் இனி? அத்தகைய நடிப்பைத் தவிர எனக்கு வேறு எதுவும் தெரியாதே. கையில் ஒரு கப், அல்லது பாட்டிலுடன் நின்று நடிக்கும்போது ஏற்படும் உணர்ச்சி வேகம் ஒரு கப் காபியையோ அல்லது ஐஸ் போட்ட

மோரையோ வைத்துக்கொண்டு நடித்தால் வருமா சார்? வரவே வராது. அதற்கு எத்தனையோ பேர் போட்டிக்கு வருவார்கள். ஆஹா! நான் குடிகாரனாக நடிக்கும்போது பார்க்க வேண்டுமே நீங்கள் என் நடிப்பை! மீசை துடிக்க, தலை மயிரையெல்லாம் பிடித்து இழுத்துக்கொண்டு, கண்களை உருட்டி உருட்டி எப்படியெல்லாமோ சுழற்றி, ஆடிப்பாடி குதித்து .."

"சரி, நடிக்க ஆரம்பித்து விடாதே, முடி."

"என் வாழ்வு போனதே, என் நடிப்புத் திறமை வீணாகி விட்டதே, என் செய்வேன் ஈஸ்வரா; தெய்வமே...!"

"சரி போதும்! பின்னால் போம். அடுத்தவர்!" அடுத்தவர் முன் வந்தார்.

"என்னையும் நீங்கள் பார்த்ததில்லையா? நான்தான் ஸார், பட முதலாளி. எத்தனை படங்களை எடுத்திருக்கிறேன். அதனாலே எவ்வளவு செல்வமும் பெற்றிருக்கிறேன். ஆஹா, குடிக்கிற காட்சிகள் இல்லாத படமே நான் இதுவரை எடுத்ததில்லையே. இனி அந்த ஜீவ அம்சம், உயிர்நாடி போன்ற கட்டம் இல்லாமல் நான் எப்படி படம் எடுப்பேன்! ஆஹா, ஹாஸ்யத்துக்கு அதைவிட சிறந்த கட்டம் வேறு எது இருக்கிறது? படத்தில் முக்கால் பாகம் அந்தக் காட்சியையே காட்டினாலும் ஜனங்கள் அதைப் பார்த்து வயிறு வெடிக்கச் சிரித்துக் கொண்டிருப்பார்களே. மற்றபடி கதை என்ன, அதன் கருத்து, போக்கு அதையெல்லாம் கவனிக்கவே மாட்டார்கள். எனக்கும் எவ்வளவு சௌகர்யமாக இருக்கும்? அதன்றி படம் பிடிப்பதில்லை. ஐயோ, இனி என்ன செய்வேன் கடவுளே..."

"சரி, சரி, கடவுளை அப்புறம் கூப்பிடலாம், முடியும்.'

" இனி எப்படி நான் ஹாஸ்ய காட்சிகள் தயாரிப்பேன்! இதற்குச் சமமான ஹாஸ்யக் காட்சி எங்கு தேடுவது? முழுக்க முழுக்க ஹாஸ்யம் இதில்தானே இருந்தது. படம் இனிமேல் அவ்வளவு பணம் கொண்டு வருமா? இத்தனை வாரங்கள் ஓடுமா? இப்படிச் செய்து விட்டார்களே!"

"சரி கண்ணீர் மிச்சம் இருக்கட்டும். அடுத்தவர்..."

"நான்தான் ஸார். என்னைத் தெரியவில்லையா உங்களுக்கு? என் பக்கத்தில் உட்கார்ந்து படம் பார்த்திருக்கிறீர்களே! எத்தனையோ தடவை."

"அட, சரிதானப்பா; அறிமுகம் இருக்கட்டும் வந்த விஷயத்தைப் பாரு முதல்லே."

"நல்லா குடிக்கிற வழக்கம் உண்டுங்க எனக்கு. அண்டா குடியன்னு பேர் வாங்கினேன். குடிச்சிப்போட்டு கலாட்டா பண்றது அதெல்லாம் வழக்கமே கிடையாதுங்க. நிதானம் தவறாமே இருப்பேனுங்க. சின்னப் பயலுக வேணும்னு குதிப்பானுங்க."

"உன் பெருமை இருக்கட்டும். வந்த விஷயம் என்ன?"

"அதான் சொல்ல வரேனுங்க. நான் சினிமாப் பாக்கிற வழக்கம் கிடையாதுங்க எங்க கிராமத்துக்கு சினிமா வந்த பிறகும் போகிறதில்லே. பையங்க வந்து ஒரு நாள் சொன்னாங்க; அண்ணே, என்ன நல்லா குடிச்சுப் போட்டு ஆடறாங்க சினிமாவிலே, நாம்ப கூட தோத்துப் போணும்னு சொன்னாங்க. சரிதான்னு போய்ப் பார்த்தேன். நல்ல தமாஷாத்தான் இருந்துச்சு. எனக்கும், அவுங்களுக்கும் ரொம்ப வித்யாசம் இருந்துச்சு. அவுங்க வேலை நல்லாக் கூட இருந்துச்சுங்க. நான் கூட அவுங்க கிட்டே இருந்து கொஞ்சம் கொஞ்சம் படிச்சுக்கிட்டேங்க."

"ஒண்ணு சொல்ல மறந்துட்டேங்களே. எங்க ஊருக்கு மதுவிலக்கு வந்திரிச்சு. அப்புறம், மறக்க முடியாமே, போய் திருட்டுத்தனமா குடிக்க ஆரம்பிச்சு, அதுலெ அகப்பட்டுக்கிட்டு, அபராதம் கொடுத்துப் போட்டு இந்த வம்பு வாணாம்னு சும்மா கிடக்கிறேனுங்க. நாம்ப குடிக்க முடியாட்டாலும் இந்தப் படத்துலே குடிக்கிறவங்களை பாத்து சந்தோஷப்பட்டேங்க. இப்போ அது கூட முடியாதுங்களாமே. இனிமே சினிமாப் படத்திலே பாக்கிறதுக்கு என்ன இருக்குதுங்க" என்று முடித்தான்.

அடுத்தபடியாக ஒரு பெண் டக்கென்று வந்து நின்றாள்.

"என்னம்மா மற்றவர்கள் எல்லாம் குறைகளைச் சொல்லுகிறார்கள். நீ என்னவோ ரொம்ப சந்தோஷத்தோடே வந்து நிற்கிறாயே" என்றேன்.

"ஐயா உங்களுக்கு என்ன தெரியும்? நான்தான் நடிகை. அதோ குறையை சொல்லிவிட்டு போனாரே அந்த நடிகருக்கு எப்போதும் ஜோடி நான் தான். அவர் குடிக்கிற கட்டத்துலே என்னை படுத்தின பாடு போதும், போதும்! சினிமாவிலே நடிக்கிறது தான் என்றாலும் அவர் என்னமோ நிஜமாக குடித்தவர் மாதிரிதான்! அடியும், மிதியும் நடிக்கிறதும் போதும் போதும் என்றாகிவிடும். இனிமேல் இந்த ஆர்ப்பாட்டங்களுக்கு ஆளாகி வேதனைப் படவேண்டி இருக்காதல்லவா" என்றாள்.

"சரிதான் சரிதான்" உங்கள் குறைகளுக்கும், மகிழ்ச்சிக்கும் நான்தானா அகப்பட்டேன். வந்து காதைத் துளைக்க, இதுக்குள்ளே நான் ஏதாவது உருப்படியா கதையாவது எழுதி இருப்பேன். இதெல்லாம் போய் குடி தெய்வத்தின் காலில் விழுந்து முறையிடுங்கள், சட்! என்று

கையிலிருந்த தடியால் ஒரு தட்டுத் தட்டினேன்.

டக் என்று சத்தம் கேட்டது. "இதைக் கீழே அனுப்பட்டுமா ஸார்" என்று குரல் கேட்டு பிரமை நீங்கி சுற்று முற்றும் பார்த்தேன். உட்கார்ந்திருந்த இடம் பத்திரிகை ஆபீஸ். 'ஆக்ஷேபகரமான குடிக்கும் காட்சிகளை படங்களில் காட்டக்கூடாது' என்ற செய்தியை "குடி கட்" (சினிமா பாஷையில்) என்ற தலைப்பில் தான் நான் மொழி பெயர்த்துக் கொண்டிருக்கிறேன். கையில் பேனா இருந்தது. காகிதத்தின் மேல் இருந்த பேப்பர் வெய்ட்டை எடுத்து டக் என்று வைத்துவிட்டு கடைசிக் காகிதத்தை எடுத்துச் சென்றான் பையன்.

நானும் அடுத்த செய்தியை மொழிபெயர்க்க ஆரம்பித்தேன்.

புத்தக ரசிகர்

"ஏன் ஸார்! சுதர்சனத்தின் நாவலா அது?"

தனக்கு எதிரில் பஸ்ஸில் உட்கார்ந்திருந்த ஒரு குரல் இருந்தாற் போலிருந்து கேட்கவும், புஸ்தகத்தின் நடுமத்திப் பக்கத்து வரிகளில் தன் கண்களைச் செலுத்துக்கொண்டிருந்த தினகரன் கண்களை அதிலிருந்து உதறி முகத்தை அட்டத்தில் திருப்பி 'ஆமாம்' என்பதுபோல பார்த்தான். பார்த்துவிட்டு மறுபடியும் அதற்குமேல் பேச்சைத் தொடர விரும்பாதவன் போல புஸ்தகத்தில் கண்களைச் செலுத்தலானான்.

அவரோடு மேற்கொண்டு பேசி வினாடிகளை வீணாக்கும் நேரத்தில், தற்கால தமிழ் இலக்கிய முன்னேற்றத்தின் மைல் கல்லின் ஒரு பர்லாங்கில் ஒரு கஜத்தில் ஒரு அடியாக இருக்கும் அந்த மஹத்தான இலக்கிய சிருஷ்டியின் இருநூறு பக்கங்கள் ஒன்றின் நான்கு வரிகளைப் படிக்கலாமே என்று நினைத்தவன் மாதிரி இருந்தது.

அவன் மனதில் என்ன ஓடிற்றோ, அந்த ஆசாமி அதைப் பற்றி சிறிதும் கவலைப்பட்டதாகத் தெரியவில்லை. பேச்சைத் தொடரவே உறுதிகொண்டு விட்டவர் மாதிரி தொண்டையைக் கனைத்துக்கொண்டு "சந்திராஸ்தமனம்தானே ஸார்?" என்று கேட்டார்.

ஏதோ தேள் கொட்டி விட்டதுபோல திடுக்கிட்டுத் திரும்பிப் பார்த்தான் தினகரன். அவர் முகத்தில் பொலிந்த புன்னகை அவன் முகத்தை சந்தித்தது.

"ஆமாம்" என்று ஒரு தலையசைப்புடன் குனிந்து கொண்டு

மறுபடியும் புஸ்தக பக்க வரிகளை கண்களுக்குள் அடக்கப் பார்த்துக் கொண்டிருந்தான். ஆனால் அவன் மனதுமட்டும் அந்த வரிகளுக்குள் அடங்கமாட்டேன் என்று மறுத்துக்கொண்டிருந்தது. அவனுக்கு ஆச்சரியமாக இருந்தது. அவன் வைத்துக் கொண்டிருந்த புஸ்தகத்திற்கு சாணிக்காகித அட்டை போட்டிருந்தான். அதன் உள் அட்டையையும் அவர் பார்த்திருக்க முடியாது. வெளி அட்டை யிலும் அவன் புஸ்தகத்தின் பெயரையும் எழுதவில்லை. எனவே அதிலிருந்தும் அவர் எதுவும் அறிந்து கொண்டிருக்க இடமில்லை. அவன் பிரித்து வைத்துக் கொண்டிருந்த பக்கத்திலும் புஸ்தகத்தின் பெயரோ ஆசிரியர் பெயரோ கிடையாது. அந்த அத்யாயத்தின் பெயர் மட்டும்தான் இருந்தது. அப்படியிருக்க அந்த ஆசாமி எப்படி ஆசிரியர் பெயரையும், புதிதாக அப்பொழுது தான் வெளியாகி இருக்கும் அந்த நாவலின் பெயரையும் அவ்வளவு துல்லியமாகச் சொன்னார் என்பது இவனுக்கு மகாபெரிய மர்மமாக இருந்தது.

அவனுக்கு துடிதுடிப்பு ஏற்பட்டது. அவரை “எப்படித் தெரிந்து கொண்டீர்கள்" என்று கேட்கலாமா என்று வாயெடுத்துக் கொண்டே அவர் பக்கம் திரும்பினான்.

அவன் திரும்பவும் அந்த ஆசாமி கேட்கவும் சரியாக இருந்தது. “எப்படி புஸ்தகத்தைத் தெரிந்துகொண்டேன் என்று தானே கேட்க விரும்புகிறீர்கள்” என சிரித்துக் கொண்டார். தன் மடிமீது இருந்த பெரிய தோல் பையை தட்டிக்கொடுத்துக் கொண்டார்.

தினகரனும் ஒரு அரைச் சிரிப்புடன் “ஆமாம்” என்று சொன்னான்.

"நன்றாக கேட்டீர்கள்? இந்தப் புஸ்தகத்தைப் பார்த்த மாத்திரத்திலே சொல்ல முடியாது போனால் ஆயிரக்கணக்கான புஸ்தங்களை இத்தனை வருஷமாக இந்தக் கையாலே பிடித்துப் பிடித்து என்ன சார் பிரயோசனம்?" என்று சொன்னதுதான் தாமதம். தினகரனுக்கு கைப் புஸ்தகம் எப்படி நழுவி விழுந்தது என்று கூடத் தெரியாது. அதை எடுக்க வேண்டும் என்றுகூட ஞாபகம் இல்லை. அவ்வளவு பிரமித்துப் போய் விட்டான். அவன் பிரமிப்பு கலைந்த சமயம் அந்த ஆசாமி புஸ்தகத்தை அவன் கையில் கொடுத்துக் கொண்டிருந்தார்.

ஆயிரக்கணக்கான புஸ்தங்களை கையில் பிடித்துப் பார்த்தவரா அவர்? அடேயப்பா என்ன மனிதன்! நான் இதுவரைக்கும் அதிகமாகப் போனால் நூறு புஸ்தகங்களுக்கு மேல் படித்திருக்க மாட்டேன். இவ்வளவு புஸ்தகங்களைப் படித்தவரானால்? ஆஹா! படிப்பு என்றால் இப்படியல்லவா படிக்க வேண்டும், இலக்கிய வாசனை இவ்வளவு வாய்ந்த இந்த மனிதருடன் இவ்வளவு நேரம் உறவாடாமல் இருந்து

விட்டேனே. அதொடு அவரைப்பற்றி எவ்வளவு அலட்சியமாகவும் இருந்துவிட்டேன், இந்த மாதிரி இலக்கியத்திற்காக உயிர் வாழும் தியாகிகள் அத்திப்பழங்கள் போல் இருக்கிற காலத்தில் எதிரில் உள்ள இந்த இலக்கிய ரசிகரைப் பற்றி எவ்வளவு உதாசீனமாக இருந்து விட்டேன். என்ற நினைவுகள் தினகரன் மனதில் அந்த ஒரு விநாடியில் பதறியோடின.

தினகரனுக்கு படிப்பதில் அசாத்யமான ஆர்வம் உண்டு. அவ்வளவையும் தன்னால் ஒரே சமயத்தில் படித்து முடிக்க முடியவில்லையே என்ற பேராசைப் பட்டவன். வீட்டை விட்டு வெளியே போகும்போது புஸ்தகம் ஒன்றை எடுத்துச் செல்லாமல் இருக்கவே மாட்டான். பஸ் வருவதற்கு சில நிமிஷங்கள் இருந்தாலும் பஸ் ஸ்டாண்டில் நின்றுகொண்டே ஒரு நாலு பக்கமாவது படித்துவிடப் பார்ப்பான். தான் இறங்க வேண்டிய பஸ் ஸ்டாண்டு வருவதற்குள் நாலு வரிகள் படித்துவிடப் பார்ப்பான். ஹோட்டலில் செர்வர் டிபன் கொண்டு வைப்பதற்குள் ஒரு பக்கம் படித்துவிடப் பார்ப்பான். இப்படி எல்லாம் அவன் படித்ததும் அவன் படித்திருக்கும் புஸ்தகங்கள் ரொம்ப கொஞ் சம்தான் என்று அவனுக்கு ஒரே குறை.

இந்த நிலைமையில் புஸ்தகத்தை தள்ளி இருந்து பார்த்த மாத்திரத்திலேயே அதன் பெயர், அதன் ஆசிரியர், மொத்தப் பக்கங்கள், விலை, பிரசுரகர்த்தா , இத்தனாவது பதிப்பு, இதையெல்லாம் யோசித்து பார்க்கக்கூட அவசியமில்லாமல் உடனுக்கு உடனேயே படார் படாரென சொல்லிவிடக் கூடியவர். ஆயிரக்கணக்கான புஸ்தங்களை கையில் பிடித்துப் பார்த்தவர் ஒருவர் தனக்கு பக்கத்தில் இருந்தாரென்றால்!

அவரை ஒரு விஸ்வரூபமாக கற்பனை செய்து தன்னை ஒரு வாமனனாக கற்பனை செய்து கொண்டான் தினகரன். அந்த விஸ்வரூபரோடு சம்பாஷிக்க வேண்டும் என்று அவன் உள்ளம் துடியாகத் துடித்தது. இந்தத் துடிதுடிப்பை அந்த மனிதர் அறிந்துகொண்டிருக்க வேண்டும். இல்லாவிட்டால் அவர் எப்படி அவன் நினைத்தபடியே ஆரம்பிக்க முடியும்?

“ஏன் ஸார் இது சுதர்சனத்தின் ஐந்தாவது புஸ்தகம். அவருடைய முதல் புஸ்தகம் பத்துப் பதிப்புகள் வெளியாயின. இவ்வளவு புஸ்தகங்கள் ஒரு ஆசிரியருடையது விற்றது தமிழ் புத்தக உலகில் இதுதான் முதல்தடவை. தமிழ்நாட்டு பணக்கார, மத்தியதர, ஏழை வகுப்பாரின் வாழ்க்கையைப் படம்பிடித்து அவரைப் போல யார் சித்தரித்து காட்டி இருக்கிறார்கள்? அவருடைய இரண்டாவது புத்தக மான ‘கார் காலம்’ அச்சில் இருக்கும்போதே பிரதிகள் விற்பனையாகி விட்டன. மூன்றாவது புஸ்தகமான 'மாலைப்பொழுது' தமிழ்நாட்டு

நாவல் போட்டியில் முதல் பரிசு பெற்றது. அதை அவர் மூன்றே இரவுகளில் எழுதி முடித்தார் சார்! நாவலாசிரியர் என்றால் அவர் அல்லவா நாவலாசிரியர். அவர் இருக்கட்டும்...”

தினகரன் பிரமித்துப் போனான். அவர் வார்த்தைகளை ஒன்று விடாமல் கேட்க காதுகளை தீட்டிக் கொண்டான்.

கவிஞர் காவியகாந்தனை எடுத்துக்கொள்ளுங்களேன். அவருடைய முதல் கவிதைக் கொத்து 'சாவின் இனிமை' யிலிருந்து இன்பத்தின் சாபம்' என்ற நான்காவது கவிதைத் தொகுதிகள். அடடா! எவ்வளவு கவித்வம் வாய்ந்தது! நாடகாசிரியர் நாயகமூர்த்தியின் 'பாசறை' என்ற நாடகத்தை நீங்கள் படித்ததில்லையே. அடடா, புஸ்தகமாக படிப்பதற்கும் நாடகமாகப் பார்ப்பதற்கும் இரண்டுக்கும் எவ்வளவு பொருத்தமான நாடகம்!..."

அவருடைய இலக்கிய ரசனை தினகரனை திக்குமுக்காட வைத்தது. இன்னும் அவர் வாயிலிருந்து...

அவனது புத்தக உலக ஆவலை அறிந்து கொண்டவர் போல அவரே தொடர்ந்தார். “நாடக இலக்கியம் இருக்கட்டும் ஸார்! கட்டுரைகளை எடுத்துக் கொள்ளுங்கள். படித்தால் வியாசகர்த்தா தி. மா. ம வின் அமைதிப்புயல்' என்ற கட்டுரைத் தொகுதியைப் படிக்க வேண்டும் சார். என்ன உயர்ந்த தத்துவ ஆராய்ச்சிகள்! வானில் பறக்கும் கருத்துகள்! 'அமைதிப் புயல்' என்ற கட்டுரை ஒன்றே போதுமே. இன்னும் ஹாஸ்ய கட்டுரையாளர் 'துக்ரீ'யின் 'போதுமே சிரிப்பு' கட்டுரைச் செண்டுகள் மாதிரி யார்தான் உலகத்திலேயே எழுதி இருக்கிறார்கள்? 'போதுமே சிரிப்பு' என்ற கட்டுரை முடிவில் அவர் போதுமே சிரிப்பு என்று முடிக்கும்போது நீங்களும் கூடவே போதுமே சிரிப்பு என்பீர்கள். அவ்வளவு அழகாக."

அவர் பேசிக்கொண்டே போனார். வாய் பிளந்தவாறு அந்த உதிர்மொழிகள் அத்தனையையும் பருகிக்கொண்டிருந்த தினகரன் அப்படியே அயர்ந்து போய்விட்டான். அந்தச் சிறிது நேரத்தில் அவன் அவரிடமிருந்து கேட்ட அந்தப் புத்தக தகவல்கள் அத்தனையும் அவனை புத்தக உலகத்தின் நடுமையத்திற்குள் கொண்டுபோய் சிக்க வைத்துவிட்டன. அதனின்று வெளிவர விரும்பாமல் அவன் சிக்கலை இன்னும் அதிகப்படுத்திக் கொண்டிருந்தான். அவரோ சரித்திரம் விஞ்ஞானம், வேதாந்தம், பொருளாதாரம் இப்படி அன்றைய புத்தக உலகத்திலே நடமாடும் புத்தகப் பெயர்களையும், ஆசிரியர்களையும், பிரசுரகர்த்தர்களையும், விஸ்தாரமாக சொல்லிக் கொண்டே போனார்.

அவரை எந்த இடத்தில் நிறுத்தச் செய்வது என்ற சிந்தனையே

தினகரனுக்கு எழவில்லை. அவ்வளவு மரத்துப்போய் விட்டது அவன் உணர்ச்சி அந்தப் பேச்சைக் கேட்டு. பேசிக்கொண்டே வந்தவர் திடீரென்று எழுந்தார். "உங்களுக்கு ரொம்ப சிரமம் கொடுத்துவிட்டேன். நான் இறங்க வேண்டிய இடம் வந்து விட்டது, ஞாபகம் இருக்கட்டும்" என்றார்.

தினகரனுக்கு அப்போதுதான் சுயஞாபகம் வந்தது. "ஆஹா! இவ்வளவு சீக்கிரம் அவரை விட்டுப்பிரிய வேண்டி இருக்கிறதே! இன்னும் மணிக்கணக்காக அவரோடு உட்கார்ந்து அவரிடமிருந்து இன்னும் எவ்வளவோ புத்தக உலகத் தகவல்களையெல்லாம் பேசிக்கொண்டிருக்க முடியவில்லையே" என்று அவன் ஆவல் துடிதுடித்தது.

அவரிடம் "ரொம்ப சந்தோஷம்! தங்களை இனி அடிக்கடி சந்தித்து, தங்களிடம் இத்தகைய விஷயங்களை எல்லாம் பேசவும், தாங்கள் சொன்ன புஸ்தங்களை எல்லாம் படிக்கவும் எனக்கு ரொம்ப ஆவல்..."

அவர் முடிப்பதற்குள் அவரே "பேஷாக வாருங்கள்; எப்போதும் என்னைப் பார்க்கலாம் இதோ என் விலாசம். உங்களைப் போல் புத்தக உலகத்தைப் பற்றி அறிய விரும்புபவர்களோடு எனக்கும் பேச ஆசை. நான் சொன்ன புஸ்தகங்களை எல்லாம் பேஷாக வாங்கிப் படியுங்களேன். இதோ" என்று ஒரு விலாசச் சீட்டையும் ஒரு சிறிய புத்தகத்தையும் எடுத்து அவன் கையில் கொடுத்துக்கொண்டே பஸ்ஸிலிருந்து கீழே இறங்கி விட்டார்.

அவருடைய விலாசச்சீட்டையும் அந்த சிறு புஸ்தகத்தையும் கையில் வாங்கிக்கொண்ட தினகரன் அவற்றை முதலில் பார்க்கவில்லை. பஸ் ஸ்டாண்டில் அவர் விடை பெற்றுக்கொண்டு போகவும் பஸ் புறப்பட்டதும் அவன் அடடா! எவ்வளவு படித்த மனிதன், தற்காலத்தில் வெளி வந்திருக்கும் அத்தனை புஸ்தகங்களை படித்து எவ்வளவு ஞாபக மாகச் சொல்கிறார் என்று வியந்துகொண்டே அவர் கொடுத்த விலாசச் சீட்டைப் பார்த்தான்.

அதில் எம். ஆர். ஞானானந்தம், புஸ்தக விற்பனை ஏஜெண்டு, முரளிதாஸன் புத்தக கம்பெனி என்று இருந்தது. தினகரனுக்கு திடுக்கிட்டது! இந்த புத்தக கம்பெனி ரெப்ரஸெண்டேடிவா அவர்! அதான் படி...?"

அந்தப் புஸ்தகத்தை பிரித்துப் பார்த்தான். அது ஒரு புத்தகப் பட்டியல். அதுவும் முரளிதாஸன் புத்தக கம்பெனி பட்டியல்! அதன் உள் பக்கங்களில் அவர் அதுவரையில் பிரஸ்தாபித்த அத்தனை புஸ்தகங்களின் பெயர்கள் அதன் ஆசிரியர்கள், பக்கங்கள், விலை, பதிப்பு, அந்தப் புஸ்தகத்தைப் பற்றிய, குறிப்புகள் இத்யாதி தகவல்கள்

அத்தனையும் ஒன்றன் பின் ஒன்றாக இருந்தன!

தினகரனுக்கு அப்போதுதான் அந்த புத்தக ரசிகரின் ரசிகத் தன்மை புரிந்தது!

அந்த விலாசச் சீட்டையும் புத்தகப் பட்டியலையும் கசக்கி வெளியே எறிந்தான். "இவ்வளவு நேரமும் வெட்டியாகப் போச்சு! நாலைந்து அத்யாயமாவது படித்திருக்கலாம்" என்று முனகிக்கொண்டே புஸ்தகப் பக்கத்தை திருப்பினான்.

படக் காலண்டர்

மங்கபதியின் காலண்டர் பைத்தியம் மற்ற யாருடைய பைத்தியத்திற்கும் இம்மியளவுகூட சளைத்ததல்ல. "நீரில்லா நெற்றிபாழ் நெய்யில்லா உண்டிபாழ், ஆறில்லா ஊருக்கு அழகுபாழ், மாரில் உடன் பிறப்பு இல்லா உடம்புபாழ், பாழே மடக்கொடியில்லா மனை" என்ற பாட்டில் கடைசி அடிக்கு பதில் "பாழே காலண்டரில்லா வீடு" என்று மாற்றி அமைப்பதுதான் பொருத்தம் என்று கருதும் அளவுக்கு அவனுக்கு அதில் அவ்வளவு சபலம் உண்டு.

அதிலும் அவன் மனைவி சிவகாமு வேறு, டிசம்பர் முதல் தேதி பிறந்த அன்றிலிருந்தே, "உங்கள் ஆபீசுக்கு இன்னும் காலண்டர் எதுவும் வரவில்லையா?" என்று கேட்டு அவன் சபலத்துக்கு சற்று முன் கூட்டியே தூபம் போட்டுவிட்டாள்.

"இதோ பாருங்கள்! உங்கள் பேப்பர் ஆபீஸுக்குத்தான் நல்ல நல்ல காலண்டர்கள் எல்லாம் வருகிறதே. ஆபீஸிலே உங்களுக்கு என்று இப்படி பொறுக்கிக் கொடுக்கிறார்களா? இல்லை, நீங்களே தான் இந்த லக்ஷணத்தை பொறுக்கிக் கேட்டு வாங்கிக்கொண்டு வருகிறீர்களா?" என்று ஒரு மூச்சுப் பேசி நிறுத்தினாள்.

மங்கபதிக்கு, இந்த டோஸ் பலமாகத்தான் விழுந்தது. அவனுக்கு காலண்டர் பைத்தியம் உண்டு என்றாலும் அவனுக்கு படக் காலண்டர்களே பிடிக்காது. அதிலும் பெரிய படங்களைப் போட்டு சுண்டைக்காய் பருமனுக்கு தேதிகள் போட்டு கையகலம் உள்ள ஷீட்டுகள் கொண்ட காலண்டர்களே பிடிக்காது.

காலண்டர் என்றால் அது எத்தகைய உபயோகத்திற்கு பயன்படுமோ அந்த மாதிரி இருந்தால்தான் அவனுக்குப் பிடிக்கும். தேதி பார்ப்பதற்குத் தான் காலண்டர். எனவே தேதி பளிச்சௌனத் தெரியாத காலண்டர் எதற்குப் பிரயோசனம்? சுவரில் மாட்டியிருக்கும் காலண்டரில் உள்ள தேதிகள் வீட்டில் தள்ளி எங்கிருந்தாலும் பளிச்சௌனத் தெரியும் படியாக இருக்க வேண்டாமா? நாம் சிரமப்பட்டு கிழமைகளை விரல் வைத்து உச்சரித்துக் கொண்டே வந்து, அதற்கு நேராக உள்ள வரிசைத் தேதி தப்பிப் போகாமல் விரலால் தடவிக் கொண்டுபோய், ஏதோ பெரிய துப்பறிபவன் போல் அன்றையத் தேதியைக் கண்டு பிடிப்பதென்றால்? சில சமயம் இதனால் தவறான தேதியை குறித்துக் கொள்ளவும் ஏற்படுகிறது" படத்தின் உபயோகம் வேறு ; காலண்டரின் உபயோகம் வேறு, படம் மாட்ட வேண்டுமென்றால் படமாக மாட்டிக் கொள்ளலாம்" என்று மங்கபதி மனைவியிடம் வாதாடுவான்.

டிசம்பர்மாத முடிவு நெருங்க நெருங்க மங்கபதிக்கு மனைவியின் வார்த்தைகள் கொஞ்சம் கொஞ்சமாக மனதில் பதிந்தன. "சரி, இந்த வருஷம் அவள் இஷ்டம் போலத் தான் படக் காலண்டர் வாங்கிக் கொண்டு வருவோம்" என்ற முடிவுக்கு வந்தான்.

டிசம்பர் மாதம் முடிய ஒருநாள் தான் இருந்தது. ஆபீஸில் வேலை செய்து கொண்டு இருக்கும்போது காலண்டர்களைப் பற்றிய பேச்சு வந்தது. அப்போது ஒருவர் "நம் மங்கபதிக்கு பட காலண்டர்கள் தான் பிடிக்கவே பிடிக்காது. தூங்கி எழுந்திருந்தவுடன் பளிச்சென்று கண்ணிலே தேதி பட வேண்டும். அதுதான் பிடிக்கும்" என்றார்.

எப்போதும் சாந்தமாகப் பேசும் மங்கபதி பலத்து ஆரம்பித்தான். "அதான் நடக்காது. இந்த வருஷம் பட காலண்டர்தான் வேண்டும் எனக்கு" என்றான்.

அங்கிருந்தவர்கள் யாவரும் பிரமித்துப் போனார்கள்.

'என்ன மங்கபதி ஸார்! எப்போது முதல் இந்த மாறுதல்? உங்களையும் இந்த படக் காலண்டர் பைத்தியம் பிடித்துக் கொண்டுவிட்டதா? என்றெல்லாம் கேட்க ஆரம்பித்தார்கள்.

மங்கபதி அதற்கெல்லாம் சமாளித்து பதில் சொன்னான். எப்போது நம்ம மங்கபதியே இவ்வளவு ஆசைப்பட்டு இந்த வருஷம் பட காலண்டர் கேட்கிறாரோ, அப்போது அவருக்குத்தான் நமக்கு வரும் பட காலண்டர்களில் உயர்ந்ததைக் கொடுப்பது என்று ஆபீஸ் சிப்பந்திகள் எல்லோரும் ஏகோபித்த முடிவு வந்தனர். அவர்களது தியாக உணர்ச்சியைப் பாராட்டி காலண்டர் கைக்கு வருமுன்பே அந்த இடத்திலேயே ஒரு வந்தனம் தெரிவித்துக் கொண்டான் மங்கபதி.

புது வருஷம் பிறந்ததும் வந்த காலண்டர்களை பங்கீடு செய்த தலைமை சிப்பந்தி "நமது மங்கபதிக்கென்று ரொம்ப நல்ல பட காலண்டர் ஒன்று நான் அது வந்தபோதே ரிஸர்வ் செய்து விட்டேன்" என்று சொல்லிக்கொண்டே தன் மேஜை டிராயரிலிருந்து நூல் போட்டு கட்டியிருந்த ஒரு சுருளை எடுத்து மங்கபதி கையில் கொடுத்தார். கொடுத்துக்கொண்டே "மங்கபதி ஸார், இந்த மாதிரி காலண்டர் இதுவரைக்கும் நீங்கள் பார்த்தே இருக்க மாட்டீர்கள். இதைப் பார்த்தால் மற்றவர்கள் உங்களைப் பார்த்துப் பொறாமைப்படுவார்கள். ஆகையால் வீட்டுக்குப் போய் பிரியுங்கள்" என்றார்.

மங்கபதியும் அதற்கு சம்மதித்தாலும் கூட, மற்ற நண்பர்கள் சும்மா விடுவார்களா? தெருவில் போகும்போதே யார் கையிலாவது காலண்டர் இருந்தால் அவரை நிறுத்தி, "ஸார், ஒரு நிமிஷம் என்ன காலண்டர் என்று பார்த்துவிட்டுத் தருகிறேன்" என்ற சுபாவம் யாருக்கும் இருக்கும்போது இவர்கள் விடுவார்களா?

அந்த இடத்திலேயே பிரித்துக் காட்டும்படி மங்கபதியை வற்புறுத்தினார்கள். ஒரு உற்சாகி அவள் கையிலிருந்து பிடுங்கி அதைப் பிரித்தார். அத்தனை பேர்களுடைய கண்களும் அந்தக் காலண்டரை அளவிட்டன! ஆஹா! அற்புதம்! பிரமாதம்! என்ற குரல்கள் முட்டி மோதின.

அந்த காலண்டர் ஒரு பிரபல வைரநகை கடையால் போடப்பட்டிருந்தது. நவீன மோஸ்தரில் பல தினுசான வைர நகைகளும் தங்க வளையல்களும் ஒவ்வொரு ஷீட்டிலும் கலர்களில் அச்சிடப்பட்டு இருந்தன. கண்களைப் பறிக்கும்படியாக இருந்தது காலண்டர். ஒன்றிலே டால் வீசும் வைரக் கம்மல்கள். மற்றொன்றிலே வைர பேஸரிகள் இன்னொன்றிலே நூதன நூதன வளையல்கள்!

மங்கபதிக்காக தியாகம் செய்யத் தயாராக இருந்த அத்தனை பேர்களுக்கும் அதைப் பார்த்ததும் சபலம் தட்டியது. தாங்கள் அவசரப்பட்டு தியாகம் செய்து விட்டதாக நினைத்தனர். காலண்டரைக் கையில் பிடித்திருந்த மங்கபதியின் முகத்தில் அந்தக் காலண்டரின் பளபளப்பு பிரதிபலித்தது. அவ்வளவு சந்தோஷம் அவனுக்கு, தன் மனைவி புளகாங்கிதம் அடையும்படியான அவ்வளவு சிறந்த காலண்டரைக் கொண்டு போய்க் கொடுக்கப் போகிறான் அல்லவா?

காலண்டரை ஜாக்கிரதையாக சுருட்டித் தன் மேஜை டிராயரில் வைத்துவிட்டு ஆபீஸ் வேலையைப் பார்க்கத் தொடங்கினான்.

ஆபீஸ் நேரம் முடிந்ததும் காலண்டரை எடுத்துக் கொண்டு வீட்டுக்குப் புறப்பட்டான். போய்க்கொண்டிருக்கும்போது நடுவில் ஒரு தரம் அந்த

காலண்டரைப் பிரித்துப் பார்க்க வேண்டும் என்று தோன்றியது. பிரித்துப் பார்த்தான். முதல் படத்தில் உள்ள வைர பேசரி அவன் கண்களில் பட்டது. அது பட்டதும் அவனுக்கு ஏதோ சுருக்கென்றது. 'அவன் மனைவி தன் பேசரியின் கட்டடம் சுத்த கர்நாடகமாக இருக்கிறதென்றும், வளையலையும் தங்கள் கிராமத்துத் தட்டான் நாகரீகமாகச் செய்யவில்லை என்றும், அவற்றைப் புதுப்பிக்க வேண்டும் என்று சொல்லிக் கொண்டிருந்தது ஞாபகத்துக்கு வந்தது.

அந்த ஞாபகம் வந்ததோ இல்லையோ ஒரு ஷாக் அடித்தது அவன் இருதயத்தில்! தினம் தினம் அது அவள் கண்களில் படும்போதெல்லாம் அவளுக்கு தன் நகைகளை இந்த மாதிரி அழித்துச் செய்ய வேண்டும் என்ற நினைப்பு ஏற்பட்டால்?

"என்ன கஷ்டம்! பட காலண்டருக்கு ஆசைப்பட்டால் இப்படிச் செலவுக்கு வைக்கிறதாக வந்து விட்டதே! சேச்சே, இதைப்போய் மாட்டவாவது! முன்பே இந்த யோசனை தோன்றி இருந்தால், ஆபீசிலேயே இதை யாருக்காவது கொடுத்துவிட்டு வேறு மாற்றிக்கொண்டு வந்திருக்கலாமே" என்று கவலைப்பட ஆரம்பித்துவிட்டான்.

இப்போது என்ன செய்வது? தனக்கு எத்தனையோ விதமாக செலவுகளை இழுத்துவிடக் கூடிய அந்தக் காலண்டரை வீட்டிற்கு கொண்டு போக அவனுக்கு மனது இல்லை. இது வரையில் கையில் வைத்துக் கொண்டிருப்பதற்கு திருப்தியாக இருந்தது அந்த காலண்டர். இப்போது ஒரு அருவருப்பான வஸ்துவை கையில் வைத்துக்கொண்டிருப்பது போன்ற உணர்ச்சி ஏற்பட்டது அவனுக்கு.

சட்டென ஒரு யோசனை தோன்றியது. ஆபீஸில் தன் கையில் அதைப் பார்த்ததும், தனக்குத் தரும்படி கேட்ட துரைசாமியின் வீடு இருக்கும் தெருப்பக்கமாக நடந்தான்.

அவன் வீட்டுக்குள் நுழையும்போது தான் ஆபீஸிலிருந்து வந்து உடைகளைக் கழற்றிவிட்டு சிரமபரிகாரம் செய்து கொண்டிருந்தான் துரைசாமி.

மங்கபதியைக் கண்டதும் வரவேற்று. "அதிர்ஷ்டசாலியப்பா நீ! முதல் தரமான காலண்டர் அடித்துவிட்டாயே" என்றான்.

மங்கபதி ஒரு சுளிப்புடன் அதை ஏற்றுக் கொண்டான். அவன் முகத்தில் கசப்புத் தோன்றியதைக் கண்ட துரைசாமி, 'அட! முகத்தை சுளிக்கிறாயே. இதைவிட உனக்கு நல்ல காலண்டர் கிடைத்து விடும் இல்லையோ? எங்கே பார்ப்போம் நன்றாகப் பார்க்கிறேன்" என்றான்.

"அப்படியொன்றும் பிரமாதமாக நான் நினைக்கவில்லை" என்று

சொல்லிக் கொண்டே அந்த காலண்டரை அவனிடம் அலக்ஷியமாக நீட்டினான் மங்கபதி.

துரைசாமி அதைப் பார்த்துப் பார்த்து அதன் அழகை வியந்து கொண்டிருக்கும்போது சமையலறையிலிருந்து வந்த அவன் மனைவி 'எங்கே அதைக் கொண்டாருங்கள், பார்ப்போம்" என்றாள். துரைசாமி எழுந்து போய் அதை காண்பிக்கவும் "ரொம்ப நன்றாக இருக்கிறதே, நீங்கள் என்னவோ வெறும் எழுத்து காலண்டரை வாங்கிக் கொண்டு வந்திருக்கிறீர்களே" என்றாள்.

இது மங்கபதியின் காதுகளில் விழுந்தது. அவனுக்கு லேசாக சிரிப்பு வந்தது. "துரைசாமி" என்று கூப்பிட்டு 'ஏனப்பா உங்களுக்கு வேண்டுமானாலும் வைத்துக் கொள்ளுங்களேன்" என்றான்.

இதைக் கேட்ட துரைசாமியும் அவன் மனைவியும் அப்படியே திக்பிரமை பிடித்தவர்கள் போல் நின்றார்கள்.

இவ்வளவு நேர்த்தியான காலண்டரை, அதுவும் ஒருவன் ஆசைப்பட்டு கொண்டுபோகும் ஒரு காலண்டரை, யார் கேட்டாலும்கூட மறுக்கும்படியானதை ஒருவர் இவ்வளவு அலக்ஷியமாக கொடுக்க முன்வருவதென்றால்?

"ஏனப்பா! மங்கபதி வாஸ்தவமாகச் சொல்கிறாயா? இல்லை கேலி செய்கிறாயா?"

"இல்லை துரைசாமி, வாஸ்தவமாகத்தான்."

"என்ன சுத்த பைத்தியமாக இருக்கிறாயே?" என்றான் துரைசாமி.

"அதோ பாரு! நான் பைத்தியமாக இருக்கட்டும். அந்த காலண்டர் இனி உன்னுடையதுதான். நான் வருகிறேன்" என்று எழுந்திருந்து புறப்படத் தயாரானான்.

"அப்படியானால் உனக்கு காலண்டர்? இந்தா, நான் வாங்கிக்கொண்டு வந்தது. நீ எப்போதும் விரும்பி வாங்கிப் போவாயே. அந்தப் பெரிய நம்பர்கள் போட்ட காலண்டரை" என்று அதை எடுத்து கொடுத்தான்.

மங்கபதி ஒரு வந்தனத்துடன் அதைப் பெற்றுக்கொண்டு புறப்படவும் துரைசாமி "மங்கபதி உன்மாதிரி பித்துக்குளியைப் பார்த்ததில்லை. ஹும்! எனக்கு அதிர்ஷ்டமிருக்கும்போது" என்று சொல்லி அனுப்பினான்.

"நான் பித்துக்குளியாகவே இருக்கட்டுமே" என்று சொல்லிவிட்டுப் புறப்பட்டான் மங்கபதி.

ஊரெல்லாம் வீசியடித்த காலண்டர் ஜுரம் தணிந்து போயிருந்தது.

புது காலண்டரை கையில் வைத்து அழகு பார்த்ததெல்லாம் போய், புது வருஷ தேதிகளைப் பார்க்கும் ஒரு ஆரம்ப உற்சாகமும் போய் சுவரில் காலண்டர் மாட்டி இருக்கும் ஞாபகம்கூட இல்லாமல், "இன்று தேதி என்ன" என்று பக்கத்தில் இருப்பவரை கேட்கும் நாட்கள் வந்து விட்டன.

ஒரு நாள் மங்கபதி கடைத்தெரு வழியே போய்க் கொண்டிருந்தான். எதிரே துரைசாமியும் அவன் மனைவியும் ஒரு நகைக் கடையிலிருந்து இறங்கி வந்து கொண்டிருந்தார்கள்.

"என்ன துரைசாமி" என்றான். துரைசாமி அவனை எரித்து விடுபவன் போல் பார்த்தான்.

"ஏனப்பா அப்படி கோபத்துடன் பார்க்கிறாய்? அப்படி என்ன செய்து விட்டேன் உனக்கு?" என்றான்.

"சுத்த கெட்ட எண்ணக்காரன்!" என்று சீறினான்.

"நடந்ததை சொல்லாமல் இப்படி எகிறிப் பேசுகிறாயே, சொல்லப்பா விஷயத்தை" என்று அவன் தோளைத் தட்டி இழுத்தான் மங்கபதி.

"பின்னே என்ன! நீ ரொம்ப நல்ல எண்ணத்தோடே தான் அந்த காலண்டரை கொடுத்தாயோ?" என்றான் துரைசாமி.

"அடேடே, என்ன இது. நல்லது செய்ததற்கு இப்படி ஏச்சா? நீயாக கேட்டதுதானேப்பா?" என்று சிரித்தான் மங்கபதி.

"இதோ பாரு. நீ சிரிக்கிறாய். எனக்கு எப்படி இருக்கு தெரியுமா? அந்த காலண்டர்தான் இந்தக் கடைக்கு இழுத்து விட்டிருக்கிறது" என்றான் துரைசாமி.

பக்கத்தில் இருந்த அவன் மனைவி கலகலவென சிரித்து விட்டாள்.

மங்காபதியும் கடகடவென சிரித்தான். "சபாஷ்! சபாஷ்! அன்றைக்கு என்னைப் பைத்தியம், பித்துக்குளி என்று கேலி செய்தாயே. இப்போது பார்த்தாயா? நான் ஏன் கொடுத்தேன் என்று, இப்போது தெரிந்ததா? சரி. நான் வருகிறேன் உன் கோபம் தணிந்த பிறகு பார்க்கிறேன்" என்று சொல்லி விட்டுப் புறப்பட்டான்.

அந்த காலண்டர் தன்னிடம் இருந்திருந்தால்...? என்று யோசித்துக் கொண்டே நடந்தான் மங்கபதி.

போதும் அனுபவம்

இரவு மணி பதினொன்றுக்கு மேல் ஆகிவிட்டது. இன்னும் முதல் பக்கத்தில் முதல் வரிகூட முழுக்க எழுதியாகவில்லை. பிள்ளையார் சுழியும் 'பேய்!' 'புளியமரத்தான்!' கொள்ளிவாய் 'பிசாசு' என்று பல தினுசாக தலைப்புகள் மட்டும் எழுதி எழுதி கிழித்து எறிந்த காகிதங்கள் கசங்கி அவன் காலைச் சுற்றி இறைந்து கிடந்தன. பாவம், மாரிமுத்து, பரிதாபகரமான நிலையில் இருந்தான். அந்த வாரத்து பேய்க்கதையை அவன் எழுதியாக வேண்டும் என்று ஆசிரியர் சொல்லி இருந்தது தான் அவனுடைய அந்த பரிதாபகரமான நிலைமைக்கு காரணம். அவர் சொன்னபோது அவனுக்கு என்ன பிரமாதம், பேய்க் கதைதானா எழுத முடியாது. நூறு சிருஷ்டித்து விடலாமே என்று தோன்றியது. உருவாக அவன் மனதில் எதுவும் தோன்றாத நிலைமையிலும் ஆகட்டும் எழுதிக் கொண்டு வந்து விடுகிறேன் என்று சொல்லிவிட்டான். ஆனால் அதை எழுத உட்கார்ந்தபோதுதான் அவனுக்கு பேய்க்கதை எழுதுவது காதல், வீரம், துப்பறியும் சோகக் கதைகள் போல அவ்வளவு சுலபமாக எழுதக்கூடியதில்லை என்று அவனுக்குப் பட்டது. இவ்வளவுக்கும் அவன் பேய்க்கதைகள் நிறைய படித்திருக்கிறான்.

யோசித்து யோசித்துப் பார்த்தான். ஒரிஜினலாக மற்றவர்கள் எழுதாத ஒரு பேய்க் கதை அவன் மனதில் திரண்டு வரவேயில்லை. அவன் படித்த கதைகள் தான் சுற்றிச் சுற்றி வந்தன. ஒருவர் தன் வாழ்க்கையில் ரொம்பவும் கஷ்டப்பட்டு தாங்காமல் கிணற்றிலோ

குளத்திலோ விழுந்திருப்பார். அந்தக் கிணறு, குளம் பக்கத்தில் ஒரு கிழவன் நிற்பான். நகரத்திலிருந்து வரும் ஒருவன் அந்த இடத்திற்கு வருவான். அவனிடம் அந்த கிழவன் அந்த கதையைக் கூறி அந்தக் பிசாசு இங்கு நடமாடிக் கொண்டிருப்பதாகக் கூறுவான். இப்படி சில கதைகள். அல்லது அந்தக் குளத்துக் கரையில் அந்த வழிப்போக்கன் படுத்துக் கொண்டிருக்கும் அந்தக் குளத்தில் விழுந்தவளின் பேய் உருவம் வந்து தன் கதையை சொல்லும். அவன் விழித்து எழுந்து ஒரு பெருமூச்சு விட்டு விட்டுப் போவான். இப்படி சில கதைகள். இன்னும் சில கதைகள், கதையெழுதுபவர்கள் தாங்களே இருட்டில் போகும்போது ஒரு பிசாசு தங்களுக்குத் தெரிந்த மனித வடிவத்தில் வந்து பேசிக்கொண்டு ஏதாவது ஒரு பயங்கரமான அல்லது அதிசய சம்பவத்தை ஏற்படுத்தி விட்டுப் போகும் என்று இருக்கும். இன்னும் சிலர் தங்களுக்கு பேய்க்கதைகள் எதுவும் தெரியாதென்றும், பாட்டி தாத்தாக்கள் அந்தக் காலத்தில் நடந்ததாகச் சொல்லியிருந்த கதைகளை எழுதிவிடுவார்கள்.

ஆனால் மாரிமுத்துவுக்கு இந்த மாதிரியான அனுபவங்கள் இதுவரை ஏற்பட்டதில்லை. அவன் பக்கா டவுன் வாசி. இரவு முழுவதும் எலெக்டிரிக் வெளிச்சம் டால் ஒளி வீசும் தெருவில் உள்ள வீட்டில் பத்து மணிவரை எலெக்டிரிக் லைட் உள்ள அறையில் படுத்து தூங்கும் பழக்கப்பட்டவன். காலை சூரிய வெளிச்சம் முகத்தில் படும்வரை போர்த்திய போர்வை சிறிதும் விலகாமல் தூங்கும் பேர்வழி. எனவே இவ்வளவு பாதுகாப்புகளை மீறி இந்த எழுத்தாளரைத் தேடி தன் கதையைச் சொல்ல ஒரு பேய்க்கும் சந்தர்ப்பம் கிடைக்கவில்லை. பேய்க்கு சந்தர்ப்பம் கிடைக்காதபோது மாரிமுத்துவுக்கு மட்டும் சந்தர்ப்பம் கிடைக்குமா? இன்னும் அவர் பாழும் கிணறு, குளம் குட்டை இதன் பக்கங்களில் போய் படுத்துத் தூங்கியதும் இல்லை. வீட்டுக்கு வெளியே நகரத்து பார்க்குகளிலும் பீச்சு மணலிலும் ஆபீஸ் நாற்காலியிலும் சினிமாக் கொட்டகைகளிலும் தான் தூங்கி இருக்கிறான். இந்த இடங்களில் எந்தப் பேயும் அவன் கனவில் வந்து தன் வரலாற்றைச் சொல்லவில்லை.

அதுதான் போகட்டும். எத்தனையோ பேய்க் கதைகள் பாட்டி சொல்கிறாள், தாத்தா சொல்கிறார் என்று எழுதுகிறார்களே அதுமாதிரி சொல்ல அவனுடைய ஒரு பாட்டியாவது தாத்தாவாவது அப்போது உயிரோடு இல்லை. இந்தச் சமயத்தில் எந்த வீட்டு பாட்டியை தேடிக் கொண்டு போவது?

இப்படி கதைக்கு மூலக்கருத்துகூட கிடைக்காமல் இருக்கிறபோது என்ன செய்வான் பாவம் மாரிமுத்து!

மணி பன்னிரெண்டும் அடித்து விட்டது. ஒருவேளை பேய்க் கதை எழுதுவதற்கு தக்க சூழ்நிலை இல்லாததால்தான் தன் மூளையில் ஒன்றும் தோன்றவில்லையோ என்ற நினைப்பு அவனுக்குத் தோன்றியது. உடனே மேஜை எலெக்டிரிக் விளக்கை அணைத்துவிட்டு நாற்காலியில் நிமிர்ந்து உட்கார்ந்தான். நல்ல இருட்டில் தன் கண்களை இறுக்கி மூடிக்கொண்டான். ஊருக்கு வெளியே தான் எங்கோ ஒரு தோப்பில் ஒரு பாழ் மண்டபத்தின் படிகளில் ஒரு பிரம்மாண்டமான புளிய மரத்தின் இலையை உறுத்துப் பார்த்துக் கொண்டிருப்பதாக எல்லாம் நினைத்துக்கொண்டு ஒரு சூழ்நிலையை எழுப்பி பார்த்தான். அவன் புளியமரத்தைத் தேர்ந்தெடுத்ததற்குக் காரணம் புளியமரங்களில்தான் பேய்கள் சாதாரணமாக குடியிருக்கும் என்று யாரோ சொல்லி அவன் கேட்டிருந்ததுதான். அப்போது காற்று வீறிட்டு அலறுகிறது. புளியமரம் வெறிபிடித்து ஆடுகிறது என்றெல்லாம் தன் கற்பனையில் ஏற்றி ஒரு பயங்கரமான சூழ்நிலையை பூரணமாக்கப் பார்த்தான்.

எவ்வளவு நாழி அவன் தான் சிருஷ்டித்த அந்தக் கற்பனை பயங்கர சூழ்நிலையில் இருந்தான் என்று அவனுக்கே தெரியாது. ஆனால் திடீரென்று ஞாபகம் வந்தபோது, தான் கண்களை திறந்து கொண்டு இருப்பதாகவும் தான் சிருஷ்டித்த பயங்கர சூழ்நிலை தன்னை சுற்றி விலகிப்போய் அப்போதைக்கு சம்பந்தமில்லாத ஒரு பழைய விஷயத்தைப்பற்றி யோசித்துக் கொண்டிருப்பதாகவும் படவே "சீ! இப்படி சூழ்நிலை நழுவிப் போய் விடுகிறதே" சிந்தனை இறுக்கம் வேண்டாமா என்று சலித்துக்கொண்டான்.

பேய்க்கதை இன்னும் உருவாகவில்லை.

ஆனால் எப்படியாவது கதை எழுதியாக வேண்டுமே!

ஒரு கணம் யோசனையில் ஆழ்ந்தான் மாரிமுத்து. ஒரு யோசனை அவன் மூளையில் பளிச்சிட்டது. ஆமாம், அதுதான் நல்ல யோசனை என்று தனக்கு சவால் கொடுத்துக்கொண்டே நாற்காலியிலிருந்து எழுந்தான். மேஜைமீது இருந்த டார்ச் லைட்டை எடுத்துக் கொண்டான். கூடத்தில் படுத்துக் கொண்டிருந்த தன் தாயாரை எழுப்பினான். "அம்மா கொஞ்சம் வெளியே போயிட்டு வருகிறேன். கதவை தாழ்ப்பாள் போட்டுக்கொள்" என்றான்.

"எங்கே இந்நேரத்தில் புறப்பட்டே?" என்று கேட்டாள் தாய்.

"பயப்படாதே! தனியாகப் போகவில்லை, நமது முனிசாமி ரிக்ஷாவிலே போய்விட்டு வரப்போகிறேன்" என்று சொல்லிவிட்டு வாசலுக்குப் போனான். முனிசாமி ரிக்ஷாவில்தான் அவன் வெளியே போய் வரப்போகிறான் என்றதும் மாரிமுத்துவின் தாயாருக்கு பயம் சற்றுத்

தணிந்தது. பையனும் கேட்கமாட்டான். ஆதலால் பேசாமல் இருந்து விட்டாள்.

மாரிமுத்து வாசலுக்கு வந்ததும் முனிசாமி என்று கூப்பிட்டான். முனிசாமி அவன் வீட்டுக்கு எதிரில் இருக்கும் ரிக்ஷா ஸ்டாண்டில் உள்ள ரிக்ஷாக்காரர்களில் ஒருவன் வழக்கமாக மாரிமுத்துவை ஆபீஸுக்கு ரிக்ஷாவில் கொண்டு சேர்க்கிறவன்.

முனுசாமி அரைத் தூக்கத்துடன் சுருட்டி மடக்கி எழுந்து ஓடி வந்தான். "ரிஷாவைக் கொண்டா" என்றான் மாரிமுத்து.

"இதோ! லைட் பொருத்திக் கொண்டு வரேங்க" என்றான் முனிசாமி.

"லைட் ஏற்ற வேண்டாம், அப்படியே வண்டியை இழுத்து வா" என்றான் மாரிமுத்து.

"சரீங்க, அம்மாசி இருட்டு கம்முனு இருக்குது. அதுக்காக சொன்னேங்க" என்று சொல்லிக்கொண்டே வண்டியை இழுத்து வந்து நிறுத்தினான்.

மாரிமுத்து அதில் ஏறிக்கொண்டு "நேரே விடு" என்றான்.

முனிசாமி வண்டியை இழுத்துக்கொண்டு நேரே சாலையில் புறப்பட்டான்.

முனிசாமிக்கு உள்ளூர இந்நேரத்தில் மாரிமுத்து ரிக்ஷாவிலே எதுக்காக அந்த சாலையில் போகச் சொல்கிறார் என்று கேட்க அவாதான். ஆனாலும் காற்று வாங்க கொஞ்ச தூரம் போய் விட்டு வரலாம் என்று புறப்பட்டிருப்பார். வீட்டுக்குள்ளே புழுக்கமாக இருந்திருக்கும்" என்று சமாதானம் சொல்லிக் கொண்டு எதிரே வரும் உருவமும் தெரியாத அந்த கும்மிருட்டில் அவனுக்கு ராப்தா பட்டிருந்த அந்த சாலையில் இழுத்துச் சென்றான்.

அந்தச் சாலை ஊருக்கு வெளியே போகும் சாலை. இரண்டு மூன்று பர்லாங்கு வரை போனால் கடைசி வீடு நின்றுவிடும். அதன் பிறகு சில குடிசைகள். அதற்குப் பிறகு சில பாழிடங்கள், பனந்தோப்புகள் இப்படி இருக்கும். தெருவின் கடைசி வீட்டையும் தாண்டியாகி விட்டது. 'இன்னும் போகலாங்களா? என்று வண்டியை இழுத்துக்கொண்டே கேட்டான் முனிசாமி.

"நான் சொல்கிற வரைக்கும் போய்க்கொண்டே இரு" என்று சொல்லிவிட்டு மாரிமுத்து தன் கையில் இருந்த டார்ச்சை பக்கத்தில் வைத்துவிட்டு சுற்றுமுற்றும் பார்த்துக் கொண்டே வந்தான்.

அந்த கும்மிருட்டில் அவன் கண்களில் எதுவும் படவில்லை. முனிசாமியின் வெள்ளை முண்டாசு கூட அவன் கண்களுக்குத்

தெரியவில்லை என்றால் அவ்வளவு காரிருள்! அந்த மையிருட்டும், பனை மரங்களின் சலசலப்பும் சிறிது சிறிதாக மாரிமுத்துவின் மனதில் ஒரு பயங்கர சூழ்நிலையை ஜோடிக்கத் தொடங்கின. இதுதான் சரி, சூழ்நிலை தத்ரூபமாக இருக்கிறது. இதை அப்படியே எழுதி விடலாமே. இதை விட்டு ரூமில் மேஜை முன்பு நாற்காலியில் உட்கார்ந்து பாழ்மடத்தையும் மையிருட்டையும் ஜோடிப்பதாவது? அசட்டுத்தனம்! தத்ரூபமாக எதையும் அனுபவித்துப் பார்த்தால் தான் தத்ரூபமாகத் தெரியும், எழுத முடியும் இந்த அனுபவம் இல்லாமல் என்ன பேய்க்கதை எழுதுவது, பயங்கர நடுநிசியை எப்படி வர்ணிப்பது என்று தன் யோசனையை மெச்சிக் கொண்டான். இன்னும் மேலே மேலே ஒரு பயங்கர சூழ்நிலையில் உள்ளூர புகுந்து ஆராய விரும் பும் அவாவுடன் முனிசாமியை நிறுத்தச் சொல்லாமல் போய்க் கொண்டே இருந்தான்.

முனிசாமிக்கு ஒன்றும் புரியவேயில்லை. பேய்க்கதை ஒன்று எழுதுவதற்காக பயங்கர நடுநிசி சூழ்நிலையை வர்ணிக்க மாரிமுத்து அனுபவம் பெறவே அந்த அகாலத்தில் இதுவரை அவன் இருட்டில் போயிருக்காத பாதையில் போகிறான் என்பது எப்படி புரியும்.

இருந்தாலும் முனிசாமி ஒரு இடத்தில் "இன்னும் போகனுங்களா இல்லை திருப்பட்..." என்று இழுத்தான்.

"நான் நிற்கச் சொல்றப்போ" என அவனை ஒரு அதட்டு அதட்டிவிட்டு மௌனத்தில் ஆழ்ந்தான் மாரிமுத்து. அந்த நள்ளிரவு நிலையை எப்படி வார்த்தைகளில் அடைக்கலாம் என்ற நினைப்பில் அப்படியே மூழ்கி இருந்த சமயம், சற்றுத் தள்ளி ஒரு நெருப்பு எரிந்து கொண்டிருந்தது தெரிந்தது. "என்னடா அது, மாரிமுத்து" என்று கேட்டான். அது தான் நம்ப ஊரு சுடுகாடுங்க. பிணம் எரியுது" என்றான் முனிசாமி.

"என்ன சுடுகாட்டுக்கா வந்து விட்டோம்" என்றான் மாரிமுத்து. அவன் பதில் பேச வாயெடுத்தான். திடீரென்று ஒரு பயங்கர சப்தம். அதோடு கீழே திடீரென்று ஒரு வெளிச்சம் ரிக்ஷாவுக்கடியில் தெரிந்தது. இவை அத்தனையும் அந்த ஒரு கணத்தில் ஏற்பட்டன.

மாரிமுத்து திக்பிரமை பிடித்துப்போய் உளறிவிட்டான். முனிசாமியும் "அட சீ" என்று கத்திக்கொண்டே ரிக்ஷாவுடன் ஒரு தவ்வு தவ்வினான். ரிக்ஷா வந்த வழிப் பக்கம் திரும்பிவிட்டது.

"திரும்பலாங்களா" என்று முனுசாமி கேட்டான்.

"அது என்னடா விசித்ரமா கத்தியது" என்று கேட்டான் மாரிமுத்து. அவன் குரலில் பதட்டம் இருந்தது.

"நாய்க் குட்டிங்க சக்கரத்திலே அகப்பட்டுகிட்டது, வீறிட்டு அலறிச்சுங்க" என்றான் முனுசாமி.

"இதுக்கு என்னடா பயம்!" என்று சமாளித்துக்கொண்ட மாரிமுத்து. "ஆமாம் அடியில் வெளிச்சம் தெரிந்ததேடா ஏதோ சப்தம் வேறே கேட்டதே?" என்றான்.

"சக்கரம் கல்லுலே அடிச்சிருக்கும். பொறி பறந்திருக்கும்" என்றான் முனிசாமி.

"பொறி அவ்வளவு பெரிசாக தெரியதுடா வேறே எதுவோ. சரி சரி, போ" என்றான் மாரிமுத்து.

வீட்டுக்கு போகும்வரையில் மாரிமுத்து எதுவும் பேசவேயில்லை.

ரிக்ஷாவிலிருந்து இறங்கிய போதுதான் அவனுக்கு டார்ச் லைட் ஞாபகம் வந்தது.

"முனிசாமி! டார்ச் லைட் வண்டியிலே இருக்கா பாரு."

முனிசாமி பார்த்து விட்டு "இல்லீங்களே" என்றான்.

"இல்லையா!" என்று மாரிமுத்து கேட்ட பிறகுதான் ஞாபகத்துக்கு வந்தது. நாய் குரைத்தபோது தடாரென்ற சப்தம் கேட்டதும் பளீரென ஒரு வெளிச்சம் தெரிந்ததும் ஞாபகத்துக்கு வந்தது. அந்த டார்ச் கீழே விழுந்திருக்கிறது. விழுந்த வேகத்தில் விசைப் பித்தான் எங்கோ பட்டு வெளிச்சம் உண்டாகி இருக்கிறது. "சரிதான்" என்று சொல்லி சிரித்துக் கொண்டான். அந்த வெளிச்சம் அது வரையில் ஒரு மர்ம வெளிச்சமாகவே இருந்தது. அது ஏதோ ஒரு கொள்ளி வாய் பிசாசின் உருவமாக இருக்குமென்று நினைத்துக்கொண்டு இருந்தவனுக்கு டார்ச் வெளிச்சம்தான் என்று தெரிந்ததும் "அடாடா பெரிய கதைக்கு விஷயமாக இருந்ததே! பிசுக்கென்று போய் விட்டதே" என்று பட்டது.

"முனிசாமி! போய் அந்த டார்ச்சை எடுத்துக் கொண்டு வா. ரோடுமேலே கிடக்கும் காலையிலே என்னிடம் கொடு" என்றான்.

"ஆகட்டுங்க" என்று சொல்லிவிட்டு முனிசாமி போனதும் மாரிமுத்து கதவை தட்டித் திறக்கச் செய்து பிறகு கதவை தாளிட்டுக் கொண்டு உள்ளே போனான்.

ஒரு வரி கூட எழுதாமல் மேஜை மீது விரித்துக் கிடந்த காகித அடுக்கை மூடி வைத்தான். இன்னும் அவனுக்கு பதட்டம் அடங்கவில்லை. அனுபவமாவது, மண்ணாங்கட்டியாவது! அந்த ஒரு வினாடியிலே எப்படி அலட்டி விட்டது அந்த நாய் சப்தம்! டார்ச் விழுந்த சப்தத்திலே தான் உளறினது. நல்ல வேளையாக முனிசாமி காதிலே விழல்லே.

விழுந்திருந்தால் ஊரெல்லாம் சொல்லி சிரிப்பான். வெட்கக்கேடு! போதும் அனுபவம்! பேசாமல் 'நடு நிசி அந்தகாரம்' 'கண்ணுக்குக் கண் தெரியாதபடி அவ்வளவு இருட்டு' இப்படியெல்லாம் இந்த நாற்காலியிலே உட்கார்ந்து சூழ்நிலையை சித்தரிப்பதை விட்டுவிட்டு பயங்கர சூழ்நிலையை தத்ரூபமாக பார்க்கப் போவதாவது! உளறல்தான் மிச்சம்! அதைத்தான் இப்போது தத்ரூபமாக சித்திரிக்க வேண்டும். இந்த வாரம் பேய்க்கதை கிடையாது என்று எழுதிவிடச் சொல்ல வேண்டியதுதான் என்று முனகிக்கொண்டே படுக்கையில் படுத்தான் மாரிமுத்து.

கொடுத்து வைத்தவன்

'என் நண்பன் சேதுராமனை கொடுத்து வைத்தவன்' என்று நான் சொல்லும்போது ஆயிரக்கணக்கான குரல்கள் அப்படியே என் அபிப்ராயத்தை முழுக்க எதிரொலிக்கத் தயாராக இருப்பார்கள் என்பது எனக்கு நிச்சயம். அப்படிக்கு என்ன அவன் அவ்வளவு அதிர்ஷ்டசாலி என்று நீங்கள் என்னைக் கேட்பதாக இருந்தால் உங்களிடம் சொல்லிவிடத் தயாராக இருக்கிறேன்.

அதாவது அவன் குடியிருப்பது, பதினைந்து ரூபாய் வாடகையில் எலக்ட்ரிக் லைட், குழாய், நல்ல காற்றோட்டம் உள்ள இடமாக அதுவும் மாடியில் என்றால் பார்த்துக் கொள்ளுங்களேன். இன்னொன்று சொல்ல மறந்து விட்டேனே! திருவல்லிக்கேணியில்தான் அவன் குடியிருக்கிறான். இப்போது சொல்லுங்கள், அவன் அதிர்ஷ்டசாலியா, இல்லையா என்று.

சேதுராமனுக்கு இவ்வளவு நல்ல இடம் எப்படிக் கிடைத்தது? வீட்டுக் கண்டிரோலருக்கு விண்ணப்பம் போட்டு வரிசைக்கிரமமாக முறைப்படி அவனுக்கு கிடைத்தது என்றா நினைக்கிறீர்கள்? சரிதான் போங்கள். ஞாயிற்றுக்கிழமை 'கியூ'வில் நின்று ஏதாவது ஒரு சினிமாவுக்கு நிச்சயமாக டிக்கெட் வாங்கிவிட முடியும் என்ற நம்பிக்கை இருக் கிறதா உங்களுக்கு? போகட்டும். மவுண்டுரோடு அல்லது சென்டிரல் ஸ்டேஷன் பஸ் ஸ்டாண்டிலோ நீங்கள் வந்து நின்றதும் முதலில் வரும் பஸ்ஸில் நீங்கள் ஏறி விட முடியும் என்ற நிச்சயம் இருக்கிறதா? இல்லை, ஏதாவது ஒரு ஜவுளிக் கடையில் போய் நீங்கள் விரும்பும்

ரகத்தில் ஒரு கஜம் துணி திட்டமாக வாங்கி விடமுடியும் என்று தீர்மானமாகச் சொல்வீர்களா? அதுவும் இல்லை, அவசரத்துக்கு ஹோட்டலில் நுழைந்து உடனே டிபன் முடித்துக் கொண்டு வரலாம் என்ற நம்பிக்கையாவது இருக்கிறதா?

உங்களுடைய இத்தனை நடை முறை காரியங்களில் நீங்கள் ஒன்றிலாவது வெற்றிபெற முடியும் என்பதானால், கண்டிப்பாக வீட்டுக் கண்டிரோலருக்குப் போட்டிருக்கும் மனுவின் மீது உங்களுக்கு வீடு கிடைக்கும். நாளை விரைவில் கட்டாயம் எதிர்பார்த்துக் கொண்டிருக்கலாம். ஆக்ஷேபணையே இல்லை.

ஆனால் சேதுராமன் இப்படியெல்லாம் வீட்டுக்குத் தவம் கிடந்து வீடு சம்பாதிக்கவில்லை. இந்த வீட்டுக்கு யாராவது வந்து குடியிருக்கமாட்டார்களா என்று வீட்டுக்காரர்கள் தவங்கிடந்த நாட்களில்தான் அவனுக்கு இந்த வீடு கிடைத்தது. அதாவது ஜப்பானியர் பர்மாவைத் தாக்கி, கல்கத்தாவிலும் ஒன்றிரண்டு குண்டுகளைப் போட்டார்களே, அப்போது சென்னையை விட்டு ரயில்கள் இழுக்க முடியாமல் வீடுகள் தவிர மற்றவை எல்லாவற்றையும் இழுத்துக் கொண்டு சென்றதே, அந்த நாட்களில் அவன் பிடிவாதமாக சென்னை யிலேயே இருந்து இந்த நல்ல இடத்தை சம்பாதித்துக் கொண்டது மட்டுமல்லாமல், அதைக் காப்பாற்றிக் கொண்டுமிருந்தான் இந்த மூன்று, நான்கு வருஷங்களாக. அவனை கொடுத்து வைத்தவன் என்று சொல்லாமல் வேறு என்ன சொல்வது?

ஆனால்,

சில நாட்களுக்கு முன் அவன் ஒரு நாள் என்னிடம் "ஏண்டா, குப்புசாமி எங்கேயாவது ஒரு வீடு இருக்கா பார்த்துச் சொல்லேன்" என்று கேட்டபோது எனக்கு ஒன்றுமே புரியவில்லை.

"அடே, உனக்கா வீடு? என்னடா கேலியா பண்ணுகிறாய்" என்றேன். “உனக்கெதுக்குடா வீடு, மணியாட்டமா வீடு இருக்கிறபோது?"

அவன் என்னவோ சொல்லப்போனவன் என் சிரிப்பையும் பிரமிப்பையும் பார்த்துவிட்டு, “அட, கேளேன். எனக்கு இல்லேடா. எங்க அத்திம்பேர் உனக்குத் தெரியுமே. அவர் இங்கே மாற்றலாகி வந்திருக்கிறார். அவருக்கு வீடு வேணுமாம். அதுக்காகச் சொல்றேனப்பா" என்றான்.

“வீடா, ரொம்ப சரி. கட்டாயம் உனக்காகத் தேடிப் பார்க்கிறேன். கிடைத்த உடனே நேரே உன் கிட்ட வந்து சொல்றேன். ஆனால் அதுவரைக்கும் உங்க அத்திம்பேர் மட்டும் தானே இங்கே இருக்கப் போகிறார் உங்காத்திலே ?"

"போடா பைத்தியம். அத்திம்பேர் மட்டுமில்லை. அக்கா, அவள் பெண்கள் மூன்று, பிள்ளைகள் நான்கு. ஸூட்கேஸ்கள் எட்டு, மரப்பெட்டி பத்து இன்னும்... அதுக்காகத்தானப்பா இப்படி அவசரமாக வீடு பார்க்கணும் என்று உன்கிட்ட சொல்கிறேன்" என்றான் சேதுராமன்.

சேதுராமனிடம் நான் வீடு பார்த்துக் கொடுப்பதாகச் சொல்லி விட்டுப் போய் ஒரு மாதம் ஆகிவிட்டது. வீடு சம்பந்தமாக சேதுராமனுக்குப் பதில் சொல்ல முடியாமல், அவனோடு அலையவும் முடியாமல் இப்பொழுதெல்லாம் நான் அவன் கண்ணில் படுவதே சற்று அபூர்வமாகி விட்டது. ஆனால் மூன்று மாதம் ஆகியும் இன்னும் சேதுராமன் தன் அத்திம்பேருக்காக வீடு சம்பாதிக்கவில்லை என்பதும், அத்திம்பேர் குடும்பம் அவனோடுதான் தங்கி இருந்து வருவதாகவும் தகவல் தெரிந்து கொண்டிருந்தேன். சேதுராமனின் அறுபது ரூபாய் சம்பளத்தில் இவ்வளவும் நடந்து கொண்டிருந்ததாகவும் தெரிய வந்தது.

ஒரு நாள் சேதுராமன் தற்செயலாக நான் வந்து கொண்டிருந்த டிராமில் வந்து ஏறினான். அவன் எங்கே என்னிடம் வீட்டைப் பற்றி விசாரிக்கப் போகிறானோ என்று நானே முந்திக் கொண்டேன். "என்ன சேது உங்க அத்திம்பேருக்கு வீடு பார்த்துக் கொடுத்து விட்டாயா?" என்று கேட்டேன்,

அப்போது சேதுராமனின் முகத்தைப் பார்க்க வேண்டுமே. பிரதம மந்திரியாக முந்தின தினம் வரை இருந்துவிட்டு, தொகுதித் தேர்தலில் தோற்றுப்போன ஒரு ராஜதந்திரியின் முகம்கூட அவ்வளவு சோர்ந்து போயிராது. அவ்வளவு பரிதாபமான முகத்தோற்றத்துடன் "நான் வீடு பார்ப்பதையே நிறுத்திவிட்டேன்' என்று தன் குரலில் நிராசை அத்தனையையும் கொட்டிப் பேசினான் சேதுராயன்.

நானும் அவன் கூட சேர்ந்து துக்கப்பட்டேன். "என்ன கஷ்டமப்பா இது? இத்தனை பேர் இவ்வளவு நாளாக உன்கிட்ட டிகானா போட்டால் உன்னாலேதான் சமாளிக்க முடியுமாப்பா? அதுவும் இந்த ரேஷன் காலத்திலே!" என்று சுதந்திரம் எடுத்துக் கொண்டு சொன்னேன்.

சேதுராமன் அதை ஈனக்குரலில் ஒப்புக் கொண்டான். "என்னப்பா செய்வது? சக்திக்கு மீறித்தான் போகிறது. அதுக்காக என்ன செய்வதென்றே புரியவில்லை. அவர்களும் இதைப் பற்றிச் சிறிதும் கவலைப்படுவதாகவும் தெரியவேயில்லை. வீடு பார்த்துக் கொடுக்க வேண்டியது என்று என் தலை மேலே பாரத்தைப் போட்டுவிட்டு கம்மென்று இருந்துவிட்டார்கள். அத்திம்பேர் இப்போதெல்லாம்

வீட்டுப் பேச்சே எடுக்கிறதில்லை. அக்கா மட்டும் அம்பி வீடு இங்கே இருந்ததோ பிழைத்தோமோ என்று சொல்லிக் கொண்டிருக்கிறாளே தவிர, 'வீடு பாரேண்டா சேது' என்று சொல்வதைக்கூட நிறுத்தி விட்டாள். நீங்கள் எல்லாம் கொடுத்து வைத்தவன் என்று சொல்லிக் கொண்டிருந்தீர்களே, அவன் படுகிற பாட்டைப் பார்த்தாயா? வீட்டிலே இடமில்லை. நடை பாதையிலே படுத்துத் தூங்கறேன்" என்று கூறி முடித்தான்.

"இதெல்லாம் அவர்களுக்கே தெரிய வேண்டாமா? எவ்வளவு தான் வேண்டியவர்களாக இருக்கட்டுமே, காலத்துக்குத் தக்கபடி நடந்துகொள்ள வேண்டாமா? என்ன மனிதர்கள்!" என்றேன்,

"ஆமாடா அவர்களுக்குத் தெரியவேண்டும். நாம் சொல்வது நன்றாக இருக்குமா? அதுதான் நான் தவிக்கிறேன் ஒன்றும் செய்ய முடியாமல்."

இதற்குள் நான் இறங்க வேண்டிய இடம் வந்தது. "என்னவோ இந்த பிரச்சினைக்கு கூடிய சீக்கிரம் ஒரு முடிவு கட்டுப்பா" என்று சொல்லிக் கொண்டே எழுந்திருந்தேன். "நான் வரட்டுமா?"

"ஒரு வீடு பார்த்துக் கொடு குப்பு. உனக்கு ரொம்ப கடமைப்பட்டிருப்பேன்" என்று சேதுராமன் மறுபடியும் கூறினதற்கு, சம்மதித்து விட்டுக் கீழே இறங்கினேன்.

பாவம்! நாங்கள் பொறாமைப்பட்ட சேதுராமன் இப்படியா அவஸ்தைப் படவேண்டும்? நடைபாதையில் படுத்துத் தூங்குகிறானாம், ஹாயாக மாடி அறையில் தூங்குவதைவிட்டு, அதற்கு நான் என்ன செய்வது? அவனவன் கஷ்டத்தை அவனவன் தான் அனுபவித்துத் தீர வேண்டும் என்று சாஸ்திரத்தில் சொல்லி இருக்கிறபடி நடப்பதைத் தவிர வேறுவழி இல்லை. ஏதோ கடைக்குப் போனோம் துட்டைக் கொடுத்தோம் சாமான் வாங்கினோம் என்றபடி இருக்கா என்ன இப்போ? ரேஷன் டிக்கட்டை வைத்துக்கொண்டு மண்ணெண்ணைக்கும், அரிசிக்கும், விறகுக்கும் ஜீனிக்கும் (ஏன் துணிக்கும்கூட கூடிய சீக்கிரம் வந்து விடுமென்று பேசிக் கொள்கிறார்கள்) இப்போ அப்போ, இன்னிக்கு நாளைக்கு என்று நடையாக நடந்து மனிதன் தான் படுகிற பாட்டிலே இன்னொருத்தனைப் பற்றி நினைக்க எங்கே முடிகிறது? இல்லை, நினைத்துத்தான் என்ன பிரயோஜனம்? புருஷன், மனைவி ஊருக்குப் போகணுமானால் இரண்டு பேரும் போய் டிக்கட் வாங்கினாத்தான் என்கிறபடி ஆயிடுத்து. ஆளுக்கொரு டிக்கட் தானாம், இப்படிக் கணக்குப் பண்ணுகிற காலத்திலே சேதுராமனுக்காக நான் வருத்தப்பட்டு என்ன பண்ணுவது!

"ஐயோ பாவம்!' அவ்வளவு தான் நம்மால் அனுதாபப் படமுடியும்.

இந்தக் காலத்தில் அதற்குமேல் யாரும் எதிர்பார்க்க முடியாது.

அப்புறம் ஒரு மாதம் கழித்து சினிமாக் கொட்டகையிலே ஒருநாள் சேதுராமனைக் கண்டேன். அவன் முகம் ரொம்ப உற்சாகமாக இருந்தது என்னை வரவேற்றபோது.

"என்ன சேது? அத்திம்பேருக்கு வீடு பார்த்தாகி விட்டதா? ரொம்ப குஷியாக இருக்கிறாயே" என்றேன்.

"ஓஹோ, அதெல்லாம் எப்போதே ஆகிவிட்டதே" என்றான் சேதுராமன்.

எனக்கு திடுக்கிட்டது. "என்ன சேது, போனதடவை பார்த்தபோது மனது உடைந்து போய் இருந்தே. அதுக்குள்ளே எப்படியப்பா வீடு கிடைத்தது? எங்கே கிடைத்தது? விவரம் சொல்லப்பா" என்று சரமாரியாக கேள்விகளை அடுக்கினேன்.

சேதுராமன் புன்னகையுடன் என் முகத்தைப் பார்த்துக் கொண்டே சொன்னான் "...தெருவிலே... நம்பர் வீடு."

நான் அவனை கொஞ்சம் எரிச்சலோடு பார்த்துச் சொன்னேன். "என்ன சேது விளையாடுகிறாய்? அது உன் வீடாச்சே" என்றேன்.

"ஆமாம், நான் இருக்கிற வீடுதான். இன்னும் அங்கே தான் இருக்கிறேன்."

"அப்போது உங்க அத்திம்பேர் குடும்பம்?"

"அவர்களும் அங்கேதான் இருக்கிறார்கள். இப்போது நான் அவர்களோடு இருக்கிறேன். இதுவரையில் அவர்கள் என்னோடு இருந்தார்கள்."

"கொஞ்சம் புரியும்படியாகச் சொல்லேன் சேது."

"அட, இது புரியவில்லையா? என் மனைவியை நான் ஊருக்கு அனுப்பிவிட்டேன். அத்திம்பேர் குடும்பம்தான் இருக்கிறது என் வீட்டில். வீடு, ரேஷன் கார்டுகள் என் பெயரில் இருந்தாலும் பூராச்செலவும் அவர்களுடையதுதான். எனக்கு ஒரு தம்பிடி வீட்டுச் செலவு இல்லை. எப்படி என் ஏற்பாடு?" என்றான் சேதுராமன்.

'நீ கொடுத்து வைத்தவன் அப்பா" என்றேன் நான்.

சேதுராமன் அப்போதும் கொடுத்து வைத்தவன்; இப்போதும் கொடுத்து வைத்தவன்தான்!

இலவச டிக்கட்

“ஆமாம்! உங்கள் சிநேகிதர் காம்ப்ளிமெண்டரி டிக்கட் கொடுக்கிறதுக்குள்ளே படமே ஊரைவிட்டுப் போயிடும் போலிருக்கே! நல்ல சிநேகிதர்...” என்று ஆரம்பித்தாள் என் மனைவி,

அவ்வளவுதான், அம்மாவுக்கு பக்கபலம் கொடுத்து குழந்தைகளும் ஆரம்பித்து விட்டன. “இந்த அப்பாவும், அவர் பேச்சை நம்பிண்டு டிக்கட் வரும், போகலாம் போகலாம்னு ஏமாத்திண்டே இருக்கா. இந்த படம் போறது இதுதான் கடைசி வாரமாம்” என்று ஆளுக்கொரு அபிப்பிராயமாக வெடித்துப் பேசின.

அவர்கள் சொன்னதில் எதுவும் தப்பில்லை. “காம்ப்ளிமெண்டரி டிக்கட் தரேன் குடும்பத்தோடே போய்விட்டு வருவதைவிட்டு எதுக்கடா காசைச் செலவழிக்கிறே” என்று நண்பன் சொல்லி இருக்கும்போது அதை நம்பி நான் இவர்களுக்கு இப்படி பதில் சொல்லிக் கொண்டு வருவதில் ஏதாவது தப்பு உண்டா? முதல் நாலைந்து வாரங்கள் கூட்டமாக இருக்கும் என்று அப்புறம் லெகுவாக சௌகர்யமாக வாங்கித் தருவதாகச் சொல்லி இருந்தான் நண்பன்.

அவன் பிரஸ்தாப படம் எடுத்த ஸ்டுடியோவில் வேலை பார்த்து வந்தான். “எனவே துட்டுக்கு துட்டும் மிச்சம் காம்ப்ளிமெண்டரி டிக்கட்டில் போறேன் உயர்ந்த வகுப்புக்கு” என்று நாலு பேர்களிடம் பெருமையாகச் சொல்லிக்கொள்ளும் சந்தர்ப்பமும் கிடப்பதை விடுவானேன் என்று சரி சொல்லி ஒரு நாள் சினிமா படம் பார்க்க புறப்பட இருந்ததையும் ஒத்திப் போட்டுவிட்டேன்.

நாலைந்து வாரங்கள், ஏழு எட்டு இப்படி மூணு நாலு மாதம் ஆகிவிட்டது. அவன் ஏதேதோ சால்ஜாப்புகள் சொல்லிக்கொண்டே

வந்தான். ஆனால் ஒருநாள் அவன் கட்டாயம் கொடுத்து விடுவான் என்ற நம்பிக்கை எனக்கு இருந்து கொண்டுதான் இருந்தது.

இப்போது இவர்களுடைய விரட்டல் அசாத்யமாகிப் போய்விடவே அவனைப் போய் பார்த்துக் கேட்டு வாங்கி விடுவது என்று கிளம்பினேன். நான் அவனைப் பார்க்கப் போன சமயமும் அவன் எனக்கு காம்ப்ளிமெண்டரி பாஸ் வாங்கி வைத்திருந்த சமயமும் சரியாக இருந்தது.

பாஸ் கிடைத்த பெருமை எனக்குத் தாங்கவில்லை. வீட்டு விரட்டலுக்குப் பதிலாக அவனை ஒரு விரட்டு விரட்டிவிட வேண்டும் என்று போனவன் அந்தச் சமயத்தில் அதையெல்லாம் மறக்காமல் இருக்க முடியுமா?

"அட சரிதானப்பா! எல்லாம் சமயம் பார்த்துத்தானே செய்யணும் நீ என்ன செய்வாய்? நிலைத்தவுடனே கிடைத்து விடுமா?" என்று அவன் சொன்ன சமாதானங்களுக்கு பதில் கொடுத்துவிட்டு பாஸை பையில் போட்டுக்கொண்டு திரும்பினேன். போகும் போது அவன் "நாளைக்கே போய் விட்டுவா அப்பா. நாளைக்குத்தான் கடைசி ஆமாம், மறந்து விடாதே" என்று எச்சரித்தான்.

"அது சரிப்பா, பணம் செலவழிக்காமல் படம் பார்க்க சமயம் கிடைத்திருக்கிறபோது நான் தவறவிட்டு விடுவேனோ" என்று சொல்லிவிட்டு வீடு திரும்பினேன்.

பெரிய பெண் லலிதாவைக் கூப்பிட்டு, "லல்லி! உங்கம்மா என்னவோ சொன்னாளே இந்த பாஸைக் கொண்டுபோய்க் காட்டு. எல்லாம் உங்க அம்மாவுக்கு அவசரம்தான்" என்று முறுக்காகப் பேசினேன்.

லல்லி அதைப் பார்த்துக் கொண்டிருக்கும்போது பெரிய பிள்ளை ஜனார்த்தனன் ஓடிவந்து அவளிடமிருந்து அதை வாங்கி படிக்க ஆரம்பித்தான்.

"அப்பா!" என்று அவன் கத்தினான்.

"என்னடா, கத்துவானேன்" என்றேன்.

"நாளைக்கு ராத்திரி ஆட்டத்துக்குன்னா டிக்கட் கொடுத்திருக்கு."

"என்னது ராத்திரி ஆட்டத்துக்கா?" என்று மனைவி கத்தினாள்.

எனக்கு திடுக்கிட்டது. பாஸ் கிடைத்த உற்சாகத்தில் நான் எந்த ஆட்டத்திற்கு கொடுக்கப்பட்டிருந்தது என் பதை பார்க்கவில்லை.

"நன்றாக பாருடா" என்றேன்.

"அவன் அழுத்தம் திருத்தமாக இரவு ஒன்பதரை மணி ஆட்டத்திற்கு"

என்று படித்தான்.

என் மனைவி ஆரம்பித்தாள். "ஆமாம் மாம்பலம் எங்கே இருக்கு? மவுண்ட் ரோடு எங்கே இருக்கு? ராத்திரி ஒரு மணிக்கு படம் பார்த்துவிட்டு எப்போது வீடு வருகிறது? மத்தியானக் காட்சிக்கு வாங்கிண்டு வரத் தெரியமே இப்படி இரண்டுமே கெட்டானாக..."

"இப்படி பாஸ் கொடுக்கிறதுக்கு இல்லேன்னு சொல்லிடலாமே. அந்த மாமா."

இப்படி ஆளுக்கொரு வாக்யமாக என்னை பிய்த்து, பிடுங்கத் தொடங்கிவிட்டார்கள். "அங்கேயே பார்த்துத் தொலைத்து இருந்தால் மாற்றியாவது வாங்கி வந்திருக்கலாமே. அவனை ஒருதரம் பார்க்கிறதுக்குள்ளேயே பெரும்பாடாகப் போய்விட்டது. நாளைக்கு அவனை எப்போது போய் பார்த்து மாற்றி வாங்குவது, மாற்றத்தான் முடியுமோ என்னமோ? அது வேறே! அட ஈஸ்வரா...!"

இருந்தாலும் காம்ப்ளிமெண்டரி பாஸிலே முதல் முதல் போகிற ஆசை என்னை விரட்டியது. என்ன பிரமாதம், ஒரு ஜட்கா இரண்டு ரூபாய்க்கு அமர்த்திண்டு வந்துட்டால் போகிறது. இப்போ டிக்கட் வாங்குவது என்றாலும் இரண்டு மூன்று செலவாகுமோ இல்லியோ.

"அப்படி செலவழிக்கிறதுன்னா பாஸ்லே போய் என்ன லாபம்?" என்றாள் மனைவி.

"ஆமாம் பாஸ் இல்லாவிட்டால் போனா நீ நல்ல உயர்ந்த கிளாஸிலே போய் உட்கார முடியுமோ இல்லையோ? இதோ பாரு, நான் சொல்வதைக் கேளு. கிடைத்த பாஸை விடக்கூடாது. நாளைக்கு போய்விட்டு வந்துவிடுவோம்."

"ஆமாம். போய் வந்துடணும்" என்று குழந்தைகள் ஏகோபித்து கத்தின. அவளும் "சரி, என்னமோ கைக்காசு ஜாஸ்தி செலவழியாமல் இருந்தால் சரிதான் எனக்கு. அவ்வளவுதான்" என்று சொல்லி அப்புறம் போய் விட்டாள்.

நாங்கள் காம்ப்ளிமெண்டரி பாஸில் சினிமாப் போகிற விஷயம் நாங்கள் குடி இருந்த, அந்த ஸ்டோரையும் தாண்டி, வீதிபூராவுக்கும் போய்விட்டது. என்னைப் பாராட்டினவர்கள் சில பேர். என் மனைவியைப் பாராட்டினவர்கள் பல பேர். 'காசு மிச்சம்தான்' என்ற பாராட்டுதல்தான் எல்லாம்.

இந்தப் பெருமையையெல்லாம் சுமந்து கொண்டு அன்று சினிமாவுக்குப் போனோம். பணம் கொடுத்து டிக்கட் வாங்கினவர்களை எல்லாம் அப்படி ஒரு தினுசாக பார்த்துக்கொண்டே ஒரு தனிக் கம்பீரம்

உண்டாக்கிக் கொண்டு நான் தியேட்டர் காம்பவுண்டுக்குள் நுழைந்தேன். க்யூவிலே காத்துக் கொண்டு நின்றிருந்தவர்களைப் பார்த்து குழந்தைகள், "எப்போடா கொடுக்கப் போகிறான்னு காத்துண்டு இருக்கா பாரு பாவம்!" என்று பரிகசித்துக் கொண்டு வந்தன.

தியேட்டர் கதவுப் பக்கம் போகும்போது "அப்பா இதோ பாரு, இரண்டே மூக்கால் ரூபாய் சீட்டுக்குப் போகிறவழி" என்று உற்சாகத்துடன் காட்டினான் பெரிய பிள்ளை.

"உங்கப்பாவுக்கு துட்டுக் கொடுத்து பத்தணா சீட்டுக்கு போகிற ஞாபகம். அந்தப் பக்கமா போகிறார்?" என்று என் மனைவி பரிகசித்தாள்.

பாஸ் பெருமையை அங்கு கதவுக்கருகில் நிற்கும் டிக்கட் பரிசோதகருக்கும் புரிய வைக்கும் ஒரு நடை, பார்வையுடன் போனேன்.

டிக்கட்டிற்காக அவன் கையை நீட்டினான். பாஸ் என்று பாக்கெட் மீது கைவைத்து ஜாடையாகப் பேசினேன். "பாஸை காட்டுங்கள் ஸார்" என்று அவன் கேட்கவும் "பார்த்துக் கொள்ளேன், சந்தேகப்படுகிறாயோ சொன்னதை நம்பாமல்" என்ற அர்த்தம் காட்டும் ஒரு அபிநயத்துடன் பாஸைக் கொடுத்தேன்.

அவன் அதை ஒரு தரம் பார்த்தான். இரண்டு தரம் பார்த்தான் மூன்று தரம் பார்த்தான். "என்னப்பா அதில் எழுதி இருக்கிறது புரியவில்லையா?" என்பது போல அவனை இளப்பமாகப் பார்த்து "ஏன் உள்ளே போகலாமோ இல்லையோ" என்று கேட்டேன். பாஸ் வைத்துக் கொண்டிருப்பவனை கதவருகில் நிற்க வைப்பதாவது? நாசூக்கு தெரியாத பேர்வழிகளை எல்லாம் இந்த வேலைக்கு வைத்தால்? இப்படி என் மனத்திற்குள் நினைத்துக் கொண்டேதான் கேட்டேன்.

அவன் சாவதானமாக "கொஞ்சம் இருங்கள் ஸார்" என்றான். சுற்று முற்றும் பார்த்தான்.

"ஏனப்பா யோசனை" என்றேன். "இல்லை ஸார், மானேஜர் கையெழுத்து வேண்டும் அதற்குத்தான் பார்க்கிறேன்" என்றான்.

"அப்போது அதுவரைக்கும் நாங்கள் இப்படியே நின்றுகொண்டே இருக்கணுமோ" என்று சீறிக் கேட்டேன்,

"சார் நீங்க நிற்கவே வேண்டாம். அதோ அந்த பெஞ்சிலே போய் உட்கார்ந்து கொள்ளுங்கள்" என்றான். ஒருவரைக் கூப்பிட்டு அந்த பாஸை கொடுத்தான் அவன். வந்தவர் அதைப் பெற்றுக் கொண்டு சென்றார்.

எனக்கு கோபம் கோபமாக வந்தது. போய் உட்கார்ந்து கொண்டோம்.

குழந்தைகளும் மனைவியும் "நல்ல சினிமா, பாஸுலே விடறதுக்கு இவ்வளவு ஆர்ப்பாட்டமா" என்றனர்.

போன ஆள் லேசில் வரவில்லை. அதற்குள் க்யூவில் நின்று டிக்கட் வாங்கிக் கொண்டு வந்தவர்கள் சீட்களில் போய் உட்கார்ந்து கொண்டனர்.

நான் பொறுமையிழந்து "என்ன ஸார், போன ஆள் இன்னும் வரவில்லை! விடலேன்னா, விடமுடியாதுன்னு சொல்றதுதானே" என்றேன். அதே சமயம் பாஸ் கொண்டு போனவன் வந்து அவனிடம் ஏதோ தனித்துச் சொன்னான். பாஸை என்னிடம் அவன் கொடுத்து "நீங்கள் உள்ளே போகலாம்" என்றான்.

நான் அந்தக் கதவு வழியாகப் போகப் போனேன். "இந்த கிளாஸிலே இல்லே ஸார். அடுத்ததுக்கு போங்கள் ஸார்" என்று கையைக் காட்டினான்.

எப்படி இருக்கும் எனக்கு? நின்று அவரிடம் சண்டை போடத் தீர்மானித்தேன். "பாஸ் கொடுத்திருக்கு, கீழ்வகுப்புக்குப் போகச் சொல்கிறாயே" என்றேன்.

அவன் "என் மேலே ஏன் ஸார் கோபிக்கிறீங்க? அதிலே அந்த கிளாஸ் தான் எழுதி இருக்கு இதெல்லாம் ரிஸர்வ்" என்றான்.

நான் ஆத்திரத்துடன் பாஸை நீட்டி "இதோ பாரு" என்றேன்.

அவன் அதில் இருந்த ஒரு எழுத்தைக் காட்டி, "இதுதான் ஸார் போட்டிருக்கு, அந்த வகுப்புதான் ஸார், அது அதோ உயரே பாருங்கள், எழுதி இருப்பதும் அதுதான்" என்று காட்டினான். அவனிடம் நான் மேற்கொண்டு தர்க்கம் செய்ய வகையேயில்லை.

அந்த பாஸிலேயே எந்த வகுப்பு என்று குறிப்பிட்டிருந்தது. எனக்கு அப்போதைய உற்சாகத்தில் அதையும் பார்க்கத் தோன்றவில்லை.

அதே சமயம் என் மனைவி என் பேச்சு வேகம் தணிவதைப் பார்த்து. "நன்றாக எழுதி வாங்கிண்டு வந்திருக்கேள்? சிநேகிதர் நன்றாக இப்படி ஏமாற்றி இருக்கிறார். அங்கேயே எந்த வகுப்புக்கு என்று பார்த்துண்டு வராமே..."

குழந்தைகளுக்கோ சினிமாவுக்குப் போனால் போதும். "வாப்பா அதுக்காவது போகலாம். கூட்டம் நிறைய அதற்குள்ளே போயிண்டு இருக்கு" என்று குழந்தைகள் அவசரப்படுத்தின.

எளக்கு ஏற்பட்ட ஆத்திரத்தில் எப்படி இருக்கும் மனதுக்கு!

"சரி வாங்கோ, வந்தாச்சு அதுக்குப் போகலாம், இப்படி மனிதனை அவமானப்படவச்சு..." என்றாள் மனைவி.

அந்த டிக்கெட் பரிசோதகரை ஒரே முறைப்பாக பார்த்துக் கொண்டே அடுத்த வகுப்புக் கதவுக்குப் போகும் பொழுது உள்ளே விளக்கு அணைத்து படம் ஆரம்பமாகும் சமயம். அவன் பாஸை பார்த்துவிட்டு அடுத்ததுக்கு கையைக் காட்டினான்.

"ஏனப்பா இதுக்கும் கிடையாதா" என்றேன்.

"இது நிரம்பிவிட்டது ஸார்; நீங்கள் முன்னமே வந்திருக்கக்கூடாதா? இவ்வளவு நேரம் அங்கே தகராறு செய்து கொண்டிருந்தீர்களே. இன்றைக்கு கடைசி நாள் பாருங்கள். இப்படி ஏராளமான பாஸ்கள் வந்திருக்கு. நாங்கள் என்ன செய்வது? சரி சீக்கிரம் போங்கள். அதுவும் நிறைந்துவிடப் போகிறது" என்றான்,

துர்வாசப் பார்வை எனக்கு மட்டும் இருந்திருந்தால் என்ன செய்திருப்பேன் தெரியுமா? "அட நான்சென்ஸ்!" என்று கூவினேன்.

அதே சமயம் என் மனைவி "அட கஷ்டமே! நன்னா சினிமாவுக்கு பாஸிலே வந்தோம்" என்றாள்.

"அப்பா, அப்பவே சொன்னேனேப்பா நிரம்பப்போகிறதுன்னு. வாங்கோ அப்பா! எங்கே உட்கார்ந்து பார்த்தா என்னப்பா! போகலாம். படம் ஆரம்பிச்சாச்சு" என்று அவசரப்படுத்தின குழந்தைகள்.

படம் ஆரம்பித்த பிறகு இன்னும் விவகாரம் பேசினால் பிரயோசனம்?

புலி உறுமல் உறுமிக்கொண்டு பாஸைக் கொடுத்து விட்டு பதினைந்தணா சீட்டில் போய் உட்கார்ந்து கொண்டோம்.

"அப்பா அப்பா! படத்திலே பாரு அப்பா" என்று ஒரு குழந்தை என்னை உலுக்கிக் கூறியது.

"படமும் ஆச்சு, மண்ணாங்கட்டியும் ஆச்சு! நீங்கள் பாருங்கோ" என்று ஆத்திரமாகப் பேசினேன்.

"குழந்தை மீது எதுக்கு வெடுக்கென்று விழறேள்? அது என்ன செய்யும் நீங்கள் பாஸ் வாங்கி வந்த அழகுக்கு" என்று ஆரம்பித்தாள் மனைவி.

"ஸ்ஷ்! சத்தம்" என்று பின்னாலிருந்து குரல்கள் எழுந்தன. "சரி நம்ம பேச்சையெல்லாம் வீட்டுக்கு போய் வைத்துக் கொள்ளலாம், படத்தைப் பாருங்கள்" என்று கத்தி விட்டு மௌனியானேன்.

அன்று இன்டர்வல் வரையில் அந்தப் படத்தில் என்னென்ன பார்த்தேன் என்பது எனக்குத் தெரியாது. "இருக்கட்டும் அந்த பயலை! இப்படியா

மூக்கறுத்தான்!" என்றுதான் கருவிக் கொண்டிருந்தேன்.

படம் முடிந்து வெளியே வந்தோம். உயர்ந்த சீட்டுக்கு பாஸிலே போகப்போய் பதினைந்தணா சீட்டிலே போய் பார்த்த வயிற்றெறிச்சல் அவள் மனதையும் உறுத்தியது. தெரிந்தும் "நம்ம ராசி எப்போதும் நம்ம கூடத்தான் வருது" என்று அலுத்துக் கொண்டாள்,

"இதுக்குப் பாசிலே வந்திருக்க வேண்டாம் நாம்ப துட்டு கொடுத்து வந்திருக்கலாமே" என்றான் பையன்.

"சரி ஜட்கா பேசுங்கோ" என்றாள் மனைவி. இரண்டு மூன்று ஜட்காக்கள் தான் இருந்தன.

"மாம்பலமா? ஐந்து ரூபாய் கொடுங்க ஸார்" என்றான் ஒருவன்.

"என்ன ஐந்து ரூபாயா? ஒண்ணரை ரூபாய் சம்மதமா" என்றேன்.

அவன் "போ ஸார், நாலு மைல் போகணும், ஒண்ணரை ரூபாய்க்கு வரியான்னு வாய் கூசாம கேக்கறே" என்றான். சரி. அவன் வராவிட்டால் போகட்டும் என்று மற்ற இரண்டு வண்டிக்காரர்களையும் கூப்பிட்டேன். அவர்களும் "அவன் தான் கேக்கறானே. கொடு ஸார். அஞ்சு ரூபாய்" என்று சொல்லிவிட்டனர். எனக்கு ஆத்திரம் பொங்கியது "மூன்று பேரும் கூடிப் பேசிக் கொண்டா வேலை செய்கிறீர்கள்?" என்று முகத்தை எதிர்பக்கம் திரும்பிக்கொண்டேன்.

ஒரு ஈயக் காசு கூட அவர்கள் குறைக்கத் தயாராக இல்லை. அரைமணி நேரம் ஆச்சு கூட்டமும் கிட்டத்தட்ட கலைந்து விட்டது. "இப்படி நடுத்தெருவிலேயே நின்று கொண்டிருந்தால் ஏதாவது பேசி முடியுங்கோ இன்னிக்கு விழித்த வேளை. ஹூம்" என்றாள் மனைவி.

என் குமுறல் உச்சஸ்தானத்தை அடைந்துவிட்டது.

"சரி தொலையட்டும், ஐந்து ரூபாய் தான். கொண்டா வண்டியை" என்றேன். வண்டியில் ஏறிக்கொண்டு புறப்பட்டோம்,

எங்களிடையே சில நிமிஷங்கள் வரை பேச்சே இல்லை, அப்புறம் என் மனைவி"நன்னா பாஸிலே சினிமா பார்த்தோம், போதுமடி ஜன்மத்துக்கு" என்றாள்.

அன்றோடு பாஸ் ஆசை போய்விட்டது!

இப்போது யாராவது பாஸ் தருகிறேன், சினிமா, டிராமா சங்கீதக் கச்சேரிக்குப் போகிறாயா என்று கேட்டால் அந்த மனிதருக்கு ஒரு நமஸ்காரம் சொல்லிவிட்டு திரும்பி விடுகிறேன்.

தீபாவளி ஸ்பெஷல்

தீபாவளிக்கு முன் தினம் மிராசுதார் சேதுராமய்யர் வீட்டில் ஏக தடபுடலாக இருந்தது. அவர் ஒரே பெண் வத்சலாவுக்கு விடிந்தால் தலை தீபாவளி. அஸ்தமன சமயத்திற்கு பட்டணத்திலிருந்து மாப்பிள்ளையும் சம்பந்திகளும் வந்து விடுவார்கள். அவர்களை வீட்டுக்கு அழைத்துக் கொண்டு வருவதற்காக வீட்டு வில்வண்டியை பஸ் ஸ்டாண்டிற்கு மத்யானம் இரண்டு மணிக்கே அனுப்பிவிட்டார் சேதுராமய் யர். சம்பந்திகள் பஸ்ஸிலிருந்து கீழே இறங்கியதும் ஒரு விநாடிகூட ஸ்டாண்டில் தங்கியிருக்கக் கூடாது என்றும் வண்டியை அவிழ்த்துக் கூட விடக்கூடாது என்றும் முனியனுக்கு உத்தரவு. ஏனெனில், அப்புறம் வண்டி பூட்டுவதற்கு சம்பந்திகள் காத்துக்கொண்டிருக்க நேரிடுமே என்பது தான் பட்டணத்து சம்பந்திகளை அப்படியெல்லாம் காக்க வைக்கக் கூடாது, "இதென்ன சுத்த பட்டிக்காடு! பட்டணத்தில் இப் படியா" என்றெல்லாம் அலுத்துக்கொள்ள விடக்கூடாது என்பதுதான் சேதுராமய்யர் யோசனை. சம்பந்திகளை எதிர்பார்த்துக்கொண்டு சேதுராமய்யர் வீட்டுத் திண்ணைலேயே உட்கார்ந்து விட்டார். இல்லாவிட்டால் அவர்கள் வண்டியை விட்டுக் கீழே இறங்கியதும் வாருங்கள்! என்று தக்க மரியாதையுடன் வரவேற்காவிட்டால் தன்னைப்பற்றி அவர்கள் என்ன நினைப்பார்கள் என்று அவருக்கு நினைப்பு.

அவரது மனைவி குஞ்சம்மாளோ சமையலறைக்கும் வாசலுக்கும் நடந்து கொண்டே இருந்தாள். சமையலறையில் இருந்தால் காரியம் ஓடவில்லை. வண்டியை விட்டுக் கீழே இறங்கிவிட்டு படியேறும் சம்பந்தி அம்மாளை உடனே வரவேற்க வேண்டாமோ என்று கவலை. வாசலுக்குப்போய் ஒரு நிமிஷம் நின்று பார்ப்பதற்குள் "உள்ளே காரியம் அத்தனையும் ஆகணுமே சம்பந்திகள் வந்துவிடுவார்களே" என்ற கவலை வந்துவிடும். இப்படி இரண்டுக்கும் நடுவே அவஸ் தைப்பட்டு கொண்டிருந்தாள்.

ஆனால் வத்சலாவுக்கோ இவர்கள் இரண்டு பேர்களது கவலைகளை விடப் பெரிய கவலை. அவர்கள் வரும்போது தான் எங்கே நிற்பது, அவர்கள் என்ன நினைத்துக்கொள்வார்கள் எங்கே ஒளிந்து கொண்டு பார்க்கலாம் என்று அவஸ்தைப்பட்டுக் கொண்டிருந்தாள். இந்த நிலையில் அவள் அம்மா அவளிடம் வத்சலா, கூடத்தில் நின்றுகொண்டு பார்த்துக் கொண்டிரு" என்றாள். அவளுக்கு ரொம்பக் கவலையாக இருந்தது.

இந்த மூன்று பேர்களது பதட்டங்களையும் சுமந்து கொண்டு நிமிஷம் நிமிஷமாகப் போய்க் கொண்டிருந்தாலும் வழக்கமாக தெருக்கோடி திரும்பும்போதே சலங்கை சப்தம் கேட்கும் வில்வண்டி சப்தம் இன்னும் கேட்கவேயில்லை.

இவ்வளவு தூரம் சம்பந்திகள் வருவதைப்பற்றி அவர்கள் மனசு பரபரப்பு அடைந்ததற்கு காரணம் முந்தின தடவை அவர்கள் வந்திருந்தபோது சற்று தடபுடல் பண்ணி விட்டதுதான். பட்டணத்து சம்பந்திகள் அல்லவா? உத்தியோகஸ்தர் வேறு. கொஞ்சம் முறுக்கான மனிதர்களாக இருப்பது சகஜம்தானே? அதிலும் ரயில்வே ஸ்டேஷன் கூட இல்லாத ஒரு கிராமத்தில் உள்ள மிராசுதார் குடும்பத்துடன் சம்பந்தம் வைத்துக் கொண்டபோது தங்களைப் பற்றி உயர்வாக எண்ணிக் கொள்வதும் சுபாவம்தானே. மிராசுதார் கொடுக்கச் சம்மதித்த சீதனத் தொகையைக் கேட்டு திக்பிரமையடித்துப் போய் மறுவார்த்தை பேசாமல் அந்த சம்பந்தத்தை ஒப்புக் கொண்டு விட்டவர்கள் அவர்கள். படித்த பட்டணத்து பெண்ணாகத்தான் வேண்டும் என்று சொல்லிக்கொண்டிருந்த வரதராஜன், சீதனத் தொகை, வத்சலாவின் அழகு இரண்டையும் ஒரு தட்டிலும் பட்டணத்து மாமனார் வீடு, படித்த பெண் இரண்டையும் ஒரு தட்டிலும் போட்டு நிறுத்துப் பார்த்தபோது முந்தினது இழுக்கவே அம்மா சொன்னதற்கு மறுவார்த்தை பேசாமல் சரியென்று சம்மதித்து விட்டவன். இதோடு சேதுராமய்யர் கல்யாணம் நடத்திய விமரிசையைப் பார்த்தபோது 'நல்ல வேளை பட்டணத்திலே சம்பந்தம் செய்து கொள்ளாமல் போனோமே" என்று கூட சந்தோஷப்பட்டுக் கொண்டார்கள். பட்டணத்து சம்பந்திகளாக இருந்தால் பந்திகளில் பரிமாறும் போது பரிமாறுபவர்களிடம் "பார்த்துப் பரிமாறுங்கள்; இருக்கிறதை வைத்துக் கொண்டு அத்தனை பேருக்கும் சமாளிக்கணும் ; இலை யிலே எறியும் படியாகப் போட்டு விடாதீர்கள். இரண்டாம் தடவை கேட்பதற்குள் வேகமாகப் பரிமாறிக் கொண்டு போங்கள்; ஒரு தினுசாகப் பாருங்களேன்! தெரியாதா உங்களுக்கு?" என்றெல்லாம் பந்தியில் நின்றுகொண்டே பரிசாரகர்கள் காதுகளிலும் மெதுவாக சாப்பிடும் நமது காதுகளிலும் கேட்கும்படியாக சொல்வார்களே! அந்த

மாதிரியா இவர் நடத்தினார், வனபோஜனம் மாதிரி நடத்தினாரே, மனிதர்! இலையிலே எறிந்த அளவைப் பார்த்தாலே பட்டணத்துக் கல்யாணம் பத்து நடத்திவிடலாமே என்று நினைக்கும்படியாக இருந் ததே பேசிக்கொண்டவர்கள் பேச்சு!

இப்படியெல்லாம் கல்யாணத்திற்கு சந்தோஷப்பட்டவர்கள் அடுத்தாற் போல் ஆடிக்கு வந்த போது இப்படி நடந்து கொள்வார்கள் என்று எப்படி எதிர்பார்க்க முடியும்? அவர்கள் அப்போது நடந்து கொண்ட விதம்தான் சேதுராமய்யர், அவர் மனைவி, பெண் வத்சலா ஆகியோருக்கு மனதுக்கு கஷ்டத்தைத் தந்ததே, அப்படியாவது வாய் விட்டு அவர்கள் ஏதாவது சொல்லி இருந்தார்கள் என்றால் அதைக் கொண்டாவது அவர்கள் விரும்புகிறபடி நடந்துகொண்டி ருக்கலாம். ஒரு வார்த்தை கூடப் பேசவில்லை. ஆடிக்கு முதல் வேளை சாப்பிட்டவர்கள்தான்! அப்புறம் இலையில் வைத்த சாதத்தை இப்படியா எறிந்து சாப்பிடுவார்கள்? என்ன கோபமோ, சமையல் பிடிக்கவேயில்லையோ?

சம்பந்தி அம்மாளிடம் வத்சலாவின் தாயார் கேட்டாள்: "என்ன விஷயம்? மாப்பிள்ளை சாதத்தையே தொடக் காணோமே!" என்று. அதற்கு மாப்பிள்ளையின் தாய் "எனக்கு ஒன்றும் தெரியாதே. அவனுக்கு என்ன கோபமோ" என்றாள். வத்சலாவின் தாய் மறுபடியும் "பிள்ளையைக் கேட்டுச் சொல்லுங்களேன்" என்றாள். ஆனால் அவள் மூலமாகவும் ஒரு தகவலும் தெரியவில்லை. அம்மாவிடம் கூட அவர் சொல்ல மறுத்துவிட்டார் என்றால் என்ன செய்வார்கள், பாவம்! வத்சலாவுக்கு இதைக் கேட்க ரொம்ப வருத்தமாக இருந்தது. அவள் போய் எப்படிக் கேட்பது? இன்னும் சரியாக பத்து நிமிஷம் நின்று அவரோடு பேச அவளுக்கு சந்தர்ப்பம் கிடைக்கவில்லை. அப்படி இருக்கும்போது! ஆடியன்று இரவு சாப்பிடும்போது மாப்பிள்ளையின் தகப்பனாரும் சரியாகச் சாப்பிடவில்லை. மறு நாள் ஆடி மாதத்தன்று சம்பந்தி அம்மாளும் சாதத்தை எறிந்து எறிந்து சாப்பிட்டாள். சேதுராமய்யரும் அவர் மனைவியும் அவர்களைத் தூண்டிக் கேட்டும் அவர்கள் ஒருவித பதிலும் சொல்லாமல் இருந்துவிட்டார்கள். அவர்கள் முகம் மட்டும் கடுமையாக இருந்தது. மற்ற சமயங்களில் எல்லாம் சகஜமாகப் பேசிக் கொண்டு இருப்பவர்கள் சாப்பாட்டு சமயத்தில் இப்படி நடந்து கொண்டது புரியாததாக இருந்தது. சம்பந்திகள் இப்படி கோபத்துடன் சாப்பிடுகிறார்களே என்று சேதுராமய்யருக்கும் அவர் மனைவிக்கும் இருந்த வேதனை கொஞ்ச நஞ்சமல்ல.

இத்தனைக்கும் மேலாக அவர்கள் திடுக்கிடும்படியாக ஒரு காரியத்தை செய்தது தான் விசேஷம்! பட்டணத்திலிருந்து வந்தவர்கள் ஒரு வாரம் அங்கிருந்து பக்கத்தில் உள்ள கொடைக்கானல் இன்னும் பார்க்க

வேண்டிய காட்சி இடங்களையெல்லாம் பார்க்க திட்டம் போட்டு இருந்தவர்கள் ஆறாம் மாதம் கொண்டாட்டம் நடந்த மறுநாள் காலையில் மூட்டையைக் கட்டி விட்டார்கள். எப்படி இருக்கும் சேது ராமைய்யர் தம்பதிகளுக்கும் வத்சலாவுக்கும்?

"என்ன இப்படி, ஒரு வாரம் இருந்துவிட்டுப் போகலாமே” என்று எவ்வளவோ சொல்லிப் பார்த்தும் ஒரேயடியாக மறுத்துவிட்டார்கள். “இனி ஒரு நாள் கூட முடியாது; அவ்வளவுதான் நாங்கள் சொல்ல முடியும். அதற்குமேல் சொல்லத் தயாராக இல்லை” என்றார் சம்பந்தி. சம்பந்தி அம்மாளும் மாப்பிள்ளையும் ஒரு வார்த்தை கூடப் பேசவே யில்லை. வத்சலா கூட வரதராஜனை சந்தித்த போது சொல்லிப் பார்த்தாள் கேட்டுப்பார்த்தாள். மற்றவர்களைவிட அவன் தான் உடனே புறப்படவேண்டும் என்று துடியாக இருந்தான், அவர்கள் சொன்னபடியே புறப்பட்டுப் போய்விட்டார்கள். பட்டணத்துக்கு வந்து சேர்ந்தோம் என்று கடிதம் போட்டார்கள். அதிலும் எவ்விதப் புகாரும் இல்லை.

“இப்படியும் ஒரு சம்பந்திகள் இருப்பார்களா? வாய்விட்டுச் சொல்லாமல் மனதில் வைத்துக் கொண்டு திடுதிடுப்பெனக் கிளம்பி விடும் சம்பந்திகள் உண்டா? சொல்லி விட்டுக் கோபித்துக் கொண்டு போனால் தெரியும், நன்றாக இருக்கு! நல்ல பட்டணத்து சம்பந்திகள்” என்றாள் வத்சலாவின் தாயார்.

சேதுராமய்யர் “மாப்பிள்ளை தான் முதலில் அப்படி இருந்தான். இலையில் போட்ட சாதத்தைத் தொடவேயில்லை. கறியையும் கூடையும் அப்பளத்தையும் தின்று விட்டு எழுந்து விட்டான். மறுநாள் சம்பந்தி அய்யரும் அப்படியே செய்து விட்டரே” என்றார்.

“சம்பந்தி அவர்களைப் பார்த்துக்கொண்டு சம்பந்தி அம்மாளும் செய்தாள்” என்றாள் அவர் மனைவி. பிறகு வத்சலா வரதராஜனுக்கு எழுதிய கடிதங்களில் அவர்கள் கோபித்துக் கொண்ட காரணத்தை கேட்டு எழுதினாள். அவன் மற்ற விஷயங்களுக்கு எல்லாம் பதில் எழுதினானே தவிர, அதைப்பற்றி ஒரு வார்த்தை கூடப் பிரஸ்தாபிக்கவே யில்லை .

இந்தச் சம்பவம் நடந்து நாலு மாதங்கள் ஆகி இருந்தது. இப்போது தீபாவளிக்கு சம்பந்திகள் வரப் போகிறார்கள். இந்தத் தடவை என்ன ஆகுமோ என்ற பயம் அவர்கள் மனதில் ஓடிக்கொண்டிருப்பது எதிர்பார்க்கக் கூடியதுதானே! ஆனாலும் அப்படி எதுவும் ஏற்படாமல் இருக்க தங்களால் முடிந்த மட்டுக்கு நடந்து கொள்வதாக தீர்மானித்திருந் தார்கள். அதன் விளைவாகத்தான் இவ்வளவு முன் எச்சரிக்கையாக நடவடிக்கைகள் எடுத்துக் கொண்டிருந்தார் சேதுராமய்யர்.

ஒரு திருப்பத்தில் சலங்கை மாலைகளின் சப்தம் கேட்டது, வாசலிலிருந்தே சேதுராமய்யர் 'வந்துட்டா! வந்துட்டா!' என்று உள்பக்கம் பார்த்து கத்தினார்.

கூடத்தில் இருந்த வத்சலா துள்ளிக்குதித்து சமையலறைக்குப் போய் “அம்மா! அம்மா! வராம்மா” என்று கூவிக் கொண்டே ஓடினாள். அவளுக்கு வீட்டில் எங்கே போய் நிற்பது எப்படி நிற்பது எங்கே பார்ப்பது எந்த இடத்தில் எதை எடுத்து வைப்பது என்பது ஒன்றும் புரியாமல் தவியாய்த் தவித்தாள். அர்த்தம் இல்லாமலே சுற்றிச் சுற்றிப் போய்க் கொண்டிருந்தாள். கையிலிருந்த விசிறிக் கட்டையை கீழே போட மறந்து கூடத்திற்கு வந்த தன் அம்மாவை வத்சலா பார்த்ததும் "என்னம்மா விசிறிக் கட்டையோடே வரே. வரும் சம்பந்தியை எதிர் கொண்டு அழைக்க?" என்றதும் தான் அவள் சிரித்து “என் புத்தியைப்பாரு” என்று சொல்லிக் கொண்டே அங்கிருந்தவாறே அதை வீசி சமையறைக்குள் எறிந்துவிட்டு வாசலுக்குச் சென்றாள்.

வண்டி வந்து நின்றது, கைத்தடியும். அங்கவஸ்திரமுமாக பஞ் சகச்சத்துடன் இறங்கினார் சம்பந்தி அய்யர். ஊதா வர்ண புஷ்பகோட்டும், பட்டுக்கரை வேஷ்டியுமாக கைக்குட்டையால் முகத்தைத் துடைத்துக்கொண்டே இறங்கினான் பையன். சம்பந்தி அம்மாள் அடக்கமாக இறங்கினாள். அவர்களை பலத்த உபசாரத்துடன் உள்ளே அழைத்துச் சென்றார்கள். சாமான்கள் எல்லாம் உள்ளே எடுத்துச் செல்லப்பட்டன. சம்பந்திகளுக்கும் போன தடவை நடந்தது ஞாபகம் இருக்கும். எனவே இப்போது அவ்வளவு கலகலப்பாக இருக்கமாட்டார்கள் என்று அவர்கள் நினைத்துக் கொண்டிருந்ததற்கு நேர்மாறாக அவர்களும் மாப்பிள்ளையும் மிகுந்த உற்சாகத்துடன் பேசிக்கொண்டிருந்தார்கள். பழைய சம்பவம் ஞாபகம் இல்லாதது மாதிரி இருந்தது. சேதுராமய்யருக்கும் அவர் மனைவிக்கும் வத்சலாவுக்கும் ரொம்ப பிடித்து இருந்தது. இருந்தாலும் சாப்பிடும்போதல்லவா இருக்கிறது என்ற ஒரு லேசான சந்தேகமும்கூட இருந்தது.

உபயகுசலோபரி மற்றெல்லா விஷயங்களையும் பற்றி சம்பந்திகள் பேசி முடிப்பதற்கு கொஞ்ச நேரம் ஆயிற்று.

பேச்சு கொஞ்சம் ஓய்ந்திருந்த சமயம் வரதராஜன் தன் தகப்பனாரிடம் "அப்பா! அம்மா கூப்பிடுகிறாள்” என்றான். சம்பந்தி அய்யர் எழுந்து தன் மனைவி நிற்கும் இடத்திற்குச் சென்றார். இருவரும் ஏதோ ஒன்றிரு வார்த்தைகள் பேசிக் கொண்டார்கள். வரதராஜனும் அவர்கள் பக்கத்தில் போய் மலர்ந்த முகத்துடன் நின்றான்.

சம்பந்தி அய்யரின் குரல் லேசாக பலத்தது. “என்னைக் கேட்பானேன்? அவர்களிடம் கொடுத்து விடேன். பிரமாத யோசனை செய்கிறாயே”

என்று சொல்லிக்கொண்டே திரும்பி வந்து ஊஞ்சல் பலகையில் சம்பந்தியுடன் உட்கார்ந்தார். சம்பந்தி அம்மாளும் பிள்ளையும் தங்கள் மூட்டைகள் இருந்த இடத்திற்குச் சென்றதும் ஒரு குறிப்பிட்டதை காட்டி "ஆமாம் அதான் அம்மா" என்றான் வரதராஜன். சம்பந்தி அம்மாள் உள்ளே சென்று வத்சலாவின் தாயாரைக் கூட்டிக் கொண்டு வந்தாள். அந்த மூட்டையைக் காட்டி "இதை உள்ளே எடுத்து வைத்துக் கொள்ளுங்கள்" என்றாள்.

"என்னது அது ? பட்டணத்திலிருந்து கொண்டு வந்திருக்கிறீர்களா ?" என்று சிரித்துக்கொண்டே கேட்டாள் வத்சலாவின் தாய்.

வரதராஜன் சிரித்துக்கொண்டே "நானே உள்ளே கொண்டுபோய் வைக்கிறேனே" என்று ஆரம்பித்தான்.

அதற்குள் வத்சலாவின் தாயார் "எதுக்கு மாப்பிள்ளை தூக்கணும். ஆள்காராளை தூக்கி வைக்கச் சொல்கிறேன்" என்று முனியனை கூப்பிட்டாள். முனியன் அதை தூக்கிப் போய் உள் அறையில் வைத்தான். "அதைப் பிரித்துப் பாருங்கள்" என்றாள் மாப்பிள்ளையின் தாய்.

வத்சலாவின் தாய் அதைப் பிரித்துப் பார்த்தாள்.

அவளுக்கு திடுக்கிட்டது. "என்ன இது சம்பந்தியம்மா" என்று வாய்விட்டு பலக்கவே கத்திவிட்டாள். அதே சமயம் சேதுராமய்யரும் அந்த அறைப்பக்கம் வந்தார்.

மாப்பிள்ளையின் தாய் "ஏன்? பயந்து போய்விட்டீர்களா? நாங்கள் இந்தத் தடவை ஒரு வாரம் இருந்துவிட்டுப் போகிறதாக வந்திருக்கோம்!" என்றாள்.

"ஆமாம்; இந்த ஒரு வாரத்திற்கும் இதைத்தான் நீங்கள் எங்களுக்கு வடிச்சுப் போடணும்! அரிசி உங்காத்திது வேண்டாம்" என்றாள் சம்பந்தி அம்மாள்.

வத்சலாவின் தாய் திடுக்கிட்டாள். அங்கு வந்த தன் கணவரிடம் "இதோ பாருங்கள் சம்பந்திகள் பட்டணத்திலே இருந்து என்ன கொண்டு வந்திருக்கிறார்கள் என்றாள்."

அவரும் கிட்ட சென்று மூட்டையைப் பார்த்தார். ஸ்தம்பித்துப் போனார். உடனே கூடத்திற்கு பரபரப்புடன் வந்தார். "என்ன ஸார், இது!" என்று தடுமாறிக் கேட்டார்.

சம்பந்தி அய்யர் சிரித்துக் கொண்டே "நாங்கள் ஒரு வாரம் இங்கே இருக்கப் போகிறோம். போன தடவை மாதிரி சொல்லிவிட்டு மறுநாளே

புறப்படப்போவதில்லை, அதற்காக" என்றார்.

"அதற்காக பட்டணத்திலேயிருந்து இதைக் கொண்டு வருவதா என்ன ஸ்பெஷலாக" என்று இழுத்தார்.

"ஸ்பெஷலா? நன்றாகக் கேட்டீர்கள். ஸ்பெஷலேதான். நமது வரதராஜனை கேளுங்களேன்! அவன்தான் இதற்கு காரணம்" என்றார்.

வரதராஜனும் சிரித்துக்கொண்டே "ஆமாம் மாமா' என்றான்.

"எனக்கு ஒன்றும் புரியவில்லையே" என்றார் சேதுராமய்யர்.

சம்பந்தி அய்யர் ஆரம்பித்தார். "சம்பந்தி அய்யர்வாள்! ஆனிக்கு வந்திருந்தபோது உங்க வீட்டு அரிசியை ஒரு வேளை சாப்பிட்டவுடனே வரதராஜனுக்கு வயிற்றுவலி வந்து விட்டது. ஒருவரிடமும் சொல்லாமல் இருந்து விட்டான். இரண்டு வேளை சாப்பிட்டவுடனே எனக்கும் அதே சங்கடம். மூன்றாம் வேளை சாப்பிட்டவுடனே அவளுக்கும் அவஸ்தை! பார்த்தோம்; உடனே மூட்டையைக் கட்டிக் கொண்டு புறப்பட்டுவிட்டோம் அதுதான்!' என்றார்.

"என்ன! எங்காத்து மூணாம் வருஷத்து அரிசியா வயத்து வலியை உண்டாக்கியது! முதல்தரமான செட்டிச்சம்பா பழைய அரிசியாச்சே. நீங்கள் சொல்வது வேடிக்கையாக..."

"மூணாம் வருஷத்து பழைய அரிசி செட்டிச்சம்பா ரொம்ப உயர்ந்தது; அதெல்லாம் ரொம்ப சரி. ஆனால் எங்களுக்கு வாரத்துக்கு ஒரு தினுசு ரேஷன் அரிசி; அதிலும் பல ரகங்கள் கலந்தது! அதைச் சாப்பிட்டு பழக்கமான குடல்கள் எங்களுக்கு. தீபாவளிக்கு வரக்கூட மாட்டேன் என்று சொல்லிவிட்டான் உங்க மாப்பிள்ளைப் பையன். அப்புறம் அவனை சமாதானப்படுத்தி ஒரு வாரத்து ரேஷன் அரிசியைப் பத்திரமாக இங்கே கொண்டு வந்து சேர்த்திருக்கிறாள் உங்க சம்பந்தி அம்மாள்" என்று முடித்தார்.

"பட்டணத்து ரேஷன் அரிசியா இது! நான் ஏதோ ஸ்பெஷல் அரிசியாக்கும் என்று நினைத்தேன்."

"ஆமாம்! தீபாவளி ஸ்பெஷல்தான்! நீங்களும் ருசிக்கு சாப்பிட்டு பாருங்கள்" என்றார் சம்பந்தி அம்மாள், மூவருடைய சிரிப்பும் கலந்தன. அதே சமயம் அடுத்த அறையிலிருந்து இரண்டு சிரிப்புகள் பலத்துக் கலந்தன, மூன்றாவது ஒரு சின்ன சிரிப்பும் கலந்து கொண்டது. வரதராஜன் காதுகளில் அந்தச் சிரிப்பு விழாமல் இருந்திருக்காது.

கம்பெனி கௌரவம்

"இது என் நாய் அல்ல, நிச்சயமாய்!"

"புக் பண்ணின ரசீது இருக்கு. உங்களுடையது அல்லவா? உங்களுடையதுதான்!"

இரண்டாம் வகுப்பு வெள்ளைக்காரப் பிரயாணியின் கோபம் அதிகமா யிற்று. "நான்ஸென்ஸ்! என் நாய் எனக்கு அடையாளம் தெரியவில்லை என்று சொல்ல என்ன தைரியம்! எங்கே என் நாய்?" என்று அடிவ யிற்றிலிருந்து கத்தினான்.

மெயில் கார்டு திருஞானம் சாந்தமாக, "அதோ, உங்கள் நாய்" என்று வண்டியில் கட்டியிருந்த நாயைச் சுட்டிக் காட்டினான் மறுபடியும்,

வெள்ளைக்காரப் பிரயாணி ஆத்திரத்துடன், "அது என் நாய் அல்ல. என் நாய் முழுக்கறுப்பு. இன்னும் உயரம், வளர்த்தி, இந்தத் திராபையான எச்சிற்கலை நாயல்ல. கொண்டுவா என் நாயை!" என்றான்.

"ஸார்! இந்த வண்டியில் வேறு ஒரு நாயும் புக் பண்ணவில்லை. கிடையாது. மாறிப்போவதற்கு இடமில்லை. பார்த்துக் கொள்ளுங்கள்" என்றான் கார்டு திருஞானம் மறுபடியும்.

வெள்ளைக்காரப் பிரயாணிக்கு வந்த கோபத்துக்கு கங்கு கரை யில்லை. ஆத்திரத்துடன் கார்டையும் ரெயில்வே கம்பெனியையும் வைது அவன் போட்ட சப்தத்தில் ஸ்டேஷன் பிளாட்பாரத்தில் ஒரு கூட்டம் கூடிவிட்டது.

விஷயம் இதுதான். கார்டு வேனோடு இணைத்திருந்த சாமான் வண்டியில் கட்டியிருந்த ஒரு நாயை தான் 'புக்' பண்ணின நாய் அல்ல என்கிறான் அந்த வெள்ளைக்காரப் பிரயாணி. “ இல்லை, அதே தான்” என்று சாதிக்கிறான் கார்டு.

இருவருடைய வாதமும் இந்த ரீதியில் வளர்ந்து கொண்டு போயினவே தவிர ஒரு முடிவும் ஏற்படவில்லை. கூடியிருந்த கூட்டத்துக்கு ஒன்றுமே புரியவில்லை. 'புக் பண்ணியிருந்தால் எங்கே போய்விடும்? ரெயிலில் கட்டிப்போட்டது எங்கே? இந்த நாய் புக் பண்ணினது அல்ல என்பதற்கு என்ன ருசு, அடையாளம், ரெயிலில் கட்டியிருக்கும்போது?' என்று ஒவ்வொருவரும் ஒன்றும் நிதானிக்க முடியாமல் நினைத்துக் கொண்டு போனார்கள்.

கார்டு ஒரே உறுதியாக இருந்து விட்டதைக் கண்டதும் அந்த வெள்ளைக்கார அதிகாரி விஷயத்தை ரிபோர்ட்” செய்து நடவடிக்கை எடுத்துக் கொள்ளப்போவதாகக் கூறி அந்த எச்சில் இலை நாயை ஒரு உதை கொடுத்துவிட்டுப் போய்விட்டான். கார்டு திருஞானமும் அதைப் பொருட்படுத்தினவன் போல் காணப்படவில்லை.

இரண்டு நாள் கழித்து ரெயில்வே கம்பெனி தலைமைக் காரியாலயத்துக்கு கிடைத்த ரிஜிஸ்டர் நோட்டீஸ்:

சென்ற ஞாயிற்றுக்கிழமையிலிருந்து புறப்பட்டுவரும் நெ. 5 மெயிலில் என்னுடைய கக்ஷிக்காரரும், இரண்டாம் வகுப்புப் பிரயாணியுமான மிஸ்டர் வாட்கில், தம்மோடு கொண்டுவந்த ஒரு வருஷ வயதும் நல்ல கறுப்பு நிறமும் வாய்ந்த கிரேஹவுண்டு' வேட்டை நாயை சௌகரியத்தை உத்தேசித்து கார்டு வானோடு இணைத்துள்ள சாமான் வேனில் ரசீது பெற்றுக் கொண்டு விட்டிருந்தார்.

ஆனால் அவர் இறங்க வேண்டிய இடமான.........யில் வண்டி நின்றதும் நாயைப் பெற்றுக்கொள்ள ரசீதுடன் வேனில் போய்ப் பார்த்தபோது, அவருடைய நாய்க்கு பதிலாக ஒரு தொத்தலான வெள்ளையும் சிவப்பும் கலந்த நாய் கட்டப்பட்டிருந்ததை பிரஸ்தாப வண்டியின் கார்டு திருஞானத்திடம் சொல்ல, சாமான்களுக்குப் பொறுப்பாளியான மேற்படி நபர் பிரஸ்தாப நாய்தான் புக் பண்ணப்பட்ட நாய் என்று பிடிவாதமாகச் சொல்லி, என் கக்ஷிக்காரர் மறுத்ததையும் லக்ஷியம் செய்யாமல் வற்புறுத்தினார். தம் நாய் இல்லாததால் என் கக்ஷிக்காரர் அதை பெற்றுக் கொள்ள மறுத்து விட்டார்.

ஆகையால் இந்த நோட்டீஸ் மூலம் ஒன்று, உடனே பிரஸ்தாப நாயை செலவுத்தொகையுடன் அவரிடம் கொண்டு வந்து சேர்க்க வேண்டியது. அல்லது சொன்ன அடையாளமுள்ள நாய் அகப்படாவிட்டால்

வாதியின் சாமானைப் பொறுப்புடன் ஒப்படைக்கத் தவறியதற்காகவும், பிரஸ்தாப நாயின் விலை பெறுமானத்திற்கும் சேர்த்து ஆயிரம் ரூபாய் நஷ்ட ஈடு இந்த நோட்டீஸ் கண்ட இரண்டு வாரங்களுக்குள் ரெயில்வே கம்பெனி கொடுக்க வேண்டும் என்று அறிவிப்பதுடன் தவறும் பக்ஷத்தில் மேற்படி விஷயத்தை நியாயமான முறையில் தீர்த்துக்கொள்ள என்னுடைய கக்ஷிக்காரர் தக்க நடவடிக்கை எடுத்துக் கொள்ள வேண்டிய அவசியம் ஏற்படும் என்பதும் வற்புறுத்திக் கூறப்படுகிறது.

(வக்கீல்) ராமநாதம் (பாரட்லா)
(வக்காலத்து – ஈ. வாட்கில்)

இதற்கு ரெயில்வே கம்பெனி ஸி. கே. கில்டர் மிஸ்டர் ஈ. வாட்கிலுக்கு எழுதிய கடிதம்:

உங்கள் வக்கீல் நோட்டீஸ் கிடைத்தது. பிரஸ்தாப விஷயம் பற்றி தலைமை ஆபீஸுக்கு இதுவரையில் தகவல் கிடையாது. தங்கள் வக்கீல் நோட்டீஸின்மீது உடனே நடவடிக்கை எடுத்து இது பற்றிய இலாகா விசாரணை நடைபெற்று வருகிறது. கூடிய சீக்கிரம் அதன் முடிவைத் தங்களுக்குத் தெரியப்படுத்த முடியுமென நம்புகிறோம். அதுவரையில் மேற்கொண்டு நடவடிக்கை எடுப்பதை நிறுத்தி வைத்துக் கொள்வீர்கள் என எதிர்பார்க்கிறோம்.

அதே தபாலில் மெயில் கார்டு திருஞானத்துக்கும் அனுப்பப்பட்ட உத்தரவு:

சென்ற ஞாயிற்றுக் கிழமை நீங்கள் டியூடியில் இருந்த நெ. 5 மெயிலில் கார்டு வேனோடு இணைத்திருந்த சாமான் வானில் புக் பண்ணி இருந்த, இரண்டாம் வகுப்புப் பிரயாணியான மிஸ்டர் வாட்கில் என்பவருடைய கறுப்பு கிரே ஹவுண்டை அவரிடம் ஒப்பிக்கத் தவறியது சம்பந்தமாகக் கூறப்படும் புகாருக்கு, ஏன் அந்த மாதிரி நடந்தது, வேறு நாய் ஒன்று அதன் இடத்தில் இருந்ததாகக் கூறப்படுவதற்கு காரணம் என்ன என்ற விஷயங்களை விவரம் கொடுத்து, இருபத்து நாலு மணி நேரத்திற்குள் ஸ்டேட்மெண்ட் அனுப்பும்படி கேட்கப்படுகிறது, விஷயம் அவசரமென எச்சரிக்கை செய்யப்படுகிறது.

ஸி.கே. கில்டர்

(மானேஜர்... ரெயில்வே கம்பெனி)'

மெயில் கார்டு திருஞானம் நடந்த சம்பவத்தை விளக்கித் தலைமை ஆபீஸுக்கு அனுப்பிய ஸ்டேட்மெண்ட்:

"ஸார்,

நான் சொல்லப்போவது அன்று நடந்த பிரஸ்தாப நாய் சம்பவத்தின் முழு உண்மை . இரண்டாம் வகுப்பு பிரயாணியான மிஸ்டர் வாட்கில் ஒரு முழுக் கறுப்பு கிரேஹவுண்டை சாமான் வேனில் புக் பண்ணி ஒப்பித்து ரசீது வாங்கினது உண்மையே... லிருந்து புறப்பட்ட வண்டி வழியில்... ஜங்ஷனில் வந்து நின்றதும் அங்கு இறக்க வேண்டியிருந்த சாமான்களுக்காக ரெயில்வே ஸ்டேஷன் சிப்பந்திகள் போய்த் திறக்க, தற்செயலாக அவிழ்த்துக் கொண்டிருந்த பிரஸ்தாப நாய் திடீரென இடுக்கு வழியே பாய்ந்து, பிடிக்கப்போன எங்களைப் பார்த்து உறுமி விட்டு ஒரே ஓட்டமாக ஓடிவிட்டது. எங்களால் ஆனமட்டும் அதை விரட்டிப் பிடிக்க முயன்றும் முடியாமல் பிரஸ்தாப நாய் ஓடியே போய் மறைந்து விட்டது, கண்ணுக்கு அகப்படாமல்.

“இந்த அசட்டுத்தனத்துக்கு என்ன செய்வது என்று தெரியவில்லை. நாயின் சொந்தக்காரரிடம் போய்த் தெரியப்படுத்துவதற்கும் லஜ் ஜையாக இருந்தது. இந்த அசட்டுச் சம்பவத்தைப்பற்றி ரெயில்வே கம்பெனி மீது என்னவிதமான கேலி கூறப்படும், அஜாக்கிரதைக்கு என்ன கண்டனம் கிளம்பும் என்றெல்லாம் நினைத்துப் பார்த்தேன். ரெயில் ஸ்டேஷனை விட்டுக் கிளம்பவேண்டிய நேரமும் நெருங்கிக் கொண்டிருந்தது. ஒரு சின்ன நாய் விஷயமாக ஒரு பெரிய கம்பெனியின் அந்தஸ்தே பாதிக்கப்படுவதைக் காண வெட்கமாக இருந்தது.

நல்லவேளையாக ஒரு யோசனை தோன்றியது. எது வந்தாலும் சரி என்று கம்பெனியின் கௌரவத்தையே முக்கியமாக மனத்தில் கொண்டு செய்து முடித்துவிட்டேன். அது என்ன என்பதை நீங்களே இதற்குள் ஊகித்திருப்பீர்கள். கறுப்பு கிரேஹவுண்டுக்குப் பதில் வேறு ஒரு தொத்தல் நாய் அங்கே எப்படி வந்தது என்று நான் சொல்ல வேண் டுமா? அந்தப் பிரயாணி இறங்கும் இடமான... யைச் சேர்ந்ததும் மிஸ்டர் வாட்கில் வந்து பார்த்தபோது இருந்த நாய் அதுதான். ரெயில்வே சிப்பந்தி ஒருவன் முயற்சியால் பிரஸ்தாப நாய் ஓடிப்போன அதே ஸ்டேஷனில் கட்டப்பட்ட எச்சிற்கலை நாய் அது.

மிஸ்டர் வாட்கில் தம் நாய்க்கு பதில் வேறு நாய் தம் முடையதெனக் கூறப்பட்டதைக் கண்டு ஆத்திரங்கொண்டு நடவடிக்கை எடுத்துக்கொண்டது சகஜமே. ஆனால் கம்பெனியின் கௌரவத்துக்கு முன் என் தப்பு வேறு இருந்த போதிலும் சரி – அவர் கோபம் கூட எனக்குப் பெரிதாகத் தோற்றவில்லை. அது அவருடைய நாய்தான் என்று ஒரேயடியாய் அடித்துப் பேசி விட்டேன். புக் பண்ணின ரசீதிலோ நாய் அடையாளமே ஒன்றும் விவரமாக இல்லை. என் துணிவும் இதனால் வலுப்பட்டது. மிஸ்டர் வாட்கில் ஸ்டேஷனில் ஒரு களேபரம் செய்துவிட்டுப் போய் விட்டார். கோபத்துடன்

நடவடிக்கை எடுத்துக் கொள்வதாக பயமுறுத்திவிட்டுப் போனார்.

நான் அந்த நாயையும் ரசீதையும் அந்த ஸ்டேஷனில் ஒப்பித்துவிட்டுப் போய்விட்டேன். இதுதான் நடந்த விஷயம். இந்த மாதிரி செய்தது சரியல்ல என்பதையும் அஜாக்கிரதையாக நாயை ஓடவிட்டது தப்புத்தான் என்பதையும் ஒப்புக்கொள்கிறேன். ஆனாலும் நடந்து விட்டபிறகு என்ன செய்வது? கம்பெனியின் பெயருக்கு இழுக்கு ஏற்படக் கூடாதென்ற நினைப்பில் இதைச் செய்துவிட்டேன். ஒரு உண்மையான நல்ல எண்ணத்துடன் செய்த இந்தப் பிழையை மன்னித்து விடுவீர்கள் என எதிர்பார்க்கிறேன்.

தங்களுக்குக் கீழ்ப்படியும்,
திருஞானம் (மெயில் கார்டு)

இந்த 'ஸ்டேட்மெண்டை' ஒட்டித் தலைமை ஆபீஸிலிருந்து மிஸ்டர் ஈ. வாட்கிலுக்குத் தயாரான பதில்:

"உங்கள் நோட்டீஸ்மீது கம்பெனி நடத்திய இலாகா விசாரணை மூலம் கம்பெனி கார்டு கூறும் விஷயம் சரியானதுதான் என்று ஊர்ஜிதப்படுகிறது. தாங்கள் புக் பண்ணிய ரசீதில் நாய் என்று மட்டும் குறிப்பிட்டிருக்கிறதே அன்றி, விவரங்கள் ஒன்றும் காணப்படவில்லை...... ஸ்டேஷனில் நீங்கள் பெற்றுக் கொள்ளப் போனபோது இருந்த நாய் தங்களுடையதுதான் என கம்பெனி அபிப்பிராயப்படுகிறது.

(மானேஜர், ரெயில்வே கம்பெனி)

ஆனால் அது அனுப்பப்படுவதற்கு முந்தியே மிஸ்டர் வாட்கிலிடமிருந்து வந்த கடிதம்:

நான் எதிர்பாராத வகையில் திடீரென என் கறுப்பு கிரே ஹவுண்டு ரெயிலில் காணாமற்போன அது என்னிடம் இப்போதுதான் வந்து சேர்ந்தது. ஆகவே மேற்கொண்டு நடவடிக்கை எடுக்கும் உத்தேசம் எனக்கு இல்லை. ஆனாலும் இந்த மாதிரிச் சில்லறைச் சம்பவங்கள் இனி ஏற்பட்டு பிரயாணிகளுக்குத் தொல்லை ஏற்பட ஏது இல்லாமல், கம்பெனி தக்க முன் ஏற்பாடுகளை, இந்தச் சம்பவத்தை எச்சரிக்கையாகக் கொண்டு செய்யுமென்று எதிர்பார்க்கிறேன்.

உங்கள்
....

இந்தக் கடிதம் கண்டதும் மிஸ்டர் வாட்கிலுக்குத் தயாரான பதிலை உடனே கிழித்து எறிந்துவிட்டு, தலைமை ஆபீஸிலிருந்து மெயில் கார்டு திருஞானத்துக்கு அனுப்பப்பட்ட குறிப்பு:

கம்பெனியின் கௌரவத்தைக் காப்பாற்றுவதற்கு நீங்கள் எடுத்துக்கொண்ட சிரமத்தையும், அது விஷயமாகக் கையாண்ட சமயோசித யுக்தியையும் கம்பெனி பாராட்டுகிறது. ஆனாலும் பொறுப்பான விஷயத்தில் கொஞ்சம் அஜாக்கிரதையாக இருந்து விட்டதைப் பற்றியும் பின்னும் அதிகமாக இந்த மாதிரி சந்தர்ப்பங்கள் ஏற்படாமல் இருப்பதற்கு ஒரு எச்சரிக்கையாகவும் உங்கள் தவறுக்காக நடப்பு வருஷத்துக்குச் சம்பள உயர்வு நிறுத்தப்பட்டிருக்கிறது.

(மானேஜர்..... ரெயில்வே கம்பெனி)

கோதான பலன்

“இதோ பாருங்கோ! நாம்பளும் இந்த ஊருக்கு மாற்றி வந்து மாதம் நாலு ஆச்சு; நல்ல ஜோஸ்யனைக் கூப்பிட்டுக் கேளுங்கோ” என்று ஆயிரம் தடவை முட்டிண்டாச்சு. “ஒண்ணையும் காதுலே போட்டுக் கொள்ளவே காணோம்” என்று ரூபாய் அகலம் உள்ள வைரத்தோடுகளை ஆட்டிக் கொண்டு வீடு அதிரும்படியான தணிந்த குரலில் கூறினாள் பர்வதவர்த்தினி அம்மாள்.

திடீரென்று லஸ்கர் சோமு பக்கம் திரும்பி “சோமு! ஊரிலே நல்ல ஜோஸ்யம் பார்க்கிற அய்யர் யாராவது இருந்தால் கூட்டுண்டு வாயேண்டா. உனக்கு ஒரு எழவும் தெரியாது. ஜடம் மாதிரி நின்னுண்டு இருப்பே” என்று அவனுக்கு ஒரு சூடு கொடுத்தாள்.

தகரக்கடைக்காரன் தகரம் விழுந்த சப்தத்தைக் கேட்டு எவ்வளவு திடுக்கிட்டு எழுந்திருப்பானோ அதைப் போலவே இந்த தொனியை கேட்டுக் கேட்டு பழகிப்போன இஞ்சினீயர் ஹிமோத்கிரி அய்யர், “என்ன இது! போன மாதம் தான் வாத்தியார் குப்புசாமி சாஸ்திரிகளை கூப்பிட்டு ஜோஸ்யம் எல்லாம் பார்த்து ஜாதகத்திலே பீடை இருக்குன்னுட்டு தினசரி பத்து பிராமணாளுக்கு ஒவ்வொரு ரூபாய் தக்ஷிணை கொடுத்து ஹோமம் எல்லாம் பண்ணி ஒரு வாரம் நடத்தி இருநூறு ரூபாய் சிலவழிச்சாச்சே!" இன்னும் என்ன” என்றார்.

“ஆமாம் அது ஒண்ணு செஞ்சா எல்லாம் ஆயிடுத்து. கர்மாந்திர பீடை எவ்வளவு இருக்கோ அத்தனைக்கும் பீடா பரிகாரம்

செய்யவேண்டாமோ?" என்றாள் அம்மாள். மேலும் மேலும் இந்த ரீதியிலேயே பேசிக் கொண்டிருந்தார்கள். சாய்வு நாற்காலியில் பத்திரிகை படித்துக் கொண்டிருந்த எஜமானனுக்கு விசிறிக்கொண்டிருந்த சோமு இதையெல்லாம் கேட்டு சிரிப்பை அடக்கிக் கொண்டிருந்தான்.

எஞ்சினீயர் ஹிமோத்கிரி அய்யருக்கு வயது ஐம்பதுக்கு சமீபமாக இருக்கும். சூப்ரவைஸராக இருந்து அஸிஸ்டெண்ட் இஞ் சினீயரானவர். அவர் உத்தியோக லக்ஷணத்தைப்பற்றி பலர் பலவாறாக பேசிக்கொள்வார்கள். சிலர், தனக்கு இரண்டு கைதானே பகவான் கொடுத்திருக்கிறார், அதிக கைகள் கொடுக்கவில்லையே என்று அவர் வருத்தப்படுவதாக புரளி கூறுவார்கள். இந்தச் சிறிய காலத்தில் அவர் இவ்வளவு பணம் எப்படி சம்பாதித்தார் என்பது மட்டும் எல்லோருக்கும் ரொம்ப சந்தேகமாகவே இருந்தது. போகிறது, அந்த பூர்வகதையை நாம் ஏன் தூண்ட வேண்டும்?

இவ்வளவு இருந்தும் அவருக்கு குழந்தை இல்லாதது ஒரு பெரிய குறை. அதற்காகத் தான் பர்வதமர்த்தினி அம்மாள் இவ்வளவு தூரம் பேசினது. இயற்கைதானே! ஒரு ஊரில் சதிபதிகள் இருவரும் அரசமரத்தைச் சுற்றிச் சுற்றி மரத்தின் வேரே ஆடிப்போய் விடுமோ என்று சந்தேகிக்கும்படி ஆகி விட்டது. அரச மரங்கள் இருக்கும் இடங்களில் எல்லாம் நாகப்பிரதிஷ்டை பண்ணி கல்தச்சருக்கு நல்ல வேலை ஏற்பட்டது.

அன்றைய இரவு சம்பாஷணையின் முடிவாக மறுநாள் காலமே சுப்பண்ணா வாத்தியார் வந்து சேர்ந்தார்.

"வாங்கோ ஜோஸ்யர்வாள்! வரணும் வரணும். அடியே, வாத்தியாருக்கு ஆசனப் பலகையை எடுத்துப் போடு" என்றார் இஞ்சினீயர்.

பெரிய இடத்து தயவாகையால் வாத்தியாரும் அசட்டுச் சிரிப்பு சிரித்துக்கொண்டு வணக்க ஒடுக்கமாக உட்கார்ந்து கொண்டார். ஹிமோத்கிரி அய்யர் சற்று எட்டி, கீழே உட்கார்ந்து கொண்டார். பர்வதவர்த்தினி அம்மாள் எதிரே வந்து நின்று கொண்டாள்.

வாத்தியார் வழக்கப்படி நான்காம் நம்பர் மடை ரிப்பேரிலிருந்து, ஊரணியில் சாண் ஜலம் போவது வரை பேசி முடித்தபிறகு, ஹிமோத்கிரி அய்யர் முன்னால் எடுத்துவைத்த ஜாதகங்களை எடுத்து மடியில் வைத்துக்கொண்டு, விரித்துப் பார்க்க ஆரம்பித்தார்.

பர்வதவர்த்தினி அம்மாள் குரல் உச்சஸ்தாயியில் கேட்டது. "வாத்தியாரே! சித்தே நன்னா ஜாதகங்களைப் பாருங்கோ. என்ன பீடை இருக்கோ இப்படியெல்லாம் ஆட்டிவைக்கிறது. ஹும்" என்று கூறிப் பெருமூச்சு எறிந்து கொண்டாள்.

வாத்தியார் பழம்பெருச்சாளி அல்லவா? தவிரவும் அவர்களுக்கு குழந்தையில்லை என்பதும் அரச மரங்களை எல்லாம் அடியோடே பிடுங்கி இருக்கிறார்கள் என்கிறதும் ஊரெல்லாம் அடிபடுகிறதே. கேட்க வேண்டுமா? அசட்டுச் சிரிப்போடு அதற்கென்னம்மா. எல்லாம் பகவத் சங்கல்பம். அவர் அருள் இருந்தா எல்லாம் தானே சித்திக்கிறது. நம் கையிலேயா இருக்கிறது? எல்லாம் அவன் கிட்டத்தான், அந்த சர்வேஸ்வரன் கிட்டத்தான் ஒப்பிச்சிடணும். நன்னா பார்த்துச் சொல்றேன்" என்றார்.

வாத்தியார் ஜோஸ்யக் கணக்கு கடலிலிருந்து மூழ்கி வெளியே வர கொஞ்ச நேரம் ஆகியது. கடைசியில் ராகு அந்த இடத்தில் இருக்கிறான், கேது இங்கே இருக்கிறான், அவனை இவன் பார்க்கிறான், இவன் அவனைப் பிடித்துக் கொண்டிருக்கிறான் என்றெல்லாம் சொல்லிக்கொண்டே வந்து, அவர்கள் இருவருடைய ஜாதகத்தில் பீடை இருக்கிறதென்றும், அதற்கு நிவாரணமாக நல்ல லக்ஷணமுள்ள பசு ஒன்றை தானம் செய்து விட்டால் பீடாபரிகாரமாகி விடுமென் றும், அது ரொம்ப உசிதம் என்றும் பகவத் சங்கல்பத்தில் பேஷாக எல்லாம் கைகூடிவருமென்றும் முடிவு கூறினார்.

ஹிமோத்கிரி அய்யர் அவ்வளவையும் கவனமாக கேட் டுக்கொண்டிருந்தார். பர்வதவர்த்தினி அம்மாளோ வாத்தியார் பாதி கூறி வாய் மூடுவதற்குள் 'அடேயப்பா இதுதானா பிரமாதச் சிலவா யிடப் போயிடறது? எவ்வளவு ஆயிட்டாத்தான் என்ன? நாளைக்கே செய்துட்டா சரியாப் போயிடுத்து' என்று பல் அத்தனையும் வெளியே தெரிய சந்தோஷம் தாங்க மாட்டாமல் கூறினாள்.

கோதானம் செய்வதென்று ஏற்பாடாகி விட்டது. மறு நாள் காலயே இஞ்சினீயர் வேலை நிமித்தம் புறப்படப் போகும் சமயம், காண்ட்ராக்டர் கண்ணாயிரம் எதிரே வந்து நின்றார். "வாங்கோ பிள்ளைவாள்! உங்களைத்தான் நினைத்துக் கொண்டிருந்தேன், சமயத்தில் வந்து விட்டீர்கள்" என்றார்.

"என்னது" என்று கேட்டுக் கொண்டே கண்ணாயிரம் பிள்ளை அசட்டு சிரிப்பு சிரித்துக்கொண்டு தோள் பட்டைகளை தடவிக்கொண்டார். அதே சமயம் பர்வதவர்த்தினி அம்மாளும் வாசலுக்கு வந்து சேர்ந்தாள்.

'உங்களுக்கு ஆயிசு நூறு' என்றாள் அவரைப் பார்த்து.

அப்பொழுதே கண்ணாயிரம் பிள்ளைக்கு வயிற்றில் புளியைக் கரைக்க ஆரம்பித்து விட்டது. ஏதோ புதுச்செலவுக்கு வழி வந்து விட்டது என்று தீர்மானித்துக் கொண்டார். ஆயினும் அவரும் ஒரு பழம் பெருச்சாளிதானே. இப்படி எத்தனை தரம் பார்த்திருக்கிறார்!

“ஏன், என்ன விஷயங்க” என்று இழுத்தார்.

அம்மாள் ஏதோ பேச வாயெடுத்தாள். அய்யர் இடைமறித்து “ஒண்ணுமில்லை. இந்தப் பீடை ரொம்ப நம்ப குடும்பத்தையே வெகு காலமாக வாட்டிண்டு வருது. ஏதாவது பரிகாரம் செய்யணும்னு பஞ்சாங்க அய்யரைக் கூப்பிட்டு கேட்டது.”

“ஆமாங்க ஏதாவது அப்படி செஞ்சாத்தாங்க வீட்டுக்கு க்ஷேமம். நான் கூட போன வருஷம் அப்படி...”

“அதான், அதான் நம்ப சாஸ்திரிகள் இருக்காரில்லையா. அவர் சொன்னார், பசுமாடு ஒண்ணு தானம் பண்ணினா நலமின்னு” என்றாள் அம்மா நடுவே குறுக்கிட்டு.

“அதுக்கென்ன? செய்திட்டா போகுது. எவ்வளவோ நமக்கு செலவழியுதிங்க” என்று பிள்ளைவாள் கூட ஒத்துப் பாடினார்.

'ஏன் பிள்ளைவாள், நல்ல பசுமாடா ஒண்ணு வேணுமே. எங்கே வாங்கலாம்? நீங்கதான் இந்த ஊராச்சு, எல்லாம் தெரியும்' என்றார் அய்யர்.

'அதுக்கென்னாங்க, அடுத்த வாரம் சொல்லிவிட்டு நல்ல பசுமாடா மாட்டுச் சந்தையிலே நான் வாங்கிட்டு வரச் சொல்றேன். உங்களுக்கு அதைப் பற்றி கவலையே வேண்டாம்' என்றார் கண்ணாயிரம் பிள்ளை. உள்ளூர அவர் பட்ட வேதனை அவருக்குத்தான் தெரியும். ஒரு நோட்டு எடுத்து வைத்து விட வேண்டியது தான் என்று மனதில் பேசிக் கொண்டார்.

“பின்னே என்ன? அடுத்த வாரம் மாட்டைக் கொண்டு வந்து நம்பாத்து வாசல்லெ கட்டவேண்டியது பிள்ளைவாளைச் சேர்ந்தது” என்று இருவரும் கூறிய பின், பிள்ளைவாளும் ஒத்துக்கொள்ளவே, இஞ்சினீயர் காண்ட்ராக்டர் சம்பாஷணை உத்தியோகத் துறையில் இறங்கியது.

ஒரு வாரம் என்பது இரண்டு வாரமாகி விட்டது. இதற்குள் இஞ் சினீயரும் அவர் சகதர்மணியும் பல தடவைகள் பிள்ளையை அது சம்பந்தமாகக் கேட்டு விட்டார்கள். கடைசியில் பிள்ளைவாள் நல்ல பசுமாடாக – ஒரு படி பால் கறக்கும் – கொண்டு வந்து பங்களாவில் கட்டிவிட்டார். அதற்கு வைக்கோல், பருத்திக் கொட்டை வகையறாவுக்கு எல்லாம் தக்க ஏற்பாடு செய்து விட்டார். பிறகு தான் இன்சினீயருக்கும் முக்யமாக பர்வதவர்த்தினி அம்மாளுக்கும் பூரண திருப்தியாய் விட்டது.

சுப்பண்ணா வாத்தியாரால் ஒரு நல்ல நாள் பார்க்கப்பட்டு பிரமாதமான தடபுடல்களுக்கு இடையே கோதான விமர்சை நடைபெற்றது.

சுப்பண்ணா வாத்தியார் குறிப்பிட்ட ஆளுக்கு லாட்டரி விழுந்தது.

ஆனால் அந்த பசுமாடு சுப்பண்ணா வாத்தியார் கொட்டத்திற்கே போய்ச் சேர்ந்ததென்பது அவர்கள் யாருக்கும் இன்றுவரை தெரியாது. தானம் என்று கொடுத்தாகி விட்டது. யாருக்குக் கிடைத்தால் என்ன?

கொஞ்ச நாட்கள் ஆயிற்று. கோதானம் செய்ததைப் பற்றியும் அதனால் ஏற்பட இருக்கும் பலனைப் பற்றியும் இஞ்சினீயர் தம்பதிகள் அடிக்கடி சந்தோஷத்தோடு பேசிக்கொண்டிருப்பார்கள். ஆரம்பத்தில் ஒரு சமயம் எஜமான் பிள்ளைவாளிடம் "மாடு என்ன விலை" என்று கேட்டார். "நூறு ரூபாய்க்கு ஐந்து ரூபாய் குறைவு" என்றார் பிள்ளை, "நானும் அப்படித்தான் நினைச்சேன். உயர்ந்த ஜாதி மாடு இல்லையா?' என்றார் எஜமான். அதற்கு மேல் ரூபாய் விஷயமாக பேச்சு கிளம்பவில்லை. ஆரம்பத்தில் கொஞ்சம் நப்பாசை வைத்திருந்தார் பிள்ளைவாள். கூடிய சீக்கிரம் விஷயம் புரிந்து போய்விட்டது. ரூபாய் கிடைக்கும் என்ற ஆசையை விட்டுவிட்டார், எத்தனையோவோடு இதுவும் ஒன்றாகப் போய்விட்டது. எஜமானும் இதைப்பற்றி நினைக்கவே இல்லை.

இதன் பிறகு சுமார் ஒரு வருஷ காலம் ஆகிவிட்டது. கண்ணாயிரம் பிள்ளை ஒரு தினம் தட்டில் வெற்றிலை பாக்கு பழம் கற்கண்டு சர்க்கரையுடன் எஜமானைப் பார்க்க வந்து சேர்ந்தார். 'என்ன பிள்ளைவாள் விசேஷம்? தடபுடலாக இருக்கிறதே!' என்றார் இஞ் சினீயர்.

"எஜமான், ரொம்ப நாளாக குழந்தை இல்லாமே இருந்து எனக்கு. ஒரு ஆண் குழந்தை பிறந்திருக்குங்க, எஜமானை கண்டுட்டு போக வந்தேன்' என்றார் பிள்ளைவாள்.

'ரொம்ப சந்தோஷம் பிள்ளைவாள்!' என்று பாராட்டினார் எஜமான்.

அதற்கு மேல் அவருக்கு ஒன்றும் பேசத் தோன்றவில்லை.

ஸ்கெட்ச்

முன்னுரை

என் கலாசாலை நாட்களில் இங்கிலீஷ் பாடத்துக்கு கட்டுரைகள் அடங்கிய புத்தகங்களை படித்திருக்கிறேன். கோல்ட் ஸ்மித், சார்லஸ் லாம்ப், ஸ்டீவன்சன், எட்மண்ட் ஃபர்க் ஆகியோர் கட்டுரைகள் அவை. பிறகு, எழுத்தாளனாக மலர்ந்த பிறகு முப்பதுகளில் ஜி.கே. செஸ்டர்டன், இ.வி. லூகாஸ், ஆல்டஸ் ஹக்ஸ்லி, ஸ்டீபன் லீகாக், மார்க் ட்வெயின் போன்றவர்களின் கட்டுரைகளை கொஞ்சம் படிப்பதுண்டு. அவை சுவாரஸ்யமாக இருந்தன.

நான் கதைகளில் அதிகம் கவனம் செலுத்தினாலும், கதைகள் அதிகமாக உடனுக்கு உடனேயே எழுதுவது சாத்யம் இல்லாததாலும் அவ்வப்போது கட்டுரைகள் எழுதத் தோன்றியது. சில சம்பவங்களோ, கருத்துகளோ ஒரு தாக்கான சிறுகதைக்கு போதுமானதாக இல்லாததாகவும் பட்டது. சில சம்பவங்களை கதைகளாக மாற்றம் செய்ய எனக்கு கற்பனை உதவாத நிலையும் சில சமயம் இருக்கும். எனவே 'ஷார்ட் ஸ்டோரி' என்ற சிறுகதையும் ஆகாத, 'எஸ்ஸே' என்ற கட்டுரையும் ஆகாத இரண்டும் கெட்டான் நிலையில் 'ஸ்கெட்ச்' என்ற ஒரு பிரிவில் சில உருவாகும். சில தீவிர ஆழ்ந்த கருத்துக்கு உட்பட்டதாகவும் சில ஹாஸ்யப் பாங்கானதாகவும் இருக்கும்.

அந்த நாட்களில் சிறந்த நகைச்சுவை கட்டுரைகள் எங்களிடையே எழுதிய ஒரே ஒருவர் சிட்டி. அற்பமானது பொருட்படுத்தத்தக்கதாக இல்லாதது என்ற கருதக்கூடிய விஷயங்களை வைத்து நல்ல கட்டுரைகளை எழுதியவர் அவர். உதாரணமாக 'மண்ணாங்கட்டி'யை வைத்து ஒரு கட்டுரை எழுதி விடுவார். எனக்கும் சிட்டியைப்போல எழுதத் தோன்றியது. 'பகடி' என்ற பெயரில் நகைச்சுவை கட்டுரைகளையும் 'அசுவதி' என்ற பெயரில் ஆழ்ந்த கருத்துள்ள கட்டுரைகளையும், 'ஸ்கெட்ச்'களையும் நான் எழுதினேன். அவற்றில் பத்து பாரததேவி, சந்திரோதயம், தினமணி கதிர் ஆகியவற்றில் எழுதியவை 'ஏரிக்கரை' யில் அடங்கி இருக்கின்றன. தொடர்ந்து மூன்றாவது புத்தகம் வரும்.

20.2.77 **சி.சு. செல்லப்பா**
சென்னை

ஏரிக்கரை

எதிரே அலையடுத்து அலை சுழன்று வரும் கடற்கரை மணலிலும் வித விதப் பூச்செடிகளை நேர்த்தியாக வளர்த்து, ஒழுங்காகச் செப்பனிட்டு, பண்படுத்தி வெட்டிவிட்ட புல் தரை பார்க்குகளிலும் மாலைப் பொழுதில் ரேடியோ கேட்டுக் கொண்டு உட்கார்ந்து இருப்பது மனதுக்கு இன்பமாகத்தான் இருக்கிறது. ஆனால் எதிரே வானத்திற்கு நீண்ட விளும்பு கட்டிச் செல்வது போன்ற மலை உச்சிகளையும் வரைவுகளையும் கண் அளாவ, முன்னால் நீர் நிரம்பிய ஒரு கம்மாய்க் கரையின் பசும்புல் தரையில் உட்கார்ந்து இருப்பதில் ஏற்படுவது ஒரு தனி இன்பம்.

தூரத்து மலைச்சரிவுகளிடையே இருந்த குளுமையை சம்புடத்தை திறந்து கஸ்தூரி மணத்தை வெளியே பரப்புவதுபோல் காற்று சுமந்து கொண்டு 'விஸ்விஸ்'ஸென்று காதுகளுக்கு ஓசையூட்டிக் கொண்டு வீசி வருகிறது. அதில் கலந்து வரும் பசுமை மணத்தின் நுகர்ச்சி இருதயத்திற்கு ஒருவித புளகாங்கிதத்தை, இதத்தை கொடுக்கிறது.

சென்னை நகரத்தின் நடுமத்தியில் உள்ள காற்றும், வெயிலும் படாத மூன்றடுக்கு மாளிகையின் கீழ்த்தளத்து வீட்டிலே குடித்தனம். மின்சார விசிறி சுழன்று தன் வேகத்துக்கு தக்கபடி காற்றை கிளப்பிக் கொண்டிருக்க, பகலிலும் விளக்குப் போட்டு வேலை செய்து கொண்டிருக்கும் ஒரு ஏழடுக்கு மாளிகையின் நடுத்தளத்தில் உள்ள நடு அறையிலே பார்க்கும் உத்யோகம், இந்த இரண்டு இடங்களுக்கும் நடுவே முறையாக டிராம் ஸீஸன் பாஸ் அல்லது ரிடர்ன் டிக்கட்

எடுத்துப் போய்க் கொண்டிருக்கும் ஒருவனுக்கு இந்த ஏரிக்கரை இன்பம் சொர்க்க இன்பத்தை தரும்.

சென்னை நகரில் கழியும் ஒவ்வொரு இருபத்து நான்கு மணி நேரத்தின் வாழ்வும், இந்த நிலையிலிருந்து பார்க்கும்போது, ஒரு தகரக்கடையில் உட்கார்ந்திருந்த ஞாபகம்தான் தருகிறது. யந்திர சாதனங்களின் ஆக்க சக்திகள் கோரமாக ஒன்று சேர்ந்து பேய்க்குரல் கிளப்பி எதிரொலிக்கும் ஒரு சூழ்நிலைக்கும், கரகரப்பு சிறிதும் தட்டாத, சுருதி சேர்ந்த வாத்ய ஒலிபோல், இயற்கை குரல் கொடுக்கும் ஒரு பகைப் புலத்தில் உதட்டு வார்த்தைகள் கூட மதுரமாக கேட்கும் ஒரு சூழ்நிலைக்கும் ஏதாவது சம்பந்தம் இருந்தால்தானே.

செழித்து வளர்ந்திருந்த, மனிதன் பாதங்கள் அபூர்வமாகப் படும் அருகம்புல் தரையில் உட்கார்ந்து, விரல் இடுக்குகள் அதன் அடிவேரை ஆராயும்படியாக ஒரு சிறு குச்சியால் மண்ணைக் கிண்டிக்கொண்டு அந்த ஜிலு ஜிலுப்பை உணர்ந்து கொண்டிருந்தேன்.

எதிரே அஸ்தமன சூரியன் கூட்டுக்குள் உடலைச் சுருக்கிக் கொள்ளும் நத்தையைப்போல், அகன்ற மலைக்கணவாயின் வாய்க்குள் போய்க் கொண்டிருந்தது. சற்று முன்பு வரை வானத்தின் வர்ண விஸ்தாரங்களை பிரதிபலித்துக் கொண்டிருந்த ஏரி ஜலத்தின் அடியில் சாம்பல் நிற ஒளி பரவ இருக்கும் இருளுக்கு சூரியனை காட்டிப் படர்ந்து கொண் டிருந்தது. அதனடியில் தோன்றிய தூரத்து மலையும், அதற்கு முன்பு சமீபத்திய தோப்புகளும் மெல்லிய காற்றால் அலைபடும் ஜலப்பரப்பில் நடுங்கிக் கொண்டிருந்தன.

இந்தப் பிரதிபலிப்பை அடிக்கடி குழப்பி சிறகிகள் – ஜலத்தையே இருப்பிடமாகக் கொண்டுள்ள நீர்ப்பறவைகள் – கும்பலாக ஜலமட்டத்திற்கு மேல் ஜிவ்வென்று கிளம்பி ஏரியின் மூலைக்கு மூலை பறந்து பறந்து சென்று கொண்டிருந்தன. ஜல மட்டத்திற்குமேல் அவை தலை நீட்டி நீந்துவதையும், கம்மாய்க் கரைமீது ஆள் அரவம் கேட்கும்போதெல்லாம் எதிரிக்கப்பலை பார்த்து முழுகும் ஒரு நீர்மூழ்கிபோல் நீரில் அமிழ்ந்து விடுவதையும், குதிரை கனைப்பது போன்ற ஒரு கத்தலைக் கிளப்புவதையும், வெகு தொலைவுக்கும் சென்று அன்றைய வயிற்றுப்பாட்டை பார்த்துக்கொண்டு குவாக் குவாக்' என்ற சப்தத்துடன் தலைக்குமேல் கூட்டம் கூட்டமாக பறந்து எங்கோ சென்று கண் மங்க மறையும் நாரைகளின் விமான யூக அமைப்பையும் மாறி மாறிப் பார்த்துக் கொண்டிருந்தேன்.

ஏரியின் மடைப் பக்கமாக அந்த ஏரியும் சுற்றுப்புறமும் எதிரொலிக்கும்படியாக படார் படாரென்று அறைந்து துவைத்துக்

கொண்டிருந்த கடைசி வண்ணானின் கடைசி அறையும் நின்று விட்டது, சலவைத் துணிகளை மடை வழியாக வெளியே போகும் மறுகாலில் அலசி மூட்டை கட்டி, எட்டி போய் மேய்ந்து கொண்டிருந்த முட்டிக்கால் தட்டிய கழுதைகளையெல்லாம் திரட்டி அவை மீது ஏற்றி, சாலையேறி “தை, தை” என்று தூண்டிப் போய்க் கொண்டிருந்தார்கள். பக்கத்துக் கொடிக்காலில் பாட்டுடன் கலந்து கிறீச்சொலி செய்து கொண்டிருந்த ஏற்றத்தின் சப்தம் ஓய்ந்து விட்டது. அன்றைய பங்குக்கு ஒரு நிறைக்கு நீர் பாய்ச்சிவிட்டு, கொடிக்காலிலிருந்து கிள்ளிய வெற்றிலையையும், சாமிக்கு பூசை போட வீட்டில் வளர்த்து வரும் கடாவுக்கு கட்டு ஆத்திக்கீரையையும், அடுப்பேற்ற கட்டுச் சுள்ளிகளையும், போகிற போக்கிலே கைச் செலவுக்காக விற்பதற்கு ஒரு சிறிய இலைக்கட்டையும் தலைமேல் வைத்துக் கொண்டு கொடிக் கால்களிலிருந்து வெளியேறிக் கொண்டிருந்தார்கள்.

ஏரி மடைகள், மறுகால் வழியாகப் பாய்ந்து வரும் ஜலத்தை, இன்னும் ‘ஒன்றிரண்டு’ தண்ணீர் பாய்ச்சி விட்டால் போதும் கதிர் விளைந்துவிடும் என்ற நிலைமையில் தங்கள் தங்கள் பண்ணை வயல்களுக்கு முறைப்படி, இத்தனை நாளும் கிராமம் அனுசரித்து வந்த வழக்கப்படி பாய்ச்சிக் கட்டிவிட்டு, பொழுது மயங்கவும், மறுகால் ஜலத்தில் தாங்களும் குளித்து, மண்வெட்டிகளைக் கழுவி, தோள்மீது போட்டுக் கொண்டு பண்ணையாட்கள் வரப்புகளை விட்டு வெளியேறிக் கொண்டிருந்தார்கள்.

அப்போது அங்கிருந்த இத்தனை அசைவுகளிலும் ஒரு வித அமைதி, அவனவன் தன் தன் பங்குக்கு அன்றாடம் வாழ்க்கையில் செய்ய வேண்டிய கடமையை செய்துவிட்டு திரும்பும் திருப்தி, இயற்கை போட்டிருந்த ஒரு உத்திரவை நிறைவேற்றிவிட்டு திரும்பும் ஒரு புனிதத்தன்மை இருப்பதாகப்பட்டது. நான்கு சுவர்களுக்கு உட்புறம் நாற்காலிகளில் உட்கார்ந்து முறையாக பேனாப் பிடித்து கை ஓய்ந்து அலுத்துப்போய் மணி ஐந்து எப்போது அடிக்கும் என்று எதிர்பார்த்து சோர்ந்து வீடு திரும்பும் ஒரு அயர்ச்சி அந்த முகங்களில் இல்லை. வியர்வை சொட்ட நாள் முழுவதும் கடும் வெயிலில் உழைத்துத் திரும்பும் அந்த நிலைமையிலும், வானத்தையும் மண்ணையும் நம்பியுள்ள கிராமவாசிக்கு உழைப்புக்குத் தக்க ஊதியத்தை கொடுப்பதில் முனைந் திருக்கும் இயற்கை, தன் சக்தியால் அந்த அயர்ச்சிக்கு மாற்றுக் கொடுத்துக் கொண்டே இருக்கிறது உழைப்பின் ஆயாசம் தீர. அதன் பலன்தான் அந்த வேளையில் எழும் அத்தனை பாட்டுக் குரல்கள்; உற்சாகத் தொனியில் சந்தியா கால நிசப்தத்திடையே கிளம்பிவரும் தெம்மாங்கு மெட்டுகள்.

அவை ஓய்ந்துவிட்டன. மனித அரவமும் ஒடுங்கி விட்டது. வயற்புறத்திலிருந்த கடைசி உழைப்பாளியும் போய் விட்டான். எல்லாம் நிசப்தமாகிவிட்டது. எங்கே அந்த நிசப்தத்தை கரகரப்பாக்கி விடுமோ என்று பயப்படுவதுபோல் என் சுவாசம் கூட மிருதுவாக அடக்கி வந்தது, வயல்களிலிருந்து வீசும் விளைந்த கதிர்களின் நெல் வாசனையை சுவாசித்துக் கொண்டு.

எனக்கு முன்னால் பார்த்தேன். மலைச்சரிவுகள் மங்கி விட்டன. மலை உச்சிகள், வானத்தையும் மலையையும் பிரித்துக் காட்டிய விளும்புகள் கண்ணுக்கு குழப்பமாக கறுத்து ஒரே புகையடையாகத் தெரிந்தன. பசுமை கலந்த நீலச்சாயல் வீசியிருந்த பள்ளத்தாக்கு இப்போது பிரம்மாண்டமான ஒரு இருண்ட குகைபோல் பயமுறுத்தியது.

பச்சையும், மஞ்சளும் கொண்டு ஊடும் பாவுமாக நெய்திருந்த விரிப்புபோல் கண் பார்வைக்கும் மீறின வரை விளைந்தும் விளையாமலும் தலை சாய்ந்து கிடந்த கதிர்ப் பரப்புகள் வர்ண மற்ற ஒரு சாயலில் கிடந்தது, வரப்பும் வயலும் இனம் தெரியவில்லை. இருள் அத்தனை வர்ணங்களையும் கலக்கி இருந்தது.

ஏரி நீர்ப் பரப்பில் கவனம் திரும்பியது. சிறகிகள் நீரில் மூழ்கி அமிழும் 'களக்' சப்தம்தான் காதுகளில் கேட்டது. தரைக்கும் தண்ணீருக்கும் வித்யாசம் காட்டாதபடி கண்ணுக்கு இருட்டுக் கட்டி விட்டது. ஒரு சிறு கல்லை எடுத்து முன்னால் வீசி விட்டேன். அது நீரில் விழுந்த சப்தம் கேட்டது. சிறகிகள் படபடத்து இறக்கையடித்த சப்தம் கேட்டது. அதுவும் ஓய்ந்து விட்டது. இருட்டிவிட்ட துணிவில் பறந்து பறந்து அந்த இடத்திற்கு நீந்திக்கொண்டிருந்தவை, இன்னும் தங்களுக்கு ஆபத்துக்கு ஏதும் இருப்பதைக் கண்டு ஒரேயடியாக நீரில் மூழ்கிப் போய் விட்டன போலும்.

இருட்டு தன்னோடு தன் பக்க ஜமாக்களைக் கொண்டு வந்ததுபோல், பக்கத்து சாலை மரங்களிலிருந்து கூடுகளுக்கு வந்து சேர்ந்த ஆந்தைகள் அலற ஆரம்பித்தன. ஸந்தியை விழுங்கி வந்த இருளின் கோரத்துக்குத் தக்க இசையொலிதான். அதோடு சற்று முன்தான் ஏற்றத்தின் சப்தம் ஓய்ந்து போயிருந்த கொடிக்கால்களிலிருந்து, பகலில் தூரத்துக் காடுகளிலும் புதர்களிலும் பாறைப் பொந்துகளிலும் பதுங்கி இருந்த நரிகள் கொடிக்காலில் நண்டுகளை குதறித் தின்னும் உற்சாகத்தில் ஊளையிடும் சப்தமும் சேர்ந்து கொண்டது. அந்த இருட்டிலே ஏதோ ஒரு குருவி கர்ண கடூரமாக கத்திக்கொண்டு குளத்தின்மேல் பறந்து சென்றது.

இருட்டில் மட்டும் பறந்து செல்லும் சாகுருவி தலைக்கு மேலே கிறீச்சிட்டுச் சென்றால் அசுபமான காரியத்துக்குச் சூசகம் என்று

பாட்டி சொல்லிக் கேள்வி. பறந்து சென்ற குருவி அதாக இருக்குமோ என்னமோ?

கையிலிருந்த டார்ச்சைப் போட்டு இருட்டின் கருமையை மங்க வைக்க விரும்பவில்லை. மின்சார விளக்குகள் வரிசையாக ஒளி வீசி நிற்கும் தார் ரோடுகளில் போய் பழகியிருந்த கண்கள் இந்த இருட்டை ஆர்வத்துடன் விரும்பின. எதிரும் சுற்றுப்புறமும், கை அசைவும் கூட கண்ணுக்குத் தெரியாத நிலையில் கண்களைக் கூராக்கி எதிரே தொலைவில் பார்த்தேன். தூரத்து மலைகளில் எரிந்து கொண்டிருந்த எரி நெருப்புகள் கண்களில் பட்டன. ஒரு நகரம் முழுவதும் தீப்பட்டு எரிவது போன்ற அளவு அங்கும் இங்குமாக நிறைய எரிந்து கொண்டிருந்தன. ஒன்றுமில்லை; மரங்களை சுட்டு கரியாக்கிக் கொண்டிருத்தார்கள். யந்திர யுகத்துக்குத் தேவையான கரிக்கு, அங்கே இருக்கும் முதலை கரைத்துக் கொண்டிருந்தார்கள். நாகரிகம் என்று சொல்லிக்கொண்டு, யுத்தம் என்ற வியாஜத்தில் உலகம் பூராவும் சுட்டுக் கரியானதே இன்னும் கரியாகிக் கொண்டிருக்கிறதே. அந்த ஞாபகம் எனக்கு அப்போது வந்தது. இவ்வளவு மரங்களை அழித்து கணத்தில் கரியாக்க ஒரு அணுகுண்டு எவ்வளவு பயன் படும் என்றும் நினைக்காமல் இல்லை.

இருட்டு, நினைவுக்கு அதிலும் தீவிரமான சிந்தனைப் போக்குக்கு ரொம்பவும் போதை ஏற்றுகிறது. பகலின் கலகலப்பான உலகத்தை தன் ஆட்சியில் ஒடுக்கி, நிசப்தமாக்கி, பீதி ஊட்டச் செய்யும் சக்தியும் அதற்கு இருக்கிறது. எனக்கு சற்று சமீபத்தில் ஏதோ சலசலத்து ஓடும் சப்தம் கேட்டது. பளிச்சென்று டார்ச்லைட்டைப் போட்டுக் கொண்டே எழுந்து நின்றேன். ஒரு வெள்ளை வயக்காட்டு எலி ஒன்று எனக்கு முன்னால் இருந்த சின்னப் புதரிலிருந்து விழித்துப் பார்த்து விட்டு பதுங்கிக் கொண்டது.

வீடு திரும்ப ஆரம்பித்தேன். சாலையில் பளிச்சென்ற ஒரு வெளிச்சம் வீசியது. ஒரு ஹார்ன் சப்தம், கடைசி சர்விஸ் பஸ் கிராமத்தைத் தாண்டி வெளியேறிப்போய்க் கொண்டிருந்தது. அதன் வெளிச்சம் குளத்து ஜலப்பரப்பில் சில விநாடிகளுக்கு வாரி அடித்து விட்டு மறைந்தது. வெளிச்சம் மறையவும் இருட்டு இன்னும் கோரமாக எடுத்துக் காட்டியது. டார்ச்சை போடாமலே பாதையை பாதங் களால் தடம் பார்த்துக் கொண்டே சுற்று முற்றும் வீசிப் பறக்கும் மின்மினிகளின் ஒளியை கவனித்துக் கொண்டே நடந்தேன்.

விரோதிக்கு விரோதி

"என்ன பிறக்கப் போகிறது விரோதி வருஷமா?"

"ஆமாம் சர்வதாரி அப்படியே சுபிட்சத்தை வாரிக் கொட்டிவிட்டுப் போய் விட்டது. இனிமே விரோதி வந்து ..."

"பேரும் வேறே பொருத்தமாக அமைந்திருக்கிறதே அதைச் சொல்ல வேண்டாமா?"

இது ஒரு சம்பாஷணை.

இன்னொரு சம்பாஷணை இது.

"ஆமாம், மலர் போடுகிறோமே என்ன பேர் போடலாம்?"

"வழக்கம்போல அத்த வருஷத்தின் பெயரைக்கொண்டு இந்த வருஷ மலர் என்று போட வேண்டியதுதான்."

"அதுதான் நாம் செய்கிற வழக்கம். இது விரோதி ஆச்சே. 'விரோதி வருஷ மலர்' 'விரோதி மலர்' என்று பேர் போட்டு விடலாமா?"

"வேணாம் சார், புதுவருஷ மலர் என்று பொதுவாக போட்டுடலாம் சார்!"

இன்னொன்று

"புது வருஷப்பாட்டு கேட்கிறீர்களே 'விரோதியே வருக' என்று ஆரம்பிக்கலாமா?"

'ரொம்ப அலௌகீகமாக இருக்கும் சார்."

"அப்போது அதை குறிப்பிடாமல் நாசூக்காக எழுதி புதுவருஷத்தை வரவேற்று விடுகிறேன்."

புது வருஷம் பிறப்பது பற்றி இந்த மாதிரி சம்பாஷணைகள், சகஜமாக யார் காதிலும் விழுந்திருக்கும். பாவம்! விரோதிக்கு விரோதி என்று அறுபது வருஷம் கழித்து, புனர்ஜன்மம் எடுக்கும் விரோதி, தான் செய்யாத பாபத்துக்கு பழியைச் சுமந்துகொண்டு பிறக்கிறது.

விசாரணைக்கு சந்தர்ப்பம் இல்லாமலே இப்படி முன் கூட்டித் தீர்ப்பு அளித்து விடுகிறார்களே. அவர்களையும் இதற்காக குற்றம் சொல்வதற்கில்லை. அவர்கள்தான் என்ன செய்வார்கள்? மங்களத்தையம், சுபிட்சத்தையும் குறிக்கும் வருஷங்கள் தான் அவர்கள் முன்னால் எத்தனை வந்து நடமாடிவிட்டுப் போயிருக்கின்றன! அவையெல்லாம் கொட்டியளந்த அனுபவம் அவர்களுக்கு போதாதா?

"போன வருஷம்தான் இப்படி கழிந்தது. இந்த வருஷமாவது பார்ப்போம்" என்று ஆவலோடு எதிர்பார்த்து நிற்கிறார்கள். ஒவ்வொரு வருஷமும் முடிந்தபிறகு அது போட்டுப் போயிருக்கிற முத்திரையையும் பதித்துச் சென்றிருக்கும் காலத்தேர்த் தடத்தையும் பார்த்ததும் "இப்படியா போச்சு" என்று ஒரு பெருமூச்சு விடுகிறார்கள். ஆவலோடு அடுத்த வருஷத்தை எதிர்பார்க்கிறார்கள்.

வருகிற வருஷமோ முந்தினதை நல்லதாக்கி விடுகிறது. இப்படி ஏமாறிப்போன பரம்பரைக்கு எப்படி ஒரு விரோதியை நேரடியாக துணிச்சலுடன் வரவேற்க மனசு இருக்கும்? கொள்ளிக் கட்டையைக் கொண்டு தலையைச் சொறிந்துகொண்டவன் புத்தியாகத்தான் கருதப்படும்.

பாவம், பேதை விரோதி! ஐம்பத்தொன்பது வருஷ காலம் நமது ஆசைகளைத் திருப்திப்படுத்த வரும் மித்திரர்களுடன் அளவளாவ நமக்கு சந்தர்ப்பம் தந்துவிட்டு, ஒரு முன்னூற்றறுபத்தைந்து நாட்கள் போய் குலாவிவிட்டு வரலாமே என்று நம்மைத் தேடி வருகிறது. தியாக குணமும் நேர்மை குணமும் படைத்த விரோதிக்கு இத்தகைய வரவேற்பு அளிக்கப்படுவதென்றால்?

விரோதியை தியாகி ஆக்கியது சரிதான். நேர்மையானது எப்படி என்று கேட்கலாம். நூற்றுக்கு நூறு நேர்மையானது தான் விரோதி. மித்திரர்களாக ஆர்ப்பாட்டம் செய்து கொண்டு நம்மைத் தேடி வந்த வருஷ பிரமுகர்கள் நமக்குச் செய்திருப்பதை எல்லாம் அனுபவித்து விட்டோம். அவர்கள் உறவு வெறும் நடிப்பாகி விட்டது என்று பிற்பாடு

கண்டு கொண்டோம். அவர்களை விட விரோதி எவ்வளவு மேல்! 'நான் விரோதியாகத்தான் வருகிறேன்'. என்று பச்சையாக உண்மையை சொல்லிக் கொண்டு நம்மை அணுகும் விரோதியை நேர்மை புருஷன் இல்லை என்று சொல்ல யாருக்கும் துணிவு இருக்காது.

இந்த நேர்மை புருஷனை வரவேற்க மனம் இல்லாத நம்பிக்கைவாதிகளுக்கு இடையில் வரவேற்கும் ஒரு அவநம்பிக்கைவாதி இல்லாமலா இருக்கப் போகிறான்? அந்த அவநம்பிக்கைவாதி இப்படிச் சொல்லலாம் அல்லவா? "யார் கண்டது? இந்த மித்திரர்கள் பொய்த்து விட்ட மாதிரி இந்த விரோதியும் பொய்த்து விடலாம். சுகத்தைத் தரமாட்டான் என்பது என்ன நிச்சயம்? அவர்கள் செய்யத் தவறியதை இவன் செய்யலாம்" என்று விரோதியின் பண்பில், தர்மத்தில் அவநம்பிக்கை வைத்து வாதிக்கலாம்.

இந்த வாதம்தான் சரியானதென எனக்குப் படுகிறது. வருகிற விரோதியை நல்லதுக்கு விரோதி என்று எப்படி இப்போதே முடிவு கட்டிவிட முடியும்? தீமைக்குத்தான் விரோதியாக இருப்பான் என்று கொள்வோம். எனவே சாக்ஷிக்காரன் காலில் விழுவதைவிட சண்டைக்காரன் காலில் விழு என்றபடி, நாம் விரோதியை முழுமனதுடன் வரவேற்பது தான் புத்திசாலித்தனமாகும். அவனிடம் கசப்புக் காட்டி மேலும் மேலும் விரோதத்தை வளர்த்து வரச்செய்யும் காரியங்களில் ஈடுபடுவது விவேகமானதா என்ன?

'விரோதியையும் வெறுக்காதே' என்பது உலகம் கண்ட ஜீவாதாரத் தத்துவம். கிருஷ்ணனும் புத்தரும், ஏசுவும் இன்னும் யார் யாரோ சத்யம் கண்ட புருஷர்கள் அன்று கூறியிருப்பது ஒரு புறம் இருக்கட்டும். இன்று கண்கண்ட காந்தி புருஷன் நேற்று வாழ்ந்து இதைப் பண்ணிப் பண்ணி மனிதன் காதிலே சொல்லிச் சொல்லி கெட்டிக்கவில்லையா? சொல்ல மட்டுமா செய்தார் காந்தி புருஷன்? தானும் அப்படியே வாழ்ந்தார். மூன்று குண்டுகள் நெஞ்சிலே பாய்ந்த போதும், சுட்ட கையையும் அதன்பின் நின்ற முகத்தையும் தெய்வ ஒளி வீசும் கண்களுடன் அன்புருவ பார்த்துக் கொண்டே "ஹே ராம்" என்று கீழே சாய்ந்தார்.

அந்தப் பார்வைக்கும் ராம நாமத்திற்கும் பின்னால் ஹிருதயத்திலே "அவனை மன்னித்துவிடு" என்று யேசு சொன்ன அதே உள் நினைவுதான் ஓடியிருக்கும்.

வாழ்க்கை முழுவதும் விரோதியை வரவேற்று ஒரு ஆதர்ச புருஷனின் ஞாபகத்துடன் இந்த விரோதியை வரவேற்போம். விரோதி புருஷன் விரோதிக்கு விரோதியாகி விரோதி என்ற பெயரின் தன்மையை மாற்றி விடுவான் என்ற நம்பிக்கையுடன் அவனை பீடத்தில் அமர்த்துவோம்.

வம்பு பேச

'உங்களுக்கு வம்பு பேசப் பிடிக்குமோ' என்று யாரையாவது ஒரு கேள்வி கேட்டுப் பாருங்கள். துடியாக என்ன பதில் வரும் தெரியுமா? எனக்குப் பிடிக்காது என்பது தான். பொதுவாக வம்பு பேசுவதை சற்று கண்யக்குறைவான காரியமாகத்தான் யாரும் நினைப்பது சகஜம். இதை மனதில் கொண்டே ஆண்கள் 'பெண்களைப்போல நம்மால் வம்பு பேச முடியுமா' என்கிறார்கள். பெண்களோ ' இந்த ஆண்கள் வம்பு இருக்கிறதே; அதற்கு ஈடு கொடுக்க நம்மால் முடியாது' என்கிறார்கள். இரு சாராரும் தங்களுக்கு அந்தத் திறமையில்லை என்றும் மற்றவர்களுக்குத்தான் இருக்கிறதென்றும் பெருமையாகச் சொல்வது போல் சொல்லி இகழ்ந்து பேசிக்கொள்கிறார்கள்.

இதைவிட "ஆமாம் வம்பு பேசும் திறமை எங்களுக்குத்தான் இருக்கிறது. அதற்கு நாங்கள் பெருமைப்படுகிறோம்" என்று இருசாராரும் சொல்லிக்கொண்டால் என்ன? சிறுமையாக ஒருவர் கருதி மற்றவருக்கு கொடுக்கும் அந்தப் பட்டத்தை தாங்களே வலிய அணிந்து கொள்ளக்கூடாது?

சமீபத்தில் கேட்ட, படித்த இரண்டு ரேடியோ பேச்சுக்கள் தான் இந்த வம்பு பேசும் தன்மையைப் பற்றி சற்று ஆராய எனக்கு சந்தர்ப்பம் ஏற்படுத்தின. ஒரு சாராரை மற்றொரு சாரார் இகழ்வதற்கு காரணம் அவரவருக்கு வம்பு பேசும் திறமையில் நம்பிக்கையில்லாதிருப்பதுதான். அதை மறைக்கவே ஒருவர் மற்றொருவரைக் கேலி செய்யத் தோன்றுகிறது.

எனக்குப் படுகிறது இதுதான். வம்பு பேசுவது ஒரு தனிக் கலையாகும். இந்தக் கலையை அப்யசிக்கவோ அல்லது ரசிக்கவோ ஒரு பக்குவம் ஏற்படுவதற்கு பயிற்சி வேண்டும். சாதகம் கூட வேண்டும் என்று நிச்சயமாகச் சொல்வேன்.

எத்தனையோ சந்தர்ப்பங்களில் வம்புப் பேச்சில் ஈடுபடுகிறோம். நாம் கதாநாயகனாக இருந்திருக்கும் சந்தர்ப்பங்கள் சில இருந்திருக்கும். சபையோர்களில் ஒருவராக இருந்திருக்கும் பல சந்தர்ப்பங்கள் இருந்திருக்கும்.

இந்தச் சந்தர்ப்பங்களில் வம்புப் பேச்சு எத்தனை தடவைகள் நன்றாக வளர்ந்திருக்கிறது? எவ்வளவு பேர் திறமையாக வம்பு பேசுகிறார்கள் என்பதைக் கண்டிருக்கலாம். அத்தகைய சந்தர்ப்பங்களில் ஒரு சிலர் தான் சோபித்திருப்பதைக் காணலாம். வம்புப் பேச்சும் திருப்தியாக இருந்திருப்பதை சில சந்தர்ப்பங்களில்தான் அனுபவித்திருக்கலாம். மற்ற சந்தர்ப்பங்களில் அவ்வளவு நேரம் வம்பு அடித்தது ஏதோ நஷ்டம் ஏற்பட்டிருப்பது போலத் தோன்றும்.

திருப்தி தரும்படியான வம்புப் பேச்சு இருக்கிறதே அது தான் வேண்டும். வம்பைத் தேடி அலையும் உள்ளம் எங்கோ ஒரு மூலையில் ஒதுங்கி தனக்குள் சிந்தித்துச் சிந்தித்து அவதிப்பட்டு குழம்பியோ. அலுத்துப்போயோ இருக்கும் ஒரு உள்ளம்தான் – சலிப்புற்று வம்பு எங்கே இருக்கிறது என்று தேடி அலைகிறது. தான் இதுவரை சிந்தித்த விஷயங்களுக்கு புறம்பான, அதற்கு சம்பந்தமேயில்லாத நிம்மதி தரும் ஓய்வுப் பேச்சு எங்கு கிடைக்கும் என்று தேடி அலைகிறது. அப்படியே இன்னொரு உள்ளமும் தேடி வந்து பரஸ்பரம் இரண்டும் இரண்டறக் கலக்கும் சந்தர்ப்பத்திலேதான் வம்பு பிறக்கிறது. ஆஹா, மனம் விட்டு, வாய்விட்டு நினைத்தபடி எல்லாம் பேசச் செய்யும் இந்த வம்புப் பேச்சு இருக்கிறதே. அதன் பெருமை தனியே உட்கார்ந்து நிசப்தத்திடையே பாதி ராத்திரிக்குமேல் இந்தக் கட்டுரையை எழுதும் சமயத்தில் தான் தெரிகிறது. இந்த க்ஷணத்தில் வம்பு பேச வேண்டும் என்ற ஆசை இருக்கிறது. இருந்தென்ன பயன்? பதிலுக்கு கைதட்ட ஆள் இல்லையே. ஆள் இருக்கிறது. ஆனால் ஆளின் குறட்டை சப்தம்தான் பேசிக் கொண்டிருக்கிறது! அந்த குறட்டையை கலைத்தாலும் வம்பு பேசும் மனப்பான்மை இருக்க வேண்டுமே.

இந்த வம்பு பேசும் மனப்பான்மை எல்லோருக்குமே இருக்கிறதென்று நினைப்பதற்கில்லை. அடிமை இந்தியாவில், “சிப்பாயைக் கண்டஞ் சுவான். ஊர்ச்சேவகன் வருதல்கண்டு மனம் பதைப்பான்” என்று பாரதியார் பாடிய மாதிரி இருந்தது போல், வம்பைக்கண்டு பறந்து ஒதுங்கி நத்தையைப் போல் தலையை உள்ளே சுருக்கிக் கொள்பவர்களும் இருக்கத்தான் செய்கிறார்கள். அவர்களிடம் போய் ஏதாவது ஒரு விஷயத்தைப் பற்றிய தகவலைக் கேட்டுப் பாருங்கள். 'தெரியாதே' என்றுதான் பதில் வரும்.

வம்பு பேசத் தெரியாதவனுக்கு உலக விவகாரம் தெரியாது. இதுதான்

நான் சொல்ல வந்தது. வம்பின் படியிலேதான் அனுபவம் வளர்கிறது. அறிவு விசாலமடைகிறது. இதை நிரூபிக்கத் தேவையில்லை. கட்சி பேசி நிலைக்கச் செய்ய வேண்டிய அவசியம் இல்லை. உலகம் கண்ட உண்மை இது.

வம்பு தான் விஷயத்தின் பல பக்கங்களையும் ஆராய்வதற்கு சந்தர்ப்பம் ஏற்படுத்துகிறது. கோர்ட்டிலே வக்கீல்கள் மாறி மாறி வாதங்களை வளர்த்துக் கொண்டிருப்பது வம்பில்லாமல் வேறு என்ன! இந்த வம்பை பரம ரசிகராக கேட்டுக் கொண்டிருக்கும் ஜட்ஜின் தீர்ப்புதானே நியாயத்தை அளிக்கிறது. அரசியல் மகாநாடுகள் கூடிக் கூடி வம்பு வளர்க்காது போனால் தேசத்தின் கொள்கையும் போக்கும் உருவாவது எப்படி? வம்பின் பின் வம்பாக வரும் பெரிய பெரிய வம்புகளை தீர்த்து வைக்க வம்பர் மஹாசபை ஐ. நா. சபையில்லையா! இப்படி அடுக்கிக் கொண்டே போகலாம், அதெல்லாம் பெரிய விஷயம்.

சின்ன விஷயம் சொல்கிறேன். என் நண்பர் ஒருவர், வம்புப் பேச்சு என்றால் வேப்பங்காயைத் தின்பது போல முகத்தை வைத்துக்கொண்டு தன் வாலிபத்தின் நாட்களை ஓட்டி வந்தவர். திடீரென்று அவர் ஒரு நாள் என்னிடம் "என்ன சார் இது! நாலுபேர்கள் நடுவில் உட்கார்ந்து வம்பு பேசத் தெரியாததைப் போல மகாமோசம் எதுவுமில்லை" என் றார். எனக்கு திகைப்பாக இருந்தது. "அதென்ன அப்படிச் சொல்லி விட்டீர்கள்" என்றேன்.

"இன்று நான் பேனா எடுத்து எழுத ஆரம்பிக்கும்போது தான் அது தெரிகிறது. வாழ்க்கையில் அறிய வேண்டிய விஷயங்கள் எவ்வளவோ இருக்கின்றன. இவற்றைப் பற்றிய முழுத்தன்மையையும் கண்டறிய இந்த வம்புப் பேச்சு பெரிதும் உதவி இருக்கக்கூடும்" என்றார். அதாவது இந்த சந்தர்ப்பம் இல்லாததால் தனக்கு ஒரு வரையறை இருப்பதாக அவர் நினைக்க ஏற்பட்டு விட்டது.

மனிதனுக்கு மனிதன் வாய் கொடுத்துப் பேசுவதில்தான் உலகமே புரண்டு கொடுக்கிறது. கலைஞனுக்கு இதுதான் அவசியம். அவன் மனமும் கண்ணும் வாயும் உலகத்தை வம்புக்கு இழுத்து ஆராய வேண்டும். கருத்திலே அதைப் பதியச் செய்ய வேண்டும். வாழ்க்கையின் ஜீவன் வம்பு. இந்த வம்பை சித்தரிப்பவன் கலைஞன்.

இவ்வளவு பெருமைக்கு இடமாக இருக்கும் வம்பைப் பற்றி எளிதாகப் பேசுபவன் வாழத் தெரியாது வாழ்க்கையை வாழ்ந்தவன் ஆவான். ஆனால் வம்பு பேசுவதிலே ஒரு எச்சரிக்கை! அதிலே காரியார்த்தம் இருக்க வேண்டும். அவ்வளவுதான். ரொம்ப பெரிய காரியம் அது.

முதல் நாள்

“ஏன் ஸார் நாம் முதன் முதல் சந்தித்தோமே அந்த நாள் ஞாபகம் இருக்கிறதோ” என்று ஏதேதோ பேசிக் கொண்டிருந்த போது நடுவே கேள்வி போட்டார் ஆப்த நண்பர்.

'ஆஹா, பேஷாக நினைவிருக்கிறது. அன்றைக்கு நீங்களும் நானும் தானே ஸார் அவ்வளவு பேருக்கும் நடுவிலே துணிந்து சண்டை போட்டு அந்த அப்பாவி மனிதனுக்காக வக்காலத்து வாங்கிப் பேசினோம். இல்லாவிட்டால் என்ன ஆகி இருக்கும் அவன் பாடு! தன்றாக கேட்டீர்கள். ஞாபகம் இருக்கா என்று” என பதில் கொடுத்தார் ஆப்த நண்பரின் ஆப்த நண்பர்.

இப்படி அந்த முதல் நாட்களைப் பற்றி நம்மில் யாரும் எத்தனையோ சந்தர்ப்பங்களில் பேசாமல், நினைக்காமல் இருப்பதில்லை. இந்த முதல் நாளின் மதிப்பே அலாதி. ஏதாவது ஒரு புதுசை அது நமக்குக் கொடுத்திருக்கும். நமது வாழ்க்கையில் புதுமையை ஏற்படுத்தி இருக்கும். இத்தகைய சந்தர்ப்பங்கள் வாய்ந்த அந்த தினங்களை நம்மால் மறக்க முடிகிறதில்லை. அந்த ஞாபகம் வரும்போது இன்பமான முதல்நாளாக இருந்தால் நினைத்து அனுபவிக்கிறோம். துன்பகரமான நாளாக இருந்தால் பெருமூச்சு விடுகிறோம்.

வாழ்க்கையில்தான் எத்தனை விதமான முதல் நாட்கள் நமக்கு ஏற்படுகின்றன! நாம் பிறந்த நாள்தான் நமக்கு முதல் நாள். ஆனால் அது எங்கே நமக்கு ஞாபகமிருக்கிறது.

அதை எவ்வளவோ நினைத்துப் பார்த்தும் பயன்? ஹூம் எந்த ஆழத்தில் பதிந்து கிடக்கிறதோ அது? அதையாவது வெளிக்கிளப்ப சாத்யமாவது? சாத்யமாகாத ஒரு நினைப்பிலே பொழுதை வீணாக்குவதை விட்டுவிட்டு நினைவுக்கு எட்டக் கூடிய முதல் நாட்களை ஞாபகப்படுத்திப் பார்ப்போம்.

அப்புறம் நாம் பள்ளிக்கூடத்திற்கு போன முதல் நாள் ஞாபகம் வருகிறது. அதுவும் அப்படி ஒன்றும் அழுத்தமாக ஞாபகத்திற்கு வரவில்லை. ஏதோ மங்கலாகத்தான் ஏட்டுச் சுவடியும், எழுத்தாணியுமாக ஏதோ ஒரு இடத்தில் உட்கார்ந்து திரு திருவென்று எல்லோரையும் பார்த்து விழித்துக் கொண்டு நிற்க "எங்கே பார்க்கறே? மணலைப் பார்த்து 'ஹரிகி ஓம்' சொல்லிக்கொண்டே எழுதுடா பயலே" என்று உச்சிக் குடுமியும், கோட்டுமாக உடைந்த மூக்குக் கண்ணாடியுடன் ஒரு கிழட்டு வாத்தியாரய்யா விரலைப் பிடித்து விரல் எரிய மணலிலே என்னவோ கிறச் சொன்னது ஞாபகம் இருக்கிறது. பள்ளிக்கூடத்திலே மற்ற பையன்கள் எல்லாம் புதுப் பையன் என்று ஒதுக்கிப் பேசினதும் ஞாபகம் இருக்கிறது. இந்த பள்ளிக்கூடப் புதுமை அன்று மட்டும் தான் இருந்தது. ஊர்விட்டு ஊர் போய் சேர்ந்த பள்ளிக் கூடங்களில் முதல் நாளும் இதே புதிதாகத்தான் இருந்தது.

ஏன், காலேஜிலே போய்ச் சேர்ந்த போதும் இதே முதல் நாள் புதிதாகத் தான் இருந்தது. புது புரொபஸர்கள், புது மாணவர்கள் இத்யாதி. புதிதாக நகரத்தைப் பார்த்ததுகூட இந்த ரகத்தில் சேர்ந்ததுதான். புதுசாக சினிமா பார்த்ததைக்கூட சேர்த்துக் கொள்ள வேண்டும்.

இந்த முதல் நாட்கள்கூட பெரிதல்ல. இதைவிட ரொம்ப முக்கியமானதும் ஞாபகத்திற்கு வருகிறது. மேலே சொன்ன நாட்களில் எல்லாம் கூட நாம் பிரமித்துப் போவது கூட பெரிதில்லை. ஆனால் நாம் உத்யோகத்தில் போய்ச் சேர்ந்த அந்த நாள் இருக்கிறதே, அடடா! அந்த ஆபீஸுக்குள் நுழையும்போதுதான் என்ன பயம்! என்ன பவ்யம்! எந்த இடத்தில் எந்த தப்பு செய்து விடுவோமோ என்ற நினைப்புடன் அந்த எட்டு மணி நேர அவகாசத்தையும் கொட்டடா கொட்டடா என்று உட்கார்ந்து எப்படிக் கழித்தோம்.

நமக்கு மேல் வேலை செய்பவர், நம் கூட வேலை செய்பவர்கள், ஆபீஸ் பையன், ஆபீஸ் சாமான்கள் இதெல்லாமே நமக்கு புதிதாக இருந்தது. விரைந்து விரைந்து பார்ப்போமே. நாமோ இதுவரை வெளியிலிருந்து தானே ஆபீஸ் அறைகளைப் பார்த்திருக்கிறோம். ஆபீஸ் பையனை எப்படிக் கூப்பிடுவது என்ற சந்தேகம் கூட இருந்தது எனக்கு ஒரு சமயம், என் இடத்தை விட்டு எழுந்திருந்து போய் அவனை ஒரு தகவல் கேட்டேன் என்றால்? பக்கத்தில் இருந்த சகோதர குமாஸ்தா

ஒருவர் சில யோசனைகளை சொல்லிய பிறகுதான் கொஞ்சம் கொஞ் சமாக புதுமை உணர்ச்சி தணிந்தது.

இருந்தாலும் அந்தக் கடியாரத்தின் முள் ஏதாவது நகர்ந்த மாதிரியா இருந்தது. ஐந்து மணி அடிக்கும் நேரம் வரும் வருமென்று நிமிஷம் நிமஷமாக கணக்குப் பார்க்க அது யுகம் யுகமாக வளர்ந்தது.

அப்புறம் மறுநாள் அதற்கு மறுநாள்...எல்லாம் நமக்கு தண்ணீர் பட்ட பாடாகி விட்டது.

இதைவிட முக்யமான முதல் நாள் இருக்கிறதே அது வாழ்க்கை யிலேயே ஸ்திரமான ஸ்தானத்தை அடைந்து விட்டது. அது அவன் அவளைச் சந்தித்த அந்த முதல் நாள் தான். எங்கிருந்தவளோ அவள்! எங்கிருந்தவனோ அவன்! இரண்டையும் முடித்து போட்ட அந்த நாள் இத்தனை நாட்களுக்கும் சிகரம் வைத்த முதல் நாள்.

இத்தனை முதல் நாட்களும் நமது வாழ்க்கையில் ஏற்படுவது சகஜமானது. இன்னும் எத்தனையோ முதல் நாட்கள் நம் ஞாபகத்திற்கு வருகின்றன. ஆனால்?

எல்லா முதல் நாட்களும் நமக்கு ஞாபகத்திற்கு வருகின்றனவா? நாம் நினைத்துப் பார்க்கவாவது முயசிக்கிறோமா? கிடையாது.

உதாரணம் சொல்லட்டுமா? முதல் முதலாக நாம் மனமறிந்து தவறு செய்த முதல் நாளை ஞாபகப்படுத்திப் பார்ப்பவர் யாராவது உண்டா ? துணிச்சலுடன் முன் தூக்க எங்கே ஒரு கை?

இந்த முதல் நாட்களே இப்படி இருக்கின்றனவே. உலகம் உண்டான முதல் நாள், அழிவு பிறந்த முதல் நாள், இன்னும் மேலே போனால் 'அவன்' உண்டான அந்த முதல் நாள்! மனிதக் கற்பனைக்கும் எட்டி அப்பால் எங்கோ நடக்கும் இந்த முதல் நாட்களை நினைத்துப் பார்ப்பதா சாத்யம்! கற்பனையும் கலையும் ஊடுருவிப் பார்த்தாலும் புலப்படாத ஒரு காலத்தில் உச்சி நுனியிலே நடக்கும் அந்த க்ஷணப் பொழுதல்லவா அந்த முதல் நாள்?

போகட்டும், எத்தனையோ முதல் நாட்களை நினைவு வைத்துக் கொள்ள முடியவில்லை மனிதனுக்கு. 'மறந்து போச்சு' என்று கூடப் பெருமைப்பட்டுக் கொள்கிறான். சமயத்தில் தன் பிறப்பின் முதல் நாளை அறிய முடியாத மனிதன் இந்த உலகத்திலே எந்த முதல் நாளை ஞாபகப்படுத்திக் கொள்ளப்போகிறான்! பள்ளிக்கூடம் போனதும். உத்யோகம் பார்த்ததும், மணந்ததுமா அந்த முதல் நாட்கள்?

வாழ்க்கை இன்னதென்று கண்ட அந்த முதல் நாள், இன்பம் துன்பம் இரண்டையும் பகுத்தறிந்த அந்த முதல் நாள். அவன் தர்மத்தை அறிந்த

முதல்நாள். சத்யம் பேசின முதல்நாள். எல்லாவற்றிற்கும் மேலாக சாவை மறந்த அந்த முதல் நாள். இவை அல்லவா நிரந்தரமான ஸ்தானம் பெற்று விட்ட முதல் நாட்கள்!

இந்த முதல் நாட்கள் நம் வாழ்க்கையில் ஏற்பட்டிருக்கின்றனவா? இவை ஞாபகத்துக்கு வருமா நமக்கு?

போதும் பிரயாணப் பேச்சு

“என்ன வாழ்க்கை வேண்டிக் கிடக்கிறது? வளையவளைய பத்தடி ரூமுக்குள்ளே சுற்றிச் சுற்றி வந்து கொண்டு, ஒரு அனுபவமா, ஒரு ருசிகரமான சம்பவமா? இந்த லக்ஷணத்திலே சமூகத்தைப் பற்றிவாரி வளைத்து பேனா முனையிலே கொண்டு வந்து கொட்டிடணும் என்று...”

அது மட்டுமா? “நம் இலக்கியத்தை ஒரே நாளில் அப்படியே அலக்காக உச்சாணிக் கொப்பிலே கொண்டு போய் வைத்து, பிரமாதமாக ..'

இந்த ரீதியான சம்பாஷணை சாம்பிளைக் கேட்டவுடனேயே இது எழுத்தாளர்கள் சம்பாஷணை, அதிலும் மறுமலர்ச்சி சம்பாஷணை என்பது உடனே புரிந்திருக்கும். மறுமலர்ச்சி என்று ஏன் சொல்கிறேன் என்றால், உள்ளிப்பூண்டு விவகாரம் முதல் ஐரோப்பிய விவகாரம் வரையில் தற்போது ஒரு மறுமலர்ச்சி தோரணை இருப்பதை நமக்கு உரித்துச் சொல்லக் கூடியவர்கள் அநேகம் பேர்கள் இருக்கிறார்கள். மறுமலர்ச்சி என்றாலே அவர்களுக்கு அது தனியாகப் பட்டு விடும். ஓஹோ , மறுமலர்ச்சி விஷயமா இது என்றும் ஒரு விதமாக உதடுகளை திருகிச் சுளிக்கும்போது, அதுவும் ஒரு தனி ராங்கியாகத்தான் இருக்கும், மறுமலர்ச்சி விஷயம் கிடக்கட்டும்; சொல்ல வந்தது வேறு.

இந்த இரண்டு குரல்களோடு இன்னும் இரண்டு குரல்கள் சேர்ந்தன,

'ஆமாம், சிதம்பரம், இதுவரையில் எழுத்துகளை உதிர்த்துக் கொட்டி இருக்கிறோமே, கற்பனையிலிருந்து வெடித்துக் கிளம்பி வந்ததாக

எல்லாம் சொல்லிக் கொண்டு அதெல்லாம் இப்போது எனக்கு சுத்த அபத்தமாகப்படுகிறது. எவ்வளவு கற்பனையைக் குடைந்து எழுதினால்தான் என்ன? வாழ்க்கையில் அனுபவத்தை ஒட்டிப் பார்த்து எழுதினதிலே உள்ள உயிர், ஒரு ரியாலிஸம் – சனியன் இந்த ரியலிஸத்துக்கு தமிழிலே ஒரு சரியான வார்த்தை அகப்படவில்லை. இதோடு மட்டும் தானா? இன்னும் ஆயிரம் வார்த்தைகளுக்கு! வாழ்க் கையில் அநுபவம் நிறைய வேண்டும்; புதுப்புது இடங்கள்; புதுப்புது விஷயங்களை பார்ப்பதற்கும், அறிவதற்கும் சந்தர்ப்பம் வேண்டும். அப்போதுதான்...”

இந்த மாதிரி சம்பாஷணையை வாசகர்கள் பிரசங்கமாக தப்பர்த்தம் செய்து கொள்ளக் கூடாது. எழுத்தாளர்கள் கூட்டத்தில் நீங்கள் கொஞ்ச நேரம் உட்கார்ந்து பார்த்திருந்தால் தெரியும். எனக்குத் தெரியும் இந்த மாதிரி அவஸ்தையில் ஒரு தரம் இரண்டுதரம் அகப்பட்டுக் கொண்ட நம் போன்ற சாதாரண மனிதர்கள், எழுத்தாளர்களோடு சம்பந்தம் வைத்துக் கொள்ளாத வாசகர்களாகவே இருக்கப் பிரியப் பட்டதுண்டு. ஒரு எழுத்தாளர் பேச்சு முடியும்வரை மற்ற எழுத்தாளர்கள் குறுக்கிடும் சம்பிரதாயம் கிடையாது. அப்படி குறுக்கிட்டவர் உத்தம எழுத்தாளர் ஆக மாட்டார்.

எழுத்தாளர் கோஷ்டியிலே நம் போன்ற சாதாரண மனிதர்களுக்கு, அவர்களோடு ஈடு கொடுத்துப் பேச விஷயங்கள் அகப்படுவது ரொம்ப சிரமம். நாம் பொதுவாக எதையாவது பற்றி சிலாகித்தோ கண்டித்தோ பேசுவோம். அவர்களோ நுணுக்கங்களிலேயே நுழைந்து அலசிப் பார்த்துக் கொண்டிருப்பார்கள் பூதக் கண்ணாடியை வைத்துக்கொண்டு. அதெல்லாம் நமக்குப் புரியாதது. மறுமலர்ச்சி என்றால் புரியாதது என்று கூட ஒருவர் ஒரு அகராதியில் புது அர்த்தம் வாய்மொழியாக சேர்த்திருக்கிறார். அட, மறுபடியும் மறுமலர்ச்சி விஷயம்!

ஸ்ரீ சிதம்பரம் நான்காவதாக கலந்து கொண்டார். "என்னத்தைப் பிரமாதமாக எழுதி விட்டோம். அப்படி வாழ்க்கையைப் பிழிந்து எடுத்துக் கொடுத்து விட்டதாகச் சொல்வதற்கு? நமக்கு வாழ்க்கை வீட்டுக் குழாயடியும், டிராம் ரோடும், ஆபீஸ் நாற்காலியும், பீச் மணலும், எலெக்டிரிக் விளக்கும்தான். ஒரு நிலா இரவை, இருட்டை, தென்னந்தோப்பை கட்டை வண்டி பிரயாணத்தை நான் பார்த்த தில்லை, எனக்கு ஞாபகம் வந்து. வயது இருபத்தி ஏழு வீண்.'

இந்த ரீதியிலேதான் சம்பாஷணைகள். ஒரு முடிவு இருப்பதாகவே தெரியாது. ஹோட்டலில் இலையில் இவர்கள் உட்காரும் போது, பாத்திரத்தின் அடிகளில், பரிமாறுபவர்களின் கரண்டி சப்தம் பலமாக உராயும்படியிருக்கும் என்றால், பார்த்துக்கொள்ளுங்களேன். இவ்வளவு

தூரம் வயிற்றுப் பசி தெரியாமல் இலக்கியப் பசி இருப்பதுதான் எழுத்தாளர்களுக்கு ஒரு தனிச் சிறப்பு.

இப்படி நான்கு பேர்கள் கூடி தினம் கொட்டம் அடிப்பார்கள் என்று தெரிந்திருந்தால் ஸ்ரீ ராஜத்துக்கு அந்த வீட்டை மொத்தமாக எடுத்துக் கொண்டிருப்பவர் தனக்கு மிஞ்சினது போக ஒரு பகுதியைக் குடக்கூலிக்கு விட்டிருக்க மாட்டார் என்பது எனக்கு நிச்சயம்.

ராஜம் அந்த எழுத்தாளர் கூட்டத்தில் அதிக வருஷங்களை கணக்குப் பார்த்தவர். இரண்டு வருஷ அலைச்சலுக்குப் பிறகுதான் அவருக்குப் பத்திரிகை ஆபீஸில், ஆசிரியப் பகுதியில் ஒரு பதவி கிடைத்திருந்தது. மனைவியைக் கொண்டு வந்து விடச்சொல்லி மாமனாருக்கு எழுதியிருந்தார். ஆனால் ஊரிலே மாதா மாதம் அடுத்து வந்து கொண்டிருந்த சில விசேஷ சந்தர்ப்பங்கள் புது வீட்டில் அடுப்பு மூட்டுவதற்கு வசதி மறுத்துக் கொண்டிருந்தன.

இந்த நிலையில்தான் குடித்தனப் பாங்குக்காக அமர்த்தி இருந்த வீடு, ஹோட்டல் அறை வாசனை கலந்து வீசினது. ராஜத்தோடு அந்த இரண்டு மாதங்களாக ஒட்டிக் கொண்டு இருப்பவர் ஸ்ரீசெல்வம். செல்வம் முதல் முதல் குடித்தனம் போடுவதற்கு பிரமாதமாக முஸ்தீபுகள் செய்து கொண்டிருந்தார். அங்கொன்றும், இங்கொன்றுமாகப் பத்திரிகைகளில் வெளிவரும் கதைகள், கட்டுரைகளுக்கு ஆசிரியர்கள் அனுப்பும் காம்ப்ளிமெண்டரி' பிரதிகளின்மீதுதான் அவர் நம்பிக்கை. அந்த மரியாதைப் பிரதிகளோடு கூடிய சீக்கிரம் சொர்ண புஷ்பமும் அனுப்பும் காலம் வரும் என்று திடமான அபிப்ராயம். அந்த நினைப்பில்தான் அவர் சென்னை வாசம்.

எழுத்தாளர் ஸ்ரீசுந்தரம் அப்படியில்லை. எழுத்தில் அவருக்கு நம்பிக்கை இருந்தாலும், எழுத்தாளர் உலகத்தில் அவருக்கு நம்பிக்கை இல்லை. உபாயமாக வேறொரு வகையில் ஜீவனத்துக்கு வகை தேடிக் கொண்டவர். ஸ்ரீ செல்வத்தைப் போல் தற்காலத்துக்கு 'மரியாதைப் பிரதிகளோடு' திருப்தி அடையாதவர்.

ஸ்ரீ சிதம்பரம் கலையின் உருவம். புஸ்தகம், 'புஸ்தகம்' இது தான் அவரது நினைவு. தினசரி வாழ்க்கை ஓட்டத்துக்கு வசதிக் குறைவு இல்லை. ஆகையால் புஸ்தக அலமாரி உயர்ந்து பெருத்துக்கொண்டே வந்தது. எழுதுவது அவருக்கு ஒரு பொழுது போக்கு. ஆனால் பல எழுத்தாளர்களைப் போல் அவர் பத்திரிகை ஆபீஸ் படிகளைத் தாண்டி உள்ளே சென்றதில்லை. தபால் மூலம் தான் தொடர்பு.

எழுத்தாளர் கதாநாயகர்களைப் பற்றி கொஞ்சம் நீளமாகச் சொல்லி விட்டேன். மன்னிக்க வேண்டும். சம்பாஷணையைத் தொடர்வோம்.

“உதாரணமாக ஸ்டீவன்சனை எடுத்துக் கொள்ளுங்களேன். என்ன அழகான இயற்கை வர்ணனை” என்றார் செல்வம்.

'சாமர்சட்மாமுக்குத் தான் என்ன? எவ்வளவு 'திரில்லிங்'காகச் சம்பவங்களைச் சொல்லுகிறார். எல்லாம் பழுத்த அனுபவம்' என்றார் ராஜம்.

ஸ்ரீ சிதம்பரம் ஆத்திரமாகப் பேசினார். “பேசாமல் எழுதுவதையே நிறுத்தி விடலாம். கிணற்றுத் தவளை மாதிரி வீட்டுக்குள்ளேயே நடக்கிறதையே மாற்றி மாற்றி எழுது வதைவிட வாழ்க்கையின் பல அம்சங்களையும் பற்றி எழுதுவதற்கு வேண்டிய சரக்கு இல்லாமல் எழுதிப் பிரயோசனம்”?

இப்படி வாழ்க்கை அனுபவம், பிரயாணம், எழுத்து இவற்றுக்கு உள்ள உறவை ஒருவர் மாற்றி மற்றொருவர் அழுத்தமாகப் பேசிக் கொண்டே போனதில், சுந்தரத்தின் உணர்ச்சிப் பெருக்கு எல்லை மீறினது. முகத்தை ரொம்பத் தீவிரமாக வைத்துக் கொண்டார். எழுத்தாளர் இல்லையா? முகத்தில் திடத்தைக் காட்டும் அறிகுறியாக, படம் பிடித்தது போலக் காட்டினார். படுக்கையில் சாய்ந்து கொண்டிருந்தவர் விருட்டென்று எழுந்து உட்கார்ந்தார். “நாளைக்கு மஹாபலிபுரம் புறப்படுகிறது, என்ன சொல்லுகிறீர்கள்? தயாரா," என்று சவால் விட்டார். வாழ்க்கையில் பிரயாணம் இல்லாததால்தான் தமிழில் எழுத்தாளர் நிலை ஒரு மாதிரியாக இருக்கிறது என்ற நினைப்பு அவரை உடனே ஒரு ஆரம்பம் செய்யத் தூண்டியது.

சிதம்பரம் அந்தச் சவாலுக்கு தயங்கவில்லை. “ஓ! நான் தயார். இப்போதே அவர்களைக் கேளுங்கள். சரி சொல்லவில்லையே இன்னும்' என்றார்.

சுந்தரமும், சிதம்பரமும் ராஜம் முகத்தைப் பார்த்தனர். “என்ன ராஜம் சொல்லுகிறீர்கள்? இரண்டு நாள் திட்டம்."

ராஜம் ரொம்ப அமரிக்கையாக, உணர்ச்சி வேகம் காட்டாமல், “பார்ப்போம்” என்றார்.

'என்ன இழுக்கிறீர்களே! ஒத்திப் போடுவதில் பிரயோசனம் இல்லை. நாளைக்கு கட்டாயமாககபமத என்று இழுத்து நிறுத்தினார் சுந்தரம்,

“பணத்துக்கு வழி பண்ணிக் கொள்ள வேண்டாமா” என்றார் ராஜம்.

“அதைப்பற்றி உங்களுக்கு என்ன கவலை? நான் பார்த்துக் கொள்கிறேன். புறப்பட்டுப் போவோம், சரி! என்ன செல்வம்?”

“போகவேண்டியதெல்லாம் சரிதான், ஒப்புக் கொள்கிறேன். நான்

இப்போது தயாரில்லை" என்று அவர்கள் எதிர்பார்த்ததற்கு மாறாகச் சொன்னார் செல்வம்.

சுந்தரத்தின் முகத்தில் ஒரு கடுப்பு ஏற்பட்டது. எப்போதுமே செல்வம் இப்படித்தான். மூன்றோடு நாலாகச் சேர்வதில்லை. அவருக்கு இயற்கை அது. நிச்சயம்தானே! வரவில்லையே?"

உதட்டைப் பிதுக்கினார் செல்வம். சுந்தரத்தின் பிரயாணத் திட்டத்தின் மீது ஒரு அவநம்பிக்கை தொனி அந்தக் குரலில் இருந்தது. "நிச்சயமாக நாங்கள் போய்விட்டுத்தான் வரப் போகிறோம் ' என்றார் சுந்தரம் இன்னும் உறுதியோடு.

செல்வம் மறுத்தது சிதம்பரத்துக்கு ஆத்திரம் வந்தது. 'சுந்தரம்! அவருக்கு ரொம்ப வாழ்க்கை அனுபவம் ஏற்பட்டிருக்கிறது. பல வருஷங்கள் கிராமத்திலேயே வாசம் செய்திருக்கிறாராம். ஆகையால் அவற்றைப் பேனாவிலிருந்து கொட்டினால் போதும் என்று அபிப்ராயம் போலிருக்கிறது" என்றார் சிதம்பரம்.

“ஆமாம்! அதுதான், என் ஊருக்குப் பக்கத்திலே இருக்கு ஒரு மலை. கோடைக்கு ஆயிரக்கணக்கான கார் அதிலே ஏறிப்போகும் எங்கிருந்தெல்லாமோ வந்தது. நான் பார்த்ததில்லே இன்னும். எல்லாம் சௌகர்யமும் சந்தர்ப்பமும் வேண்டும்" என்றார் செல்வம்,

“சரி, பேசிக் கொண்டே இருப்பதில் பிரயோசனம்? நாளை சாயந்திரம் சந்திப்போம். ஒரு மாதத்துக்கு முந்தி வெளியான கதைக்கு...... பத்திரிகையில் பணம் கொடுக்கவில்லை: அதை வாங்கிக் கொண்டு வருகிறேன். நாளை மறுநாள் விடியற் காலம் புறப்படுவோம்" என்றார் சுந்தரம். சிதம்பரம் தயார் என்றார். செல்வம் பேசவில்லை. ராஜம் மௌனமாக தலையை அசைத்தார். இப்படியாக மஹாபலிபுரம் பிரயாணம் திட்டமானது. அதன் பிறகு எழுத்தாளர்கள் நால்வரும் பத்திரிகை, ஆபீஸ்களிலிருந்து முன் சொன்னபடி மரியாதை பிரதி' களாக வந்து அறை முழுவதும் சிதறிக் கிடந்த பத்திரிகைக் குவியல்களிடையே மூழ்கிவிட்டார்கள்,

மறுநாள் சாயந்திரம் அதே சமயம். ராஜம் ஒரு கடிதத்தை கையில் வைத்துக் கொண்டு உட்கார்ந்திருந்தார். செல்வமும் இருந்தார். நண்பர் சிதம்பரம் வழக்கம் போல வந்து சேர்ந்தார். அவர் வந்தவுடனே, 'சுந்தரத்தை எங்கே காணோம் இன்னும்" என்பதுதான் அவருடைய முதல் கேள்வி. மத்தியானமே இங்கே வந்து விடுவேன் என்றாரே. மஹாபலிபுரம் போக வழி பண்ணுவதற்கு பிரம்மப் பிரயத்தனம் செய்து கொண்டிருக்கிறாரோ என்னமோ!"

"இது... நீங்க இரண்டு பேரும் தான் போய்விட்டு வரணும். நான் வரமுடியாது நாளைக்கு" என்று இழுத்தார் ராஜம். சிதம்பரம் திகைத்து அவரைப் பார்த்தார், 'ஏன்?'

"கடிதாசி வந்திருக்கிறது. ஸ்டேஷனுக்குப் போகணும்' நாளை எக்ஸ்பிரஸிலே ஆத்திலே வருகிறார்கள், அதனாலே என்ன? உங்க திட்டம் நடக்கட்டும்" என்றார் ராஜம்.

'அப்புறம் இப்போ எங்கே மஹாபலிபுரத்துக்கு? ஒருத்தனாக போகணுமானால் முந்தியே போயிருக்க மாட்டேனா. நாலு பேராக ..."

"செல்வமும் வருவார் எனக்கு பதில் போய்விட்டு வாருங்களேன்."

"முதலில் சுந்தரம் வரட்டும் ஏற்பாட்டை கேட்டுக் கொள்வோம். அப்புறம் மேலே", என்றார் செல்வம். சொல்லிக் கொண்டிருக்கும் போதே சுந்தரம் பூனை நடை நடந்து உள்ளே நுழைந்தார். மஹாபலிபுரம் போகும் ஏற்பாடு விஷயமாக சுந்தரம் என்ன சொல்லப்போகிறார் என்று எதிர் பார்த்துக் கொண்டிருந்தார்கள். வந்து அரை மணி நேரம் ஆயிற்று, சுந்தரம் தன்னோடு கொண்டு வந்திருந்த ஒரு புஸ்தகம் பற்றிய இலக்கிய ரசனையில் இறங்கி விட்டாரே தவிர, பிரயாணத் திட்டத்தைப் பற்றி மூச்சே விடவில்லை.

சிதம்பரத்துக்கு பொறுக்கவில்லை. செல்வம் இதைக் கவனித்து விட்டார். 'என்ன சுந்தரம், மஹாபலிபுர விஷயம்..?

சுந்தரத்தின் தொனி சுருதி குறைவாக இருந்தது. விஷயம் எல்லோருக்கும் புரிந்து விட்டது. "ஏன், கதைப் பணத்துக்கு என்ன, சொல்லிப் போனீர்களே', என்றார் செல்வம்."

'இல்லை, பணத்துக்குப் பதில் ஒரு கட்டு புத்தகப் பிரதிகளை எடுத்துக் கொண்டு போகச் சொல்வார்கள் போலிருந்தது. நான் வந்து விட்டேன்" என்றார் சுத்தரம்.

"பேஷாப் போச்சு" என்றார் சிதம்பரம்.

"மரியாதைப் பிரதியாவது வந்து கொண்டிருக்குமோ இல்லையோ" என்றார் ராஜம். அதற்கு மோசம் வராதே?' சிரிப்புகள் கலந்தன.

"சரி, சிதம்பரம் மட்டும்தான் பிரயாணத்துக்கு இப்போது தயாராக இருப்பதாகத் தெரிகிறது" என்றார் ராஜம்.

"போதுமே பிரயாணப் பேச்சு. வேறே ஏதாவது பேசுங்கள். இந்தப் பத்திரிகை 'கெட்டப்', அதிலே அவ்வளவாக மனோபாவம் சரியாக விழல்லெ, இந்த மாதிரி பேசி பொழுதை போக்குகிறதை விட்டுவிட்டு பிரயாணமாவது" என்றார் சிதம்பரம் ஆத்திரமாக! அந்தக் குரலில்

பிரயாணம் தடைப்பட்டுப்போன பரிபூரண ஏமாற்றம் தெளிவாக தெரிந்தது.

'இப்படி நடக்கும் என்று எனக்கு கௌளி முன்னமே சொல்லியது. அதனால்தான் முதலிலேயே சொல்லிவிட்டேன். அதிலும் சுந்தரம் ஏற்பாடு செய்வதென்றால்...” என்று இழுத்தார் செல்வம்.

சுந்தரம் அவரை ஒருதரம் முறைத்துப் பார்த்தார். “முட்டுக்கட்டை போடுகிற ஆள்களை வைத்துக் கொண்டு, திட்டம் போட்டோமே அதைச் சொல்ல வேண்டும்?” என்றார் சுந்தரம். செல்வம் சும்மா இருப்பாரா? “ஓஹோ உங்கள் தோல்விக்கு நான் முட்டுக்கட்டை என்ற சாக்கா? போகிறது, இருக்கிற வாழ்க்கை அனுபவம் போதும். அதை உபயோகப்படுத்திக் கொள்வோம். வாழ்க்கையை பிழிந்து கொடுப்போம். அதில் உள்ள உயிர், ரியாலிஸம்...” செல்வம் இதை முடிக்கவில்லை.

'போதும் நிறுத்துங்கள். தார் ரோட்டைப் பற்றி எழுதுங்கள்! கூவம் நதியை வர்ணியுங்கள்! அதன் வாசனையையும் சேர்த்து! ஹைகோர்ட் கட்டிடத்தை படம் பிடியுங்கள்! வெட்கக்கேடு செக்குமாட்டு வாழ்க்கைதான் நமக்கு மிச்சம். இடம் விட்டு அசையாமல் தேங்கின குட்டை மாதிரி, உட்கார்ந்து திரும்பத் திரும்ப ஒரே விஷயத்தை அலுப்பு இல்லாமல் நித்தியம் பேசிக்கொண்டு இருப்பதுதான் சேகரிக்கிற அனுபவம். மறுமலர்ச்சிக்காரர்கள் கூடி தீர்மானிக்கிற விஷயம் வேறு எப்படி இருக்கும்? கருவிலேயே சிதைய வேண்டியது தானே' என்று படபடப்பாக பேசிக்கொண்டே வெளியே புறப்பட எழுந்தார் சிதம்பரம். எல்லோரும் தொடர்ந்தார்கள்.

இன்று விடுமுறை

வாரத்திலே ஆறு நாட்கள் இடுப்பு ஒடிய உட்கார்ந்து வேலை பார்த்த அலுப்புத் தீர ஞாயிற்றுக்கிழமையன்று நமக்கு லீவு விடுகிறார்கள். பரக்கப் பரக்க, சுடச்சுட சாப்பிட்டுவிட்டு வேகு வேகுன்னு டிபன் பையை தூக்கிண்டு பஸ்ஸுக்கும் டிராமுக்கும் ஓடி ஓடி மல்லுக்கு நிக்கிறது, இன்னிக்கு ஒரு நாளைக்காவது இல்லாமே இருக்கே என்று தான் தோன்றுகிறது எல்லோருக்கும்.

ஆனால் ஞாயிற்றுக்கிழமை வந்து விட்டால் மற்ற ஆறு நாட்களும் தேவலைபோலே இருக்கு என்று ஆகி விடுகிறது. ஆறு நாட்களும் ஆபீஸ் ஞாபகமாகவே இருந்து, மற்ற எல்லாக் காரியங்களையும் ஞாயிற்றுக்கிழமைக்கு ஒத்திப் போட்டாகி விட்டது.

“ஆமாம். லாண்டரியிலே துணி போட வேண்டாமோ” என்று ஆரம்பித்தாள் சாரு.

"போற வழியிலேதானே லாண்டரி இருக்கு. ஒரு நிமிஷம் நின்று போட்டுட்டுப் போகப்படாதோ? ஆமாம், ரேஷன் அரிசி எப்போ வாங்கிண்டு வரப்போறேள். காலமேன்னா சாயந்திரம், சாயந்திரம் வந்தா காலமே – இப்படி தட்டிக் கழிச்சா – அரிசி போயிடப்போறதே. ஆபீஸிலேருந்து வரும்போது காய்கறி வாங்கிண்டு வந்தா என்ன? ஆமாம், சினேகிதர் கிட்ட இருந்து பத்து ரூபாயை திருப்பி வாங்கிண்டு வரவேண்டாமா, வர வழியிலேதானே அவர் வீடு இருக்கு” இப்படி சரமாரியாக கேள்விகள்.

“எல்லாம் ஞாயிற்றுக்கிழமைதான். இப்போ எல்லாம் நேரம் கிடையாது" என்றுதான் எல்லாவற்றிற்கும் பதிலும், அதனால் ஞா யிற்றுக்கிழமையன்று செய்ய வேண்டிய வேலைகள் ஒரு அம்பாரமாக குவிந்து விட்டன.

ஞாயிற்றுக்கிழமை காலை எழுந்ததும் “ஆமாம். எல்லாம் ஞா

யிற்றுக்கிழமை ஆகட்டும் என்று சொல்லி விட்டேளே? இன்னிக்கி எத்தனை காரியத்தை பார்க்கப் போறேள்? இதைப் பாருங்கோ" என்று அன்று நான் பூர்த்தி செய்ய வேண்டிய அலுவல்களை எல்லாம் வரிசையாக குறித்து சாரு அஜண்டா தயார் செய்து இருந்தாள்.

ஜாப்தாவை ஒரு தரம் பரிசீலனை செய்து பார்த்தேன். என் தலை அப்போவே கிறுகிறுத்தது. அப்படியானால் இத்தனை அலுவல்களையும் அன்றைக்கு ஒரே நாளில் 105, 100 என்று உஷ்ணம் தகிக்கிற வெயிலில் நிறைவேற்றுவதென்றால்.....

என் முக மாறுதலின் குறிப்பை சாரு அறிந்து கொண்டாள் போலிருக்கிறது. "சரி, யோசிக்க ஆரம்பிச்சுட்டேலொல்லியோ. இத்தனையும் நடந்தாபோலேதான். எனக்கென்ன, சொல்றதை சொல்லியாச்சு. இதுக்காகத்தான் நித்தியம் ஒவ்வொண்ணா செய்துட்டா தேவலைன்னு ஞாபகமூட்டினேன். எல்லாம் ஞாயிற்றுக்கிழமைன்னு தள்ளிக்கிண்டே வந்தாச்சு" என்று அடுக்க ஆரம்பித்தாள்.

அவள் சொன்னதெல்லாம் என் மனசுக்குள்ளே சரியாத்தான் பட்டது. சனியன் பிடித்த வேலைகளை நித்தியம் ஒண்ணா செய்து தொலைச்சு இருந்தா இந்த ஞாயிற்றுக்கிழமையன்றைக்காவது ஹாய்யாக சினேகிதர்களோடே போய் சீட்டு கீட்டு ஆடியோ, சினிமா, பீச்சுக்கோ குஷியாக போய் விட்டு வரலாம். இப்போ இப்படி அகப்பட்டுக்கொண்டு தவிக்க வேண்டி இருக்கு என்று அவஸ்தைப்பட்டேனே தவிர உண்மையை அவளிடம் ஒப்புக்கொள்ள மனம் வரவில்லை.

"இல்லே.." என்று இழுத்துப் பேச ஆரம்பிக்கவும் அவள் சட்டென்று மடக்கிப் பேசினாள்: "நீங்க சொல்லவரது எனக்குத் தெரியறது. உங்க சினேகிதர் ஒத்தரை பார்க்க வரதாக சொல்லிட்டு வந்திருக்கேள். அவரைப் பார்க்கப் போகணும், அதானே?" அவள் குரலின் தோரணை என்னை தூக்கி வாரிப் போட்டது. நான் சொல்ல வந்ததும் அது தானே! "சாரு எப்படி யூகித்தாய் நீ" என்று கேட்டேன்.

"இல்லை. இத்தனை நாளாகப் பழகி உங்க விஷயம் தெரியாது? எந்த ஞாயிற்றுக்கிழமைதான் நீங்க லீவுன்னு ஆத்திலே இருந்திருக்கேள்? நானும் இங்கே வந்து நாலு மாசம் ஆச்சு. ஒரு ஞாயிற்றுக்கிழமையாவது ஒரு கடைக்கு, கோயிலுக்கு, பீச்சுக்கு ஏதாவது போனோம்னு உண்டா? மற்ற நாளெல்லாம் ஆபீஸு. ஞாயிற்றுக்கிழமை வந்துட்டா சினேகிதா சினேகிதா சினேகிதா..."

அதற்குமேல் அவள் தொண்டை கம்ம ஆரம்பித்தது. "சாரு, சாரு" என்று கூப்பிட்டேன். சாரு அங்கிருந்தால்தானே? "சரி, சினேகிதரை

பார்த்துட்டு ராத்திரி கடைசி பஸ்ஸுக்கு வந்து சேருங்கோ. ஆறி அவலாப்போன சாதத்தைச் சாப்பிட" என்று பேசிப் போய்க்கொண்டு இருந்த சாருவின் வார்த்தைகளை கடைசியாகக் கேட்டேன்.

“சாரு இங்கே வா, ஒரு வார்த்தை ” என்று கூப்பிட்டேன்.

அவள் தள்ளி நின்ற இடத்திலிருந்தே திரும்பி "என்ன" என்று அழுத்தமான குரலில் கேட்டாள். அவளை பிரமிக்க வைக்க வேண்டுமென்று நான் சடார் என்று சொன்னேன்: "நான் இன்று இன்னும் ஒரு திட்டமும் போடவில்லை. நீ சீக்கிரம் சமைத்து விடு. இன்று உன் புரோகிராம்தான். அதன்படிதான் இன்று" என்றேன்.

"பொய், பேச்சைப்பாரு" என்றாள் சாரு.

“இல்லை நிஜம்மா!"

“நிஜம்மாவா. பேச்சு மாறாதே?"

சாருவின் குரலில்தான் சடாரென என்ன மாறுதல்!

போனவள் திரும்பி வந்தாள். “சரி, முதலில் லாண்டரிக்குப்போய் துணிகளைப் போட்டுட்டு, வெளுத்த துணிகளை வாங்கி வாருங்கோ. கிட்டத்தானே இருக்கு. கறிகாய் இருக்கறதை வச்சு சமைச்சுடறேன். ரேஷன் அரிசி கூட நாளை நாளன்னிக்கு வாங்கிக்கலாம். சீக்கிரம் போயிட்டு வாங்கோ ” என்றாள்.

சாருவின் புரோகிராமுக்கு நான் ஒப்புக் கொள்ளவும் என் அலுவல்கள் பலவற்றையும் சுளுவாக்கி விட்டாள். “சரி, போய் வாங்கி வரேன். உன் புரோகிராம்?"

"என் புரோகிராமா, முதல்லே இந்த வளைகளை மாத்தணும் நகைக் கடைக்குப்போய். அப்புறம் ஜவுளிக்கடையிலே கொஞ்சம் வேலை இருக்கு... அப்புறம்..."

அவளை முடிக்கவிடாமல் “இந்த ரெண்டு அலுவலும் முடியரதுக் குள்ளேயே இருட்டிடுமே நம்ப இப்பவே பொறப்பட்டாலும் இன்னும் வேறே என்ன...?"

"உங்க கேலி இருக்கட்டும். கடைக்குப் போனா சித்தே ஏறத்தாழத்தான் ஆகும். ஒரு கடைக்கு நாலு கடையாப் பார்த்துத்தான் நல்லதா எடுக்கணும்” என்றாள்.

“சரி இந்த இரண்டும் முதல்லே முடிச்சுப்போம். அப்புறம் டையம் இருந்தா ..."

கோவில் கடைக்குப் போய் ரெண்டு பித்தளை பாத்திரமும், ரெண்டு

ஈயப் பாத்திரமும்...”

சரி. இன்னிக்கி நம்ப புரோகிராம் தொலஞ்சுது என்று தீர்மானித்து விட்டேன்.

லாண்டரிக்குப் போய்விட்டுத் திரும்பி வந்தேன், கொண்டுபோன அழுக்கு மூட்டையைக் கையில் திரும்பிப் பார்த்துவிட்டு "ஏன் போடல்லியா” என்று சாரு கேட்டாள் .

“இன்னிக்கு என்னவோ நம்ப லாண்டிரி இல்லையாம்" என்றேன்.

“நன்னா ஞாயிற்றுக்கிழமை கடையை மூடினான் நாள் பார்த்து! எல்லாருக்கும் சௌகர்யமா லீவு இருக்கிற அன்னிக்கு. அப்போ வெளுத்த துணி?"

'இந்த அழுக்கை சோப்புப்போட்டு உணர்த்தினாத்தான் இன்னிக்கு வெளியே கிளம்ப முடியும். இல்லாட்டா முடியாது என்னாலே" என்றேன்.

“அதான் இப்படி ஏதாவது சொல்லுவேள்னு எதிர்பார்த்துத்தான் நேத்திக்கே ஒரு வேஷ்டி, துண்டு, ஷர்ட்டு எல்லாத்துக்கும் சோப் போட்டு உணர்த்தி வச்சிருக்கேன்" என்று அவற்றை காட்டினாள்.

"சாரு; நீ மகா புத்திசாலி, போ. அந்த மாதிரி..."

“சரி, புகழ் படலம் இருக்கட்டும். புறப்பட ஏற்பாடு செய்யலாம் முதல்லே" என்று சாரு தன் அலுவல்களைப் பார்க்கப் போய் விட்டாள்.

சீக்கிரமே சாப்பாட்டை முடித்துக்கொண்டு புறப்பட்டோம் டவுனுக்கு. பஸ்களிலும், டிராமிலும் கூட்டம் அசாத்தியமாக இருந்தது. எப்படியோ முண்டி அடித்துக்கொண்டு ஏறி நாங்கள் முதலில் திட்டம் போட்டபடி நகைக் கடை முன்னால் போய் இறங்கினோம்.

சாரு முதலில் கவனித்தாள். "ஏன் கடை சாத்தியிருக்கு?" என்று அவள் குரல் கேட்டு திரும்பிப் பார்த்தால் அந்தக் கடை பூட்டப்பட்டு இருந்தது. அதன் கதவில் * இன்று விடுமுறை' என்று எழுதியிருந்தது. அடுத்த கடைப் பக்கம் போனோம்.

“அட கஷ்டமே! இன்னிக்கி என்ன கேடு வந்தது. எல்லா நகைக் கடையும் பூட்டிக் கிடக்கு" என்றாள் சாரு.

எனக்கு அப்போதுதான் ஞாபகம் வந்தது, "அடடா! மறந்தே போ யிட்டேனே சொல்றதுக்கு; வாரத்துக்கு ஒரு நாள் கடைகள் மூடணும்னு சர்க்கார் சட்டம் இருக்கு. அதை அமுலுக்கு கொண்டு வந்திருக்கா போலிருக்கு இப்போ."

வந்த காரியத்துக்கு விக்னம் வரவும் சாருவுக்கு எரிச்சல் எரிச்சலாக வந்தது. “அதை இன்னிக்குப் பார்த்துத்தான் வச்சுக்கணுமா, மற்ற நாட்கள் எல்லாம் இல்லையா?”

“சரி, வா, ஜவுளிக்கடைப் பக்கம் போய்ப் பார்ப்போம். அதாவது..."

அங்கே போய் பார்த்தால் அவைகயும் மூடிக் கிடந்தன. எல்லாக் கடைகளிலும் போர்டுகள் தொங்கிக் கொண்டிருந்தன. சாருவுக்கு வந்த கோபம் இந்த மட்டுக்கு என்று சொல்லி முடியாது.

“ஆமாம். இங்கே வந்து கடை விஷயத்தை சொல்றேளே. ஆத்திலேயே சொல்லியிருந்தா இந்த படைபடைக்கிற வெயில்லே இப்படி சீரழிஞ் சிருக்க வேண்டாமே. நன்னா இருக்கு நான் நாள் பார்த்து கடைக்கு புறப்பட்ட அழகு! ‘செல்லி திருநாளைக்குப் போனாளாம். திருநாளும் வெறு நாளாப் போச்சாம்’ என்கிற கதையா ஆச்சு" என்று வெடித்துக் கொட்டினாள்.

அவளுக்கு என்ன சமாதானம் சொல்கிறதென்றே தெரியவில்லை. திடீர்னு கட்டாய விடுமுறைச் சட்டம் இன்னிக்கு அமுலுக்கு வரப்போறதுன்னு நான் என்ன ஞாபகமா வச்சுண்டுருக்கேன்? சாருவின் கோபம் என்மேலே பாய்ந்தது. “மனது இல்லாமே செய்த காரியம் எப்படி இருக்கும்?"

'சாரு இதோ பாரு, இதனாலே என்ன? நாளைக்கு வாங்கிண்டா போறது."

"ஆபீஸ் நாளிலேயோ? வக்கணையாத்தான் பேசறேள். கடைக்கு கூட்டிண்டு போயிடமாட்டேளோ! சரி, புறப்படுங்கோ. கடைலே சாமான் வாங்கினது போதும். வீட்டுக்குப் போகலாம்" என்றாள்.

வீட்டுக்கு திரும்பும்போது வழியில் பெயர் பெற்ற ஹோட்டலில் இறங்கி டிபன் சாப்பிடத் தீர்மானித்தோம். வழி நெடுக நானும் சாருவும் ஞாயிற்றுக்கிழமையன்று கடைகளை மூடின கடைக்காரர்களின் புத்திசாலித்தனமான யோசனையை அலசிப் பிழிந்து, குஷியாக குடும்பத்தோடு பொழுதைப் போக்கவும், சாமான்கள் வாங்கவும் அவகாசம் இருக்கும் அன்று போய் வியாபாரத்தை கெடுத்துக் கொண்டார்களே, ஞாயிற்றுக் கிழமைக்குப் பதில் திங்கட்கிழமை விடுமுறை எடுத்துக் கொள்ளக்கூடாதா” என்று பேசிக் கொண்டே வந்தோம். பஸ்ஸில் எங்களுக்கு எதிர்த்தாற் போல் இருந்த இன்னொரு குடும்பத்தாரும் எங்களைப் போலவே ஏமாந்தவர்கள் எங்கள் பேச்சில் கலந்து கொண்டார்கள்.

ஹோட்டல் இருக்கும் இடம் வந்ததும் கீழே இறங்கிப் பார்த்தோம்.

ஹோட்டல் கதவு சாத்தி 'இன்று விடுமுறை' என்று எழுதியிருந்தது.

"அட ராமா! இப்படி எல்லாருக்கும் சேர்ந்தாப்பலே புத்தி இப்படிப் போகுமோ" என்றாள் சாரு. அந்த ஹோட்டலைப் பற்றி நான் அடிக்கடி அவளிடம் பிரமாதமாக பேசியிருப்பதெல்லாம் சேர்ந்து, இப்போது அவளுக்கு ஏற்பட்ட ஏமாற்றத்தில் அவள் மேலே பேசியதை எல்லாம் எழுதி முடியாது.

நல்ல ஞாயிற்றுக்கிழமை! நல்ல ஞாயிற்றுக்கிழமை!

வீட்டுக்குத் திரும்பினோம். வழி நெடுக 'இன்று விடுமுறை' போஸ்ட்டர்கள் தொங்கிக் கொண்டிருந்தன. மற்ற நாட்களில் கலகலப்பாக இருந்த கடைவீதிகள் அழுது வடிந்து கொண்டிருந்தன. சாரு பேசவே இல்லை. அன்று அவள் ஏமாற்றத்திற்கான முழுக் காரணத்தையும் என்மீது சுமத்தி இருந்தாள் என்று மட்டும் நான் யூகித்துக் கொண்டேன்.

வீட்டிற்குள் போய் சிறிது நேரம் சென்ற பிறகு சமையலறைப் பக்கமாக சென்றேன். சமையலறைக் கதவு தாழ்ப்பாளிட்டு இருந்தது. அதில் ஒரு கடிதத்தில் எழுதி ஒட்டியிருந்தது. 'இன்றிரவு சமையல் கிடையாது, விடுமுறை' என்று எழுதி இருந்தது.

அதை ஒட்டி இருந்த அறையில் சாரு துணியை விரித்து படுத்துக் கொண்டிருந்தாள். அதை பார்த்து எனக்கு சிரிப்பு தான் வந்தது. அந்தக் காகிதத்தில் எழுதி இருந்ததற்கு கீழே "எனக்கு சாப்பாடு வேண்டாம். விடுமுறை" என்று எழுதிக் கொண்டிருந்தேன்.

சாரு மெதுவாக எழுந்து வந்து என் பின்னால் நின்றது தெரியாமல் இல்லை. தெரிந்தும் தெரியாதது மாதிரி எழுதி முடித்தேன்.

அவள் பின்னாலிருந்து சிரித்தாள்.

"சிரிப்பதற்கு அவ்வளவு என்ன இருக்கிறது" என்று கேட்டேன்.

"ஐ'ய, இது கூட புரியல்லியே. நான் ராத்திரிக்கும் சேர்த்து மத்தியானமே சமைச்சுட்டேனே. அதனாலே நான் இரவு விடுமுறை என்று எழுதினேன்" என்றாள் சாரு.

எனக்கு சட்டென சமாளித்துக் கொள்ள முடியவில்லை. நான் எழுதியிருந்ததற்கு சட்டென வியாக்யானம் சொல்ல வரவில்லை .

"ஐயய, முகத்தில் அசடு வழிகிறதே" என்று கை கொட்டிச் சிரித்தாள் சாரு.

"அசடுக்கு அசடுதான் வாய்க்கும்" என்று பேச்சை மாற்றினேன். சாரு புருவத்தை சுருக்கிக்கொண்டு ஒரு சூள் கொட்டினாள்,

பிச்சையாம் பிச்சை

வெளியே போய் விட்டு பஸ்ஸிலே வீடு திரும்பிக் கொண்டிருந்தான் விநாயகம். விநாயகம் சாத்வீகமான சுபாவம் கொண்டவன். அவன் தினமும் ஏதாவது ஒரு காலணாவாவது தர்மம் செய்யாமல் இருக்க மாட்டான். அத்தனை இளகிய உள்ளம்.

ஒரு பஸ், ஸ்டாண்டிலே வந்து நின்றது. பஸ் ஸ்டாண்டுகள் தான் இப்போது எப்படி ஆகிவிட்டன! பிரயாணிகள் ஏறுவதற்கும் இறங்குவதற்கும்தான் அது இடம் என்று நாம் நினைத்துக் கொண்டிருக்கிறோம். 'பஸ் ஸடாப்' என்ற பலகையும் அதைத்தான் குறிக்கிறது. ஆனால் பிச்சைக்காரர்கள் அவற்றை தங்கள் க்ஷேத்திரங்களாக ஆக்கிக் கொண்டு விட்டார்களே. பஸ்ஸில் ஏறும் போதும் இறங்கும் போதும் பிச்சை எடுப்பவர்கள் மீது உராயாமல் இறங்க, ஏற முடிகிறதா என்ன?

விநாயகம் ஜன்னலோரமாக இருந்த ஆசனத்தில் உட்கார்ந்திருந்தான். பிச்சை கேட்பவர்களுக்கு முதல் இலக்காக அந்த இடம் இருந்தது. அவன் ஜன்னலுக்கு நேரே வந்து 'சாமி பிச்சை போடுங்க" என்று கேட்டான் ஒருவன்.

விநாயகம் திரும்பிப் பார்த்தான். எழுபது வயது கிழவன். அவன்

குருடு. ஏழு வயது குழந்தை ஒன்று அவன் கையைப் பிடித்துக்கொண்டு இருந்தது. அவன் தள்ளாடித் தள்ளாடி வந்து நின்று கையை நீட்டினான்.

விநாயகம் அந்த கிழட்டு உருவத்தை ஒரு தரம் ஊடுருவிப் பார்த்தான். அடுத்த விநாடி ஜேபியில் கை போட்டு ஒரு அணாக் காசை எடுத்து அந்த குருட்டுக் கைகள் பிடித்திருந்த தகரக் குவளையில் போட்டு விட்டான். குருடன் ஒரு கும்பிடு போட்டு விட்டு அடுத்த ஜன்னலுக்குத் திரும்பினான்.

விநாயகம், முகத்தை ஜன்னலின் கம்பிகளில் பதித்துக் கொண்டிருந்தான். 'சாமி" என்று மறுபடியும் ஒரு குரல் அவனை கவனத்தை திருப்பியது. திரும்பிப் பார்த்தான். "குழந்தைக்கு பால் இல்லை சாமி, இரண்டு நாளா" என்றாள் ஒரு பிச்சைக்காரி. விநாயகம் அவளை உற்றுப் பார்த்தான். "குழந்தைக்கு பால் இல்லை" என்ற வார்த்தைகள் அவன் நினைவில் சுழன்றன. ஜேபியில் கைவிடப் போனான். போனவனுக்கு என்ன தோன்றியதோ என்னவோ கையை வெளியே எடுக்கவே இல்லை. பைக்குள்ளேயே கை கொஞ்சம் தயங்கினது மாதிரி இருந்தது, இந்தத் தயக்கத்தை யூகித்த அந்த யௌவனப் பிச்சைக்காரி குழந்தையை அவன் முகத்துக்கு நேராக சற்று உயர்த்தி ஜன்னல் கம்பியை தொட்டு அவன் முகத்தை பார்த்துக் கொண்டே "ஒரு காலணா கொடுங்க சாமி, பச்சைப்பிள்ளை முகம் பார்த்து" என்றாள்.

ஆனால் விநாயகத்தின் முகமும் இப்போது தயக்கம் காட்டினது. பச்சைப் பிள்ளை முகம் பார்க்க வேண்டியது அவசியம் தான், ஆனால்? அவளை ஒரு தரம் உற்றுப் பார்த்தான். அவளுக்கு பதினெட்டு வயது இருக்கும், நல்ல கட்டு மஸ்தான தேகம். புடவை கொஞ்சம் சில இடங்களில் கிழிசல் தான். ஆனாலும் அதுவும் முழுசாக இருந்தது. மார்பில் அணிந்திருந்த அந்த ரவிக்கை! அதன் ஜம்பர் வெட்டுகள்! விநாயகத்தின் தயக்கம் அதிகரித்தது. அட, எவ்வளவு ஆடம்பரமாக இருக்கிறாள் இவள்! நெற்றியில் இருக்கும் காலணா அகல கலர் குங்குமப் பொட்டு! ஹும், இதிலே குழந்தை வேறே? வேலை செய்து ஏதாவது சம்பாதிக்கிறதை விட்டு விட்டு பிச்சையே முதல் நினைப்பாக இருக்கிறது! இப்படி அவன் மனதில் ஓடியது,

கையை வெளியில் எடுத்து மடியில் போட்டுக் கொண்டான். துட்டு வெளியே வரவில்லை. பிச்சைக்காரியோ இன்னும் கொஞ்சம் சாகசம் காட்டினாள். விநாயகத்தின் தயக்கத்தை வென்றுவிட முடியும் என்ற நம்பிக்கை கொண்டவள் போல அங்கேயே நின்று அவனை கெஞ் சினாள். ஆனால் குருட்டுக் கிழவனுக்கு ஒரு அணா கொடுத்தபோது ஏற்பட்ட பச்சாதாபம் இவளிடம் ஏற்படவில்லை விநாயகத்திற்கு.

அவள் குழந்தையைப் பார்த்தால் பால் சாப்பிடாத குழந்தையாக தோன்றவில்லையே. தாயைப் போலவே இருக்கே என்று நினைத்தான், பிச்சைக்காரி விடவில்லை, நச்சரித்தாள். சாகசம் பலிக்குமென அவளுக்கு நிச்சயப்பட்டது போலும், அதே சமயம் அதற்கு வலுக்கொடுப்பது போல் பஸ் புறப்பட்டது. விநாயகத்திற்கு யோசிப்பதற்கு அதற்கு மேல் அவகாசம் இல்லை. விருட்டென்று ஜேபியில் கை போட்டு காலணா எடுத்து “தொலைந்து போ சனியன்" என்று சொல்லிக்கொண்டே கீழே அவள் பக்கமாக எறிந்தான். பஸ் போய்க் கொண்டிருந்தபோது அவன் மனது அந்த குருடனுக்கும் அவளுக்கும் பிச்சை போட்டதை ஒப்பிட்டுப் பார்த்துக் கொண்டிருந்தது. பஸ் அடுத்த ஸ்டாப்பில் வந்து நின்றது.

"ஐயா” என்று கர்ண கடூரமான குரல் கேட்டது. விநாயகம் திரும்பிப் பார்த்தான். ஒரு குஷ்டரோகி, கைவிரல்களும் கால் விரல்களும் குறைந்தும் உடலே விகாரமாயும் இருந்தது. அந்த தோற்றமே விநாயகம் மனதில் ஒரு கசப்பு ஏற்றியது. முகத்தில் ஒரு வெறுப்புக்களை, குறி காட்டியது. “வேறே வேலையில்லை, நல்ல தொல்லை போ போ” என்று முனகிக்கொண்டே அந்த உருவத்தை பார்க்க விரும்பாமல் முகத்தை அந்த ஜன்னலை விட்டு உட்புறம் திரும்பிக் கொண்டான்.

முதல் குருடனுக்கு ஒரு அணா கொடுத்தான். இரண்டாம் பிச்சைக்காரிக்கு ஒரு காலணா கொடுத்தான். இந்த குஷ்டரோகியை விரட்டினான். எல்லோரும் பிச்சை எடுப்பவர்கள்! அதிலே வித்தியாசமா!

விநாயகம் மனதில் அப்போது ஓடின நினைப்பு இதுதான் “தரித்திரம் பிடித்த பயல்கள் தாறுமாறாக ஒழுக்கம் இல்லாமல் ஆரம்ப நாட்களை கழித்து விடுகிறார்கள்! விபரீதமான வியாதிகளை சம்பாதித்துக் கொண்டு தெருத்தெருவாக அலைகிறார்கள். ஊர் முழுவதும் வியாதியை பரப்பிக் கொண்டு திரிகிறார்கள். இவர்களையெல்லாம் எங்கேயாவது காலனியில் கொண்டு போய் அடைக்காமல்!”

குஷ்டரோகியின் குரல் வலுத்தது. விநாயகம் முகத்தை இன்னும் கசப்பானதாக ஆக்கிக்கொண்டு மனதையும் கடினமானதாக ஆக்கிக் கொண்டான். பையில் கையைப் போட அவன் முயலவே இல்லை. அவன் காருக்கு வெளியே சற்றுத் தள்ளி எங்கேயோ பார்த்துக் கொண்டிருந்தான்.

அப்போதுதான் விநாயகம் பார்வை சற்று தள்ளி ரோடின் நேர் எதிரே ஒரு இடத்தில் விழுந்தது. அதைப் பார்த்ததும் விநாயகத்தின் முகத்தில் எத்தகைய மாறுதல் ஏற்பட்டது! எவ்வளவு கோபம் வந்தது!

அழுக்கடைத்த துணியால் உடலை மூடிக்கொண்டு, கோணலாக

தரையில் படுத்து, முழங்கால்களுக்குக் கீழே ரத்தப் புண் மாதிரி எதையோ சிவப்பாக தடவிக்கொண்டு கைகால்களை படபடவென அடித்துக் கொண்டு கர்ண கடூரமான சப்தத்துடன் அலட்டிக் கொண்டிருந்தான் ஒருவன். கை மட்டும் வெளியே தகர போகிணியை கரகரவென்று தரையில் தட்டிக் கொண்டிருந்தது.

அதைப் பார்த்தவுடனே விநாயகத்துக்கு வந்தது ஆத்திரம். பிச்சை கேட்பதிலே இவ்வளவு விகாரமான நடிப்பா! போகிறவர்களை பயங்கரப் படுத்தினால் பரிதாபம் கொண்டு பிச்சை போட்டு விடுவார்கள் என்ற நினைப்பு போலும். என்ன அயோக்கியத்தனம், நடுத்தெருவில் இதை விட்டு வைத்திருக்கிறார்களே, பிடித்து இழுத்து வெளியே தள்ளாமல்! கூன் குருடு நொண்டி என்றால் சரி. பிச்சை எடுப்பதையே தொழிலாகக் கொண்டு, அதற்கு எத்தனை சாகசங்கள்! நன்றாக எழுதி வைத்துப் போனார்கள் தர்மம் செய் என்று அவன் தனக்குள் உறுமிக் கொண்டான்.

பஸ்ஸிலிருந்து இறங்கி வீட்டுப்படி ஏறும்போது இது சம்பந்தமான நினைப்புதான் அவனுக்கு அப்போது. அவன் காதுகளில் விழுந்த ஒரு சப்தத்தைக் கேட்டு ஒரு கணம் அப்படியே நின்றான். வாசல் பக்க நடையிலே நின்று கொண்டிருந்த ஒரு உருவம் அவனுக்கு வழி விட்டு 'ஐயா வராரு ஆபீஸிலே உத்யோகம் உயரப் போகுது' என்று குடுகுடுப்பையை உருட்டியது,

விநாயகம் மேலே ஒரு அடிகூட எடுத்து முன்வைக்கவில்லை. அந்த குடுகுடுப்பைக்காரனையே வெறித்துப் பார்த்தான். அவனுடைய தேக அமைப்பு, ஆர்ப்பாட்டங்கள் ஆடம்பர ஆடைகள், இவற்றை எல்லாம் அவன் அளவிட்டது மாதிரி இருந்தது. அதே சமயம் குடுகுடுப்பைக் காரன் அவன் முகத்தைப் பார்த்துக் கொண்டே “ஐயாவுக்கு அதிர்ஷ்டம் பொங்குது” என்று ஆரம்பித்தான்.

“டேய், பேசாமல் போகிறாயா? இல்லையா?"

“ஐயா, ஒரு வேஷ்டி!”

“ஒரு அரிசிகூட கிடையாது, நட வெளியே! ஹும்!”

"ஐயாவுக்கு ஒரு ஆண் குழந்தை!”

விநாயகம் ஆத்திரத்தோடு ஒரு அடி முன் எடுத்து வைத்தான். “பேசாமல் போகிறாயா கழுத்தைப் பிடித்துத் தள்ளட்டுமா?"

அவன் கண்களில் கோபம் பொங்கியது. குடுகுடுப்பைக் காரன் கூட சற்று அதிர்ந்து விட்டான். ஆயினும் அலக்ஷியமாக “ஐயாவுக்கு கோபம் வருகுது, பொல்லாக் கோபம் வருது" என்று குடுகுடுப்பையை

மெதுவாக கழற்றிக் கொண்டே படி இறங்கிகினான்.

விநாயகம் அவன் பக்கம் திரும்பவே இல்லை. பிச்சையாம் பிச்சை! உலகமே முட்டாள் என்ற நினைப்பு போலிருக்கு. ஆமாம், முட்டாள் தான். இல்லாது போனால் இந்த அளவுக்கு வளர விட்டிருக்குமா" என்று முனகிக் கொண்டே உள்ளே சென்றான்.

குருட்டுக் கிழவனுக்கு ஒரு அணா கொடுத்த விநாயகமா அவன் அப்போது?

செருப்புத் தொல்லை

வெகு சுவாரஸ்யமான அரசியல் சம்பாஷணையில் ஈடுபட்டு நானும் என் புது நண்பர் ஒருவரும் நகரின் பிரதானமான தெரு ஒன்றின் வழியே போய்க் கொண்டிருந்தோம்.

இருந்தாற்போலிருந்து திடீரென்று "ஸ்ஸ்! அடடா' என்று உரக்கக் கூவிவிட்டார் நண்பர். அதே சமயம் அவரது கால் தடுமாறியது. கீழே குனிந்து காலைப் பார்த்துக் கொண் டார்.

நான் திகைத்துப் போய் "என்ன ஸார் காலில் ஏதாவது குத்திவிட்டதா, இல்லை தடுக்கிக் கொண்டு விட்டீர்களா?" என்று கேட்டுக் கொண்டே அனுதாபத்துடன் அவர் கால்களைப் பார்த்தேன், ரத்தக்குறி ஒன்றும் காணப்படவில்லை. நண்பர் முகத்தைப் பார்த்தேன். அவர் முகத்தில் காயம்பட்ட வேதனை ஒன்றும் தெரியவில்லை.

அதற்கு பதில் அவர் முகத்தில் ஒரு அசட்டுச் சிரிப்பு தோன்றியது. "ஏன், ஏதாவது வாங்க மறந்து விட்டீர்களா?" என்று கேட்டேன்.

"அதெல்லாம் ஒன்றுமில்லே ஸார்" என்று சொன்ன நண்பர், "இதற்குமேல் என்னால் ஒரு எட்டுக்கூட நடக்க முடியாது ஸார்" என்று சேர்த்தார்.

எனக்கு ஒன்றும் புரியவில்லை. புதிராக இருந்தது. அவர் காலில்தான் காயம் படவில்லையே, ஏன் மேலே நடக்க முடியாது என்று புரியவில்லை. அவர் முகத்தை வினவுக்குறியுடன் பார்த்தேன். கால்களை லேசாக தரையில் தேய்த்தாரே தவிர மேலே ஒரு எட்டுக்கூட நடக்க முயலவில்லை.

ஒரு க்ஷண யோசனைக்குப் பின் அவர் ஒரு தரம் சுற்று முற்றும் பார்த்துவிட்டு, ஒரு அணாவை எடுத்து என் கையில் கொடுத்து

"பக்கத்துக் கடை எதிலாவது போய் ஒரு பத்திரிகை வாங்கி வாருங்கள் நான் இங்கேயே நிற்கிறேன்" என்றார்.

"இன்றைய பத்திரிகை அதுக்குள்ளே வந்திருக்காதே" என்றேன்.

நண்பர் முகத்தில் ஒரு அர்த்தச் சிரிப்புத் தோன்றியது. "அது எனக்கும் தெரியும் ஸார். பழைய பேப்பர் எது இருந்தாலும் சரி, ஏதாவது வாங்கி வாருங்களேன். அப்புறம் சொல்றேன். சீக்கிரம்! சினிமாவுக்கு நேரம் ஆகிறது" என்று அவசரப்படுத்தினார். அந்த இடத்தில் அவ்வளவு அவசரமாக ஒரு பழைய பத்திரிகை எதற்கு?

அந்த சுற்று வட்டத்தில் பத்திரிகைக் கடையே இல்லை. அப்புறம் எங்கேயோ ஒரு கடையில் கிடந்த ஏதோ ஒரு பத்திரிகையை வாங்கிக் கொண்டு வந்து நண்பர் கையில் கொடுத்தேன்.

"ரொம்ப வந்தனம் ஸார்" என்று அவர் சொல்லிக்கொண்டே பாதங்களை உதறிக் கொண்டு கீழே குனிந்தார்.

'இப்போது புரிகிறதா பத்திரிகை எதற்கு என்று" என்று கேட்டுக் கொண்டே வலது கால் செருப்பை காட்டினார். வார் அறுந்து கிடந்தது செருப்பு! இரண்டு செருப்புகளையும் பத்திரிகையில் பொட்டலம் கட்டிக்கொண்டு மேலே புறப்பட சம்மதித்தார் நண்பர். சிரித்துக் கொண்டே புறப்பட்டோம்.

"இப்படித்தான் சார்! இடம், சமயம் இல்லாமே மானத்தை வாங்கி விடுகிறது இந்தச் செருப்பு" என்றேன் நான்.

"நேற்றுத்தான் சார் புதிசாக வாங்கினேன் ஆறு ரூபாய்க்கு. பழைய செருப்பாக இருந்தால் இப்படியே கால்களை உதறி சனியனை சாக்கடையில் போட்டு விடலாம். புதிசைப் போட மனசு வருதா? அதை கையில் எடுத்துக்கொண்டு இந்த மாதிரி இடத்திலே நடந்து போறதுன்னாலும் மானம் போகிறது!" என்றார் நண்பர். அப்புறம் எங்கோ ஒரு மூலையில் கடை பரப்பி இருந்த செருப்பு தைப்பவனிடம் அதைப் பழுது பார்த்து நண்பர் போட்டுக்கொண்டார்.

ஏதோ ஒருதரம் வாங்கினோம், அதோடு நின்றது என்று கிடையாது. ஒரு நாலு மாதம் ஒரு ஜோடி செருப்பை ஜாக்ரதையாக போட்டுக் கொண்டு காப்பாற்றுவது என்பது முடிகிறதா என்ன? அதிலும் ஒரு தரம் ரிப்பேர் வந்து விட்டால் அவ்வளவுதான்! மறுபடியும் தன்னிடம் நாம் வலுவில் வர வேண்டும் என்ற பிரியத்துடன் செருப்பு தைப்பவன் மனது வைத்து விடுகிறான்.

கடைசியில், ஏதடா இந்தச் சனியனுக்கு ரிப்பேர் சார்ஜிலே செலவழிக்கிற பணத்தை விட புதுச் செருப்பு வாங்கித் தொலைத்து விடலாம் போலே

இருக்கே என்றுதான் தோன்றுகிறது. புதுச் செருப்பு வாங்கின பிறகு மறுபடியும் ஒரு மாதத்தில் ரிப்பேர்!

அதுதான் போகிறது. கடைக்காரன் எவ்வளவு சாதுர்யமாக நம்மிடம் உபயோகமற்ற செருப்பைத் தள்ளி விடுகிறான். நாம் செருப்பில் உட்புகுந்து பார்க்க முடிகிறதா என்ன!

“ஸார், உங்களுக்குக் கொஞ்சம் கூட சந்தேகமே வேண்டாம் ஸார்! நாங்கள் அப்படியெல்லாம் வியாபாரம் செய்தால் எங்கள் தொழில் நடக்குமா ஸார், இதோ பாருங்கோ" என்று சொல்லிக் கொண்டே செருப்பை வளைத்து ஒடித்துக் காட்டி விடுகிறான். "உள்ளுக்குள்ளே அட்டை இருந்தால் மறுபடியும் இப்படி சரியாக வராது ஸார்” என்று சொல்கிறான்.

"சரிதான். நியாயமாகத்தான் இருக்கும். நம்மை ஏமாற்றவா போகிறான்" என்று வாங்கிக் கொண்டு போகும்போது எதிரே வந்த நண்பர் ஒருவர் 'புதுச் செருப்பு வாங்கி இருக்கிறாற்போல இருக்கே. என்ன விலை” என்று கேட்டார்.

"நாலு ரூபாயா? மலிவாக இருக்கே. எங்கே பார்ப்போம்" என்று கூர்ந்து பார்த்து விட்டு சிரிப்புடன் “ஏதடா மலிவாக இருக்கேன்னு பார்த்தேன். ஐந்து ரூபாய்க்குக் குறைந்தால் நல்ல செருப்பே இப்போது கிடையாதே. உள்ளே அட்டை வச்சிருக்கான் ஸார். அட்டைச் செருப்பு போங்கோ” என்று வைரப்பரீக்ஷை செய்பவன் முடிவுகூட இதற்கு ஈடாகாது என்று சொல்லும்படியாக அழுத்தமாகச் சொல்லி விட்டார்.

“இல்லையே ஸார்...” என்று நான் இழுக்கும்போதே “பொறுங்கள் ஒரு மாதம் ஆகட்டும்..." என்றார்.

ஒரு மாதம் என்ன, இரண்டாவது வாரமே பாம்பு நாக்கை நீட்டுவதுபோல் தையல் தேய்ந்து போன செருப்பின் அடிக்கும் மேல்பாகத்துக்கும் நடுவிலிருந்து அட்டை வெளியே பிதுங்கிக் கொண்டு வந்தது.

“நீங்க அந்த கம்பெனியிலே வாங்கி இருக்கப்படாது ஸார். அந்த கம்பெனி இருக்கே அதுலே .." என்றார் ஒரு நண்பர்.

“எந்த கம்பெனியானால் என்ன! இந்த கம்பெனியையும் ஒரு நண்பர்தான் சிபார்சு செய்தார்."

இந்த மட்டுமா? “இந்தத் தோல் காலைக் கடிக்காது ஸார் பாருங்களேன்” என்று அந்த தினுசுக்கு என்னவோ பேர், அதன் வம்சாவளியெல்லாம் சொல்லி திருப்தியாக நம்மை அனுப்பி விடுகிறான். ஒரு தெரு திரும்புமுன்னே செருப்பு போட்டு காய்ச்சுப்போன சதையைக் கடித்து

விடுகிறது. ரோட்டில் போகிறவர்கள் ஒரு விதமாக நினைக்கும்படியாக காலைத் தாங்கித் தாங்கி நடந்து போக வேண்டி இருக்கிறது.

நமது காலுக்குச் சேரும்படியாக செருப்பு எப்போதும் அகப்பட்டு விடுகிறதா என்ன? நாலாம் நம்பர் செருப்பு காலுக்கு பெரிது. மூணாம் நம்பர் காலுக்குச் சிறியது. இரண்டுக்கும் நடுவிலே நம்பர் கிடையாது. தயங்கினால், கடைக்காரன் "போட்டு நடந்தால் சரியாகப் போய் விடும் ஸார்" என்று வாரை இழுத்து விட்டு நம் காலில் திணித்து சரியாக அளவு காட்டி விடுகிறான். போட்டு நடந்தால் சில நாட்களில் கட்டை விரல் பாதி செருப்பின் முன் பாகத்துக்கு வெளியே வந்து விடுகிறது. இல்லாவிட்டால், குதிங்கால் செருப்பின் பின் பாகத்துக்கு வெளியே நீட்டிக் கொண்டே இருந்து விடுகிறது.

செருப்பு வாங்குவதிலும், அதை ரிப்பேர் செய்வதிலும் தான் இவ்வளவு தொல்லை இருக்கிறது என்றால், அதை காப்பாற்றுவதில் உள்ளக் சங்கடங்கள் அதற்குமேல் இருக்கிறது ஒரு வைபவத்துக்கோ, ஒரு கச்சேரிக்கோ போனால், நாம் குறிப்பாக ஒரு இடத்தில் அதிக செருப்புகள் இல்லாத இடமாகப் பார்த்து வைத்து விட்டுப் போனால் திரும்பி வந்து பார்க்கும்போது செருப்புக் குவியலிலே இருந்து அதைத் தேடி எடுக்கிறதுக்குள்ளே போதும், போதும் என்றாகி விடுகிறது.

நமது செருப்பு புதிசாக இருந்து விட்டாலோ அதை வெளியிலே வைத்துவிட்டுப் போனால் மனது அதன் ஞாபகமாகவே இருக்கிறது. பாதி சம்பாஷணையிலே "செருப்பை உள்ளே எடுத்து வைத்துவிட்டு வந்துடறேன் ஸார்" என்று அதற்கு பிரமுகத்துவம் கொடுத்து வெளியே வந்து அதைப் பத்திரமான இடத்திலே வைத்துவிட்டுப் போக வேண்டி இருக்கிறது. சில சமயம் பறிகொடுத்து விடவும் ஏற்பட்டு விடுகிறது.

ஒரு சமயம் எனக்கு எதிரில் உட்கார்ந்து கொண்டிருந்த நண்பர் திடீரென்று "இந்த ஜோடி எப்படி ஸார் சேர்த்தீர்கள்" என்று கேட்டார்.

எனக்கு புரியாமல் இரண்டு கால் செருப்புகளையும் மாறி மாறி பார்த்தேன். ஒன்றும் தெளிவாகாமல் "நீங்கள் சொல்வது விளங்க வில்லையே. நான் வாங்கி நாலு மாதம் ஆச்சே" என்றேன்.

நண்பர் இரண்டு செருப்புகளில் தைத்திருந்த பித்தான்களிள் எண்ணிக்கையை சுட்டிக்காட்டினார். ஒன்றில் ஐந்து இருந்தது. மற்றொன்றில் ஆறு! ஏதோ சந்தர்ப்பத்தில் எப்படியோ ஜதை மாறி விட்டாலும் ஒரே கால் செருப்பாக இல்லாமல் அமைந்தது அதிசயமில்லையா? காலை விட்டுக் கழற்றாமல் நிரந்தரமாக இருக்கக் கூடிய செருப்புகள் கண்டுபிடிக்கப்படும் வரை இந்த விதமான உபத்திரவங்களுக்கு உள்ளாவதைத் தவிர வேறு வழி இருப்பதாகத் தெரியவில்லை.

சுயானுபவம்

வழக்கம் போல தன் மேஜை முன்பு உட்கார்ந்து கொண்டு கதை எழுத உட்கார்ந்தார் பிரபல எழுத்தாளர் சசிவர்ணம். ஒவ்வொரு தடவையும் அவர் கதை எழுதிவிட வேண்டும் என்ற திட வைராக்கியத்துடன் உட்கார்ந்தாரானால், அவ்வளவுதான், ஒரே மூச்சில் கதையை எழுதி முடித்து விட்டுத்தான் எழுந்திருப்பார் அவர்.

கதைக்கான விஷயங்கள் அவர் முன் நான் முந்தி, நீ முந்தி என்று போட்டி போட்டுக் கொண்டு வரும். "அவசரப்படாதீர்கள், க்யூ வரிசையில் வாருங்கள்" என்று அவற்றுக்கு உத்திரவு போட்டு விடுவார் சசிவர்ணம்.

நமது சசிவர்ணம் ரகம் ரகமான கதைகள் எழுதுவதில் தனக்கு நிகர் யாருமே இல்லையென்று எழுத்தாளர் உலகில் பெயர் பெற்று விட்டார். காதல், சோகம், வீரம் இந்த ரகங்களில் எந்த ஆசிரியர் எந்த ரசத்தை சார்ந்த கதை கேட்டாலும் 'இந்தா பிடி சாபம்!' என்பது போல் உடனே அந்த இடத்திலேயே எழுதிக் கொடுத்து விடுவார். அது மட்டுமல்ல. பாலைவனத்தை பகைப்புலமாகக் கொண்டு கதையா? நடுக்கடலில் நடக்கும் சம்பவமா? பூலோகம் கிடக்கட்டும். மற்ற உலகங்களிலேயே நடக்கும் விஷயங்களையும் அந்த

உலகவாசிகளையும் அப்படியே தத்ரூபமாக படம் பிடித்துக் காட்ட வேண்டுமா? அதிலும் நமது சசிவர்ணத்துக்கு ஈடாக யாரையும் சொல்ல முடியாது. அந்தந்த இடங்களிலேயேதான் அவர் பிறந்து வாழ்ந்தவர்போல் அவர் சித்தரிப்பதைக் கண்டு பிரமித்துப்போய் படிப்பதை மறந்து கூட விடுவார்கள் வாசகர்கள் என்றால் பார்த்துக் கொள்ளுங்களேன்.

அவ்வளவு தூரம் உள்ளத்தை உருக்கும் கதைகள் எழுதுவதில் பிரபலமாகி இருந்த நம் சசிவர்ணம் அவர்களை நீங்கள் நேரில் சந்தித்துக் கேட்டால் அவர் சொல்வதையெல்லாம் நீங்கள் கேட்டு திக்பிரமையடித்துப் போவீர்கள்.

அவர் ஒரு சமயம் ஒரு கதையில் ஒரு சிறையைப்பற்றி வெளியே எல்லோருக்கும் தெரியவைக்க விரும்பினார். ஆனால் தத்ரூபமாக படம் பிடித்துக் காட்டும் அளவுக்கு சுயானுபவம் இருந்தால் ஒழிய சாத்யமாகாது என்று உறுதியாக நம்பினார் நமது சசிவர்ணம். வெளியார்கள் அதைப்பற்றி கொடுத்த தகவல்கள் எல்லாம் தமது கதையின் சிறப்புக்கு உதவி செய்யாது என்று திட்டமாக முடிவு கட்டி விட்டார் நமது சசிவர்ணம்.

இதற்கு என்ன செய்யலாம் என்று யோசித்தார். சிறைச் சாலைக்குப் போய் பார்க்க அவர் என்ன விசேஷ சிறை பார்வையாளராக நியமிக்கப்பட்டவரா? இல்லை. எனவே கடைசியில் முடிவு செய்தார். மூன்று நாட்களாவது சிறைவாசம் செய்து பார்த்து விடுவது என்று உறுதி கொண்டு வலியச் சென்று நியூஸென்ஸ் கேஸில் மாட்டிக் கொண்டார்.

போலீஸ் கான்ஸ்டபிள் அவரை சார்ஜ் செய்ததும், அவர் போலீஸ் ஸ்டேஷனுக்கு அழைத்துச் செல்லப்பட்டார். ஜாமீன் கேட்டாலும், விலாசம் கேட்டாலும் அபராதம் விதித்தாலும் மறுத்து விடுவதென்றும் எப்படியாவது சிறைக்குள் போய் இருந்து விட்டுத்தான் வருவதென்றும் முடிவு கட்டி விட்டார். இதற்காக முன்கூட்டியே வீட்டில் தமது மனைவியிடம் தான் சில நாட்கள் வெளியூருக்குப் போவதாகவும் சொல்லிவிட்டார்.

'ஆஹா! சிறை வாழ்க்கையை அனுபவிக்கப் போகிறோம். இந்த சுயானுபவத்தைப் போல உண்டா? நான் எழுதும் அடுத்த நாவலோ கதையோ அது எதானால் என்ன தத்ரூபமாக சிறை வாழ்க்கையை அப்படியே படம் பிடித்து இருக்கும், வாசகர்கள் பிரமிக்கப் போகிறார்கள், இவன் எப்படி இதை எழுதினான் என்று, இப்போது இது யாருக்கும் தெரியவராமல் செய்து விடவேண்டும்.

பிற்பாடு தெரிய வரும் போது ஆஹா! இவரல்லவா எழுத்தாளர்! கலைஞர்! அனுபவப்புலி! என்றெல்லாம் உலகம் பட்டம் கட்டும்' என்று திட்டமிட்டுக் கொண்டே போலீஸ் ஸ்டேஷனுக்குள் காலை எடுத்து வைத்தார் சசிவர்ணம்.

சிறிதுகூட லக்ஷியம் செய்யவில்லை அந்த போலீஸ் ஸ்டேஷனை அவர். அலட்சியமாகப் போய் நின்றார் போலீஸ் ஸ்டேஷன் ரைட்டர் முன்.

ரைட்டர் குனிந்து கைகளில் எதையோ படித்துக் கொண்டிருந்தார்.

"ஸார்!" என்று அவரை கூப்பிட்டான் கான்ஸ்டபிள்.

அவர் காதுகளில் அவை விழுந்ததாகப் படவில்லை. இது நிச்சயம். விழுந்திருந்தால்தான் அவர் தலை நிமிர்ந்து பார்த்திருப்பாரே.

கான்ஸ்டபிள் சற்று தயங்கிவிட்டு மறுபடியும் 'ஸார்' என்று கூப்பிட்டான்.

அப்போதும் அவர் திரும்பவில்லை. வெகு தீவிரமாக படிப்பில் ஆழ்ந்திருப்பது தெரிந்தது.

மூன்றாம் முறையாக சற்று பலக்கவே கூப்பிட்டான் கான்ஸ்டபிள். "ஸார் ஒரு கேஸ்..."

"ஸ் ஸ்! நடுவில் தொந்தரவு செய்யாதேய்யா. கொஞ்ச நேரம் நிற்கச்சொல்லு. படிக்கிறது தெரியவில்லை? என்றார்.

கான்ஸ்டபிள் அதற்கு மேல் பேசாமல் நமது சசிவர்ணத்திட்டம் "கொஞ்சம் இருங்கள்" என்று சொல்லி விட்டு அப்புறம் சென்றான்.

சில நிமிஷங்கள் சென்றதும் நமது சசிவர்ணம் அதற்கு மேல் பொறுத்து இருக்கத் தயாராக இல்லாமல் "ஏன்" ஸார்! "நான் எவ்வளவு நேரம் தான் காத்து இருக்கிறது. அவசரமாக போகவேண்டி இருக்கு என்றால்..." என்று உரத்துப் பேசினார்.

அதே சமயம் ரைட்டரும் கையில் இருந்த புஸ்தகத்தில் தான் பிடித்துக் கொண்டிருந்த பக்கத்தை மூடிவிட்டு புஸ்தகத்தை மேஜை மீது வைத்து விட்டு ' சபாஷ்! நல்ல கதை ஸார்! எப்படி எழுதியிருக்கிறார்" என்று உற்சாகத்துடன் கூறிக்கொண்டே "எங்கே ஸார் அவசரமாகப் போகணும்' என்று கேட்டுக் கொண்டே சசிவர்ணம் பக்கம் திரும்பினார்.

"எங்கே போகணுமா? லாக்காப்புக்கு" என்றார் சசி வர்ணம் ஆத்திரத்துடன். அவருடைய பதட்டமும் ஆத்திரமும் அவருக்குத்தானே தெரியும்.

போலீஸ் ரைட்டர் அவர் சொன்ன பதிலைக் கேட்டதும் திகைப்புடன்

அவரை ஒருதரம் முறைத்துப் பார்த்து "என்னய்யா விசித்திரமான புது ஆசாமியாக இருக்கிறீர்கள். லாக்கப்புக்கா? இருநூற்றி எண்பத்தொன்று, என்ன கேஸப்பா இது?' என்று கேட்டார்.

அந்த கான்ஸ்டெபிள் முன் வந்து "நியூஸென்ஸ் கேஸ் "ஸார். அங்கேயே விலாசம் கேட்டேன். சொல்ல முடியாது, ஸ்டேஷனுக்கு வந்து சொல்கிறேன்" என்று சொல்லி விட்டார் மனுஷன். ஸ்டேஷனுக்குப் போகப் பறந்தார். இரண்டு மூன்று ரூபாய் அபராதம் போடுவார்கள் என்று சொல்லி பார்த்தேன். எவ்வளவு அபராதம் போட்டாலும் கொடுக்க முடியாது என்றார். அப்புறம் கூண்டுக்குள்ளே போகவேண்டி யிருக்கும் ஸார், உங்க மாதிரி பெரிய மனிதர்களுக்கு அது அழகாக இருக்காதே ஸார் என்றேன். அதைப்பற்றி நீ கவலைப்பட வேண்டாம் என்று சொல்லி விட்டார்" என்றான்.

போலீஸ் ரைட்டர் நமது சசிவர்ணத்தை "யார் இது, விசித்திர பிரகிருதியாக இருப்பார் போலிருக்கே" என்று முறைத்துப் பார்த்தார்.

நமது சசிவர்ணமும் இதற்கெல்லாம் மசிகிற பேர் வழியா? போலீஸ் ரைட்டருக்கு கோபம் வரச் செய்யும் உத்தேசத் துடன் இன்னும் முறைத்துப் பார்த்தார்.

அவரை சிறிது நேரம் உற்றுப் பார்த்த போலீஸ் ரைட்டர் முகத்தில் ஏதோ மாறுதல் ஏற்பட்டது. இது மாதிரி எத்தனை முறுக்கான பேர்களை அவர் பார்த்திருக்கிறார்! அடுத்த விநாடி அவர் எழுந்திருந்தார். தன் முன் மேஜையின்மீது இருந்த புஸ்தகத்தை எடுத்துக்கொண்டு ஏதோ வேறு அலுவலாகப் போகிறவர் போல் ரிகார்டுகள் வைக்கப்பட்ட அறைக்குச் சென்று விட்டு சில நிமிஷங்கள் கழித்து திரும்பிவந்து உட்கார்ந்தார்.

"281" என்று கூப்பிட்டார். அந்த கான்ஸ்டபிள் வந்தான்.

"இவருக்கு ஒரு நாற்காலி போட்டு உட்காரச் சொல்லுப்பா எவ்வளவு நேரமாக நிற்கிறாரே" என்றார்.

கான்ஸ்டெபிள் போய் நாற்காலியைக் கொண்டு வந்ததும் போலீஸ் ரைட்டர் அவரைப் பார்த்து "ஸார் அவசரப்படாதீர்கள் கொஞ்சம் உட்காருங்களேன். சார்ஜ்' எழுத வேண்டாமா?" என்றார்.

சரிதான். மனிதன் கௌரதையான மனுஷனாக இருக்கிறானென்று நினைத்து உட்காரச் சொல்கிறாப்போல் இருக்கிறது என்று நினைத்துக்கொண்டு அதில் சரிவர்ணம் உட்கார்ந்தார்.

போலீஸ் ரைட்டர் ஒரு நோட்புக்கை கையில் எடுத்துக் கொண்டார். "உங்கள் பெயர் என்ன ஸார்" என்று கேட்டார்.

சசிவர்ணம் தன் பெயரைச் சொன்னார்.

மற்ற விவரங்களையும் ரைட்டர் கேட்கவே எல்லாவற்றிற்கும் தகவல் கொடுத்த சசிவர்ணம் உத்யோகம் என்ன என்று கேட்டதற்கு வேலை யில்லாமல் இருப்பவர் என்று சொல்லி விட்டார்.

போலீஸ் ரைட்டர் இவற்றை குறித்துக் கொண்டு விட்டு அதை மூடி வைத்து விட்டு "என்ன ஸார் மற்றதெல்லாம் சரியாகச் சொன்னீர்கள். கதை எழுதுகிறவர் என்று சொல்லாமல் விட்டு விட்டீர்களே" என்று ஆரம்பித்தார்.

சசிவர்ணம் ஒரு க்ஷணம் திடுக்கிட்டார். அப்புறம் சமாளித்துக்கொண்டு சரிதான் கதைகளை படித்திருப்பார், பெயர் கேட்ட மாதிரி இருக்கும் என்று சமாதானப்படுத்திக் கொண்டார். "நீங்கள் கூறும் கதை எழுதுகிறவரின் பெயரும் என் பெயரும் அதேதான். ஆனால் நான் கதை எழுதுபவனல்ல" என்று மறைத்தார். தான் இன்னார் என்றும் இந்தச் சம்பவம் நடந்தது யாருக்கும் தெரியாமல் இருக்க வேண்டும் என்பதற்காகத்தானே அவர் ரகஸ்யமாக வைத்துக் கொள்ள விரும்புகிறார். அப்படி இருக்கும்போது இந்த இடத்தில் உண்மையைச் சொல்லி விடலாமா? கூடாது என்று முடிவு செய்து கொண்டார்.

அவர் இதை மறைக்கவும் போலீஸ் ரைட்டர் முகத்தில் ஒரு விஷமச் சிரிப்பு தோன்றியது.

"ஏனப்பா இருநூற்றி எண்பத்தி ஒன்று! இன்றைக்கு இந்த ஒரு கேஸ் தான் உனக்கு அகப்பட்டதா? பிரமாதமாக ஒரு கேஸை பிடித்துக் கொண்டு வந்து விட்டாயாக்கும்? ஏதோ இரண்டு வார்த்தை எச்சரிக்கை பண்ணி விட்டுவிட்டுப் போகாமல்" என்று அதிகார தோரணையுடன் பேசினார்.

"நான் அப்படித்தான் ஸார் பார்த்தேன். அவருதான் விடாமல் வந்து விட்டார்" என்றார் கான்ஸ்டபிள்.

இவர்கள் சம்பாஷணையைப் பார்த்து மிரள மிரள விழித்தார் நமது சசிவர்ணம். எங்கேடா ஒரு கேஸ் அகப்படப் போகிறது என்று எதிர்பார்ப்பது போக இவ்வளவு அலக்ஷியமாக இந்த ஒரு கேஸைப்பற்றி அவர்கள் பேசுவது அவருக்கு பிரமிப்பாக இருந்தது. எங்கே தனது காரியம் கெட்டு விடுமோ. தான்வந்த நோக்கம் ஈடேறாமல் போய்விடுமோ என்று பயந்து "மேலே என்ன செய்யப் போகிறீர்களோ அதைப் பாருங்கள் ஸார், சீக்கிரம்" என்று அவசரப்படுத்தினார்.

போலீஸ் ரைட்டர் சிறிதும் ஆத்திரப்படாமல் அவரை மறுபடியும் ஒரு தினுசாகப் பார்த்து, "புஸ்தகத்திலே பக்கம் தீர்ந்து போச்சு சார்.

எழுத இடமில்லே. நீங்கள் போங்கள் ஸார்' என்றார்.

“என்ன விளையாடுகிறீர்களா? இது போலீஸ் ஸ்டேஷனா என்ன?” என்று சீறினார் சசிவர்ணம்.

“அப்படியெல்லாம் இல்லை ஸார்! அபூர்வமாக நீங்கள் இங்கே வந்திருக்கிறீர்களே. கொஞ்சம் பேசலாம் என்றுதான்" என்றார் ரைட்டர்.

சசிவர்ணத்துக்கு ஆத்திரம் ஆத்திரமாக வந்தது. "நியூஸென்ஸ் சார்ஜில் வந்திருக்கிற ஒருவனிடம் போலீஸ் ரைட்டருக்கு என்ன இருக்கிறது பேசுவதற்கு பேசாமல் சார்ஜ் செய்வதை விட்டு” என்று குழறிக் கேட்டார்.

இதையும் ரைட்டர் லக்ஷியம் செய்ததாகத் தெரியவில்லை. மறுபடியும் இருநூற்று எண்பத்தி ஒன்று பக்கம் திரும்பினார்.

"என்னப்பா! திருதிருன்னு விழிக்கிறாய்? பக்கத்துக் கடைக்குப் போய் கலர் வெற்றிலை பாக்கு வாங்கிக்கொண்டு வா. போ போ!”

கான்ஸ்டெபிள் ஒன்றும் புரியாமல் விழித்துவிட்டு வேகமாகப் போய் கலரும் வெற்றிலைபாக்கும் வாங்கிக் கொண்டு வந்தான்.

நமது சசிவர்ணத்துக்கும் ஒன்றுமே புரியவில்லை.

கான்ஸ்டெபிள் வந்ததும் “ ஏனப்பா 281, நேற்றெல்லாம் ஐயாவைப் பற்றி பிரமாதமாகப் பேசிக்கொண்டிருந்தாய். ஆளைக்கண்டு விழிக்கிறாயே, இன்னுமா தெரியவில்லை?" என்று சிரித்தார் போலீஸ் ரைட்டர்.

“தெரியவில்லையே” என்று இழுத்துப் பேசினான் கான்ஸ்டபிள், சசிவர்ணத்தின் முகத்தைப் பார்த்துக் கொண்டே ..

"அவர்தானப்பா! நீ நேற்று படித்துக் கொண்டிருந்தாயே கதை. அதை எழுதினவர். போலீஸ்காரன் கிட்ட அவரு மறைக்கப் பார்த்தால் முடியுமா?” என்று சசிவர்ணத்தை பார்த்துக்கொண்டே “இந்த புஸ்தகத்திலே இருக்கிற படம் கூட உங்களது இல்லை என்று சொன்னாலும் சொல்லுவீங்களோ" என்று அந்த புஸ்தகத்தை பிரித்துக் காட்டினார். சசிவர்ணம் எழுதியுள்ள கதைப் புஸ்தகம் அது. அவர் போட்டோ அதில் அச்சிடப்பட்டிருக்கிறது!

எப்படி இருக்கும் சசிவர்ணத்துக்கு? அவருக்கு மூளை குழம்பியது.

அதேசமயம் அந்த கான்ஸ்டபிளும் புரிந்துகொண்டு “நீங்களா அது! அடடா. என்னமா கதை எழுதி இருக்கிறீர்கள்? தத்ரூபமாக அப்படியே எழுதி இருக்கிறீர்களே. நேரிலேயே பார்த்த மாதிரி...” என்று ஆரம்பித்துவிட்டான்.

சசிவர்ணத்துக்கு ஒன்றுமே தோன்றவில்லை. அவர் போட்ட திட்டம் அப்படியே முறிந்து விட்டது. அந்த சந்தர்ப்பத்தில் எப்படி அவரால் நிதானமாக அவர்களுடன் பேச முடியும்?

"நீங்கள் என்னை சார்ஜ் செய்யப் போகிறீர்களா இல்லையா?" என்று கேட்டார் ஆத்திரத்துடன்.

“உங்களைப் போயா சார்ஜ் செய்வது? இவ்வளவு நன்றாக கதை எழுதுகிறவரைப் போய்...ஆமாம் கலரை சாப்பிடுங்கள், உங்கள் கதைகள் எல்லாம் நமது ஸ்டேஷனில் உள்ள எல்லாருக்கும் பிடிக்கிறது சார் என்று புகழ் மாலைக்கு மேல் மாலையாக சசிவர்ணம் காதுகளில் விழவிழ ஆத்திரம் சீறி வந்தது சசிவர்ணத்தின் நெஞ்சில்.

அந்த கோபத்துடன் ஒரே மூச்சில் கலரைக் குடித்துவிட்டு வெற்றிலை பாக்கையும் போட்டுக் கொண்டார். சுண்ணாம்புகூட சற்று அளவுக்கு மீறியே சேர்த்துக்கொண்டது அவர் ஞாபகத்தில் இல்லை, அவர் ஞாபகமெல்லாம் எங்கே இருந்தது என்று சொல்லவேண்டுமா?

அந்த புகழ் எரிச்சலை தாங்க முடியவில்லை அவரால். நாற்காலியிலிருந்து விர்ரென எழுந்தார்.

“சரி நான் வருகிறேன்" என்று புறப்பட்டார்.

“என்னமோ தெரியாமல் உங்களைப் பிடித்துக் கொண்டு வந்து விட்டான் ஸார் இந்த 281. அதை மனதில் வைத்துக் கொள்ள வேண்டாம். உங்கள் கதை அவனுக்கு ரொம்ப பிடிக்கும் ஸார்...” என்று ரைட்டர் சொல்லிக் கொண்டிருக்கும் போதே படிகளில் இறங்கிக் கொண்டிருந்தார் சசிவர்ணம்.

இந்த புகழ் வார்த்தையும், கலரும் வெற்றிலை பாக்குமா வேண்டும் அவருக்கு ? வேண்டியது சுயானுபவம்! சுயானுபவம்!

அது கிடைக்கவில்லை அவருக்கு இன்று. அவருடைய சிறைக் கதை தத்ரூபமாக இருக்க முடியுமா? இருக்கவே முடியாது. அந்த சோக வாழ்க்கை பகைப்புலத்தை எப்படி அவர் வர்ணிக்க முடியப்போகிறது?

முடியாது முடியாது. அந்த கதை இனி வெளிவராது என்ற விரக்தியுடன் பேனாவை மேஜைமீது வைத்துவிட்டு கண்களை மூடிக் கொண்டார் சசிவர்ணம். திடீரென்று ஒரு சிரிப்புக்குரல் கேட்டது மாதிரி சப்தம் கேட்டுக் கண்களை விழித்தார். பக்கத்தில் யாரையும் காணோம். அவர் இருதயத்திற்குள்ளிருந்து ஏதோ சிரித்தது போல இருந்தது.

சுயானுபவம்! சுயானுபவம்! எப்படி சுயானுபவம் என்று யாரோ கேட்டது மாதிரி இருந்தது. அட, இதுவே சுய அனுபவம் தானே!

இதை வைத்து இந்த வாரத்துக் கதை எழுதி விடேன் என்று பளிச்சென ஒரு யோசனை!

சபாஷ் நல்ல யோசனை!

சசிவர்ணம் பேனாவை கையில் எடுத்தார். சோகம் ததும்பும் சிறைக் கதை எழுத சுயானுபவம் தேடிச் சென்றவரின் பேனாவிலிருந்து சுயானுபவ ஹாஸ்யக்கதை பிறந்தது!

சோக ஆசிரியர் சசிவர்ணம் ஹாஸ்ய எழுத்தாளர் ஆனார்!

இந்த வாசகர்

"என்னுடைய கதைகளைப் படித்து ரசிப்பதற்கு புத்திசாலித்தனமான ஒரு வாசகன் இருந்தால் போதும். புரிந்ததோ புரியவில்லையோ, ஒப்புக்கு எல்லோரும் சொல்கிறார்கள் நன்றாக இருக்கு என்று. தராதரம் அறியாமல் ரசிக்கும் ஆயிரக்கணக்கான ரசிகர்களைப் பற்றி எனக்கு அக்கறை இல்லை."

"அதெப்படி அவர்கள் ரசனை சரியாக இல்லை என்று சொல்ல முடியும்? அவர்களுக்கும் ஒரு படிப்பு, அதன் மூலம் ஏற்பட்ட ஒரு அறிவு விஸ்தாரம் எல்லாம் இருக்கிறது. நீங்கள் சொல்கிறபடி அவர்களுக்கு புஸ்தகப்படிப்பு இல்லாமல் இருக்கலாம்; ஆனால் வாழ்க்கைப் படிப்பு இருக்கிறதே. அதை வைத்துக்கொண்டு அவர்கள் ரசிப்பதனால் அதற்கு நீங்கள் ஒரு மதிப்பு கொடுத்துத்தான் ஆக வேண்டும்."

இப்படியே நம் கதாசிரியர்கள் இருவரும் ஒரு முடிவுக்கு வராமல் தர்க்கம் செய்து கொண்டே போவார்கள் வாசகர்கள் உலகத்தைப் பற்றி,

கதாசிரியர்களைப் பிரித்து, 'பிடிக்கும்' 'பிடிக்கவில்லை' என்று சொல்லும் வாசகக் கூட்டம் இருக்க, 'இன்ன வாசகக் கூட்டம்தான் வேண்டும், வேண்டாம்' என்று சொல்லும் எழுத்தாளர்கள் இருவரும். .

ஸ்ரீகதிரேசத்துக்கு பெரிய தொகை வாசகர்களில் நம்பிக்கை கிடையாது. மார்க்கண்டனைப் போல, பிரஹ்லாதனைப்போல ஒரு பக்தன் இருந்தால் போதும் என்ற நினைப்புதான். அப்படிப்பட்டவர்களுடைய வாயிலிருந்து வரும் வார்த்தைகளுக்கும், விமர்சனத்துக்கும்தான் அவர் மதிப்பு வைத்திருப்பவர்.

அவர்களைத் தவிர, வேறு யாராவது அவருடைய கதைகளை 'நன்றாக இருக்கு, இல்லை' என்று சொன்னால், 'அப்படியா' என்று ஒப்புக்கு முகத்தில் சுமுகக்குறி காட்டி விட்டு, பின்னால் வந்து, இவர்களை எல்லாம் யார் அபிப்ராயம் கேட்டார்கள், அழைப்பு இல்லாத விருந்தாளிகளைப் போல' என்பார். அவர்களுடைய புகழுரைக்கும் கண்டனத்துக்கும் அவர் மதிப்பு வைப்பதே இல்லை. அவ்வளவு அலக்ஷியம்!

ஆனால் ஸ்ரீ முருகேசம் அவருக்கு நேர் எதிரிடை. அவருக்கு வாசகர்கள் தொகையில் அசாத்ய நம்பிக்கை. ஒருவனை எவ்வளவுக்கெவ்வளவு அதிகமாக வாசகர்கள் படித்து ரசிக்கிறார்களோ, அவ்வளவுக்கு அவ்வளவு அவன் பெருமைப் படவேண்டியது என்று கருதுபவர்.

ஒரு கதையை எழுதிவிட்டு அவர் தயாராக பேனாவை கீழே வைத்துவிட்டு உட்கார்ந்திருப்பார். யார் யார் அதைப் படித்து விட்டுத் தன்னிடம் வந்து அதைப் பற்றி பேச்சு ஆரம்பிக்கப் போகிறார்களோ என்று எதிர்பார்த்துக் கொண் டிருப்பார், அப்படி அவர்கள் பேச்சு ஆரம்பிக்காவிட்டால், 'என் கதை இதில் வெளி வந்திருக்கிறதே அதை படித்தீர்களா?' என்று எழுந்து போய் அதைக் கொண்டு வந்து படிக்கச் சொல்வார். அநேக சந்தர்ப்பங்களில் உற்சாகத்தில் தானே படித்தும் காட்டி விட்டு, அவர்களிடமிருந்து விமர்சனத்தை எதிர்பார்ப்பார்.

கதிரேசம், அவர் எழுத ஆரம்பித்த கொஞ்ச நாட்களுக்கெல்லாம் எழுதுவதை நிறுத்திவிட்டார். வெற்றிலை பாக்குக் கடைகளில் தான் எழுதிய கதை வெளியான பத்திரிகை தொங்கிக் கொண்டிருப்பதைக் கண்டு ஒரு சமயம் அவருக்கு வந்த ஆத்திரம்! 'இவ்வளவு மலிவாகவா ஆகி விட்டது!' என்று மனம் குமுறினார்.

அதன் பிறகு ஓரணா இரண்டணாப் பத்திரிகைகளுக்கு எழுதுவதே இல்லை. நாலணாவுக்கு மேற்பட்டு ஒரு ரூபாய் வரையில் விலையுள்ள மாதப் பத்திரிகைகள், வருஷ மலர்கள் இவற்றிற்குத் தான் எழுதுவது என்று சங்கல்பம் செய்து கொண்டார். ஒரு தரம் ஹோட்டல் பையன் ஒருவன் 'அண்ணா உங்க கதை ரொம்ப நன்றாக இருக்கு' என்றபோது அவருக்கு வந்த கோபம்!

ஸ்ரீ முருகேசமோ இதற்கு நேர் எதிரிடையாக சங்கல்பம் செய்து கொண்டார். பொறுக்கி எடுத்தாற் போல, இங்கொன்றும் அங்கொன்றுமாக விலை போய்க் கொண்டிருக்கும் ஏதோ பத்திரிகையை வரவழைத்து ஒரு ஒப்புக்குப் படிப்பதாக பாவனை காட்டிக் கொள்ள விரும்பும் இந்த அந்தஸ்து உயர்ந்த கூட்டத்தைப் பற்றி அவருக்கு சிரத்தை விழவில்லை.

ஏராளமாக விற்பனையாகும் பத்திரிகைகளை, அதுவும் மலிவான விலையில், எல்லோருக்கும் எட்டக் கூடியதாக இருந்த பத்திரிகைகளை தேர்ந்தெடுத்து அவற்றுக்கு எழுத ஆரம்பித்தார். ஒரு தரம் அவர் எழுதிவரும் பத்திரிகைகளின் விற்பனையைக் கொண்டு வாசகர்களை மதிப் பிட்டுப் பார்த்தபோது அவருக்கு ரொம்பவும் பெருமைப் படக் கூடியதாக இருந்தது.

ஆயிரக்கணக்கான தன்னுடைய வாசகர்களுக்கும் நூற்றுக்கணக்கான ஸ்ரீ கதிரேசமுடைய வாசகர்களுக்கும் எவ்வளவு வித்தியாசம்! இதையெல்லாம் ஸ்ரீ கதிரேசம் பொருட்படுத்துவதே இல்லை. அன்று இருவரும் சுவாரஸ்யமான விவாதத்தில் ஈடுபட்டிருந்தபோதுதான் வந்து சேர்ந்தார் அந்த மூன்றாவது ஆசாமி. அவர்கள் இருவருக்கும் அவர் சமீபத்தில் தான் அறிமுகமானவர். அதுவும் எழுத்தாள வாசக தோரணையில்.

அப்போதுதான் இருவருடைய கதைகளும் வெளியாகி இருந்தன. ஆகையால் வந்தவர் தன் அபிப்பிராயத்தை தெரிவிக்காமல் இருக்கமாட்டார் என்று நண்பர்கள் இருவரும் எதிர்பார்த்ததில் தப்பு இல்லை அல்லவா?

அன்று ஒரு நாள் அவர், ஸ்ரீ கதிரேசம் எழுதிவரும் பத்திரிகைகளை வழக்கமாகப் படிப்பதுண்டு என்று சொன்னதிலிருந்து ஸ்ரீ கதிரேசத்துக்கு அவரை தன்னுடைய வாசகனாக பாவித்துக் கொண்ட நினைப்பு உண்டாயிற்று. ஏனென்றால் உயர்தரப் பத்திரிகைகளை அவர் படிக்கிறார் அல்லவா? அதோடு அவருடைய படிப்பின் அந்தஸ்தும் அதற்கு ஒரு காரணம் சேர்ந்திருந்தது.

முருகேசமும் அவரை தன் வாசகராக கருதி இருந்தார். ஏனென்றால், இவருடைய கதைகளை எல்லாம் ஒன்று விடாமல் தான் படித்திருப் பதாகவும், நன்றாக இருப்பதாகவும் அவர் சொல்லி இருக்கிறார்.

அவர்கள் எதிர்பார்த்தவாறே வந்தவரும் க்ஷேம சமாசாரங்களைப் பேசிவிட்டு, ஸ்ரீ முருகேசத்தைப் பார்த்து, ஸார், "இலக்கியப் புயல்' பத்திரிகையில் உங்கள் கதை வெளியாகி இருக்கிறதே. அதைப் பார்த்தேன்" என்று சொல்லிவிட்டு, கதிரேசம் பக்கம் திரும்பி, உங்களுடையதை "'கலாப் பிரவாக' த்தில் வந்திருப்பதை இன்னும் படிக்கவில்லை' என்று பேச்சுப் பீடிகை போட்டார்.

முருகேசம் உடனே கேட்டார் "கதை எப்படி இருக்கிறது?" என்று .

உடனே அவரிடமிருந்து தயக்கமில்லாமல் பதில் வந்தது. ரொம்ப நன்றாக இருக்கிறது ஸார்! வாஸ்தவமாக சொல்கிறேன். இதுவரைக்கும்

நீங்கள் எழுதி இருக்கிற கதைகள் எல்லாவற்றையும்விட இது ரொம்ப நன்றாக இருக்கிறது. நான் படிக்கும்போது அப்படியே...'

முருகேசம் அப்படியே பூரித்துப்போய் விட்டார். வாஸ்தவமாக அது ரொம்ப நல்ல கதை என்று அவருக்கு அபிப்ராயம். அதோடு நண்பர், ஸ்ரீ கதிரேசமும் அதை பாராட்டியிருந்தார். தங்கள் இரண்டு பேர்களோடு சேர்ந்து இவருடைய அபிப்ராயமும் ஒத்து வரவே, அவருக்கு ரொம்ப திருப்தியாகி விட்டது. இப்படி எல்லாம் வாய்க்கு வாய் எல்லோரும் சொல்வதை விட்டுவிட்டு என்னவோ ஒரு வாசகனாம்' என்ற நினைப்போடு நம் கதிரேசத்திடம் ஒரு மகிழ்ச்சிப் பார்வை செலுத்தினார் முருகேசம்.

அந்த ரசிகர் அதோடு நிற்கவில்லை. “ஸார்! இந்த மாதிரிதான் தமிழுக்கு வேண்டும் நிறைய. நீங்கள் அந்தக் கதையிலே எழுதி இருக்கிறீர்கள் பாருங்கள். அது எவ்வளவு அழகாக நமது சமூகத்தை படம் பிடித்துக் காட்டுகிறது, பாருங்கள். ரொம்ப நல்ல கதை: சார், இந்த மாதிரி நான் படித்ததே இல்லை."

முருகேசத்திற்கு இதற்குள் உச்சி கட்டாயம் குளிர்ந்து போயிருக்க வேண்டும். ரொம்ப அடக்கமாக அந்தப் புகழுரைகளை தாங்கிக் கொண்டார். அந்த ரசிகரின் கலாரசனையை தனக்குள் வியந்து கொண்டார். கதிரேசமும் அதேமாதிரிதான் அபிப்ராயப்பட்டார்.

அப்போதுதான் அவர் தொடர்ந்தார்: 'ஆமாம் ஸார்! உங்களை ஒன்று கேட்க வேண்டுமே. ஏன் அப்படிக் கதையை திடீரென நட்ட நடுவில் நிறுத்தி விட்டீர்கள்? அப்புறம் அந்தப் பெண்ணின் கதி என்ன ஆயிற்று? அதைச் சொல்லவே இல்லையே. ஆமாம், அடுத்த இதழிலே இது தொடருமோ இல்லையோ?'

“தொடருமா?”

முருகேசத்தின் தலை சுழன்றது. கதிரேசம் அப்படியே ஸ்தம்பித்துப் போய்விட்டார். ஒரு விநாடிக்கு அவர்கள் தங்கள் சுவாதீனத்தில் இல்லை. அந்தக் கேள்விக்கு என்ன பதில் சொல்வதென்று தெரியவில்லை. அடடா! அந்த வாசகரைப் பற்றி அவர்கள் நினைத்திருந்ததெல்லாம்! அந்த ரசிகரைப் பற்றி என்ன உயர்ந்த அபிப்ராயம் இருந்தது! அத்தனையும்...

'இல்லே சார், தொடராது, அவ்வளவுதான் கதை' என்று பதில் கொடுத்தார் முருகேசம், 'கதை எப்படியிருக்கிறது' என்று முதலில் கேட்ட தொனி அப்பொழுது இல்லை.

'அடேடே, நான் தொடரும் என்றல்லவா நினைத்துக் கொண்டிருந்தேன்.

“சரிதான் ரொம்ப நல்ல கதை சார். போய்விட்டு வரேன்” என்று எழுந்து சென்றார்.

கதிரேசமும் முருகேசமும் அப்போதுதான் நேருக்கு நேர் தங்களை பார்த்துக் கொண்டார்கள். அடக்கி இருந்த சிரிப்பு பீறிட்டுக்கொண்டு வந்தது. “ஆமாம் எப்படி உங்கள் வாசகர்!' என்று கேட்டார் கதிரேசம்.

“போதும் சார். போதும். இனிமேல் யார் வாசிப்பதற்காகவும், ரசிக்கவும் நான் எழுதப்போவதே இல்லை.”

“இல்லை, இல்லை. ஆயிரக்கணக்கான வாசகர்கள்...'

‘சொன்னதெல்லாம் தப்புதான் சார். வாசகரே எனக்கு வேண்டாம். உங்கள் நாலணா, ஒரு ரூபாய் பத்திரிகை வாசகர்கள் கூட வேண்டாம்.

"நல்லவேளை, என் கதையை இன்னும் படிக்காமல் இருக்கிறாரே ரொம்ப சந்தோஷம். நானும் இதிலிருந்து முடிவுக்கு வந்து விட்டேன் ”

இதன் பிறகு கதிரேசம் இன்ன பத்திரிகைகளுக்குத் தான் எழுத வேண்டும் என்று வைராக்கியம் செலுத்தவில்லை. முருகேசம் ஆயிரக்கணக்கான பத்திரிகைகள் விற்பனை ஆகும் பத்திரிகைகளைப் பற்றிக் கவலைப்படவில்லை. இப்படி இரண்டு பேர்களுடைய கற்பனைக் கோட்டைகளையும் சிதற அடித்து விட்டார் இந்த வாசகர்!

சிறுகதைகள்

முன்னுரை

நான் இதுவரை எழுதியுள்ள சிறுகதைகள் எல்லாவற்றையும் சிறு சிறு தொகுப்புகளாக வெளியிடும் ஒரு பிரசுர முறை கையாள திட்டமிட்டிருக்கிறேன். என் சிறுகதைகள் பலவிதமானவை, எனவே அவற்றை பாகுபடுத்தி, வெளியிடுகிறேன். முதலில் 'நீர்க்குமிழி', 'பழக்க வாசனை' என்ற இரண்டு சிறு தொகுப்புகளை இளம் சிறுவர்களும் படிக்கத்தக்கதாக இருக்கும் சிறுகதைகள் அடங்கியதை வெளியிட்டேன்.

அடுத்து 'கைதியின் கர்வம்' என்ற தலைப்பில் இந்த சிறுகதை தொகுப்பை வெளியிடுகிறேன். இதில் உள்ள கதைகளும் அடுத்த பருவ, வளர்ந்த சிறுவர்களும் படித்து ரசிக்கத்தக்கதாக இருக்கக் கூடியவை.

நல்ல, இலக்கியத்தரமான சிறுகதைகள் சிறுவர்களுக்கு தரப்பட வேண்டிய அவசியத்தை நான் சமீபத்தில் என் புத்தக விற்பனை சுற்றுப்பிரயாண அநுபவத்தில் அறிந்தேன். உயர்நிலைப் பள்ளிகளில் அதற்கான தேவை இருப்பதை நான் கண்டேன். தமிழில் பாரதி காலம் முதல் இன்றுவரை சிறுகதைகள் எழுதி இருக்கும் பல சிறுகதாசிரியர்களின் அத்தகைய சிறுகதைகள் பலவும் அவர்களுக்கு கிடைக்கச் செய்யவேண்டும். அந்த முயற்சியில் இந்த புத்தகம் வெளி வருகிறது. தொடர்ந்து 'செய்த கணக்கு' என்ற என்னுடைய இன்னொரு சிறுகதை தொகுப்பும் ந. பிச்சமூர்த்தியின் 'காக்கைகளும் கிளிகளும்' என்ற தொகுப்பும் வெளிவருகிறது.

இந்ததொகுப்பில் உள்ள ஆறு சிறுகதைகளும் சுதந்திரச்சங்கு, மணிக்கொடி, பாரததேவி, தினமணி, ஹிந்துஸ்தான் ஆகிய பத்திரிகைகளில் 1934–1943 காலத்தில் எழுதப்பட்டன.

15.3.77 — **சி.சு. செல்லப்பா**
சென்னை

வஞ்சம்

வெள்ளி மறைந்து வானம் வெளுத்துக்கொண்டிருந்தது. பொழுது புலரும் சமயம். கீழ்த்திசை அடிவானத்தினின்று பரவிய ஜோதி சூரிய உதயத்தை முன் கூட்டி எச்சரிப்பது போல் இருந்தது. பனி நிறைந்த வான வெளி நிர்மலமாகிக் கொண்டிருந்தது. கந்தன் தன் கூரைக்குச்சினின்று கிளம்பி வயலை நோக்கி புறப்பட்டான். அவன் தோள் மீது ஒரு பழமையான மண்வெட்டி சாய்ந்து படிந்து தொங்கிக் கொண்டிருந்தது. இடுப்பு இடையில் ஒரு வெட்டரிவாளின் அலகு மறைத்து கருங்காலிப் பிடியை மட்டும் வெளிக் காட்டியது. இறுக கச்சம் கட்டிக்கொண்டு பனிப் பாதுகாப்பாக பெரிய முண்டாசுடன் கூடிய அவன் தோற்றம் ஒரு மிராசுதாரின் பண்ணை வேலைக்குப் புறப்பட்டான் என்று தெரிவித்தது.

அறுவடைக்காலம். நீர்த்தட்டு. வெள்ளப்பெருக்கு, பயிர் நோய் முதலிய கண்டங்களுக்கு எல்லாம் ஒருவாறாக தப்பிப் பிழைத்த பயிர்கள் காற்று வேகமும் கதிர் பாரமும் தாங்கமாட்டாமல் தலை சாய்ந்து தரையோடு தரையாக கிடந்தன. ஆச்சு, இன்னும் இரண்டு தினங்களில் அறுவடையாகி விடலாம்.

குளக்கரையை விட்டு இறங்கி, வாய்க்காலில் ஒரு காலும் வரப்பில் ஒரு காலுமாக கந்தன் வந்து நின்றான். என்றும் போல் அவன் பார்வை முதன் முதலில் நெற்கதிர்கள் மீது விழுந்தது. அவன் கண்கள் வயல் முழுவதையும் நோக்கி ஒரு பார்வை பார்த்ததும் அவன் அடிவற்றில் பகீர் என்றது. இருதயம் படபடத்து அடித்துக் கொண்டது. நாளை

அறுவடையாக இருந்த கதிர்கள் பெரும்பான்மை தலை சீவப்பட்டுக் கிடந்தன. திருடர்கள் இரவோடு இரவாய் கதிர்களை அறுத்துக்கொண்டு போய் விட்டார்கள். அநியாயம் வயற்றெறிச்சல்! நேற்று பொழுதூர வீடு திரும்பும் போது கண் குளிர பார்த்துப் போனவன் காலையில் வயற்றெறிச்சலுடன் பார்த்தான். ஒவ்வொரு இரவும் கந்தன் வயலில் படுத்து காவல் இருப்பது வழக்கம். அன்று கொஞ்சம் சோம்பல் மேலீட்டு வீட்டில் படுத்து தூங்கி விட்டதன் பலன் இது!

கதிரற்று கிடந்த வெறும் வைக்கோல் தாள்களை பார்க்கப் பார்க்க அவன் மனசு கொதித்தது. 'ஐயோ, காலமெல்லாம் காத்துக் கிடந்தும் கடைசியில் கதிர் முழுதும் போய் விட்டதே. ஆண்டைக்கு என்ன பதில் சொல்வது என்று பொறுமினான். வயலை விட்டு நகர அவன் கால்கள் எழவில்லை. பித்தம் பிடித்தவன் போல் நின்று கொண்டிருந்தான்.

அவனுக்கு ஒன்றும் புரியவில்லை. யார் கசக்கி இருக்கக் கூடும் என்று அவன் மனது பலவிதமாக ஆராயத் தொடங்கியது. கோபத்தில் சிவந்தன. ஹும். கசக்கியவன் மட்டும் தெரிந்தால் அவனை... என்று வாய் உறுமும்போது கையில் பிடித்த அரிவாள் புரண்டு சூர்ய ஒளியில் பளீரென மின்னியது.

கொஞ்ச நேரம் சென்றது. அவன் முகத்தின் ரெளத்ராகாரம் மாறி, தயக்கமும் பயமும் கவலையும் ஏமாற்றமும் மாறிமாறித் தோன்றியது. ஆண்டையிடம் இதை எப்படி தெரிவிப்பது என்ற மனக்கலக்கமே அந்த மாறுதல்களுக்கு காரணம். எதற்கும் வயலைச் சுற்றி வருவோம் என்று எண்ணி தடுமாற்ற நடை போட்டு தாளுக்குத்தாள் கண்களை ஊடுருவிப் பார்த்துக்கொண்டே நடந்தான். வரப்பின் விளும்பில் ஏதோ ஒரு கனமான சாமான் காலில் தட்டி முன்னால் விழுந்தது. தன் கவனத்தை செலுத்தி அதை கையில் எடுத்தான். ஒரு அழகான வெட்டரிவாள்! அழகு மட்டுமின்றி நல்ல கனமும் கூர்மையும் கொண்டு அவன் கைகளில் புரண்டது. கதிர் அறுத்தவன் இருட்டில் தவறியோ, பதட்டத்திலோ வைத்துப் போய் விட்டான்.

கந்தன் ஆச்சரியம் அதிகரித்தது. வெட்டரிவாளை திரும்பத் திரும்ப புரட்டிப் புரட்டி அதன் கனத்தை உணர்ந்து பார்த்தான். அவன் மனதில் குறிப்பு இல்லாமல் யோசனைகள் எழுந்தன. அந்த மாதிரி வெட்டரிவாள் ஒன்றை அடிக்கடி பார்த்திருப்பதாக அவன் ஞாபகசக்தி கூறியது. ஆனால் குறிப்பாக யாரிடத்தில் என்பதை மட்டும் அவன் நிதானிக்க முடியவில்லை. ஆண்டையின் கோபத்தை கற்பனை செய்து கொண்டு விஷயத்தை தெரிவிக்கத் தயங்கி நடந்து ஆண்டை வீடு நோக்கி திரும்பினான்.

கொடுக்கல் வாங்கல் விஷயமாக பேசிக் கொண்டு ஆண்டை வீட்டு திண்ணையில் உட்கார்ந்திருந்தார். வட்டி விஷயமாக கடனாளி கொடுத்த தொல்லை அவருக்கு சள்ளையாக இருந்தது. அதே சமயத்தில் அவருடைய கைகள் பஞ்சாங்கத்தை புரட்டி கோடை அறுவடை ஆரம்பிப்பதற்கு ஒரு நல்லவேளை பார்த்துக் கொண்டிருந்தன. வீட்டு பின்புறத்தில் கந்தன் வந்திருப்பதாக அறிவிக்கப்பட்டதும் எழுந்து சென்றார். நல்லவேளையை தெரியப்படுத்துவதற்கு.

ஆனால் கந்தன் நடுங்கி பயந்த குரலில் கூறியதைக் கேட்டதும் அவருக்கு வந்த கோபத்திற்கும் வயற்றெறிச்சலுக்கும் கங்குகரை இல்லை, “அடே, சண்டாளப் பயலே! குடியைக் கெடுத்து. வீட்டாயே. அதற்குத்தானேடா உன்னை காவலுக்கு போகச் சொல்லி முட்டிக் கொண்டேன். முதல் முழுசும் போய்விட்டதேடா. நேற்று காவலுக்கு போனாயாடா!” என்று அடிவயற்றிலிருந்து பேசினார் ஆண்டை.

ஆண்டையின் தொனியே அவனது பாதி பிராணனை போக்கி விட்டது. செய்த குற்றமும் வேறு உறுத்தியது. நாக்குழற, “இல்...லீ...ங்...க” என்று இழுத்துச் சொன்னான்.

ஆண்டை கோபம் கோரமடைந்தது. "அடே, கழுதைப் பயலே! அறுவடைக்காலத்தில், காலம் கெட்டுக் கிடக்கும் நீதியில், காவலுக்கும் போகாமல் வீட்டில் படுப்பதற்கு என்ன துணிவுடா உனக்கு? என்ன திண்ணக்கம் உன்னை எப்படி செய்ய தூண்டியதுடா? போற இடத்து பண்ணை வாசனை தட்டி விட்டதோ பாவிப்பயலே...” என்று அடுக்கிக் கொண்டே போனார். நாக்கில் நரம்பின்றி அவர் பேசிய பேச்சையும் வார்த்தைகளும் விஷபாணம் போல் கந்தன் உள்ளத்தில் தைத்தன. ஆண்டையின் வசவுகளைக்கூட அவன் பொருட்படுத்தவில்லை. வசவுகள் சகஜமாகப் போயிருந்தது. ஆனால் பண்ணையைவிட்டு விரட்டி விடுவாரோ என்ற பயம் தான் அவனை வாட்டிக் கொண்டிருந்தது.

“சாமி, தெரியாமே செய்துட்டேன். காவலுக்கு போகாதது பெரிய தப்பு தான். இந்த ஒரு தடவை மாப்பு கொடுத்திடுங்க. ஏழை, பிள்ளை குட்டிக்காரன் நீங்கள்தான் காப்பாத்தணும். பிள்ளை குட்டி உங்க பேரைச் சொல்லி சாப்பிடுதுங்க' என்று கண்களில் நீர்விட்டு தரையில் நெடுஞ்சாங்கிடையாக விழுந்துவிட்டான்.

ஆண்டை ஏளனமாக சிரித்தார். “சீ இன்னும் பண்ணை பார்க்கக் கேட்க உனக்கு வெட்கமாக இல்லை. நீ ஏழை ! உன்னைக் காப்பாற்ற வேறே வேண்டுமாக்கும் உன் அயோக்யத்தனத்துக்கு! பிழைக்க வழி இல்லாவிட்டால் கழுத்தை அறுத்துக்கொள்கிறது தானே கையில்

இருக்கும் அரிவாளால். நீ பண்ணை பார்த்து உனக்கு இது வரை அழுதது போதும் போதும். இதுதான் உனக்கு சித்திரைவிடு தொலைந்துபோ!" என்று சீறிப் பேசி கதவை அடைத்துக் கொண்டு உள்ளே போய் விட்டார்.

கதவு மூடும் சப்தம் கேட்டு கந்தன் அலறிப்புடைத்து எழுந்தான். 'சாமி, சாமி,' என்று பரிதாபமாக கூப்பிட்டுக் கொண்டே கதவு நோக்கி பாய்ந்து தட்டினான். அதற்கு அடுத்த கதவும் தாளிடப்படும் சப்தம் அவன் காதுகளில் விழுந்தது. இரண்டு பலமான கதவுகள் அவனுக்கும் ஆண்டைக்கும் இடையே தடை போட்டு விட்டன. கதவடியிலேயே வெகு நேரம் உட்கார்ந்து கொண்டு கண்ணீர் விட்டுக் கொண்டிருந்தான். ஆண்டை திரும்புவதாக காணோம். அரிவாள் விஷயத்தையாவது அவருக்கு தெரிவிக்கலாமென்று நினைத்தான். அதுவும் முடியாமல் போய்விட்டது. பிழைப்புக்கு வழி இல்லாமல் குடும்பம் குடிசையில் பட்டினி கிடக்க வேண்டுமா என்ற ஏக்கத்தில் ஆழ்ந்தது மனசு. வீடு திரும்பினான்.

இரண்டு நாட்கள் கழித்து ஒரு மாலை கிராமத்துக் கொல்லன் பட்டறையில் கந்தன் வெற்றிலை போட்டுக் கொண்டு உட்கார்ந்திருந்தான். அவன் எதிரில் உலையிலிருந்து பரவி கிளம்பிய ஜ்வாலையுடன் அந்தி வானத்தின் செந்நிறம் போட்டி போட்டுக் கொண்டிருந்தது. கரு மேகங்கள் பறந்து செல்வது போல் புகை அடையடையாகக் கிளம்பி காற்று வெளியில் கலந்து மறைந்தது. காற்று துருத்தியை ஒரு கிழவன் கண்களை மூடி மண் சுவற்றில் சாய்ந்து கொண்டே யந்திரம் போல் இழுத்து 'குப் குப்' சப்தம் உண்டாக்கிக் கொண்டிருந்தான். பட்டறைக் கல்லை முன்னால் இழுத்துப் போட்டு உட்கார்ந்து கொண்டிருந்த கொல்லன் தன் ஒவ்வொரு விநாடியையும் கணக்கிட்டு இரும்பு பட்டைகளையும், கம்பிகளையும் உலையில் கொடுத்து தட்டி வளைத்து விதவிதமான ஆயுதங்களையும், கருவிகளையும் செய்து கொண்டிருந்தான்.

"ஏன்டா கந்தா, சாமி பண்ணையை சித்திரை விடு விட்டுட்டயா", என்று கொல்லன் உலையில் தயாராகிக் கொண்டிருந்த ஒரு அரிவாளை இழுத்து பட்டறையில் தட்டிக் கொண்டே கந்தனை கேட்டான். அதிலிருந்து தெறித்த தீப்பொறி கந்தன் காலில் சுட்டுவிட்டது. "ஆமாடா, பெரிய இடத்துக்கு என்ன, எத்தனையோ பேர்கள் போட்டி போட்டு வருவாங்க" என்று நிராசையுடன் பட்டறையின், பக்கம் கண்களை திருப்பினான். கந்தன் பொறி சிதறிக் கொண்டிருந்த அரிவாளின் உருவம் அவன் கவனத்தை இழுத்தது.

"யாருக்கு அண்ணே இந்த அரிவாள் இவ்வளவு சடுதியாக செய்கிறே;

என்று கந்தன் அவனை கேட்டான்.

“அந்த கிருட்ணன் பயலுக்குத் தாண்டா” என்றான் கொல்லன். பதில் கூறிவிட்டு மறுபடியும் அரிவாளை உலையில் கொடுத்தான்.

கிருட்ணன் என்றதும் கந்தனுக்கு திடுக்கிட்டது. தான் கண்டெடுத்த அரிவாளுடனும் அதைப்பற்றிய அவனது குறிப்பற்ற ஹேஷ்யங்களுடனும் கிருட்ணன் பெயரையும் சேர்த்துப் பார்க்க அவன் மனது முயற்சி செய்தது. சந்தேகங்கள் பல அவன் மனதில் எழுந்து குழப்பின. இன்னும் அந்த அரிவாள் விஷயத்தைப் பற்றி விவரம் அறிய ஆத்திரப்பட்டான்.

“அது தொலைந்து போயிடுச்சாம். ஆற்றிலே எங்கேயோ போட்டு விட்டானாம்” என்று கொல்லன் ஒரு இரும்பு கம்பியை எடுத்து வளைக்கத் தொடங்கினான் .

கந்தன் உடல் சிலிர்த்தது. அவனுக்கு விஷயம் கொஞ்சம் கொஞ்சமாக தெளிவாகிக் கொண்டிருந்தது. பின்னும் விவரம் அறிய, “எப்போ தொலைந்து போயிடுச்சாம்” என்று வியப்புடன் கேட்டான்.

“இப்போதாங்கிறேன், இரண்டு நாளைக்கு முன்னே” என்றான் கொல்லன்.

கந்தன் சந்தேகம் ஊர்ஜிதப்பட்டது. அவன் உள்ளத்தில் வஞ்சக்களிப்பு எழுந்தது. “அவன் அரிவாள் ரொம்ப கனமில்லே” என்றான் பின்னும்.

'ஆமாம். ரொம்ப முரட்டு ஆள் இல்லே. அதுக்கு ஒப்பந்தம் இந்த ஊரிலேயே ஒருத்தர் கிட்டேயும் அரிவாள் கிடையாதே. நான் தானே அதை செய்து கொடுத்தேன். இரண்டு வெட்டு வெட்டுறதுக்குள்ளே ஆக்கம் விட்டுப் போகுமில்லே' என்றான் கொல்லன்.

துப்பு கிடைத்துவிட்டதால் கந்தன் கண்களில் ஒரு சந்தோஷ பிரகாசம் தோன்றியது. கண்டெடுத்த அரிவாளின் தனிக் கனம், கிருட்ணன். முரட்டு உருவம், அவனிடம் அதைக் கண்டிருந்த ஞாபகம், இரண்டு நாட்களுக்கு முன் அது மறைந்தது, புது அரிவாள் இவற்றை சேர்த்து பிணைத்துப் பார்த்தான். பயிரைக் கசக்கியது கிருஷ்ணன் தான். வயலில் மறந்து வைத்து விட்டு பொய் சொல்லி இருக்கிறான் கொல்லனிடம். நிதர்சனமாக பட்டு விட்டது. அதோடு சென்ற வருஷம் அவன் தனக்கு முன் அதே பண்ணையில் வேலை பார்த்ததும், அறுப்பு களத்தில் சிந்து மணி தகராறால் அவனை ஆண்டை வெளியேற்றிய தையும் ஓட்டிப் பார்த்தான். அவன் சந்தேகம் நீங்கி விட்டது. ஒரே சமயத்தில் தங்கள் இருவர் மீதும் அவன் பழி தீர்த்துக் கொண்டதை நினைத்தபோது அவன் ஆத்திரம் முழுவதும் அவன் மீது பாய்ந்தது.

அன்று பொழுது விழுந்து வெகு நேரமாகிவிட்டது. வானம் கறுத்துக்

கிடந்தது. மணி பத்துக்கு மேல் இருக்கும். நாராசத்து கும்மிருட்டிலும் அடையாளத்துடன் கந்தன் ஆண்டை வீட்டுக் கதவைத் தட்டினான். அந்த அகாலத்தில் தான் கோபித்து விரட்டிய கந்தன் வந்தது ஆண்டைக்கு ஆச்சர்யமாக இருந்தது. புழக்கடைக் கதவு திறக்கப்பட்டது. ஒரு விளக்குடன் ஆண்டை வந்தார். கந்தன் அவரை அமைதியுடன் வணங்கி தண்டனிட்டான்.

“எங்கேடா வந்தாய் நான் தான் பண்ணைக்கு வேண்டாம்னு சொல்லி சித்திரை விடு' போட்டுட்டேனே” என்று பழைய தோரனையாகவே பேசினார் ஆண்டை. அவன் மீது அவருக்கு இருந்த கசப்பும் ஆத்திரமும் அப்படியேதான் இருந்தது.

இந்த வார்த்தைகள் அவன் காதுகளில் விழுந்தனவோ, என்னவோ? ஏன் என்றால் அவன் பதில் வேறு விதமாக இருந்தது. திடீரென்று கம்மிய குரலில் ஆரம்பித்தான்: “சாமி நான் பண்ணைக்கு வந்ததுக்கு முன்னாலே உங்ககிட்டே பண்ணைக்கு இருந்தானே கிருட்ணன்...

“ஆமாம் திருட்டுப் பயல்தானே. அவனை விலக்கிட்டுத் தானேடா உன்னை போட்டேன். அதுக்கு என்ன இப்போ'?

“அவன் தான் பயிரை கசக்கினவங்க.”

ஆண்டை திடுக்கிட்டார். “அந்த பயலா! உனக்கு எப்படி தெரியும்?”

கந்தன் விவரமாக தான் அரிவாள் கண்டெடுத்ததையும், துப்பு துலங்க ஏதுவாக இருந்த விஷயங்களையும் கோர்வையுடனும் சாந்தமாகவும் கூறினான். அவன் குரலில் அன்று ஆண்டையை கெஞ்சிய போது இருந்த பதட்டமோ துக்கமோ இல்லை. மிக தெளிவாகவும் தீர்க்கமாகவும் இருந்தன ஏதோ ஒரு பெரிய காரியத்தை செய்து முடித்து விட்ட அசாதாரணமான அமைதி இருந்தது.

ஆண்டையின் பிரமிப்பு அடங்கு முன்னமே கந்தன் ஒரு நீண்ட பெருமூச்சு விட்டுக் கொண்டு மேலே கூறினான். “ஆண்டையோ பண்ணையை விட்டு விலக்கிட்டீங்க. பிழைப்பிலே மண் விழுந்து போச்சு. பிள்ளை குட்டி தவிக்குதுங்க இரண்டு நாளாக. பெரிய இடத்துப் பண்ணை. மானமா உசத்தியா இருந்தேனுங்க. எனக்கு ஆத்திரம் பொறுக்கல்லே துப்பு துலங்கின போது முதலில் வெறி பிடித்தவன் மாதிரி இருந்தேங்க” அந்த இடத்தில் கந்தன் நிறுத்தினான்.

அவன் என்ன சொல்லப் போகிறானோ என்று ஆண்டை பிரமித்து நின்றார்.

கந்தன் தொடர்ந்து சொன்னான் “அவன் மேலே ஆத்திரம் பீறிக்கிட்டு வந்ததுங்க. இருட்டவும் சாலையிலே ஓரமாக அவனுக்காக காத்துக்கிட்டு

இருந்தேன். அவன் அந்நேரத்திலே தான் குடிச்சுட்டு அப்படி வருவது வழக்கம்."

ஆண்டை திடுக்கிட்டு "அட, பாவிப் பயலே அவனை என்னடா பண்ணிவிட்டே" என்றார்.

கந்தன் லேசாக கரகரப்பு சிரிப்பு சிரித்தான். "அவ்வளவுதான், இந்த தடியாலே மட்டாத்திட்டேனுங்க. என்ன வந்தாலும் வந்துட்டு போகுதுன்னு வயத்தெறிச்சல்லேயும் ஆவேசத்திலேயும் செய்து போட்டேன். என் நினைவு எங்கிட்டே இல்லை. நேரே ஆண்டைகிட்ட வந்தேன்" என்று முடித்து பெருமூச்செறிந்தான்.

கொஞ்ச நேரம் இருவரும் மௌனமாக சம்பவத்தில் மனதை ஈடுபடுத்தி நின்று கொண்டிருந்தார்கள்.

"கந்தா, அசட்டுப்பயலே! எதுக்கடா இப்படி செய்தாய்" என்று ஆண்டை சாந்தமான குரலில் அவனை கண்டித்தார். ஆனால் அவன் வயிற்றுப் பிழைப்புக்கு உலை வைத்தவனை அவன் பழிவாங்கியதில் தப்பேதும் இல்லையே என்றும் அவர் நினைத்தார். தான் கூட அவன் தப்புக்கு அதிகமான தண்டனையைக் கொடுத்து விட்டதாக அவருக்குக் நினைப்பு தோன்றியது. அதன் விளைவு தானே இந்தச் சம்பவம்.

"இப்போது தான் மனசு கொஞ்சம் திருப்தி பட்டுதுங்க' என்று கந்தன் ஆண்டையின் முகம் பார்த்து கூறினான்.

'ஹும், சொல்லி பிரயோசனம்? நடந்தது நடந்தாகி விட்டது. இப்போ வீட்டுக்குப் போ. நாளை கிழப்புரவை அநுக்கணும். வண்டிப் போட்டுப் போக கருக்கல்லில் வந்து விடு. மூச்சு விடாதே இதைப்பற்றி" என்றார். ஆண்டை பெருமூச்சிடையே. "ஆகட்டும் சாமி" என்ற நன்றி பதிலுடன் நிம்மதி மனதுடன் கந்தன் கால்கள் தன் வீடுநோக்கி திரும்பின.

அங்கச்சி

“அம்மாமி இந்த வருஷம் உங்காத்திலே கொலு வைக்கப் போறேளா? போன வருஷம் நீங்க வைக்கவே இல்லையே” என்று ரொம்ப ஆசையோடு கேட்டான் ஹரிஹரன்.

ஹரிஹரனுக்கு வயசு பதினாலு இருக்கும். நான்காவது பாரத்தில் படித்துக் கொண்டிருக்கிறான். இருந்தாலும் சதா விளையாட்டுப் புத்திதான். பள்ளிக்கூடம் போகும் நேரமும். டியூஷன் நேரமும் போக மீதிநேரம் முழுவதையுமே அநேகமாக கிட்டிப்புள், பம்பரம், கோலி முதலியன ஆடி, பொழுதுபோக்குவதில் தான் பிரியம் அதிகம். வீட்டில் ஒரு நிமிஷமும் தன்னந்தனியே இருக்க அவனுக்கு இருப்புக் கொள்ளாது. அவ்வளவு விளையாட்டு மனசு. தனியே வீட்டில் உட்கார்ந்து கொண்டு தன்னோடு சேர்ந்து விளையாடியோ உருண்டையிட்டுக் கொண்டோ பொழுதுபோக்க, தன் வயது சகோதர சகோதரிகளும் இன்றி எவ்வளவு நேரம் தான் இந்த மனசு பித்துப் பிடித்தது போல் உட்கார்ந்திருக்கும் ?

பணக்காரப் பெற்றோர்களுக்கு ஹரிஹரன் ஒரேபிள்ளை. வேறு உடன் பிறப்பு கிடையாது. ஒரு பெண் குழந்தை வீட்டைச் சுற்றி வளைய வளைய வந்து கொண்டிருக்கவில்லையே என்ற குறை சதா பெற்றோர் மனதில் இருந்து வந்தது. ஹரியின் குதூகலச் சிறு மனதில் இந்த எண்ணம் அவ்வளவு உருப்படியாகப் பதியாவிட்டாலும் அவனுக்கே நிர்ணயிக்க முடியாத ஒருவித நினைப்பு அவ்வப்போது நிழல்போல் தோன்றி மறுகணம் மறைந்து விடும். வீதியில் போகும்போது அடுத்தடுத்த

வீடுகளில் அண்ணன் தங்கைகள் விளையாடி, சண்டையிட்டு அடித்துக்கொள்ளும் காட்சிகள் அவன் கண்களுக்குத் தென்படும். ஒரு விநாடி அந்த இடத்தில் நின்று அதைப் பார்த்து விட்டுப் போய் விடுவான்.

அவன் வீட்டிற்கு நான்கு வீடுகள் அடுத்தாற்போல் இருந்தது நாராயணியின் வீடு. நாராயணி ஆறேழு வயதுக் குழந்தை. ஹரியைப் போலவே பணக்கார வீட்டுப் பெண், அழகும் சூட்டிகையும் பெற்று, செல்வமும் சீருமாக வளர்க்கப்படும் குழந்தை. தெருவில் எத்தனையோ வீடுகளில் குழந்தைகள் இருந்தபோதிலும், ஹரியின் இருதயத்திலே மகிழ்ச்சியும் திருப்தியும் அளித்து ஒரு ஸ்தானம் பெற்றுவிட்ட அன்புருவம்.

இந்த இரண்டு குடும்பங்களுக்குள் ஏற்பட்டிருந்த போக்குவரத்தும், பழக்கமும், நாராயணியின் அண்ணா ராமமூர்த்தி ஹரிஹரனின் வகுப்புத் தோழனாகி விட்டதும் சேர்ந்து, தன் வீடு வேறு நாராயணி வீடு வேறு. தான் வேறு அவள் வேறு என்று கூடத் தோன்றாதபடி ஒருமை கொண்டது ஹரியின் மனது. அவ்வளவு அன்பு இணைப்பும் கட்டும் நாளா வட்டத்திலே ஏற்பட்டுவிட்டது, ஹரிஹரனுக்கும் நாராயணிக்கும் நூதனமாக ஏற்பட்ட உறவின் முறையிலே.

பள்ளிக்கூடத் தோட்டத்திலிருந்து காவல்காரனுக்குத் தெரியாமல் அப்பொழுது தான் மலர்ந்த, நூ தன அழகான ஆனால் மணமில்லாத ஒரு புஷ்பத்தை அபேஸ் செய்து கையில் சுற்றிக் கொண்டு ஹரி திரும்புவான். 'நாராயணி' என்ற குரல் உச்சஸ்தாயியில் அவள் வாசலிலே கேட்கும். நாராயணி குரல் கேட்டு குதித்து ஓடி வருவாள். அடுத்த நிமிஷம் கையில் புஷ்பம் இன்றி ஹரி தன் வீட்டுக்குள் நுழையப் போவான். 'அம்மா ஹரி கொடுத்தான்', என்று கூவிக்கொண்டே நாராயணி அடுக்களை நோக்கி ஓடிக் கொண்டிருப்பாள். ஒரு புஷ்பத்திற்கே அப்படி!

நவராத்திரி பண்டிகைக்கு இரண்டு தினங்கள் முந்தின ஒரு நாள் மாலை கொம்மாளப் பேச்சில் அடிபட்ட ஒரு விஷயம் ஹரியின் உள்ளத்தைக் கிளறி விட்டது.

பள்ளிக்கூடத்திலிருந்து வீடு வரவும் ஹரி, "அம்மா நம்பாத்திலே கொலுவச்சா என்ன அம்மா" என்று கேட்டான், விளையாட்டாகவோ வேணுமென்றோ. அம்மாவுக்குக் குபீரென்று சிரிப்பு வந்ததுவிட்டது. "நீ வேணா போய் ஊரை அழைச்சுட்டு வறையா? ஒரு பாவாடை கட்டிண்டு" என்று இழுத்தாள் கேலியாக.

அந்தக் கேலி அவனுக்குப் பொறுக்கவில்லை. "போ அம்மா, கேலி

பண்ணிண்டு" என்று சிணுங்கிக் கூறிவிட்டு முகத்தை அப்புறம் திருப்பிக் கொண்டான்.

ஹரி திரும்பியவுடன் அம்மாவின் கேலி மறைந்து கவலையாக மாறி விட்டது. ஒரு நீண்ட பெருமூச்சு விட்டாள். ஆத்தில் கொலு வைத்து ஊராரை மஞ்சள் குங்குமத்திற்கு அழைத்து, தேவியை வழிபட ஏதுவாக ஒரு பெண் குழந்தை இருந்து, ஹரியின் ஆசை தீர வகையில்லையே என்ற ஏக்கத்திடையே ஆழ்ந்து விட்டாள். சரேலென்று தேற்றிக் கொண்டு 'ஹரி, நம்ப ஆத்திலே வைக்காட்டா என்ன? நாராயணி ஆத்திலே வைக்கறா; என்ன இப்போ" என்றாள்.

"போன வருஷம் அவாத்திலே வைக்கலையே" என்றான் ஹரி.

"'போன வருஷம் நாராயணீயின் தாத்தா செத்துப் போய் விட்டார். அதனாலே வைக்கலே. இந்த வருஷம் வைக்கப் போறாளாம்."

அதற்கு மறு நாள்தான் ஹரி ஆரம்பத்தில் கேட்ட கேள்வியை கிளப்பினான்.

"ஆமடாப்பா, நாராயணி பிடிவாதம் பண்ணறா. கட்டாயம் வைக்கணுமாம். யாரு படியெல்லாம் கட்டி பொம்மை எல்லாம் எடுத்து வச்சு அலைக்கொடுத்துக் கொள்கிறது" என்று நாராயணியின் தாய் மேல் பேச்சாக பதில் கூறினாள்.

ஹரியின் கண்கள் மகிழ்ச்சியால் பூரணமாக விரிந்தன. 'அம்மாமி, நானும் மூர்த்தியும் சேர்ந்து எல்லாம் செய்துடறோம், நாளைக்கே கட்டாயம் நீங்க வைக்கணும் அம்மாமி" என்று வற்புறுத்திக் கூறினான். அத்தனை ஆசையும், ஆவலும் அவன் விரிந்த கண்களிலிருந்து பொங்கி வழிந்து கொண்டிருந்தது.

மூர்த்தியும் கூட அவனை ஆதரித்தான். அம்மாவும் ஒருவாறாக சிறுவர் வேண்டுகோளுக்கு சம்மதம் தந்து விட்டாள். தோழர்கள் விளையாடப் போய் விட்டார்கள்.

பண்டிகை தினம். சாயந்திரம் ஜெகஜ்ஜோதியாய் வீசும் தீபாலங்காரத்திடையே தேவி வெகு கம்பீரமாக கொலு வீற்றிருந்தாள். நான்கு சிறிய கைகள் சேர்ந்து சிருஷ்டித்திருந்த அந்த ஜோடிப்பின் விமரிசையைக் கண்டு களித்து வியக்க அந்த தேவதச்சன் விஸ்வர்மாகவும் அசுரதச்சன் மயனும் தான் வரவேண்டும்! அவ்வளவு அழகாக நவராத்திரி தேவிக்கு கோவில் அமைத்து விட்டார்கள் சிறுவர்கள் !

முகட்டிலிருந்து படிப்படியாக இறக்கிக் கொணர்ந்து தட்டுகள் வைத்து தரையைத் தொடும் படியாக ஒன்பது படிகள் : இயற்கையாகவே சுவர்களில் 'வர்ணம் தீட்டியது போல் பலவித நூதன புஷ்ப

வேலைப்பாடுகள் ஒழுங்காக சித்தரித்து இருந்தன. வர்ணத்தாள்களை ஒட்டுத் தெரியாமல் நேர்மையாகவும், திறமையாகவும் அந்தப் படிகளில் பசையிட்டு ஒட்டி இருந்தது. இரண்டு பக்கங்களிலும் நெருக்கமாக இடைதெரியாமல் தொங்கவிடப்பட்டிருக்கும் காகிதப் புஷ்பச் சங்கிலிகள்.

மேல் படிகளில் ஒன்றரை அடி உயர்ந்து உயிர்த் தோற்றம் கொண்டு பொலியும் மகாவிஷ்ணுவின் தசாவதார ஸெட், ராம பட்டாபிஷேகம், பஞ்ச பாண்டவர்கள், மார்க்கண்டேயர், பார்வதி பரமேஸ்வராள் முதலிய பல பண்ருட்டி பொம்மைகள். அடுத்தாற்போல் நம் நாட்டில் பிரதானம் பெற்றுவிட்ட தலைவர்களின் உருவப் பொம்மைகள். அவர்களே நேருக்கு நேர் நின்று கொண்டிருப்பது போல் தோன்றும். அடுத்தபடி மரப்பாச்சிகள், வெங்கலப் பீங்கான் பொம்மைகள், பித்தளை மரச் சொப்புகள், கிளிஞ்சல், சோழி முதலியன வரிசைக் கிராமமாக வைக்கப்பட்டிருந்தன. இவ்வளவுக்கும் கீழே சிறியதாக ஒரு அழகான தெப்பக்குளம். அதன் கரைகளில் விளக்குகள் ஜலத்தில் மிதக்கும் பலவித நீர்ப் பிராணிகள்; நடுவே ஒரு மையமண்டபம். அத்தனையும் அந்த நான்கு கைகளின் கைத்திறன் அமைப்பு!

விளக்கேற்றப் போகும் சமயம். கொலு அலங்காரம் செய்து விட்டு வீட்டுக்குப் போன ஹரிக்கு வீட்டில் இருப்புக் கொள்ளவில்லை. அவன் மனசு பூராவும் கொலுவின் மீதே லயித்து மயங்கி இருந்தது. சிறிது நேரத்திற்கெல்லாம் திரும்பவும் நாராயணி வீட்டுக்கு ஓடி வந்து படியேறப் போனான். அந்தச் சமயத்தில் உள்ளே சப்தமும் இரைச்சலும் கேட்கவே திகைத்து சிறிது தயங்கி நின்று ஓட்ட வேகத்தை அடக்கி மெதுவாக உள்ளே சென்றான்.

ஒரு மூலையில் கூடத்து ஓரமாக நாராயணி சிணுங்கிக் கொண்டு நின்றிருந்தாள். அவள் முகத்தில் பிடிவாதமும் முரண்டும் ஒட்டிக்கொண்டிருந்தன. பரந்த முகம் குவிந்து சுருங்கி இருந்தது. அவளருகில் அம்மாமியும், மூர்த்தியும் நின்று அதட்டியும் தேற்றிக் கொண்டும் இருந்தார்கள். மூர்த்தியின் குரல் தான் ரொம்ப உரக்கக் கேட்டுக் கொண்டிருந்தது. அதற்கேற்றாற் போல் நாராயணியின் முரண்டும் அதிகரித்துக் கொண்டு இருந்ததே தவிர குறைந்த பாட்டைக் காணோம்.

ஹரி கூடத்திற்குப் போன சமயம், மூர்த்தியின் கோபம் அளவுக்கு மீறிப்போய் விட்டது. "முரண்டு பண்ணாதே என்கிறேன். கேட்கமாட்டேன் என்கிறாயா" என்று கத்திக்கொண்டே ஓங்கி ஒரு தட்டு நாராயணியின் தலையில் தட்டிவிட்டான். நாராயணி கைகால்களை உதறிக் கொண்டு ஓவென்று அலறத் தொடங்கி விட்டாள்.

இதைப் பார்த்த ஹரியின் இருதயத்தில் சுருக்கென்ற வேதனை பிறந்தது. வீட்டில் மூர்த்தியைத் தவிர யாரும் நாராணியை கைதொட்டு அடிப்பதை அவன் இதுவரையில் பார்த்ததே கிடையாது. இந்தப் பயல் மூர்த்திமட்டும் சமயம் போது இல்லாமல் அவளை அழச்செய்து கொண்டிருப்பான். அவன் அன்பும் வாஞ்சையும் இல்லாத ஒரு மிருகம் என்றே ஹரிக்கு உள்ளூர நினைப்பு. இல்லாவிட்டால் இப்படி அழவிடுவானா நாளும் கிழமையுமாக?

சில சமயம் கோபம் வந்து அவளை அடித்ததற்காக வக்காலத்து வாங்கிக்கொண்டு அவனோடு சண்டைக்குப் போய்விடுவான் ஹரி. அவளைத் தேற்றுவான். அவனுக்கல்லவோ தெரியும் அங்கச்சி ஒருத்தி அவனுக்கு இல்லாத குறையும் அந்த பாக்கியம் உடையவர்களைப் பார்த்து அவன் அடையும் பொறாமையும்! அந்த சிடுமூஞ்சி மூர்த்திக்கு அந்த பாக்கியத்தை அனுபவிக்க எப்படித் தெரியப்போகிறது?

"ஏதுக்கடா. அவளை அடிக்கிறே" என்று மூர்த்தி மீது சீறி விழுந்தான் ஹரி. அதே சமயம் அவன் கை நாராயணியின் தலையை ஆதரவோடு தடவிக் கொடுத்தது. அவன் கண்கள் ஆவலோடு அவள் அம்மாவின் முகத்தைப் பார்த்து வினவின, அழுவதன் காரணத்தை ஆராயும் எண்ணத்துடன்.

“பின்னே என்னடான்னா? யாரோ பெண் தெருவிலே ஒரு செலுலாய்ட் பொம்மை வாங்கிண்டு போச்சாம், அது வேணுமாண்டான்னா. இத்தனை இருக்கிறது போதாதாம் இவளுக்கு இவ்வளவு முரண்டா" என்று கத்தினான் மூர்த்தி .

இதை நம்பாமலோ, அல்லது ஊர்ஜிதப்படுத்திக் கொள்ளவோ ஹரி அம்மாவின் முகத்தைப் பார்த்தான். 'எத்தனை வாங்கினால் தான் என்ன? அவளுக்கு ஒண்ணு இல்லாவிட்டா ஒண்ணை நினைச்சு அழுதுண்டே இருக்கணும்; வேலை என்ன?" என்று அலக்ஷியமாகக் கூறிவிட்டுப் போய் விட்டாள்.

ஹரிக்கு நாராயணி அழும் காரணம் தெரிந்துவிட்டதும் இதற்குத்தானா பிரமாதம் என்பது போல் அவன் முகம் அலக்ஷியக் குறி காட்டியது. இரக்கம் நிறைந்த கண்களுடனே நாராயணியின் அழுத முகத்தை பார்த்தான். தேம்பிக் கொண்டிருந்தாள். கன்னங்கள் வழியே கண்ணீர் வழிந்து புதுச் சட்டையில் பட்டுச் சிதறிக் கொண்டிருந்தது.

நாராயணியின் அழுத முகத்தைப் பார்க்க சகிக்கவில்லை ஹரிக்கு. இந்த பிரமாதத்தை வாங்கிக் கொடுத்துவிட்டால் தான் என்ன என்று நினைத்தானே ஒழிய அவள் முரண்டும், வீம்பும் பெரிதாகத் தோன்றவில்லை. அதை அவன் பொருட்படுத்தவில்லை. அவளைத்

தேற்றி என்னென்னமோ சொல்லிப் பார்த்தான். மசியவில்லை. அவன் பேச்சிற்குக் கூட அவள் மதிப்பு வைக்கவில்லை. குழந்தை முரண்டலுக்கு எல்லை உண்டா? அதுவாக நினைத்து தேறிக் கொண்டாலொழிய அடங்குமா என்ன? என்ன சொல்லியும் கேளாமல் அன்று ஊரழைத்துவர கண்டிப்பாக மறுத்து விட்டாள் நாராயணி. நயமும் பயமும் ஒரு சிறிதும் பயன்படாமற் போகவே அம்மாவும் மூர்த்தியும் "எக்கேடு கெட்டுப்போ" என்று வெறுப்புச் சலிப்புடன் கூறிப் போய் விட்டார்கள்.

அவ்வளவு அழகாக ஆசையோடு தாங்கள் ஜோடித்து இருந்ததும், முதல் நாளன்று நாராயணி முரண்டு பண்ணி ஊரழைக்கப் போகாததால் யாரும் வந்து பார்க்கமுடியாமல் போவதும் ஹரியின் மனதுக்கு சமாதானப்படவில்லை.

அந்தப் பயல் மூர்த்தியோ மற்ற வீடுகளுக்குப் போய் சுண்டல் வாங்கி வரப் போய்விட்டான். தின்னிப்பயல்! ஹரிக்கு ஒன்றும் ஓடவில்லை. நாராயணியின் அழுத முகம் அவன் எதிர் நின்று வேதனை கொடுத்துக் கொண்டிருந்தது. என்ன செய்வதென்றும் தெரியவில்லை. பேசாமல் எழுந்து நின்று தயங்கிய அடிகளுடன் வீட்டிற்குப் போனான். அவன் "மனதில் உருவற்ற யோசனைகளும், எண்ணங்களும் தோன்றி அலைந்து கொண்டிருந்தன. பார்க்கப் போனால் ஒரு சிறு பொம்மை. இதை வாங்கிக்கொடுக்க மறுக்கிறார்களென்று அம்மாமியையும் மூர்த்தியையும் எண்ணி மனத்திற்குள் சலித்துக் கொண்டான். ஆயினும் எப்படித் துணிந்து அவர்களிடம் சொல்லி அதை வாங்கிக் கொடுத்து விட சொல்வது? அவ்வளவு சுதந்திரம் எடுத்துக் கொள்ள அவன் மனதில் துணிவு இல்லை. நினைப்பு தானே ஒழிய வெளியிட தைரியம் இல்லை.

சிறிது நேரம் சும்மா உட்கார்ந்து பார்த்தான். அவனுக்கு நிம்மதிப்படவில்லை. "ஏண்டா விளையாடப் போகவில்லையா நித்தியம் போலே" என்று அம்மா கேட்டதற்கும் மறுத்துத் தலையை அசைத்து விட்டான். விளையாடப் போகும் எண்ணமே அவனுக்குத் தோன்றவில்லை. யோசித்து யோசித்துப் பார்த்தான். பல திறப்பட்ட யோசனைகள். சுவரோரம் உட்கார்ந்து கொண்டிருந்தவன் திடீரென்று எழுந்தான். கையை தட்டிக் கொண்டான். ஏதோ ஒரு முடிவுக்கு வந்துவிட்டது போல் முகம் மாறியது. ஓசைப்படாமல் உள்ளே சென்று தன் பெட்டியை மெதுவாகத் திறந்தான். அம்மா சப்தம் கேட்டு என்னடா என்றாள். 'ஒன்றுமில்லை' என்று சொல்லிவிட்டு எதையோ எடுத்துக் கொண்டு சரேலென்று வாசலில் பாய்ந்து விட்டான்.

சிறிது நேரம் சென்றதும் "நாராயணி" என்ற பழக்கமான குரல் வாசலில் கேட்டது, இதற்குள் அழுகையை அடக்கி இருந்த நாராயணி ஹரியின்

குரலைக் கேட்டு எழுந்து மெதுவாக வாசலுக்குப் போனாள்.

ஹரி ஏதோ ஒன்றை வைத்துக் கொண்டு கையை நீட்டினான். நாராயணி கவனித்துப் பார்த்தாள். ஸெலுலாயிட் பொம்மை.

"இந்தா நீ கேட்டது. போய் சீக்கிரம் ஊரை அழைச்சுட்டு வரலாம் வா" என்று அவள் கண்களைப் பார்த்துக் கூறினான்.

நாராயணியின் முகம் மலர்ந்தது. ஹரியை பார்த்துக் கொண்டே கை நீட்டி வெடுக்கென்று அதைப் பிடுங்கிக்கொண்டு நிற்காமல் உள்ளே வேகமாக ஓடினாள். ஹரியும் பின்தொடர்ந்தான். கைகளைத் தட்டிக் கொண்டே பொம்மையைக் கொலுவில் தன் கையால் வைத்து விட்டு ஐந்து நிமிஷங்களில் தயாராகிவிட்டாள். ஹரியின் முகம் பிரகாசம் அடைந்தது. சில நிமிஷங்களில் தெரு அழைக்கப்போகும் நாராயணிக்கு குதூகலத்துடன் துணை போய்க் கொண்டிருந்தான் ஹரி.

கைதியின் கர்வம்

பகல் முழுவதும் ரத்தக் களறியும் அலறலும் நிறைந்து கிடந்த அந்த இடத்திலே அப்போது மரண நிசப்தம் குடி கொண்டிருந்தது. யுத்த களத்தை அடுத்துள்ள சமவெளிகளில் கிரேக்கத் தோரணையில் அமைக்கப்பட்டிருந்த வெள்ளை நிறக் கூடாரங்கள் வானத்து நக்ஷத்திரங்களைப் போல சிதறிக் கிடந்தன. மழை அத்தனையையும் கொட்டிவிட்ட ஆகாயம் மேகமில்லாமல் சுத்தமாக இருந்தது. சற்று தூரத்தில் ஜீலம் நதி தன்னிடம் கலந்த ரத்த வெள்ளத்தைக் குடித்த வெறியில் இரு கரைகளையும் புரட்டிக் கரைத்துச் சென்றது. எதிர்பாராத வெற்றி அடைந்து விட்ட கிரேக்கப் படைகள் அதோடு போட்டி போட்டு கும்மாளம் அடித்துக் கொண்டிருந்தன. கூடாரங்களுக்கு மேல் உயர்ந்து பரந்து வீசி எரிந்த தீவட்டிகளின் செந்நிறம் யுத்தகளத்தின் ரத்தக் குழம்பில் பிரதிபலித்துக் கொண்டிருந்தது.

கூடாரக் கூட்டத்தின் நடுவே அலெக்ஸாண்டரின் முகாம் நக்ஷத்திரங்கள் சூழ்ந்த பூர்ண சந்திரன் போல எடுப்பாக விளங்கியது. அதன் முகப்பின் நேர் எதிர் கோடியில் இந்திய ராங்கியில் அமைக்கப்பட்ட சிம்மாசனம் காலியாக ஒளிவிட்டுக் கொண்டிருந்தது. தன் வெற்றியைக் கொண்டாடக் கூடியிருந்த கொலுவுக்கு இன்னும் அலெக்ஸாண்டர் வரவில்லை. அவன் வருகையை எதிர்பார்த்து எங்கும் நிம்மதி பரவியிருந்தது.

ஆனால், இரண்டு கண்கள் மட்டும் சுற்றுப்புறக்காட்சி எதிலும் நிலைக்காமல், அதன் கையிலிருந்து நழுவிவிட்ட அந்தப் பூமியையே பார்த்துக் கீழ்நோக்கியிருந்தன. சாதாரண உயரமுள்ள மட்டமான ஆசனத்தில் உட்கார்ந்து இருந்தபோதிலும் அவன் உயரமும், ஆகிருதியும் இரு பக்கமும் நிற்கும் கிரேக்கப்போர் வீரர்களுடன் போட்டியிட்டுக் கொண்டிருந்தன. அத்தனை காம்பீர்யமும் சௌந்தரியமும் வாய்ந்த

புருஷோத்தமன் கிரேக்கர்களின் போரஸ் – அந்தக் கூடாரத்தில் கைதியாக இருந்தான்.

அன்று விடியும் வரை அந்தப் பிரதேசம் பூராவும், சிந்துநதி வளமை கொட்டும் இடம் முழுவதும் அவனுக்குச் சொந்தமாக இருந்தது, அஸ்தமன காலத்தில் அவனே பிறனுக்கு உடைமையாகி விட்டான்.

அவன் தேகத்தில் வெட்டியிருந்த அத்தனை வெட்டுக் காயங்களின் ஞாபகத்துடன், யுத்தகளத்தில் வீரத்திடையே தவறிய அவன் பிரக்ஞை இப்போது மானமிழந்து விழித்துக்கொண்டிருந்தது. அவன் விழித்துப் பார்த்தபோது, அவன் மானத்தையே நெரிப்பது போல், கைகளை நெருக்கிக் கொண்டிருந்த தளைகள் தான் யுத்த களத்தில் அவன் அணிந்திருந்த வாளுக்கும் ஈட்டிக்கும் பதிலாக உடலோடு ஒட்டி கோரமாக சந்தித்துக் கொண்டிருந்தன.

எதிர்காலத்தைப் பற்றிய சிந்தனையொன்றிலும் அவன் மனம் உளைந்து கொண்டிருக்கவில்லை அப்போது. சென்று விட்ட சம்பவங்கள் தான் அவன் மனதில் குமுறிக்கொண்டிருந்தன. அவன் வீழ்ச்சிக்குக் காரணமான அத்தனை சம்பவங்களையும் கோர்வையாக அலசிக் கொண்டிருந்தது அவன் புண்பட்ட இருதயம்.

அலெக்ஸாண்டர் ஹிந்துஸ்தான் எல்லையை நெருங்கும் செய்தி அவனுக்குக் கிடைத்ததும் எல்லைக்குக் காவல் போலிருக்கும் தக்ஷசீல அரசன் அம்பி தன் ஜன்ம விரோதி என்பதைக்கூட மறந்து, சுயகௌரவத்தை உதறி, அவன் துணையை நாடியதுகூட வியர்த்தமாகி விட்டது.

அம்பி அலெக்ஸாண்டரை வரவேற்றதுடன் புருஷோத்தமன் மீது படையெடுக்கத் துணை ஆளும் கொடுத்துவிட்டான். அவமானம், புருஷோத்தமன் மீது பகைமை தீர்க்க இந்தச் சந்தர்ப்பம்தான் கிடைத்தது அவனுக்கு! அதே சமயம் அபிசாரத் தலைவன் புருஷோத்தமனுக்கு உதவ வாக்குத் தந்து பாதி வழி வந்தவன் திடீரென மனம் மாறி அலெக்ஸாண்டருக்குத் தலை சாய்த்து விட்டான். ஏனோ தெரியவில்லை.

தன் நிலைமையின் கடூரம் அப்போது தான் புருஷோத்தமனுக்குப் புரிந்தது. ஆக்ரோஷமும் அவமானமும் தலைக்கேறின. ஒவ்வொரு விநாடித் தயக்கமும் ஹிந்துஸ்தானத்தின் பேராபத்தை அதிகரிப்பதாக இருந்தது. தனித்து நின்றே போர் தொடுக்க தீர்மானித்து விட்டான்.

'உன்னை வந்து சந்திக்கவேண்டுமென்றா கேட்கிறாய் என்னை? ஆகட்டும்; ஜீலம் நதிக் கரையில் படையுடன் வந்து சந்திக்கிறேன்.' என்பது தான் அலெக்ஸாண்டரின் தூதனுக்கு அவன் அமைதியுடன் அளித்த பதில்.

ஆனால் யுத்தம் அவனை ஒரு கைதியாக்கிவிட்டது.

அதைப் பற்றிக் கூட அவன் அப்போது அவ்வளவாக கவலைப்படவில்லை. வீர வாழ்க்கையின் பேராபத்து அவன் எப்போதும் எதிர்பார்த்ததுதான். அன்றைய தோல்வி அவன் கண்களைத் திறந்து விட்டதுதான். இதுவரை கண்டிராத வகையில் அந்நியப் படைகளின் கட்டுப் பாட்டையும், போர் முறையையும் பார்த்துத் திடுக்கிட்டுப்போனான். அந்த முறைக்கு அவன் ஈடுகட்டிச் சமாளிக்க முடியவில்லை. இரண்டு போர் முறைகளுக்கும் வித்தியாசம் இருந்தது.

போர் முனையில் அசைக்க முடியாத அரண் போல் அமைந்து இதுவரை அவன் வெற்றிக்குப் பெரும் காரணமாக இருந்து வந்த யானைப்படையே கிரேக்கக் குதிரை வீரர்களின் அம்பு மழைக்கு முன்னால் பின் வாங்கித் தன் படையையே மிதித்து அழித்து துவம்சம் செய்து விட்டது எதிரிப் படையை அழிப்பதற்குப் பதில். தரையில் விரல் ஊன்றி நாண் இழுக்க வேண்டிய தன் விற்போர் முறை உளுத்துப் போனதாகி விட்டது. குதிரை மீது பாய்ந்து ஒரு கணத்தில் பல அஸ்திரங்களைப் பொழியும் கிரேக்க வில்லாளிகள் முன் அவன் வில் வீரர் எம்மாத்திரம்.

இந்த நினைப்புகளுக்கு இடையில் புதைந்திருந்தான் புருஷோத்தமன்.

கூட்டத்தின் பரபரப்பும், உடைகளும் ஆயுதங்களும் அசைத்து உராயும் சப்தமும், அலெக்ஸாண்டர் கூடாரத்திற்குள் நுழைந்து விட்டதைத் தெரிவித்தன. சபை முழுவதும் ஒரே முகமாக எழுந்து வெற்றி வீரனுக்கு மரியாதை செலுத்தியது. தன்னை மறந்த நிலையில் இருந்த போரஸ் இவற்றையெல்லாம் கவனிக்கவேயில்லை. அவன் மனது அவ்வளவு உணர்ச்சி வசப்பட்டுக் கிடந்தது.

சிப்பாய்கள் புருஷோத்தமன் தோள்களில் கைவைத்து எழுந்து நிற்க அவனைத் தூண்டியபோதுதான் சிந்தனை கலைந்து நிமிர்ந்து பார்த்தான். கம்பீரமான ஒரு உருவம் ஆசனத்தை நோக்கி வருவது கண்களில் பட்டது. ஒரு விநாடி தான் அந்தக் கூர்ந்த பார்வை! அடுத்த விநாடி தோள்களை ஒரு உதறு உதறி, இரு வீரர்கள் கைப் பிடிகளையும் அலட்சியமாக நெகிழ்த்திவிட்டு அசையாமல் உட்கார்ந்திருந்தான். நான் ஒரு கைதிதான், யுத்தகளத்தில் தோற்றவன்தான். ஆயினும்? தோற்றுவிட்டதால் மானம் போய் விட்டதா?' என்று நினைத்தான். அவன் மனது முரண்டியது.

அதே சமயம் அலெக்ஸாண்டர் பார்வை அவன் மீது விழுந்தது நிலைமையை யூகித்து விட்ட அந்த ஒரு விநாடியில் அவன் மனதில் பல எண்ணங்கள் அலைந்தன. மானமும் சுயமரியாதையும் ஒரு

உருவெடுத்து மிருக பலத்துடன் போராடுவது போல் தோன்றியது அவன் கண்களுக்கு. வீர மனதை அலசிப் பார்க்கும் ஒரு சாதுரியத் துடன், உடனே அவனை விட்டுவிடும்படி வீரர்களுக்கு உத்தரவிட்டு கையை அசைத்தான் அலெக்ஸாண்டர்.

இருவரும் ஒருவரையொருவர் பார்த்துக் கொண்டனர்.

யுத்த களத்தில் ஒன்பது வெட்டுகளுடன் அவன் மூர்ச்சித்து வீழ்ந்த பிறகு தான் புருஷோத்தமனை உயிரோடு பிடிக்க முடிந்தது என்று அலெக்ஸாண்டர் கேள்விப் பட்டான். அத்தகைய வீரனைப் பார்க்க அவன் மனம் தவித்தது. அதோடு சேர்த்து தன் கற்பனைக்கு மீறிய அந்த ஆகிருதி உருவத்தைக் கண்டு அலெக்ஸாண்டர் பிரமித்துப் போய் விட்டான்.

அலெக்ஸாண்டரே வஜ்ரக் கட்டமைந்த திமிரும் காம்பீரியமும் கொண்ட உருவம். அவனையும் மீறிவிட்ட ராக்ஷஸ உருவமாக இருந்தான் போரஸ். ஆறரை அடி உயரம் ; இரும்புத் தடிகள் போல் உரம் ஏறியிருந்த கை கால்கள் : ரத்தம் உறைந்து கட்டி கட்டியாகி இருப்பது போன்ற தசை நார்கள் கொண்ட அங்கங்கள் ; விசாலமான மார்பு, புண்பட்ட உள்ளமும் உடலும் கொண்டபோதிலும், உறுதியாக, ஊடுருவித் தீரமாக விழிக்கும் கண்கள் இவைதான் அலெக்ஸாண்டர் கண்டவை.

அலெக்ஸாண்டரின் தோற்றம் புருஷோத்தமன் மனதில் வியப்புக் கலந்த ஒரு சிலாகிப்பையும் வீரத்தை மெச்சிய சந்தோஷத்தையும் உண்டாக்கியது. ஆனால் அடுத்த க்ஷணம் அவன் கண்கள் ஒருவித கசப்புக் குறி காட்டின. அவன் அலட்சியமாக சரேலென்று தன் கண்களை அப்புறம் திருப்பிக் கொண்டான்.

இந்த உதாசீனத்தை அலெக்ஸாண்டர் நுட்பமாக யூகித்து விட்டதும் அவன் உதடுகளில் லேசான புன்னகை அலைந்தது. தங்கள் இருவரது அப்போதைய நிலைமையில் அவன் அவ்விதம் நடந்து கொண்டதில் ஆச்சரியம் ஒன்றும் தோன்றவில்லை. நேரே ஆசனத்தை நோக்கிப்போன கால்கள், சட்டென மடங்கி புருஷோத்தமன் பக்கம் திரும்பின. அந்த நேரத்தில் அலெக்ஸாண்டர் மனம் பலவாறாக எண்ணியது.

தன் அருகில் அவ்வளவு பலமான காலடி சப்தம் கேட்டும் புருஷோத்தமன் முகம் திருப்பவில்லை.

அலெக்ஸாண்டர் போரஸ் அருகில் போய் நின்றான். ஒரே பார்வையில் அவன் உடல் முழுவதையும் கண்கள் சுழன்று பார்த்துவிட்டன. வாய் திறந்த வெட்டுக் காயங்கள் மீது தடம் பதித்துக் கொண்டிருந்த தளைகள் அவன் கண்களில் உறுத்தின. அவன் மனதில் சுருக் கென்றது. கண்களை அகலத் திறந்து கொண்டு சரேலென்று வீரர் பக்கம்

திரும்பினான் :

"எடுத்தெறியுங்கள்!"

அடுத்த க்ஷணம் புருஷோத்தமனின் தளைகள் அவிழ்ந்து கீழே விழுந்தன.

ஒரு வேதனை விடுதலை நிம்மதியுடன், புருஷோத்தமன், முகம் சுருக்கி நெளிந்து கொடுத்து ஒரு பெருமூச்சு விட்டான்.

ஆனால் அலெக்ஸாண்டர் பக்கம் அவன் கண்கள் திரும்பவில்லை.

அலெக்ஸாண்டர் தயங்கி நின்று, கைதியின் பிடிவாதத்தைக் கண்டு தனக்குள் பலவாறாக யோசனை செய்தான். அவன் எண்ண மாறுதல்களை முகக்குறி வெளியிட்டது. ஒரு கபடப் புன்னகை அவன் உதடுகளின் இடுக்கில் தோன்றியது. அது போரஸுடன் நடந்து கொள்ள வேண்டிய விதத்தை தீர்மானித்துவிட்டான் என்று காட்டியது.

தலை குனிந்திருந்த போரஸ் மீது மெதுவாகக் கை வைத்து, 'போரஸ்!' என்று மிருதுவாக கூப்பிட்டான்.

போரஸின் கண்கள் சுடர் விட்டு மின்னின. "இல்லை நான் உன் கைதி!" என்று படபடத்துக் கூறினான் குனிந்து கொண்டே..

'ஆனாலும் நீ ஜீலம் அரசன் தானே!' என்று அலெக்ஸாண்டர் சின்னச் சிரிப்புடன் அவன் தோள்களை அமிழ்த்திக்கொண்டே பேசினான்.

'ஆம், நேற்று வரை இருந்தேன்; இன்று இல்லை' என்று போரஸ் கசப்பு சிரிப்புடன் பதில் கொடுத்தான்.

புருஷோத்தமனுடைய கர்வம் கொண்ட பதிலைக் கேட்ட அலெக்ஸாண்டர் உள்ளூர மகிழ்ச்சி கொண்டான். 'நான் அப்படி நினைக்கவில்லை; இன்னமும் ஜீலம் அரசன் தான் நீ' என்றான் விட்டுக்கொடுக்காமல். அலெக்ஸாண்டரின் தத்துவமும் அர்த்தமும் போரஸுக்குப் புரிந்திருக்க முடியாது. உலகத்தையே ஜெயித்து விட உறுதிகொண்ட அலெக்ஸாண்டருக்கு நண்பர்களைப் பெறுவதில்தான் அசாத்ய நம்பிக்கை இருந்து வந்தது. அது தான் அவன் லட்சியத் துக்குப் பெரிதும் உதவக்கூடும்,

அலெக்ஸாண்டர் இதைச் சொன்னதும் போரஸ் அவன் பக்கம் விருட்டெனத் திரும்பினான். 'இல்லை நிச்சயமாக நான் உன் கைதி தான். இனி ஜீலம் அரசன் அல்ல' என்று கடுகடுப்புடன் கூறிவிட்டுத் திரும்பிக் கொண்டான்.

அலெக்ஸாண்டர் திகைத்தவன் போல் பாசாங்கு காட்டினான். "இல்லையா அப்படியானால் இந்த நிமிஷம் முதல் நீ ஜீலம் அரசன்!"

என்று சொல்லிக் கொண்டே அவன் கைகளைத் தொட்டு உயர்த்தினான் அரசனுக்கு உரிய மரியாதை காட்டுபவன் போல்.

போரஸ் கண்களில் ஆக்ரோஷம் பொங்கியது. தனக்கு அலெக்ஸாண்டர் பிச்சை அளிப்பதாக தோன்றிய நினைப்பு அவனைப் புண்படுத்தியது, 'ஹும்! கௌரவம் இழந்த வழியில் ராஜ்யம் பெறுவதைவிட கைதியாக இருப்பது மேல்,' என்று அலெக்ஸாண்டர் கண்களைப் பார்த்துக் கொண்டே ஆத்திரத்துடன் கூறினான். தன்னை மறந்த நிலையில் எழுந்து நின்றான்.

அந்த ராக்ஷஸ உருவத்தின் முன் அலெக்ஸாண்டர் குள்ளமாகத் தோன்றினான்.

போரஸின் இந்த வார்த்தைகளைக் கேட்ட அலெக் ஸாண்டர் திடுக்கிட்டுப் போனான். ஏதோ பேச வாயெடுக்கு முன், போரஸ் அவனை இடை மறித்து. "அதிலும் நேர்மை யுத்தம் செய்யத் தெரியாத ஒரு வீரனிடமிருந்து..." என்று முடித்தான்.

அலெக்ஸாண்டர் அவனையே விறைத்துப் பார்த்தான். இந்த வார்த்தைகளின் அர்த்தம்? தன்னைச் சுட்டிக் காண்பிப்பதின் பொருள்? வீரன் என்பதில் அவன் அழுத்திய விதம் அலெக்ஸாண்டரின் வீரத்தையே ஏளனம் செய்வது போல் இருந்தது.

அந்த வார்த்தைகள் அவன் மனதில் சுருக்கெனத் தைத்தன. தன் கலக்கத்தை சமாளித்துக் கொண்டு. விட்டுக் கொடுக்காமல். 'ஆனால் யுத்தத்தில் நேர்மையென்று ஒன்று கிடையாதே' என்றான்.

'இல்லையா?' போரஸ் உறுத்துப் பார்த்தான்.

'அதில் ஒரு கட்டுப்பாடும் கோடு போட்ட வழியும் எப்படி கைக்கொள்ள முடியும்? எதுவும் நேர்மை தான்' என்று வலுவுடன் அலெக்ஸாண்டர் கூறினான்.

'புயல் வீசி படை சீர்குலைந்த நள்ளிரவில் தாக்குவது கூடவா நேர்மை?' என்று வேகத்துடன் கேட்டான் போரஸ் .

அலெக்ஸாண்டர் அமைதியாக, 'எதிரியின் பலவீனத்தில்தானே தாக்குபவன் பலம் இருக்கிறது!'

போரஸின் கோபமும் வெட்கமும் அதிகரித்தன. 'இரவில் பின்னிருந்து தாக்குவது கூடவா' என்றான் ஆத்திரமாக.

இந்த வார்த்தைகளால் அலெக்ஸாண்டர் மனது பின்னரித்தது. ஒருவாறு சமாளித்துக் கொண்டு 'எதிரியைப் பலவீனப்படுத்த வேறு வழி?' என்று அழுத்தம் இல்லாமல் கேட்டான். போரஸ் பதில் பேசவில்லை.

மௌனமாக முகத்தை தணித்துக் கொண்டான். அலெக்ஸாண்டரோடு பேசுவதே கௌரவக் குறைவாக அவனுக்குப் பட்டது போல இருந்தது.

போரஸை மடக்குவதற்கு இந்த வார்த்தைகளைக் கூறி விட்ட போதிலும் அலெக்ஸாண்டருக்கு அந்தப் பதில் என்னமோ திருப்தி தரவில்லை. போரஸ் தன் மீது சாட்டும் குற்றம் வாஸ்தவம் என்று கூட அவன் மனதில் உளைந்தது. ஏன், அவனே இதுவரையில் எந்தப் போரிலும் இந்த வழியைக் கையாளவில்லை. அதற்கு அவசியமே ஏற்படவில்லை. அவ்வளவு சுலபமான வெற்றிகள்! ஆனால் போரஸ் விஷயத்தில்? இந்த வழியைத் தவிர வேறு வழியில்லை. அது அவன் சுத்த வீரத்துக்கு இழுக்குத்தானே!

அதைக் குத்திக் கிளப்பிவிட்டான் போரஸ். அதை சகிக்கமுடியாத அவன் மனது வேதனையால் வெந்தது. வேதனையின் வெளித் தோற்றத்தைக் கூட அவனால் மறைக்க முடியவில்லை. போரஸ் கவனித்து விட்டான். அலெக்ஸாண்டரையே கண்கொட்டாமல் பார்த்துக் கொண் டிருந்தான். ஹிந்துஸ்தானத்தின் போர் முறையின் நேர்மையையே அனுஷ்டித்து வந்திருந்த அவன் வீரமனம் இதை நினைக்க முடியவில்லை.

மௌனமாக இருவரும் நின்று கொண்டிருந்தார்கள். என்ன பேசுவதென்று தெரியவில்லை இருவருக்கும். 'யுத்தத்'தில் எதுவும் நேர்மைதான்!' என்ற வார்த்தைகள் புருஷோத்தமன் மனதில் ரீங்காரமிட்டுக் கொண்டிருந்தன. "இரவில் பின்னிருந்து தாக்குவது கூடவா நேர்மை?' என்ற சூடு அலெக்ஸாண்டர் இருதயத்தை கருக்கிக் கொண்டிருந்தது.

திடீரென்று அலெக்ஸாண்டர் போரஸ் பக்கம் திரும்பினான். தங்களுடைய அப்போதைய உறவை மறந்துவிட விரும்புபவன் போல் இருந்தது அவன் பார்வை.

'போரஸ், உன் நண்பனாக இருக்க நான் விரும்புகிறேன்" என்று உணர்ச்சி ததும்பக் கூறிக்கொண்டே தன் கைகளை முன்பக்கம் நீட்டினான்.

அந்த வார்த்தைகள் புருஷோத்தமன் நரம்புகளில் வேகமாகப் பாய்ந்தன. அவற்றின் அர்த்தத்தையும் ஒரு தரம் அலசிப் பார்த்தான். அவன் கண்கள் பிரகாசம் அடைந்தன. அலெக்ஸாண்டரைப் பற்றிய அவன் நினைவுகள் பலவும் மாறின. திறந்த உதடுகளுக்கு இடையே சிரிப்பு லேசாகப் பிரகாசிக்க, கொஞ்சம் தயங்கிவிட்டு, 'நானுந்தான்!' என்று சொல்லிக் கொண்டே அலெக்ஸாண்டர் கைகளில் தன் கைகளைச் சேர்த்தான்.

மணல் வீடு

நீல உடற் புடவையில் சிகப்புச் சாயம் ஏற்றி இருந்தது போன்ற தோற்றம் காட்டிக்கொண்டு இருந்தது அந்திக்கால வானம். அதன் ஆரஞ்சு நிற அடி வானத்தின் கீழ் ஊதாநிற அலைகள் மதில் மதிலாக எழும்பி, கரை நோக்கி சுழித்துச் சுருட்டி அடித்துக் கொண்டிருந்தன. யுகம் யுகமாக அலுப்பின்றி வித விதமான உருவங்கள் செய்து மண்ணில் ஓட்டிவிடும் சிருஷ்டி தேவனுக்குப் போட்டியாக, தானும் முடிவற்ற அலைகளைக் கிளப்பி மணலில் மோதவிட்டு கடல் வேடிக்கை பார்த்துக் கொண்டிருந்த மாதிரி இருந்தது.

விவரம் புரியாத இந்த வேடிக்கையை பார்த்துக் கொண்டு ஈரமணலின் எல்லைக் கோடியில் நின்று கொண்டிருந்தாள் குழந்தை ஜெயம். அவியப் போகும் உயிரின் மரண வீறிடுதலைப் போல், அழிவைத் தேடிவரும் அலைகளின் கோஷம் அதன் சின்ன உள்ளத்தைக் கூதல் கொள்ளச் செய்தது. அதன் உச்சநிலையில் அம்மாவின் கைப்பிடிப்பை இன்னும் நெருக்கிக் கொடுத்தாள் ஜெயம்:

சூட்டிகையான குழந்தை ஜெயம். புருபுருப்புக் களை கும்மாளம் போட்டுக் கொண்டிருக்கும் முகம். துடிதுடிப்பு தாவி ஓடிக் கொண்டிருக்கும் உடலமைப்பு. நல்ல லக்ஷணம். பார்ப்போர் அள்ளி அணைத்திடத் தூண்டும் மோகன உருவம்.

அவள் இருக்கும் வீட்டில் உள்ள மூன்று தனிக் குடும்பங்களுக்கு அவள் ஒரே குழந்தை. எங்கேயோ சந்து ஒன்றிலே, அதிக ஜன நடமாட்டம் இல்லாத இடத்தில் அவர்கள் வீடு. அக்கம் பக்கத்து வீடுகளில் கூட அவளுக்கு இசைந்து விளையாடக்கூடிய பருவக்

குழந்தைகள் கிடையாது.

தனிமையைத்தான் ஜெயம் அனுபவித்து வந்தாள் தினமும். விளையாட்டிலே அவளுக்கு எதிர்க் கட்சி பேச வேறு குரல் கிடையாது. அவளோடு உரண்டையிட்டு, அடித்துக் கிள்ளி ரகளை செய்ய இடமே ஏற்பட்டதில்லை. விளையாட்டுப் போக்குக்கு ஒரு வித தடையும் இல்லாமல் பொழுது போகும் அந்த குழந்தைக்கு. எந்த விளையாட்டிலும் தானே எல்லாமாகி விடுவாள்.

பொய்ச்சமையல் விளையாட்டிலே சமைப்பதும் அவள், சாப்பிடுவதும் அவள். அப்பா அம்மா, வினையாட்டிலே அவளே அப்பா அம்மா, படுத்தும் குழந்தை. இப்படி தனிமையில் பழகிப்போன உற்சாகம் பிரத்யேகமாக அமைந்திருந்தது அந்த சின்ன உள்ளத்தில், ஓடிவரும் அலைகளையே கொஞ்ச நேரம் குழந்தை பார்த்துக் கொண்டு நின்றாள்.

அலையலையாக கிளம்பி அவள் கண் எதிரிலேயே உருக்குலைந்து ஜலத்தோடு ஜலமாகிக் கொண்டிருந்தன புது அலைகளுக்கு இடம் விட்டுக்கொடுப்பது போல் ; புதுப் பிறப்புகளுக்கு சாவு வழி விடுவது போல.

திடீரென்று குழந்தை அம்மாவின் கைவிரல் இடுக்குகளிலிருந்து தன் கையை சுண்டி இழுத்துக் கொண்டாள். அலையிலிருந்து திரும்பி காலடி ஈரமணலை ஒரு தரம் பார்த்ததும், அவளுக்கு இயற்கையான தனிமை விளையாட்டிலே ஒரு உற்சாகம் கிளம்பினது. 'அம்மா நான் வீடு கட்டி விளையாடப் போறேன்" என்றாள் குழந்தை

'அம்மாடி, ஈர மணல் உடம்புக்கு ஆகாது. காய்ச்சல் வந்துவிடும்' என்று தாய் சொல்லிக் கொண்டிருக்கும்போதே அவள் கவனம் சுற்றுப்புறத் தோற்றத்திலே திரும்ப ஆரம்பித்தது. விதவிதமான நடையுடை பாவனைகளுடன் வரும் தன்னொத்த பெண்களை பார்வையில் மாற்றிக்கொண்டிருந்தாள். அந்த சிரத்தையில், குழந்தை தன் வார்த்தைகளை மீறி மணலைத் தோண்ட ஆரம்பித்து விட்டதைக் கூட அவள் பொருட்படுத்தவில்லை. குழந்தை வீடு கட்டுவதிலே தன் முழு கவனத்தையும் செலுத்தி இருந்தாள்.

உலகங்களை சிருஷ்டிக்கும் பிரும்மா, வீடுகளை சிருஷ்டிக்கும் சிற்பி, இவர்களுடைய சிரத்தைக் குறிகள் அந்த குழந்தை முகத்தில் தோன்றின.

அந்த சுவாரஸ்யத்தில் சற்று தூரம் வரையும் நுரை தள்ளிக்கொண்டு வந்து திரும்பும் அலை ஓட்டத்தைக் கூட அவள் பொருட்படுத்தவில்லை. அவள் சிறுகை பல சோதனை அளவிற்கு, விரலால் தோண்ட முடியாத கெட்டிப்பை நெருங்கும் வரையில், மணலைத் தோண்டிக் கொண்டே போனாள்.

தாயின் கவனம் அப்போதுதான் குழந்தையிடம் மறுபடியும் திரும்பியது. 'அடீ, சட்டை அழுக்காகப் போகிறது என்று சொல்லும்போதே கவனம் மீண்டும் மாறிவிட்டது. அம்மா சொன்னதற்காக சட்டையை ஒரு தரம் தூக்கிக் கொடுத்துக் கொண்டாள் குழந்தை.

தோண்டி முடிந்தது. குழந்தை மணலில் உட்கார்ந்து கொண்டாள். தன் சிறு காலை அந்தப் பள்ளத்திற்குள் நுழைத்துக்கொண்டு மேலே மேலே மண்ணைத் தள்ளி தன் பாதத்தை மூடி விட்டாள். அந்த மேடு கெட்டியாக இரண்டு பட்டுக் கைகளாலும் தட்டிக் கொடுத்து அடையப்பினாள். மறைந்து போன அவள் பாதத்துக்கு மேலாக கூடுபோன்ற வளைந்த ஒரு மணல் மேடு உண்டாயிற்று. அதன் வலுவில் நம்பிக்கை இன்னும் வராதது போல் திரும்பத் திரும்ப அதை திம்ஸ் போட்டாள். மணல் ஒட்டாத இடங்களை சீர்படுத்திக் கொடுத்தாள்.

குழந்தையின் விளையாட்டைப் பார்க்கும் ஆவல் கலந்த சங்கோசத்துடனோ என்னமோ, சின்னச் சின்ன அலைகள் அடிக்கொரு தரம் அவள் கட்டும் வீட்டுக்கு சற்று தூரம் வரை வந்து திரும்பிப் பார்த்து விட்டு ஓடின. குழந்தை கவனித்தால்தானே! தனிமையில் பண்பட்டுப்போன உள்ளம் அந்தத் தோழர்களை விரும்பவில்லை; வரவேற்கவில்லை.

அதுவரைக்கும் இல்லாத ஒரு ஜாக்கிரதை அப்போது குழந்தைக்கு வந்துவிட்டது, வீடமைக்க காலை வெளியில் எடுத்தாக வேண்டுமே! மெதுவாக தன் உடம்பை ஏற்றபடி அசைத்துக் கொடுத்து மணல் மேட்டுக்கு அதிர்ச்சி ஏற்படாமல், கண்களை கூராக்கி, அதன் பலவீன இடங்களை மிருதுவாகத் தொட்டு ஸ்திரப்படுத்திக் கொண்டே காலை உஷாராக வெளியே இழுத்துக் கொண்டிருந்தாள்.

தான் கட்டின வீடு சரிந்து விடக் கூடாதென்று அதன் மனது எவ்வளவு துடியாகத் துடித்தது! பார்க்கப்போனால் க்ஷணத்தில் அழியக்கூடிய சில நிமிஷங்களில் அம்மாவுடன் வீடு திரும்பும் பொழுது கலைத்தெறிந்தோ, அனாதரவாகவோ விடப்போகிற அந்த மணல் குவியல் மீது தான் என்ன சிரத்தை அதுக்கு! குழந்தையைச் சொல்வானேன்? மனிதனே வயதான குழந்தைதானே!

காலை வெளியே எடுக்கு முன்பு தான் அந்த வீட்டுக்கு எத்தனை, கண்டங்கள்! மணல் கட்டிகள் அங்கொன்றும் இங்கொன்றுமாக உதிரும்போது எவ்வளவு துடிசாக அவள் கை பாய்ந்து உருவை பூரணமாக்கும்!

குழந்தை காலை கிட்டத்தட்ட வெளியே இழுத்து விட்டாள். விரல்

நுனிகள் தான் பாக்கி. வீட்டின் முதுகுப் புறத்தின் மத்தியில் லேசான ஒரு கீறல், கம்பி போல் முதலில் உண்டாயிற்று. குழந்தை முதல் பார்வை பார்க்கும்போதே அதிலிருந்து படீர்படீரென கீறல்கள் வெடித்துக் கிளை விட்டன. அடுத்த வினாடி முதுகு ஒடிந்து போய், மணல் சிதறி மூடின ஒரு மணல் குவியல்தான் இருந்தது.

'தூ, சனியன்' என்று ஏமாற்றம், கோபம் இரண்டையும் தொனியில் காட்டிக் கொண்டு, குழந்தை மறுபடியும் மணலைத் தோண்டி காலை வைத்து அடையப்புவதுமாக ஈடுபட்டிருந்தாள். முதல் தோல்வியை பொருட்படுத்தாமல், திருப்தி அளவு ஏற்படும் வரையில், சித்திரத்தை அழித்து அழித்து சரிப்படுத்தும் சைத்ரீகனைப் போல் தோன்றினாள் குழந்தை. எத்தனை தரம் இதுக்குள் அவள் கட்டும் வீடுகள் இடிந்துவிட்டன. மனிதன் கட்டும் மனக்கோட்டைகள் இடிவதுபோல்! குழந்தை மனதில் அதிர்ச்சி தோன்றினால்தானே.

கடைசித் தரம். ஜெயம் ஒருமட்டுக்கு கால்களை வெளியே இழுத்து விட்டாள். மேலே ஒரு கூடாரம் போல், திமிங்கிலத்தின் முதுகுபோல் மூடிக்கொண்டு உள்ளே சுரங்க அறையை அடக்கிக்கொண்டு அமைந்து விட்டது அவள் வீடு. ஒரு வெற்றி மகிழ்ச்சியுடன் “அம்மா, கட்டிட்டேன்” என்று கைதட்டிக் குதித்தாள் குழந்தை.

அப்போதுதான் அவளருகே ஒரு ஓசை, உஸ் சப்தம் கேட்டது. கண்களை உயர்த்தி எதிரே பார்த்தாள், படமெடுத்த வெள்ளை நாகம் சீறி வருவதுபோல் நுரை வீசின பெரிய அலை ஒன்று. அவளுக்கு சில அடிகளுக்கு முன் மணலில் மோதியடித்து விட்டு, தலை சாய்ந்து பெட்டிப் பாம்பாக வேகம் அடங்கித் திரும்பிக்கொண்டிருந்தது.

குழந்தையின் வாயிலிருந்து தன்னை அறியாமல் திடீரென்று வார்த்தை கிளம்பியது. 'என் வீட்டுக்கிட்ட வந்தியோ பார்த்துக்கோ, அப்புறம்!' என்று உதடு சுருங்க. கண்கள் விரிய, விரலை மடக்கிக் காட்டி அலையை எச்சரித்தாள் குழந்தை.

அவள் எச்சரிக்கை மீது சீறி விழுவது போல் அதையடுத்து இன்னொரு அலை கொஞ்சம் வேகமாக விசும்பிப் பாய்ந்து இன்னும் முன்னுக்கு வந்தது. தன் இடத்தில் ஒரு மனுஷ ஜந்து ஆக்கிரமித்து வெற்றி அடைவதா என்ற ஆத்திரம் காட்டினது போல் இருந்தது அது. யந்திர சாதனங்களைக் கொண்டு இயற்கையை அடக்கி ஆள விரும்புகிறான் மனிதன். இயற்கையோ தனக்குத் தடை போட்ட அந்தச் செயற்கையின் மீது சீறி விழுந்து உக்ரமாக அழித்துச் செல்கிறது.

அலையடுத்து அலை வீசிவந்து கொண்டிருந்தது. குழந்தையின் மனதில் சிறிதும் அவ நம்பிக்கை தோன்றவில்லை. தனக்கு இடைஞ்சல்

செய்ய அவ்வளவு தைரியம் அதுக்கு இருக்காது என்று நினைத்துக் கொண்டிருந்தாள். அதன் இடத்தில்தான் ஆக்ரமித்துக் கொண்ட நினைவு அவளுக்குத் தோன்றவில்லை. ஆனால் முதலில் அந்த வீட்டை செப்பனிட்டு வாசலைப் பெரிதாக்கி வழியை சரிப்படுத்திக் கொண்டிருந்த சிரத்தை மிகுதியில், ஆரம்பத்தில் ஓரோர் சமயம் அலையை பார்த்துக் கொண்டிருந்தவள் பின்பு கவனத்தை அதிலிருந்து திருப்பி விட்டாள்.

'ஜெயம், பெரிசு பெரிசா அலை வருது. உன் வீட்டை பிடுங்கிண்டு போகப் போகிறது போ' என்று அம்மாவின் எச்சரிக்கை அவள் காதுக்கருகில் விழுந்தது.

'வருமோ, வந்தால் தெரியாது' என்று மிரட்டிப் பதில் கொடுத்தாள். பச்சைக் குழந்தை. அம்மாவின் சிரிப்பு 'என்ன செய்வாய்?'

'பாரேன்.'

'நானும் பார்க்கிறேன்' என்று சொல்வதுபோல் எகிறி வந்தது இன்னொரு அலை.

குழந்தையின் சிரத்தை இன்னும் அதிகமானது.

அலைகளின் ஆரவாரத்தைக்கண்டு 'வீட்டை தொட்டியோ கொன்னுடுவேன்' என்று மறுபடியும் வீட்டில் எதையோ பழுது பார்த்துக்கொண்டே அலையை மிரட்டினாள் குழந்தை. அந்த மிரட்டலுக்கு பயந்தது போல் அந்த அலையும் பின் வாங்கிச் சென்றது:

குழந்தையின் மனதில் தெம்பு பிறந்தது. தன்னைக் கண்டு அலை பயப்படுவதாக அவளுக்கு நிச்சயம். அதன் பின் எழுந்த அலைகளெல்லாம் சற்று எட்டியே பின் வாங்கி விட்டன.

அலை நினைவு மனதில் சற்று மங்கவும் வீட்டை அழகுபடுத்துவதில் ஈடுபட்டாள் குழந்தை. 'அம்மா வீட்டைப் பாரேன்; நன்றாக இருக்கா அம்மா ' என்று வேறெதிலோ லயித்து இருந்த தாயின் முந்தானையைப் பிடித்திழுத்து ஜெயம் கேட்டாள்.

அம்மா பார்த்தாள். வாய் சும்மா இருக்கவில்லை. 'ஐய உன் வீட்டுக்கு ஜன்னல் ஒன்றும் கிடையாதா? பூ' என்று கேலி செய்து கொண்டே பார்வையை திருப்பி தன் பழைய லயிப்பைத் தொடர்ந்தாள்,

குழந்தை மனதில் அந்தக் குறை சுரீரிட்டது. 'மறந்தே போச்சும்மா;' என்று மண்டி போட்டிருந்தவள் எழுந்து நின்று சுற்றிப் பார்த்தாள். எதையோ தேடுவது போல.

நேர் எதிரே ஒருதரம் ஊடுருவிப் பார்த்தாள். ஒரு பிரமாண்டமான

அலை ஒன்று தொலைவிலே உருண்டு வருவதை அவள் சரியாக மதிப்பிடவில்லை. அம்மா பக்கம் திரும்பினாள். அம்மா இதை பார்த்துண்டு இரு. இதோ வந்துட்டேன்' என்று கொண்டே மணல் மேட்டில் ஏறி சில எட்டுகள் வைத்து விட்டாள். கீழே தெரிந்தது ஒரு குச்சி, ஆவலுடன் குனிந்து அதை எடுக்கப் போனாள்.

'ஜெயம் ஜெயம், ஓடி வா சீக்கிரம்' என்று அழுத்திக் கத்தினாள் அம்மா.

குச்சியை கையில் எடுத்துக்கொண்டே குழந்தை குனிந்தவாறே அம்மா பக்கம் திரும்பினாள். ஒரு பிரமாண்ட மான அலை அம்மாவையும், அவள் வீட்டையும் தாண்டிக் கொண்டு அவள் காலடிக்கு வந்து கொண்டிருந்தது. அவள் கால்களையும் நனைத்து விட்டது. குழந்தை திடுக்கிட்டு அம்மா பக்கம் ஓடினாள்.

அவளுக்கு முன்னாலேயே தன் பசியைத் தணித்துக் கொண்டு, பழியையும் தீர்த்துக்கொண்டு ஜலத்தில் கரைந்து போய்விட்டது அந்த அலை.

'ஜெயம், உன் வீட்டைப் பாரு!'

ஜெயத்தின் முகத்தில் ஒரு வெறிப் பார்வை. 'எங்கேம்மா என் வீடு?'

அம்மாவின் முகத்தில் ஒரு சிரிப்பு; ஏளனம். 'அதோ போகுதே, அந்த அலையைக் கேளு...'

குழந்தை ஜெயம் மறுபடியும் கண்களை அம்மா காலடியில் செலுத்தினாள். அவள் வீடு இருந்த இடத்தில் ஒரே மணல் பரப்பாக இருந்தது. அது சதம் என்று எண்ணி வீட்டுக்கு ஜன்னலாக, ஓட்டை யிட, குச்சி தேடப் போயிருந்தாள் குழந்தை. வீடே போய்விட்டது!

மேலும் மேலும் சீறி வரும் அலைக்கூட்டத்தை வெறித்துப் பார்த்தாள் குழந்தை. அலைகளின் பொங்குதலுக்கு மேலெழுந்த கோபம் பொங்கி வந்தது அதன் இருதயத்தில்.

இன்னொரு பிரமாண்ட அலை அவளை நோக்கி அலறிப் புடைத்து ஓடி வந்தது அப்போது. அவள் காலடியைக் கவ்வப் போகிறது. விருட்டென குழந்தை கீழே குனிந்து ஒரு பிடி மணலை வாரினாள். ஆத்திரத்தோடு, 'தூ! சனியன், நாசமாப்போக' என்ற வார்த்தையோடேயே சேர்த்து கைமணலை ஓங்கி விசிறி அடித்தாள் அலையின் முகத்தில்.

ஒரு வேதனை ஓசையை கிளப்பிக்கொண்டு குழந்தையின் பார்வை யிலிருந்து ஓடி மறைந்தது அந்த அலை.

தர்ம போதனை

காலியாகக் கிடக்கும் கலிங்க சிம்மாதனத்தில் ஏறி உட்கார்ந்து கொள்ள ரதத்தில் பரபரப்பாக வந்து கொண்டிருந்தான் அசோகன். அவனைச் சூழ்ந்து வரும் குதிரைப் படையின் காலடிகளில் பட்டு நறநறவென்று நொறுங்கும் எலும்புகளின் சப்தம் அவன் காதுகளில் விழுந்து கொண்டிருந்தது. ஏன், அவனது ரதத்தின் சக்கரங்களிலே நசுங்கும் உடல்களிலிருந்து ரத்தம் பீரிட்டு அடித்து இரு பக்கத்து காலாட்படைகளும் ஒரே செற்நிறமாக நகர்ந்து கொண்டிருந்தன. அதையும் அவன் கண்கள் பார்க்கத்தான் செய்தன.

கலிங்கம் அசோகன் பசிக்குப் பலியாகிவிட்டது.

பட்டத்துக்கு வந்து எட்டு வருஷங்களுக்குப் பிறகு முதல்முதல் அசோகன் கண்ட யுத்தகளம் அதுதான். அதுவேதான் அவன் வாழ்க்கையில் செய்த கடைசி யுத்தமாகவும் இருந்தது. சேமித்து வைத்திருந்த படைச் சக்தியின் வலிமை அவ்வளவும் அவிழ்த்து விடப்பட்டு அந்த யுத்தகளத்திலே பேயாடிற்று. மகதத்தின் தலைநகரமான பாடலிபுத்திரம் எங்கே இருக்கிறது? கலிங்கம் எங்கே? அங்கிருந்து வெள்ளம் சேனைகளை கிளம்பிக் கொண்டு வந்த சிரமத்தின் வேகத்திலே பழிவாங்கும் ஆத்திரம் தான் மிஞ்சியிருந்தது அந்தப் படைக்கு.

நாடும் நகரமுமாக கொஞ்சம் முன்பு ஒளி வீசிக்கொண்டிருந்த கலிங்கம் இப்போது காடும் நரகமுமாக மாறி விட்டது. மனித உருவத்தில் அதன் தெருக்களில் நடமாடிக் கொண்டிருந்த ஆத்மாக்கள் இப்போது பைசாச உருவத்தில் மண்ணிலே விழுந்து கிடக்கும் உடல்களோடு

சேர முடியாமல் காற்று வெளியிலே ஓலமிட்டுக் கொண்டிருந்தன. பயிரின் பசுமை படிந்து கிடந்த அதன் புறத்திலே ரத்தச் செம்மை தோய்ந்து கிடந்தது. அரசு வீற்றிருந்த இடத்தில் சாவு ஜயகோஷம் செய்து கொண்டிருந்தது.

“அசோக ஸாம்ராட், இன்னும் ஒன்றும் மிஞ்சிப் போய் விடவில்லை. வாளை உயர்த்திய கையைத் தணிக்க எவ்வளவோ அவகாசம் இருக்கிறது” என்றான் உபகுப்த பிக்ஷு அந்தக் கடைசி நிமிஷத்திலும்.

கலிங்க தேசத்தின் மீது படையெடுக்கச் செல்வதற்கான பிரமாத முஸ்தீபுகளெல்லாம் ஏற்பாடாகி விட்டன. மகத சாம்ராஜ்யத்தின் வெற்றிப் பரம்பரையில் வந்த அசோகனுக்கு சாம்ராஜ்யத்தை இன்னும் பெரிதாக்கிக் கட்டிக் கொள்ள வேண்டும் என்ற ஒரே ஆசைதான் இருந்தது. பெரியதொரு அஸ்திவாரம் போட்டு அவன் பாட்டன் சந்திரகுப்தன் கட்டிப்போன வீட்டை தந்தை பிந்துசாரன் உருக் குலையாமல் மட்டுமின்றி பின்னும் விசாலமாக்கி, அசோகனிடம் ஒப்படைத்துவிட்டு ‘அஜாத சத்ரு’, ‘அமிர்தகதா’ என்ற அழியாப் பெயருடன் போயிருக்கிறான், அந்தப் புகழுக்கு மேலே புகழ் வேண்டும் என்ற ஒரு நினைவு மனதில் வலுவடைந்திருந்த போதுதான் கலிங்கம் அந்தப் பசிக்கு எதிரே வந்தது.

அந்தப் பசியிலே காதடைத்துப் போன அசோகன் காதுகளில் – உபகுப்தன் உபதேசங்கள் பலவீனமாக விழுந்தன. தன் பசியைத் தணிக்கும் சக்தி அந்த வெறும் வார்த்தைகளில், கிரியாம்சையில் நிருபணம் காட்ட முடியாத அந்த வெறும் தத்துவங்களில் இருப்பதாக அசோகனுக்குப் படவில்லை. அசோகன் மனசைத் திருப்ப உபகுப்தன் செய்த முயற்சிகள் அத்தனையும் வியர்த்தமாகி விட்டன. ஆனாலும் உபகுப்தன் நம்பிக்கை இழக்கவில்லை. மனமாற்றம் செய்வதிலே உள்ள கஷ்டம், சிரமசாத்யம் அவனுக்கு நன்றாகத் தெரியும். குருதேவனின் வாழ்க்கையே அதற்கு நிருபணம்தானே?

உபகுப்த பிக்ஷு புத்ததேவனின் பீடத்தில் நாலாவதாக அமர்ந்து அவன் இட்டுப்போன ஆக்ஞையை நிறைவேற்றி அந்த தர்மத்தைப் பரப்புவதிலே கருத்தூன்றி இருக்கும் தர்மயோகி. மகத சாம்ராஜ்யாதிபதியான அசோகனின் பேரும் புகழும் உபகுப்தனை பாடலிபுரத்தில் கொண்டு வந்து சேர்த்தது. புத்ததேவனின் தர்ம ஸ்தாபனத்திற்கு ஒரு வலிமையான ஆதரவு கிடைக்கும் என்ற நம்பிக்கை அவனுக்கு எடுத்த எடுப்பிலேயே தோன்றிவிட்டது. அசோகனின் விசால புத்தியும் பரந்த நோக்கமும் சர்வ மதங்களின் தத்வங்களையும் அறிந்துகொள்வதிலே அவன் காட்டிய ஆர்வமும் உபகுப்தனுக்குத் தூண்டுகோலாயின. சந்தர்ப்பத்தைப் பயன்படுத்தி தர்மத்திற்கு ஒரு ராஜாங்க மதிப்பு

ஏற்படுத்தும் வழியில் முனைந்து விட்டான். சமயம் வரும்போதெல்லாம் உண்மையை விளக்கிக் காட்டிக் கொண்டிருந்தான் அசோகனுக்கு.

ஆனால் மண் பித்துப் பிடித்திருந்த மன்னனுக்கு சாதாரணமான மனிதர்களுக்கு இயல்பான கீழ்த்தர சுக போகங்களின் விருப்பம் தான் மிகுதியாக இருந்தது. தந்தை பாட்டன் நினைவுகள் தான் கண்முன் நின்றன.

அசோகன் லேசாக அலக்ஷியச் சிரிப்பு சிரித்துக் கொண்டான். "தர்ம சங்க யோகி! ஆமாம் நீ சொல்கிறபடி வாளை உயர்த்தின கையை தாழ்த்துவதற்கு அவகாசம் இருக்கிறது. எப்போது தெரியுமா! வெற்றியைக் கண்டு விட்ட பிறகு!" என்று கம்பீரமாக உபகுப்தனைப் பார்த்துக் கொண்டே கூறினான்,

ஸாம்ராட் வெற்றி காணவேண்டாம் என்று சொல்ல வருவேனா? அதிலும் ஒரு க்ஷத்திரியனுக்கு அதுதானே வேண்டும்; ஆனால் அந்த வெற்றியை வாளை உயர்த்தித் தான் அடைய முடியும் என்று தீர்மானமாக நம்புகிறாயா?

அசோகன் பார்வையிலே அந்த உறுதி தெரிந்தது. "ஆமாம் ஓங்கின கைக்குப் பணிவதுதான் மனித சுபாவம்; அந்த அடியின் வேதனை யிலேதான் அதன் தெம்பு குறையும்."

"வாளை உபயோகித்து கலிங்கரை பணிய வைத்து விடுகிறாய்! கலிங்கமே உனதாகி விடுகிறது. அந்த வெற்றிதானா நிரந்தரமாகி நிற்கும்? வேதனையில் ஏற்படும் தற்காலிகப் பணிவு பழிக்கு சமயத்தை எதிர் பார்த்துக் கொண்டிருக்கத்தானே தூண்டிவிடும்" என்றான் உபகுப்தன்.

அசோகன் மறுபடியும் சிந்தித்தான். "அந்தச் சந்தர்ப்பம் ஏற்படாமலே செய்துவிட்டால்?" உபகுப்தன் திடுக்கிட்டான். பிரளய கோரம் அவனுடைய நெஞ்சிலே தோன்றினதை கண்கள் காட்டின.

"அசோக ஸாம்ராட்! என்றும் பேராபத்தை எதிர்பார்த்து சந்தேகத்துக்குப் பலியாகிக் கொண்டே இருப்பதை விட நிரந்தரமான அமைதியான வெற்றியை அடைய புத்ததேவன் காட்டும் வழியைக் கடைப்பிடிக்கலாமே. ரத்தத்தில் மூழ்கின கத்தி நாளடையில் ரத்தம் உலர்ந்து துருப்பிடிக்கத் தானே செய்யும்."

"பின் என்னதான் செய்யச் சொல்கிறாய்? பிக்ஷு!"

"ரத்தத்தில் முக்க நினைக்கும் அந்த வாளை அன்பிலே தேவன் காட்டிய கருணையிலே முக்கி எடு!"

“எடுத்தால்?”

“அதுதான் உண்மையான வெற்றி.”

தர்க்க ரீதியாக உபகுப்தன் பேசின வார்த்தைகள் அசோகனுக்கு அழகாகப்பட்டன. கொஞ்சம் மௌனமாக இருந்தான்.

அதுதான் சமயமென்று உபகுப்தன் வேகமாகத் தொடர்ந்தான்; 'ஸாம்ராட் ! நீ நினைப்பது போல் உண்மையான வெற்றி உன் வாள் வலிமையைக் காட்டி மிருகபலத்தைக் கொண்டு அடைந்து விட முடியும் என்பதில்லை. மனித இருதயத்திற்கு இயற்கையாக அமைந்த சுதந்திர உணர்ச்சி மங்கிப் போகும் வரையில் உன் மிருக வலி மட்டும் அதை அடக்கி வைத்திருக்க முடியாது. உன் தோள்களில் இன்று இருக்கும் வலிமை நாளை இருக்காது. காலத்தின் மாறுபாட்டில் எதுவும் மாறும். உண்மையான வெற்றியை மனித இருதய தர்மத்தின் மூலம் உன் கடமையைச் செய்து கொண்டே போவதன் மூலம் பக்தியின் ஆகர்ஷணத்தின் மூலம் தான் அடைய முடியும். புத்ததேவனின் வாக்கு இது. இதுதான் சாச்வதமானது. இந்த வழியில் செல்லத் தயங்குவானேன்? என்று பேசினான் உபகுப்தன்.

வாழ்க்கையைப் பற்றிய இந்த வேதாந்தமும் அசோகனுக்குப் புரியவில்லை. எங்கேயோ சாம்ராஜ்யத்துக்கு அப்பால் இருக்கும் ஒரு கலிங்கம் எப்படி இந்த வெற்றிக்குள் அடங்க முடியும் என்று தான் நினைத்தான்.

“உபகுப்த பிக்ஷு, பரத்துக்கு உன் வார்த்தைகள் இதம் அளிக்கலாம். இகத்துக்கு திருப்தி அளிப்பதாகத் தெரியவில்லை. முற்றும் துறந்த ஞானிக்குப் பொருத்தமானது. என்னைப்போன்ற நிலப்பசி கொண்ட க்ஷத்திரிய ஜாதிக்கு ஏற்றதாக இல்லை. நான் உன்னை என் அன்பிற்கு கட்டுப்படுத்தி விடுகிறேன் என்றால் கலிங்கன் சிரிப்பான். கோழையின் குழைந்த பேச்சு என்று பரிகசிப்பான். க்ஷத்திரிய வீரத்துக்கு இழுக்குத்தான் ஏற்படும். ஆகையால் உன் உபதேசங்கள் என் காதில் இப்போது பதியவில்லை. நான் இதோ புறப்பட்டு விட்டேன்' என்று தன் உறுதியை வலுப்படுத்தினான்.

இந்தக் கடைசி நிமிஷத்திலும் உபகுப்தனுக்கு வெற்றி கிடைக்கவில்லை. தர்மசங்கத்திற்கு சோதனை இன்னும் முடிந்தபாடில்லை. புத்த பகவானின் வாக்கு மனித இருதயத்தில் பதிய காலம் முதிரவில்லை. 'பொறுத்துக் கொள்; வெற்றி நிச்சயம் கிட்டிவிடும்” என்று தன்னை யே சாந்தப்படுத்திக் கொண்டான். அது தானே புத்த பகவானின் வாக்கும் கூட.

அசோகன் புறப்பட்டு விட்டான்.

உபகுப்த பிக்ஷு அவன் முன் தோன்றினான்.

"ஸாம்ராட்! உங்களுக்கு வெற்றி கிடைக்கட்டும். உங்கள் முயற்சிக்கு புத்த பகவான் ஆசீர்வாதம். தர்ம சங்கத்தினுடையதும் என்னுடையதும் கூட" என்றான் உபகுப்தன் கையை உயர்த்தி ஆசீர்வதித்து.

அசோகன் வியப்படைந்தான். தன் வழியை ஆரம்ப முதல் ஒப்புக் கொள்ளாமல் ஏதோதோ கூறிவந்த பிக்ஷு இப்போது எப்படி ஆசீர்வதிக்க முடியும்?

அப்போது உபகுப்தன், "ஸாம்ராட்! இனியாவது உன் கீர்த்தி என்றும் நிறைந்து அன்பிலே மூழ்கியிருக்கட்டும்' என்றான். அவன் கண்கள் மூடிக்கொண்டன.

அசோகன் ஒரு பெருமூச்சு விட்டுக் கொண்டான். இன்னும் பிக்ஷு அதையே வற்புறுத்துகிறான். ஒரு இளஞ் சிரிப்புடன் அந்த ஆசீர்வாதத்தையும் ஏற்றுக் கொண்டான்.

பிக்ஷு கண்களைத் திறந்தான், இன்னும் ஏதோ சொல்ல விரும்புவதை அந்தக் கண்களில் உணர்ந்தான் அசோகன்.

அதே சமயம் உபகுப்தன் 'ராஜ ராஜ, ஒரு அனுமதி கேட்கிறேன். நானும் கலிங்கத்துக்கு வர அனுமதிக்க வேண்டும்' என்றான்.

அசோகன் பிரமித்துப் போனான். "என்ன தர்மோபதேசம் செய்யும் பிக்ஷு யுத்த முனைக்கா?"

"ஆமாம் போர் முனைக்குத்தான்."

"அங்கே வந்து இன்னும் எனக்கு உபதேசம் செய்யவா?"

"களத்திலே உன் வாளுக்குப் பலியாகும் உயிர்களுக்கு ஒரு சாந்தியைக் கோர. அதற்குத்தான் வருகிறேன்."

"யுத்தத்தின் கடுமையைக் கொஞ்சம் கற்பனை செய்து கொண்டு பார்த்தால்..." என்று அசோகன் இழுத்தான்.

"பகவான் புத்தன் அனுக்கிரகம் இருக்கும் வரையில்" என்றான் உபகுப்தன்.

"சரி, உங்களிஷ்டம்" என்று சம்மதித்தான் அசோகன்.

உபகுப்தன் பார்வையில் கருணை மிதந்தது.

"யுத்தம் என்றால் அதன் முடிவான வெற்றி தோல்வி இரண்டும்

தான் அசோகன் நினைப்பில் எட்டியிருந்தன. அதன் கோரத்தை, அழிவு மரணம், சித்ரவதை இவை கலந்த ஒரு பயங்கர நிலையை அவன் நினைத்துப் பார்க்க அவசாசம் இல்லை; ஏன், மனசுக்கே எட்டவில்லை. அதனால் தான் புத்த தேவன் தர்மம் அவனுக்குப் புரியவில்லை."

"இப்போது?"

யுத்தத்தின் அந்த மற்றொரு அம்சத்தை பார்த்துக் கொண்டே வருகிறான். தேரின் முன் காட்சிக்கு மேல் காட்சியாக எழுந்து அவன் மனசில் பதிந்து கொண்டிருந்தது.

தேரிலே அசோகனோடு கூட இன்னும் இரண்டு உருவங்கள் இருந்தன. ஒன்று சேனாதிபதி யுத்த நிலையைக் கணக்கெடுத்து அசோகனுக்குச் சொல்லிக் கொண்டிருந்தான். இவர்களுக்குப் பின்னால் சாந்தி சாந்தி என்று தர்ம மந்திரத்தை உச்சரித்துக் கொண்டு உபகுப்த பிக்ஷு கண்களை மூடிய மோன நிலையிலே உடகார்ந்து கொண்டிருந்தான். சாக்ஷாத் புத்த தேவனின் அவதாரமாக அவன் தர்ம வாக்கின் ஆதர்சமாக.

சேனாபதிபதியின் கணக்கு அசோகன் காதுகளில் விழுந்து கொண்டிருந்தது, சேனாபதி கூறினான்:

"சக்ரவர்த்தி! இவ்வளவு மகத்தான வெற்றியை நம் மூதாதையர்கள் கூட அடைந்திருக்க மாட்டார்கள். எவ்வளவு விசாலமான இடம் நம் சாம்ராஜ்யத்திற்குள் வந்து கலந்து விடுகிறது! கலிங்கத்தின் ஜனத் தொகையையே பூரணமாக அழித்துவிட்டோம் எனலாம்" தளபதியின் குரல் பெருமிதம் பேசிற்று.

"என்னது?" என்று அழுத்திக் கேட்டான் அசோகன்.

"யுத்த களத்தில் நம் வீரர்களின் வாள்களில் விழுந்து பிளவு பட்டவர்கள் லக்ஷத்துக்குக் குறைவில்லை."

"லக்ஷமா? அப்புறம்?" என்று கேட்டுவிட்டு பார்வையைச் சுற்றுமுற்றும் செலுத்தினான் அசோகன். லக்ஷம் என்று வாய் முணுமுணுத்துக் கொண்டது.

சேனாதிபதியின் குரலில் மகிழ்ச்சி அதிகரித்தது. "அவ்வளவோடு இல்லை சக்ரவர்த்தி, அதைப் போல பல மடங்கு யுத்தகளத்தில் தவிர மற்ற இடங்களில் கொல்லப்பட்டதுடன் லக்ஷத்து ஐம்பதினா யிரத்துக்கு மேற்பட்ட கலிங்கர்களை சிறைப்படுத்தியுமிருக்கிறோம்" என்று இறுமாப்புடன் கூறினான்.

“சாந்தி சாந்தி” என்று அமிர்த சப்தம் பின்னாலிருந்து கிளம்பியது. அசோகன் திரும்பிப் பார்த்தான். தியான சிந்தனையிலே குவிந்திருந்த அந்த இமைகளுக்கு அடியிலிருந்து வேதனையில் பிறந்து கருணையிலே ஊறின கண்ணீர்த் துளிகள் முத்து முத்தாக உதிர்ந்தன.

பிக்ஷுவின் உள்ளத்தை அறிந்திருந்த அசோகனுக்கு அந்தத் தோற்றம் ஆச்சரியமாகப் படவில்லை. அதையே கூர்ந்து பார்த்து ஒரு இரக்கப் பார்வையைச் செலுத்தி விட்டு, 'ஹும் ; அப்புறம் ? என்று முன்பக்கம் திரும்பினான் அடைந்த வெற்றியின் அளவை மதிப்பிட.

“என்ன சொன்னாய் சேனாபதி? இத்தனை லக்ஷம் கொன்று குவித்து நமக்கு வெற்றி கிடைத்திருக்கிறது என்றா?”

சேனாபதி மௌனமாக அடக்கத்துடன் தலையை அசைத்து பதில் தந்தான். அசோகன் மனம் ஒரு எட்டிலே கலிங்கத்தில் தான் பலி கொண்ட அத்தனை லக்ஷம் தலைகளையும் ஒருதரம் சுற்றிப் பார்த்துத் திரும்பியது. தன்னை அறியாமல் ஒரு குலுங்கல் அவன் இருதயத்தை சுழற்றியது. வெற்றிக்கு ரொம்ப பெரிய விலை தான் என்று உதடுகள் முணுமுணுத்தன. அதை ஞாபகப்படுத்திக் கொண்டேயிருப்பது போல எதிரே முடிவில்லாமல் பிணக் குவியல்கள் தோன்றிக் கொண்டிருந்தன. அதைத் தூண்டி விடுவது போல் சேனாபதி தாங்கள் விளைவித்த நாசத்தை, செய்த பாழ்களைக் காட்டிக் கொண்டே வந்தான்.

“சாந்தி சாந்தி” என்றது மறுபடியும் பின்னாலிருந்து குரல்.

அசோகன் திரும்பிப் பார்த்தான். சற்று முன்பு விழியோரங்களில் முத்துகளாகத் தேங்கியிருந்த கண்ணீர் கோடுகளாக இரு கன்னங்களிலும் ஊர்ந்து கொண்டிருந்தது. உபகுப்தனின் ஒளி வீசும் இருதயத்தின் எத்தகைய துயரம், இயற்கைச் சக்திக்கு மீறிஆண்டவன் நியதிக்கு மீறி மனிதன் செயற்கையில் செய்து காட்டிய அழிவின் விளைவைக் கண்டு துடிக்கும் ஒரு துக்கமாகத் ததும்பி நின்றது என்பதை அந்த முகத்தில் கண்டான் அசோகன். அசோகனுக்கு என்னவோ போலிருந்தது. அந்த முகத்தையே அதிலிருந்து தன் கண்களைத் திருப்பும் சக்தியை இழந்துவிட்டவன் போல் பார்த்துக் கொண்டிருந்தான். அவன் இருதயத்திலே, அந்த அமரக் குரலின் சாந்தி ஒலி பாய்ந்து குறுகுறுப் பேற்றிக் கொண்டிருந்தது.

சேனாபதி இன்னும் என்னெல்லாமோ சொல்லிக் கொண்டே இருந்தான். அந்த வார்த்தைகளை அசோகன் சிரத்தையாகக் கேட்டானோ என்னவோ? அசோகன் பார்வை மட்டும் இன்னும் சேனாபதி பக்கம் திரும்பவில்லை.

அசோகன் பார்த்துக் கொண்டிருக்கையிலே சட்டென 'சாந்தி' மந்திரம் ஒருதரம் முழு வேகத்துடன் கிளம்பி நின்றுவிட்டது. அதே சமயம் உபகுப்தன், தன் மோன நிலை பலவந்தமாகக் கலைக்கப்பட்டது போல் கண்களைப் பளிச்சென விரித்தான். சுற்றுமுற்றும் பரக்க பரக்க விழித்தான்.

இதை கவனித்துவிட்ட அசோகன் "ஏன், என்ன பார்க்கிறாய் பிக்ஷு?" என்று கிளர்ச்சியுடன் கேட்டான்.

"ஸாம்ராட்! கொஞ்சம் ரதத்தை நிறுத்து, உடனேயே" என்று பரபரப்புக் குரலில் கத்தினான் உபகுப்தன். கத்திக் கொண்டே எழுந்து விட்டான்.

அசோகனுக்கு ஒன்றும் புரியவில்லை. ரதம் உடனே நின்று விட்டது. அசோசனும் சேனாபதியும் "எதற்காக நிறுத்தச் சொன்னீர்கள்?" என்று கேட்டார்கள்.

க்ஷணத்திற்கு முன் உபகுப்தன் காட்டிய பரபரப்பை இப்போது அவன் முகத்தில் காணோம். அவர்கள் கேட்டுக் கொண்டிருக்கும்போதே, "விசேஷம் ஒன்றுமில்லை" என்று கூறிக்கொண்டே ரதத்திலிருந்து கீழே இறங்கினான்.

"என்ன செய்யப் போகிறானோ பிக்ஷு?" என்று எல்லோரும் அவனையே பார்த்துக் கொண்டிருந்தார்கள்.

உபகுப்தன் தன் காலடியில் தட்டுப்படும் சிதைப்பட்ட உடல்களை யெல்லாம் தாண்டிக் கொண்டே கொஞ்ச தூரம் சென்றான். அசோகன் கண்களும் அந்த சிதைந்த உடல்களைப் பார்த்துக்கொண்டே பிக்ஷுவுடன் சென்றன. உபகுப்தன் ஒரு இடத்தில் நின்று கீழே குனிந்து எதையோ விலக்கி விட்டு ஒன்றை இரு கைகளாலும் வாரி எடுத்தான். பல கண்கள் ஆவலோடு அதையே கவனித்தன.

அடுத்த சில விநாடிகளில் காலையும் கையையும் போட்டு பிய்த்துக் கொள்ளும் ஒரு குழந்தையை எடுத்துக் கொண்டு ரதத்துக்குத் திரும்பினான் உபகுப்தன். கீழே பரவிக்கிடந்த அந்த அசைவின்மைக்கு நடுவில் தனக்கு சக்தியிருப்பதை நினைவூட்டி அந்தக் குழந்தை மெதுவாக முனகி அழ ஆரம்பித்தது.

அசோகன் பிரமித்துப் போய், குழந்தையை கைகளில் அணைத்து ரதத்துக்கு திரும்பிவரும் பிக்ஷுவையே வெறித்துப் பார்த்துக் கொண்டிருந்தான். லக்ஷக்கணக்கான உயிர்களைத் தான் கொன்று குவித்ததை வெற்றிக் கணக்குப் பார்த்துக் கொண்டு வருகிறவன் அசோகன்! ஆனால் பிக்ஷுவோ இந்த ஒரு சிசுவை சாவிலிருந்து தப்ப வைக்கப் பார்க்கிறான்!

இந்த இரண்டின் தாரதம்யத்தையும் ஒப்பிட்டுப் பார்த்துக் கொண்டிருந்தானா அசோகன்?

உபகுப்தன் ரதத்தில் ஏறி "ஸாம்ராட்! ரதத்தை விடச் சொல்லு" என்றான்.

அசோகன் பிக்ஷுவையும் குழந்தையையும் மாறி மாறிப் பார்த்தான். அசோகன் கேட்டான்:

"தர்மயோகி, குழந்தையைக் காப்பாற்றியது சரி, குழந்தையை வைத்துக் கொண்டு நீ என்ன செய்யப் போகிறாய்?"

கருணை பொங்கிய பார்வையுடன் அசோகனைப் பார்த்து உபகுப்த பிக்ஷு சாந்தமான குரலில் ஆரம்பித்தான்.

"ஸாம்ராட்! உன் கைவாளால் லக்ஷக்கணக்கான உயிர்களுக்கு ஒரு நிரந்தர சாந்தியை கொடுத்திருக்கிறாய். இல்லையா? ஆனால்..."

அசோகன் மீது ஒரு வெட்டு விழுந்தது போலிருந்தது. லக்ஷக்கணக்கான உயிர்களுக்கு நான் சாந்தி அளித்திருக்கிறேனா? அதுவும் என் கைவாளால்? என்று மனத்திற்குள் தடுமாறினான்.

"உபகுப்த பிக்ஷு என்ன குத்திக் காட்டுகிறாய்" என்று கிளர்ச்சியுடன் கேட்டான்.

அந்தக் குரலில் இருந்த நடுக்கத்தையும் அதன் பகைப்புலத்தில் எழுந்த மனக் குழப்பத்தையும் பிக்ஷு கணப் பொழுதில் ஊகித்துவிட்டான். தன் கருத்து நிறைவேறுவதற்கான ஒரு அறிகுறியை புத்த தர்மத்தின் சோதனைக்கு முடிவுகாணும் ஒரு சமிக்ஞையை – அதில் கண்டுவிட்டது போல் ஒரு இள நகையை அவன் முகம் காட்டியது. "ராஜாதிராஜ! குத்திக் காட்டவில்லை. சத்தியத்தை உணர்த்தவே பேசுகிறேன், பிறவியே இழிவானது; நீர்க்குமிழிபோல் கொப்பளித்துப் படீரென வெடித்தும் விடும் இந்த வாழ்க்கை சதமல்ல, இதிலிருந்து விடுபடுவது தான் சிலாக்கியமானது; அந்த விடுதலை அவர்களுக்குக் கிடைத்து விட்டது.

அசோகன் தடுமாற்றம் அதிகரிப்பதைப் பார்த்த உபகுப்தன் வேகமாகத் தொடர்ந்தான்:

"ராஜேந்திரா! மோக்ஷம், அதுதான் சிலாக்கியமானது; பிறவியின் முடிவான லட்சியம் அது. அதை அடைய கர்மாவின் சுழலில் திரும்பத் திரும்ப அகப்பட்டு உழலாதிருக்க வேண்டும். முந்திய ஜன்ம பலனை இந்த ஜன்மம் அனுபவிக்கிறது. அதில் ஏற்பட்ட ஸத்தும் அஸத்தும்தான் இன்று பாதிக்கின்றன. இத்தனை லக்ஷம் ஜனங்களையும் அது பாதித்திருந்தது. அவர்களுக்கு இன்னும் அவகாசம்

கொடுக்கப்பட்டிருந்தால் மேலும் அஸத்துக்கள் செய்து மறு பிறவியை அடைவதற்கான வழியைத் தேடியிருப்பார்கள். ஸத்தைக் கடைப்பிடித்து நல்ல கர்மத்தைச் செய்து விடுதலை பெறுவதற்கான சாதனம் மிகவும் கஷ்டமானது. அவர்கள் கெட்டது செய்யாமல் இருக்கச் செய்து விட்டாய். பிறவியையே அழித்தது மூலம்."

"பௌத்த யோகி!..." என்று அசோகன் கத்தினான்; அவன் இருதயத்தின் ஆழத்தை தொட்டு எழுப்பிவிட்ட அந்த வார்த்தையின் வேகத்திற்கு எதிரே தாங்க முடியாமல் நிலை பெயர்ந்தான்.

உபகுப்தனது உணர்ச்சி நிலை அவனை நிறுத்தவிடவில்லை. அவன் கண்களில் சத்தியத்தை புத்த தேவரின் தர்மவாக்கான அஹிம்ஸையை வற்புறுத்திச் சொல்லும் ஒரு தீவிரம்தான் அனலோடியது.

"ஆனால்" என்று ஆரம்பித்துவிட்டு ஒரு க்ஷணம் தயங்கினான், அடுத்த வேகத்துக்கு ஆரம்பம் செய்து கொள்ள.

"இன்னும் சொல்லு, நிறுத்தாதே" என்று வேக மூட்டினான் அசோகன். உபகுப்தனின் வார்த்தை அத்தனையையும் கேட்டுவிட விரும்பினவன் போல்.

உபகுப்தன் தொடர்ந்தான்; "ஆனால் இந்தச் சிசுவுக்கு சாந்தி அளிக்கத் தவறிவிட்டாய்."

பேச்சை நிறுத்தி, அந்தக் குழந்தையை முன்னுக்குத் தூக்கி அசோகனுக்கு காட்டினான். அசோகன் ஜோதி விளக்கமாக இருக்கும் குழந்தையைப் பார்த்தான். என்ன? நான் – அசோகன் சாந்தியளிக்கத் தவறி விட்டேனா?" என்று வினவுவதுபோல் அடுத்த கணம் பிக்ஷுவின் முகத்தைப் பார்த்தான்.

உபகுப்தன் வேகமாகச் சொன்னான்: "உன் வாளுக்கு இந்தக் குழந்தை பலியாகி இருந்தால் ஸத்தையும் அஸத்தையும் இன்னும் பிரிக்கத் தெரியாத இந்த சிசு உள்ளத்திற்கு மீண்டும் பிறவிக்கான ஏதுவே இருக்காது. அதன் கர்மா அந்தச் சந்தர்ப்பம் கிடைக்கவில்லை போகட்டும், கிடைக்காத சந்தர்ப்பத்தைப்பற்றி ஏன் வீண் நினைவு? அதற்கு பதிலாக..."

அந்த குரலிலே கண்ட வேகம், ஆவேசம், தூய்மை, சத்தியம், உண்மைக்கு மேல் உண்மையாக அடிக்கும் சாட்டையடி, இவை அசோகனை மூழுவேகத்துடன் தாக்கின. ஸாம்ராட் அசோகன் அதிர்ந்து விட்டான்.

இந்த அதிர்ச்சியைக் கண்ட உபகுப்தன் தன் கடைசி அடிக்கும் கையை உயர்த்தி விட்டான்.

"மகத சாம்ராஜ்யாதிபதி! நீ அளிக்கத் தவறிய அந்த சாந்தியை நான் அளிக்க விரும்புகிறேன், இல்லை நான் இல்லை. புத்த தேவனைச் சாந்தி அளிக்கும்படி பிரார்த்திப்பேன். சத்கர்மத்தைச் செய்து முடிவான விடுதலையை அடைய புத்த தேவனின் சித்தாந்தத்தை இதற்கு ஊட்டு வேன். தர்ம சங்கம் அதற்கு இடம் கொடுக்கும்!"

அசோகன் நாக்குழறினான். "பௌத்த தேவ! எனக்கும் அதில் ஒரு இடம்..."

பாதங்களிலிருந்து அசோகனை தூக்கி தன் இருகைகளையும் உயர்த்தித் தழுவிக்கொண்டு, சாந்தி மந்திரத்தை உபதேசித்தான் பௌத்த பீடாதிபதி உபகுப்த பிக்ஷு.

ரதம் சாவதானமாக மேலே புறப்பட்டது.

பிரார்த்தனை

எல்லோரும் பிரார்த்தனைக்கு வரிசையாக நின்று கொண்டார்கள்.

அவன் மட்டும் தன் இடத்தைவிட்டு எழுந்திருக்கவில்லை. ''பிரார்த்தனைக்கு' என்று அழைப்பு சப்தம் ஒரு தரத்துக்கு நாலு தரம் அவன் காதுகளில் விழாமலில்லை. தினமும் முதல் சத்தம் கேட்டவுடனேயே தூக்கத்திலும் சுருட்டி மடக்கி எழுந்து அவன் தான் முதலில் போய் நிற்பவன். ஆனால், இன்று கன்னங்களை இரு கைகளிலும் பதித்து தலையைத் தொங்கவிட்டுக் கொண்டு தரையையே பார்த்துக் கொண்டிருந்தான்.

'ஜெயசிங் ஜெயசிங்.'

அவனுக்கு அந்த இடத்தில் ஒரு கடமை உண்டு. அவன் நிற்கவேண்டிய இடத்தில் காணாமல் போகவே வரிசையிலிருந்து ஒரு குரல் பலத்து கூப்பிட்டது,

ஷ்ஷ்....ஷ்! அவனை கூப்பிடாதே,' என்று அவர்களுக்குள் கட்டுப்பாட்டிற்காக தாங்களே தேர்ந்தெடுத்திருந்த தலைவன் குறுக்கிட்டுச் சொன்னான்.

'பிரார்த்தனையை ஆரம்பிக்க'

'வேறு யாராவது ஆரம்பியுங்கள்.'

'ஏன் அவருக்கென்ன?'

'அவன் தாய் இறந்து விட்டாள். நேற்று மாலை தந்தி வந்தது.'

'ஆமாம், ஆமாம் அவன் மனதை கிளற வேண்டாம்' என்று பல குரல்கள் சேர்ந்தன.

'ஹும்! யாராவது சீக்கிரம் ஆரம்பியுங்கள்' தலைவன் அவசரப்படுத்தினான்.

ஒரு குரலும் பதில் கொடுக்கவில்லை.

'என்ன. ஜெயசிங்கை விட்டால் பாட ஆளே கிடையாதா... குரலைப் பற்றி கவலையில்லை... ஹும், யாராவது?... கருப்பையா, ராமநாதன், நவநீதன்... ஃபைலுக்கு நாழி ஆகிறது.' ஒருவரும் பாட முன்வராததைக் கண்டு தலைவன் உரத்துச் சொன்னான்,

இவ்வளவுக்கும் பிறகு தான் இரட்டையாக வகிர்ந்து நின்று கொண்டிருந்த அந்த அணிவகுப்பில் ஒரு கோடியிலிருந்து ஒரு கட்டையான குரல் பிரார்த்தனையை ஆரம்பித்தது.

'பொழுது புலர்ந்தது யாம் செய்த தவத்தால்...' எல்லோரும் கோஷ்டியாக அதை எதிரொலித்தார்கள். பிரார்த்தனை ஞாபகத்திலே ஜெயசிங்கைப் பற்றிய நினைவு அழிந்துவிட்டது.

ஆனால், தன்னைப் பற்றிய சம்பாஷணை ஜெயசிங்கின் காதுகளில் விழுந்தது. அப்போதும் அவன் அசையவில்லை. தரையையே உற்றுப் பார்த்துக்கொண்டிருந்தான்.

ஜெயசிங்கின் தாய் இறந்துவிட்டாள்.

அவள் உடல் வெந்து சாம்பலான இடத்திற்கும், அவர்கள் பிரார்த்தனை செய்து கொண்டிருந்த இடத்திற்கும் நடுவே ஒரு மூன்று நாள் பிரயாணம் குறுக்கிட்டு நின்றது. கிழத் தாய்க்கு ஜெயசிங் ஒரே பிள்ளை. அவன் கையால் கொள்ளி வைக்கும் ஒரு பாக்கியத்தை அந்த வைரம் பாய்ந்த தேகம் கொடுத்து வைக்கவில்லை. கண்கள் நிலைகுத்திப் போகுமுன் தாயின் கடைசிப் பார்வையை அவள் அவனிடம் விடைப் பெற்றுக்கொள்வதை அவன் பார்க்க முடியவில்லை. அவள் கடைசி மூச்சு ஒடுங்குவதை, தான் பெற்ற குழந்தையின் மடியில் தலையை வைத்துக் கொண்டு நிம்மதியாக அந்த ஆத்மா வெளியேறுவதை உணர அந்த பாப ஆத்மாவுக்கு கிடைக்கவில்லை.

பிராப்தம் என்று சொல்வார்களே அதுதான் எவ்வளவு பெரிய உண்மை

இல்லாது போனால் எழுபத்தைந்து வருஷங்களாக ஓடிக் கொண்டிருந்த சுவாசம் இன்னும் சில தினங்களுக்கு நீண்டிருக்காதா?

நாளை கழித்து மறுநாள் ஜெயசிங் விடுதலையாக இருந்தான்.

ஜெயசிங் உள்பட அந்தப் பிரார்த்தனையில், கலந்து கொண்டிருந்தவர்கள் எல்லோரும் அந்த சிறை முகாமில் நாட்களை கழித்துக் கொண்டிருந்தார்கள். அவர்கள் பாதுகாப்புச் சட்டக் கைதிகள். தேசத்தின் பாதுகாப்புக்கு இடைஞ்சல் செய்தவர்கள். செய்துவிடக் கூடியவர்கள் என்பதற்காக அவர்கள் பாதுகாப்பில் வைக்கப்பட்டிருந் தார்கள்.

அந்த சிறை நிரந்தரமாக ஏற்பட்ட, உயர்ந்த சுவர்கள் எழுப்பிய ஜில்லா ஜெயில் அல்ல. ஒரு விசேஷ சிறை முகாம். வெளியே இருந்து வரும் வேகத்தை துண்டு துண்டாக சமாளிக்க முடியாமல் மாகாணம் முழுவதும் உள்ள எல்லோரையும் சேர்த்து திரட்டி வைத்திருந்தது. ஜன சஞ்சாரமே இல்லாத ஒரு பொட்டலில் சிறு சிறு மலைக் குன்றுகளின் சார்பில் அடிவாரத்திலே விசும்பி நிற்கும் பெரிய கட்டிடங்களைச் சூழ்ந்து வேலி போட்டிருந்தது.

இந்த கட்டிடங்கள் இன்று நேற்று கட்டப்பட்டனவாகத் தோன்றவில்லை. பழமை வாசனை கலந்து வீசியது, அவற்றின் தோற்றம். கேவலம் கைதிகளை அடைப்பதற்காக யாரும் அந்தக் காலத்தில் இவ்வளவு சிரத்தை எடுத்து நிர்மாணித்திருக்க மாட்டார்கள்.

கைதியாக முதன் முதலில் கிருகப்பிரவேசம் செய்தவர்கள் இப்பொழுது பிரார்த்தனை செய்து கொண்டிருப்பவர்கள் அல்ல. அந்தப் பெருமை அவர்களுக்கு கிடையாது.

பத்து வருஷங்களுக்கு முன்னால் தங்கள் உரிமைக்குப் போராடியவர்கள் என்ற குற்றத்திற்காக இவர்கள் அதில் நாட்களை கழித்துவிட்டுப் போயிருக்கிறார்கள்.

அதற்கு முன்னால் அந்த இடத்தில் மாப்பிள்ளை கைதிகள் பல வருஷங்களை கடத்திவிட்டிருந்ததாக சொல்லிக் கொண்டார்கள்.

இன்னும் பல வருஷங்களுக்கு முன்பு, மகாயுத்தத்தின் போது துருக்கிய கைதிகள் அங்கு வைக்கப்பட்டிருந்திருக்கிறார்கள்.

இதற்குமேல் அதன் சரித்திர பூர்வீகம் தெரியவில்லை.

கைதிகள் பரம்பரை இந்தப் பெருமையை அந்த பிரம்மாண்டமான கட்டிடங்கள் கொண்டாடலாம். அதன் பழம் பெருமை எதாக இருந்தாலும் சரி. அதன் தற்போதைய சூழ்நிலை ஒரு கிராமாந்திர பவுண்டின் ஞாபகத்தைத்தான் கொண்டுவரும்.

'பொழுது புலர்ந்தது யாம் செய்த
தவத்தால் புன்மையிருக்கணம் – போயின யாவும்...'

பிரார்த்தனையின் வரிகள் ஜெயசிங்கின் காதுகளில் தாக்கின.

இந்தப் பிரார்த்தனையை தினமும் ஜெயசிங் தான் ஆரம்பித்து வைப்பான். ஜெயசிங்கின் சாரீரம் ரொம்பவும் இனிமையாக இருக்கும். விடியற்காலை சமயம், இயற்கையின் அமைதி இன்னும் கலையவில்லை. உடல் வருத்தம் மிகுந்த ஒரு வாழ்க்கை நடுவே திடத்தை வேண்டி ஆண்ட வனைக் கோரும் ஆத்மசிந்தனை; அதை வெளியிட்டு இருதய பூர்வகமாக வெளிக் கிளம்பி வரும் வலுமிகுந்த வார்த்தைகளின் ஓசை; 'காதுகளில் தேன் பாய்வது போல்' இனிமையை கொட்டும் இழைந்த சாரீரம். இத்தனையும் சேர்ந்து அந்தப் பிரார்த்தனையை உணர்ச்சி வசமாக்கிக் கொண்டிருக்கும்.

இன்று அவன் கலந்து கொள்ளவில்லை. பிடி சாம்பலாகி விட்ட தாயின் உருவத்தையே மனக் கண் முன் நிறுத்திக் கொண்டிருந்தான். இரவு முழுவதும் அவன் அழுது, அழுது அவன் உடம்பு சோர்ந்துவிட்டது. இரு இமைகளும் ஒன்று சேரும் அளவுக்கு கண்கள் வீங்கிவிட்டன. இருதயம் ஓரே கல்லாக கனத்தது. தனக்கும், அவளுக்கும் கடைசியாக நடந்த சம்பாஷணை நினைவுக்கு வந்து கொண்டிருந்தது.

'அடேயப்பா. நீ போய் சுயராஜ்யம் கொண்டு வருவது கிடக்கட்டும். சொல்வதைக் கேளு' என்றாள் தாய்.

அதற்கு அவன் சிரித்துக்கொண்டே பதில் சொன்னான், "கவலைப்படாதே அம்மா, ஆறுமாதத்துக்குள் சவுக்யமாக திரும்பிவிடுவேன். கடவுளை பிரார்த்தனை செய்து கொண்டிரு'.

அதற்கு பதில் ஒரு வறட்டுச் சிரிப்புடன் அந்த கிழவி சொன்னாள், 'ஆமடா இந்த க்ஷணமே என்னை அவன் கொண்டு போய் விடவேண்டும் என்று தான் பதில் நான் பிரார்த்தனை செய்ய வேண்டும்; உன் நெஞ்சம் கல்லாகி விட்டதேடா.'

"ஸ்! அம்மா உளறாதே, இப்படி எல்லாம். நான் திரும்பி "வரும் போது நீ கல்லுப்போல் இருப்பாய் பார்.'

'கல்லாக இருக்கிறேனோ, மண்ணாகி விடுகிறேனோ, பார்ப்போம்' என்று பெருமூச்சு விட்டாள்.

தான் சொன்னபடியே அவள் இன்று மண்ணாகித்தான் விட்டாள். இந்த க்ஷணமே என்னைக் கொண்டுபோய் விடும்படி பிரார்த்தனை செய்ய வேண்டும் என்று சொன்ன வாக்கு பலித்து விட்டது. அவள் பிரார்த்தனையை ஆண்டவன் ஏற்றுக்கொண்டு விட்டான்.

இங்கு அவர்கள் பிரார்த்தனை செய்து கொண்டிருந்தார்கள். ஆண்டவன் அவர்கள் பிரார்த்தனைக்கு இரங்காமல் போவானா?

பிரார்த்தனை அடிகள் ஜெயசிங்கின் காதுகளில் விழுந்தன. ஜெயசிங் அதை உற்றுக் கேட்டான்.

தனிமையில் கிடந்து துக்கத்தோடு போராடிக் கொண்டிருக்கும் அவனைத் தவிர மற்றவர்கள் எல்லோரும் அந்தச் சமயத்துக்காவது எல்லாவற்றையும் மறந்து விட்டு பிரார்த்தனையில் ஈடுபட்டிருந்தார்கள். புண்பட்ட இருதயத்துக்கு தனிமையில் ஆறுதல் கிடைக்கும் என்று அவன் எதிலும் கலந்து கொள்ளாமல் படுக்கையில் புரண்டு 'கொண்டிருந்தான். ஆனால் தனிமை அவன் துக்கத்தை தூண்டித்தான் விட்டது.

ஜெயசிங் கண்களை மூடிக்கொண்டான். மவுனமாக, தனித்து பிரார்த்தனையில் தன்னை ஈடுபடுத்திக்கொள்ள விரும்பினான் போலிருந்தது. ஆனால் அந்த மவுனப் பிரார்த்தனைக்கு, அவன் மனதை அதில் லயிக்கச் செய்ய சக்தி இல்லை. மனதுக்கு பிரார்த்தனையை கிரகித்துக் கொள்ளும் பக்குவம் அப்போது இல்லை. திரும்பத் திரும்ப தாய் தான் அவன் மனக் கண்ணில் சுழன்று கொண்டிருந்தாள்.

முதலில் அவள் தடியை ஊன்றிக்கொண்டு, தட்டுத் தடுமாறிக்கொண்டு அவனுக்கு முன் நடந்து வந்தாள். வந்தவள் சட்டென நின்று தலையை உயர்த்தி அவன் முகத்தை பார்த்தாள். அவளைப் பார்க்க பரிதாபமாக இருந்தது. 'அடே, நீ போக வேண்டாமடா; கிழவி வார்த்தையை கேளுடா' என்று கெஞ்சின பார்வை.

அதையடுத்து அவன் நெற்றியில் விபூதியும், குங்குமமும் இட்டு, 'சவுக்யமாக போயிட்டு வாடாப்பா' என்று விடை கொடுத்தனுப்பிய அந்த அமைதியான முகம். ஆனால் வெளிக்கு அமைதியாகத் தோன்றிய அந்த முகம் உள்ளுக்குள் அடிக்கும் புயலை எப்படி மறைத்துக் காட்டியது என்பதும் அவனுக்கு ஞாபகத்துக்கு வந்தது.

கடைசியில் அவள் வந்து நின்றாள். அவள் கண்கள் முன் போல் அசையவே இல்லை. விழிகளில் ஒளியில்லை. அவள் முகம் ஒருவித உணர்ச்சியும் இன்றி மரத்துக் கிடந்தது.

தாயின் பிரேதத்தை அவன் பார்க்கவில்லையானாலும் இந்தக் கற்பனைத் தோற்றம் அவனை நடுக்கி எடுத்தது. அதற்குமேல் அவனால் தாங்க முடியவில்லை. கண்களை வெடுக்கென அகலவிழித்து சுற்றுமுற்றும் பரபரப்புடன் விழித்தான்.

பிரார்த்தனை அவன் காதுகளில் தெளிவாக விழுந்தது.

ஒரு சின்ன யோசனை, விருட்டென்று எழுந்தான். தான் வழக்கமாக நிற்கும் இடத்தை நோக்கி நடந்தான். பிரார்த்தனையில் வாய்விட்டு

ஈடுபட்டால் இருதய கனம் சிறிது குறையலாம் என்று நினைத்தான் போலும்.

பிரார்த்தனையின் இரண்டாம் அடியை பாடிக்கொண்டிருந்தார்கள்.

அதேசமயம் தலைவனுக்கு அடுத்தாற்போல் வந்து நின்ற ஜெயசிங், 'நான் பாடுகிறேன்' என்றான் தீனமான குரலில்.

தலைவன் வியப்புடன் அவன் பக்கம் திரும்பி முகத்தை ஒருதரம் ஆராய்ந்தான். மிருதுவான குரலில், 'பாடுகிறாயா நீ, சரி. பாடு' என்றான்.

கைகளை கூப்பிக்கொண்டு மூடிய கண்களுடன் தலைவன் விட்ட இடத்திலிருந்து பிரார்த்தனையைத் தொடரப்போனான்.

'முதலிலிருந்தே ஆரம்பித்துவிடு' என்றான் தலைவன். பிரார்த்தனை அன்று சிதறுண்டு போனதால் ஏற்பட்ட அருசியை போக்கி ஒருமன துடன் ஈடுபட விரும்பும் கோஷ்டியும் அதை ஆதரித்தது.

பிரார்த்தனை புதிதாக ஆரம்பமானது.

'பொழுது புலர்ந்தது...

என்று ஆரம்பித்தான் ஜெயசிங். அவன் குரல் ரொம்பவும் பலவீனமாகப் புறப்பட்டது. அந்த பலவீனத்தை வெளிக்காட்டிக்கொள்ள விரும்பாதவன் போல், துக்கத்தை மென்று விழுங்கி, நெருங்கிப் போ யிருந்த தொண்டையை இரண்டொரு தரம் கனைத்துக் கொடுத்து இளக்கி வலுவேற்றிக் கொண்டான். மனதை பிரார்த்தனையில் ஈடுபடுத்தவும், அவன் குரல் கொஞ்சம் கொஞ்சமாக விரிந்து கொடுத்துக்கொண்டே வந்தது.

எழுபசும் பொற்சுடர் –

என்ற இரண்டாவது அடியை அவன் திருப்பித் திருப்பிப் பாடும் போது குரல் தன் சுயமான இனிமையை பெற்று விட்டது. அதோடு தன்னை மறந்த உணர்ச்சி வேகமும் அதில் இணைந்தது.

அந்த உணர்ச்சி வேகத்தை கவனித்து விட தலைவன் அதை சற்று அடக்கி திருப்பிவிட எண்ணி, 'ஜெயசிங்' கொஞ்சம் அடக்கிப் பாடு' என்று காதுகளில் லேசாகச் சொன்னான்.

ஆனால், வெதும்பின நெஞ்சிலிருந்து விசும்பி எழும் 'அந்த பிரார்த்தனையில் ஒன்றுபட்டிருந்த ஜெயசிங்கின் காதுகளில் அவை பட்டதாகத் தெரியவில்லை.

'தொழுதுனை வாழ்த்தி...'

என்ற மூன்றாவது அடியை திருப்பிப் பாடிவிட்டு நான்காவது அடியை பாட ஆரம்பித்தான்.

'விழிதுயில்கின்றனை

இன்னுமென் ... தா...யே...'

அவன் உயர்த்திப் பாடிக்கொண்டிருந்தான்.

திடீரென அந்தக் குரலில் ஒரு நடுக்கம் ஏற்பட்டது.

அந்த நடுக்கத்தோடேயே அவன் தொடர்ந்தான் :

'வியப்பிது... காண்... பள்ளி

எழுந்... தரு...ளா...யே...'

அவன் குரல் நடுக்கம் உச்சநிலையை அடைந்துவிட்டது. எப்படியோ தட்டுத் தடுமாறி அந்த வரிகளை முடித்து விட்டான். அதை முடித்துவிடும்வரையில் தான் சமாளித்துக் கொள்ள முடியும் என்று அவன் நினைக்கவே இல்லை. அவன் உடம்பு குலுக்கி எடுத்தது.

'ஜெயசிங்! என்னது?' தலைவன் திடுக்கிட்டுப் போய் கேட்டான்.

இந்த அடியை திரும்ப உச்சரித்துக் கொண்டிருந்த கோஷ்டி இதை கவனிக்கவில்லை. அவர்கள் பாடி, திரும்பவும் ஜெயசிங் பாடுவதை எதிர்பார்த்து நிறுத்தினார்கள்,

பிரார்த்தனை வரி கிளம்பவில்லை.

விம்மி அழும் குரல் தான் அந்த நிசப்தத்திலிருந்து தெளிவாக கேட்டது. ஜெயசிங் முகத்தை கைகளில் புதைத்துக் கொண்டு தேம்பிக் கொண்டிருந்தான். அவன் தலை அருகில் நின்றிருந்த தலைவன் மார்போடு அணைத்திருந்தது.

தலைவன் ஜெயசிங்கின் தோள்பட்டையை மிருதுவாக விரல்களால் தட்டிக்கொடுத்துக் கொண்டே, 'ஜெயசிங்' என்று கூப்பிட்டான். பதிலில்லை.

ஜெயசிங் தலைவன் தோளில் முகத்தை அழுத்திக் கொண்டு கதறினான்.

'ஜெயசிங்' தலைவன் குரலில் நடுக்கம் ஏற்பட்டது. ஆனால், அதை அமர்த்தி ஜெயசிங்கின் கவனத்தை திருப்பும்படியான அதட்டின குரலில் அவனுடைய இரண்டு தோள்களையும் குலுக்கிக் கொண்டே கத்தினான். 'ஜெயசிங், சின்ன குழந்தை மாதிரி – இதோ பார்.'

ஜெயசிங் தன் முகத்தை திருப்பி, தலையை உயர்த்திக் கொண்டான்.

அவன் முகம் கண்ணீரால் தொப்பலாகி இருந்தது.

'ஜெயசிங், என்னைப்பார்,' என்று அவன் முகத்தை தனக்கு நேராக திருப்பினான் தலைவன்.

துக்கம் வெடித்து நிற்கும் முகத்தோற்றத்துடன் அவனை ஜெயசிங் பார்த்தான். தலைவன் முகமும், அவன் பார்வையும் ஜெயசிங்குக்கு எதையோ உணர்த்த விரும்புவது போலிருந்தது.

"ஜெயசிங், சாந்தப்படுத்திக்கொள்"

'நானும் தான் பார்க்கிறேன்; முடியவில்லையே."

அவன் தலை கீழே கவிழ்ந்தது.

'முடியவில்லையா ? என்ன சொல்கிறாய் ஜெயசிங்" தலைவன் படபடப்பான குரலில் கேட்டான்; உனக்கா முடியவில்லை? பேஷ் எனக்கு வெட்கமாக இருக்கிறது. உனக்கு முடியவில்லையே என்பது?'

தலைவன் விடுவிடெனப் பேசினதைக் கேட்டு ஒரு கேள்விப் பார்வையுடன் தலைவன் பக்கம் திரும்பினான்.

தலைவன் சேர்த்துச் சொன்னான்; 'ஜெயசிங், உன்னை ஞாபகப் படுத்திக்கொள். நீ ஒரு சத்யா... நானா அதை உனக்கு ஞாபகப்படுத்த வேண்டும்? உன் பிரதிக்ஞை – அதை மறந்து விட்டாயா நீ?"

அந்த வார்த்தைகள் அவனை வேகமாக ஆகர்ஷித்தன கீதோபதேசம் போல. அவற்றின் அர்த்தத்தை அறிந்து கொண்டவன் போல முகக்குறி காட்டினான்.

அவன் அழுகையை அடக்க முயன்றான். தலைவன் அதை சுட்டிக் காட்டிவிட்ட பிறகு அவன் அழுவது நன்றாக இருக்காது குழந்தைத் தனமாகும். விக்கலுக்கும், விம்மலுக்கும் நடுவே, தலைவனுக்கு ஏதோ பதில் சொல்ல வாயெடுத்தான். ஆனால், அவனால் ஒன்றும் பேச முடியவில்லை.

அவனால் செய்ய முடிந்ததெல்லாம் தலைவன் முகத்தையே வெறித்து உற்றுப் பார்த்துக் கொண்டிருந்ததுதான்.

விக்கலும், விம்மலும் உள்ளடங்கி பெருமூச்சாக வெளி வந்தது.

'ஜெயசிங்' என்று மிருதுவான குரலில் தலைவன் அவனை அழைத்துச் சொன்னான்; நீ கதறினாலும் திரும்பக் கிடைக்காத திரும்பி வர முடியாத ஒரு முடிவிடத்தைப் போய் அடைந்து விட்டாள் அவள். அவளிடம் நீ அன்பு செலுத்தினாய்; பாசம் வைத்திருந்தாய்; அந்த கிழவியை, கைத்தாங்கலாக அவளை அழைத்துச் சென்றெல்லாம்

உன் கடமையைச் செய்தாய். அந்த திருப்தி உனக்கு இருக்கிறது. தாய் என்ற, வாழ்க்கையில் ஒரே தரம் கிடைத்திருக்கும் பொக்கிஷத்தை இழந்துவிட்டால் இழந்து விட்டதுதான். ஆனால் தலைவன் பேச்சை சட்டென நிறுத்திவிட்டு, தன்னைச் சுற்றி ஒருதரம் கண்களை சுழற்றி விட்டுத் திரும்பினான்.

ஜெயசிங் தீர்க்கமாக தலைவனையே பார்த்துக் கொண்டிருந்தான். தலைவன் முடிவு வார்த்தைகளை அவன் கேட்க ஆத்திரப்பட்ட மாதிரி இருந்தது.

தலைவன் குரல் உயர்ந்தது. எல்லோருடைய காதிலும் கேட்கும்படியாக பலத்து ஆரம்பித்தான்:

'ஆனால், ஜெயசிங், நீ உன் தாயை இழந்துவிடவில்லை. அதோ பார். அங்கே இருக்கிறாள், உன் தாய்; உன் தாய் மட்டுமல்ல; நம் எல்லாருடைய தாயும் – அவளை பார்க்கவில்லையா?'

"அந்த தாய்க்கு, தன்னை விடச் சிறந்ததான ஒரு சக்திக்கு உன் தொண்டை, கடமையை செய்யத்தான் தன் இருப்பிடத்தை காலி செய்துவிட்டுப் போயிருக்கிறாள் அவள் – அந்த கிழவி, உன்னுடைய தாய். புரிகிறதா?"

வந்தே மாதரம்!

தலைவன் கண்களை மூடிக்கொண்டு தன் குரலை நீட்டி உயர்த்தி கோஷித்தான்.

ஜெயசிங் பிரார்த்தனையை விட்ட இடத்திலிருந்து தொடர்ந்து பாட ஆரம்பித்தான்.

ஒரு பழம்

ஒரு நாளா, இரண்டு நாளா, இந்த ஆறு மாதங்களாக காமாக்ஷி படுத்த படுக்கையாக இருக்கிறாள். அந்த அல்பாயுசு பிறந்து நாற்பது நாளில் வயிற்றெறிச்சலைக் கொட்டிக்கொண்டு போனதே, அது பிறந்த திலிருந்து பிடித்தது இந்த வியாதி. ஆரம்பத்திலே அவ்வளவு பெரிசாகத் தோன்றவில்லை. அவரவர்கள் வழக்கம் போலே, தங்களுக் குத் தெரிந்த மருந்தைக் கொடுத்தார்கள். வியாதி அந்த மட்டோடு குணம் ஆகிவிடும் என்று தான் நினைத்தார்கள். இப்படி பிரமாதமாக வியாதி அதிகரித்து, ஊரை விட்டு வந்து புது ஊரிலே ஒண்டுக்குடி இருந்துகொண்டு, ஒரு பெரிய இங்கிலீஷ் டாக்டர் வந்து வைத்தியம் பார்த்துக் கொண்டு, கைப்பணத்தை செலவழித்துக் கொண்டு இப்படி எல்லாம் நடக்கப் போகிறதென்று அப்பொழுது ஒருவரும் நினைக்கவில்லை.

உடம்பு சருகாக வற்றிப்போயிருக்கிறது. கண் இருக்கிற இடம் கண்டுபிடிக்க முடியவில்லை. தேகமெல்லாம் வெளுத்துப்போய் இருக்கிறது. உடம்பை அசைக்கத் திருப்ப முடியவில்லை. திரும்பி கொஞ்சம் புரளும் போது எலும்புகள் உறுத்தி, வலிக்கிற வலி ஈசனுக்குத் தான் தெரியும்.

இராப்பகலாக தூக்கமே கிடையாது. வேதனை ஒரு கணமாவது அவளை விட்டுப் பிரிந்தால் தானே. ஏதோ சிறிது நாழிக்கு கண்ணை மூடிக்கொண்டு படுத்திருந்தாள். தூங்கினாற்போல் தெரிந்தது. ஆனால் இதெல்லாம் தூக்கத்துடனா சேர்த்துக் கொள்வது!

அம்மா என்னதான் பண்ணுவாள்? அலுப்புச் சலிப்பு இல்லாமல், இரவு பகல் பாராமல் காமாக்ஷி பிழைத்தால் போதும் என்ற ஒரே

நினைப்பில், சதா அவள் தலைமாட்டிலேயே உட்கார்ந்து விசிறிக் கொண்டிருக்கிறாள். காமாக்ஷி லேசாக குறட்டை விட்டாள் போலிருந்தது. ஓசைப்படாமல் விசிறியை பக்கத்தில் வைத்துவிட்டு, கொஞ்ச நேரமாவது அலுப்பாறிக் கொள்ளலாம் என்று எழுந்து வாசல் பக்கம் சென்றாள்.

அவள் போய் உட்கார்ந்து பத்து நிமிஷங்கள் கூட ஆகி இராது. திடீரென்று காமாக்ஷி விழித்துக் கொண்டு விட்டாள். வாசலில் பலத்த குரலில் ஒருவன் கூவிக் கொண்டு எதோ விற்பனை செய்து கொண்டு போனது அவள் காதுகளில் தாக்கியதானாலேயே, அரைகுறை தூக்கத்தில் இருந்தவள் விழித்துக்கொண்டாள்.

அம்மா இருப்பாளோ என்று அருகில் திரும்பிப் பார்த்தாள். அம்மா இல்லை. 'அம்மா, அம்மா,' என்று பலவீனமான குரலில் கூவியழைத்தாள்.

திண்ணையில் உட்கார்ந்து கொண்டு எதையோ பார்த்துக் கொண்டிருந்தாள், வீட்டு உட்புறமாகவே கவனமாக இருந்த அம்மாவின் காதுகளில் விழுந்தது, எழுந்திருந்து உள்ளே ஓடிவந்தாள்.

'அம்மா வாசலில் என்ன சத்தம்? ஏதோ கத்திக் கொண்டு போனானே. என்ன அது' என்று கேட்டாள்.

அம்மா திகைத்துப்போய் விட்டாள். 'ஒண்ணுமில்லையே அம்மா, மண்ணெண்ணெய்க்காரன் வண்டி இழுத்துக்கொண்டு போனான்' என்று மறைத்துக் கூறினாள்.

'இல்லை அம்மா, அதோடு வேறே சத்தமும் கேட்டது. நவாப்பழமும் என்று கூவிக்கொண்டு போனது போல இருந்தது' என்றாள் காமாக்ஷி விடாமல்.

'இல்லையே, நான் அங்கேயேதானே உட்கார்ந்து கொண்டிருந்தேன். அப்படி ஒரு சத்தமும் கேட்கவில்லையே. உனக்கு பிரமை, கூப்பிட்டது போலவே கேட்டிருக்கும்' இதைச் சொல்லும்பொழுது உண்மையை மறைக்க அம்மா என்ன பாடுபடுகிறாள் என்பதை காமாக்ஷி குறிப்பாக அறிந்து கொண்டாள்.

அதே சமயம், அம்மாவின் வார்த்தைகளை பொய்ப்படுத்துவது போல், திரும்பவும் 'நவாப்பழம், நவாப்பழம்' என்று பலக்கக கூவினான் நாவப்பழக்காரன். இருவர் காதிலும் அது பலமாக தாக்கியது. இனி மறைக்க முடியுமா? அம்மா திடுக்கிட்டு காமாக்ஷி முகத்தைப் பார்த் தாள். தன் கட்சி ஜெயித்துவிட்டதென்று மகிழ்ச்சியோடு காமாக்ஷி அம்மாவைப் பார்த்தாள்.

'பார்த்தாயா அம்மா, நான்தான் சொன்னேனே.'

அம்மா சமாளித்துக்கொண்டு 'நான் எதிராத்து பாட்டியோடே பேசிக் கொண்டிருந்தேன். என் காதிலே விழவில்லை அப்போது. அவன் பாட்டுக்கு கத்திவிட்டுப் போகிறான். யார் வாங்க காத்துக் கொண்டிருக்கிறார்கள்" என்றாள்.

'அம்மா!'

காமாக்ஷி கெஞ்சுதலாக அம்மா முகத்தைப் பார்த்தாள். அவள் பார்வை பரிதாபமாக இருந்தது. வறண்டு போயிருந்த நாக்கை வெளியில் சுழற்றி உள்ளிழுத்துக் கொண்டாள். அம்மாவுக்கு சட்டென்று புரிந்துவிட்டது.

'அம்மா, அதெல்லாம் கேட்காதே கண்ணு. டாக்டர், ஒன்றும் தின்கக் கூடாதென்று சொல்லி இருக்கிறார். எல்லாம் பிழைத்துக் கிடந்தால் கூடை கூடையாக அப்புறம் தின்கலாம். இப்பொழுது ஒன்றும் கேட்காதே அம்மா, உடம்புக்கு...'

மறுபடியும் பலக்க வாசலில் 'நவாப்பழம்' என்று சப்தம் கேட்டது. 'சனியன் பிடித்தவன் சீக்கிரம் இந்தத் தெருவைவிட்டுத் தொலைய மாட்டேன் என்கிறான்' என்று அவனை வைய ஆரம்பித்து விட்டாள் அம்மா. காமாக்ஷி திரும்பவும், 'அம்மா ஒண்ணே ஒண்ணு, அதுக்கு மேலே வேண்டாம். நாக்கெல்லாம் வறண்டு போயிருக்கு ஒண்ணே ...'

'காமாக்ஷி! இந்தா, வேண்டாம்... கேட்காதே. உடம்புக்கு நல்லது இல்லை என்றால் கேளு. பிடிவாதம் பண்ணறே. நீ என்ன சின்னக் குழந்தையா' என்று அம்மா அன்பாக கண்டித்துக் கூறினாள்.

'நாக்கெல்லாம் வறண்டு போயிருக்கு என்று காமாக்ஷி கூறியது அவன் கண்களில் கண்ணீரை பெருக்கியது. ஆறு மாதமாக ஒரு நல்ல சாமான், ஒரு ருசியான பதார்த்தம் குழந்தை கண்டிருக்குமா? ' அட, தெய்வமே, இப்படி சோதனைக்குள் வைத்து விட்டாயே என்னை' என்று வாய் விட்டுச் சொல்லி அங்கலாய்த்துக் கொண்டாள்.

திரும்பவும் அதே சமயம் வாசலில் நாவப்பழக்காரன் குரல் கேட்டது. அம்மா முகம் அதை கேட்கும் போதெல்லாம் வெருட்சி அடைந்தது. முகத்தில் பீதி.

'அம்மா, இன்னும் அவன் அந்தத் தெருவுக்குப் போக வில்லை ஒரே ஒரு பழம்... சாப்பிட்டால் ஒண்ணும் பண்ணாது அம்மா. டாக்டருக்குத் தெரியாமல்" என்று மீண்டும் பரிதாபமான குரலில் கெஞ்சிக் குழறினாள்.

இதற்குப் பதில் கூற அம்மாவுக்கு தைரியம் வரவில்லை.

கூறவேண்டியதெல்லாம் கூறி விட்டாள். குழந்தையோ கேட்கமாட்டேன் என்கிறாள். என்ன செய்வாள்? இரு தலைக்கொள்ளி எறும்பு போல் துடிக்கிறாள். காமாக்ஷி கெஞ்சிய மாதிரி அவள் உறுதியைத் தளர்த்தியது. பழம் வாங்கிக் கொடுப்பதா, வேண்டாமா? கொடுத்தால் உடம்புக்கு ஏதாவது செய்து விட்டால்? கொடுக்கவேண்டாமென்றால் ஐயோ குழந்தையின் முகத்தைப் பார்க்க முடியவில்லையே. தவித்தாள் ஒரு வழியும் தீர்மானிக்க முடியாமல்

அதே சமயம் மறுபடியும் நாவப்பழக்காரன் குரல் தூரத்தில் கேட்டது.

'அம்மா!'

அம்மாவின் மனம் நிலைகொள்ளவில்லை, ஐயோ குழந்தை ஒரு பழம் தானே கேட்கிறாள், வாங்கிக் கொடுத்தாலென்ன? என்ன பண்ணப்போகிறது. குழந்தை சொல்றது போலே, டாக்டர் இதையெல்லாம் கண்டு கொண்டா இருக்கிறார்? அவர் நித்தியந்தான் இப்படி சொல்லிக் கொண்டிருக்கிறார். வேலை என்ன? குழந்தை ஆறுமாசமாக ஒரு பதார்த்தம் ருசி கண்டிருக்குமா? நாக்குச் செத்துக் கிடக்கிறது. இல்லா விட்டால் கேட்பாளா? இப்படியெல்லாம் மனதுக்குள்ளே கேள்வி போட்டு பதில் கூறிக் கொள்கிறாள்.

மறுபடியும் நாவப்பழக்காரன் குரல்.

'அம்மா.'

அம்மா மனம் பூரணமாக கரைந்து போய் விட்டது. விருட்டென்று எழுந்திருந்தாள். இருடி அம்மா, தெய்வம் இருக்கு: இதிலெல்லாமா வந்து விடப் போகிறது. பிரமாதம், அவர் பார்த்து கொள்ளுகிறார்' என்று சொல்லிக் கொண்டே வாசல் பக்கம் போனாள்.

காமாக்ஷியின் வெளுத்த முகத்திலும் ஒரு பிரகாசம். சுருங்கிய உதடுகளிலும் ஒரு லேசான புன்னகை கிளம்பியது. நாக்கை வெளியே இழுத்து நொப்புக் கொட்டிக் கொண்டாள்.

சில நிமிஷங்களில் அம்மா, கையில் சிராங்காய் நாவப் பழம் வாங்கி, புடவைத் தலைப்பில் மறைத்துக் கொண்டு கூடத்திற்கு திரும்பி வந்தாள். வரும் போது மாடிப் பக்கம் சில நிமிஷங்கள், ஒரு திருடனைப் போல் ஆராய்ந்து கொண்டு, தயங்கி நிள்று விட்டு நடந்தாள்.

'ராமு தூங்குகிறானா அம்மா' என்று கேட்டாள் காமாக்ஷி.

'ஸ்ஸ்...' என்று அம்மா அவள் வாயை அடைத்து, சமிக்ஞை செய்து கொண்டே மாடிக் கீழ் கதவை லேசாக ஒருக்களித்து விட்டு, காமாக்ஷி படுத்திருந்த இடத்திற்கு வந்தாள். இரண்டே இரண்டு பழங்களை

மட்டும் எடுத்து காமாக்ஷி கையில் கொடுத்தாள். காமாக்ஷி முகத்தில் சந்தோஷம் பரவியது. காணாதது கண்டது போல். அதில் ஒன்றை எடுத்து வாயில் போட்டு, சுவைத்துக் கொண்டிருந்தாள். அம்மா எச்சிற்கொட்டையை வாங்கி எறிய அருகில் நின்று கொண்டிருந்தாள்.

மாடிப்படியில் தடதடவென்று சப்தம் கேட்டது. அம்மாவும் காமாக்ஷியும் திடுக்கிட்டு அந்தப் பக்கம் திரும்பிப் பார்த்தார்கள். ராமு தூக்கம் கலைந்து கீழே இறங்கிவந்து கொண்டிருந்தான். அவனுக்குத் தான் தெரியாமல் இருக்க வேண்டுமென்று அவர்கள் எதிர்பார்த்தார்கள். அவனே நேரில் இறங்கி வந்து விட்டான்.

படி இறங்கும் போதே காமாக்ஷி எதையோ சுவைத்துக் கொண்டிருப்பதைப் பார்த்து விட்டான் ராமு. அவர்கள் அதை சட்டென்று மறைக்க முடியவில்லை. மனதிற்குள் கலக்கம் ஏற்பட்ட போதிலும், வெளிக்கு காட்டாமலிருந்து வீட்டார்கள். அதைப் பார்க்கவும் ராமு கடைசிப்படியில் நின்றுகொண்டு, 'அம்மா, என்ன அது காமாக்ஷி என்ன தின்கிறாள்?' என்று தோரணையாக கேட்டான்.

'ஒன்றுமில்லேடா!' என்று ஒதுக்கிக் கூறினாள் அம்மா.

ராமுவுக்கு கோபம் வந்து விட்டது. 'என்னது' என்று கேட்டால் சொல்லுகிறதுதானே. மறைப்பானேன்' என்று கோபமாக கேட்டான்.

இதற்குள் காமாக்ஷி கொட்டையை துப்பினாள்.

'நவாப்பழமா!' என்று அதிசயித்து கூவினான் ராமு.

'ஆமாண்டா; குழந்தை நாக்கு செத்துக் கிடக்கிறது. வாயைத்திறந்து கேட்டு விட்டாள். ஒரு பழம் வாங்கிக் கொடுத்தேன். ஒரு பழம் என்ன பண்ணப்போகிறது' என்று அவனுக்கு சமாதானம் கூறலானாள் அம்மா.

'அம்மா, நீ செய்வது ஒன்றும் எனக்குப் பிடிக்கவில்லை. டாக்டர் என்ன சொல்லியிருக்கிறார் தெரியுமா?'

'டாக்டர் நித்தியம் சொல்லிக் கொண்டுதான் இருக்கிறார். நாமென்ன நித்தியமும் கொடுத்துக் கொண்டா இருக்கிறோம். ஒரு நாள் கொடுத்தால் என்ன? என்று அலக்ஷியமாக அம்மா கூறினாள், வியாதியின் கடுமையையும் கவனியாமல், காமாக்ஷியின் பரிதாபத் தோற்றத்தின் முன் அவளுக்கு எல்லாம் சாதாரணமாகப் போய்விட்டது.

ராமுவுக்கு கோபம் அதிகரித்தது. ஆறு மாதமாக டாக்டர் கொடுத்து வரும் மருந்தென்ன? அதில் அவர் காட்டும் ஜாக்கிரதையும், உணவு விஷயத்தில் கூறும் எச்சரிக்கையும் என்ன? அதையெல்லாம் அலட்சியம்

செய்து விட்டு, தடுக்கப்பட்டிருந்த பொருள்களையெல்லாம் உயிரோடு போராடிக் கொண்டிருப்பவளுக்கு கொடுப்பதென்றால்!

அவர்கள் மீது சீறி விழுந்தான். 'அம்மா! இப்படியெல்லாம் நீ பண்ணிக் கொண்டிருந்தாயானால் வியாதி ஒரு நாளும் தீரப்போவதில்லை. இன்னமும் பெரிதாக்கி விடத்தான் இந்த வழி செய்கிறாய். டாக்டர் கூறினால் அந்தப் படியே நடக்க வேண்டாமா? இதென்ன அக்ரமம்' என்று சத்தம் போட்டான்.

காமாக்ஷி அவனோடு வாதிக்கக்கூடிய நிலைமையில் இல்லை. ராமு அதட்டிப் பேசினது அம்மாவுக்கு கோபத்தை உண்டாக்கியது. 'சரிதாண்டா, ரொம்ப கண்டு விட்டாய். எங்களுக்கெல்லாம் முந்திப் பிறந்தவன் நீ. வியாதிகளைப் பற்றி எங்களுக்கு தெரியாதது உனக்கு ரொம்ப தெரிந்து விட்டது! ஒரு பழம் ஒன்றும் பண்ணி விடாது. எல்லாம் எனக்குத் தெரியும். டாக்டர் அப்படித்தான் சொல்வார். என்னை மடக்கி அடிக்காதே. உன் ஜோலியைப் பார்த்துக் கொண்டு போ. நீங்கள் அவளை பட்டினி போட்டே கொன்று விடுவீர்கள்' என்று கண்டித்து அவன் வாயை அடக்கிக் கூறினாள்.

காமாக்ஷியின் நிலைமை அவளை கவர்ந்து விட்டதில், ஒரு தாயின் மனப்பான்மையில் அவள் இருந்த நிலைமையில், அவளுக்கு ராமு கண்டித்துக் கூறியது சரியா தப்பிதமா, தான் செய்த காரியம் நியாயமானதா, கோளாறில் கொண்டு போய் விடுமா என்று கூட ஆராயத் தோன்றவில்லை. அவனை எதிர்த்து கண்டித்து அடக்கினாள்.

ராமுவின் கோபம் அதிகரித்தது. 'உங்களுக்கு எவ்வளவு சொன்னாலும் படப்போவதில்லை. என்ன வேண்டுமானாலும் செய்யுங்கள் உங்கள் இஷ்டப்படி. நான் இதில் இனி தலையிடப் போவதில்லை. டாக்டர் பாடு, உங்கள் பாடு' என்று படபடத்துச் சொல்லி விட்டு கீழறங்கி வெளியே போய் விட்டான்.

குழந்தைப் பையன் பேசுவதை வீட்டில் யார் பொருட்படுத்துவார்கள்? அம்மாவும் காமாக்ஷியும் பேசாமல் இருந்து விட்டார்கள்.

அன்றிரவு வெளியே போய்விட்டு ராமு வீடு திரும்பிய போது மணி எட்டு அடிக்கிற சமயமாக இருந்தது. வாசற்படியைக் கடந்து கூடத்திற்குள் காலெடுத்து வைக்கவும் அங்கே அவன் கண்ட காட்சி! திடுக்கிட்டு காமாக்ஷியருகே ஓடினான். அவனுடைய சந்தேகம் பலப்பட்டு விட்டது.

காமாக்ஷி சுமரணை இல்லாமல் புலம்பிக் கொண்டு படுத்திருந்தாள். பார்க்க பயமாக இருந்தது. டாக்டர் குனிந்து அருகில் உட்கார்ந்து கொண்டு கை நாடியையும் இருதயத் துடிப்பையும் பார்த்துக்

கொண்டிருந்தார். அம்மா பதட்டத்தோடு 'காமாக்ஷி, காமாக்ஷி' என்று வாய் ஓயாமல் கூவிக் கொண்டிருந்தாள். காமு சுமரணை வந்து பேசுபவளாகத் தோன்றவில்லை.

ராமுவைப் பார்த்ததும் அம்மா, 'ஏண்டா ராமு! எங்கேடா அப்பா போய்விட்டாய்? டாக்டரைக் கூப்பிடக் கூட ஆள் ஒருத்தரையுமே காணோமே. இந்த ஒரு நாழியாக அவள் பாடுகிறபாடு' என்று பதறினாள். குரலில் அழுகை கலந்து பேசியது.

'வெளியே போயிருந்தேன்' என்று சொல்லிவிட்டு காமாக்ஷி அருகில் உட்கார்ந்து சைத்யோபசாரம் செய்யத் தொடங்கினான் ராமு.

டாக்டர் கையைப் பார்த்துவிட்டு வேறொன்றுமில்லை திடீரென்று ரத்த வேகம் அதிகரித்திருக்கிறது. அவ்வளவு தான். இதோ மயக்கம் தெளிந்து பேசுவாள்' என்றார்.

சில விநாடிகள் எல்லோரும் காமாக்ஷியையே பார்த்துக் கொண்டிருந்தனர். கொஞ்ச நேரம் போகவும், காமாட்சியும் லேசாகக் கண்விழித்து சுற்று முற்றும் மிரள மிரள விழித்தாள். அவளுக்கு வேதனை பொறுக்க முடியவில்லை, புரண்டு புரண்டு படுக்கலானாள். அரற்றத் தொடங்கினாள்.

டாக்டர் சில விநாடி பேசாமல் உட்கார்ந்திருந்தார். ராமு அவரைப் பார்த்து, 'என்ன டாக்டர் சார், யோசனை செய்கிறீர்கள்!' என்று கேட்டான். அவர் பதிலை எல்லோரும் ஆவலோடு எதிர்பார்த்து நின்றனர்.

'நாலு நாட்களாக ரத்த வேகம் குறைந்து, ஜுரமும் தணிந்து கொண்டே வந்திருக்கிறது. இப்பொழுது திடீரென்று அதிகரித்து விட்டதற்கு ஏதாவது காரணம் இருக்க வேண்டும்' என்றார் டாக்டர்.

ராமு திடுக்கிட்டு. 'என்ன காரணம்' என்று ஆத்திரத்தோடு வினவினான்.

டாக்டர் அம்மாவின் முகத்தைப் பார்த்துக் கொண்டே 'குளிர்ச்சியான சாமான் ஏதோ அவள் இன்றைக்கு சாப்பிட்டிருக்கிறாள். இல்லாவிட்டால் இப்படி திடீரென ஜுரம் உயராது' என்றார்.

அம்மாவுக்கு உள்ளூர திடுக்கிட்டது, ஆனால் முகத்தில் கலவரத்தைக் காட்டாமல் சமாளித்துக் கொண்டாள். அம்மாவைப் போலவே திடுக்கிட்ட ராமுவும் தன் முகத்தை மறுபுறம் திருப்பிக் கொண்டான். ஏன் டாக்டர் சந்தேகப் பட்டதில் என்ன தப்பு இருக்கிறது? வைத்தியம் பொய்க் குறி காண்பிக்குமா?

அம்மா சமாளித்துக்கொண்டு, நன்றாகச் சொன்னீர்கள். அவளுக்கு

நாங்கள் ஜலபானம் கொடுக்கிறதே இல்லையே. நாங்கள் என்ன குழந்தைகளா? இல்லை, அவள்தான் எங்களுக்குத் தெரியாமல் எழுந்து ஓடிப்போய் எதையாவது சாப்பிட்டுவிட்டுவிட்டு வந்து விடப் போகிறாளா' என்று சிரித்துக் கொண்டே பேசி மழுப்பினாள். இதைக் கூறும் போது அம்மா முகம் அடிக்கடி ராமுவின் பக்கம் திரும்பிப் பார்த்துக் கொண்டிருந்தது. ஆனால் ராமு அவர்களைப் பார்க்கவில்லை.

இவ்வளவு சொல்லும் பொழுது டாக்டர்தான் என்ன செய்வார்? அதை அதிகம் வற்புறுத்தாமல் பேசிக்கொண்டிருந்துவிட்டு, 'அவளுக்கு குளிர்ச்சியான சாமான் ஒன்றும் கொடுக்கக் கூடாது. ரொம்ப ஜாக்கிரதையாக இருக்கணும்; ராமு, வருகிறாயா மருந்து தருகிறேன்' என்று சொல்லிக் கொண்டே வாசலை நோக்கிப் போனார். ராமுவும் அவரைப் பின் தொடர்ந்து சென்றான்.

வாசலுக்குச் சென்றதும் டாக்டர் அவன் பக்கம் திரும்பி, 'ராமு. கொஞ்சம் கோளாறாக இருக்கிறது. ஜாக்கிரதையாக பார்க்கணும்,' என்று சொல்லி விட்டுப் போய்விட்டார்.

பாட்டில் எடுத்துக்கொண்டு போவதற்காக ராமு மறுபடியும் கூடத்திற்கு வந்தான்.

''பாட்டில் அந்த பீரோவில் இருக்கு எடுத்துக் கொண்டு போ ....' வாக்கியத்தை அம்மா முடிக்கவில்லை.

அதற்குள் ராமு இடைமறித்து, 'ஆகட்டும், நாளைக்கும் ஏதாவது வாங்கிக் கொடு' என்று சீறிக்கொண்டே பாட்டிலுடன் வாசலுக்குப் புறப்பட்டான்.

'புத்தி வந்துதுடப்பா புத்தி வந்தது. போ' தாய் பெருமூச்சு விட்டுக் கொண்டாள்.

'அம்மா, இனிமேல் ஒன்றும் கேட்கலேம்மா, அண்ணா சொன்னபடி கேட்கிறேன்' என்று ஹீனக் குரலில் சொன்னாள் காமாக்ஷி.

இந்த இரண்டும் வாசலுக்குப் போய்க் கொண்டிருக்கும் ராமுவின் காதுகளில் விழுந்தது.

அவள் சம்மதம்

அவர்கள் இருவரை மட்டும் வீட்டில் வைத்துவிட்டு மற்ற எல்லோரும் அவள் சம்மதத்தைக் கேட்க கோவிலுக்குப் போயிருந்தார்கள். அன்று காலையில் எப்படியோ ஆரம்பமான பேச்சு விறுவிறுப்பாக வளர்ந்து அஸ்தமன சமயத்தில் தெய்வ சம்மதத்தைக் கேட்டு விட முடிவு செய்த அளவுக்கு வந்தது அவனுக்கே பிரமிப்பாக இருந்தது. சிறிதும் எதிர்பாராத நிலைமையில் நிகழ்ந்த இந்தப் போக்கினால் அவனுக்கு ஏற்பட்ட பரபரப்பை சிறிதும் அடக்க முடியவில்லை. இந்த பரபரப்பை இன்னும் அதிகப்படுத்துவதற்கு ஏதுவாகத்தான் இருந்தது அவர்கள் இருவரை மட்டும் அவர்கள் வீட்டில் விட்டுவிட்டுப் போனது.

"ஆத்தை விட்டுப் போயிடாதேடாப்பா குரு. உன் அத்தங்காவுக்கு பயந்துண்டு" என்று பரிகாசம் செய்தாள் அத்தை கோயிலுக்கு புறப்படும்போது.

“ஆமடியம்மா ரத்னா, அம்மாஞ்சியை கூடத்துலேயே துணைக்கு இருக்கச் சொல்லு” நாங்க திரும்பி வரவரைக்கும் என்று அவன் தாயும் கூட பரிகாசத்தில் கலந்து கொண்டாள். இதைக் கேட்டுக் கொண்டிருந்த அவள் தந்தையும் அத்திம்பேரும் சிரித்துக் கொண்டே “ஆமாம் புதிசாக இப்பத்தானே தெரிஞ்சுக்கறா. திடீர்னு ஆகாசத்திலேருந்து குதிச்சு" என்று சேர்த்தார்கள்.

இந்தக் கேலி எல்லாம் அந்த சமயத்தில் அவன் மனக் கிளர்ச்சியைத் தூண்டுவனவாக இருந்ததே தவிர அவற்றை ரசித்து அதற்கு ஈடுபேச முடியவில்லை.

அவர்கள் எல்லோரும் கோவிலுக்குப் புறப்பட்டுச் செல்லவும் கூடத்தில் மேஜை முன் உட்கார்ந்திருந்த குரு சில நிமிஷங்களுக்குள் எழுந்து வாசல் திண்ணையில் போய் உட்கார்ந்து கொண்டான்.

தெருவின் வடகோடிப் பக்கம் பார்த்தான். தெருவையடைத்து நிற்பது போல் சற்று எட்டி நின்ற காமாட்சி கோவிலின் கர்ப்பக்கிரகம், ஏற்றி யிருந்த திருவாச்சிகளின் ஒளிபெற்று ஜெகஜ்ஜோதியாக விளங்கியது. தெருவில் கோயிலை நோக்கிப் போகிறவர்களின் உருவங்கள் அவன் கண்ணுக்கு அதை மறைப்பதும் விலகுவதுமாக இருந்தன. முன் மண்டபத்தில் கட்டியிருந்த மணியை யாரோ வீசிவிட்ட சப்தம் அவன் காதுகளில் மிருதுவாக விழுந்தது. சுட்டிப் பையன் ஒருவன் பலங்கொண்ட மட்டும் நகராவைத் தட்டி விட்ட சப்தம் பலமாக கேட்டது. அம்மன் சம்மதத்தைக் கேட்கப்போகும் அவர்களின் உருவத்தையே பார்த்துக் கொண்டிருந்தாள்.

ஏதோ புதுப்புடவை சலசலப்பும், வளையல் சப்தமும் கேட்கவே, அங்கிருந்தே திரும்பிப் பார்த்தான். அவன் உள்ளே உட்கார்ந்து இருந்த இடத்தின் சமீபமாக வந்து நின்று கொண்டிருந்தாள் ரத்னா. நடுக் கூடத்தில் கோலத்தில் வைக்கப்பட்டிருந்த இடுப்புயர குத்துவிளக்கின் வெளிச்சம் அவள் இடுப்பின் மேலிருந்து தலைவரையில் விழுந்து பளீரிட்டது. மேஜை மேல் இருந்த ஒரு பத்திரிகையை அவள் கைகள் புரட்டிக் கொண்டிருந்தன.

சாதாரணமாக இருந்திருந்தால் அவன் அவளோடு ஏதாவது பேச்சுக் கொடுத்துக் கொண்டிருப்பான். ஆனால் அப்போது என்ன வார்த்தை பேசுவது என்று தான் அவனுக்குத் தெரியவில்லை. அதிக நாட்கள் பழகி இருந்தாலுமே அவர்கள் இருவர் உறவிடையே பிரமன் என்ன முடி போட்டிருக்கிறான் என்று சோதனை சமயத்தில் அவர்கள் எண்ணச் சுழலிடையே தவிக்கும் வார்த்தைகளை வெளியிட்டுப் பேசமுடியாது. அப்படியிருக்க அறிமுகம் ஆகி இருபத்தி மூன்று மணி நேரங்கூட ஆகி இராத நிலையில்...

வெளியே போய்விட்டு அவன் திரும்பி வந்து வீட்டுப் படி ஏறினான். கலகலப்பாக இருந்தது. சற்று நிதானித்துப் பார்த்ததும் தான் தெரிந்தது யார் வந்திருக்கிறார்கள் என்று. இரண்டு நாட்களுக்கு முன் தான் கடிதம் வந்தது. சென்னையிலிருந்து, அத்திம்பேர் குடும்பத்துடன் அங்கு வந்திருப்பதாகவும் ஊருக்குப் புறப்பட்டு வருவதாகவும்.

அத்திம்பேரை குசலப் பிரச்னம் விசாரித்துவிட்டு அத்தையைப் பார்க்க அவன் சமயலறைப் பக்கம் சென்றான். சமயலறையில் வெளிச்சம் மங்கலாக இருந்தது. அத்தையைப் பார்த்ததும் "சௌக்யமா அத்தை?

பார்த்து ரொம்ப நாளாச்சே" என்று கேட்டுக் கொண்டிருக்கும் போதே அத்தையின் அருகிலிருந்து யாரோ பரபரப்பாக எழுந்து நிற்கும் ஓசை கிளம்பியது. அப்போதுதான் குரு கவனித்துப் பார்த்தான். அவனுக்கு பிரமை தட்டியது மாதிரி இருந்தது. சமயலறைக்குள் ஒரு எட்டு காலை எடுத்து வைத்தவன் நிலையில் ஒரு கையை வைத்துக் கொண்டு பின்னரிக்கப் போனான்.

கடகடவென்று அத்தையின் சிரிப்பு கிளம்பியது. "உள்ளே வாடாப்பா குரு. பயந்துடாதே! உன் அத்தங்கா ரத்னாதான். வேறே யாரும் அன்னியர் இல்லை" என்றாள்.

அதே சமயம் அவன் தாய் "நல்ல பொண்ணுடி, அம்மாஞ்சிக்கு பயந்து இப்படி ஓடறது" என்று சொன்னது அவன் காதில் விழுந்தது. நிமிர்ந்து உள்ளே நுழைந்து கொண்டே மறுபடியும் அந்தப் பக்கம் பார்த்தான். சமயலறையின் மற்றொரு கதவு வழியாக தாழ்வாரத்துக்கு அருகிலிருந்தவர்களை எல்லாம் விலக்கிக் கொண்டு அவசர அவசர மாக போய்க் கொண்டிருந்தாள் ரத்னா.

"எடுப்பாக வளர்ந்து, மூக்கும் முழியுமாக, சாட்டை மாதிரி பின்னலுடன் தரை அதிரும்படியாக நடைபோட்டு, தலைப்பை விசிறிக் கொண்டு தனக்கு முன் தள்ளிப்போகும், ரத்னாவைப் பார்த்து குரு பிரமித்து நின்று விட்டான். அந்த உருவம் அவன் உள்ளத்தை ஒரு குலுக்கு குலுக்கியது. "நம்ப ரத்னாவா அது? அத்தை" என்று ஆவலுடன் கேட்டான் குரு.

"பின்னே அத்தை பர்மாவிலேருந்து ஒரு பெண்ணை பிடிச்சுண்டு வந்திருக்கான்னு நினச்சியா" என்று இடக்காக கேட்டாள் அத்தை. எல்லோரும் சிரித்தார்கள்,

"ரத்னா, நன்னா இருக்கு! அம்மாஞ்சி பேச வரான். என்னவோ அவனைத்தான் கல்யாணம் பண்ணிக்கப் போறவள் மாதிரி ஓடறியே" என்று அவள் தாய் சேர்த்தாள். ரத்னா அந்த பக்கம் வந்தால்தானே?

அம்மாஞ்சி என்ற உறவுடன் அவனை அவளுக்கு அவர்கள் அறிமுகப்படுத்தினாலும், அதை உடனே சகஜமாக ஏற்றுக் கொண்டு அவனுடன் தாராளமாக பேச அவளுக்கு வரவில்லை. நல்ல ஆஜானுபாகுவான ஒரு அழகிய அன்னிய வாலிபன் என்ற உணர்ச்சி தான் அவளுக்கு இருந்தது.

பர்மாவில் உத்யோகமாக இருந்த குருவின் அத்திம்பேர் சண்டை ஆரம்பிப்பதற்கு நான்கு வருஷங்களுக்கு முன் ஒரு தடவை வந்து விட்டுப் போனவர்தான். பத்து வருஷங்களுக்குப் பின் இப்போது வந்திருக்கிறார், அப்போது ஐந்து வயது குழந்தையாக இருந்தாள்

ரத்னா. குரு அவனைக் கூட்டிக் கொண்டு இப்போது தெய்வ சம்மதம் கேட்கப் போயிருக்கும் அதே அம்மன் கோவிலுக்கு எத்தனை யோ தரம் போயிருக்கிறான். அது அவனுக்கு ஞாபகம் வந்தது. அந்த ரத்னா இன்று அவனைக் கண்டதும் ஓடுகிறாள்.

இந்த ஆறேழு வருஷங்களாக அவர்களைப் பற்றிய தகவல் எதுவும் அவர்களுக்குக் கிடைக்கவில்லை. என்ன ஆனார்கள் என்பதே தெரியாமல் இருந்ததாலும், அவனுடைய மற்ற நினைவுகளிலும் ரத்னாவைப் பற்றிய நினைவே அவனுக்கு லேசாகத்தான் இருந்தது – ஏதோ அத்தை பெண் ஒருவள் உண்டு என்று. ஆனால் இன்று அவன் கண்களைக் குத்துப்படியாக அவள் உருவம் தாங்கி முன்னே நடக்கும்போது –

குரு திண்ணை விளும்பில் உட்கார்ந்து கோவிலைப் பார்த்துக் கொண்டிருந்தான். கோவிலுக்குள் ஆரவாரம் அதிகரிப்பதும், மணியும் நகராவும் இடைவிடாமல் ஒலித்துக் கொண்டிருப்பதும், சந்தியா கால தீபாராதனையை கோடியிலிருந்து மறுகோடி வரை இருபுறமும் வீட்டு வாசல்களில் நின்று எல்லோரும் முகம் திக்கு மாறாமல் நிற்பதும் அவன் கவனத்தை லேசுலேசாக சிதறச் செய்தாலும் மறுபடியும் அவன் சிந்தனை அந்த அம்மன் சம்மதத்திலேயே போய் நின்றது.

'தனக்கு சம்மதமா' என்று தனக்குள் கேட்டுக் கொண்ட கேள்விக்கு பதில் யோசிப்பதற்குக் கூட அவனுக்கு அவகாசம் இல்லை. அவ்வளவு துரிதத்தில் அன்று காலை ஆரம்பமான பேச்சு அவனை விரட்டி பதில் எதிர்பார்த்தது.

வேறு எந்த எந்த வரன்களையோ பற்றி பேசிக்கொண்டிருந்தவர்கள் எப்படியோ திடீரென, 'ஏன், குருவுக்கே கொடுத்து விட்டால் என்ன' என்ற பேச்சில் இறங்கி விட்டார்கள். 'பேஷாக கொடுத்துடரது' 'எனக்கு இரட்டை சந்தோஷம்' பழம் நழுவிப் பாலில்' 'ஜாதகம் கூட பார்க்க வேண்டாம்' இன்னிக்கு வெள்ளிக்கிழமை' 'காமாட்சி சம்மதத்தை கேட்டுடுவோம்' இந்த வேகத்தில் முன்னேறி விட்டது.

'ஆமாம் மாப்பிள்ளைப் பையனுக்கு இஷ்டம் எப்படியோ. அதைக் கேட்காமே நாம்பாட்டுக்கு பேசிண்டு இருந்தால்...' எல்லோரும் சேர்ந்தாற் போல் குருவின் முகத்தைப் பார்த்தார்கள். அவன் என்ன சொல்வது? அவனை யோசிக்க விட்டால்தானே? அவனுக்காக அவர் களே பேசிவிட்டார்கள்.

'ஆமாம் கிளி மாதிரி கொத்திண்டு போரதுக்கு யோசிக்க வேண்டியது தானே? ஏண்டாப்பா குரு, இஷ்டமில்லேன்னு சொல்லிடுப்பா. எங்கேயோ நெட்டையோ குட்டையோ பார்த்து அத்தை

கொடுத்துக்கிறேன் என் பெண்ணை' என்று அத்தை பாரிகாசமும், கிண்டலும் கலந்து சொன்னாள்.

அவள் தாய் விடுவாளா நாத்தனார் பேச்சுக்கு? 'ஆமாம் அக்கா, உன் பெண்ணை கேட்டியோ. என் பிள்ளை பட்டிக் காட்டிலே வளர்ந்தவன். படிப்பும் பெரிய படிப்பு இல்லை: பி.ஏ.தான் படிச்சிருக்கான், நாகரீகமாக இருக்கத் தெரியாது. உன் பெண்ணுக்கு நாகரீகமான...'

அத்தை பேசவிடாமல் 'அம்மாஞ்சியைவிட அவளுக்கு கிடைக்கப் போறதில்லையோ உசத்தியா...'

குரு ரத்னா இவருடைய அபிப்ராயங்களும் இந்த ரீதி வார்த்தைகளிலேயே தான் உருவாகி இருக்க வேண்டும். அவர்கள் வாய் திறந்து பதில் சொன்னால் தானே, சொல்ல முடிந்தால்தானே?

அவர்கள் அத்தனை பேர்களுடைய சம்மதமும் ஆகி விட்டது. ஆனால்

அவளுடைய சம்மதம்?

அதோ அத்தனை பேர்களும் போயிருக்கிறார்களே கேட்டுவர, அந்தக் காமாட்சி மனதிலே என்ன கொண்டிருக்கிறாள்? இந்த சம்பவ உள்ளப் போக்குகளுக்கு அவள் கொடுக்கப் போகும் முடிவு என்ன தாக இருக்கும்? வெறும் சபலத்தை திருப்திப்படுத்துவதே போதும் என்பதானால்? அது இருக்க முடியாது, அவள் முடிவு இது தான் நடக்க வேண்டும் என்று காலமும் சக்தியும் சேர்ந்து நிர்ணயிக்கும் ஒரு இயற்கை நியதி. மனித சச்திக்கு மீறின ஒரு அமானுஷ்யக் கையின் ஆணை/ தெய்வ சித்தம்!

இந்த தெய்வ சித்தம் எப்படி இருக்கிறதோ என்று எதிரே எட்டித் தோன்றிய தேவியின் சிலையை கூர்ந்து பார்க்க முயன்று கொண்டே நினைத்தான் குரு. ஒரு மூச்சு கொஞ்சம் வேகமாக எழுந்து தணித்தது. கூடத்துப் பக்கம் திரும்பிப் பார்த்தான், ரத்னா அதே நிலையில் தான் நின்று கொண்டிருந்தாள். எழுந்து உள்ளே போகலாமா என்று யோசித்தான். கால் வரவில்லை. அவள் இன்னும் தள்ளிப் போய்விட்டாள்.

அவள் தன்னிடமிருந்து தள்ளிப் போகப்போகிறாளா, இல்லை நெருங்கி வரப் போகிறாளா என்பது இன்னும் கொஞ்ச நேரத்தில் தெரிந்து விடும். அவன் ஏன் அவசரப் பட வேண்டும்? அதைப்பற்றி அவ்வளவு கலவரப்பட வேண்டும்? அவனுக்குள் கேட்டுக்கொண்டான். பதில் தெரியவில்லை. மனது கலவரப்படத்தான் செய்தது. ஏனோ? அவ னுக்கு தெரியவில்லை.

மறுபடியும் கோவில் பக்கமே பார்த்துக் கொண்டிருந்தான்..

இருட்ட இருட்ட திருவாச்சி விளக்குகளின் ஒளியில் அம்மன் காப்பக்கிரகம் தங்க அறையாக பளீரிட்டது. குருக்களின் உருவம் நிழல் போல அதற்குள் தெரிந்தது. தீபாராதனை ஆவதற்கு சூசகமாக மணி சப்தமும் நகரா ஒலியும் ஆர்ப்பாட்டமாக ஒலித்தன. குரு உட்புறம் திரும்பிப் பார்த்தான். ரத்னா தனிமையில் வெறிச்சென்ற உணர்ச்சி காட்டும் முகத் தோற்றத்துடன் அவனையே பார்த்துக் கொண்டிருந்தாள். நிலைமை தர்ம சங்கடமாக இருந்தது. அவள் உள்ளே தனிமையில்தான் அங்கே வெளியில் பரபரப்புடன்.

தீபாராதனை ஆகப்போகிறது. தீபாராதனை எடுத்தானதும் அவள் சம்மதத்தை கேட்கப்போகிறார்கள். இரண்டு புஷ்பங்கள் – ஒன்று வெள்ளை நிறம்; மற்றொன்று நல்ல சிவப்பு, ஒரே மாதிரி பொட்டலங்களாக கட்டி அவள் பக்கத்தில் தேவியின் அர்ச்சனைக் குங்குமம் அவற்றின் மீது விழும். ஒரு பச்சைக் குழந்தை. விருப்பு, வெறுப்பு அறியாத ஒரு சிறு ஜீவன், இரண்டில் ஒரு பொட்டலத்தை எடுக்கும் அதில்....

"வெள்ளை புஷ்பம்."

அது கிடைக்குமா? அவன் மனதில் வலை போட்டுச் சுழன்றது.

தீபாராதனை ஆரம்பமானது. குரு உட்பக்கம் சரேலென்று திரும்பினான். 'தீபாராதனை நடக்கிறது, பார்க்க வா!' என்று வெகு அவசரமாக ஒரு தரம் சொல்லி முடித்தான். அவள் பெயர் சொல்லி அவளை அழைத்ததாக நினைத்துக் கொண்டான், அடுத்த க்ஷணம்தான் அவனுக்குத் தெரிந்தது தான் அவள் பெயரை உச்சரித்துக் கூப்பிட வில்லை என்று. வார்த்தைகளை வெளியே கிளப்பாத மனக் குரலாகவே அது நின்றுவிட்டது என்றும் மற்ற வார்த்தைகள்தான் வெளியேறின என்றும் அறிந்ததும் சிரித்துக் கொண்டான். அவன் வந்தது முதல் ரத்னா என்று கூப்பிட்டதில்லை. பேசியதும் இல்லை. எப்படி அவன் முழுதும் அன்னியமாகத் தோன்றிய ஒரு பெண்ணை அவ்வளவு சகஜ பாவத்துடன் பேர் சொல்லிக் கூப்பிட முடியும்? அதுவும் அப்போதைய நிலைமையில்?

அவன் கூப்பிட்டது ரத்னாவின் காதுகளில் விழுந்தது. அந்த அழைப்பும் குரலும் புதுசாக இருந்தது. அதோடு வெறிச்சென்ற, தனியே இருந்த நிலையில் அதை அவள் எதிர்பார்த்துக் கொண்டிருந்ததாகவும் மனதில் பட்டது. கூப்பிட்டதற்கு இணங்கி வாசலுக்குப் போவதா என்று ஒரு க்ஷணம் தயங்கி நின்று யோசித்தாள். அடுத்த க்ஷணம் ஒரு துணிச்சலை வரவழைத்துக்கொண்டு மெதுவாக எட்டு வைத்துப் புறப்பட்டாள்.

'சீக்கிரம். வா ரத்னா, கற்பூர ஹாரத்தி ஆகிறது' என்று அவசர

அவசரமாக அழைத்தான் குரு அவள் தயக்க நடையைக் கண்டு. அவ்வளவுதான் ரொம்ப சொந்தத்துடன் வந்த அந்த அழைப்பிற்குமேல் தயக்கம் கலைந்து விட்டது. ரத்னா, வேகமாகச் சென்று திண்ணை யிலிருந்து கோவில் பக்கம் பார்த்தாள். கற்பூர ஹாரத்தி கண்களில் பட்டது. புடவைத் தலைப்பின் நுனியை தொங்க விட்டு விட்டு இரு கைகளாலும் கன்னத்தில் போட்டுக் கொண்டாள். நின்று அந்தக் காட்சியில் ஈடுபட்டாள்.

'கூடத்தில் தனியாக இருக்க வெறிச்சென்றிருந்தால் இங்கேயே இரேன், அவர்கள் சீக்கிரம் வந்து விடுவார்கள்' என்றான் குரு. வார்த்தைகள் தடுக்கித் தடுக்கி வந்தன.

ரத்னா அவன் முகத்தைப் பார்த்தாள். லேசான சிரிப்பு உதடுகளில் தோன்றியது. அவளுக்கும் பேசத்துணிவு வந்துவிட்டது. 'அம்மாஞ்சி காவல் இருக்கிற வரைக்கும் எனக்கு என்ன பயம்? கூடத்திலேயே இருக்கேன்' என்று சொல்லிக்கொண்டே உள் பக்கம் திரும்பிப் புறப்பட்டாள்.

'அப்படியானால் அம்மாஞ்சி உனக்கு எப்போதும் காவல் இருக்கவேண்டும் என்று சொல்லு' என்று தடதடவென்று பேசி விட்டான் குரு. தான் சொன்ன வார்த்தைகளில் எவ்வளவு அர்த்தம் இருக்கிறது என்பது அவள் ஒரு தரம் நின்று அவனை புருவம் சுருங்க பார்த்து, 'கேலி பண்ணாதே' என்று சொல்வது போல் ஜாடை காட்டிப் போனதும்தான் அவனுக்குப் பட்டது.

அடுத்த க்ஷணம் அவன் நினைத்தான்; செகப்புப் பூ அகப்பட்டு விட்டால்...?

அவன் முகத்தில் சற்று முன் தோன்றியதற்கு நேர் எதிரிடையாக முகக்குறி படர்ந்தது. அவன் கேலி அர்த்தமற்றதாகி விடுமல்லவா? அவனுக்கு சுருக்கென்றது. அவன் சம்மதம்? சம்மட்டியடி மாதிரி திருப்பித் திருப்பிக் கேட்டது மனதில். ரத்னா தன்னுடையவள் ஆவாளா? அவன் மனது தவித்தது. கோவில் பக்கம் திரும்பிப் பார்த்தான். கோவிலை விட்டு கோஷ்டியாக அவர்கள் வெளியேறியது அவன் கண்களில் பட்டது.

வீட்டின் உட்புறம் திரும்பி இரண்டு எட்டுகள் எடுத்து வைத்தான். தொடர்ந்து அவளோடு பேச்சுக் கொடுத்தால் நிம்மதி ஏற்படும் என்று, "திரும்பி வரா" என்று ரத்னா காதில் படும்படியாக சொன்னான்.

அப்போது எண்ணை குறைந்து வெளிச்சம் மங்கிக் கொண்டிருந்த குத்து விளக்கிற்கு எண்ணை விட்டுத் திரியை தூண்டிக் கொண்டிருந்தாள்

ரத்னா. தூண்டிக் கொண்டே தன்னை நோக்கி வரும் குருவை கவனித்தவள் நிமிர்ந்து பக்கத்து தூணுக்கு நகரப் போனாள், அவனையும் குத்து விளக்கையும் சேர்த்துப் பார்த்துக் கொண்டே.

அதேசமயம் தூண்டி விட்ட சுடரிலிருந்து சொட சொட சப்தத்துடன் ஒரு பூ உதிர்ந்து கீழே விழுந்தது.

குருவும் அதை கவனித்து விட்டான். பேச விஷயம் அகப்பட்டது. ஒரு பிரகாசம் அவன் முகத்தில் ஏற்பட்டது. "ரத்னா பூ உதிர்ந்தால் என்ன தெரியுமா?" என்றான்.

"ஆமாம். அம்மாஞ்சிக்கு. இந்த வருஷம் பரீக்ஷை பாஸாயிடும்" என்று சமாளித்துப் பேசினாள் ரத்னா.

குரு அடக்கமாக சிரித்தான். "இல்லை அத்தங்காவுக்கும்..."

"எனக்கு படிப்பு முடிந்து விட்டது' என்றாள் ரத்னா புன்சிரிப்புடன்.

'அதைச் சொல்ல வரவில்லை. நான் சொல்ல வந்தது...'

அவன் சொல்லப் போவதை யூகித்த தோரணையுடன் ரத்னா அவனைப் பார்க்காமல் பார்த்தாள். அவன் மேலே ஏதோ கேலியாகப் பேசப்போவதாகத் தோன்றியது.

அப்போது வாசலிலிருந்து வந்த ஒரு கூவின குரல் அவர்கள் சம்பாஷணையை முறித்தது. இருவரும் ஒரு அதிர்ச்சியுடன் பார்த்துத் கொண்டார்கள். ஒரு வினாடி தான் அந்தப் பார்வை / அடுத்த வினாடி ரத்னா பார்வையை திருப்பிக்கொண்டு தலை குனிந்து கொண்டு தள்ளிப் போய் விட்டாள். குரு அதற்குமேல் அந்த இடத்தில் நிற்க முடியாமல் உள்ளக் கிளர்ச்சியுடன் வாசல் பக்கம் போகத் திரும்பினான்.

கையில் அம்மன் பிரசாதத் தட்டுடன் திண்ணைப் படியேறிக் கொண்டிருந்த அவன் அத்தை, கூட வந்த அவன் தாயிடம் சொன்னாள், அவர்கள் காது கேட்க; 'பார்த்தாயா மன்னி, இதற்குள்ளேயே அவர்கள் ரகசியம் பேசி விட்டார்கள்'.

'ஏனப்பா குரு, ஏது ரெண்டு பேரும் ரொம்ப பழகிட்டேள் போலிருக்கே?' என்று அவன் கிட்ட வரவும் கேட்டாள்.

'இனிமே நிறைய பேசிக்கட்டுமே' என்று அவன் தாய் சொன்னாள். இருவர் சிரிப்பும் கலந்தது.

அவர்கள் கேலியையும், சிரிப்பையும் லக்ஷியம் செய்யாதவன் போல் குரு அவர்களைத் தாண்டி வாசலுக்கு வரப் பார்த்தான்.

இந்தாப்பா அம்மன் பிரசாதம்!' என்று அத்தை தட்டை அவன் பக்கம் நீட்டிக் கொண்டே 'ரத்னா, இந்தா உனக்கும்' என்று அழைத்தாள்.

குரு அவசர அவசரமாக அந்தத் தட்டிலிருந்த குங்குமத்தை சிரத்தையுடன் எடுத்து நெற்றியில் அழுத்தமாக இட்டுக்கொண்டு வாசலுக்கு வந்து நின்றான். தெருவின் வலது கோடிப் பக்கம் பார்த்தான். தன் சம்மதத்தையும் கொடுத்து விட்ட அவள் உருவம் அவன் கண்களில் தள்ளி இருந்து விழுந்தது. அவன் நிறைந்த இருதயம் அவளை மறுபடியும் வணங்கியது.

இரட்டைப் பரிசு

வாசலில் 'அம்மா!' என்ற குரல் கேட்டதும் பஞ்சாபகேசனுக்கு பரிமாறிக் கொண்டிருந்த சுந்தரி கைப்பாத்திரத்தை கீழே வைத்து விட்டு வாசல் பக்கமாக போய் யாரென்று பார்த்தாள். கையில் ஒரு பெரிய மூட்டையுடன் நின்ற ஆசாமியைப் பார்த்ததும் அவளுக்கு யாரென்று புரிந்து விட்டது. வந்தவனும் ' இது தானே பஞ்சாபகேசய்யர் வீடு' என்று கேட்டான்.

'ஆமாம் அந்த வீட்டில் அனுப்பினார்களா?' என்று கேட்டாள் சுந்தரி.

'ஆமாம் விலாசம் கொடுத்துப் போய் பார்க்கச் சொன்னார்கள். கொண்டுவந்திருக்கிறேன். ஐயா ஆபீஸுக்குப் போவதற்குள் பார்த்துவிட வேண்டுமென்று காபிகூடச் சாப்பிடாமல் வந்தேன்' என்ற பரபரப்புப் பாவனைக் குரலுடன் பேசிக்கொண்டே மூட்டையுடன் கூடத்திற்குள் நுழைந்து மூட்டையை கீழே வைத்தான் புடவைக்காரன்.

'சரி கொஞ்சம் இருங்கள். அவர் சாப்பிட்டுவிட்டு வந்து விடுவார்' என்று சொல்லிவிட்டு சுந்தரி சமயலறைக்குச் சென்றாள்.

'யாரு' என்று பஞ்சாபகேசன் கேட்க வாயெடுக்கு முன்னமே 'மாம்பலத்திலிருந்து அக்கா அனுப்பியிருக்கிறாள். பட்டுப் புடவைக்காரன் வந்தால் அனுப்பச் சொல்லி இருந்தேன்' என்றாள்.

'தீபாவளிக்கு முன்னாடி அவன் வரமாட்டான் என்று சொன்னாளே. எப்படி வந்தான்' என்று கேட்டான் பஞ்சாபகேசன் சாப்பிட்டுக் கொண்டே,

'ஆமாம் தீபாவளிக்கு முன்னாடி அவர்கள் இந்த ஊரை விட்டு கிளம்பி விடுவார்கள் இல்லையா? அப்படித்தான். கையில் இருக்கிற

புடவைக்கு கிராக்கி இருக்கிறது என்று காட்டுவதற்காக இப்படிச் சொல்வார்கள்' என்றாள் சுந்தரி.

'ஹும், நமது கைக்காசைப் பிடுங்கிக்கொண்டு போகாமல் அவன் பட்டணத்தை விட்டுப் போய்விடுவானா என்ன? சரி சரி, மூட்டையைப் பிரிக்கச் சொல்லு. ஆமாம், ஆபீஸிலே ஒரு மாத போனஸ் கொடுத்தது அவனுக்கு எப்படி தெரிந்தது' என்று சிரித்துக்கொண்டே கேட்டான் பஞ்சாபகேசன்.

சுந்தரி அவனுக்கு மோர் பறிமாறிக் கொண்டே 'இதோ பாருங்கள். நீங்கள் தான் இந்த தீபாவளிக்கு பட்டுப் புடவை எடுப்பதாகச் சொன்னீர்கள். உங்கள் தங்கை இடம் சொல்லட்டுமா என்று கேட்டதற்கு சரி என்றீர்கள். இப்போது எதற்கு இந்தக் கேள்வியெல்லாம்...?'

'சரி சரி இதோ பாரு, நான் சொன்னது சொன்னது தான். மொத்த எஸ்டிமேட் நூற்றி ஐம்பது ரூபாய். அதற்கு மேல் ஒரு தம்பிடி கூடப் போகக் கூடாது பார்த்துக்கொள்' என்றான் பஞ்சாபகேசன்.

இந்த வருஷ தீபாவளிக்கு பட்டுப் புடவை எடுக்க பஞ்சாபகேசன் ஒப்புக்கொண்டது சுந்தரியின் தாம்பத்ய வாழ்க்கையில் ஒரு சரித்திர அம்சமாகும். முதல் முதலாக அவன் எடுத்துக் கொடுக்க சம்மதித்திருக்கும் இவ்வளவு விலை உயர்ந்த பட்டுப் புடவை இது தான். அதுவும் ஒரு நாள் அவனை எக்கச்சக்கமாக பேச்சில் மடக்கி விட்டதால் ஏற்பட்ட லாபம். இதுவரையில் அவள் தாயாரிடமிருந்து பட்டுப்புடவை வருஷா வருஷம் அவளுக்கு கிடைத்துக் கொண்டிருக்கும். அதில் அந்த தினுசு கலர் புடவைகள் அவனுக்கு பிடிக்கவில்லை என்பதை ஒரு சமயம் பஞ்சாபகேசன் அவளிடம் வெளிக்காட்டிக் கொண்டான். அவள் படபடப்புடன் 'பிறத்தியர் வாங்கி தந்தா நொட்டைச் சொல் சொல்கிறேளே. உங்களுக்கு பிடிச்சதாக நீங்களே கைக்காசு போட்டு வாங்கித் தருகிறதுதானே' என்று சொல்லி விட்டாள்.

அவனுக்கு இதைக் கேட்டதும் ரோஸம் வந்துவிட்டது. "அப்படியா? அப்போது இந்த வருஷ போனஸ் உனக்குத் தான். எனக்குப் பிடித்த கலரில் தான் வாங்குவேன்" என்றான்.

அந்த போனஸ் தான் இப்போது பட்டுப் புடவைக்காரன் கைக்கு மாறும் நிலைமையில் இருந்தது.

பஞ்சாபகேசன் சாப்பிட்டு விட்டு கூடத்திற்கு வந்தான். புடவைக்காரன் கண்ணைப் பறிக்கும்படியாக பட்டை பட்டையாக ஜரிகைக்கரையும் தலைப்பும் போட்ட புடவைகள் வித விதமான கலர்களில் பரப்பி இருந்தான்.

'இதோ பாரு சுந்தரி. எனக்கு ஆபீஸுக்கு நாழியாகி விட்டது. இன்னும்

பத்து நிமிஷத்திற்குள் புடவையை பொறுக்கிவிடு' என்றான் பஞ்சாப கேசன் ஷர்ட்டை மாட்டிக்கொண்டே.

'நான் பொறுக்கிற கலர்தான் உங்களுக்குப் பிடிக்காதே. கர்நாடகமாக பொறுக்குவேனே. நீங்களேதான் நாகரீகமாக...' என்றாள் சுந்தரி.

'ஆமாம் போன தடவை தீபாவளிக்குக் கறுப்பு நூல் புடவை' மாம்பிஞ்சு ஜரிகைக் கரையும் போட்டு நான் வாங்கி வந்தது உனக்கு பிடிக்காதது மாதிரி பட்டது. அதனாலேயே' என்றான் பஞ்சாபகேசன்.

புடவைக்காரன் நடுவில் குறுக்கிட்டான். 'புடவைகள் எல்லாம் உடுத்திக்கொள்கிறவர்கள் இஷ்டத்தில் விட்டு விடவேண்டும் ஸார்' என்றான்.

'ஆனால் அழகு பார்க்கிறது நமது கண்கள்தானே புடவைக்காரரே' என்று சொல்லிக்கொண்டே அந்தப் புடவைகளில் தன் கண்களை ஓட்டினான் பஞ்சாபகேசன். பளிச் சென்று ஒன்று அவன் கண்களில் பட்டது. அதை எடுத்துப் பார்த்தான். நல்ல நீலக்கலர். உடல் பூராவும் மழைத் துளிகள் தெறித்து விழுமே அந்த மாதிரி ஜரிகைத் துளிகள் சிதறிக் கிடந்தன. ஜரிகைத் தாழம்பு மடல் கரைக்கு மேலாக மாம்பிஞ்சு ஜரிகைக் கரை இழைந்து ஓடிக்கொண்டிருந்தது. இந்த கரைக்கேற்ற ஜரிகை பட்டைத் தலைப்பு.

புடவையை அவள் பிடித்துப் பிடித்து பார்ப்பதைப் பார்த்த புடவைக்காரன் நீலப்புடவைதான் அம்மா வேண்டுமென்று சொன்னதாக மாம்பலத்து அம்மா சொன்னாங்க' என்றான். ஆனால் சுந்தரி ஒன்றும் பேசாமல் பஞ்சாபகேசன் கையிலிருந்த புடவையைப் பார்த்துக்கொண்டே இருந்தாள். இந்தத் தடவை புடவை பொறுக்குவது சம்பந்தமாக அவள் எவ்வித அபிப்பிராயமும் சொல்வதாக இல்லை. அதன் பிறகு அவனிடம் பேச்சுக் கேட்கவும் தயாராக இல்லை.

பஞ்சாபகேசன் அவள் பக்கம் திரும்பி 'என்ன எடுக்கலாமா?' என்றான்.

சுந்தரி சிரித்துக்கொண்டே 'என்னைக் கேட்பானேன்? உங்களுக்கு எது பிடிக்கிறதோ அதுதான். எடுக்கலாம்' என்றாள்.

'சரி, இது முழம் சரியாக இருக்கிறதா பார்ப்போம்' என்றாள்.

புடவைக்காரன் புடவையைப் பிரித்ததும் பஞ்சாபகேசன் முழம்போட்டான். முழம் போட்டு முடியவும் பஞ்சாபகேசன் சுந்தரியின் முகத்தைப் பார்த்தான். அவள் பஞ்சாபகேசன் முகத்தைப் பார்த்தாள். இரண்டு பேர்களின் முகத்தையும் புடவைக்காரன் பார்த்தான். அந்த ஒரு க்ஷணத்திற்கு அவர்கள் மூன்று பேர்கள் முகத்திலும் ஒரேவிதமாக ஏமாற்ற அறிகுறிகள் அலைந்தன.

"என்ன சுந்தரி" என்று கேட்டான் பஞ்சாபகேசன். சுந்தரி உதட்டைப் பிதுக்கிக்கொண்டே, "போதாது" என்றாள். வள்ளிசாக பதினெட்டு முழம் இருக்கவேண்டிய இடத்தில் பதினேழு முழம் இருந்தது.

முதலில் புடவைக்காரர் சமாளித்துக் கொண்டார். 'ஐயா கை ஒரு விரக்கடை நீளம். முழத்துக்கு ஒரு விரக்கடை கூடினாலும் ஓடிப்போயிடும்' என்றார்.

'அட! அதற்கு அரை முழம் வைத்துக் கொள்ளேன், இன்னும் அரை முழத்திற்கு... என்ன சுந்தரி! பதினேழரை முழத்திலே உனக்கு புடவை கட்டிக் கொள்ளத் தெரியுமா?' என்று கேட்டான் பஞ்சாபகேசன்.

அந்த நீலப்புடவை அவளை ஏமாற்றி விட்ட ஏமாற்றத்தில் இருந்த அவள் 'போதாது' என்றாள் மறுபடியும் அழுத்தமாக.

'அதான் கேட்டேன். இருபது முழம் இருந்தால்கூட உனக்கு திருப்தியாக இருக்குமே, சரி... அப்புறம்?'

நீலப்புடவை ஏமாற்றத்தில் அந்த கேலிக்கு பதில் கூடச் சொல்லத் தெரியவில்லை சுந்தரிக்கு. அப்போது புடவைக் காரன் நீலப்புடவையை ஒரு பக்கம் ஒதுக்கிக்கொண்டே, 'தீபாவளி சமயத்தில் இப்படி நன்றாக புடவை அனுப்பினார்கள். வியாபாரம் அல்லவா கெட்டுப் போகும்' என்று சொல்லிக்கொண்டே மூட்டையின் அடியிலிருந்து இன்னொரு புடவையை எடுத்து விரித்தான். சாக்லட் கலர் முகத்தில் அடித்தது. அதே மாதிரி உடல் முழுவதும் ஜரிகை ஊசிச் சிதறல்கள்! தாழம் பூவும் மாம்பிஞ்சும் இழைந்து ஓடும் கரை! அதே தலைப்பு.

ஒரே காலத்தில் பஞ்சாபகேசனுக்கும் சுந்தரிக்கும் அந்தப் புடவை மனதில் பதிந்தது 'இதை முழம் போடாலாமா?' என்றான் பஞ் சாபகேசன். 'சரி, என்று தலை அசைத்தாள் சுந்தரி. பஞ்சாபகேசன் முழம் போட்டான். முழம் சரியாக இருந்தது. பஞ்சாபகேசன் எழுந்து ஆபீஸுக்குப் போகத் தயாரானான். பிறகு விலையைப் பற்றி பேரம் நடந்தது. ஒரு விதமாகத் தீர்ந்தது. தீபாவளிக்குப் பிறகு இரண்டு நாட்கள் கழிந்து வந்து பணத்தை வாங்கிக் கொள்ள சம்மதித்து புடவைக்காரன் போய்விட்டான். பஞ்சாபகேசனும் ஆபீஸுக்குப் போய்விட்டான்.

புடவையை எடுத்து வைத்துக் கொண்ட சுந்தரிக்கு அதைப் பார்க்கப் பார்க்க பெருமிதம் தாங்கவில்லை. இவ்வளவு உயர்ந்த புடவையை நூற்றைம்பது ரூபாய் சம்பளம் வாங்கும் தன் கணவன் முதன் முதலாக வாங்கித் தந்திருக்கிற சந்தோஷம் அவளைப் பிய்த்துக்கொண்டு போனது. அதுவும் அவளுக்கும் அவனுக்கும் சேர்ந்தாற் போல் பிடித்த புடவை.

அவள் அன்று காரியங்கள் செய்ததில் எல்லாம் இதே நினைவுதான். அடிக்கடி அதை எடுத்து எடுத்துப் பார்த்துக் கொண்டிருந்தாள்.

மத்தியானம் மணி மூன்று இருக்கும் ஒரு தூக்கம் தூங்கி எழுந்தவள் அவிழ்ந்திருந்த கொண்டையை முடித்து கொள்ளப் போனாள். ஏதோ மனதில் திடுக்கிட்ட உணர்ச்சி ஏற்பட்டது. கூந்தலில் வைத்த கைகளை எடுத்து கைகளைப் பார்த்துக்கொண்டாள். பகீரென்றது! கை மணிக்கட்டுகள் இரண்டும் காலியாக இருந்தன. ஐயோ, போச்சே!" என்று பதறி எழுந்து ஓட்டமும் நடையுமாக ஸ்நான அறைக்குச் சென்றாள். வழக்கமாக சோப்பு வைக்கும் அந்தத் தட்டில் போய் பார்த்தாள். அவள் கழற்றி வைத்திருந்த கல் வளையல்கள் இரண்டையும் காணோம்! அறையின் மூலைகள், இடுக்குகள், ஜலபாத்திரங்கள் எல்லாம் தேடிப் பார்த்தாள்; அகப்படவில்லை.

அங்கேதான் வைத்தோம் என்று அவளுக்கு நிச்சயமாக ஞாபகம். ஆயினும் வீடு பூராவும் தேடிப் பார்த்தாள். அகப்படவில்லை. அவளோ சமயலறைப் பக்கம் இருந்து விட்டாள். ஸ்நான அறைப் பக்கம் யார் போகிறார்கள், வருகிறார்கள் என்பது தெரியாது. தூப்புக்காரி இன்னும் யார் யாரோ போகிறார்களே. தெரியவில்லை. யாரை கேட்பது யாரை சந்தேகிப்பது? அவர் ஆபீஸிலிருந்து வரும்போது என்ன சொல்வது? அவளுக்கு புரியவில்லை. நன்றாக விடிந்தது இன்று காலை! ஜரிகைப் புடவை தீபாவளிக்கு கிடைத்த அன்று காலையில் இந்த நஷ்டம்!

அவள் முன் இருந்த புடவை அவள் கண்களில் இப்போது குளுமையாகப் படவில்லை. பளீரிடும் அந்த ஜரிகைக் கீற்றுகள் மூளியாக இருந்த அவள் கை மணிக் கட்டுகளை கேலி செய்வது போல் இருந்தது. தீபாவளி யன்று ஜரிகைப் புடவையும் கல் வளையலுமா அவள் ஒய்யார மாக இருப்பதற்கு பதில்....? அந்தப் புடவை கொண்டுவந்த நஷ்டம் அவள் மனதை உறுத்தியது. கல்லுப்போல் வளையல்களை தீபாவளிக்கு இரண்டு தினங்களுக்கு முன் தொலைத்துவிட்டவளுக்கு ஜரிகைப் புடவை வேறு என்று கணவன் வீடு திரும்பியவுடன் கேட்டால்? அந்த குத்து வார்த்தைகளை நினைக்கும்போதே அவள் உடம்பு பதறியது அவள் ஒரு முடிவுக்கு வந்தாள். அந்த ஜரிகைப் புடவையை ஒரு காகிதத்தில் சுற்றி பத்திரமாக வைத்தாள். ' இந்த தீபாவளிக்கு ஒரு நஷ்டம் போதும். அவருக்கு இன்னொரு செலவு வேண்டாம். புடவைக்காரர் வரும்போது புடவையைத் திருப்பிக்கொடுத்து விடுவது. இந்த தீபாவளி இப்படித்தான்..." இதோடு சேர்த்து 'தனிக் குடித்தனம் போட்ட அழகு நன்றாக இருக்கிறது என்று மாமியார் நாளை சொல்லக்கூடிய வார்த்தைகள் இப்போது அவள் காதுகளில் வந்து விழுந்தமாதிரி இருந்தது. மனம் முறித்த நிமிஷங்கள் ஒன்றன்

பின் ஒன்றாக அவள் முன் சென்று கொண்டிருந்தன.

என்றைக்குமே சாதாரணமாக அஸ்தமன சமயத்திற்கு திரும்பிவரும் அவள் கணவன் அன்று இரவு திரும்பும்போது மணி பத்துக்கு சமீபம் இருக்கும். அவனிடம் அந்த விஷயத்தை எப்படி ஆரம்பித்துச் சொல்வது எந்த சமயம் பார்த்துச் சொல்வது என்று தயங்கித் தயங்கி நின்றாள். எப்படியாவது சொல்லித்தானே ஆகவேண்டும் என்று சமாளித்துக்கொண்டு, இலையில் பறிமாறிக் கொண்டிருக்கும்போது 'கை வளையல்களை ஸ்நான அறையில் சோப்புப் பெட்டி பக்கத்தில் வைத்திருந்தேன். காணோம். வீடு பூராவும் தேடிப் பார்த்தேன் அகப்படவில்லை" என்றாள்.

சாப்பிட்டுக் கொண்டிருந்தவன் தலை நிமிர்ந்து அவளைப் பார்த்தான். சில விநாடிகள் ஒரு வார்த்தைக்கூடப் பேசவில்லை. பிறகு நிதானமாக சுருங்கிய நெற்றியுடன் "இனிமேல் அகப்படும் என்ற நம்பிக்கைக்கே இடமில்லையா?... இல்லை..." என்று இழுத்தான்.

'இல்லை, கிடைக்கும் என்று எப்படி நினைப்பது எல்லாம் கேட்டு பார்த்தாச்சு" என்றாள் சுந்தரி கம்மிய குரலில்.

பஞ்சாபகேசன் மறுபடியும் சாப்பிட ஆரம்பித்தான். " இந்த தீபாவளிக்கு லாபமாக்கும்? போ, போ' என்றான். அதற்குமேல் மறுவார்த்தை பேசவில்லை.

அவன் சுபாவம் அவளுக்குத் தெரியும். பதறி எதுவும் செய்துவிட மாட்டான். ஆத்திரப்பட மாட்டான். அத்துமீறி அவளைக் கோபித்துக்கொண்டு விடவும் மாட்டான். அவனுடைய சாந்த சுபாவம் அவளுக்குக் கிடைத்த ஒரு அபூர்வ பொக்கிஷம் என்று கருதி இருந்தாள். எனவே 'இந்த தீபாவளிக்கு லாபமாக்கும் போ, போ' என்ற வார்த்தைகள் அவள் மனதில் சுருக்கெனத் தைத்தன. அவள் அசட்டுத்தனத்தின் எல்லையை அந்த வார்த்தைகள் எவ்வளவு உயர்த்தி காட்டிவிட்டன. அவளால் அதற்குமேல் பேச்சு எவ்விதமாகவும் தொடர முடியவில்லை, மறுபடியும் அது சம்பந்தமாக அவன் என்ன சொல்லப் போகிறான் என்று அவளால் யூகிக்கவும் முடியவில்லை.

அவன் சாப்பிட்டு எழுந்ததும், தானும் வேண்டா வெறுப்பாக சாப்பிட்டுவிட்டு சமயலறைக் காரியங்களை முடித்துக்கொண்டு அவன் அறைக்கு வந்தாள். அவன் எதுவும் அவளிடம் பேசாமல் சாய்வு நாற்காலியில் படுத்துக் கொண்டு ஜன்னல் வழியாக வாசல் பக்கம் பார்த்துக் கொண்டிருந்தான். சுந்தரி தன் படுக்கையைப் போட்டு படுத்துக் கொண்டாள். அவளுக்கும் அவனிடம் எதுவும் பேச்சு ஆரம்பிக்க முடியாதபடி மனது அன்றைய சம்பவத்திலேயே திரும்பத்

திரும்ப சுழன்றுகொண்டிருந்தது.

அதற்கு மறுநாளும் சுந்தரி அவனிடம் எதுவும் மனம் விட்டு பேச முடியவில்லை. அவன் நடந்து கொண்டவிதம் அவளுக்கு சகஜம் கொண்டாட முடியாதபடி இருந்தது. விடிந்தால் தீபாவளி. அன்று இரவு கூட தீபாவளியைப்பற்றி அவனிடம் எதுவும் பேச முடியவில்லை. ஆகையால் தனக்குள் யோசித்து யோசித்து பார்த்துக் கொண்டாள், *இந்த தீபாவளி இவ்வளவு துக்கத்தை தனக்கு கொண்டு வந்து தந்து கொண்டிருந்ததே!

'சீ என்ன தீபாவளி கொண்டாடுவது?' என்று ஒரு சமயம் அவளுக்குப் பட்டது. மறு சமயம் இதற்காகத் தீபாவளியைக் கொண்டாடாமல் இருப்பானேன்" என்று தோன்றியது. தீபாவளியை கொண்டாட முடிவு செய்து முந்தின தினமே செய்துவைக்க வேண்டிய பக்ஷணங்களை செய்து வைத்தாள். தீபாவளி காலையில் இருட்டோடு எழுந்து வழக்கம்போல வெந்நீர் போட்டாள். கோலம் போட்டு எண்ணெய் கொண்டு வந்து வைத்தாள். அடுப்புகளை மூட்டி பலகாரங்கள் செய்தாள். தான் ஸ்நானம் செய்துவிட்டு பஞ்சாபகேசனை எழுப்பினாள்.

அவன் ஸ்நானம் செய்து விட்டு கூடத்திற்கு திரும்பி வந்தபோது கோலத்தில் ஒரு தட்டில் அவனுடைய வேஷ்டி புஷ்கோட் எல்லாம் வைக்கப்பட்டிருந்தன. கிட்ட சென்று தட்டை பார்த்தான், 'சுந்தரி' என்று கூப்பிட்டான். சுந்தரி கூடத்துக்கு வந்தாள்.

'எங்கே உன்னுடையது' என்றான்.

சுந்தரி ஒரு கணம் தயங்கினாள். பிறகு வாயைக் குதப்பி வார்த்தைகள் நடுங்காமல் ஸ்பஷ்டமாக உச்சரிக்க தெம்பு வரவழைத்துக்கொண்டு புடவையை புடவைக்காரனிடம் திருப்பிக் கொடுத்து விடப்போகிறேன்" என்றாள்.

பஞ்சாபகேசன் அவள் முகத்தைப் பார்த்துக்கொண்டே "ஏன்?' என்று சற்று கெட்டியாகக் கேட்டான்.

'எதற்கு இப்போது? ஒரு நஷ்டம் போதும். இன்னொரு..'

அவளைப் பேசி முடிக்க விடவில்லை பஞ்சாபகேசன். “சுந்தரி அதை எடுத்துக்கொண்டுவா" என்றான் தோரணையாக.

அந்த தோரணைக்கு முன்னால் மேல் வார்த்தைகளை பேச முடியவில்லை. சுந்தரி, தயங்கி நின்றாள். 'எடுத்துக்கொண்டு வருகிறாயா? இல்லாவிட்டால்... எங்கே வைத்திருக்கிறாய்? சொல்லு...' என்பதற்குள், சுந்தரியே "என் பெட்டியில் இருக்கிறது. எடுத்துக்கொண்டு வருகிறேன்" என்று அறைக்குப் போய் பெட்டியை திறந்து புடவைப் பொட்டலத்தை

எடுத்துக்கொண்டு வந்தாள். அவன் கையில் கொடுக்கப் போனாள்.

'நீயே அதைப் பிரித்துப் பாரு" என்றான் பஞ்சாபகேசன்.

தான் செய்த குற்றத்திற்கு தன்னை தண்டித்துக் கொள்ள விரும்பினாள் சுந்தரி. ஆனால் பஞ்சாபகேசனோ இப்படி... வேறு எதுவும் சொல்ல முடியாமல் அவன் சொன்னபடியே அந்த பொட்டலத்தை பிரித்தாள். புடவைக்கு மேலாக ஒரு சிறிய பொட்டலம் இருந்தது. அதை கையில் எடுத்தாள். என்னது இது? தனக்குள் கேட்டுக் கொள்வது போல் முகத்தை வைத்துக்கொண்டு, அந்த பொட்டலத்தைப் பிரித்துப் பார்த்தாள். இரண்டு வளையல்கள் இருந்தன. அதிசயப்பட்டு கையில் எடுத்தாள். தன்னுடைய வளையல்களே தான். பிரமித்துப் போய் நின்றாள் ஒரு கணம். மறுகணம் பஞ்சாபகேசன் பக்கமாகப் பார்த்தாள். அவன் அவளையே பார்த்துக் கொண்டிருந்தான்.

'தீபாவளிக்கு இரட்டைப் பரிசு உனக்கு" என்றான் பஞ்சாபகேசன்.

வளையல்கள் திரும்பக் கிடைக்கப் பெற்றதால் உண்டான அந்த சந்தோஷத்திற்கு இடையே தன் அசட்டுக் காரியம் உறுத்தியது சுந்தரிக்கு.' 'நல்ல வேளையாக உங்கள் கண்ணில் பட்டது. இல்லாமல்...?

இனிமேல் இந்த மாதிரி இருக்க மாட்டாயே."

'ஹுஹும் இன்னுமா புத்திவராது?' ஆமாம்.. எப்போது இதில் வைத்தீர்கள்? அதை அன்று கட்டிவைத்தது தான், அப்புறம் அதை தொடவேயில்லை நான்!"

"நீயும் எங்கேயாவது நடுவில் பார்த்துவிடப் போகிறாயோ என்ற பயம் எனக்கு."

"நல்ல தீபாவளி! இந்தாருங்கள் புஷ்கோட்டும் வேஷ்டியும்"

"வளையல்களைப் போட்டுக் கொண்டு புடவையும் கட்டிக் கொண்டு சீக்கிரம் வா."

'ஒக்காரையும் அப்பமும் பண்ணி இருக்கேன்."

'பட்டாசும் மத்தாப்பும் ஷெல்பில் இருக்கு!"

'எல்லாம் இரட்டையாகவே வருதே."

"நமக்கும் இரட்டையாக......"

"ஐய பேச்சைப் பாரு! நான் போறேன். அடுப்பு காக்கிறது!"

சூடு

'**சா**லாவும் சுந்தரமும் ஆத்துப் படியேறிக் கொண்டிருக்கிறார்கள். அதோ...!'

பரபரப்பாகச் சொல்லிக் கொண்டே புதுப்புடவை சல சலக்க எழுந்து நின்றாள் விமலா.

'சாலாவும் சுந்தரமுமுமா!'

சுந்தரேசன் முகம் வியப்பில் மூழ்கித் தவிக்கும் பாவனை யுடன் சாய்வு நாற்காலியில் எழுந்து உட்கார்ந்து வாசல் பக்கம் அவசரமாகப் பார்த்தார். இருட்டோடு எண்ணெய் ஸ்நானம் செய்து வெறும் வயிற்றுக்குள் போன நெய் ஓக்காரையும் எண்ணெய் வெள்ளையப்பமும் நெஞ்சைக் கரித்த ஏப்பம் தொடர்ந்தது.

'ஸார்! நமஸ்காரம்! கங்கா ஸ்நானம் ஆச்சா?' என்று வாசல் நடை யிலிருந்தே கத்திக் கேட்டுக் கொண்டே வந்தான் சுந்தரம். விமலா அவனுக்கு முன்னால் நடந்து மற்றொரு புதுப் புடவை சப்தத்தை அந்த வீட்டில் கிளப்பிக் கொண்டு நடையைத் தாண்டி பாதி ஹாலுக்கு வந்து விட்டவள், அடக்கமாக இன்னும் வியப்பு மாறாமல் இருக்கும் சுந்தரேசனைப் பார்த்து 'மாமா' நமஸ்காரம் பண்ணுகிறேன்! என்று குனிந்தாள்.

கொஞ்சம்... சரி' என்று இழுத்து, சாய்வு நாற்காலியிலிருந்து எழுந்து கிழக்குப் பார்த்து நின்று கொண்டார் சுந்தரேசன். தன் கால்களை திசை மாற்றித் திரும்பி மேற்குப் பார்த்து நமஸ்கரித்தவளை தன் வாய்க்குள்ளாகவே முணுமுணுப்புக் குரலில் ஆசீர்வதித்த சுந்தரேசன், அப்போதுதான் தன் சுயஞாபகம் வந்தவர் போல, "வா சுந்தரம் என்ன விமலா, தலை தீபாவளி ஆச்சா? பேஷ்! எப்போ வந்தேப்பா?

அடாடா, வந்த சமாசாரமே தெரியாதே” என்று வரவேற்பு, விசாரணை, புகார் இவை ஏககாலத்தில் தொனிக்கும் குரலில் கேட்டார்.

சுந்தரமும் சாலாவும் எதற்கு முதலில் பதில் சொல்வதெனத் தெரியாமல் ஆளுக்கொரு பதிலாக, : ஆச்சு மாமா', 'நேற்று ராத்திரி வந்தேன் ஸார்!' 'விமலா அக்காகிட்டே வந்து சொல்ல மறந்துட்டேன்' என்று கலகலக்கும் குரலில் கூறினார்கள்.

'விமலா அக்கா ஞாபகம் உனக்கு இனிமேல் ஏனம்மா வருகிறது? மாமாவையும் நமஸ்காரம் பண்ணிவிட்டு இங்கே நிற்கிறவளைக் கூட லட்சியம் பண்ணாமல் ஆத்துக்காரர் வந்திருக்கிற பெருமையிலேயே நிற்கிறாயே! அதிலேயே தெரியவில்லையா' என்று விமலா குரல் வெடித்தது. விமலா பேச ஆரம்பித்து விட்டால் இப்படித்தான் இருக்கும். அவளிடம் வாய்கொடுத்து தோண்டுப் பெறாமல் தப்புவது சற்று சிரமமான காரியம் என்பது மட்டும் அல்ல; எப்போது உஷாராக இருந்தாலும் கூட சமயம் எப்படியும் பார்த்து ஏதாவது நசுக்கிவிடுவாள்.

சாலா பரபரப்புடன் விமலா பக்கம் பார்த்து "விமலாக்கா பார்த்தாயா? உன்னை மறந்துவிட்டு நாங்கள் அப்புறம்......மாமா? நீங்களே சொல்லுங்கள், அக்கா சொல்வது சரியா? உங்கள் கிட்டே இரண்டு வார்த்தை பேசுவதற்குள் ...... அக்கா தன்னை மதிக்கவில்லை என்று இப்படி பேசுவது சரிதானா...? இதோ நமஸ்காரம் பண்ணு கிறேன். தப்புக்காக வேணுமானால் ஒன்றுக்கு இரண்டாக வாங்கிக் கொள்ளம்மா' எனறு விசிறிப் பரவும் புடவை தரையில் உரசி சலசலக்க, கைகளில் கொத்துக் கைவளையல்கள் கலகலக்க சாட்டைப் பின்னல் விசிறி விமலா புடவையில் வீசி அடிக்க நமஸ்காரம் செய்தாள்.

சுந்தரேசனின் சிரிப்பு அப்போது கூடத்தில் பரவவும், சுந்தரம் முன் வந்து சுந்தரேசன் தோளில் போட்டிருந்த ஜரிகை அங்கவஸ்திரத்தை எடுத்து இடுப்பில் கட்டிக் கொண்டு புதுக் கடியாரமும் தங்கச் சங்கிலியுமாக இருந்த இடது கையையும், நடுவே பச்சை வைத்து இரு பக்கமும் நீலம் பூரிக்கும் இரு வைரங்கள் பதித்த மோதிரம் அணிந்த வலது கையையும் இரு காதுகளிலும் வைத்துக்கொண்டு தன் வாய்க்குள்ளே 'அபிவாதையே...' சொல்லிக் கொண்டு நமஸ்காரம் செய்தான்

'எது ரொம்ப சாஸ்திரோக்தமாக நமஸ்காரம் செய்கிறாப்போல் இருக்கே உங்க ஆத்துக்காரர்' என்று சுந்தரத்தின் காதுகளில், படவும் படக்கூடாததுமாக சாலாவின் காதில் கூறிக்கொண்டே 'வா' சாலா சமையல் உள்ளுக்குப் போகலாம். புருஷர்கள் இருக்கும் இடத்தில் நமக்கு என்ன ஜோலி' என்று சாலாவின் 'சாரை'ப் பின்னலை இழுத்துப் பற்றி பாவனையாக இழுத்துக் கொண்டு திரும்பப் போனாள் விமலா.

அந்த இடத்திலிருந்து கிளம்ப அவசரப்பட்டவள் மாதிரி இருந்தது,

'விடு அக்கா, உன் விளையாட்டு புருஷர் முன்னாலே இப்படியா?' என்று தன் பின்னலைத் தாங்கி தானும் போகத் திரும்பினாள் சாலா.

'ரொம்ப வலிச்சுட்டதாக்கும்? பாசாங்கு பண்ணு கிறாய்? பின்னலில் இருக்கும் சவுரி கையோடு வந்து விடும் என்ற பயம் உனக்கு எதுக்கம்மா?' என்று சிரிப்போடு சுமந்து வார்த்தைகளை கலகலத்தாள் விமலா. இன்னும் அவசரமாக உட்பக்கம் போகப் பறந்தாள்.

'இந்த விமலாவும், சாலாவும் சேர்ந்து விட்டால் இந்த ரகளை தான்" என்றார் சுந்தரேசன். சுந்தரமும் அந்தச் சூழ்நிலையை சகஜமாகக் கொண்டு கலந்து கொள்ள வைக்க ஏதுவாக,

'அக்கா, உனக்கு என் பின்னலைப் பற்றி இப்படி ஏதாவது சீண்டி சொல்லா விட்டால் வாய் ஊமையாய்ப் போய்விடும்.'

'சரியாகச் சொன்னாய் சாலா! உங்கள் விமலாக்கா பேச்சை வருஷக்கணக்காக சலிக்காமல் கேட்டுக் கொண்டிருக்கிற மாமா எப்படி!' என்று சுந்தரத்தைப் பார்த்து விஷமமாக சிரித்துக்கொண்டே கேட்டார்.

இத்தனை பரிகாச பேச்சு சூழ்நிலைக்கு ஏற்றவாறு தானும் நடந்து கொள்ள முடியும் என்ற தெம்பு இன்னும் ஏற்படவில்லை என்பதைக் காட்டும் அசட்டுச் சிரிப்புடன் சுந்தரம் நின்று கொண்டிருந்தான். அவர்கள் விவகாரப் பேச்சு முடியும் வரையில் அவன் இன்னும் ஏதோ சொல்ல முடியாது தவித்த மாதிரியிருந்தது.

'அடடா, இவர்கள் கலாட்டாவிலே உன்னை உட்காரச் சொல்லக் கூட மறந்துவிட்டேனே. சுந்தரம் உட்காரு!' என்றார் சுந்தரேசன்.

'உட்காருகிறேன் ஸார், முதலில் அக்காவைத் திரும்பக் கூப்பிடுங்கள். நான் நமஸ்காரம் பண்ண வேண்டும்' என்றான்.

அவர் சற்று பிரமித்து நின்றார். சுந்தரத்தின் குரல் சமையலறைக்குள் காலடி வைத்துக் கொண்டிருக்கும் விமலா, சாலா இருவர் காதுகளிலும் விழுந்தது, நின்று இருவரும் திரும்பிப் பார்த்தார்கள். சுந்தரமே சுந்தரேசனைக் கடந்து நமஸ்காரம் செய்யும் ஆயத்த நிலையில் வந்து கொண்டிருந்தான்.

'விமலா! சுந்தரம் நமஸ்காரம் பண்ண வருகிறான். வா இந்தப் பக்கம்' என்றார் சுந்தரேசன் – ஏதோ புதுசாக நினைக்கும் தயக்கத்துடன்.

விமலா கூட அந்த ஒரு க்ஷணத்துக்கு மேல் வார்த்தை ஒன்றும் சேர்க்கத் தோன்றாமல் நின்றாள். மறுகணம் சமாளித்து சமயலறையில்

பதுங்கி நின்று சொன்னான்.

'நன்றாக இருக்கே. நான் அவருக்கு எவ்வளவு சின்னவள்!'

சுந்தரம் சற்றும் தயங்கவில்லை. இதற்கு பதில் சொல்ல முன்கூட்டியே தயாரானவன் மாதிரி 'எனக்கு அக்கா பெரியவள் தானே! ஏன் ஸார்; நீங்களே சொல்லுங்கள், என்று சுந்தரேசனைப் பார்த்துக் கேட்டான். சுந்தரத்தின் சுதாரிப்புப் பதில் அவருக்கு திருப்தியாக இருந்தது. 'ஆமாம் சந்தேகமென்ன?' என்றவர், "ஏன் விமலா சுந்தரம் சொல்வதில் தப்பு ஏதும் இருப்பதாகத் தோன்றவில்லையே" என்றார்.

'ஆமாம் மாமா, அக்காவுக்குச் சொல்லுங்கள்' என்றாள் சாலா சற்று இரண்டு எட்டு முன் வந்து படியருகில் நின்று கொண்டு. .

சமாளித்த விமலாவின் பதில் பளிச்செசன வந்தது. 'ஆமாம், இவருக்கு நான் எப்படி அக்கா ஆவேனாம்?' என்றாள்.

சுந்தரம் வாய் விட்டுச் சிரித்து விட்டான். ஆச்சரியமாக இருக்கே நீ கேட்கிறது! சாலாவுக்கு அக்கா எனக்கு' மீதியை அவர்களே முடித்துக் கொள்ளும்படியாகச் சொல்லாமல் நிறுத்திவிட்டு 'இப்படி வாருங்கள்' என்றான் சற்று அழுத்தமாக.

அவன் வாதம் பொருத்தமாகவும் வலுவாகவும் இருப்பதைக் கண்ட சுந்தரேசன் "ரொம்ப சரி சுந்தரம். விமலா, நமஸ்காரத்தை வாங்கிக்கொள்' என்றார்.

சாலாவும் அவளைப் பிடித்து ஹாலுக்கு முன் தள்ளினாள்.

விமலா தன் கடைசி அஸ்திர வார்த்தையை உபயோகித்து இருந்தாலென்ன? வயதில்' என்று இழுத்து, முகத்தில் கேள்விக் குறியுடன்; புருவம் தணித்துத் தன் கணவனைப் பார்த்தாள். இதற்கு என்ன சமாதானம் சுந்தரம் சொல்லக் கூடும்?

சுந்தரம் சுரீரென 'மதனி மாமி, சித்தி இவர்களுக்கு முறையைக் கொண்டுதான் நமஸ்காரம் என்று பெரியவர்கள் வழக்கம் அந்தக் காலத்திலிருந்து இருக்கு என்று வாத்தியார் கல்யாணத்தின் போது ஒரு சமயத்தில் சொன்னார். அக்காவுக்கு என் நமஸ்காரம் உண்டு' என்றான்.

'சபாஷ் சுந்தரம், சரியான போடு! விமலா உன் பேச்சு விழுந்து போச்சு. நமஸ்காரம் வாங்கிக் கொள்' கத்தினார் சுந்தரேசன்.

விமலா வாய் மூட வைத்த அந்த சந்தர்ப்பம் வாஸ்தவத்தில் அங்கிருந்த இதர மூன்று பேருக்கும் ஒரு வெற்றியாக இருந்தது.

சாலாவிடம் தள்ளுப்பெற்று, வார்த்தை பேசாமல், அடக்க ஒடுக்கமாக

புடவைத் தலைப்பை இழுத்துப் பிடித்துக் கொண்டு, கூச்சம் என்பதை முதல் முதல் அப்போதுதான் அவர்கள் அவள் முகத்தில் காண, ஒரு நெளிச்சலுடன், சுந்தரத்தை உற்றுப் பார்க்கக் கூடப் பயந்த சுபாவமாக விமலா வந்து நின்றாள்.

சுந்தரம் ரொம்ப அமைதியாக குனிந்து நமஸ்காரம் செய்துவிட்டு நிமிர்ந்தான். விமலா மனதுக்குள் என்ன சொல்லி ஆசீர்வதித்தாள் என்று யாருக்கும் தெரியவராது. ஆனால் அவள் நிமிர்ந்ததும் 'தப்பித்தோம் என்று நகர்ந்து திரும்பப் போனாள். சுந்தரத்தின் குரல் சற்று பலத்து ' அவசரப்படாதீர்கள்' என்றதும் விமலா நின்றாள். இன்னொரு நமஸ்காரம்' என்று மறுபடியும் குனிந்து நமஸ்கரித்தான் சுந்தரம்.

மற்ற மூவரும் திகைத்து ஒருவரையொருவர் பரக்கப் பரக்கப் பார்த்து விழித்துக் கொண்டார்கள்.

"இது என்ன இது! எதற்கு இன்னொன்று?" விமலா குரல் தடுமாற இழுத்துக் கேட்டாள். மற்ற இருவரது பார்வைகளும் இந்தக் கேள்வியை ஆதரித்தன.

"இதுவா? என் கல்யாணத்தின் போதே நான் செய்திருக்க வேண்டும். இப்போது சொன்ன சாலா இதை முன்பே சொல்லி இருந்தால்..." என்று இழுத்தான்.

சுந்தரேசன் திகைத்துப் போனார். தங்கள் மூவருக்குச் சொந்தமான ரகசியம் இந்த சம்பந்தப்பட்ட நாலாம் பேருக்கும் தெரிந்துவிட்டது!

சுந்தரத்தைப் பார்த்தும் பார்க்காமலும் நின்றிருந்த விமலா, பரபரப்புடன் சமயலறைப் பக்கம் பார்த்து 'சாலா!' என்று கத்தி விட்டாள்.

சுந்தரம் தொடர்ந்து, 'அக்கா தம்பிக்கு நமஸ்காரம் பண்ணினதினால் எனக்கு ஏற்பட்ட தோஷத்துக்குப் பரிகாரமாக இந்த இரண்டாவது நமஸ்காரம்!' என்று விரைவாகச் சொல்லி மூச்சுத் தடுமாற்றத்துடன் நிறுத்தினான். அந்த வேகத்தில் சொல்லி முடித்திராவிட்டால் பாதியில் நின்று விடுமோ என்ற பயம் அவனுக்கு.

அடுத்த விநாடி விமலா அந்த இடத்தில் இல்லை. சமயலறையில் சாலாவிற்குப் பின்னால் போய் நின்று கொண்டு, 'இப்படி என் மானத்தை வாங்கத்தான். அவரிடம் முழு விஷயத்தையும் அம்பலப்படுத்தி அழைத்து வந்தாயாடி!' என்று அவள் கையைப் பிடித்துக் கிள்ளி லஜ்ஜையே ஒரு உருவமாகக் குறுகிப் போய், விருட்டென இருதயப் படபடப்பு ஏற்பட்டதால் வேக மூச்சை நிதானப்படுத்தப் போராடிய நிலையில் தவித்தாள்.

அவள் இதற்குள் அதை மறந்து விடாமல் இருந்தாலும் சுந்தரத்தின் முன் நின்று கொண்டிருந்த போதும் அது நினைவில் இருந்து கொண்டிருந்த போதிலும், வாய் வார்த்தையாக வெளியே பிரஸ்தாபிக்கப்பட்டதும் தான் அவள் மனது 'அன்று' நிலைக்குப் போய்விட்டது.

அந்த அவள் மட்டும் என்ன? மற்ற மூவருமே அந்தப் பழைய நிலைக்குப் போய்விட்டார்கள். ஞாபகப்படுத்தப்பட்ட பிறகு எந்த விதமாக அந்தப் பழைய சம்பவத்தை இப்போது சூடாற்றிப் பேசி, மறுபடியும் சகஜப் பேச்சை ஆரம்பிப்பது என்று நான்கு மனதுகளும் தவியாய் தவித்தன. நிச்சயமாக ஒன்றுக்கு முன் ஒன்று ஆரம்பிப்பது முடியாது என்ற நிலைமையில் நான்கு சிரிப்புகள் கலந்தன . ஒவ்வொன்றும் ஒவ்வொரு விதமாக ஒலித்து ஒரே களேபரமாகியது. சிரிப்பு ஒன்றுக்குத்தான் அநேக இக்கட்டான சந்தர்ப்பங்களில் சமாளித்து, சூழ்நிலையை சுபாவமாக்க செய்யும் சக்தி உண்டு. மன வேகங்களையும், போக்குகளையும் தடுத்து, எங்கோ திருப்பிவிட அது ஒரு சமய சாதனம்.

சிரித்து முடியவும் சுந்தரேசன் குரல் தான் பலத்தது. 'விமலா! என்ன பேச்சைக் காணோம்? சரி, ஒக்காரையும், வெள்ளையப்பமும் எடுத்துக் கொண்டு வா. சுந்தரம் மாமனாராத்திலே எல்லாம் தஞ்சாவூர் சம்பிரதாயம். வேறு பக்ஷணங்கள் எதெல்லாமோ செய்திருப்பார்கள். இந்த பாண்டிய நாட்டு சம்பிரதாயம் இருக்காது. கொண்டுவா" என்றான்.

"இல்லை மாமா, இங்கே வந்து நாங்களும் உங்கள் வழக்கத்தை பிடித்துக் கொண்டு விட்டோம். எங்கள் வீட்டிலேயும் இதுதான். விமலா அக்காதான் எங்களுக்குக் குரு" என்றாள் சாலா கூடத்துக்கு வந்து.

விமலாவா குரு? சரிதான். சரியான குருதான். அவள் ஒக்காரை கிண்டினால் களிமாதிரி ஒரு தீபாவளிக்கு. புட்டு மாதிரி இருக்கும் ஒரு தீபாவளிக்கு. ஒக்காரையாக நானும் அவள் கையாலே பண்ணிச் சாப்பிட்டதில்லை. அம்மா. மாமியார் யாராவது வந்த சமயத்தில் தான்..." என்று பலத்து சொன்ன போது விமலா பழைய சுபாவத்தை திரும்பப் பெற்றுக் கொண்டவளாக வேக நடை போட்டு தட்டுகளுடன் வந்து, "இது ஒக்காரை இல்லை என்று உங்கள் சாலா ஆத்துக்காரர் சொல்லட்டும், கேட்டுக் கொள்கிறேன். வந்தவர்கள் முன்னால் இளப்பமா சொல்கிறீர்கள்" என்று அவர்கள் முன் ஒக்காரையையும் வெள்ளையப்பத்தையும் வைத்துக் கொண்டே வெடுக்கெனச் சொன்னாள்.

விமலா சொன்ன அந்த ஒரு வாக்கியத்தைப் பிடித்துக் கொண்டான்

சுந்தரம். 'ஸார்! எனக்கு ருசி சொல்லத் தெரிந்திருந்தால் அன்று அப்படிப்பட்ட வார்த்தையை அக்காவின் வாயிலிருந்து கேட்க ஏற்பட்டிருக்குமா? அந்த ஒரு சூடுதான் எனக்கு புத்தி வர..."

"விமலாவுக்கு ஆம்படையானாகக் கிடைக்க" என்று சேர்த்தார் சுந்தரேசன். ஒரு சிரிப்பு.

பெண்மைக்கு இயற்கையான ஒரு திடீர்த் துணிச்சல் கொண்டு விட்டாள் விமலா. "மாப்பிள்ளை சார், அந்தப் பழசை மறந்து விட்டு இதைச் சாப்பிடுங்கள். அந்த வம்பு விமலாவை நன்றாக...."

பொய்யாக உதட்டைக் கடித்து சாலா பக்கம் திரும்பி "இரு!' என்றாள். "உனக்கு நல்லது செய்யப்போனா..."

சாலா கூஜாவில் ஜலம் தண்ணீர் கொண்டு வந்து கீழே வைத்தவள் ஒரே சிரிப்பாக விமலாவிடமிருந்து தள்ளிப் போய் விட்டாள் பொய்ப் பயம் காட்டிக் கொண்டு.

அந்த நாலு பேர்களையும் அந்தப் பழைய சந்தர்ப்ப பிரஸ்தாப நினைப்பு ஒரே இன்ப நினைவில் ஆழ்த்தியிருந்தது. தன் தன் கோணத்திலிருந்து அந்தப் பழைய சம்பவத்தை அந்த ஒரு கணம் அப்படியே நினைப்புக்குக் கொண்டு வந்தார்கள். அவர்கள் ஒருவருக்கொருவர் பேசவில்லை..... அந்த க்ணத்தில் அவர்கள் மனதில் ஓடியது.

ஒக்காரையை வாயில் போட்டு மென்று கொண்டே சுந்தரத்தின் யோசனை வட்டமிட்டது. தான் போய்ப் பார்த்த பெண்களை எல்லாம் ஏதாவது ஒரு சாக்குச் சொல்லி மறுத்து வந்தான். அவன் பெற்றோருக்குக் கூட எரிச்சலாகப் போய்விட்டது. அந்த நிலைமையில் தான் சுந்தரேசன் ஒருநாள் வந்து ஜாதகத்தை வாங்கிப் போய் பொருத்தம் பார்த்து அவர்களை பெண் பார்க்க வரச்சொன்னார். பெற்றோர் அவனையே போய்ப் பார்க்கச் சொல்லி விட்டார்கள். அவனும் எப்போதும் போல அதே அலட்சிய மனோபாவத்துடன் தான் போனான். ஆனால் போனவனுக்கு என்ன சூடு கிடைத்தது!

தன்னை வந்து நமஸ்காரம் செய்த பெண் ஒரு கணம் நின்று அவனைப் பார்த்துவிட்டு, 'இவரை எனக்கு கொஞ்சம் கூட பிடிக்கவில்லை' என்று எவ்வளவு துடுக்காக உதட்டை அமுக்கிச் சொல்லி விட்டுப் போய் விட்டாள். அந்த வார்த்தை அவனுக்கு எப்படி குத்தி வாங்கியது! தன் கர்வத்தை அடக்கி விட்ட அந்தச் சம்பவம் பல பெண்களின் மனதைத் தான் புண்படுத்தியதற்குத் தனக்கு வேண்டும், நன்றாகவேண்டும். அவன் திமிரை ஒடுக்கிவிட்டது. அந்தப் பெண்ணின் ஒரு வார்த்தை...

அதற்கு பின் சில தினங்கள் கழித்து சாலாவின் தகப்பனார் வந்து

ஜாதகம் பொருந்தி இருப்பதாகக் கூறி அவர்களை அழைத்திருப்பதாக அப்பா அவனுக்கு எழுதினார். அம்மாவும் அக்காவுமே போய்ப் பார்த்து விட்டு வந்தால் போதும் என்று பதில் எழுதிவிட்டான். போதும் ஒரு அனுபவம், நல்ல சூடு! பிறகு சாலாவை கல்யாணம் செய்து கொண்டு விட்டான். அவளது அழகைப் பற்றியோ மற்ற அம்சங்களைப் பற்றியோ இந்தத் தலை தீபாவளி வரை அவன் ஒரு க்ஷணம்கூட திராசில் போட்டு நிறுக்கவில்லை... எல்லாம் இந்த விமலா... செய்த... என்ன தைர்யம்? இன்று இத்தனை விளையாட்டுப் பேசுகிறவள் அன்று எவ்வளவு பெரிய விளையாட்டு காட்டிவிட்டாள்.

சுந்தரேசன் காலைப் பத்திரிகையைக் கையில் வைத்துக் கொண்டு, கண்ணாடி போட்ட கண்கள் மூலம் வரிகளைப் படிக்கப் பார்த்தாலும் ஓடாமல் அவர் மனது பழைய காட்சிக்குத் திரும்பியது, அவரிடம் கூட தன் விளையாட்டு சூழ்ச்சியைச் சொல்லவே இல்லை விமலா, இந்த மாதிரி வாழ்க்கையில் துடிப்பு கொண்ட பெண் இருப்பாளா என்பது அவருக்கு சந்தேகம்தான். அவள் துடிப்புக்கும் விளையாட் டுக்கும் ஒரு சிறு உதாரணம்; ஒரு நாள் தன் அறையில் உட்கார்ந்து கொண்டிருந்தார். ஏதோ கவனம். 'சார்' என்ற குரல் மூன் சுவரில் நிழலடித்தது. குரல் கேட்டுத் திரும்பிப் பார்த்தார். சூட்டும் கோட்டும் ஹாட்டுமாக ஒருவர் நின்று கொண்டிருந்தார். 'ஹல்லோ வாருங்கள்' என்று வாய் விட்டு அழைக்கப் போனவர் ஏதோ சந்தேகம் தோன்றி உற்றுப் பார்த்தார். வந்தவர் கிளுகிளுவென்று சிரித்து தன் வாயை மூடிக்கொண்டு விட்டார். அடுத்த க்ஷணம் அவர் தொப்பி கைக்கு வந்து விட்டது. நின்று கொண்டிருந்தது விமலா. சூட்டு உடையில்! அந்த விளையாட்டு மாதிரி இன்னும் எத்தனையோ....

ஆனால், இந்த விளையாட்டு ஒரு சிகரம்! சுந்தரம் வீட்டுக்காரர்களை கூட்டிக் கொண்டு அவளுடைய அப்பா வீட்டுக்கு அழைத்து வரச் சொன்னாள். அங்கே தான் ரொம்பத் தெரிந்தவர்கள். ஆதலால் அந்தப் பெண் வீட்டாரைத் தான் கூட்டி வருவதாகச் சொன்னாள். முன் பேச்செல்லாம் நடந்து பெண் பார்க்கும் கிரமம் வந்தது. விமலாவை அவன் அதற்கு முன் வீட்டிற்குள் பார்க்கப் பார்த்தும் முடியவில்லை. பெண்ணை அலங்கரிப்பதில் மும்முரமாக இருப்பதாகவும், இன்னும் ஏதேதோ, அவளது தாயும் அவர் மைத்துனியும் சொல்லிக்கொண்டே இருந்தார்கள். இந்தச் சூழ்ச்சியையெல்லாம் அவர் எப்படி யூகிக்க முடியும்?

ஹாலில் உட்கார்ந்திருந்தார்கள். சுந்தரம் அவர் பக்கத்தில் உட்கார்ந்திருந்தான், அவன் சுபாவம் தெரிந்துதான் பெற்றோர்கள் வரவில்லை. பொறுப்பை அவன் வசமே விட்டு விட்டார்கள். பெண் வந்தாள். ஹாலில் நுழையவும் அவனுக்குப் பொறி தட்டின மாதிரியாகி

விட்டது. வந்த பெண் புதுசாக யாருமே அல்ல, அவரது விமலா! மணப் பெண் மாதிரி அலங்கரித்துக் கொண்டு வந்தாள்.

அவரை அவள் பார்க்கவேயில்லை. சுந்தரத்தை பார்த்து நமஸ்கரித்தாள். பிறகு தன்னையும் நமஸ்கரித்தாள். அப்போதும் முகத்தைப் பார்க்க வில்லை. அவரும் திகைப்பில் மேலே என்ன செய்வதென்று தெரியாமல் தலை குனிந்து உட்கார்ந்திருந்தார். எதுவும் அர்த்தம் புரியவில்லை அவருக்கு. தலை குனிந்து இருந்தபோதுதான் விமலா குரல் உதாசீனமாக வந்தது. 'இவரை எனக்கு பிடிக்கவில்லை' என்று!

அடுத்த விநாடி அவள் உள்ளே போய்விட்டாள்.

சுந்தரம் வெலவெலத்துப் போய் உட்கார்ந்திருந்தான். பேந்தப் பேந்த விழித்ததையும் தான் கவனித்தார். அவருக்கும் மனது கலவரமாகிவிட்டது. பிறகு சுந்தரம் எழுந்து பேசாமல் நடைக்குச் சென்று அவரிடம் 'சார், நான் வருகிறேன்' என்று சொல்லிப் போய்விட்டான். பிறகு அவர் உள்ளே வந்து விமலாவைப் பார்த்தபோது அவள் அந்த மணப் பெண் உடையை மாற்றி விட்டு சாதாரண பழைய விமலாவாக வந்து நின்றிருந்தாள். 'விமலா இது என்ன கூத்து' என்று கேட்டதற்கு, 'கூத்தென்ன, இப்படிப்பட்ட பிள்ளையாண்டானுக்கு இப்படித்தான் செய்தாக வேண்டும்" என்றாள். 'அதில் உனக்கு என்ன அக்கறை. இப்படி நீயே விசித்திரமாக......' என்றான். 'உங்கள் விமலா காரியமே இப்படித் தானே! புரியும் சீக்கிரம் உங்களுக்கு' என்றாள்.

சில தினங்களில் புரிந்தது. அவள் சொன்னது சரி. விமலாவின் தகப்பனார் போய் ஜாதகம் சேர்ந்திருப்பதாகக் கூறி, பெண் பார்க்க வரும்படி அவர்கள் எழுதியும் கூட அவன் தான் வராமல், அப்பா, அம்மாவை அனுப்பி முடித்துக்கொண்டு வரச்சொல்லி எழுதி விட்டபோதுதான் புரிந்தது அவருக்கு. விமலா சாலாவுக்கும் அவள் விரும்பிய கணவனை சம்பாதித்துக் கொடுத்துவிட்டாள். எப்படி நடித்து விட்டாள் விமலா ஒரு பிறவி நடிகை போல்... நினைத்ததைச் சாதிக்கும் அவளது துணிச்சல்...

ஒக்காரையை தின்று கொண்டு விமலா முன் உட்கார்ந்திருந்த சாலாவுக்கு ஒக்காரை உள்ளே போகாமல் வாயிலேயே சுழன்று கொண்டிருந்தது நினைப்பு சுழன்ற மாதிரி அவள் தகப்பனார் ஒரு நாள் அந்தப் பையன் சுந்தரம் போஸ்ட் மாஸ்டர் பிள்ளை; காலேஜில் படிக்கிறான் நல்ல இடம் நமது சாலாவுக்கு, ஆனால் முசுடாக இருக்கானாமே. பார்த்த பெண்களையெல்லாம் ஏதாவது ஒரு குறை சொல்லி அலட்சியமாகப் பேசிவிட்டு வருகிறானாமே. ஊரெல்லாம் அவர்கள் வீட்டுப் பையனா? சரிதான் அப்படி இப்படி என்கிறார்கள். 'ஜாதகமோ திவ்யமாகப் பொருந்தியிருக்கு' என்றார். அவளுக்குச்

சுந்தரத்தைத் தெரியும். தன் சொந்தக்காரர் வீட்டு கல்யாணத்துக்கு போயிருந்தபோது ஐந்து நாள் பிள்ளை வீடு சம்பந்திக்கார கோடிஷ்யில் இருப்பதைப் பார்த்திருக்கிறாள். தங்கள் தெருவுக்கு அடுத்த தெருவில் அவர்கள் வீடு. சுந்தரம் தந்தை மாற்றலாகி தங்கள் ஊருக்கு வந்து சில வருஷங்கள் ஆகிவிட்டன. அவளுக்கும் அவனைப் பிடித்திருந்தது. கண்ணுக்கு லட்சணமாக இருந்தான். சிவப்பு ஆனால் அவள் மாநிறம். விமலா அக்கா சொல்கிறபடி 'உன் சாரைப் பாம்பு பின்னலும் மூக்கும் முழியும் தாண்டீ உனக்குப் பவிஷு உன் மாநிறம் எந்த மாப்பிள்ளைக்கும் பிடிக்காது! எவன் கல்யாணம் பண்ணிக்கப் போறானோ' என்பாள் கேலியின் போதுதான் இப்படி. மற்ற சமயம் 'உன் அழகும் நிறமும் போதும்டி' என்பாள்.

அப்பா சொன்னதை அன்று என்னவோ சாதாரணமாகச் சொல்விட்டேன் கல்யாணம் விஷயம் அவள் விசாரித்தபோது. 'உனக்குப் பிள்ளை பிடித்திருக்கோ' என்றாள். 'போ அக்கா' என்று தலையை அசைத்தேன், அவள் அதைப் புரிந்து கொண்டு இந்த விளையாட்டை நடத்திவிட்டாள். விளையாட்டா இது? அப்பாவிடம் வந்து "போய்ப் பெண் பார்க்கச் சுந்தரம் வீட்டாரைக் கூப்பிடுங்கள் இப்போது" என்று சொன்னபோது நம்பவே முடியவில்லை. அப்பா அப்புறம் போய்க் கூப்பிட்டார். அப்புறம் எல்லாம் நடந்துவிட்டது. தன் நாடகத்தை விமலா அக்கா எப்போது சொன்னாள் – சாவகாசமாக!' அவள் அப்படியே அக்காவைக் கட்டிக் கொண்டுவிட்டாள்.

இப்போது சுந்தரத்திடம் அவளால் சொல்லாமல் இருக்க முடியவில்லை மெதுவாகத் தூண்டிப் பேசி முழு விஷயத்தையும் சொல்லி விட்டாள். காலை தீபாவளி ஸ்நானம் ஆனதும், 'முதலில் உங்கள் விமலா அக்கா ஆத்துக்குப் போவோம் வா' என்று வற்புறுத்தி அவனே அவளை அழைத்து வந்து விட்டான். நல்ல விமலா அக்கா... அவள் துணிச்சலை நினைத்துப் பார்த்தாலே இப்போது எனக்குப் பயமாக... அக்காவை நான் மறக்க முடியாது... முடியாது...

வந்தவர்களுக்கு காபி தயாரிக்க உட்காந்த விமலா காபி டிகாக்ஷன் பில்டரில் இறங்கிக் கொண்டிருப்பதைப் பார்த்துக் கொண்டிருந்தாள். அவள் மனதும் பழைய நினைவுக்குள் இறங்கிப் பார்க்க ஆரம்பித்தது. அவள் நினைவு சுருக்கமாகத்தான் இருந்தது. மற்றவர்களைப்போல் அவள் திகைக்க வேண்டியவள் அல்ல. அவள் தானே இந்தப் பெரிய விளையாட்டை விளையாடியவள். அவள் முன் கூட்டி யோசித்துத் தானே எல்லாம் படிப்படியாகச் செய்தது. எப்படித்தான் தனக்கு இவ்வளவு துணிச்சல் வந்ததோ ஒரு ஆண் துணிச்சல்! அது இப்போது தான் துணிச்சலாகத் தெரிகிறது. அப்போது விளையாட்டாகவே தான்

எல்லாம் இருந்தது அவளுக்கு. அவள் மற்ற எல்லா கட்டங்களிலும் சிறிதும் தயங்க வில்லை. எல்லாம் சரியாகத்தான் பட்டது அவளுக்கு. ஆனால் கல்யாணப் பெண் இப்படிச் செய்யலாமா அது முறையாகுமா என்பதுதான் அவளை சற்று யோசிக்க வைத்தது.

முதலில் யாராவது கல்யாணமாகாத பெண்ணைக் கொண்டு நாடகம் நடத்த யோசித்தாள். பிறகு தானே அதைச் செய்துவிட்டால் என்று தோன்றியது. இதில் தவறு என்ன இருக்கு? அவளுக்கு எப்போதும் எழும்பிக் கொண்டிருக்கும் விளையாட்டு உற்சாகம்தான் இதைத் தீர்மானிக்க வைத்தது. விளைவுகளைப் பற்றிச் சிந்திக்க அவளுக்குத் தோன்றியதே கிடையாது, வேடிக்கையாகச் செய்த காரியம். தன்னை அறிந்திருந்த அவர் இதைப்பற்றி என்ன நினைப்பார் என்று அவள் யூகிக்க முடிந்தது. அவரையும் விளையாட்டில் கலக்க வைத்துப் பிரமிக்க வைத்துவிட்டாள். அந்த சபையில் துளி சிரிக்காமல் தான் அவ்வளவு பெரிய நாடகத்தை நடத்தியதை நினைக்கும்போது எப்படிச் செய்தோம் என்று இப்பொழுது பிரமிப்பாக இருந்தது. விமலாவின் மீது இருக்கும் ஆசை ஒரு புறம்; இப்படி பிள்ளைகள் பெண்களைக் குறை கூறுவதைக் கேட்டு ஆத்திரம் ஒருபுறம். இரண்டும் சேர்ந்து அவளை இதற்குத் தூண்டியது. தன் முயற்சி வெற்றி பெற்று விட்டதில் அவளுக்கு பரம திருப்தி. அவரும் அவளைப் பாராட்டி வாய்க்கு வாய் அவளைப் புகழ்ந்தபோது எப்படி இருந்தது அவளுக்கு ! பாவம் சுந்தரம்! எப்படி இருந்திருக்கும் அவனுக்கு அப்போது... இப்போது கூட அந்த ஞாபகம் உறைத்தது...

காப்பியைக் கலந்து எடுத்துக்கொண்டு ஹாலுக்கு வந்தாள்.

'காபி இருக்கட்டும் அக்கா, இன்னும் கொஞ்சம் ஒக்காரையும் வெள்ளையப்பமும் கொண்டு வாருங்கள்" என்றான் சுந்தரம். சுந்தரத்தின் தட்டிலிருந்த ஒக்காரையும் வெள்ளையப்பமும் காலியாகியிருந்தது. ருசித்துச் சாப்பிட்டு இருந்தான்.

“இதோ, பண்ணி இருப்பது அத்தனையையும் தருகிறேனே, தங்கை ஆத்துக்காரருக்கு இல்லாமலா சாலா பழி சார்த்திவிட மாட்டாளா அக்காவை!" என்று இரண்டையும் இன்னும் கொண்டு வந்து சுந்தரம் தட்டில் பரிமாறினாள்.

நாலு சிரிப்புகள் மறுபடியும்!

அமிர்தகுமாரி

கூடத்திற்குள் நுழைந்ததும் நுழையாததுமாக கிருக்கட்டி உறுத்துகிற மாதிரி கண்களை உறுத்தியது அலங்கோலமாக விரிந்து கிடந்த அந்த பவானி ஜமக்காளம் தான். அதை நான் ஆர்டர் கொடுத்து ஸ்பெஷல் பார்டர் போடச் சொல்லி வரவழைத்ததும், எவ்வளவு பத்திரமாக, அபூர்வமாக உபயோகித்து, காப்பாற்றி வருகிறேன் என்பதும் அவளுக்குத் தெரியாதது இல்லை. விசேஷமான சந்தர்ப்பங்களில், ஆசார உபசாரம் செய்து கௌரவிக்கத்தக்க விருந்தாளிகள் வந்திருக்கும் சமயங்களில் தான் அதை வெளியே எடுப்பது என்று எங்களுக்குள் ஏற்பாடு. அத்தகைய ஒரு வரவேற்புக்கு தகுதி வாய்ந்தவர்களாக அவள் கருதும் யாரோ ஒருவர் அவள் பழங்காலத்திய தோழியாக இருக்கலாம்; இல்லை, சபா கச்சேரிக்குப் போகிறதிலே பிடித்த புதிய சிநேகிதமாக இருக்கக் கூடும். அல்லது ஒரு கோஷ்டியின் – வருகைத்தான் இந்த களேபரத்தை பண்ணிவிட்டுப் போயிருக்கிறது எள்பது தெளிவாகியது. இருந்தாலும் கிழித்து எறியப்பட்ட வெற்றிலை நரம்புகளும் சிதறின பாக்குத்தூளும், சிந்தி இருந்த சுண்ணாம்பும், இதற்கு மேலாக அதிலேயே கிடந்த வாழைப்பழத் தோலிகளையும் பார்க்க எனக்கு கொஞ்சமும் சகிக்கவில்லை.

'இதென்ன ஒரே கலாட்டா' என்று வாய்விட்டு முனகினேன்.

என்னைக் கண்டதும் அவள் அவற்றைச் சரிப்படுத்தும் பரபரப்புக் காட்டினவளாக ஜமக்காளத்தின் ஒரு நுனியைப் பிடித்து விசிறித் தூக்கி உதறிக்கொண்டே 'என்ன?' என்று கேட்டாள்.

நான் பதில் சொல்லவில்லை. செருப்புகளை சுவர் ஓரமாக மூலையில் நழுவ விட்டுவிட்டு முகத்தைச் சுளித்துக்கொண்டு என் அறையை நோக்கிச் சென்றேன். அவளுக்குத் தெரியும், எப்போதுமே நான் வெளி யிலே போய் விட்டு வந்ததும் வராததுமாக காதிலே விஷயத்தைக் கொட்டுவது அவ்வளவாகப் பிடிக்காதென்று. 'பசியோ, இல்லை, நடந்த அலுப்போ, போன காரியம் எப்படியோ, இதெல்லாம் ஒரு விதமாக ஆறிப்போகிற வரைக்கும் வேட்டை நாய்கிட்ட படுகிற மாதிரி' என்று தன் மாமியார் பிள்ளையைப் பற்றிப் பெருமையாகச் சொல்லிக் கொடுத்ததைப் பிடித்துக் கொண்டவள். மேற்கொண்டு எதுவும் சொல் லாமல் ஜமக்காளத்தைத் தட்டி மடிப்பதில் அக்கறை காட்டினாள்.

'ஜமக்காளம் என்னத்துக்கு ஆகும்?' என்று கைப்பையை ஆணியில் மாட்டிக்கொண்டே கேட்டேன். 'நாசூக்காக உபயோகப்படுத்தத் தெரிந்தவர்கள் வந்தால் போடணும். இப்படியா?'

அதற்கும் அவள் பதில் பேசவில்லை. தலையை உயர்த்தி ஜமக்காளத் திலிருந்து பார்வையைத் திருப்பி, முகத்தில் பாதியை அடைத்துக் கொண்டிருந்த மாதிரி தோன்றிய முழுக்க விரித்த விழிகளால், கேள்விக்குறியுடன் பார்த்தாள். என் முகத்திலிருந்து மேலே பேச்சு தொடர தெம்பு கொண்டவளாகச் சொன்னாள். 'அப்படி யொன்றும் காட்டு மிராண்டிகள் என்னைத் தேடிக்கொண்டு வர மாட்டார்கள்.'

'பார்த்தாலே தெரிகிறதே' என்று உதாசீனமாக இழுத்தேன். 'முன்னே பின்னே இந்த மாதிரி ஜமக்காளத்திலே உட்கார்ந்து...'

'போதும் உங்கள் விமர்சனம்' என்று நறுக்கிச் சொன்னாள் அவள். 'எட்டுப் பேர் நீங்கள் உட்கார்ந்து வெற்றிலை, பாக்கு, புகையிலை, இதோடு அந்த சிநேகிதருடைய சிகரெட் சாம்பல் வேறே. இவ்வளவுமாக மணிக்கணக்காக சீட்டாடி ஜமக்காளத்தை பாழ் பண்ணுவதற்கு இது ஒன்றும் பிரமாதமில்லை.' படபடப்பை ஜமக்காளத்துமேலே கொட்டி தூசி தட்டுகிற பாவனையாக அதை சாத்திக் காட்டினாள்.

எப்போதோ நாலுபேர் அதிசயமாகச் சேர்ந்தபோது நடந்ததை இவ்வளவு மிகைபடுத்தி அவள் சொன்னதை நான் பாராட்டவில்லை. 'சரி, ஜமக்காளம் கரையோடயாவது இருந்து விட்டுப் போகட்டும், பாவம், விட்டுவிடு அதை' என்று சொல்லிச் சிரித்தேன்.

'பின்னே என்னவாம், நான் பண்ணுகிறதெல்லாம் தெரிவதில்லை. தெரியாமலென்ன? விட்டுவிடுகிறது' என்று ரௌத்ராகரமாகப் பார்த்தாள்.

'உனக்கு கோபம் வந்தால் இன்னும் அழகாகத்தான் இருக்கு'

என் அழகைக் கண்டு புதுசாக ரசிக்க ஆரம்பித்துவிட வேண்டாம்.' உதட்டைப் பிதுக்கி நொடித்தாள். 'பின்னே என்னவாம், வராதவர்கள் வந்தால் மரியாதைக்கு நல்லதைப் போட்டதற்கு இவ்வளவு! யாருக்குத்தான் கோவம் வராது?' ஜமக்காளத்திற்கு கடைசி சாப்பு கொடுத்து விட்டு பீரோ கதவை வெடுக்கென இழுத்துத் திறந்தாள்.

'அப்படி யார் வராத விருந்து உன்னைத்தேடி' என்று இடக்காக இழுத்தேன்.' இந்தத் தெருவில், பால் வாங்குவதற்காகப் போகிறபோது மாட்டைச் சுற்றி நின்று ஊர் விஷயம் எல்லாம் பேசுகிறீர்களே, அந்த நாலு பேரைத் தவிர உனக்கு இந்த ஊரிலே யாரைத் தெரியும்?'

'ஒரு வார்த்தை பேசுவதற்குள்ளே இவ்வளவு நையாண்டி, ஐயே!' என்று சிணுங்கிக் கொண்டாள். 'சரி தெரியாது. தெரிந்தவர்கள் அழைத்து வந்தார்கள் என்று இருக்கட்டுமே. டிபனை சாப்பிடுங்கோ .'

டிபன் தட்டை கையில் வாங்கிக்கொண்டே, 'வந்திருந்தது யார் சொல்லேன். கேட்போம்' என்றேன்.

'அமிர்தகுமாரி வந்திருந்தாள்.'

எனக்கு கண்ணைக் கட்டிக் காட்டில் விட்ட மாதிரி இருந்தது. புரியாமை படர்ந்த முகத்துடன் அவளைப் பார்த்தேன். அவள் பழகிய சுற்று வட்டாரத்தில் அந்த மாதிரி ரொம்ப நாகரிகப் பெயருடைய யாரும் இருப்பதாக அவள் சொல்லிக் கேட்டதில்லை.

'என்ன விழிக்கிறீர்கள்? அமிர்தகுமாரியைத் தெரியாதா?

'தெரியாமல் தானே விழிக்கிறேன். உன்னோடு பழகுகிறவர் பேரெல்லாம் சுந்தரி, ஜானகி, விசாலம் இப்படி...'

நிறுத்துங்கோ , அடுக்க வேண்டாம்..'

'சரி'

'அமிர் தகுமாரியை தெரிந்து கொள்ளாத புருஷர்களும் இருக்கிறார்களே என்றுதான்...'

'உனக்கு இருக்கலாம், எனக்கு வெட்கமாக இல்லை. சரியாகத்தான் சொல்லேன்.'

'வாரத்துக்கு ஒரு இங்கிலீஷ் படம் பார்க்கிறவருக்கு எங்கே தெரியப் போகிறது. வருஷத்துக்கு ஒரு தமிழ்ப் படமாவது பார்க்கிறீர்களோ?'

'நீ வாரத்துக்கு ஒரு தமிழ்ப் படம்...'

'அடடா, அவ்வளவும் தான் கூட்டிக்கொண்டு போவது தவறுவதில்லை. இல்லை, போகத்தான் அனுமதித்து விடுவீர்கள்.'

'சரி, பேச்சைத் திருப்பு நிலைக்கு. அவள் என்ன சினிமா நடிகையா?'

'அட ராமா!' அவள் இடது உள்ளங்கையில் வலது முழங்கையைப் பதித்து தலையைச் சாய்ந்து கன்னத்தில் கைவைத்து இளக்காரமாகப் பார்த்தாள். 'ஐய, அமிர்தகுமாரி சினிமா நடிகையா என்று இழுத்துக் கேட்பதைப் பாரேன்.'

'இது ஏதுடா கஷ்டம்! பொங்கல் ரிலீஸ், விஜயதசமி ரிலீஸ் இப்படி சேர்ந்தாற்போல் அரை டஜன் அரை டஜனா புதுப் படங்கள் அடிச்சடிப்பட்டுக்கொண்டு வருகிறது. புற்றிலேயிருந்து ஈசல் புறப்பட்ட மாதிரி, இதிலே அமிர்தகுமாரியை நான் ஞாபகம் வைத்துக் கொள்ளவில்லையாமே, சரி, என் அறியாமையைக் கண்டு பரிதாபப்படுவது இருக்கட்டும். உனக்குத்தான் தெரியுமே, இந்தப் படங்களைச் சுடச்சுட பார்க்காமல், ஊர்ப்பக்கம் போனபோது, கூடாரம் கொட்டகை சினிமாவில் தான் பார்ப்பேன் என்று.'

'அமிர்தகுமாரி யாரென்று கேட்டீர்களே, சிரிப்பாக வருகிறது. அவள் இது வரைக்கும் எத்தனை படத்திலே நடித்திருக்கிறாள்!'

'கதாநாயகியாகவா? எனக்குப் பிரபல நட்சத்திரங்கள் பேர்கள் தெரியுமே. இந்த மாதிரி பேர் அந்த ஜாப்தாவில் இல்லையே.'

'கதாநாயகியாக வந்தால் தானா? கதாநாயகி பக்கத்திலேயே எப்போதும் அந்த ' மலர்மங்கை' படத்திலே... அபூர்வமாக ஒரு தடவை நீங்கள் கூட்டிக் கொண்டு போனீர்களே...'

'தோழியாகவா?'

அவள் ஆத்திரத்துடன் பார்த்தாள்.

'ஏன் தோழியாக வந்தால் கேவலமோ?!'

'அதற்குச் சொல்ல வரவில்லை. இப்படி எல்லாப் படத்திலேயுமா தோழியாக வருகிறாளோ என்றுதான் கேட்டேன்.'

'ஏன், நாலு படத்தில் தோழியாக வந்து அப்புறம் தானே கதாநாயகியாக நடிக்கும் அந்தஸ்துக்கு எத்தனையோ பேர் வந்திருக்கா?'

'சரி, அமிர்தகுமாரிக்காக இவ்வளவு ஏன் பதறிப் போகிறாய்?'

'பின்னே? அவள் கதாநாயகியாக முதல் முதல் இப்போதுதான் இந்தப் படத்தில் நடித்திருக்கிறாள். அவளைப் பற்றிக் கேலியாகப் பேசினால்?'

'கேலி இல்லை. எந்தப் படத்தில்–?'

மேஜை மீது இருந்த அன்றைய பேப்பரை எடுத்து மூன்று கலர் விளம்பரத்தை காட்டினாள். முழுக்கப் பார்த்தேன். அவள் பெயரைக் காணோமே?'

'பெயர் போட்டிருந்தால் தானா? அவள் அதில் முக்கிய பாத்திரம். விவரமாக எல்லாம் சொன்னாள்.'

'சரி, அவள் எப்படி இங்கே வந்தாள்? சினிமாத் திரையிலிருந்து சபையிலிருந்து உன்னை அடையாளம் புரிந்து கொண்டு வீடு தேடி வந்தாளா?'

'கொஞ்சம் நேரம் தான் இந்த நையாண்டிப் பேச்சை மறந்து விட்டுப் பேசுங்களேன்' அவள் சலித்துக்கொண்டாள். 'நானும் இதெல்லாம் உங்ககிட்டே சொல்ல வருகிறேன். அசட்டு.'

'சரி, சொல்லு சிரத்தையாகக் கேட்கிறேன்.'

'அவள் நமது தெருவுக்குக் குடி வந்திருக்கிறாள். இரண்டு வாரம் ஆகிறது.'

'எந்த வீட்டுக்கு?'

"நாம் பார்த்து வாடகை அதிகம் என்று விட்டுவிட்டோமே, அந்த ஐம்பது ரூபாய் வீட்டுக்கு.'

'ரகுராமன் வீட்டிற்கா?'

'ஆமாம். அவர் சம்சாரத்துடன்தான் இங்கே வந்திருந்தாள்.'

'ஏது?'

'எங்களை நீங்கள் கேலி செய்கிறீர்களே. அந்தப் பால் வாங்கும் கூட்டப் பழக்கம் தான். பத்து நாளாக அவளும் பால் வாங்க வருகிறாள்.'

"என்னமோ பிரபல நட்சத்திரம் என்கிறாய். அவளேயா வருகிறாள்? வீட்டிலே வேலைக்கு ஆள் எல்லாம் கிடையாதா?'

'நீங்கள் அவளை நேரில் ஒரு தடவை பார்த்துவிட்டீர்களானால் இப்படிக் கேலி செய்ய மாட்டீர்கள்' என்றாள் அவள். 'துளி ஆடம்பரம் கிடையாது. அப்படிப்பட்டவளாக இருந்தால், மாம்பலம், அடையாறு. இங்கே பங்களா பார்த்துக் கொண்டிருக்க மாட்டாளா?'

"அவசரப்பட்டு முடிவு கட்டிவிடாதே" என்றேன். "ஒரு படத்தில் கதாநாயகியாக வந்து கொஞ்சம் பேர் வரட்டும். அப்புறம் பாரு. அவள் இருக்கிற பங்களாவைத் தேடி சிநேகிதி ஆச்சே என்று நீ பார்க்கப் போனால் ஒரு அல்ஸேஷியன் நாய் தான் உன்னைப்

பார்த்து பல்லைக் காட்டும்."

'மற்றவர்களைப் பற்றி எதுவும் சொல்லுங்கோ. நான் கேட்டுக் கொள்கிறேன்' என்று அவள் விட்டுக் கொடுக்காமல் பரிந்து சொன்னாள்.' "இவள் அந்த மாதிரி ஒருநாளும் ஆகமாட்டாள். இவள் ஸ்நோ, பவுடர் கூட அப்பிக் கொண்டு வருகிறதில்லை. பட்டதோ படல்லையோ என்று தாள் போட்டுக்கொள்கிறாள். சின்னதாக சாந்துப் பொட்டு.'

'எனக்கு இந்த வர்ணனை எல்லாம் வேண்டாம். உனக்குப் பிடித்துவிட்டால் சரி' என்றேன். 'பேஷாக உறவாடிக் கொள். இவ்வளவு சீக்கிரம் பட்டுப் பழகிக் கொள்வது இருக்கே, அது உங்கள் தனி சாமர்த்தியம்.'

'ஏன் உங்க சீட்டாட்டம், நியூஸ் பேப்பர் சினேகிதம் இதுக்குக் குறைந்து விட்டதாக்கும்? பெண்களைச் சொல்வதென்றால் ரொம்ப எளிசு. அதுவும் உங்களுக்கு...! என்று சூள் கொட்டிவிட்டு, சமயலறைக்குச் சென்றாள்.

இப்படி ஏதாவது அவளைச் சீண்டிக் கொண்டிருப்பது எனக்குப் பிடிக்கும். அவளும் வெடுக்கென்று அசல் மலை வடுவைக் கடிக்கிற மாதிரி பதில் கொடுப்பதற்கு தயங்கமாட்டாள். சினிமா பார்ப்பதில் அவளுக்குள்ள தனித்த ஆர்வத்துக்கு இணையே கிடையாது. இதில் அவள் பிரபலமாகக் கருதும் சினிமா நடிகை ஒருத்தியின் சிநேகிதம் வேறு கிடைத்து விட்டால் அது அவளுக்குப் பெருமையடைவதில் ஆச்சர்யமில்லை. இந்தக் காலத்தில் எந்த வீட்டுக்குப் போனால் சினிமா உலகத்தைப் பற்றிய செய்திகளை உடனுக்கு உடனே, சிறுவர்களிடமிருந்தோ பெரியவர்களிடமிருந்தோ கிடைப்பதில்லை? அந்த நடிக நடிகையரின் அந்தரங்க வாழ்க்கை விவரங்கள் உள்பட.

நானும் அவள் பின்னாடியே சென்றேன். அவள் படும் பெருமைக்கு ஈடுகட்டிப் பேச விரும்பி. "இனிமேல் அவள் நடிக்கும் படங்களுக்கு உனக்கு இலவச பாஸ் கிடைக்கும்" என்று குத்தினேன்.

நீங்கள் கிண்டலாகச் சொன்னாலும் சரி, இல்லாவிட்டாலும் சரி, 'ஆமாம்' என்றாள் அவள். "அதைச் சொல்ல வருவதற்குள்தான் வாயைப் பிடுங்கி விட்டீர்களே."

'என்ன?'

'நாளைக்கு அவள் படம் வெளியாகிறது. மாட்டினிக்கு அவளோடு கூட வரும்படி அழைக்கத்தான் வந்திருந்தாள்' என்றாள் தனிப் பெருமைக் காட்டும் குரலில். 'நாங்கள் நான்கு பேர்களும் போகப் போகிறோம்.'

'நாமாகப் போனால் பத்தணாவுக்குத்தான் போவோம். அவளோடு போனால் மாடியிலே சோபாவிலேயே போய் உட்காருவோம். அதிர்ஷ்டசாலிதான் நீ.'

'உங்களுக்குக் கேலியாக இருக்கு. ஒரு நாள் அவளைப் பார்க்கும் போது தெரியும்.'

அவளைப் பார்க்கும் சந்தர்ப்பம் எனக்கு அவ்வளவு சீக்கிரத்தில் வாய்க்கும் என்று வாஸ்தவத்தில் நான் எதிர்பார்க்கவில்லை தான். மாலை வழக்கம் போல ஆபீஸிலிருந்து ஆறரை மணிக்குத் திரும்பி மாடிப்படி ஏறி கொண்டிருந்தேன். ஹாலிலிருந்து கலகலப்புசேர்ந்தாற் போல் இரண்டு மூன்று பேர்களின் சிரிப்பும் உற்சாகமும் வார்த்தைகளும் கலந்து வந்தது. 'நான் போய் விட்டு வரேன். அக்கா' என்று விடை சொல்லிக்கொள்ளும் எடுப்பான குரல்.

என் செருப்புச் சத்ததைக் கேட்டுவிட்ட என் மனைவி சற்று அடக்கி, "அவர் வந்து விட்டார்" என்றாள். கோடை மழை நிற்கிற மாதிரி அவர்கள் பேச்சு ஒரு இமைப் பொழுதில் ஓசை அடங்கி விட்டது. நான் கடைசிப் படி ஏறி ஹால் நிலைக்கு முன் இருக்கும் குறுகலான சதுர மொட்டை மாடித் திடலில் காலெடுத்து வைத்தேன். நான் ஹாலுக்குள் வந்து விடும் முன்பே அதைவிட்டு வெளியேறி விடும் ஒரு அவசரம் காட்டிய நடைகள் அந்தச் சதுரத்தின் நிலையை நோக்கி நான் போக இருக்கிற இடத்திற்குள் போதுமான வழி விட்டு, எதிர் சுவரை உள்ளுக்குள் தள்ளுகிற மாதிரி நாணம் நெளியப் பதுங்கும் அவர்களைச் சுதாவாக திரும்பிய கண்கள் பார்த்தன. சிரத்தை இல்லாத பார்வைதான் என்றாலும் முகத்தை உயர்த்தித் தணிப்பதற்குள் உள்ள அவகாசத்தில் ஒரு கண நிலைப்பில் அவர்கள் இருவரையும் முழுக்க அளவிட்டு விட்டேன். முதலில் நின்று கொண்டிருந்தது ரகுராமன் மனைவி. பார்த்துப் பழக்கமான உருவம். எனவே பார்வை, தான் விழித்த நேரத்திற்குள் அதிக நேரத்தை அவளுக்கும் பின் எடுப்பாக நின்று நிமிர்ந்த முகத்துடனும், முழுக்க விரிந்த கண்களுடனும், படியேறிய என்னை அறியும் ஆவல் காட்டப் பார்த்துக் கொண்டிருக்கும் அந்த, மற்ற புது உருவத்தில் தான் பதிந்தது. முன் நோக்கி எட்டு வைத்துக்கொண்டே அந்த உருவத்தைக் கவனத்தில் முழுக்க வாங்கிக் கொண்டு தலையைத் திருப்பி ஹாலுக்குள் நுழைந்தேன். நிலைப்படியோரம் நின்ற அவள் நிலையைக் கடந்து அவர்களை வழியனுப்பப் போனாள். மாடிப்படி இறக்கத்தில் மறுபடியும் கசமுசல் சப்தம்.

அவர்களை அனுப்பிவிட்டு அவள் திரும்பி வந்தாள். "இந்த உன் தங்கைதான் அமிர்தகுமாரியா?" என்றேன்.

"தங்கையா? என்ன உளறல்?"

"இல்லை, உன்னை அக்கா என்று அவள் கூப்பிடவில்லையா?'

அவள் சூள் கொட்டினாள். "தன்னை விடப் பெரியவர்களைக் கூப்பிடுவதற்கு ஒரு முறை வேண்டாமா? அதற்குக் கூப்பிட்டால் அதுக்கும் கேலியா?"

"கேலி இல்லை. அவள் சொல்லி அழைத்தது அவ்வளவு பாந்தமாக இருந்தது என்பதைத் தான் சொல்ல வந்தேன்" என்றேன்.

"பாந்தமோ பாந்தம் இல்லையோ, அதிலே இருக்கிற அபிமானத்தைச் சொல்லுங்கள்' என்று சொல்லிக்கொண்டே அவள் சமையல் அறைக்குச் சென்றாள், சடக்கெனத் திரும்பி வந்து கேட்டாள், 'ஆமாம் இப்போது அவளை நேரில் பார்த்து விட்டீர்களே, 'மலர் மங்கை' படத்தில் அவளைப் பார்த்தது ஞாபகம் வருகிறதா?"

எவ்வளவோ துருவிப் பார்த்தும் அந்த இரு முகங்களையும் ஒன்று சோத்துப் பார்க்க முடியவில்லை என்னால். நான் தயங்குவதை கண்டு சொன்னாள்; 'தினம் பார்க்கிற நாங்களே இன்று அவளைத் திரையில் பார்த்து விட்டுத் திகைத்து விட்டோம். நீங்கள் இல்லை அது; வேறு யாரோ?' என்து கூட அவளைக் கேலி செய்தோம். 'அப்படி மேக் அப்.'

'பின் என்னைக் கேட்பானேன்' என்றேன். 'ஒரு அழகியின் பாதத்தை பார்த்துவிட்டு அதற்குடைய நிஜ உருவத்தையே சித்திரம் எழுதி விட்ட ஒரு சிற்பியின் கதை உனக்குத் தெரியுமோ? அவனா நான்? அதிலும் ஓடும் நிழலைப் பார்த்து விட்டு, அடையாளம் தெரிகிறதா என்று கேட்டால்?'

'படம் எப்படி இருக்கிறது, என்ன கதை, அவள் பிரிய நடிகை எப்படி நடித்திருந்தாள், அவளோடு சென்றதால் கிடைத்த உபசாரம், இதெல்லாம் நான் சிரத்தையாகக் கேட்டிருந்தால் அவள் சுவாரஸ்யமாகத்தொடர்ந்திருப்பாள். ஆனால் சடக்கென நான் வாய்மூடவும் அறைக் கதவைச் சாத்திக் கொண்டு உடை மாற்றிக் கொள்ளப் போய் விட்டாள்.

ஈஸி சேரில் உட்கார்ந்து தலையணையை முதுகுத் தண்டுக்கு ஆதரவாக இழுத்துக் கொடுத்து சாய்ந்தேன். பளிச்சென்று என் மனம் எப்போதோ எங்கேயோ நான் பார்த்திருந்த ஒரு முகத்தைக் கண்களுக்கு முன் கொண்டு வந்து நிறுத்தியது. விவரத் தெளிவில்லாத அந்த வடிவத்தையும், சற்று முன் என் முழுக் கவனத்தில் பதிந்து விட்ட தெளிவு முகத்தையும் சேர்த்துப் பார்க்க மூளையைக் குடைந்து

கொண்டேன். புதிர் போட்ட மாதிரி ஞாபகம் கண்ணாமூச்சி விளையாட்டுக் காட்டினதே தவிர சூசகமாகக்கூட எதுவும் ஒரு நினைவுக் கீறல் தோன்றவில்லை. கைப்பிடிக்கு அகப்படாமல் வழுக்கி வழுக்கிப் போகும் ஒரு பொருள் மீது அல்லது அதனால் தன் மீதே கொள்ளும் ஒரு எரிச்சலுடன் எழுந்திருந்து சமையலறைக்குச் சென்றேன்.

'உன் அமிர்தகுமாரிக்கு எந்த ஊர்?' என்று சற்று அக்கறையைக் காட்டிக் கொள்ளும் குரலில் கேட்டேன்.

அவள் லேசாகப் பிரமித்து என் முகத்தைப் பார்த்தாள், 'என்ன? 'என்ன திடீர் சிரத்தை. இதுவரை இல்லாதது இப்போது ஏற்பட்டு விட்டது?' என்று கேட்டாள் கேலியாக.

'சாதாரணமாகத் நான் கேட்டேன்' என்றேன், கேட்டுத் தெரிந்து கொண்டிருப்பாயே.'

அதெல்லாம்தான் எதற்குக் கேட்கிறேன் அவளாக சொல்லாத போது? உங்களுக்குத் தெரிந்து என்ன ஆகணும்?'

'இல்லை, அந்த முகத்தை நான் முன்பு பார்த்திருக்கிறேனோ என்று நிச்சயப் படுத்திக் கொள்ளத்தான் கேட்டேன்.'

படத்திலேதான் பார்த்திருப்பீர்கள். வேறே எங்கே? உங்களுக்குத் தான் உங்க ஆப்த சினேகிதர்கள் பேரே திடீர் திடீரென்று மறந்து விடுமே" சொல்லிச் சிரித்தாள் அவள். நானும் சேர்ந்து சிரித்தேன்.

ஒத்தாசையான தகவல் அவளிடமிருந்து கிடைக்காததால் அதிகரித்த மூளைக் குடைச்சலுடன், ஈஸிசேரில் மறுபடியும் போய் சாய்ந்து கொண்டேன்.

பின்னால் அவள் குரல் என் அறை நிலைப்படியில் கேட்டது.

ஆனால், அவள் பேச்சைப் பார்த்தால் திருநெல்வேலிப் பக்கம் மாதிரிதான் தோன்றுகிறது.

'திருநெல்வேலி பக்கமா?' நான் கூவி விட்டேன். அந்தத் தகவல் அவ்வளவு பழைய நினைவுகளையும் ஒரு கணப் பொழுதில் அள்ளிக் கொணர்ந்து என் முன் விசிறி விட்டது. நான் திடுக்கிட்டுப் போனவனாக முகத்தைக் காட்டி விட்டதை, அவள் புரியாத முகத்துடன் பார்த்துக் கொண்டிருந்தாள்.

'அமிர்தமா இவள்?' என்று முனகி இழுத்தேன்.

'உங்களுக்கு ஏற்கெனவே தெரியுமா இவளை?'

பிரமிப்பு, ஆச்சரியம், சந்தேகம். இவற்றின் கலப்பு அந்தக் குரலில் தொனித்தது; அந்த முகத்தில் தெரிந்தது. எந்த விதத்தில் அவளை எனக்குத் தெரியக் காரணம் ஏற்பட்டிருக்கும் என்று யூகிக்கப் பார்ப்பதை அவள் கண்கள் குறித்தன.

'ஆமாம், தெரியும்' என்றேன்' 'பத்து வருஷங்களுக்கு முன்பு ."

'பத்து' வருஷங்களாகவா?'

இதோ பார் 'முன்பு" என்று சொன்னேன். பிறகு இப்போது தான் பார்க்கிறேன். நம்புகிறாயா?' நான் சிரித்து விட்டேன். அவளுக்கு ரோசம் பொத்துக்கொண்டு வந்து விட்டது.

'என்ன வார்த்தை இது? என்று பாய்ந்தாள். 'உங்கள் மேலே வித்தியாசப்பட்டா நான் கேட்டேன்?'

"இல்லை, உன் கண்களைப் பார்த்து...."

உடனே மேற்கொண்டு நான் எதுவும் பேசவிடாமல் ஈஸி சேருக்கு வந்து என் தோள் மீது கை வைத்து சரி அசட்டுப் பேச்செல்லாம் இருக்கட்டும், அமிர்தகுமாரியை எப்படித் தெரியும், உங்களுக்கு ! சொல்லுங்களேன்" என்று விவரம் அறிய விரும்பும் ஆவல் நிறைந்து கேட்டாள்.

'திருநெல்வேலிப்பக்கம் மாதிரி என்று நீ சொல்லி இராவிட்டால் நான் இன்னும் எவ்வளவு சிரமப்பட்டிருப்பேனா? இல்லை, என் ஞாபகத்தில் வராமல் போய் விட்டாலும் விட்டிருக்கலாம்.'

ஆமாம், நீங்கள் அந்தப் பக்கம் இருந்திருக்கிறீர்கள், இல்லையா? உங்கள் அப்பா அங்கெல்லாம் வேலையாக இருந்திருக்கிறாரே, நம் கல்யாணத்துக்கு முந்தி.'

ஆமாம், அமிர்தகுமாரிக்கு வயது இப்போது எவ்வளவு இருக்கும்?'

'அவள் வயசை வேறு கேட்டுக் கொண்டிருக்க வேண்டுமாக்கும். விஷயத்தை சொல்லுங்களேன்.'

'உத்தேசமாகச் சொல்லேன்'.

'என்ன இருபது அதற்கு ஒன்று இரண்டு கூட இருக்கும்.'

'சரியாக இருக்கும். பத்து வருஷங்களுக்கு முன்பு இந்த அமிர்தகுமாரிக்கு வயது பத்து அல்லது பதினொன்று, இப்போது நீ பார்க்கிற அதே முகஜாடை தான். உருவம்தான் சிறியது. இப்போது நீ பார்க்கும் இந்த நாகரிகச் சாயை அவள் மீது படர்ந்திருக்காத சமயம். நாங்கள் திருநெல்வேலி ஜில்லாவில் சேர்மாதேவி என்ற ஊரில் இருந்த காலம்?

நான் கலாசாலையில் படித்துக் கொண்டிருந்து லீவுக்கு அங்கே போவதுண்டு, அப்போது...'

'அக்கா' என்ற குரல் நிலைப்படியருகில் மெல்லிசாகக் கேட்டது.

கதை கேட்க ஆரம்பித்த அவள் காதுகளைத் தீட்டிக் கேட்டாள்.

மறுபடியும், அக்கா!'

'அமிர்தகுமாரி' என்று ரகசியம் பேசும் குரலில் நெஞ்சுக்கு அடியிலிருந்து சொல்லிக்கொண்டே அவள், இதோ வந்து விட்டேன்' என்று எழுந்து சென்றாள்.

இப்போதுதான் போனவள் மறுபடியும் வந்திருப்பதை நினைத்துக் கொண்டே உட்கார்ந்திருந்தேன். கூடத்தில் அவர்கள் பேசியது எதுவும் என் காதில் விழவில்லை. கூடத்து நெற்றிக்கண் விரிவு கண்டு விடும் படியாக சற்று முன்பு கேட்ட கலகலத்த அந்தக் குரலாக இல்லை.

சில விநாடிகள் கழிந்து என் மனைவி என் அறைக்கு வந்தாள். முக்கியமான ராஜதந்திர காரியத்தில் ஈடுபட்டிருப்பது போன்ற ஒரு தீவிரத்துடன் சொன்னாள். 'அமிர்தகுமாரி உங்களை பார்க்க வந்திருக்கிறாள்.'

என் உடம்பில் இன்பம் கலந்த புல்லரிப்பு ஏற்பட்டது. நான் பதில் சொல்வதற்கு முன்பே அவளுக்கு பின்னால் அறை வாசலில் வந்து நின்றாள் அமிர்தகுமாரி.

'ஐயா, பழைய அமிர்தத்தை ஞாபகம் இருக்கிறதா உங்களுக்கு?' என்று பழைய ஞாபகத்தால் கிளறி விடப்பட்ட கிளர்ந்த இருதயத்தை வெளிக்காட்டும் படபடப்புடன் கேட்டாள்.

'உன் அக்கா கிட்ட இப்போது நான்தான் சொல்ல ஆரம்பித்தேன்' என்றேன், அவள் முகத்தை இப்போது நிலைத்து விழித்துப் பார்த்துக்கொண்டே. 'வளர்ச்சி உன் தோற்றத்தை இனம் புரியாத அளவுக்கு அதிகம் மாற்றி விடாதால் தான் நானும் யூகிக்க முடிந்தது.'

'நான் கொஞ்சம் கூட மாறவில்லை என்றா சொல்லுகிறீர்கள்?' என்று என் அபிப்ராயத்தை ஏற்றுக் கொள்ளாதவள் போல பார்த்தாள். 'இந்தப் பத்துப் பதினோரு வருஷத்தில் நான் எவ்வளவோ மாறி விட்டேனே.' சொல்லிவிட்டு. என் மனைவி முகத்தைப் பார்த்தாள். அவளுக்கு இதெல்லாம் எதிர்பார்க்காத சமயத்தில் நடப்பதை சமாளிக்கத்தெரியாது. ஒரு திகைப்பாக, கண்முன் நடப்பதை நம்பக் கூடத் தோன்றாத ஒரு பிரமிப்பாக இருந்தது. மாறி மாறி எங்களைப் பார்த்தவளாக இருந்தாள்.

'எனக்கு ஒன்றும் பேசத் தோன்றவில்லை' என்றாள் என் மனைவி சமாளித்துக் கொண்டு. நீங்கள் இருவரும் பேசுவதைத்தான் கேட்டுக் கொண்டிருக்கப் போகிறேன்.

அமிர்தகுமாரி தொடர்ந்தாள். 'மாடிப்படி ஏறி வந்த உங்களைப் பார்த்ததுமே நான் உங்களை அடையாளம் தெரிந்து கொண்டு விட்டேன். என் சிறு வயதில் பார்த்த மாதிரியே இருக்கிறீர்கள். வீட்டுக்குப் போகும் போது ஒரே பரபரப்பு எனக்கு. நீங்கள் தான் என்பதை எனக்குள் பல தடவை சந்தேகம் கிளப்பி விட்டு பதில் சொல்லிக் கொண்டு முடிவுக்கு வந்தேன். இனம் விளங்கி விட்ட பிறகு உடனே உங்களை வந்து பார்க்காமல் இருக்க முடியவில்லை. அக்காவுடன் தற்செயலாகக் கிடைத்த பழக்கம் உங்களைக் காணக் கிடைத்தது.' என்று அபிமானம் நிறைந்த வாய் வார்த்தைகளுடன் சொன்னாள்.

நான் வாய் விட்டு சிரித்து விட்டேன். எதற்கு என்று கேட்பது போல இருவரும் என்னைப் பார்த்தார்கள்.

"நீ பொன்னுவை 'அக்கா' என்று அப்போதெல்லாம் கூப்பிட்டது ஞாபகத்துக்கு வந்தது. இப்பொழுது இந்த அக்காவையும் சம்பாதித்துக் கொண்டு விட்டாய்."

"இதெல்லாம் உங்களுக்கு நன்றாக ஞாபகம் இருக்கே' என்று வியப்புடன் கேட்டாள் அமிர்தகுமாரி. "பொன்னு அக்கா சௌக்கியமா? எங்கே இருக்கிறாள்?"

"பொன்னுவைத் தெரியுமா?" என்று கேட்டாள் என் மனைவி.

"அழகாகக் கேட்டாய், நம் அப்பா கூடக் கேலி செய்வதுண்டு. 'உன் சின்னப் பெண் எங்கே?' என்று. பொன்னுவை அக்கா என்று கூப்பிட்டது மட்டுமல்ல..."

"ஆமாம் அக்கா, வீட்டில் ஒரு முழம் பூ வாங்கினால் கூட அம்மா நாலு கண்ணி எனக்குக் கொடுக்காமல் இருப்பதில்லை." 'என் பக்கம் திரும்பி அவர்கள் எங்கே இருக்கிறார்கள்?" என்று கேட்டாள்.

"கிராமத்தில் இருக்கிறார்கள்" என்றாள் அவள்.

"இதை விட விசேஷம், பொன்னுவுக்குத் தீபாவளிக்கு எடுத்த மாதிரி தனக்கும் வேண்டுமென்று தன் தாயிடம் அடம் பிடித்தது தான்" என்று சொல்லி அமிர்தத்தைப் பார்த்தேன்.

"ஐயே" என்று பொய்யாகப் பதறின பாவனை காட்டினாள் அமிர்தகுமாரி. "ஆண் பிள்ளை இதெல்லாம் கூட ஞாபகம் வைத்துக்

கொண்டிருக்கிறீர்களே! அக்கா, இவர் சிபாரிசு பண்ணி அம்மா ஐந்து ரூபாய் கொடுத்து அதோடு எங்கம்மா ரூபாய் சேர்த்து அதே பாவாடையை அம்மாவே பொறுக்கிக் கொடுத்தாங்க அக்கா. இதெல்லாம் கதையாக இல்லை உங்களுக்கு"

"அதான், கதை கேட்கிறவள் மாதிரித்தானே நான் 'உம்' போட்டுக் கொண்டிருக்கிறேன்."

"அமிர்தத்தின் முகத்தை உறுத்துப் பார்த்தபோது என் பார்வை அவள் வலது கோடி நெற்றியில், நெற்றியும் சுருள் கூந்தலும் சேருமிடத்தில் கூர்ந்து சற்று நின்று விட்டது. அதை க்ஷணத்தில் யூகித்து விட்டவள் கையை வீசி உயர்த்தி அந்த இடத்தை மூடிக் கொண்டாள். அது இன்னும் மாறவில்லை. அப்படியேதான் இருக்கிறது' என்றாள்.

நான் சிரித்து விட்டேன்.

என் மனைவி ஒன்றும் புரியாமல், எது எப்படி இருக்கிறது?' என்று கேட்டாள்.

நெற்றியில் வைத்த கையை அமிர்தத்தை எடுக்கச் சொல்லிப் பாரு' என்றேன்.

அமிர்தகுமாரியின் கை கீழே தணிந்தது. அந்த இடத்தில் இருந்த ஓரங்குல வடுக் கீற்றைப் பார்த்த அவள் இதை நான் முன்னமே கவனித்து இருக்கிறேனே. அதைப் பற்றி என்ன?' என்று கேட்டாள்.

'என் அம்மா கரண்டிக் காம்பால் கொடுத்தது' என்றாள் அமிர் தகுமாரி.

'பொன்னு பாட்டுச் சொல்லிக் கொண்டபோது நடந்த கூத்து' என்று நான் விளக்கினேன்.

'எதற்கு?' என்று அவள் கேட்டாள்.

' அதுவா? தாய்க்கு ஒத்தாசையாக அந்தச் சிறு வயதிலேயே கூடமாட அமிர்தம் வீட்டு வேலை செய்யும்போது கூடத்தில் பாட்டு சிட்சையைக் கேட்டுக் கொண்டு நின்று விடுவாள். நானே எத்தனையோ தடவை அவளை வேலையைப் பார்க்கச் சொல்லி ஞாபகம் மூட்டியிருக்கிறேன். ஒரு நாள் அவள் தாயார் வீட்டுப் பின்புறத்திலிருந்து தேடி வந்தவள், கூடத்தில் பார்த்ததும் பாய்ந்து இழுத்துக்கொண்டு போனாள். தாயின் தண்டனையாக இது கிடைத்தது.

"அடப் பாவமே!" என்றாள் என் மனைவி.

'அக்கா, ரத்தம் ஒழுகின நெற்றிக்கு மருந்து போட்டுக் கட்டினது ஐயா

தான்' என்றாள் அமிர்தகுமாரி. 'என் அம்மா கவனிக்கவேயில்லை' என்று சொல்லிவிட்டு என்னைப் பார்த்தாள்.

நான் லேசாக சிரித்துக் கொண்டேன்.

'நம் அம்மா கூட இவள் தாயைக் கோபித்துக் கொண்டாள்' என்றேன்.

'அதற்கு எங்க அம்மா என்ன சொன்னா தெரியுமா, அக்கா?' என்றாள் அமிர்தகுமாரி. 'ஆமாம், விளக்குமாறும், சாணி உருண்டையும் தூக்கிக்கிட்டுப் போகப் பிறந்திருக்கிற கழுதைக்கு பாட்டு வேற. நாடகத்திலே ஆடப் போறாள் இல்லே பாடிக்கிட்டு' என்று கத்தினாள்.'

'அவள் சொன்னபடியே தானே இப்போ நடந்திருக்கு' என்று பளிச்சென முன் பின் யோசிக்காமல் என் மனைவி சொல்லி விட்டாள்.

அமிர்தகுமாரியின் முகத்தில் திடீரென ஒரு கலவரம் ஏற்பட்டது. சடக்கெனத் தலை குனிந்து விட்டாள். இது வரை பேசின தொனியும், மனம் விட்டுப் பேசின வார்த்தைகளும் கணத்தில் அடங்கி விட்டன. சமாளித்துக் கொண்டு வார்த்தைகளைச் சேர்த்து சொன்னாள். 'அக்கா, நீங்க சொன்னது சரிதான். அப்படியேதான் நடந்திருக்கு. ஆனால், அந்த மாதிரிக் கேட்டவள் தான் இப்பொழுது உசிரோடு இல்லை. இருந்தாலும் அதைப் பார்த்து உசிரை விட்டிருப்பாள்...' அவள் குரல் தழுதழுத்தது. சுழித்து எழுந்த ஒரு பெருமூச்சை தடுமாறி வெளியேறச் செய்தாள். தரையைப் பார்த்தே பேசியவள் மேலே பேசத் தயங்கினாள். தன் வாழ்க்கையில் ஏதோ ஒரு கிளைப்பாதை நினைப்புக்குள் மூழ்கி விட்டவள் போலவும், விண்டு சொல்ல முடியாத பெண்மை ரகசியத்தைப்பற்றி நினைக்கவே நடுங்கி, வேதனை நெளிவில் சிக்கித் தவித்தவள் மாதிரியும் பட்டது.

விருட்டென்று திரும்பிக் கூடத்திற்குள் போய் விட்டாள்.

“மேற்கொண்டு எதுவும், தொடக்கூடாத விஷயத்தை தொட்டு விடாதே' என்று எச்சரிப்பது போல அமிர்தகுமாரியின் பின் தொடர்ந்து போகும் என் மனைவியைப் பார்த்தேன்.

கூடத்தில் அவர்கள் இருவரும் மெதுவாகப் பேசிக் கொள்வது காதில் விழுந்தது. சில நிமிஷங்கள் ஆனது.

'நான் வீட்டுக்குப் போய்விட்டு வருகிறேன்' என்று கணீரென என் அறை நிலைக்கு வந்து சொல்லிக் கொண்டாள் அமிர்தகுமாரி.

'போய் வா, அமிர்தம்' என்றேன். 'அடிக்கடி வந்து கொண்டிரு.'

அமிர்தம் என்னை அபிமானத்துடன் பார்த்து, 'ஆகட்டும்' என்றாள். “திக்குத் தெரியாத இடத்தில் வழி காட்டிய கையாக என் அழைப்பு

அவளுக்குப் பட்டது போலும். 'அமிர்தம் என்று பழைய குரலில் அழைக்கும் ஒருவர் எனக்கு அகப்பட்டீர்கள். அக்காவும் அப்படியே கூப்பிட வேண்டும். அந்த உறவு அழுத்த வார்த்தைகள் என் மனதில் பதிந்தன.

அமிர்தகுமாரியை அனுப்பிவிட்டு என் மனைவி திரும்பி வந்தாள். 'எங்கேயோ ஆரம்பித்து எங்கேயோ போய் முடிகிற மாதிரியல்லவா இருக்கிறது' என்றாள் அவள்.

'எதைச் சொல்ல வருகிறாய்?' என்று கேட்டேன். உன் பால் வாங்கும் கூட்டப் பழக்கம் பழைய பழக்கத்தில் கொண்டு போய் விட்டதையா? இல்லை, அமிர்தகுமாரியின் வாழ்க்கையைப் பற்றியா?'

'இரண்டும்தான் என்று வைத்துக் கொள்ளுங்களேன்' என்றாள் அவள். 'ஓ, மறந்து விட்டேனே', மாடிப்படியில் அவள் சொன்னதை 'இந்தப் படத்தை நீங்களும் பார்க்க வேண்டுமாம். நாம் மூவரும் சேர்ந்து பார்க்கத் திட்டமிட்டிருக்கிறாள், உங்களைத் தயார்ப்படுத்தச் சொல்லி யிருக்கிறாள்.'

'போனால் போச்சு' என்றேன் ஒரு அபிமான நினைப்புடன்.

'என்னைக் கேலி செய்ததெல்லாம்?' வெடுக்கென்று சுட்டிக் காட்டினாள் அவள். 'இப்போது எந்த நாக்குப் பேசுகிறதாம்?'

நான் சிரித்தேன். அவள் சொன்னதில் நியாயம் இல்லாமல் இல்லை. தலைவலியும் காய்ச்சலும் தனக்கு வந்தால் தான் தெரிகிறது என்பது போல், என் நினைப்புகள் மீண்டும் பத்து வருஷங்கள் பின் நோக்கிச் சென்று தற் பொழுதுக்குத் திரும்பின. இரண்டுக்கும் நடுவில், அமிர்த குமாரியின் வாழ்க்கையில் ஒளி அல்லது இருள் படர்ந்த அந்த நாட்களை, அவளே நினைக்க வெறுத்த அந்த ஏடுகளை அவை புரட்டிப் பார்க்க நான் விடவில்லை

பிராப்தம்

டாக்டர் சுந்தரி தன் கோட் பையிலிருந்து ஸ்டெதாஸ்கோப்பை, பிடாரன் பெட்டியிலிருந்து பாம்பை எடுப்பது போல் எடுத்து சற்று அசிரத்தையாகவே தொப்பென மேஜை மீது போட்டாள். அடிபட்ட பாம்பாக அந்த ரப்பர் குழாய் ஒரு தடவை துள்ளி நெளிந்து மல்லாந்து அதன் உலோக வாயின் 'ணக்' சப்தத்துடன் விழுந்து ஓய்ந்தது. கோட்டையும் பரக்கென கழற்றி கோட் ஸ்டாண்ட் மீது மாட்ட போதிய பொறுமை காட்டாமல் நாற்காலி முதுகு மேலேயே வீசி எறிந்தாள். கால் செருப்புகளை மேஜைக்கு அடியில் விசிறி விட்டு தடக்கென நாற்காலியில் உட்கார்ந்து சாய்ந்தாள். சில நிமிஷங்கள் மேஜை மீது இருந்தவற்றை மாற்றி மாற்றி குறிப்பு இல்லாமல் நகர்த்தி வைத்து விட்டு எழுந்து ஸ்நான அறையை நோக்கிச் சென்றாள்.

சற்றுத் தள்ளி போட்டிருந்த கட்டிலில் சுருட்டிய மெத்தைப் படுக்கை மீது சாய்ந்து காலைப் பத்திரிகையை படித்துக் கொண்டிருந்த அவள் கணவன் சுந்தரம் கண்ணோட்டமாகவே இதை எல்லாம் கவனித்துக் கொண்டிருந்தாலும் ஒரு வார்த்தை கூட அவளை உடனே கேட்காமல் பத்திரிகையை படிக்கிற பாவனையில் இருந்து விட்டார்.

சுந்தரி தன் காலைக் காரியக் கிரமங்களை முடித்துக்கொண்டு அலுப்புத் தீர்ந்த குறி ஏறிய முகத்துடன் பொலிவு பொங்க திரும்பி வந்து நாற்காலியில் உட்கார்ந்து கொண்டாள். ஆவி வரும் சூடுள்ள இரண்டு டம்ளர் பால் மேஜை மீது காத்திருந்தது.

அதைப் பார்த்ததும்தான் சுந்தரிக்கு சூழ்நிலை ஞாபகத்துக்கு வந்தது. நாற்காலியில் உட்கார்ந்தவாறே கட்டில் பக்கம் கழுத்தைத் திருப்பி 'நீங்கள் இன்னுமா சாப்பிடவில்லை?'' என்று ஆவலுடன் கேட்டாள்.

'ஏன், தினம் சேர்ந்து நாம் சாப்பிடுகிற வழக்கம் திடீரென மறந்துபோய் விட்டதா உனக்கு?' பத்திரிகையை மார்பின் மீது அமுக்கிப் பிடித்தவாறே

சுந்தரம் கட்டிலில் எழுந்து உட்கார்ந்து கேட்டார்.

ஏதோ ஞாபகத்தில் தான் கேட்டுவிட்டது சுந்தரிக்கு உரைத்தது. தான் அன்று காலை நியதிகளை முடித்துவிட்டு மேஜைக்கு வருவதில் வழக்கத்துக்கு மீறியே தாமதம் ஆகி விட்டது என்பதை அப்போதுதான் உணர்ந்தாள். 'ஆமாம், ஏதோ ஞாபகம், சொல்லிவிட்டேன்' என்று உதட்டில் நெளிந்த மங்கிய சிரிப்புடன் சொன்னாள்.

'ஏன் சுந்தரி இந்த பரபரப்பு இன்று உனக்கு?' என்று கேட்டுக் கொண்டே பத்திரிகையுடன் மேஜைக்கு வந்து பால் டம்ளரை கையில் எடுத்துக் கொண்டே கேட்டார்: "வந்ததும் நீ நடந்து கொண்டது அசாதாரணமாக இருந்தது."

தன்னை இப்படி காட்டிக் கொடுத்துக் கொண்டு விட்டோமே என்று சுந்தரிக்குப் பட்டது. தன் தொழிலுக்கே பொருத்தம் இல்லாத ஒரு சுபாவத்தை வெளிக் காட்டிக் கொண்டதற்காக தன்னையே கசந்து கொண்டாள். தன் மன நிலையை சரியாக மதித்துக் கேட்டுவிட்ட அவருக்கு சமாதானம் சொல்லி ஆக வேண்டுமே.

"இரவு முழுதும் நாற்காலியில் உட்காரக் கூட நேரமில்லை.

"ஆனால், அது உனக்குப் புதுசு இல்லையே.' அவள் கணவர் விஷமமாக அவளைப் பார்த்தார்.

'ரொம்ப சீரியஸ் கேஸ். நல்ல வேலை வாங்கி விட்டது.'

'அதுவும் உனக்கு சாதாரணம்தானே, எத்தனையோ முரட்டுக் கேஸ்கள் உன்னை பாதித்ததேயில்லையே.'

கணவர் தன் சமாதானங்களுக்கெல்லாம் சமாதானம் சொல்லி வருவதைக் கண்டு சுந்தரி திகைத்து தயங்கினாள். தன்னிடமிருந்து உண்மையான பதிலை வரவழைக்கும் உறுதியுடன் அவர் பேச்சை வழி இழுத்த மாதிரி அவளுக்குப் பட்டது. அவரது சுபாவம் எப்போதுமே அப்படித்தான் என்பது அவளுக்கு அனுபவம்.

'நேற்றிரவு ஆஸ்பத்திரியில் நடந்தது ஒரு அனுபவம்' என்று நிறுத்தி பெருமூச்சு விட்டாள்.

'டாக்டர் மாதிரி நீ பேசவில்லையே' என்று சொல்லி சிரித்தார் சுந்தரம். 'உன்னிடம் வரும் வியாதியஸ்தர்களைப் போல...'

'சரியாகச் சொல்லிவிட்டீர்கள். நேற்றிரவு நான் டாக்டர் என்பதை அடிக்கடி ஞாபகப்படுத்திக் கொண்டிருக்க வேண்டித்தான் இருந்தது' என்றாள் சுந்தரி. 'மாற்று டாக்டர் ஒருவரிடம் கேஸை ஒப்படைத்து விடலாம் என்று பார்த்தேன். அதற்கு வழியில்லை."

'என்ன?' அவள் கணவர் வியப்பு ஓடிய குரலில் கேட்டார், "உன்னிடம் வந்த கேஸை வேறு ஒருவரிடம் ஒப்பிக்கவா? ' இந்த மாதிரி நினைப்பு, உனக்குத் தோன்றியது இதுதான்..."

'ஆமாம், முதல் தடவை. 'சூச்சர்' போட்டு முடிகிற வரையில் எந்த இடத்தில் என் கை மயிரிழை பிசகிவிடுமோ என்று நான் பயந்த பயம்!'

' இப்போது கூட அந்த பயத்தின் மிச்சம் உன் குரலில் தெரிகிறதே' என்றார் சுந்தரம் கேலியாக. ரத்த சம்பந்தம் காரணமாக டாக்டர் தயங்கி வேறு சக தொழிலாளியின் உதவியை நாடுவது இயல்பு' என்று மறைமுகமாக அவள் பயத்தின் காரணத்தை வெளியே இழுக்கும் வகையில் சுந்தரம் பேசினார். 'அப்படிப்பட்ட யாரும் உன்னிடம் அகப்பட்டுக் கொண்ட சந்தர்ப்பம் ஏற்பட்டதாகத் தெரியவில்லையே.'

'இல்லை தான்' என்று இழுத்துச் சொன்ன சுந்தரி, 'ஆனால் அதற்குச் சமமாகச் சொல்லக்கூடியதுதான்' என்று சேர்த்தாள்.

சுந்தரம் சில விநாடிகள் மௌனமாக இருந்துவிட்டு, ' அப்போது அந்த கேஸ் உனக்கு ஏற்கெனவே தெரிந்தது!' என்றார்.

'அந்தப் பெண்ணை எனக்குத் தெரியாது. இப்போதுதான் முதல் தடவையாக பார்க்கிறேன்.' என்று சொல்லி சற்று நிறுத்திவிட்டு, ஆனால் அவள் கணவனை எனக்குத் தெரியும். எத்தனையோ வருஷங்களுக்குப் பிறகு நேற்றிரவு அவரை இனம் அறிந்து கொண்டேன்.'

விஷயத்தில் ஏதோ சிக்கல் இருப்பதை நொடியில் ஊகித்து விட்டு சம்பாஷணையை எச்சரிக்கையுடனேயே தொடர தன்னை உஷார்படுத்திக் தொண்டார் சுந்தரம். ஆனால் மேற்கொண்டு கேள்விமேல் கேள்வி போட்டு விஷயத்தை அவர் அறிந்து கொள்ள வேண்டிய அவசியம் ஏற்பட வில்லை. சுந்தரி தானே தொடர்ந்தாள். இப்போது அவள் குரல் ஒரு டாக்டரின் இயல்பு தொனியாகவே வெளி வந்தது.

'இந்தக் கிராமவாசிகளுக்கே ஊறிப்போன சுபாவம் அது. எதுவும் எப்படியும் சரியாகி விடும் என்ற நம்பிக்கை கொண்டவர்கள். அதோடு பழைய நாட்களில் நடக்கவில்லையா, இப்போது என்ன வந்தது என்று இருந்து விடுபவர்கள். அந்த மாதிரி நினைப்பில் உள்ளூர் மருத்துவச்சியாம் யாரோ பார்த்துவந்து கையை விரிக்கவும் 'லெவன்த் ஹவரில்' ஐம்பது மைல் தூரத்திலிருந்து காரில் கொண்டு வரப்பட்ட கேஸ்.

'எந்த ஊர்?'

“வத்தலக்குளம்?”

“வத்தலக்குளமா?”

'ஆமாம், உங்கள் ஊர்தான்' என்று சொல்லிவிட்டு சுந்தரத்தைப் பார்த்தாள். 'உங்கள் ஊர்க்காரர்கள் மட்டும் இதற்கு விலக்காக இருந்து விடுவார்களா என்ன?'

'அதற்கு சொல்ல வரவில்லை, சுந்தரி!' என்று சிரித்துக் கொண்டே சொன்னார் சுந்தரம். அந்த பெண் யாரென்று யோசனை ஓடியது. அவ்வளவு தான்.'

'அந்த பெண் பெயர் நாகலக்ஷ்மி' அவ்வளவு தான் எனக்கு தெரியும். அதற்கு மேல் எனக்கு விசாரிக்க நேரம் இல்லை'.

'உனக்கு அவசியமும் இல்லையே' என்றார் சுந்தரம், நாகலக்ஷ்மியா? ஊரில் எத்தனையோ நாகலக்ஷ்மிகள் சரி. அப்புறம்? 'சிசாரியனா?'

'வேறென்னவாக இருக்க முடியும்? தலைப்பிரசவம் அளவுக்கு மீறியே தாமதித்து விட்டார்கள்.'

'இப்போது என்ன?' என்று கவலைக் குரலில் கேட்டார் சுந்தரம். 'உன் கையில் எல்லாம் சரியாக நடந்து முடிந் திருக்கும் என்று நினைக்கிறேன். அதைச் சொல்லு முதலில்.'

'அவள் சம்பந்தப்பட்ட மட்டில் எல்லாம் சரியாக முடிந் தது."சுந்தரி மௌனமானாள். சுந்தரமும் பேசாமல் இருந்தார். பிறகு சுந்தரியே தொடர்ந்தாள். “கொடி கழுத்தை இறுக்கிச் சுற்றிய குழந்தை வயிற்றிலேயே மரித்துவிட்டது. தாய் உயிர் தப்பியதே மறுபிழைப்பு.'

'போகட்டும், பெரிய உயிர்தான் முக்யம்.'

'அவரும் இதே அபிப்ராயத்தைச் சொன்னார். நான் ஆபரேஷன் தியேட்டருக்குள் நுழையும் முன்னும் வெளியே வந்த பின்னும்.'

'உன்னை அடையாளம் தெரிந்து கொண்டா?'

டாக்டர் சுந்தரி ஒரு க்ஷணத்தில் சாதாரண சுந்தரி ஆகி விட்டாள். அவள் சுந்தரத்தைப் பார்த்த பார்வை அந்த மாறுதலைக் காட்டியது. லேசாக சிரித்தாள். 'நான் பட்டுப் புடவையும் பேசரியும் பின்னலும் பூவுமாக இருந்தாலே ஒருவேளை அவர் நிழலாகவாவது சந்தேகப் பட்டிருக்கக் கூடும். இந்த வெள்ளைப் புடவையும் ' தியேட்டர்' உடையுமாக நின்றால்?

'சரி, நீ அவரைத் தெரிந்து கொண்டதாகக் காட்டிக் கொண்டாயா?'

இல்லை என்பதற்கு அடையாளமாக சுந்தரி தலையசைத்தாள். 'அவரை எப்படி எனக்குத் தெரியும் என்று நீங்கள் கேட்கவில்லை. ஆனால் நான் சொல்கிறேன். இந்த பெரிய ஆபரேஷனை செய்து கொண்டிருந்த போது அந்த ஞாபகங்கள் எனக்குள் சுழன்று கொண்டிருந்தன.'

'சுந்தரி' என்று கூப்பிட்டார் சுந்தரம் 'நீயாக எதையும் சொல்வதைப்பற்றி கேட்கத் தயார். ஆனால் சுந்தரி,சம்பந்தம் இல்லாததைப் பற்றி கேட்டு அறிய அதிக ஆவல் கொண்டிருக்கிறவன் என்று மட்டும் நினைத்து விடாதே நான் எப்போதும் போலத்தான்.'

'புதிசாக நீங்கள் எனக்குச் சொல்லும்படியாக எப்போதாவது வைத்துக் கொண்டிருக்கிறேனா நான்' என்று சொல்லிவிட்டுத் தன் கணவனைப் பார்த்தாள். பெண் பார்த்து சம்மதித்து லக்ன பத்திரிகை கொடுத்து முகூர்த்த தேதியும் நிச்சயமாகி நின்று போன ஒரு கல்யாணத்தை ஞாபகமூட்ட அவரை நேற்று நான் எதிர்பார்த்திருக்கக் கூடுமா என்ன? பேசின வார்த்தைக்கு மீறி ஒரு முந்நூறு ரூபாய் ரயில் செலவுக்குத் தனியாக கேட்டதற்காக பெற்ற தாய் தகப்பனார் இருந்தால் ஒருவேளை கொடுக்க சம்மதித்து இருப்பாளோ என்னமோ புண்யத்துக்கு எடுத்து வளர்த்த மாமா கல்யாணத்தையே நிறுத்தி விட்டார் வீம்பாக. எனக்கு அந்த ஏமாற்றத்தால் வந்த ஆத்திரத்தில் பத்தாவதோடு நின்றவள் கல்யாணமே வேண்டாம் என்று என்னை மேலே படிக்க வைக்க மாமாவை கட்டாயப்படுத்தி நான் டாக்டரானேன். இதெல்லாம் ஆபரேஷன் ஆயுதங்களை கையாளுகிற போதெல்லாம், அடிக்கடி தள்ளின நுரை திரும்பக் கூடுகிற மாதிரி வந்தது.

'இந்த விஷயம் எல்லாம் எனக்கு புதிதாக நீ சொல்லவில்லையே சுந்தரி. சத்யாக்ரக ஆஸ்ரமத்து டாக்டராக நீ இருந்தபோது சத்யாக்ரகியாக அடிபட்டு தூக்கி வரப்பட்ட எனக்கு சிகிச்சை செய்தாயே. அந்த பழக்கத்தில் நாம் மணந்து கொள்ள முன் வந்தபோது நீதான் டாக்டரான காரணத்தை சொல்லி இருக்கிறாயே.'

'ஞாபகம் இருக்கு' என்றாள் சுந்தரி. 'ஆனால் அன்று சொன்னதை இன்று சொல்ல ஏற்படும் என்று நான் எதிர்பார்க்கவேயில்லை. 'டாக்டர், எப்படியாவது பெரிய உயிரைக் காப்பாற்றி விடுங்கள்' என்று நேற்றிரவு அந்தப் பெண்ணைக் கொண்டுவந்து ஆஸ்பத்திரியில் சேர்த்தபோது, அவர் என் மேஜை அருகில் நின்று பரிதாபமாகக் கூறின 'போது!' "இத்தனை வருஷங்களாக இல்லாத குறையைப் பற்றிக் கூட நான் கவலைப்பட்டதில்லை டாக்டர்; இப்படியே இருந்துவிட்டுப் போகட்டும் என்று தான் நிம்மதியாக 'இருந்தோம். புது வெள்ளம் வந்து பழைய வெள்ளத்தையும் அடித்துக்கொண்டு போன கதை மாதிரி முதலுக்கு மோசமாகிப் போய் விடாமல் செய்யுங்கள் டாக்டர்!" ஒரு

ஆணுக்குரிய சோகக் குரலுக்கும் மீறி பதறிச் சொன்னது ஆஸ்பத்திரி என்பதையும் சற்று மறந்து விட்டு. 'என்னாலானதைச் செய்கிறேன்' என்று சொல்லி அவர் முகத்தை ஏறிட்டுப் பார்த்தபோது பளிச்சென மனதில் பட்டது அந்த முகத்தை நான் எப்போதோ பார்த்திருக்கிறேன் என்று. இந்த நிமிஷத்துக்கு முன் நடந்தது ஞாபகத்திற்கு வருகிறதை விட எப்போதோ நடந்தது எவ்வளவு பசுமையாக என் ஞாபகத்துக்கு முழுசாக வந்து வட்டமிடுகிறது!

"ஏன், ஹைஸ்கூலில் உனக்கு மேலாக நான்கு வகுப்புகள் அதிகம் படித்த ஒருவனைப் பார்த்திருந்த பழைய ஞாபகத்தில் எத்தனை வருஷங்கள் கழித்து அன்று சத்யாக்ரக ஆசிரமத்தில் நீ அடையாளம் புரிந்து கொண்டாய்.' என்றார் சுந்தரம் இடைமறித்து, அவள் ஞாபக சக்தியை பாராட்டி, 'அந்த நுண்ணிய ஞாபக சக்திதான் உன்னை இன்று ஊர் மெச்சிய டாக்டராக ஆக்கி இருக்கிறது"

சுந்தரி இந்தப் பாராட்டுதலை ஏற்றுக் கொண்ட மாதிரி கணவனை அன்பாகப் பார்த்தாள்.

"அன்று ஒரு முந்நூறு ரூபாய்க்காக பார்த்து ஒரு பெண்ணை உதறி விட்டுப் போனவர், நேற்று இன்னொரு பெண் விஷயத்தில் எவ்வளவு ரூபாயையும் உதறி விடத் தயாராக இருந்ததைக் காட்டிக் கொண்டது தான் விநோதமானது' என்றாள் சுந்தரி.

'அதிலும் அவர் புறக்கணித்து விட்ட அதே பெண்ணிடம் சொன்னது தான் இன்னும் வேடிக்கை' என்றார் சுந்தரம். "ஆனால் ஒன்று, சுந்தரி! இந்த வரதக்ஷிணை குரூரம் ஒரு விதத்தில் அவசியமென்றே எனக்குப் படுகிறது. இல்லாது போனால் நீயும் டாக்டராகி இருக்க மாட்டாய். மற்றொன்று சொல்லட்டுமா? எனக்குக் கிடைத்திருக்கவும் மாட்டாய்.'

"உங்கள் சுயநலம் வெகு நன்றாக கட்சி பேசுகிறது" என்று சிரித்துச் சொன்னாள் சுந்தரி. "அதோடு நல்ல நியாயம்! குதர்க்க நியாயம்!"

'ப்ளெஸ்ஸிங் இன் டிஸ்க்கைஸ்.' சுந்தரமும் சிரித்தார். ஒன்று கேட்கிறேன், சுந்தரி! ஒரு சத்யாக்ரகியை மணந்து கொண்டிருப்பதற்கு நீ இன்று வருத்தப்படவில்லையே அந்தப் பழைய சம்பவங்களின் நினைப்பில்?'

'நீங்கள் இப்போதும் சத்யாக்ரகி இல்லையே' சுந்தரி அவரை அக்கறையுடன், ஆனால் சற்று விஷமம் கலந்த பார்வையுடன் பார்த்தாள். நீங்கள் 'தேசிய கலாசாலையின் பிரின்சிபால் அல்லவா?'

'இருந்தாலும் பணக்கார மிராசுதாரர் மகளை மணந்து கொண்டிருந்தால்?'

'இருந்தால் என்ன, சுந்தரி சமயலறைத் தூணாக இருந்திருப்பாள்.'

'இப்போது சமுதாயக் கட்டிடத் தூணாக இருக்கிறாய்.'

'சொந்தமாக நர்ஸிங் ஹோம் நடத்தினேனானால் அதில் என் சொந்த அக்கறை மேலோங்கிவிடும் என்பதற்காகத் தானே அதை நான் வைத்துக் கொள்ளவில்லை. இப்படி க்ஷேமநல ஆஸ்பத்திரிகளுக்கு உழைப்பதில் எனக்கு திருப்தி இருக்கிறது' என்றாள் சுந்தரி.

"ஏன், சம்பளம் இல்லாமல் சென்டிரல் ஆஸ்பத்திரி கௌரவ டாக்டராக இருப்பதையும் சேர்த்துக் கொள்ளேன்.'

"சரி நான் என் பெருமையைச் சொல்லிக் கொள்வதும் நீங்கள் என்னைப் புகழ்வதும் போதும்'

அவள் சொல்லி முடித்த சமயம் வேலைக்காரப் பையன் வந்து வாசலில் யாரோ டாக்டரைப் பார்க்க வந்திருப்பதாக அறிவித்தான். சுந்தரி வரவேற்க வாசலுக்குச் சென்றாள். வந்திருந்தவரைப் பார்த்ததும் 'வாருங்கள்' என்று அழைத்து ஆஸ்பத்திரிக்குப் போயிருந்தீர்களா?' என்று கேட்டாள்.

வந்தவர் எழுந்து கொண்டே 'ஆமாம் டாக்டர்' என்று கூறிவிட்டு தயங்கி நின்றார் மேலே பேசாமல்.

'இனிமேல் அவளுக்கு ஆபத்து இல்லை' என்றாள் சுந்தரி அவருக்கு நம்பிக்கை தரும்படியாக.'உட்காருங்கள்'

வந்தவர் அந்த தைரிய வார்த்தைகளைக் கேட்டுக் கொண்டே நின்றார். காதில் விழுந்ததை விட கண்ணில் விழுந்ததில் அவர் மனது ஊன்றி இருப்பதை அவர் முகம் காட்டிக் கொண்டது. அதில் தோன்றிய திகைப்பை சுந்தரியும் கவனித்து விட்டாள். தன் முகத்தைத் திருப்பிக் கொண்டு ஒரு வாரம் பத்து நாளில் அவள் குணமடைந்து விடுவாள்' என்றாள்.

'டாக்டர்' என்று இழுத்து வந்தவரின் குரல் வெளி வந்தது. 'நீங்கள் செய்த உதவிக்கு...'

'அதெல்லாம் சொல்ல வேண்டாம்' என்று தடுத்துச் சொன்னாள் டாக்டர் சுந்தரி. 'டாக்டர் நான் செய்ய வேண்டியதைச் செய்தேன்.'

'அப்படி சொல்லிவிட முடியாது டாக்டர். கடவுளுக்கு அடுத்தபடி எங்களுக்கு பிரத்யக்ஷ தெய்வம் டாக்டர்தான்..'

டாக்டர் சுந்தரி வாய்விட்டு சிரித்தாள். 'அடடா! டாக்டர்களுக்கு எல்லாம் கோவில் கட்டி வைப்பது என்று வந்துவிட்டால் அப்புறம் இடறி விழுந்தால் கோவில்தான்.'

'இடறி விழுந்தபின் தானே டாக்டர் கோவிலுக்கே போகிறோம், டாக்டர். மனித சுபாவம் அப்படி அமைந்திருக்கிறது,' என்று வந்தவர் தழுதழுக்க, ' நல்லவேளையாக இடறி விழுந்த கோவில் வரப்பிரசாதியாக இருக்கக் கண்டு பிழைத்தோம்.'

டாக்டர் சுந்தரி இந்தப் பேச்சில் தொனித்த நன்றியைக் கண்டு நிமிர்ந்து அவரைப் பார்த்தாள். புன்னகை செய்தாள். அப்போது அவரது கை அவள் முன் நீண்டு ' இதைப் பெற்றுக் கொள்ளுங்கள்' என்றது.

'என்ன இது?' டாக்டர் சுந்தரி திடுக்கிட்டுக் கேட்டாள். 'வரப்பிரசாதிக்கு வேண்டுதல் நிறைவேற்றமா?' பக்கென சிரித்துக் கேட்டாள்,

இல்லை 'நேர்த்திக்கடன்', காணிக்கை என்று வேண்டுமானாலும் வைத்துக் கொள்ளுங்கள். எங்களுக்கு உயிரைக் கொடுத்ததற்கு...'

'இதோ, மறுபடியும்...' டாக்டராகப் பேசினாள் சுந்தரி. 'நான் இந்த ரூபாயை எடுத்துக் கொள்வேனானால் அதுதான் முதல் தடவையாக நான் செய்யும் தவறாகும்.'

'தவறு!' பிரமித்துக் கேட்டார் வந்தவர்.

'ஆமாம், நான் அத்தகைய சங்கல்பம் செய்து கொண்டிருக்கிறேன்' என்றாள் டாக்டர் சுந்தரி.

வந்தவர் சற்று பேசாமல் இருந்தார். பிறகு, 'இதே முந்நூறு ரூபாயை விரும்பிக் கேட்டு நாங்கள் நான்தான் என்று வைத்துக் கொள்ளுங்களேன், ஒரு சமயம் தவறு செய்து விட்டேன்.' கையிலிருந்த ரூபாயை பார்த்துக் கொண்டிருந்தார்.

டாக்டர் சுந்தரி சற்று அதிர்ந்து போனாள். ஆனால் உடனே சமாளித்துக் கொண்டாள். நீங்கள் என்னை அடையாளம் கண்டு கொள்ளவில்லை என்றுதான் நினைத்தேன்' என்றாள் அவர் முகத்தை நேராக ஊடுருவிப் பார்த்துக் கொண்டு.

'பெயரும் டாக்டருக்குப் படித்த தகவலும் ஏற்கெனவே தெரிந்தது' என்றார் அவர். நேற்றிரவு தட்டிய சந்தேகத்தை இப்பொழுது நிவர்த்தி செய்து விட்டது இப்போது பார்த்த தோற்றம்! நோட்டுகளிலிருந்து முகத்தை உயர்த்தி டாக்டரை நேருக்கு நேர் பார்த்தார்.

இருவரும் அர்த்தபுஷ்டியுடன் பார்த்துக் கொண்டார்கள். தெரிந்து தான் இதைக் கொடுக்க முன் வருகிறீர்களா?' என்று கூறிச் சிரித்தாள் டாக்டர் சுந்தரி தனக்குள் சுருண்டோடிய குழப்பத்தை அமிழ்த்திக் கொண்டு.

'அன்று அதே முந்நூறு தான் நம்மைப் பிரித்தது' என்றார் வந்தவர்

மேலுக்கு சிரித்துக் கொண்டு.

இன்று அதே முந்நூறு அதை ஞாபகப்படுத்துகிறது என்றாள் சுந்தரி. 'அதை திரும்ப பாக்கெட்டில் போட்டுக் கொள்ளுங்கள்' என்றாள்.

இதைச் சொல்லிக் கொண்டிருக்கும்போது சுந்தரம் அங்கே வந்தார். சுந்தரி பளிச்சென திரும்பிப் பார்த்து விட்டு அவரிடம் 'சற்றுமுன் சொன்னேனே, அந்த கேஸ் இவரது மனைவி' என்றாள்.

சுந்தரம் வணக்கம் செய்து வந்தவரை உற்றுப் பார்த்தார்.

'என் பெயர் ராமனாதன்' என்று சுந்தரத்திடம் அறிமுகப்படுத்திக் கொண்டார் வந்தவர்.

'என் கணவர்' என்று சுந்தரத்தை அவருக்கு அறிமுகப்படுத்தினார் டாக்டர் சுந்தரி.

'தாங்களாவது தங்கள் மனைவியிடம் சொல்லி எங்கள் நன்றியைச் செலுத்த ஏதுவாக்குவீர்கள்' என்று அந்தரங்க சுத்தியுடன் கேட்டார் ராமனாதன் தன் கடைசி முயற்சியாக.

'டாக்டர் என்ற உறவில் என் மனைவியின் காரியங்களில் நான் குறுக்கிடுவதேயில்லை' என்றார் சுந்தரம் சிரித்துக் கொண்டு. 'டாக்டர் அவள், சம்பந்தப்பட்டவர்கள் நீங்கள், உங்கள் பாடு.'

'சரி, இந்த முந்நூறு ரூபாய் இரண்டாம் தடவையாக எனக்கு அறிவுறுத்துவதாக இருக்கிறது' என்று சொல்லி அர்த்தத்துடன் பார்த்துக் கொண்டே திரும்ப பையில் போட்டுக் கொண்டார் ராமனாதன்.

சுந்தரம் இமைப்பில் நடந்திருப்பதை யூகித்து விட்டார். சுந்தரியின் பார்வையும் அவருக்கு உணர்த்தியது ராமனாதனையே சற்று பார்த்துவிட்டு 'நீங்கள் வத்தலகுளமா?' என்று கேட்டார்.

ராமனாதன் பிரமித்துப் போனார். 'ஆமாம், எப்படிக் கேட்டீர்கள்?'

'இந்த கேஸ் வத்தலகுளத்திலிருந்து வந்திருக்கிறது என்று டாக்டர் சொன்னாள்.'

ராமனாதன் டாக்டர் சுந்தரியைப் பார்த்தார். 'கேஸ் தகவல்களைப் பார்த்துச் சொன்னேன்.' அவருக்கும் அதே ஊர் தான்.'

அதே ஊரா?' ராமனாதன் ஆச்சர்யத்துடன் கேட்டார் வத்தலகுளம் மிராசுதார் விஸ்வேஸ்வர அய்யர்தான் என் மாமனார்.'

'என்ன, விஸ்வேஸ்வர அய்யரா?' என்று அதிசயத்துடன் கூவி விட்டார். சுந்தரம் தன்னையும் மறந்து ' நாகத்தின்...'

'ஆமாம் நாகம் தான் இன்று தங்கள் மனைவி கையில்...'

சுந்தரி அவரை இடைமறித்தாள். 'இன்னொரு தடவை நீங்கள் இதைச் சொல்லக்கூடாது'. வாய்விட்டுச் சிரித்து விட்டாள்.

'நாகத்தை உங்களுக்குத் தெரிந்திருக்கிறதே' என்றார் ராமனாதன்.

'ஒரே ஊர், தெரியாமல் இருக்குமா?' என்றாள் சுந்தரி.

சுந்தரத்திற்கு மேலே வளர்த்து எதுவும் பேசத் தோன்றவில்லை 'சரிதான், நாம் ரொம்ப நெருங்கியவர்கள் ஆகிவிட்டோம்' என்று பொதுவாகச் சொல்லி பேச்சை வேறு திசைக்குத் திருப்பினார். ராமனாதன் தன் கடைசி நன்றி வார்த்தைகளைக் கூறிவிட்டு புறப்பட்டார்.

'ஆஸ்பத்திரியிலிருந்து ஊருக்குப் போகுமுன் நாகத்தை இங்கு அழைத்து வந்து நாலு நாள் இருந்துவிட்டுப் போங்கள், சுந்தரியும் சேர்ந்து அழைக்கிறாள்.' சம்மதத்துக்கு சுந்தரியைப் பார்த்தார் சுந்தரம். 'ஆமாம் அழைத்து வாருங்கள்' என்று தயங்காமல் கூறினாள் சுந்தரி.

ராமனாதன் அழைப்பை சாதாரணமாக எடுத்துக் கொண்டு சென்று விட்டார்.

டாக்டர் சுந்தரி புரியாமல் கேட்டார். 'என்ன இது, இந்த உபசாரம்?' என்னையும் சிக்கவைத்து...!"

சுந்தரி பல வருஷங்களுக்குப் பின் நீ மிஸ்டர் ராமனாதனை இனம் அறிந்து கொண்ட மாதிரி நானும் இன்று நாகத்தைப் பற்றி தெரிந்து கொண்டேன்.'

'இந்தப் பெண்தானா அது?' சுந்தரி பிரமித்துக் கேட்டாள்.

'முன்னூறு ரூபாய் வரதக்ஷிணை விவகாரத்தால் உன் மணம் நின்று போன மாதிரி மூன்று மாத சிறை தண்டனையால் நின்ற கல்யாணம் அது.'

'சத்யாக்ரகத்தில் கலந்து கொண்டு ஜெயிலுக்குப் போனவனுக்கு பெண்ணைக் கொடுக்க மாட்டேன்' என்று இந்த பெண்ணின் அப்பாவா சொன்னது?'சுந்தரி நெகிழ்ந்த குரலில் கேட்டாள். 'அந்த சம்பவம் அவர்களைச் சேர்த்து விட்டது.'

'நம்மைச் சேர்த்து விட்டிருக்கிறது போலத்தான்.'

'மாரியேஜஸ் ஆர் மேட் இன் ஹெவன்' என்ற இங்கிலீஷ் முதுமொழியை குறிப்பிட்டாள் டாக்டர் சுந்தரி.

'நாம் அதற்கு இட்டிருக்கும் பெயர் 'பிராப்தம்' என்றார் சுந்தரம்.

இணைப்புச் சங்கிலி

கணபதி வெளியே புறப்படப்போகும் சமயம் பம்பரமும் கையுமாக வேர்க்க விறுவிறுக்க ராமு ஓடிவந்து 'அத்திம்பேரே! உங்கள் எல்லோரையும் சாப்பிடக் கூட்டிண்டு வரச் சொன்னான் அண்ணா, இப்போ' என்று மூச்சுவாங்கக் கூறினான்.

அன்று கணபதியின் மாமனாருக்கு வருஷ திவசம். கணபதி உள்ளூர் மாப்பிள்ளையாக வாய்த்துவிட்டதால், சாதாரண விசேஷ நாட்களுக்குக் கூட மாமனார் வீட்டிலிருந்து எப்பொழுதும் அழைப்பு வருவதுண்டு. எப்பொழுதும் போல் விஸ்வநாதனும் தன்னுடைய தம்பியை அனுப்பி கணபதியை சாப்பிட அழைத்து வரச் சொன்னான். அவன் இதை எதார்த்தமாகத்தான் செய்தான், மனதில் ஒருவித விகல்பமும் இல்லாமல். அப்பொழுது, தனது அந்த சிறிய செய்கையினால் விளைய இருக்கும் பிரமாதத்தை அவன் மனதில் நினைக்கவே இல்லை .

'ஏண்டா! விஸ்வம், நீ தான் ஒரு நடை நாலெட்டுத்தானே, போய் கூப்பிட்டுட்டு வந்துடேன்' என்று தயங்கிக்கொண்டே மகனிடம் கூறினாள் தாய்.

'யார் போய் கூப்பிட்டால் என்ன அம்மா? எல்லாம் ராமுவே போய் வரட்டும். அடே ராமு, அத்திம்பேர் எல்லாரையும் சாப்பிடக் கூப்பிட்டுட்டு வாடா' என்று மழுப்பிப் பேசிவிட்டான்.

அதற்குமேல் தாய்க்கு அவனிடம் பேசத் துணிவு வரவில்லை. ஜோலியைப் பார்க்க உள்ளே போய்விட்டாள். ராமுவும் அடுத்த தெருவை நோக்கிப் பாய்ந்து விட்டான்.

கணபதி மௌனமாக ராமுவின் அழைப்பை ஏற்றுக் கொண்டான். பதிலே பேசவில்லை. அவன் பக்கம் திரும்பிப் பார்க்கவும் இல்லை. அவன் மௌனமாக இருப்பதைக் கண்ட ராமு மறுபடியும் தான் முன் கூறியதை அவர் முகத்தைப் பார்த்துக்கொண்டே கூறினான்.

அதற்குமேல் கணபதிக்கு மௌனமாக இருக்க முடியவில்லை. இத்தனை நாட்களாக அடக்கிவைத்திருந்த அத்தனை கோபமும் எரிச்சலும் பீறிட்டுக் கொண்டு வந்து விட்டது.

'ஏண்டா! துரைவாளுக்கு வர ஒழியல்லையோ, விஸ்வநாத அய்யர்வாளுக்கு! ஆத்திலே வெட்டி முறிக்கிறாரோ ...ஹும்!'

கணபதி போட்ட இந்த சப்தம் மறு விநாடியே சமயலறையில் இருந்த பார்வதியை அவர்கள் இருந்த இடத்திற்குக் கொண்டுவந்துவிட்டது. இதை எதிர்பார்த்தவள் போல் மௌனமாக நின்று கொண்டிருந்தாள்.

கணபதி அவள் பக்கம் திரும்பி, 'இந்தா, உன் தமையனார் சாப்பிடக் கூப்பிட்டு வரச்சொல்லி இருக்காராம். போய் எனக்கும் சேர்த்து சாப்பிட்டு விட்டு வா' என்றான் ஏளனமாக.

'அதுக்கென்ன, போயிட்டு வரேன்' என்று இரண்டே வார்த்தைகளில் பதில் கூறிச் சிரித்தாள் பார்வதி.

கணபதி அதோடு நின்றுவிடவில்லை. அவன் கோபம் கட்டுக்கு மீறிப்போய்விட்டது. 'எத்தனை தரம் நானும் படித்துப் படித்துச் சொல்லி இருக்கிறேன். இடித்துக் காட்டியும் இருக்கிறேன். எனக்கு கொஞ்சமாவது மரியாதை வைத்திருக்கிறானா அந்தப் பயல்! என்னை அவன் வீட்டுக் கிள்ளுக்கீரை என்று நினைத்துக் கொண்டிருக்கிறானா! படியேறி வந்து என்னை சாப்பிட அழைப்பது அவன் கௌரதைக்குக் குறைச்சல், இந்த ஆண்டுப்பயல் வந்து என்னைக் கூப்பிடுவது எனக்கு குறைச்சல் இல்லை, இல்லையா'... என்று ஏகத்தாறாக சத்தம் போட்டு விட்டான்.

கணவன் குணத்தை நன்கு அறிந்திருந்த பார்வதி பதில் பேசாமல் அவ்வளவையும் கேட்டாள். தன்னால் முடிந்தமட்டில் தன் அண்ணா வேண்டுமென்று செய்திருக்கமாட்டான் என்றும், அவன் சுபாவமே அப்படி என்றும் கூறி அவனை சாந்தப்படுத்த முயன்றாள். ஒன்றும் பயன்படவில்லை. அவன் பிடிவாதமாயும் உறுதியுடனும் இருந்தான்.

பழைய சம்பவங்கள் சில ஞாபகத்திற்கு வரவும் அவன் கோபம் அதிகரித்ததேயொழிய மட்டுப்படவில்லை. அவன் வாயிலிருந்து கடைசியாகக் கிளம்பிய வார்த்தைகள் இவை. 'உனக்குத்தான் அவன் அண்ணன். நீ வேண்டுமானால் பிறந்தகம் சென்று கொண்டாடிக்

கொண்டிரு. நான் வேண்டாம் என்று சொல்லவில்லை. ஆனால் நான் அந்த மரியாதை கெட்ட பயல் வீட்டில் அடியெடுத்து வைக்கப்போவது இந்த ஜன்மத்தில் இல்லை' என்று முடித்துவிட்டான் கண்டிப்பாய்.

பார்வதியின் கண்களில் நீர் ததும்பியது. 'உங்களுக்கு இல்லாதது எனக்கு என்ன வந்து விட்டது? நானும் போகவில்லை' என்று அழுது கொண்டு சமயலறைக்குப் போய்விட்டாள்.

'அடே ராமு! ஒரு வண்டி பார்த்து அக்காவை கூட்டிண்டு போ. அத்திம்பேர் வரவில்லையாம் என்று சொல்லிவிடு' என்று சொல்லிக்கொண்டே தன் மனைவியின் காதுகளில் விழும்படியாக 'ராமு கூப்பிடறான், நீ போயிட்டு வா' என்று அதட்டலாகக் கூறினான் கணபதி.

"நான் போகவில்லை" என்றாள் பார்வதி அழுகைக் குரலில்.

'நீ போகிறாயா இல்லையா? அது எங்கள் பாடு. உனக்கென்ன அதில்? சமயத்துக்கு நீ போவதற்கென்ன, போய் வா. என் கோபத்தை இன்னமும் கிளப்பாதே' என்று தன்னை ஒதுக்கிப் பேசினான் கணபதி.

கணவன் கோபம் பார்வதிக்கு நன்றாகத் தெரியும். வேறு ஒன்றும் தோன்றவில்லை. குழந்தைகளை கூட்டிக் கொண்டு ராமுவுடன் புறப்பட்டுச் சென்றாள்.

'கணபதி வரவில்லையா' என்று பரிவோடு பார்வதி யைக் கேட்டான் விஸ்வம். 'ஏண்டா, அத்திம்பேரை கூப்பிட்டாயா?'

'கூப்பிட்டேன். அவர் வரவில்லையாம்' என்று சொல்லிக் கொண்டே ராமு அக்காவின் முகத்தைப் பார்த்தான். அவள் மௌனமாக உள்ளே சென்றாள்.

'ஏன் வரவில்லையாம்?'

'ஏனோ.'

'பார்வதி! ஏன் வரவில்லை கணபதி?' என்று அவள் அருகில் சென்று விசாரித்தான் விஸ்வம் கவலையுடன்.

'நீ நேரில் வந்து கூப்பிடவில்லையாம். அதனால்' என்று வேகமாக கூறி முடித்து முகத்தை அப்புறம் திருப்பிக் கொண்டாள் பார்வதி.

'ராமு கூப்பிட்டது போதாதா?'

'இன்னம் கைக்குழந்தையை அனுப்பிக் கூப்பிடச் சொல்லு' என்று கூறி பார்வதி சிரித்தாள். அந்தச் சிரிப்பில் கலந்து ஒலித்தது ஒருவித துக்கம்.

'இத்தனை நாட்களாக...'

'அப்பா இருந்தார், சரியாய்ப் போய்விட்டது.'

'இப்போ?'

'ஆத்துக்குப் பெரியவன் நீ தானே' என்றாள் பார்வதி மறுபடியும் சிரித்துக்கொண்டு.

விஸ்வம் இந்தப் பேச்சை அமைதியுடன் தான் ஆரம்பித்தான். கணபதி வராத காரணத்தை அறியவும் அவன் மனதில் அதிகம் பட்டுவிட்டது. ஒரு அல்ப விஷயத்திற்கு இவ்வளவு பாராட்டுகிறானே என்ற எண்ணம் தோன்றியது.

'சரி அவன் வருவானோ இல்லையோ!'

'நீ போய் அழைத்தால் ஒரு வேளை...'

'அதுவும் ஒருவேளை தானோ...'

'விஸ்வம், மாப்பிள்ளை குணம் தான் உனக்குத் தெரியுமே அப்பொழுதே சொன்னேனே நீ போய் ஒரு நடை...'

இதை அவன் கூறி முடிக்கவில்லை. விஸ்வம் சட்டென்று அம்மா பக்கம் திரும்பினான். அவன் விழிகள் கோபத்துடன் அவளைப் பார்த்து விழித்தன.

'நான் போய் கட்டாயம் கூப்பிட்டுத்தான் ஆகணுமோ?'

'உன் இஷ்டம்.'

'அம்மா! எத்தனை தரம் இப்படி தப்பை வைத்துக் கட்டிக்கொண்டே போகிறது? இவ்வளவு மரியாதை எதிர்பார்த்துக் கொண்டிருப்பவனை ஒருநாளும் திருப்திப்படுத்த முடியாது. அப்பா இருக்கும் போது இவன் படுத்திய பாடெல்லாம் நான் மறந்துவிடவில்லை. என்னால் அதெல்லாம் பொறுக்க முடியாது. சௌஜன்யமாக இருந்து ஒத்துப் போய்க்கொண்டிருந்தால் இருக்கட்டும். இல்லாவிட்டால் போகட்டும். எடுத்ததற்கெல்லாம் நான் போய் அழைத்துக் கொண்டிருக்க முடியாது. ஆனபடி ஆகட்டும்' என்று படபடத்துக் கூறிவிட்டு அப்புறம் போய்விட்டான். ஒருவர் பிடிவாதத்திற்குமேல் மற்றொருவரது இருப்பதைக் கண்ட பெண்கள் மௌனமாக இருந்து விட்டார்கள்.

கல்யாணம் ஆனது முதலே கணபதிக்கு ஒரு கீத்துத் தவறாமல் இந்த மரியாதை கௌரவம் எதிர்பார்க்கும் வழக்கம் நன்றாக பிடிபட்டிருந்தது. ஆசனப்பலகை போடத் தவறியதற்கு ஒரு நாள் அவனுக்கு வந்த கோபம்! இன்றைக்கு நினைத்தாலும் அவர்களுக்கு பயமாக இருக்கும்.

மாமனார் இருக்கும் வரை இந்த மாதிரி விறைப்புகளுக்கெல்லாம் நல்ல மதிப்பு இருந்தது. பயந்து பயந்து மாப்பிள்ளை மனம் கோணாமல் தாங்கிவந்தார். பழைய கால மனுஷ்யராக அவர் இருந்தது தான் காரணம்; அவர் அப்படி வாய்த்ததும் அவன் அதிர்ஷ்டம் என்றே சொல்லவேண்டும். அவர் காலமான பின்பும் அதே மரியாதையையும் உபசாரத்தையும் தன் மைத்துனனிடத்தில் எதிர்பார்த்தான்.

ஆனால் விஸ்வநாதனோ கணபதிக்கு பலவிதத்திலும் நேர் எதிரிடை. பெரியோர்கள் வாயிலிருந்து வருவது போல் இந்தக் காலத்துப் பையன். அதற்கு எவ்வளவோ அர்த்தங்கள் உண்டு. சுருக்கமாக கூறப்போனால், மரியாதை அவ்வளவு பாராட்டத் தெரியாதவன். உபசரிக்கக்கூடத் தெரியாதவன். இவை தான் அவன் குற்றங்கள். கணபதியின் கண்களில் இந்தப் பயல் தன்னை ஒரு பொருட்டாக எண்ணவில்லை, அவமதித்துவிட்டான் என்ற தப்பெண்ணம் ஊறிப்போய்க் கிடந்தது. கணபதியின் மனதில் அந்த சம்பவத்தின் பின்பும் தன்னை நேரில் வந்து கூப்பிட வராத அந்தப் பயல் வீட்டில் காலெடுத்து வைக்கவும் கூடாது என்று தான் முன் கூறியதை ஊர்ஜிதம் செய்து விட்டான் கணபதி.

எப்பொழுது கூப்பிட்டும் வாவில்லையோ இனி தானும் போய்க் கூப்பிடுவதில்லை என்று விஸ்வமும் இருந்து விட்டான்.

சில மாதங்கள் கழிந்தன.

விஸ்வம் அதே ஊரில் வக்கீல் தொழில் புரிய அரம்பித்தான். ஆனால் ஒருவர் வீட்டுப்படி மற்றொருவர் ஏறுவது கிடையாது. ஆரம்பத்தில் தெருவில் சந்திக்க நேர்ந்த சில சமயங்களில், ஒப்புக்கு மேலெழுந்தவாரியாக அவர்களுக்குள்ளே நடந்த பேச்சுகூட நாளடைவில் ஓய்ந்து போய் விட்டது. அநேக தடவைகள் நேருக்கு நேர் சந்தித்த போதும் முன் பின் அறியாதவர்கள் போல் போய்விடுவார்கள்.

மரியாதையின் அடிப்படையாக எழுந்த ஒரு அல்ப விஷயம் குடும்பத்திலேயே அதிருப்திகரமான ஒரு பெருத்த மாறுதலை உண்டாக்கிவிட்டது. அவர்களிடையே நிலைத்த மனஸ்தாபத்தைத் தீர்த்து வைக்க குடும்பத்தினர் செய்த முயற்சிகள் எல்லாம் பலனற்றுப் போய் விட்டன.

ஆனால் ஒரு விஷயம், இருவரும் தங்கள் பகைமையை தங்களுடனேயே நிறுத்திக்கொண்டார்கள். பெண்கள் மீது சுமத்தவில்லை. நாள் கிழமைகளுக்கெல்லாம் குழந்தைகளுடன் அண்ணன் வீடு சென்றுவர பார்வதியை அனுமதித்தான் கணபதி.

குழந்தைகள் பெண்களிடையே போக்குவரத்தும், அபிமானமும் அன்பும் இருந்து கொண்டு வந்தது. அதைப்பற்றி விஸ்வமும் கணபதியும் அதிக அக்கறை செலுத்தவில்லை. ஆயினும் அப்பப்போ ஒருவர் மற்றொருவர் குடும்பத்தைப்பற்றி மனைவியர் மூலம் விசாரித்துக் கொள்வதுண்டு. இதனால் அவர்களுக்குள் இருந்த பரஸ்பர வர்ம உணர்ச்சி தளர்ந்து போய்விட்டது என்பதற்கும் இல்லை ஒருவரைப்பற்றி மற்றொருவர் பேசுவது சற்று காரமாகவே இருக்கும்.

மேலும் சில வருஷங்கள் கடந்து போய்விட்டன.

ஒரு விசேஷ நாள் கிழமைக்கு பார்வதி குழந்தைகளுடன் அண்ணா வீட்டிற்கு வந்திருந்தாள். போஜனம் முடிந்த பின்பு கூடத்தில் எல்லோரும் உட்கார்ந்து பேசிக் கொண்டிருந்தார்கள். விஸ்வமும் கூட இருந்தான்.

அப்பொழுது நிகழ்ந்த ஒரு போக்கு சம்பவம் அவர்கள் மனதிலே ஆறிவிட்ட மாதிரி தோன்றிய புண்ணைக் குத்தி விட்டது போல் ஆகிவிட்டது. அவர்கள் மறந்து விட்டிருந்த பழைய சம்பவங்களை ஞாபகத்திற்குக் கொண்டு வந்தது.

இருந்தாற்போலிருந்து பார்வதியின் ஆறு வயது பையன் சந்துரு, என்ன தோன்றியதோ என்னவோ, புதிர் போல் நடுவில் ஒரு கேள்வியைப் போட்டான். 'ஏன் அம்மா, அப்பா மட்டும் சாப்பிட வரல்லே?'

பார்வதி திகைத்துப் போய் விட்டாள். குழந்தையின் கேள்விக்கு என்ன பதில் சொல்வதென்று தெரியவில்லை. சமாளித்துக் கொண்டு 'வராமே என்னடா, ஏது திடீரென்று உனக்கு இந்த சந்தேகம்?'

'மாமா ஆத்துக்கு நாம்பள்ளாம் வரோமே. அப்பா வரதே இல்லையே.'

இதற்குள் அடுத்த பையன் ராஜம் 'மாமா மட்டும் நம்பாத்துக்கு வராளோ' என்று எதிர் கேள்வி போட்டான். விஸ்வம் மனதில் சுருக்கென்று தைத்தது போன்ற ஒரு உணர்ச்சி உண்டாகிவிட்டது. ஆனால் வெளிக்கு மந்தமாக புன்னகை செய்தான். பார்வதி பதிலே பேசவில்லை. அவளுக்குள்ளே இருந்து ஒரு நீண்ட பெரு மூச்சு எழுந்து வெளிக்காற்றோடு கலந்தது. அதற்கு மேல் அங்கே உட்கார்ந்து இருப்பது விஸ்வத்திற்கு வேதனையாக இருந்தது. சரேலென்று எழுந்து வேறு அலுவல் பார்க்கப் போய்விட்டான். தங்கள் கேள்விக்குப் பதில் வராதது கண்டு குழந்தைகளும் அப்புறம் விளையாடப் போய்விட்டன.

வருஷம் வருஷமாக ஐந்தாறு வருஷங்கள் உருண்டோடிப் போய்விட்டன. ஆயினும் கணபதி, விஸ்வம் இருவருக்கும் நடுவே இருந்த பள்ளம் மட்டும் கொஞ்சம்கூட மேடிட்டுப் போகவில்லை. முன்னர் அவர்களை

ஒன்று சேர்க்க பிரயத்தனித்த குடும்பத்தினருக்கு அது ஆறின கஞ்சியாகப் போய் விட்டது. இனி அவர்கள் பேசுவது அசாத்யம் என்றே எல்லோருக்கும் நம்பிக்கை.

ஒரு நாள் இரவு மணி பத்து. கணபதியின் வீட்டில் ஒரே பரபரப்பாக இருந்தது. குழந்தை முத்துவை சாயந்திரம் முதல் காணோம். கணபதி ஊர் முழுவதும் தேடிப் பார்த்து வந்து விட்டான். வழியில் போலீஸ் ஸ்டேஷனிலும் ரிப்போர்ட் செய்து விட்டான். முத்து அகப்படவில்லை. பார்வதியோ கண்ணீர் விட்டுக் கொண்டு பதறிப் போய் நின்றாள். மனதில் என்னெல்லாமோ கற்பனை செய்து கொண்டு, கணபதி திரும்பத் திரும்ப வெளியே போய் சுற்றிப் பார்த்துக்கொண்டிருந்தான். பார்வதி மட்டும் தனியே இருந்து மனவேதனைப் பட்டுக் கொண்டிருந்தாள்.

திடீரென்று வாசலில் 'அம்மா' என்று குரல் பலக்க கேட்டது. அது முத்துவின் குரல்! கைநிறைய பக்ஷணத்துடன் விஸ்வத்தின் கையைப் பிடித்திழுத்துக்கொண்டு குதித்தோடி வந்தான் முத்து.

காணாமற்போன முத்து திரும்பிவந்ததும், அதற்கும் மேல் சிறிதும் எதிர்பார்க்க முடியாதபடி எத்தனையோ வருஷங்களாக வீட்டுப் படியேறி இராத விஸ்வத்தின் வரவும், இரண்டும் ஏககாலத்தில் நடக்கவும் பார்வதி ஒரு நிமிஷம் அப்படியே ஸ்தம்பித்துப் போய்விட்டாள். விஸ்வத்தை பார்த்துக்கொண்டே நின்றாள். அவனை 'வா' என்று அழைக்கக்கூட அவளுக்கு ஞாபகம் வரவில்லை. முத்துவைக் காணாமல் அவள் விட்ட கண்ணீர் ஆனந்தக் கண்ணீராக மாறியது.

'அண்ணா வா வா,' என்று தன் இருதயம் முழுவதையும் திறந்து காட்டி அவனை வரவேற்றாள் பார்வதி. 'இன்று சாயந்திரம் முதல் இவனை எங்கெல்லாம் தேடறது! துடிச்சுப் போயிட்டோம். நீ எங்கே கண்டே இவனை?'

'ஆத்துக்கு வந்திருந்தான்.'

'ஆத்துக்கா! ஏண்டா உனக்கு வழி தெரியுமா?' என்று முத்துவின் முதுகில் மூன்று விரல்களால் தட்டிக் கொண்டே கேட்டாள் ஆவலோடு.

'எனக்குத் தெரியாதோ, உன்னைக் கூட்டிண்டு போகட்டுமா' என்று கூவிக் கொண்டே மற்ற குழந்தைகளோடு விளையாடப் போய் விட்டான் குழந்தை.

விஸ்வநாதன் இதுவரை மௌனமாக இருந்தான். அவன் மனம் கிளர்ந்திருந்தது. பிறகு மெதுவாக ஆரம்பித்தான்.

'முத்து சாயந்திரமே அங்கே வந்து விட்டானாம். இருட்டிய பிறகு திரும்ப அவனைத் தனியே ஆத்துக்கு அனுப்ப அவளுக்கு தைரியம்

வரவில்லை. என் வருகையை எதிர்பார்த்துக் கொண்டிருந்தாள். இன்றைக்குப் பார்த்து நானும் வெளியேயிருந்து வர இவ்வளவு நாழிகை ஆகிவிட்டது. இப்பொழுதுதான் வந்தேன். சமாச்சாரம் சொன்னாள். தேடப் போகிறீர்களே என்று உடனே கூட்டிக் கொண்டு வந்தேன். கணபதி இல்லையா ஆத்திலே' என்றான்.

'அவனை தேடிண்டுதான் போயிருக்கிறார் வெளியே. வர சமயம் தான்' என்றாள் பார்வதி. கணபதியைப்பற்றி அவள் கேட்டது அவள் மனதில் இன்னதென்று விவரிக்க முடியாத ஒரு மகிழ்ச்சியை அளித்தது.

'சரி, நான் ஆத்துக்குப் போயிட்டு வருகிறேன். இன்னும் சாப்பிட வில்லை' என்று கூறிப் புறப்பட எழுந்தான் விஸ்வம்.

'ஏன் அண்ணா இங்கேயே சாப்பிடேன். அவரும் இன்னும் சாப்பிடவில்லை' என்று துணிந்து கூறிவிட்டாள் பார்வதி. தான் சொல்வது என்னவோ போல் இருந்தது அவளுக்கு.

'இல்லை, அவள் காத்துக் கொண்டிருப்பாள்; நான் ஆத்துக்குப் போகிறேன்' என்று விடை பெற்றுக் கொண்டான் விஸ்வம்.

விஸ்வம் போனதும் கணபதி உள்ளே நுழைந்தான். முத்துவைக் காணவும் சரமாரியாக கேள்விகள் போட்டான். பார்வதி சட்டென்று 'வாசலில் அண்ணாவைப் பார்த்தேளா?' என்றாள்.

'யாரை விஸ்வத்தையா?'

'ஆத்திலிருந்து முத்துவை இப்போதான் கூட்டிண்டு வந்து விட்டுட்டுப் போகிறான். எதிர்ப் பக்கம் இரண்டு மூன்று வீடுகூடப் போயிருக்க மாட்டான்' என்றாள் கணீரென்று.

கணபதிக்கு திடுக்கென்றது. சரேலென்று வாசலுக்குப் வேகமாக நடந்தான். அவனைத் தொடர்ந்தாள் பார்வதியும்.

யானை விளக்கு

கண்களில் குறுக்கும் நெடுக்குமாக ஓடிய ஒரு மகிழ்ச்சிப் பார்வையுடனும் ஒருவித கர்வத்துடனும் ஜனகம் தன் கண்களை நாலு பக்கமும் சுழற்றி தன் வாசலை ஒரு முறை பார்த்துக்கொண்டாள். அவள் மகிழ்ச்சிக்கும் கர்வத்திற்கும் காரணமாக இருந்த தீபாலங்காரம் அவள் அகன்ற கண்களில் பிரதிபலித்தது.

பெரிய கார்த்திகை தினம். வீதி முழுதும் எங்கு திரும்பினாலும் ஜெகஜ் ஜோதியாய் பிரகாசிக்கும் பொன்னிறச்சுடர் வீசும் அகல்கள். கதிரவனது காந்தியும், நிலவின் தன்மையும் கலந்து ஆர அமர நின்று வீசும் இந்த தீபங்களின் எண்ணிக்கை வானில் முளைத்தெழும் நக்ஷத்திரக் கூட்டங்களின் தொகையையும் மிஞ்சிவிடுமோ என்று ஐயுறும்படியாக இருந்தன. அத்தனைக்கும் நடுவே கார்த்திகைப் பெண்கள் ஒருவரோடு ஒருவர் போட்டி போட்டு புவியன்னையையும் ஒளித்தேவியையும் வழிபடும் ஆர்வத்தையும் ஆசைப் பெருக்கையும் அன்று மாலை யில்தான் பார்க்க முடியும்.

தன்னை நன்றாக புது ஆடையாபரணங்களால் அலங்கரித்துக்கொண்டு தன் வாசல் தீபாலங்காரத்திற்கு நடுவே நின்று கொண்டிருந்தாள் ஜனகம். ஒரு கையில் எண்ணைப் பாத்திரம், மற்றொரு கையில் திரிகள் சகிதம் அவ்வப்போது சுணங்கும் விளக்குகளுக்கு உடனுக்குடனேயே எண்ணை, திரி இடுவதில் அவள் அதிக கவனமாக இருந்தாள்.

ஜனகத்தின் பார்வை அடிக்கடி முன்னால் இருந்த ஒரு குறிப்பிட்ட விளக்கின் மீது சென்று திரும்பிக் கொண்டிருந்தது. அதைப் பார்க்கும்

பொழுதெல்லாம் அவள் பெண்மை மனதிலே இன்னதென்று விவரிக்க இயலாத ஒரு களிப்புத் தோன்றும். அவள் முகத்திலே பூரணமாக வெளியிட்டு வராத ஒரு அரைப் புன்னகை பூக்கும்.

அது ஒரு யானை விளக்கு. தரையிலிருந்து ஜாண் உயரம் எழுப்பி எடுப்பாக நின்று அழகாக கடைசலிட்டு ஒய்யாரமான சித்திரப்பாடுகள் அமைந்து, வெண்கலத்தில் செய்யப்பட்ட ஒரு யானை; அதன் மீது இரு கைகளாலும் தாங்கிய விளக்குடன் பறக்கும் பாவனையில் இயக்கை அழகு பொலிய அமைக்கப்பட்டிருந்த ஒரு தேவ கன்னிகை உருவம். இந்த விளக்கைத்தான் பார்த்துப் பார்த்து மனதுக்குள் மகிழ்ந்து கொண்டிருந்தாள் ஜனகம். அது போன்ற விளக்கு அந்தத் தெருவிலேயே வேறொருவர் வீட்டிலும் வைத்திராதது ஜனகத்தின் பெருமை அதிகரிப்பதற்குக் காரணம்.

போதாதற்கு தெருவில் போய் வந்து கொண்டிருக்கும் பெண்டிர், சிறுவர் சிறுமியர், யாவரும் ஒரு கணமாவது நின்று அந்த விளக்கின் அழகை வியந்து விட்டுப் போய்க் கொண்டிருந்தார்கள். அதைக் கவனித்த ஜனகத்தின் மன தில் அடக்கமுடியாத கர்வம் எழும். பெருமை அடைவாள்.

சிறிது நேரம் சென்றது.

திடீரென்று தன்னருகில் ஏதோ இடறி விழுந்தது போன்ற சப்தம் கேட்கவே சரேலென்று நிமிர்ந்து பார்த்தாள் ஜனகம். ஒரு கள்ளப் பூனை அப்பொழுது தான் ஓடும் அவசரத்தில் ஒரு அகல் விளக்கையும் தட்டிக்கொண்டு வீட்டின் உள்ளே பாய்ந்து ஓடியது. ஜனகம் அதைப் பார்த்து விட்டாள். உடனே அவள் ஞாபகம் கூடத்தில் வைத்திருந்த அவல் பொறி, அப்பத்தின் மீது சென்றது. எங்கே அவற்றில் வாய் வைத்துவிடப் போகிறதோ என்று பயந்து பாத்திரத்தையும் திரியையும் கீழே வைத்துவிட்டு உள்ளே ஓடினாள் பூனையை விரட்ட. பூனையை வெளியே விரட்டிவிட்டு திரும்ப வாசலுக்கு ஜனகம் வர சிறிது நேரம் பிடித்தது.

ஆவலோடு ஜனகத்தின் கண்கள் வாசலை ஒரு முறை சுற்றி விழித்துவிட்டு நடுவாசலில் வந்து நின்றன. சடக்கென்று அவள் முகம் மாறியது. அடிவயற்றில் பகீர் என்றது. திகைத்து நின்று விட்டாள்.

ஒரு விநாடி உள்ளே சென்று திரும்பி வருவதற்குள், தான் பார்த்துப் பார்த்து மகிழ்ந்த, தனது அத்தனை கர்வத்திற்கும் காரணமாக இருந்த அந்த யானை விளக்கு அதன் இடத்திலிருந்து மறைந்துவிட்டதைப் பார்த்தாள். அது இருந்த இடம் வெறிச்சென்றிருந்தது. யாரோ சமயம் பார்த்துக்கொண்டிருந்து அடித்துக்கொண்டு போய்விட்டார்கள்.

அவள் உடல் ஒரு நிலையில் நிற்கவில்லை, பதறலெடுத்தது. நெஞ்சு படபடவென்று அடித்துக்கொண்டது. அவசர அவசரமாக அங்கும் இங்கும் ஓடித் தேடலானாள், அகப்படவில்லை. அண்டை அயலாரிடம் வீட்டின் உட்புறம் வரை சென்று கூட விசாரித்தாள். பயனில்லை. தெருவில் ஓடி விளையாடிக்கொண்டிருக்கும் சிறுவர் சிறுமியரைக் கூப்பிட்டு வினவினாள், ஏதாவது துப்பு துலங்குமா என்று. ஒரு பிரயோஜனமும் இல்லை.

அவள் நம்பிக்கை இழந்துவிட்டாள்.

கொஞ்ச நேரமாக பதட்டமும் கொதிப்புமாக இருந்த அவள் மனதிலே ஒரு அமைதி குடி கொண்டது. அவள் உடல் ஒரு நிலைக்கு வந்தது. புயலடித்து ஓய்ந்து போன பிறகு கடலிலே ஏற்படும் அமைதியல்ல அது. நன்றாகக் கொதித்து குமிழி அடக்கி நிற்கும் வெந்நீரிலே தோன்றும் அமைதி.

அடி வயிற்றிலிருந்து குமுறிக் கொண்டு கிளம்பும் அழுகையை அடக்கி அடக்கிப் பார்த்தாள், அவளால் முடியவில்லை அதற்குமேல் வாய்விட்டு அழ ஆரம்பித்துவிட்டாள். அவள் கண்களிலிருந்து பெருகிய கண் ணீர் புதுப்புடவையையும் தொப்பலாகிவிட்டது. ஒரு சாதாரண விளக்கு காணாமற்போனதற்கு இவ்வளவு அழுகையா என்று அண்டை அயலார் பார்த்து நகைக்கும்படியாகக் கூட இருந்தது.

அந்த விளக்கின் சரித்திரத்தையும் ஜனகத்தின் வாழ்க்கையையும் பற்றிய விவரம் சிறிதாவது யாருக்காவது தெரிந்திருக்குமானால் அவர்கள் அப்படி நகைத்திருக்க மாட்டார்கள். அந்த விளக்கு இன்று நேற்று வாங்கியதல்ல. ஜனகத்தின் மாமியார் ரங்கநாயகி அம்மாள் புக்ககத்திற்கு போது, முதல் கார்த்திகைக்கு அவளுடைய தாயார் வந்த கொடுத்த சீதனம். அதை ஜாக்கிரதையாக இத்தனை வருஷங்களாக காப்பாற்றிவந்த ரங்கநாயகி அம்மாளின் சூதானத்தை போற்றாமல் இருப்பதற்கில்லை. அந்த விளக்கின்மீது ரங்கநாயகி அம்மாளுக்கு உயிர். வருஷத்திற்கு ஒருமுறை பெரிய கார்த்திகையன்று தவிர இதர நாட்களில் அதை வெளியே எடுக்க சம்மதிக்கவே மாட்டாள்.

தேய்த்துத் தேய்த்து அதில் அவள் ஏற்றி இருந்த பளபளப்பு வீதி முழுவதும் ஜோதி வீசும். அத்தனை குடும்பப் பிரசித்திபெற்ற அந்த விளக்குக்கு விமோசனம் இன்று ஜனகத்தின் கையால் ஒரு நாட்டுப் பெண் கையால் ஏற்பட்டதென்றால் அது சாதாரணமாகப் போகக் கூடிய சம்பவமா?

முகம் பார்த்துக்கொண்ட வேளை என்பார்களே. ஜனகமும் ரங்கநாயகி அம்மாளும் முதன் முதலாக முகம் பார்த்துக் கொண்டபோது நல்ல

வேளையில்லை என்றுதான் நினைக்க வேண்டி இருக்கிறது. ஜனகம் கணவன் வீடு வந்து இன்னும் இரண்டு வருஷங்கள் கூட முற்றுப் பெறவில்லை. அதற்குள் ரங்கநாயகி அம்மாளுக்கு அசாத்யமான சலிப்பும் வெறுப்பும் எப்படியோ ஏற்பட்டுவிட்டது நாட்டுப் பெண்ணிடம்.

'மகராசி எந்த வேளையில் இந்த வீட்டில் காலெடுத்து தைத்தாளோ எல்லாம் துடைத்துக்கொண்டே வருகிறது' என்று இதுவரை ஜனகம் கேட்க எத்தனையோ முறை கூறி இருக்கிறாள். ஜனகம் ஒரு சிறிய பிசகு செய்தபொழுதும் சீறிவிழுவது, பிரமாதப்படுத்துவது அவள் வாழ்க்கையோடு ஒட்டியதாகப் போய் விட்டது. ஊரார் அவள் கொடூரத்தைப் பற்றி சொல்லிக் கொள்வதெல்லாம் அவள் காதில் விழுந்தால்தானே.

ஜனகம் ஒரு லட்சிய நாட்டுப் பெண். இதையெல்லாம் அவள் பாராட்டுவதில்லை. முகத்தில் சிறிது கடுகடுப்பும், சுளிப்பும் இன்றி மாமியின் வசைகளை எல்லாம் ஏற்றுக் கொள்வாள்.

இன்றுவரை ஒரு வார்த்தையேனும் மாமி முகம் பார்த்து பதில் சொன்னவளல்ல. நாளடைவில் மாமியின் கைகளில் அவள் அனுபவித்தவை சகஜமாகப் போய் விட்டது. மாமியின் செய்கைகளில் அவளுக்குப் புதுமை ஒன்றும் தோன்றவில்லை.

ஜனகம் புக்ககம் வந்து இரண்டு வருஷங்கள் ஆகியும் இப்பொழுது தான் சில மாதங்களாக கணவனுடன் தனிக் குடித்தனம் நடத்தி வருகிறாள். இந்த நாட்களில் இவர்கள் கூடவே இருந்த ரங்கநாயகி அம்மாள் சொந்த கிராமம் சென்று சில நாட்கள் ஆகிவிட்டன. திரும்பி வர இன்னும் சில நாட்கள் செல்லும், இந்த இடைக் காலத்தில் தான் தனிக்குடித்தனம் செய்வதன் சுக, கஷ்டங்களை அனுபவித்து அறிய ஜனகத்திற்கு சந்தர்ப்பம் வாய்த்தது.

மாமியின் குணம் நன்றாகத் தெரிந்திருந்தும். ஆசையினால் தூண்டப்பட்டவளாய் கார்த்திகையன்று யானை விளக்கை எடுத்து ஏற்றி வைத்தாள், திரும்ப ஜாக்கிரதையாக உள்ளே வைத்துவிடலாம் என்ற நினைப்பில். இப்படி ஏற்படப்போகிறது என்று அவள் கண்டாளா என்ன?

அவள் ஆசை வேறுவிதமாக முடிந்தது.

இதர அகல்களையெல்லாம் உடனே அணைத்து உள்ளே எடுத்து வைத்துவிட்டாள். தீபாலங்காரம் செய்வதில் அவளுக்கு இருந்த ஆர்வம் அடங்கிப்போய் விட்டது. ஆரம்பத்தில் அந்த தீபவொளியில் மகிழ்ச்சியும் புன்னகையும் ததும்பிப் பிரகாசித்த முகம் இப்பொழுது துக்கக் கடலில் ஆழ்ந்துவிட்டது போல் சற்றுநேரத்துக்கு முன் ஜெகஜ்

ஜோதியாய் விளங்கிய வீட்டு வாசலும் அந்தகாரத்தில் மூழ்கியது.

பொழுது ஆக ஆக அவள் மனதுக்குள்ளேயே மௌனம் குடிகொண்டது. அவள் அழுகையும் நின்றது. அழுது அழுது அவள் கண்கன் சிவந்து கிடந்தன. ஒரு அற்ப விஷயத்திற்கு பிரமாதப் படுத்தும் மாமி இதை அறிந்தால் என்ன செய்வாள் என்று நினைக்கும்பொழுதே அவள் உடலை ஒரு குலுக்கு குலுக்கியது. தன் மாமியின் ரௌத்திராகார சொரூபத்தை மனதில் கற்பனை செய்து கொண்டபொழுது அவள் தேகமே நடுங்கியது. அடக்க முடியாமல் திரும்பவும் அழுதுவிட்டாள்.

'ஐயோ! எதற்காக இன்று இந்த அசட்டுக் காரியம் செய்தேன்? பேசாமல் இருந்து விட்டுப் போயிருக்கக் கூடாதா? இப்படியெல்லாம் ஏற்பட்டிருக்காதே' என்று மனது துடித்தது.

செய்வதின்னதென்று புரியாமல் பிரமித்துப்போய் விட்டாள்.

ராமானுஜம் வெளியே போய் விட்டு திரும்பியவுடன் விளக்கு காணாமற்போன விஷயத்தை ஜனகம் தயங்கிக் கொண்டே தெரிவித்தாள்.

தன் தாயிடம் இதைக் கூறி அவளை அவன் சமாதானப்படுத்த வேண்டும் என்று அவள் நினைக்கவில்லை. அவன் குணம் அவளுக்குத் தெரியும். உண்மையிலேயே அவன் ஒரு மக்கு; சக்குபாய்க்கு கணவன் வாய்த்தது போல். இதற்கு மேல் அவனைப்பற்றி அதிகம் சொல்லவேண்டியதில்லை. அவள் அவனிடம் எதிர்பார்த்ததெல்லாம் இரண்டொரு ஆறுதல் வார்த்தை தான். ஆனால் அவள் அதிலும் ஏமாந்து போனாள்.

அதை கேட்டவுடன் அவனும் சீறி விழுந்து வசை மாரி பொழிந்தான். தாயின் ரூபம் அவன் கண் முன் நின்றது. 'உன்னை யார் அதை வெளியே எடுக்கச் சொன்னது அம்மா இல்லாதபோது? அம்மா வந்தால் கோபித்துக் கொள்வாளே. என்ன பதில் சொல்வது' என்று தானும் ஏங்கினான்.

கணவனும் தன்னோடு சேர்ந்து ஏங்குவதைக் கண்டு மனம் முறிந்து போனாள் ஜனகம். சதா காலமும் மாமியின் உருவமும் பேச்சும் அவள் முன் நின்று துன்புறுத்திக் கொண்டிருந்தது.

மரண தண்டனையை எதிர்பார்த்து நிற்கும் கைதியைப்போல மாமியின் வருகையை எதிர்பார்த்துக் கொண்டிருந்தாள். சில நாட்கள் சென்றன.

ஒருநாள் பிற்பகல் ஜனகம் வாசலில் நின்று ஏதோ சாமான்களை வாங்கிக் கொண்டிருந்தாள். ராமானுஜம் கூடத்தில் உட்கார்ந்து கொண்டிருந்தான்.

திடீரென்று வீதி மத்தியில் தனக்கு அறிமுகமான ஒரு பேச்சுக்குரல் உச்சஸ்தாயியில் கேட்கவே ஜனகம் பதறிப்போய் அந்தப் பக்கம் எட்டிப் பார்த்தாள். கையில் ஒரு பழைய பெட்டியுடன் ரங்கநாயகி அம்மாள் ஐந்தாறு வீடுகளுக்கு அப்பால் ஒரு பாட்டியுடன் பேசிக் கொண்டே வந்து கொண்டிருந்தாள். பாட்டியின் குசலப்ரசனம் அதிகமாகப் போய்விடவே அங்கேயே பேச நின்று விட்டாள்.

ரங்கநாயகி அம்மாள் நின்று கொண்டிருப்பதைப் பார்த்த ஜனகத்தின் உடல் பதறியது. நெஞ்சு படபடவென்று அடித்துக் கொண்டது. கூடைக்காரியைப் போகச் சொல்லிவிட்டு விருட்டென்று உள்ளே போய் விட்டாள். அவள் கைகால்கள் நடுக்கம் எடுத்தன.

கூடத்திலிருந்த ராமானுஜத்திடம் 'அம்மா வருகிறாள் ஊரிலிருந்து' என்று கூறிவிட்டு சமையலறைக்குள் போய் விட்டாள்.

பயத்தினால் உடல் முழுதும் வியர்வை வெள்ளம் பொங்கி வழிந்தது. முந்தானையைப்போட்டுக் கசக்கி எடுக்கிறாள். முகத்தை துடைத்துக் கொள்ளுகிறாள். காரியம் செய்து கொண்டிருக்கும் பாவனையில் இருக்கலாம் என்றாலோ கையில் பாத்திரங்கள் பிடிகொள்ளவில்லை. தவிக்கிறாள் பாவம்!

ஒன்றுவிடாமல் குசலப்ரசனம் வினவிய பாட்டி வந்ததும் வராததுமாக, ஜனகம் யானை விளக்கை தொலைத்த விஷயத்தையும் சமாசாரத்தோடு சமாசாரமாக ரொம்ப அக்கறையோடு கூறி முடித்தாள்.

அதைக் கேட்டதும் ரங்கநாயகி அம்மாளுக்கு பிரமாதமாக வருத்தம் கலந்த கோபம் வந்துவிட்டது. வேறெதிலும் நாட்டம் போகவில்லை. ஏற்கெனவே கறுப்பாக இருந்த முகம் இன்னும் கறுத்தது. அவள் கை கன்னத்திற்குப் போயிற்று. 'ஏதடி இது! இப்படியும் தான் இந்த மூதேவிப் பிணம், தோசி ஒவ்வொண்ணா தொலைச்சிட்டு உட்கார்ந்திருக்குமோ! அடி தங்கம் பெற்ற விளக்கேடி அது! என்னத்தை சொல்வேன்டி! அட, அநாதி...' என்று வசைமாறி ஆரம்பித்தாள் நடுத்தெருவில் நின்று கொண்டே.

பாட்டிக்கோ தான் போட்ட தூபம் இனி கனிந்து கொள்ளும் என்ற நம்பிக்கை விழுந்தது. பேச்சை மாற்ற முயலுபவள் போல், "அது போறது. வேறொன்று வாங்கிட்டாப் போறது. ஒங்க ஊரிலே' என்று ஆரம்பித்தாள்.

ரங்கநாயகி அம்மாளுக்கோ இதையெல்லாம் கேட்கத் தோன்றவில்லை, "அம்மாமி, அதெல்லாம் அப்புறம் வந்து சொல்றேன் சாவகாசமா. அடி பாவி! தங்கம்பெற்ற விளக்கை இப்படி தூக்கிக்கொடுத்துட்டு

நிற்கிறாளே பாவி' என்று அடிவயிற்றிலிருந்து கர்ஜித்துக் கொண்டே வீட்டை நோக்கிப் புறப்பட்டாள்.

படி ஏறவும் 'அம்மா இப்பொழுதுதான் வருகிறாயா' என்று தீனமான குரலில் வரவேற்றான் ராமானுஜம்.

அதற்கு பதிலே கூறவில்லை ரங்கநாயகி அம்மாள். அவன் வரவேற்பை அங்கீகரிக்காதவள் போல் நேரே கூடத்திற்குச் சென்று பெட்டியை பொத்தென்று கீழே போட்டாள். கோபத்தோடு அவன் பக்கம் திரும்பினாள்.

'ஏண்டா ராமா, தங்கம் பெற்ற விளக்கை கண்ணுலே சுட்டாப்புலே தொலைச்சுட்டாளாமேடா உன் பெண்டாட்டி' என்று ஆத்திரத்தோடு கூறினாள்.

'ஆமாம்' என்றான் ராமானுஜம் தணிவான குரலில்.

'என்னடா ஆமாம்?' என்று இடி முழக்கம் செய்தாள் அடிவயிற்றிலிருந்தது. அவள் கண்கள் உக்கிரமாக அவன் மீது விழித்தன.

இந்தத் முழக்கமே சமையலறையில் இருந்த ஜனகத்தின் பாதி உயிரைப் போக்கிவிட்டது... நடுங்கினாள்.

அதற்குமேல் அம்மாவோடு வார்த்தையாட தைர்யம் வராமல் ராமானுஜம் மௌனமாக நின்றான்.

'நல்ல தோசிப் பொணம் வந்து வாச்சுதுடா வீட்டுக்கு. அஷ்ட....' என்று நாக்கில் நரம்பில்லாமல் அவள் வாயிலிருந்து வசவு மொழிகள் புறப்பட்டன. வைதுகொண்டே சட்டென்று திரும்பி சமையலறைக்குள் சென்றாள்.

உள்ளே ஜனகம் நடுநடுங்கிக் கொண்டிருந்தாள்.

ஒருதரம் அவளை ஏறிட்டுப் பார்த்தாள். ஜனகத்தின் பயம் உச்சநிலைக்குப் போய்விட்டது.

இருந்தாலும் சமாளித்துக்கொண்டு 'இ...ல்...லெ அம்... மா... நான்...' என்று தலதலத்த குரலில் ஏதோ சமாதானம் கூற வாயெடுத்தாள்.

'ஓ! சமாதானம் வேறு சொல்ல வந்தயா? நான் இல்லாதபோது யாரடி உன்னை அதை வெளியே எடுக்கச் சொன்னா? அவ்வளவு துணிவு உனக்கு! உங்க அப்பன் வீட்டிலிருந்து கொண்டுவந்த சொத்தாடி அது! எத்தனை வருஷமா நான் பார்த்துப் பார்த்து காப்பாத்திண்டு வந்தேன். ஒரு நடை போயிட்டு வரத்துக்குள்ளே தொலைச்சுப்பிட்டு உட்கார்ந்திருக்கேயேடி!'

'உன்னை என்ன பண்ணினால்...' என்று பொழிந்து கொண்டே வந்தவள் சரேலென்று குனிந்தாள். அருகே அடுப்பில் எரிந்து கொண்டிருந்த ஒரு கொள்ளிக்கட்டையை எடுத்தாள். ஜனகம் அப்புறம் நகர்வதற்குள் ஒரு நொடியில் சுரீரென்று கன்னத்தில் சுட்டுவிட்டாள் சிறிது கூடத் தயங்காமல்.

'ஐயோ' என்று துடிதுடித்துத் துள்ளிக் குதித்தாள் ஜனகம். அலறினாள். கதறினாள். வலி பொறுக்காமல்.

இதை செய்த பிறகுதான் கோபம் சிறிது ஆறியது போல் இருந்தது ரங்கநாயகி அம்மாளுக்கு. அங்கு நிற்காமல் திரும்பக் கூடத்திற்குப் போய்விட்டாள். கூடத்தில் இருந்த ராமானுஜம் ஜனகத்தின் துடிதுடிப்பைக் கேட்டும் பேசாமல் திண்ணைக்குப் போய்விட்டான்.

க்ஷணப்பொழுதில் தீப்பட்ட தோல் வெந்து புண்ணாகி விட்டது. ஒரே எரிச்சல் தகிக்க ஆரம்பித்தது. ஜனகம் கதறினாள். அவ்வளவு தான் சொல்லலாம். கண்ணீர் கூட ஊறாதபடி அவள் கண்கள் வறண்டு உலர்ந்து போய்விட்டன.

புயல் அடித்து ஓய்ந்துபோன சிறிதுநேரம் கழித்து,

ரங்கநாயகி அம்மாள் மறுபடியும் ஆரம்பித்தாள். இப்பொழுது அவள் குரலில் ஆத்திரமும் கோபமும் ஒலிக்கவில்லை. ஆனால் கொடூரமும் வெறுப்பும் கலந்திருந்தது.

'இந்தாடா ராமா, இந்த விளக்கை இவள் பொறந்தாத்துலே இருந்து கொண்டு வந்துடலே. எங்கம்மா நான் புத்தகம் வரபோது கொடுத்தது. அதை தொலைச்சுட்டு உட்கார்ந்திருக்கு இது. போனது திரும்பிவரப் போறதில்லை. அதை உன் தங்கைக்கு நம்ம எச்சம்மாக்கு கொடுக்கிறேன்னு சொல்லி இருந்தேன். கொடுத்துடணும், பேசாமே அதுக்கு பதில் ஒண்ணை வாங்கி வச்சுட்டு ஒன் பெண்டாட்டியை மறுஜோலி பாக்கச் சொல்லு. என்ன, தெரிகிறதா?' என்றாள்.

இந்தப் பேச்சு ஜனகத்திற்கு சிறிது ஆறுதலை அளித்ததுபோல் இருந்தது.

பந்தயம்

ஊர் ஊராகச் சுற்றிக்கொண்டு வரும் காபூலிப் பட்டாளம் எங்கள் கிராமத்தின் வெளிப்புறத்திலே உள்ள ஒரு பெரிய தென்னந்தோப்பிலே முகாம் போட்டிருந்தது, சென்ற ஒரு வாரமாக, விரும்பத்தகாதவர் கூட்டத்தினரோடு கூட்டத்தினராக இவர்களும் போலீஸாரால் கருதப் பட்டிருந்தபடியால், கிராம எல்லைக்கு உள்ளே தங்குவதற்கு இவர்களுக்கு அனுமதி கொடுக்கப்படவில்லை.

இவர்கள் வந்தது முதல் கிராமத்தில் ஒரே பரபரப்பு; இவர்களை அராபியர் என்றும் கூப்பிடுவதுண்டு. "அராபிப் படை வந்திருக்கு, பிடித்துக்கொண்டு போய்விடுவான்கள்' நகைகளை பிடுங்கிக் கொண்டு போய் விடுவான்கள். ரொம்ப ஜாக்கிரதையாக இருக்கணும்" என்றெல்லாம் உஷார் வார்த்தைகள் பறந்த வண்ணமாகவே இருந்தன. போலீஸ்காரர்களும் முன் ஜாக்கிரதையாக ஜாமத்திற்கு ஜாமம் ரோந்து சுற்றிக்கொண்டும் பராக் கொடுத்துக் கொண்டும் இருந்தனர். பொழுது விடிந்தால்தான் ஒவ்வொருவர் மனத்திலும் நிம்மதி பிறக்கும்.

இந்த காபூலியர்களுடனே வியாபாரம் செய்வதற்கு ஒரு தனிச் சாதுரியமும் சாமர்த்தியமும் வேண்டும். ஏப்பை சாப்பைகள் இவர்களிடம் அகப்பட்டுக்கொண்டால் படும் பாடு வேறுதான். இவர்கள் பெரும்பாலும் பச்சை, சிவப்பு. நீலம் முதலிய கல் வியாபாரந்தான் செய்வார்கள். அரை ரூபாய் பெறும்படியான கற்களை ஐம்பது ரூபாய் என்று ஆரம்பிப்பார்கள். படிப்படியாகக் குறைத்துக் கொண்டே வந்து நாம் கேட்ட விலைக்குச் சில சமயம் கொடுத்து விடுவார்கள்.

இல்லாவிட்டால் தாறுமாறாக வைத்துக்கொண்டு போய்விடுவார்கள். இவர்களிடம் பேரம் பேசினால் ஏதாவது வாங்கித் தீரவேண்டும். உண்டானதெல்லாம் பார்த்துவிட்டுப் பின்பு 'எனக்கு வேண்டாம்' என்று சொல்லிவிட்டால் வந்துவிட்டது ஆபத்து; பிரமாதமாக சண்டைக்கு வந்துவிடுவார்கள். ஆகவே யாவரும், முக்கியமாகப் பெண்கள், இவர்களுடன் வியாபாரம் செய்ய அஞ்சுவார்கள். இப்படி உருட்டி மிரட்டி இவர்கள் வாழ்க்கையும் கழிந்து சென்று கொண்டிருந்தது.

இவர்கள் உடல்வன்மைக்கும் தேகக் கட்டுக்கும் பேர் போனவர்கள். ஒவ்வொருவனுக்கும் ஐந்தாறு நபர்களை அடித்து விரட்டக்கூடிய ஆற்றல் உண்டு. காபூலிப் பெண்களுங்கூட அப்படித்தான். மிகுந்த உடல்வலிமை படைத்தவர்கள். அதனாலேயே இவர்கள் உருட்டும் மிரட்டும் சென்று கொண்டிருந்தது. இத்தகைய காபூலிப் பட்டாளம் ஒரு முறை எங்கள் கிராமத்தில் முகாம் போட்டிருந்தபோது நிகழ்ந்த ஓர் அபூர்வ சம்பவம் என் மனதிலே அழிக்க முடியாத ஒரு முத்திரை இட்டுச் சென்றது. வீரச் செய்கைகளுக்கும் நிகழ்ச்சிகளுக்கும் இன்னும் மதிப்பு இருக்கத்தான் செய்கிறது; அவற்றுக்கு உரிய இடம் கொடுக்கப்பட வேண்டும்; இக்காலத்திலும் அவை அசாத்தியமானவையல்ல என்ற ஒரு உணர்ச்சியை உண்டாக்கிவிட்டுச் சென்றது அது.

ஒரு நாள் அஸ்தமன சமயம். நடுக்கடலில் தீப்பிடித்து எரிந்து கொஞ்சம் கொஞ்சமாக ஜலத்திற்குள் அமிழ்ந்து போய்க் கொண்டிருக்கும் ஒரு கப்பலைப்போல் சூரியன் மேற்கு மலைவாய்க்குள் போய்க் கொண்டிருந்தான். அதே சமயம், எதிரியின் கப்பல் மறையும் தருணம் பார்த்து, மெதுவாகவும் ஜாக்கிரதையாகவும், கொஞ்சங் கொஞ்சமாக ஜலத்திற்குள்ளிருந்து வெளிக்கிளம்பும் நீர்மூழ்கிக் கப்பலைப் போன்று பூர்ணசந்திரன் கீழ்வானில் கிளம்பிக் கொண்டிருந்தான்.

காபூலியர் முகாமில் ஒரே களேபரமாக இருந்தது. ஆண்கள் எல்லோரும் கற்கள் விற்றுவர கிராமத்திற்குள் போயிருந்தார்கள். பெண்கள் மட்டும் கத்தி, கத்திரிக்கோல் போன்ற சாமான்களைக் கடைபரப்பி வைத்து வியாபாரம் செய்து கொண்டிருந்தார்கள். இவர்களிடம் வியாபாரம் செய்வதைவிட வேடிக்கை பார்க்கும் எண்ணத்தோடு கிராமமே திரண்டுவந்து கூடிக் கிடந்தது. ரெயில் வருவதற்கு இன்னும் அதிக நேரம் இருந்தபடியால் எட்டினாற்போல் இருந்த ஸ்டேஷன் கூட்டமும் ஒன்று சேர்ந்துவிட்டது. கேட்க வேண்டுமா இரைச்சலுக்கும் சந்தடிக்கும்?

இங்கும் அங்குமாகக் காபூலிக்காரிகள் தங்கள் கடைகளைப் பரப்பி இருந்தனர். எல்லோரையும் விட ஒருத்தி இருந்த இடத்தில்தான் கூட்டம் அதிகமாகக் கூடியிருந்தது. அவள் ஒரு யௌவனப்பெண். வயது பதினெட்டுக்குமேல் இராது. இதர காபூலிக்காரிகளைப்

போலவே நல்ல சிவப்பு நிறம். அவர்களிடையே கறுப்பைக் காண்பதே அரிதல்லவா? மற்றவர்களைப் போவே அழுக்கேறிப்போய்க் கிடந்த ஒரு பெரிய பாவாடையையும் முழங்கால்வரை தொங்கும் அங்கியையும் அணிந்திருந்தாள். ஒரு சிவப்பு கைக்குட்டையைத் தலையை மறைத்து ஜோராகக் கட்டியிருந்தாள். அதுவும் அழகாகத்தான் இருந்தது. அதற் குள்ளிருந்து இரண்டு பின்னல்கள் பிளந்து, இரண்டு தோள்களின் மேலேயும் முன்பாக மார்பில் விழுந்து இடுப்புக்குக் கீழாகத் தொங்கிக் கொண்டிருந்தன. பச்சை குத்தின பொட்டு ஒன்று அவள் நெற்றியை அலங்கரித்துக் கொண் டிருந்தது. கை கால்களில் கருமணிகளும் வளைகளும் வளையங்களும், ஏகத்தாறாகக் கிடந்து சப்தித்துக் கொண்டிருந்தன. காது, மூக்குகளில் புதுப்புது விதமான நகைகள் தொங்கிக்கொண்டிருந்தன. நல்ல அங்க அமைப்பு: கட்டு மஸ்தான சரீரம். ஆளை மயக்கும் கண்கள். காபூலியரிடையே சாதாரணமாக காணப்படாத உருவம் அவளது. அவள் இருக்கும் இடத்தைத்தான் சுற்றிச் சுற்றி வந்து கொண்டிருந்தது, அந்த வேடிக்கை பார்க்கும் கூட்டம். அந்தக் கூட்டத்தைப் பற்றி ஏளனமாகத் தன் பாஷையில் மற்றவர்களோடு கேலி செய்து கொண்டிருந்தாள் அந்தப் பெண்.

கூட்டம் அவளைச் சுற்றி "இதென்ன விலை? அது என்ன விலை?" என்றெல்லாம் ஓயாமல் கேட்டுக் கொண்டிருந்தது. அவள் ஒரு சமயம் சாந்தமாகப் பதில் சொல்வாள். சில சமயம் எறிந்து விழுவாள். அதையெல்லாம் கூட்டம் பொருட்படுத்தாது.

ஒவ்வொரு கடையாகப் பார்த்துக் கொண்டு வந்த குண்டாத்தேவன் அவள் கடைக்கு முன் வந்து உட்கார்ந்தான். கள்ளுக்கடையிலிருந்து திரும்பி வீட்டிற்குப் போய்க்கொண்டிருக்கும் வழி அது. அப்பொழுது அவன் முழுப்போதையில் இருந்தான். சுற்றி வெகுதூரத்திற்குக் கள் நாற்றம் வீசியது. குண்டான் வரவும் கூட்டம் கொஞ்சம் கொஞ் சமாக அவனுக்கு வழி செய்து விட்டுக் கலைந்து கொடுத்தது. குண்டானைப்பற்றி கிராமவாசிகளுக்குப் பூரணமாகத் தெரியும். குடி விஷயத்தில் மட்டுமல்ல; தேக வலிமையில்தான் முக்கியமாக. சரியாக ஆறடி உயரம், கற்பனைக்குக் கூட விளங்காதபடி மார்பகலம். அவன் உடல் வலிமை யைப்பற்றிக் கிராமத்தில் புரண்டு கொண்டிருக்கும் கதைகள் அநேகம். அவனைக் கண்டால் யாருக்கும் பயம் ஒதுங்கி ஒரு புறம் போய் விடுவார்கள்,

ஒரு மலைக்குன்று போல் குண்டான் அருகில் வந்து உட்காரவும் அந்தக் காபூலிப் பெண் அவனை ஒரு கணம் ஏறிட்டுப் பார்த்துவிட்டுத் தன் பாஷையில் என்ன வேண்டுமென்று கேட்டாள். குண்டான் பதில் பேசாமல் ஒவ்வொன்றாகப் பார்த்துவிட்டு ஒரு நல்ல கத்தியை எடுத்து

விலை கேட்டான். உடைந்த தமிழில் அவள் அதன் விலையைக் கூறினாள். குடிவேகத்தில் குண்டான் ரொம்பக் குறைந்த விலைக்கு அதைக் கேட்டான். அவள் கொடுக்க இஷ்டமில்லாமல் கத்தியை திரும்பக் கேட்டாள். அதற்கும் அவனுக்கு சம்மதமில்லை. அவள் தன் பாஷையில் என்னவோ திட்டிக்கொண்டு கத்தியை அவள் கையிலிருந்து பிடுங்கப்போனாள். அவளுக்கு இஷ்டமில்லை; இந்த விளையாட்டு பிடிக்கவும் இல்லை. அவனைப் பார்த்து விழித்துக் கொண்டே, கீழேவை கத்தியை, இல்லாவிட்டால் சொன்ன விலையைக் கொடு" என்றாள்.

சொல்லிக்கொண்டே சட்டென்று அவன் கன்னத்தில் ஓர் அறை விட்டாள். குண்டான் பொத்தென்று கத்தியைக் கீழே போட்டான்.

குண்டானை அந்தச் சிறு பெண் அடித்து விட்டதைப் பார்த்துக்கொண்டிருந்த கூட்டம் பரபரப்பு அடைந்தது. மேலே என்ன நடக்கப் போகிறதோ என்ற ஆவலுடன் பார்த்துக் கொண்டிருந்தது. குடி வெறியில் குண்டான் பலக்க சிரித்தான். அந்தச் சிரிப்பு, தோப்பு முழுவதும் எதிரொலித்தது.

குண்டான் சரேலென்று அந்தப் பெண்ணின் கையைப் பிடித்துப் கொண்டான். பிடிக்கவும் அந்தப் பெண் சிரித்தாள். எளிதாக நினைத்து லேசாகத் திமிறினாள். முடியவே இல்லை. அவ்வளவு இரும்பான பிடிப்பு அது.

குண்டான் முகத்தில் ஒரு தீவிரமும் காணவில்லை. அவன் லேசாகத்தான் பிடித்துக்கொண்டிருந்தான். அந்தப் பெண் பயந்து போனாள். மற்ற பெண்களை அழைத்தாள். எல்லோரும் ஓடி வந்து அவனைத் தாக்கி அவளை விடுவிக்கப் பார்த்தனர். அத்தனை பேர் கூடியும் அவளை விடுவிக்க. முடியவில்லை. அவன் அவர்களை லகுவாக விரட்டி விட்டாள்.

அந்தச் சமயம் இரண்டு மூன்று ஆண்கள் வந்து சேர்ந்தார்கள்; சப்தத்தைக் கேட்டு அந்த இடத்திற்கு ஓடிவந்தார்கள். அருகில் நின்றுகொண்டு உடைந்த தமிழில் கோபத்துடன், "அவள் கையை விடுகிறாயா இல்லையா?;' என்று குண்டானைப் பார்த்துக் மிரட்டினார்கள்.

குண்டான் சிரித்துக்கொண்டே, "என்னை அடிக்க இந்தச் சிறுக்கிக்கு அவ்வளவு தைரியமா?" என்று கூறிக்கொண்டே பிடித்திருந்த கையை வீசிவிட்டான். அந்த வேகத்தில் அவள் அந்த காபூலியர் மீது விழுந்து சாய்ந்தாள்.

காபூலியர்களுக்கு குண்டானைப் பார்த்ததும் அவன் மீது கைபோட தைரியம் வரவில்லை. சிறிது தயங்கி நின்று கோபமாக விழித்தார்கள். குண்டான் அலக்ஷியமாக எதிர்த்துப் பார்த்தான்.

"தூ! பெண்பிள்ளை கிட்டப் போய்ச் சண்டை போடறே நீ! எங்கிட்ட வந்து பாரு" என்று மீசையை முறுக்கினான் ஒருவன்.

"என்ன செய்யணுங்கறே? ஒரு கை பார்க்கிறயா? தனித்தனியா வறியா? சேர்ந்து வர்றீங்களா?" என்று கிருதாவில் கைபோட்டுக் கேட்டான் குண்டான்.

காபூலியர் ஒருவரை ஒருவர் பார்த்துக்கொண்டார்கள். அப்பொழுது இருட்டிக்கொண்டிருந்தது. "சரி; நாளைக்குச் சாயந்திரம் இங்கே வா. ஒருகை பார்ப்போம். சத்தியமாக வர்றியா?" என்றான் ஒரு காபூலியன்.

"சத்தியமா வர்றேன்" என்று கையடித்துக் கொடுத்து விட்டுக் கிராமக்கூட்டம் தன்னைப் பின் தொடர்ந்து வர, வீறாப்பு பேசிக்கொண்டு அதை விட்டுப் புறப்பட்டான் குண்டான்.

காபூலியரோடு குண்டான் பந்தயம் போட்டிருக்கும் விஷயம் கிராமம் முழுவதும் பரவிவிட்டது. மறுநாள் சாயந்திரம் காபூலியர் முகாம் போட்டிருந்த தோப்பிலே ஒரு பெருந்திரளான கூட்டம் கூடி இருந்தது. காபூலியர் ஒரு பக்கமாகவும் ஜனங்கள் ஒரு பக்கமாகவும் ஒதுங்கி நின்று கொண்டிருந்தார்கள். காபூலியர் முன்னணியில் ஐந்தாறு பலிஷ்ட ஆடவர்களும் எதிரில் குண்டானும் அவனுடைய சகபாடிகள் சிலரும் நின்று கொண்டிருந்தார்கள்.

தன் வயிறு கொள்ளு மட்டும் நிறைய குடித்து விட்டு வந்திருந்தான் குண்டான். அவன் கண்கள் ரத்தம் போல் சிவந்து கிடந்தன. 'நான் தயார்' என்று சொல்லிய பாவனையாக 'ஹும்' என்று காபூலியரைப் பார்த்துத் தலையை அசைத்தான் அவன். என்ன நடக்கப்போகிறதோ என்று கூட்டம் வெகு ஆவலுடன் பார்த்துக்கொண்டிருந்தது.

"நீதானே பந்தயம் வைக்கணும்' என்றான் காபூலியரில் ஒருவன், குண்டானின் முகத்தைப் பார்த்துக் கொண்டே,

'நீதானே கூப்பிட்டே? நீயே சொல்லேன். நான் எதுக்கும் சம்மதம்" என்றான் குண்டான் அலக்ஷியமான பார்வையுடன்.

தங்கள் பாஷையில் காபூலியம் ஒருவருக்கொருவர் ஏதோ ரகசியமாகப் பேசிக்கொண்டார்கள். அத்தருணம் குண்டான் அவர்களைத் திரும்பிக் கூப்பிட்டது போல் இருந்தது. திரும்பிப் பார்த்தார்கள்.

கொஞ்ச தூரத்தில் ஒரு கூடாரத்தில் கயிறு இழுத்துச் சுற்றிக்

கட்டப்பட்டிருந்த ஒரு பெரிய பாறாங்கல்லைச் சுட்டிக் காண்பித்து, "இந்தா, அதை இங்கே தூக்கிக்கிட்டு வந்து போடு" என்றான் குண்டான் அழுத்தமான குரலில்.

ஒரு காபூலியன் சென்று அதைத் தூக்கிப் பார்த்தான், அதை அசைக்கவே முடியவில்லை. இன்னும் ஒருவனை உதவிக்குக் கூப்பிட்டான். இருவரும் சேர்ந்து முக்கி முனகிக்கொண்டு தூக்கமுடியாமல் தூக்கிக் கொணர்ந்து போட்டார்கள்.

அதன் மீது தன் ஒரு காலைத் தூக்கிவைத்து குண்டான், 'ரெண்டுதரம் இந்தக் கல்லைத் தூக்கி ஒரு கச உயரம் வீசிப்போட்டு, தோள்ளே ஏந்திக் கீழே விடறேன். என்ன சொல்றே?" என்று அறை கூவிப் பேசினான்.

அதைக் கேட்ட காபூலியர்கள் திகைத்து நின்று விட்டார்கள். "முடியாது! ஒருதரங்கூட முடியவே முடியாது அவனால்" என்று அவர்கள் வாய் முணுமுணுத்தது. இரண்டொருவர் வாய்விட்டும் சிரித்தார்கள்.

குண்டானுக்கு அந்தச் சிரிப்பு பிரமாதமான கோபத்தை உண்டாக்கி விட்டது. திரும்பவும் 'என்ன சொல்றே?" என்று கர்ஜித்தான்.

இதைக் கேட்டுக்கொண்டு முன்னால் நின்றிருந்த அந்தக் காபூலிப் பெண், குண்டானைக் கன்னத்தில் அடித்த அந்த அழகி, ஒரு வினாடி தீர்க்கமாயும் தீவிரமாயும் குண்டானைப் பார்த்துவிட்டுத் தன் பாஷையில் காபூலியரிடம் ஏதோ கூறிவிட்டுக் குண்டான் பக்கம் திரும்பினாள். அவள் கண்களில் ஒளி வீசியது. அவள் முகத்தில் தீரத்தின் குறிகள் குறுக்கிட்டு ஓடின. குண்டானைப் பார்த்து மெதுவாகச் சிரித்துக்கொண்டாள். அவள் விழிகள் அவனையே உறுத்துப் பார்த்தன. காபூலியர் இன்னும் வெறுமனே இருப்பதைப் பார்த்து அவர்கள் பக்கம் அவள் திரும்பி, "ஹும்!" என்று தலையை அசைத்தாள். தான் சிறிது முன் கூறியதை அவனிடம் கூறுங்கள் என்று வற்புறுத்துவது போல் இருந்தது அந்த அசைப்பு.

திரும்பவும் அவள் கண்கள் குண்டானை உற்றுப் பார்க்கத் தொடங்கின. அதில் ஒரு சாந்தமும் அமைதியும் அன்பும் கலந்து தோன்றின.

காபூலியரில் ஒருவன் முன்னுக்கு வந்தான். 'நீ சொன்னபடி ஒருதரம் செய்துட்டயானால், இதைத் தூக்கிப் போட்டுப் பிடிச்சுட்டேயானால், இதோ" என்று சொல்லிக் கொண்டே அருகில் நின்ற அந்தக் காபூலிப் பெண்ணின் கையைப் பற்றிக்கொண்டு, "நீ கையைப் பிடிச்சு இழுத்த இந்தக் குட்டியை உனக்குக் கட்டிக் கொடுத்துடறேன். சம்மதமா?" என்று கம்பீரமான தொனியில் பந்தயம் கூறினான். அவன் கண்களில் ரோஷம் வழிந்தோடியது.

கூட்டமோ திகைத்து நின்று கொண்டிருந்தது. இந்த விநோதமான பந்தயத்தைக் கேட்டுக் காபூலிப் படையோ சிரித்துக் கெக்கலி கொட்டிக்கொண்டிருந்தது. அவனால் அதைத் தூக்கமுடியாதென்பதும், அவனை அவமானப்படுத்தி அனுப்பிவிடலாம் என்பதும் அவர்களுக்கு நிச்சயம். அந்தப் பெண்ணோ குண்டானையே இமை கொட்டாமல் பார்த்துக் கொண்டிருந்தாள்

குண்டான் இதைக் காது கொடுத்து கேட்டான். ஒரு முறை அந்தப் பெண்ணை ஏற இறங்கப் பார்த்தான். அவர்கள் கண்கள் சந்தித்தன. இருவரும் சிரித்துக் கொண்டார்கள்.

அடுத்த விநாடி குண்டான் கையில் இருந்த தடி தூரச் சென்று விழுந்தது. தலைக்கட்டை அவிழ்த்து எறிந்தான். கச்சத்தை இறுக்கிக் கட்டிக்கொண்டான். கல்லருகில் சென்று கீழே தணிந்து கல்லை வசம் பார்த்து வைத்துக் கொண்டான்.

கூட்டத்தின் பரபரப்பு அதிகரித்தது. எல்லோருடைய கண்களும் குண்டானை யே பார்த்த வண்ணம் இருந்தன. எல்லோரும் விலகி நின்று கொண்டார்கள். குண்டான் தனக்கு வழிவிட்டு வெகு தொலைவில் தள்ளி நின்று கொள்ளும்படி கூட்டத்தை எச்சரித்துவிட்டு, கல் இருக்கும் இடத்திலிருந்து சுமார் நூறு அடி தூரம் பின் சென்று நின்று கொண்டான்.

பரபரப்படைந்த கூட்டம் விலகி நின்று மௌனமாகப் பார்த்துக்கொண்டிருந்தது.

பாறை உருளுவது போல் அங்கிருந்து ஓட்டமாக கல்லை நோக்கி வந்தான் குண்டான். வந்த வேகத்திலேயே சரேலென்று கீழே குனிந்து கல்லைத் தூக்கி உயரே விட்டான். ஒரு கஜ உயரத்திற்குமேல் சென்றது அந்தக் கல்!

அடுத்த விநாடி விழும் கல்லிற்கு நேராக முண்டாவைப் பிடித்தான். கல் முண்டாவில் தாக்கி நின்றது. அருகில் நின்றுகொண்டிருந்தவன் ஒன்று இரண்டு என்று எண்ணினான், பன்னிரண்டு வரையில். அடுத்த எண்! கல்லை வீசிவிட்டான் குண்டான் . தடாலென்ற சப்தத்துடன் பேரொலி செய்து கொண்டு தரையில் விழுந்து சிறிது பதிந்தது அந்த பாறாங்கல்!

கூட்டத்தினரின் திகைப்பும் வியப்பும் மாறி, அவர்கள் சுயப்பிரக்ஞைக்கு வர சில விநாடிகள் சென்றன. சுய நினைவு வந்தவுடன் அவர்கள் பார்த்தது இதுதான்.

அந்த காபூலிப் பெண், எல்லோரையும் விட அதிக ஆவலோடு

இந்த வீரச்செயலைப் பார்த்துக் கொண்டிருந்தவள், குண்டானுடைய கைப்பிடிக்கு நடுவில் நின்று கொண்டாள். அவள் கரங்கள் அவன் தோள் மீது இருந்தன.

காபூலியர் குண்டானை அப்படியே செண்டுபோல் தூக்கிக்கொண்டு ஆரவாரத்துடனே கூடாரத்தை நோக்கி ஓடினார்கள். அந்தச் சிறுமி குதூகலமே உருவெடுத்து வந்தவள் போன்று இருந்தாள். கூட்டத்தின் ஆர்ப்பரிப்புக்கு கேட்க வேண்டுமா?

உடனே குடம் குடமாக கள் கொண்டு வரப்பட்டது. குண்டானுக்கும் வேண்டிய மட்டும் கொடுத்துத் தாங்களும் குடித்து வெற்றியைக் கொண்டாடினார்கள் காபூலியர்.

அந்த இடத்திலேயே, அப்பொழுதே அந்தக் காபூலிப் பெண்ணிற்குத் தன் சாதி வழக்கப்படி தாலி கட்டினான் குண்டான்.

காபூலியர் மேற்கொண்டு ஒரு மாதம் அந்தக் கிராமத்திலேயே முகாம் போட்டிருந்தது. குண்டான் முக்கால்வாசி நேரம் அந்தத் தோப்பிலே தான் கழிப்பான்; மிகுதி , நேரத்திற்கு அந்தக் காபூலிப் பெண் குண்டான் வீட்டிற்கு வந்து விடுவாள். தன் இனத்தை விட்டு வந்த அவள் சமைத்துப்போடும் உணவைக் குண்டான் ஆவலோடு சாப்பிடுவதைப் பார்க்கவேண்டுமே! உடைந்த தமிழில் அவள் உளறுவதைக் கேட்டு அவன் மகிழ்வதையும் காண வேண்டுமே!

ஒரு மாதம் கழிந்தது. காபூலியர் பட்டாளம் முகாமை வேறு இடத்திற்கு மாற்றும் நாளும் வந்துவிட்டது. அன்று சாயங்காலம் கூடாரங்கள் எல்லாம் பிரிக்கப்பட்டு மூட்டை முடிச்சுகள் கழுதைகள் மீது ஏற்றப்பட்டுப் புறப்படத் தயாராக இருந்தன தோப்பிலே திரளான கூட்டம் கூடி இருந்தது. அவர்களை வழி அனுப்புவதற்கு. காபூலியர் ஒவ்வொருவராக குண்டானிடமும் அவன் புது காபூலி மனைவியிடமும் தனித்தனியே விடை பெற்றுக்கொண்டார்கள். தங்களோடு கூடவே புறப்பட்டு வரும்படி அழைத்ததற்கு அவள் வர மறுத்து விட்டது கண்டு மிக்க வருத்தம் தெரிவித்தார்கள். அந்த காபூலிப் பெண் தன் இனம் பிரிந்து போவதைப்பற்றிச் சிறிது வருத்தப்பட்டாள். ஆனால் குண்டானை விட்டுப் பிரிந்து அவர்களோடு வரக் கண்டிப்பாக மறுத்து விட்டாள்.

காபூலியர் எல்லோரும் புறப்பட்டுவிட்டார்கள். குண்டானும் அவளும் தோப்பில் நின்று அவர்களை வழி அனுப்பிக் கண்ணுக்கு மறையும்வரை அந்தத் திசையையே பார்த்துக்கொண்டிருந்துவிட்டுத் திரும்பினார்கள்.

முறைமைப் பெண்

அழகுவின் கல்யாணம் நடைபெறுவதற்கு இன்னும் இரண்டு மூன்று நாட்கள் இருந்தன. அன்றைய கல்யாணக் காரியம் முடிந்து, அழகுவும் அங்கம்மாளும் படுக்கப்போகும் சமயம், அவர்கள் வீட்டுக் கதவு தடதடவென்று இடிக்கப் பட்டது. இந்நேரத்திற்குப் பிறகு யார் வந்து கதவைத் தட்டுவார்கள் என்று சந்தேகித்து, "யாரது?" என்று கேட்டுக் கொண்டே அங்கம்மாள் கதவைத் திறக்கப் போனாள். "நான் தான் அங்கி, கதவைத் திற" என்று வெளியிலிருந்து ஒரு முரட்டுக் குரல் பதில் அளித்தது. அந்தக் குரலைக் கேட்டதும், தாயும் மகளும் ஏக காலத்தில் திடுக்கிட்டு ஒருவரையொருவர் பார்த்து விழித்துக் கொண்டார்கள். பயம் தோய்ந்த ஒரு கலக்கம், பீதி அந்த விழிப்பில் கலந்திருந்தது.

அந்தக் கலக்கத்தையும் அமிழ்த்திக்கொண்டு, அங்கம்மாள் போய்க் கதவைத் திறக்கவும், வீடு அதிரும்படியாகக் காலடி எடுத்து வைத்து பகுடித்தேவன் உள்ளே நுழைந்தான். இத்தனை வருஷங்களாக உழைத்து உழைத்து வைரம் பாய்ந்து போன தேகமும், குடித்துக் குடித்து நிலையாகச் சிவப்பேறிப் போயிருந்த கண்களும், இரண்டு கன்னங்களிலும் கிர்தா மீசையோடு வந்து சேரும்படியாகக் 'கேரா' வெட்டி விடப்பட்டு, இடுப்பில் தோல் உறை இடப்பட்டிருந்த ஒரு பிச்சுவா சகிதம், வெளிக்குத் தெரியாதபடி குத்து ஈட்டி ஒன்று மறைக்கப் பட்டிருந்த பித்தளைப்பூண் இருபுறமும் பிடித்த ஒரு கருங்காலித் தடியைக் கையில் வைத்துக் கொண்டு, ஆஜானுபாகுவாய் உள்ளே நுழைந்த உருவம் ஒரு கற்பனைக் காட்டுத் தெய்வத்தின் தோற்றத்தை அளித்தது.

பகுடித்தேவன் வரவும் அங்கம்மாள் அவன் பக்கம் திரும்பி, 'அண்ணே, வா! ஏது இந்த அகாலத்திலே புறப்பட்டு வந்தே? எங்கேயாவது காவலுக்குப் புறப்பட்டியா? ஏது இத்தனை நாளா இந்தப் பக்கமே காணோம்? இந்த ஊரிலேயே இருந்துக்கிட்டு..." என்று ஒருபுறம் அவனுடைய அகால வருகையை விரும்பாமல் வினவி, மறுபுறம் பரிவோடு கேட்பவள் போல வரவேற்றாள். ஆனால் பகுடியோ அவள் அழைப்பிற்குப் பதில் ஒன்றும் பேசாமல், தீவிரம் பொங்கும் முகத்தோற்றத்துடன் தடியை முன்னாலே போட்டுக் கொண்டு மௌனமாக உட்கார்ந்தான்.

எதார்த்தத்திலேயே அந்த அகாலத்தில் பகுடி வந்தது அவளுக்கு அவ்வளவு திருப்திப்படவில்லை. அதற்கேற்றாற் போல் வரும்போதே அவன் கடுப்பாக நடந்து கொண்டது அவளுக்கு அசாதாரணமாகப் பட்டது. அவர்களுக்குள் முன் நடந்தது. பின் நடக்க இருப்பது இவற்றை கோவைப் படுத்திக் கொண்ட பொழுது, என்ன அனர்த்தத்திற்கு அவன் அடிபோடுகிறானோ என்ற பயம் ஏற்பட்டது தாய்க்கும் மகளுக்கும். எடுத்த எடுப்பிலேயே இருவரிடையேயும் சௌஜன்ய உணர்ச்சி காணப்படாதது அவர்களுக்குள்ளே இருந்த மனஸ்தாபத்தை வெளியிட்டுக் காண்பித்தது.

அப்பொழுது வெளியே நல்ல இருட்டு. ஆடிக்கடைசி. ஆகையால் காற்று முழு வீறாப்புடனும் புழுதியை அள்ளி வீசிக்கொண்டிருந்தது. பனை மரங்கள் ஒன்றோடொன்று மோதி 'ஹோ' என்று அலறிக்கொண்டிருந்தன. அவ்வளவு கொதிப்படைந்த இரவு. அதற்குச் சமமாக கொதிப்படைந்த மனதோடு இருந்த பகுடி, ஒரு கனைப்பு கனைத்துக் கொண்டு பேச ஆரம்பித்தான். அந்தக் கனைப்பு தாய்க்கும் மகளுக்கும் கசந்து வழிந்தது. என்ன சொல்லப் போகிறானோ என்று அவன் வாயையே பார்த்துக் கொண்டிருந்தார்கள்.

"அங்கி! நீ நினைத்ததை அப்படியே சாதித்துப் போட்டே, இல்லையா? குலத்தைவிடப் பணம் உனக்கு பெரிசாப் போயிருச்சு. அந்தப் பஞ் சாயத்துக்காரன் சம்பந்தம் உனக்கு ரொம்ப உசத்தியாப் போயிருச்சு. நம்ப மாசாணம் உன் கண்ணுக்கு அவ்வளவாத் திருப்திப்படல்லே இல்லையா?" என்று அடித்தொண்டையிலிருந்து உறுதியான குரலில் பேசினான். அவன் கண்கள் நிலையாக அவர்கள் இருவரையுமே மாறி மாறி விழித்து உருண்டன, அவன் இதைச் சொல்லும் பொழுது.

அங்கியும் அழகுவும் எதிர்பார்த்து பயந்தது போலவே, எடுப்பிலேயே இவ்வளவு உஷ்ணமாக ஆரம்பித்தது அவர்களுக்கு ரொம்ப வேதனையாக இருந்தது. தீர்ந்து போனதென்று அவர்கள் கருதி யிருந்த விஷயத்தை அவன் திரும்பக் கிளறி விட்டு விட்டான். மேலும் மேலும் அதைப்

பற்றிப் பேசுவது மனஸ்தாபம் அதிகரிப்பதற்குத்தான் இடமாகும். ஆயினும் என்ன செய்வது? அவன் அப்படி நினைக்கவில்லை. ஜவாப் கூறித் தானே ஆகவேணும்.

"அதைப்பற்றி இனிமே பேச்சு எதற்கு? அண்ணே, விவகாரந்தான் ஒரு விதமா தீர்ந்து போயிடுச்சுல்லே" என்று பேச்சிற்கு புள்ளி வைத்து அங்கம்மாள் பதில் கூறினாள்.

"என்ன, தீர்ந்தா போயிருச்சு! நான் அப்படி நினைக்கல்லையே" என்றான் பகுடி, திரும்பவும் பன்மடங்கு உறுதியுடன். இதைக் கேட்டதும் அங்கம்மாளுக்குத் தூக்கிவாரிப் போட்டது. மனதிற்குள் ஒரே கலக்கம். பதில் ஒன்றும் பேசத் தோன்றவில்லை.

"மாசாணம் ரொம்ப ஆசைப்படறான், ஓரண்டையும் பார்க்காமே ஏதோ ஒண்ணுக்குள்ளே ஒண்ணு கட்டிக் கொடுத்திருன்னு எத்தனை யோ வாட்டி வலுவிலே உன்கிட்ட நான் சொல்லியிருக்கேன். அதைக் கொஞ்சங்கூடக் காதிலே போட்டுக்காமே இந்த மாதிரி காரியம் செய்துட்டே பகுடியை மனுசன்னுகூட மதிக்காமே... ஹூம்" என்றான் பகுடி தொடர்ந்து.

அங்கம்மாள் அவனுக்கு விட்டுக் கொடுக்காமல், "அண்ணே! என்ன இப்படிப் பேசறே! மாசாணத்துக்கு அழகுவைக் கட்டிக்கொடுக்கத் தோதுப்படாதுன்னு உன் கிட்ட எத்தனை வாட்டி நானும் சொல்லி யிருக்கேன். அழகுவுக்குத்தான் அவனைக் கட்டிக்கிற பிரியமே இல்லை அப்புறம்..."

இதை அவள் கூறி முடிப்பதற்குள் பகுடியின் முகம் சரேலென்று நிமிர்ந்து அழகு பக்கம் திரும்பியது. கோபத்தோடு விழிகள் உருண்டன. "நேற்றுப் பிறந்த கழுதைக்கு அவ பிரியம் வேறே வச்சிருக்குதோ? ஹூம், வேண்டாமோ?" என்று கோபத்தில் நகைத்தது அந்த இடம் முழுவதும் எதிரொலித்தது. அந்த இடத்தில் அதற்கு மேல் நிற்கமுடி யாமல் அழகு அப்புறம் போய்விட்டாள்.

"அண்ணே, அவளோ எனக்கு ஒண்ணே ஒண்ணு அவள் சம்மதம் இல்லாமே செய்கிறதுக்குப் பிடிக்கல்லே" என்றாள் அங்கி பணிவோடு.

"அப்போ ஜாதி, முறைமையெல்லாம் பறந்து போயிருச்சோ?" என்று கர்ஜித்தான் பகுடி.

அங்கி நடுநடுங்கிப் போய்விட்டாள். அவனிடம் எப்படிப் பேசுவதென்றே அவளுக்குத் தெரியவில்லை. வாஸ்தவமாகவே மாசாணத்திற்கு அழகுவைக் கட்டிக் கொடுக்க கொஞ்சமும் அவளுக்கு இஷ்டம் இல்லை. அங்கம்மாள் வாழ்க்கைப்பட்ட இடம் கொஞ்சம் பசையுள்ள,

இடம். நாளையும் பின்னும் கண்ணீரும் கம்பலையுமாக வந்து நிற்காமல், கண்ணியமும் கொஞ்சம் அந்தஸ்தும் உள்ள இடத்தைத் தேடும் அவளா இந்த யோக்கியதையும், பொறுப்பும், பணமும் இல்லாத கஜப் போக்கிரியின் மகன் காவாலிப்பயல் மாசாணத்துக்கு அழகுவைக் கொடுப்பாள்?

இந்த லக்ஷணத்தில் முறைமை கொண்டாடுகிறான் பகுடி. ஜாதி வழக்கமாம் வழக்கம்! முறைமையைப் பார்த்து விட்டுத்தான் அப்புறம் வெளியே பார்க்கணுமாம்; வேடிக்கைதானே; ஆனால் இந்தக் காரணத்தையெல்லாம் பகுடியிடம் நேரடியாக எடுத்துச் சொல்லி அவன் கோபத்தை அதிகரிக்கச் செய்யவில்லை. பயந்து பயந்து தான் அங்கம்மாள் பதில் கூறினாள். அழகுவின் மீது சுலபமாக பழியைத் தூக்கிப் போட்டு விட்டாள். பகுடியின் கடைசிக் கேள்விக்கு அவள் ஒன்றும் பதிலே பேசவில்லை.

ஆனால் பகுடி அதோடு விட்டுவிடாமல் திரும்பவும் அதே முரட்டுக் குரலில், "இதோ பாரு, அங்கி, உன் கிட்டத் தர்க்கம் பேசிக்கிட்டு இருக்கிறதற்கு நான் இங்கே வரல்லே. நம்ம ஜாதி வழக்கப்படி பேசாமே மாசாணத்துக்குக் கட்டிக் கொடுத்திரு" என்றான். *

"என்ன. என்ன! நிச்சயம் பண்ணின கல்யாணத்தை முறிச்சிடவா சொல்றே?" என்று தன்னை மீறிப் பலக்கக்கூவி விட்டாள் அங்கம்மாள், வியப்புக் குரலில்.

"ஆமாம், அதைத்தான் சொல்றேன். பேசாமே அப்படிச் செய்துடு. இல்லாட்டிப் பின்னாலே ரொம்ப மனஸ்தாபத்திற்கு இடமுண்டாவும்" என்றாள். அங்கம்மாள் அவனையே பார்த்துக் கொண்டு சிறிது நேரம் பேசாமல் இருந்தாள். பின்பு தன்னைத் திடப்படுத்திக்கொண்டு, "அண்ணே , நீ இப்படியெல்லாம் பேசறது நல்லாயில்லே' அதது தலைப்பொறி போலே நடந்துட்டுப் போவுது" என்றாள் இறைஞ்சலாக. தங்கள் விஷயத்தில் கூட அவன் அப்படி நடந்து கொள்வானென்று அவள் எதிர்பார்க்கவில்லை. ஆனால் சாதிக்கும் ஆத்திரம் நன்றாகப் பிடித்துக் கொண்டு விட்ட ஒருவனுக்கு, தன் இனம் பிற இனம் என்று பகுத்தறிய முடியாதபடி அறிவு இருளடைந்து விடுகிறது!

'அப்போ மாசாணத்துக்கு அழகுவைக் கட்டிக் கொடுக்க மாட்டே நிச்சயமாய்? ஹும்!" என்று கூவினான் பகுடி.

'நிச்சயமான கல்யாணத்தை நிறுத்த முடியுமா, அண்ணே ? விட்டுடு பேச்சை" என்று சமாதானமாகக் கூறினாள் அங்கி.

பகுடியின் கோபமும், முரட்டுத்தனமும் அளவு கடந்து போய்விட்டன.

உட்கார்ந்து கொண்டிருந்தவன் சரேலென்று எழுந்து, தடியை கையில் எடுத்துக் கொண்டு அவள் பக்கம் திரும்பி, "பகுடின்னா என்னமோ லேசாக நினைச்சுக்கிட்டு இருக்கிறே நீ. கிராமமே என்னைக் கண்டா நடுநடுங்கிக்கிட்டுக் கிடக்குது. அதுவும் உனக்குத் தெரியாமே இல்லே. முறைமையை விட்டுட்டு வேறே இடத்திலே குட்டியைக் கட்டிக் கொடுத்துட்டா எனக்குத்தான் கேவலம். பகுடி ரோஷம் கெட்டவனில்ல. எங்கே இந்தக் கல்யாணம் நடந்துடறதை பார்த்துடறேன்! இல்லாட்டி என் பேரு பகுடியும் இல்லெ; மறவனுமில்லெ" என்று கிர்தாவில் கை போட்டுத் திருகிக் கொண்டு, கண்களில் தீக்கனல் வீச. சட்டென்று திரும்பி வாசற்படியைக் கடந்து கீழே இறங்கி இருளில் மறைந்து போய்விட்டான் பகுடி.

"அண்ணா அண்ணா" என்று ஏதோ கூற அங்கி வாயெடுத்தாள். அவன் காதில் போட்டுக்கொள்ளாமல் போய் விட்டான், அந்த வீட்டில் பயத்தையும் குழப்பத்தையும் உண்டுபண்ணிவிட்டு.

மறு நாள் காலையில் அங்கம்மாள் வேறு ஒன்றும் தோன்றாமல் போலீஸில் போய் இரண்டு நாட்களில் நடக்க இருக்கும் தன் மகள் கல்யாணற்திற்குப் பகுடி, அவன் சகாக்கள் ஆகியவர்களால் இடைஞ்சல் ஏற்படுமென்றும் பயப்படுவதாயும், பந்தோபஸ்து தர வேண்டுமென்றும் 'ரிப்போர்ட்' செய்துவிட்டாள். அதன் மீது போலீஸார் பகுடியையும், அவன் மகனையும் கூப்பிட்டு அந்தக் கல்யாணம் சம்பந்தமாக ஏதாவது அசம்பாவிதம் ஏற்பட்டால், அவர் களே ஜவாப்தாரி என்று எழுதி வாங்கிக் கட்டுப்படுத்தி எச்சரித்து அனுப்பிவிட்டார்கள். அப்பொழுதுதான் சம்பந்தப்பட்டவர்கள் மனதில் ஒரு நிம்மதி பிறந்தது.

ஆனால் பகுடி இதை சிறிதும் எதிர்பார்க்கவில்லை, தன் சகோதரி அவ்வளவு தூரத்திற்குப் போகமாட்டாள் என்று நினைத்திருந்தான். ஆனால் அவனுடைய செய்கையே அவளுடைய அந்த நடவடிக்கைகளுக்குத் தூண்டுகோலாக இருந்தது. இதுவரையில் சுயேச்சையாக நடந்து கொண்டிருந்த தான் கட்டுப்படுத்தப்பட்டதை நினைக்கும் பொழுது, அவன் மனம் கொதித்தது. எந்த விதத்தில் இதற்குப் பழிவாங்கலாம் என்று ஆராயத் தொடங்கியது அவன் முரட்டு உள்ளம்.

கல்யாண தினம் வந்துவிட்டது. அவர்கள் ஜாதி வழக்கப்படி மாப்பிள்ளை வீட்டிலே தான் கல்யாணம் நடப்பது வழக்கம். எனவே பெண் வீட்டாரெல்லாம் கல்யாணத்திற்கு முந்தின நாளே மாப்பிள்ளை வீட்டுக் கிராமத்துக்குப் போய்விட்டார்கள். அங்கம்மாள் வீடு பூட்டிக் கிடந்தது.

பாதி ராத்திரி சமயம் இருக்கும். மாப்பிள்ளை வீட்டுக் கிராமத்திலே அழகுவுக்கும், பாலுத்தேவன் மகனுக்கும் அந்நேரத்தில் முகூர்த்தம் ஆகி எல்லோரும் சந்தோஷமாகப் பொழுது போக்கிக்கொண்டிருக்கும் சமயம். அமாவாசை சமயமாகையால், எங்கும் இருட்டாக இருந்தது. வானத்தில் அங்கொன்றும் இங்கொன்றுமாக நக்ஷத்திரங்கள் மின்னிக் கொண்டிருந்தன. காற்று அகோரமாகக் கிளம்பி வீசிக்கொண்டிருந்தது. எல்லோரும் ஒரு தூக்கம் போட்டிருப்பார்கள். அப்பொழுது திடீரென்று அரைகுறைத் தூக்கத்தில் இருந்த சிலருடைய நாசிகளில் ஓலை எறிவதனால் உண்டாகும் புகை நாற்றம் போல் ஏதோ தாக்கியது. சந்தேகப்பட்டு வெளியே வந்து பார்த்தார்கள். அங்கம்மாள் வீடு பற்றி எரிந்து கொண்டிருந்தது. தீப்பட்ட ஓலைத் துண்டுகள் பல ஆயிரக்கணக்கில் காற்றில் சிதறி நானா பக்கங்களிலும் பறந்து போய்க் கொண்டிருந்தன. அவ்வளவுதான்; கிராமமே ஒரே அல்லோல கல்லோலப்பட்டது. எங்கே பார்த்தாலும் ஒரே பரபரப்பு; ஆரவாரம். தீ பரவி விடாமல் இருக்க வேண்டிய வழிகள் எல்லாம் தாமத மின்றிக் கையாளப்பட்டும், தீ அணைய வெகு நேரம் பிடித்தது, காற்றடிகாலமாகையால். அங்கம்மாள் வீடு உள்ளிருந்த சாமான்களோடு முழுவதும் வெந்து சாம்பலாகி வீட்டது.

கல்யாணம் முடிந்து மறுநாளே அங்கம்மாள் திரும்பி வந்தாள். வீடு இருக்கும் நிலைமையைப் பார்க்கப் பார்க்க அவள் மனம் பதறிற்று. கொஞ்ச நேரம் பிரலாபித்துவிட்டு, உடனே போய் அதையும் போலீஸாரிடம் 'ரிப்போர்ட் செய்துவிட்டாள், பகுடியையும், மாசாணத்தையும் கைது செய்யுமாறு 'வாரண்டு' பிறப்பிக்கப்பட்டது. மாசாணம் சுலபமாக பிடிபட்டான். பகுடியோ பதினைந்து நாட்கள் வரை அகப்படாமல் தப்பித்துக்கொண்டிருந்து பிறகு சாதுர்யமாக ஜாமீன் வசதி ஏற்படுத்திக்கொண்டு, ஆஜராகி 'லாக்கப்'பிற்குப் போகாமல் கோர்ட்டிலிருந்தே ஜாமீனில் விடுதலைக்கு வழி செய்து கொண்டான்.

அங்கம்மாளுக்கு பகுடி தன் அண்ணன் என்ற நினைப்பே கூட இல்லாமல் போய்விட்டது. வீட்டையே எரித்துத் தன்னை பாழ்படுத்தியவன் அண்ணனாக இருந்தால் என்ன, வேறு யாரானால் என்ன? அத்தனை ஆக்ரோஷம் அவளுக்கு அவன் மீது பிறந்துவிட்டது. எப்படியாவது அவனை இதற்காக சிறையில் வைத்துப்பார்க்கவேண்டுமென்று கூட உறுதி கொண்டுவிட்டாள். அதோடு, பகுடியை ஒழிப்பதற்குத் தக்க சமயத்தை ஆவலோடு எதிர் பார்த்துக்கொண்டிருந்த கிராமமும் அவளுக்குத் துணை புரியத் தூண்டுகோலாக முன் வரவே, பகுடிக்கு எதிராக பலமாகச் சாக்ஷிகளைத் தயாரிப்பதில் இறங்கிவிட்டாள். பகுடிதான் தீ வைத்தவன் என்று அவள் நிச்சயமாக நம்பினாள்.

தன் மீது தீ வைத்த குற்றம் சுமத்தப்படுவதை பகுடியால் பொறுக்க முடியவில்லை. குற்றம் செய்திருந்தால் அவன் மனம் சிறிதும் அதன் பயனை அனுபவிக்கத் தயங்காது. ஆனால், செய்யாத குற்றத்திற்குத் தண்டனை அனுபவிப்பதென்றால், அதை அவனால் நினைத்துப் பார்க்கவே முடியவில்லை.

சப் மாஜிஸ்ரேட் கோர்ட்டில் விசாரணை ஆரம்பமாயிற்று. பகுடிக்கு எதிராக சாக்ஷிகள் மிகப் பலமாகத் தயார் செய்யப்பட்டிருந்தனர். பகுடி கைதிக் கூண்டில் நின்று கொண்டிருந்தான். இந்த நாற்பது வருஷ காலத்திலே இன்றைக்குத்தான் அவன் அற்ப, தீ வைத்த குற்றம் சாற்றப்பட்டுக் கைதி கூண்டில் ஏறி நிற்கிறான். சமயம் பார்த்து எதிரிகள் இப்படித் தன்னைச் சிக்கலில் மாட்டி விட்டதை நினைத்து அவன் மனம் உள்ளூற குமுறிக்கொண்டிருந்தது. அவன் எவ்வளவோ முயன்றும் தன் நிரபராதித் தன்மையை நிரூபிக்கும் வகையில் சாக்ஷியம் தயாரிக்க முடியவில்லை. எதிர் சாக்ஷியமோ வெகு பலமாகத் தயார் செய்யப்பட்டிருந்தது. எங்கே தனக்குத் தண்டனை விதிக்கப் படுமோ என்று பயந்து கொண்டிருந்தான். கூண்டில் குனிந்த தலை நிமிரவே இல்லை. இடையிடையே அங்கம்மாளைப்பற்றிய ஞாபகம் வரும் போது அவன் பற்கள் நறநறவென்று நெரித்தன. ரோஷத்தில் சொல்லிவிட்ட இரண்டு வார்த்தைகள் அல்லவா அவனது இந்த நிலைமைக்குக் காரணம்.

அன்று அங்கம்மாள் சாக்ஷியம் விசாரிக்கப்பட வேண்டிய பிரமேயம் ஏற்படவில்லையாதலால், அவள் கோர்ட்டிற்கு வரவில்லை. பகுடி பயந்தது போலவே குறிப்பாக இரண்டொரு சாக்ஷிகளை மட்டும் விசாரித்துவிட்டு மாஜிஸ்டிரேட் வழக்கை செஷன்ஸுக்கு அனுப்பிவிட்டார். அந்தத் தீர்ப்பு பகுடிக்குப் பேரிடியாக விழுந்தது. அவன் நம்பிக்கை இழந்தவனாகி விட்டான். அவனது முரட்டு மனமும் கலகலத்துப் போய்விட்டது.

பகுடி செஷன்ஸுக்கு அனுப்பப்பட்ட விஷயத்தை யாரோ ரொம்ப மகிழ்ச்சியோடு அங்கம்மாளிடம் வந்து கூறினார்கள். அவள் மனம் சந்தோஷப்பட வேண்டியிருக்க, அவளுக்கு அதைக் கேட்டதும் திடுக்கென்றது. அப்பொழுது அவள் மனத்தில் ஏற்பட்டது, திருப்தியா அதிருப்தியா என்று அவளாலேயே நிதானிக்க முடியவில்லை. பல முரண்பாடான எண்ணங்கள் அவள் மனதில் எழுந்து அலைந்தன. வேதனை போட்டுப் பிய்த்துக்கொண்டது. 'ஐயோ! யார் மீது இப்படி நடவடிக்கை எடுத்துக்கொண்டு விட்டோம்' என்று ஒரு வேதனை அவள் மனத்தில் முளைத்தது, “அவன் உன் அண்ணன் அல்லவா?” என்று ஏதோ ஒன்று அவளுக்கு உள்ளே இருந்து வினவியதுபோல்

இருந்தது. மறுகணம் அவன் செய்த கொடுமை நினைவிற்கு வரவும், அதில் ஓர் ஆறுதல் ஏற்பட்டது போல் இருந்தது. தெளியிட்டுச் சொல்ல முடியாமல் உள்ளூற இந்தக் குழப்பத்திலேயே நாட்கள் சென்று கொண்டிருந்தன.

அன்று மப்பும் மந்தாரமுமாக இருந்தது, மங்கலான சூரியன் கூட மேக விதானத்தைப் பொத்துக் கொண்டு வெளிக்கிளம்ப முடியவில்லை. அன்றுதான் ஸெஷன்ஸ் கோர்ட்டில் விசாரணையின் கடைசி நாள். பகுடி தான் தண்டிக்கப்படுவது நிச்சயம் என்று தீர்மானித்தவனாய் உணர்ச்சியே இல்லாமல் மனம் குன்றிப் போய், கைதிக் கூண்டில் நின்று கொண்டிருந்தான். குனிந்த தலை நிமிரவே இல்லை. அவனுடைய மானம் அல்லவா அவனை விட்டுக் கொஞ்சங் கொஞ்சமாகப் போய்க்கொண்டிருந்தது!

விசாரணை ஆரம்பித்தது. சாக்ஷிகள் ஒவ்வொருவராக கூறிவிட்டுப் போய்க்கொண்டிருந்தார்கள். அதைப்பற்றியெல்லாம் பகுடி சிறிதும் கவலைப்பட்டவன் போலவே தோன்றவில்லை. அடுத்த சாக்ஷிகள் பெயர் கூப்பிடப்படவும் பகுடி திடுக்கிட்டுத் தன் ஒளியிழந்த கண்களை உயர்த்தி அந்தப் பக்கம் பார்த்தான். அங்கம்மாள் அவன் சகோதரி தள்ளாடித் தயங்கி வந்து கொண்டிருந்தாள். அதே சமயம் களை யிழந்திருந்த அவள் முகத்திலிருந்து இரண்டு விழிகள் கைதிக் கூண்டை நோக்கின. ஒரே விநாடி இருவர் கண்களும் சந்தித்தன. அடுத்த விநாடி இருவர் முகங்களும் விருட்டென்று தாமாகவே அப்புறம் திருப்பிக் கொண்டன. பகுடிக்கு வெறுப்பு; அங்கம்மாளுக்கு குழப்பம். சகோதரனுக்கு எதிர் தரப்பில் சகோதரி சாக்ஷி சொல்வதென்றால் அதைவிட விதிவசம் வேறென்ன இருக்கும்?

பகுடியின் அந்தப் பார்வை – கோபமும் நிராதரவும், இரக்கமும், கொடூரமும் கலந்து பேசிய அந்தப் பார்வை – அவள் நெஞ்சை ஆயிரம் சுக்கலாக உடைத்து நொறுக்கி விட்டது. அக்கு அக்காகப் பிரிக்கபட்டதொரு கப்பல் போல் சிதறிப்போய் விட்டது. அதனால் எழுந்த கலக்கத்தை அவளால் சமாளிக்க முடியவில்லை. ஒரு யந்திரத்தைப் போல் தான் சொன்னது புரியாமலே மளமளவென்று சாக்ஷியம் கூறிவிட்டு இறங்கிப் போய்விட்டாள்.

அப்பொழுது தான் அவள் கலக்கம் அதன் உச்சநிலையை அடைந்துவிட்டதென்று சொல்லவேண்டும். சுலபமாக நிவர்த்தித்து விட முடியாத ஒரு நிலைமையைச் சிருஷ்டித்து விட்டாள் அவள்!

ஆனால் ஓர் இரண்டு வருஷ தண்டனையை மனத்தில் கற்பனை செய்து கொண்ட பொழுது அவள் உடல் நடுங்கினாள். அழுகைகூட

வந்துவிட்டது அவளறியாமல். "ஐயோ, ஆத்திரப்பட்டு என்ன காரியம் செய்துவிட்டோம்!" என்று வாய்விட்டுக் கூறி விட்டாள். தன் அண்ணன் சிறைக்குப் போக தான் காரணமாக இருப்பதென்றால்! அவள் கோழையாகி விட்டாள். கோபமும் வர்மமும் அவள் மனதிலிருந்து பறந்து போன இடம் தெரியவில்லை. எங்கிருந்தோ வாத்சல்யமும், பச்சாத்தாபமும் வந்து நுழைந்து கொண்டன. இந்தச் சமயத்தில் ஜட்ஜ் தீர்ப்பு எழுத தன் அறைக்குப் போய்விடவே, அங்கம்மாளின் நிலைமை சகிக்கக்கூடாததாகிவிட்டது. "ஐயோ, என்ன அவசரப்பட்டு இந்தக் காரியம் செய்துவிட்டேன்! அண்ணனைச் சிறைக்கு அனுப்ப நானா காரணமாக இருப்பேன்? இல்லை, மாட்டவே மாட்டேன்" என்று துடியாய் துடித்தாள்.

திடீரென்று ஒரு அசட்டு யோசனை தோன்றியது. ஜட்ஜிடம் போய் நேரில் சொல்லிவிட்டாலென்ன? “அவன் செய்யவில்லை அந்தக் காரியம். வேறு யாரோ, எனக்குத் தெரியாது” என்று சொல்லிவிடக் கூடாதா என்று கூட நினைத்தாள். வாத்சல்யத்திற்கும், பச்சாத்தாபத்திற்கும் அங்கே இடம் இல்லை. சட்டத்திற்கும் சாக்ஷியத்திற்குமே மதிப்பு உண்டு. சாக்ஷியமோ அவன் குற்றவாளிதான் என்று நிரூபித்துவிட்டது. சட்டம் அவனை தண்டித்துத் தான் ஆகவேண்டும்; இல்லாவிட்டால் அது சட்டமே அல்ல. நீதிக்குப் புறம்பானதாகிவிடும். அவள் மேலும் நினைத்தாள் : 'ஐயோ! குற்றம் சரியாக நிரூபிக்கப்படவில்லை என்று ஜட்ஜ் விடுதலை செய்துவிட மாட்டாரா?' என்று பேதை மனம் பிதற்றத் தொடங்கியது. ஆத்திரத்தில் தான் செய்து விட்டதைக் குறித்து மறுகினாள், மறுகினாள், மறுகினாள். மனம் நிலைக்காமல், செய்வது இன்னதென்று புரியாமல் பிரமையே உருவாகிவிட்டாள்.

கொஞ்ச நேரம் கழித்து திரும்ப ஆசனத்தில் ஜட்ஜ் வந்து உட்காரவும், கோர்ட்டில் பரபரப்பு ஏற்பட்டது. குல்லாய் அணிந்து கொண்டு, கண்களை ஒரு தரம் கசக்கிவிட்டு சபையை சுற்றிப்பார்த்து ஜட்ஜ் தீர்ப்புச் சொல்ல வாயைத் திறந்தார். எல்லோருடைய ஆவல் முகங்களும் கவனத்தோடு அவர் வாயையே பார்த்துக்கொண்டிருந்தன.

அதே சமயம் திடீரென்று, "தர்மதுரையவர்களே!" என்று தளர்ந்த குரல் ஒன்று நிதானித்துக் கிளம்பியது.

"உஸ்! பேசக்கூடாது. யாரது? தள்ளு வெளியே!" என்று பல குரல்கள் ஏக காலத்தில் அங்கம்மாள் வாயை அடைத்தன. ஜட்ஜ் தீர்ப்புக் கூறப் போகும் சமயத்தில் கோர்ட்டில் சப்தம் போடவாவது.!

அங்கம்மாளுக்கு மேலே ஒன்றும் பேசத் தோன்றவில்லை. ஜட்ஜையும் சபையையும் மாறி மாறிப் பார்த்து மருள மருள விழித்தாள். இது

ஒரு விநாடிக்குத்தான். மறு விநாடி அவள் தளர்ந்த, ஆயாசமடைந்த சரீரம் பொத்தென்று ஆசனத்தில் விழுந்து உட்கார்ந்தது. தலை சாய்மானத்தில் சாய்ந்து கொண்டது. ஜட்ஜ் திரும்பவும் தொடர்ந்து ஆரம்பித்துத் தம் தீர்ப்பைக் கூறி முடித்தார். ஆனால் ஜட்ஜ் கூறிய அந்தக் கடைசி இரண்டு வாக்கியங்கள் அப்பொழுது அவள் காதில் விழவில்லை.

லட்சிய சோதனை

அன்று ரகுநாதன் படித்துவரும் கலாசாலையின் கடைசி பார்லிமெண்டரி யூனியன் விவாதக் கூட்டதினம். நவீன கால சமூகக் கொள்கைகளில் தீவிரப்பற்று கொண்டுள்ளவன் ரகுநாதன். பத்திரிகைகள் வாயிலாகப் படித்தும் பெரியோர் பிரசங்க மூலமாகக் கேட்டும் அறிந்திருந்து, அதனால் ஏற்பட்ட மன விலாசத்தினால், சமூகத்தில் உள்ள குறைபாடுகளை, அவற்றால் ஏற்படும் பாதகங்களையெல்லாம் களைந்து எறிந்துவிட வேண்டும் என்று அவனுக்கு இருந்த ஆத்திரத்தை இவ்வளவு அவ்வளவு என்று சொல்ல முடியாது. சமூக சம்பந்தமான எந்தப் பிரச்னை பற்றிய விவாதத்திலும் அவன் பங்கெடுத்துக் கொள்ளத் தயங்குவதில்லை. இயற்கையாகவே அவனுக்கு விவாதகுணம் அமைந் திருந்தது. ஆகவே அன்றைய கூட்டத்தில் அவனே அந்த விஷயத்தைப் பற்றின விவாதத்தை ஆரம்பித்து வைப்பதாக இருந்தது.

ரகுநாதன் தன் இடம் விட்டெழுந்து மேடை மீது போய் நின்றுகொண்டான். அவன் பேசப் போகும் அந்த பிரமாதமான விஷயத்திற்குத் தக்கபடி அவன் முகம் தீவிரக்களை பொலிந்து விளங்கியது. எதிர் வரிசையில் கலாசாலை ஆசிரியர்களும், பின் வரிசைகளில் சகோதர மாணவர்களும், வலது கையோரமாக கூட்டத்திற்கென்று அழைப்பின் பேரில் வந்திருந்த ஊர்ப்பிரமுகர்களும் வீற்றிருந்தார்கள்.

ரகுவின் நண்பன் கிட்டு ஓரத்து நாற்காலியில் உட்கார்ந்து கொண்டிருந்தான். அவன் கண்கள் ஜன்னலுக்கு வெளியே எதையோ

பார்த்துக் கொண்டிருந்தன. அந்த விவாதத்தில் அவனுக்கு அவ்வளவு ஆசையோ, அக்கறையோ இல்லையோ என்று சந்தேகிக்கும்படியாக ஆர்வமற்று இருந்தது அவன் முகம். சிறிது அசிரத்தைக் குறி காட்டியது. ரகு மேடைக்குச் சென்று நிற்கவும், அவன் உதடுகளில் லேசான புன்னகை கிளம்பியது. அந்தச் சமயத்தில் அவன் பக்கம் மேடையிலிருந்து திரும்பிய ரகுவின் கண்களைப் பார்த்தவுடன், புன்னகை மறைந்தது. முகம் கீழ் நோக்கிக் கவிழ்ந்தது. காரணம் அவர்கள் இருவருக்கும்தான் தெரியும்.

ரகுவின் பேச்சு ஆரம்பத்தில் சாதாரணமாகத்தான் இருந்தது. போகப்போக சமூகத்தின் மீது அவனுக்குள்ள அத்தனை ஆத்திர உணர்ச்சியும் சேர்ந்து குமுறிக்கொண்டு வருவது போல், வார்த்தைகளின் உத்வேகம் அதிகரித்துக். கொண்டே சென்றது. கண்டன வார்த்தைகள் அவற்றின் முழுவேகத்துடன் உபயோகிக்கப்பட்டன.

ரகுவின் இவ்வளவு வெறுப்புக்கும் கோபத்துக்கும், கசப்புக்கும் ஆளான அந்த விஷயம் சமூகத்தை அரித்துத் தின்று கொண்டிருக்கும்படியான வரதக்ஷிணையின் கொடுமை. இது விளைவித்திருக்கும் பாதகத்தை அவன் நினைத்துக்கொண்டபோது அவன் நெஞ்சம் குமுறியது. பெற்றோர் சிலர் வரதக்ஷிணை கொடுக்க முடியாமல் துடிதுடித்துக் கொண்டு பெண்களைப் பாழும் கிணற்றில் தள்ளுவது போல கிழவனோ, வியாதியஸ்தனோ என்று கூட தார தம்யம் பார்க்காமல் மணம் செய்து கொடுப்பதும் பெற்றோரும் விவரம் அறிந்த பெண்களும் தற்கொலை செய்துகொள்ளும் சம்பவங்களும் அவன் மனக்கண் முன் தோன்றியபோது அவன் மனது துடிதுடித்தது.

பெண்களைக் கொள்வதோடு பணமும் கேட்கும் மாப்பிள்ளைகளின் மனப்பான்மையைப் பரிகசித்துப் பேசினான். அவ்வாறு செய்தால் விளையும் பாதகங்களால் அவர்கள் மீது விழும் சாபங்களின் பாரத்தை அவர்கள் உணரவேண்டுமென எச்சரிக்கை செய்தான். அந்த ஒரு மணிநேர அவகாசத்தில் அவன் பேசிய பிரசங்கம் அவனது தீவிர சீர்திருத்த மனப்பான்மையை பூரணமாக வெளியிட்டுக் காட்டியது.

ஆனால் அவன் கடைசியாக கூறிவிட்டு உட்கார்ந்த அந்த வாக்கியங்களின் எதிரொலி மாத்திரம் சபையினரின் மனதில் தாக்கி அவர்களது உணர்ச்சியைக் கிளப்பி விட்டது.

'... இதற்கு திருஷ்டாந்தமாக எந்த இடைஞ்சலையும் பொருட்படுத்தாமல் எதிர்த்து நின்று நான்...' சட்டென்று அவன் பேச்சு அந்த இடத்தில் நின்று விட்டது. ஒரு விநாடிக்கு மேல் வார்த்தை கூற அவன் நா எழவில்லை. அவ்வளவு தூரம் அவன் உணர்ச்சி வசப்பட்டுப் போயிருந்

தான். அடுத்த வினாடி சமாளித்துக் கொண்டு பேசத் தொடங்கினான்.

'... இதை நிறைவேற்றி உதாரணம் காண்பிப்பேன்!' என்று படபடத்துக் கூறி முடித்து விட்டு விருட்டென்று இறங்கி இடத்தில் போய் உட்கார்ந்து கொண்டான். அவன் பிரசங்கத்தை சபையினர் தம் கரகோஷங்களால் சிலாகித்துக் காட்டினார்கள்.

கூட்டம் முடியவும் ரகுவின் கண்கள் கிட்டு இருந்த புறமாகத் துளாவின. அதே சமயம் கிட்டுவின் கால்கள் ரகுவை நோக்கி அவனை இழுத்து வந்தன; இருவரும் சேர்ந்து கலாசாலைக் கட்டிடத்தை விட்டுப் புறப்பட்டு எதிரே இருந்த கடற்கரையை நோக்கி நடக்கலானார்கள். ஆனால் இருவரும் வாய் திறந்து ஒரு வார்த்தைகூடப் பேசவில்லை. பிரசங்கத்தினால் இருவர் மனதுகளும் கிளர்ந்திருந்தன.

சமூக குறைபாடுகளைத் தொலைத்து விடுவதில் கிட்டுவுக்கு உள்ள அக்கறை ரகுவின் அக்கறையைவிடக் குறைந்ததல்ல. ஆனால் அவன் அபிப்ராயம் ரகுவினுடையதற்கு முற்றிலும் மாறுபட்டது. ரகு ஒரு லட்சிய உலகத்தில் சுற்றி வந்துகொண்டிருக்கிறான் என்பது அவன் அபிப்ராயம், தற்போதைய கட்டு திட்டங்களுக்கு இடையில், ஒருவன் முன்னேறும் தூரத்திற்கு ஒரு வரையறை உண்டு என்ற உண்மை உலகில் தன் நண்பன் இல்லை என்று அவனுக்கு உறுதிப்பட்டிருந்தது.

இதைப் பற்றி அவர்கள் தர்க்கித்திருந்த சமயங்களில் விவாதத்தின் வேகம் அவர்கள் பொறுமையின் எல்லையை பரிசோதித்து விட்டிருக்கிறது. ஆனால் ரகுவுக்கு தனது லட்சிய உலகில் தான் நம்பிக்கை, தன் பலம் அறியாமல், சாதனைக் குணம் இல்லாமல், முதுகெலும்பற்ற ஒரு சமூக கோஷ்டியைச் சேர்ந்தவன் தன் நண்பன் என்பது கிட்டுவைப் பற்றி அவன் அபிப்ராயம். ஒருவரைப் பற்றி மற்றொருவர் அபிப்ராயம் அப்படி இருந்தது!

கடற்கரை நோக்கி சிறிது தூரம் போகுமுன்னரே அவர்களிடையே நிலவி இருந்த மௌன நிலைமை தானாக நழுவிப் போய்விட்டது. ரகு முதலில் பேசத் தொடங்கி 'கிட்டு இன்றைய விவாதம் எப்படி' என்று அவன் முகத்தைப் பார்த்துக் கொண்டே கேட்டான்.

'பேச்சுக்கென்ன? கேட்பானேன்' என்று கிட்டு பதில் கூறியபோது அவன் உதடுகளில் விஷமப் புன்னகை தோன்றியது. ரகு மனதில் அந்த வார்த்தை சுருக்கெனத் தைத்தது.

'இந்தா, கிண்டல் பண்ணாதே, ஒழுங்காகக் கூறு.'

'ஒழுங்காகத்தான் பேசுகிறேன். வீறாப்புப் பேச்சைக் கிரியாம்சையில் காட்டும் பொழுதல்லவா தெரியப் போகிறது வண்டவாளம்.'

ரகு கலகலவென்று சிரித்து விட்டான். தன் கடைசி வார்த்தைகளைக் குறித்து அவன் கிண்டல் செய்கிறான் என்று மனதில் பட்டது. 'அடே நீ எப்பொழுதும் ஒரு சந்தேகப் பேர்வழிதானே, நம்பிக்கை இல்லாத ஜந்து!' என்று கூறிப் பரிகசித்தான் ரகு.

'அடே யாரிடம் இந்தக் கதையெல்லாம் விடுகிறாய்? இன்றைக்குச் சொல்லுகிற வார்த்தை இது. உன்னால் ஒரு நாளும் இதை நிறைவேற்ற முடியாது, எனக்கு நிச்சயம்' என்று ஓங்கி அடித்தான் கிட்டு.

'வாஸ்தவமாக?'

'முக்காலும் முடியாது. முடியாது. தற்பொழுது நம் கைகள் கட்டுப்படுத்தப் பட்டிருக்கின்றன என்பதை நீ அறியவில்லை' என்றான் கிட்டு.

'நீ ஒரு கோழை!' என்றான் ரகு ரோஸத்தோடு.

'இருக்கலாம்' என்று மட்டும் கூறி விட்டு கிட்டு சிரித்துக் கொண்டான். தன் பலவீனத்தை அறியாதவன் ரகு என்று அவன் மனம் படம் பிடித்துக்காட்டியது. இதோ பார் ரகு! உன் பெற்றோர் அபிப்ராயம் முதன்மையாகக் கலக்கப்பட வேண்டும் என்பது உனக்கு ஞாபகமில்லை. அவர்கள் நம்மைப்...'

'ஓ, அதையெல்லாம் ஒரு நொடியில் என் வழிக்கு மாற்றி விடுவேன். எனக்கு சந்தேகமேயில்லை; இதுதானா பிரமாதம்?' என்றான் ரகு தன் லட்சியத்தில் முழுபலத்தையும் ஊன்றிக் கொண்டு.

'சரி, இதற்குமேல் வார்த்தை பேசுவதில் பிரயோசனமில்லை. காலம் வெகுதொலையில் இல்லை. அதுவரை பொறுத்துப் பார்ப்போம்' என்று பேச்சுக்குப் புள்ளி வைத்துப் பேசினான் கிட்டு.

'நான் நிரூபித்துக் காட்டும்பொழுது சொல்வாய்!' என்றான் ரகு விடாமல்.

ஒரு வருஷம் கழிந்து போய் விட்டது. நண்பர்களின் கலாசாலைப் படிப்பு முடிந்து இருவரும் தங்கள் கிராமம் சென்று விட்டார்கள். இந்தக் காலத்தில் ஒருவரை ஒருவர் சந்திக்கவே சந்தர்ப்பம் வாய்க்கவில்லை. அப்போதைக்கப்போது எழுதிக்கொள்ளும் கடிதங்களே அவர்களுக்குள் தொடர்பை நீட்டித்துக் கொண்டிருந்தது.

கலாசாலை நாட்களில் நடந்த அந்தச் சிறிய சம்பவம் அவர்கள் ஞாபகத்திலிருந்து சிறிது சிறிதாக அழிந்து கொண்டிருந்தது. இதர எத்தனை யோ விஷயங்களைப் போல. ஆனால் அதற்குக் காரணமாக இருந்த அந்த லட்சியம் மட்டும் ரகுவின் மனதில் நாளுக்குநாள் வலுப்பட்டுக் கொண்டே வந்தது.

அன்று ரகு வீட்டில் ஒரே களேபரமாக இருந்தது. மறுநாள் காலமே புறப்பட்டு வருவதாக பெண் வீட்டுக்காரர் ஒருவரிடமிருந்து வந்த தந்தியின் விளைவே அந்த தடபுடல். ரகுவின் தந்தை, தாய், பாட்டி ஆகிய இவர்கள் மூவரும் பேசிக் கொண்டிருந்தார்கள். தம் அபிப்ராயங்களை பரஸ்பரம் பரிமாறிக்கொண்டு.

'அவருக்குத்தான் நல்ல பணம் இருக்கிறதே, நம்ப ரகுவுக்கு கைநிறைய செய்யறதுக்கு என்ன? இதுதானே அவருக்கு முதல் பொண்ணு. என்ன அலுத்துப் போயிட்டாரா? செய்யட்டுமே' என்று பாட்டி தோரணையாகக் கூறினாள்.

'இல்லை, அவர் ரொம்ப ஆசைக்காரர்னு சொல்றா. பெண்ணுக்கு செய்யாமே வேறே யாருக்கு செய்யப் போறா? செய்தால், அவா பொண்ணு, மாப்பிள்ளை வைத்துக்கொண்டு ஆளுகிறார்கள். நமக்கு என்ன? இதோ வரானே மாப்பிள்ளை அவன் பாடு: மாமனார் பாடு. வேணுங்கிறதை கேட்டு வாங்கிக்கட்டுமே' என்று அந்தச் சமயத்தில் ரகு உள்ளே நுழைவதைப் பார்த்துவிட்டு அவன் தாய் சேர்த்துக் கூறினாள்.

ரகு ஒரு கேள்விப் பார்வையுடனே அவர்கள் பக்கம் திரும்பினான். அந்த சமயம் பாட்டி பதிலுக்கு 'அதெல்லாம் இல்லை நம்ப ரகுவுக்கு ஐயாயிரம் – ஐந்து விரல்களையும் காட்டி வச்சாத்தான் மாப்பிள்ளையாவான். இல்லையானால் பொண்ணு அவாளது; பிள்ளை நம்பளது' என்று, ஒரு போடு போட்டாள் ரகுவைப் பார்த்துக்கொண்டே. எல்லோரும் சிரித்தார்கள்.

இந்த வார்த்தைகளைக் கேட்ட ரகு திடுக்கிட்டான். ஆனாலும் சமாளித்துக் கொண்டு 'நீ சொன்னால் போதுமா பாட்டி' என்றான் சிரித்துக்கொண்டே.

இந்த ஹாஸ்யத்தை மௌனமாக அனுபவித்துக் கொண்டிருந்த ரகுவின் தகப்பனார் மெதுவாக 'அவன்தான் தன் அபிப்ராயத்தை எடுத்துச் சொல்லட்டுமே. சின்னக் குழந்தையா' என்றார்.

ரகுவின் மனதில் இந்த வார்த்தைகள் சுருக்கென்று பட்டன. இதுவரை விளையாட்டாக பேசிக் கொண்டிருந்தார்கள். அவர் வார்த்தைகள் அதற்கு ஒரு புள்ளி வைத்து விட்டன. பாட்டியும், அம்மாவும் பேச்சை நிறுத்தி விட்டு அவன் முகத்தையே பார்த்துக்கொண்டிருந்தார்கள். ரகுவின் மனதில் ஒரு பதைபதைப்பு உண்டாயிற்று. ஏதோ உட் புகுந்து குழப்பியது போலிருந்தது. மறுவிநாடி அவன் லக்ஷியம் அவன் மனக்கண் முன் தோன்றியது. அவன் முகம் தீவிரமடைந்தது. என் அபிப்ராயம் தான் முன்னமே தெரியுமே; திரும்பக் கேட்பானேன்?'

என்றான் ரகு.

பாட்டி இரண்டடி முன்னுக்குக் காலெடுத்து வைத்தாள்.

'இந்தாடா ரகு, இத்தனை நாள்தான் நீ கன்னா பின்னான்னு உளறிண்டு இருந்தே. அசடு மாதிரி இப்படியெல்லாம் உளறாதே' என்று கடகடவென்று பேசினாள் கொஞ்சம் கோபமும் ஆத்திரமும் கலந்த குரலில்.

ரகு லக்ஷியம் செய்யாதவன் போல் சிரித்துக் கொண்டான். பாட்டி மேலும், 'ஏண்டா, யாருடா இந்தக் காலத்திலே கையிலே பணம் வாங்காமே கல்யாணம் பண்றா. நாம் மட்டும்தான் வாங்கப் போறோமோ? ஏதோ கண்ணுக்கு நிறத்தியா செஞ்சாத்தானே நன்னாயிருக்கும்? பொண்ணு நன்னாயிருக்குன்னுட்டு பொண்ணை மட்டும் கல்யாணம் பண்ணிண்டு வந்துடறேன் என்கிறாயாக்கும்' என்று அடித்துக் கூறினாள் மறுபடியும். எல்லோரும் சிரித்தார்கள்.

'ஏன், நாம் தான் பணம் வாங்காமல் ஒரு புது வழி செய்து காண்பிப்போமே. நம்மைப் பார்த்து எல்லோரும் பாடம் படித்துக் கொள்ளட்டுமே' என்றான் ரகு தன் லக்ஷியத்திற்கு வக்காலத்து வாங்கிக்கொண்டு.

இது வரையில் பொறுமையாக அவன் தாய் கேட்டுக் கொண்டிருந்தாள். அதற்குமேல் முடியவில்லை. அவன் இப்படிப் பேசியது முதல் தடவையல்ல. எரிச்சலாக இருந்தது அவளுக்கு. 'ஆமாண்டா, நீ ஒரு பைத்தியக்காரன் செய்துட்டா, எல்லோரும் உன்னைப் பார்த்து செய்யப் போறா இல்லையா! உன் பேச்சு எனக்கு வேண்டிக் கிடக்கல்லே!' என்று ஆத்திரமாகப் பேசினாள்.

'நாம் ஒருவர்தான் பைத்தியக்காரர்களாக இருப்போமே' என்றான் ரகு பதிலுக்கு. அம்மா முகத்தில் எள்ளும் கொள்ளும் எதிரே வெடித்தது. 'ஆன படிப்புக்கு இதுதான் அடையாளம். சீதனம் வாங்கி விட்டால் இவன் கௌரவம்தான் போய்விடுகிறது. மற்றவர்களுக்கு வராத கௌரவக் குறைவு இவனுக்குத்தான் வரப்போகிறது' என்று படபடத்துக் கூறினாள். பாட்டி பேசாமல் நின்று கொண்டிருந்தாள். ரகுவின் தகப்பனாரும் கூட.

இனி விளையாட்டாகப் பேசிக்கொண்டிருப்பதில் பிரயோசனமில்லை என்று ரகு, 'அவர்களிடம் பணம் வாங்கி நிறையப் போவதில்லை, இதைப் பற்றி அவர்களிடம் பேசவே வேண்டாம்' என்றான் உறுதியோடு.

இதுவரை மௌனமாக நின்ற அவன் தகப்பனார் 'ஆமாம், நாம் தான் கையில் ஒன்றும் வாங்கப் போவதில்லையே! பெண்ணுக்கும்,

பிள்ளைக்கும்தானே செய்யச் சொல்கிறோம்' என்றார் அமைதியாக.

ரகு திடுக்கிட்டு அவர் பக்கம் திரும்பிப் பார்த்தான், அவரா இந்த வார்த்தை சொன்னது! யாருக்கு அந்த லக்ஷியத்தில் ஒரு கவனம் உண்டு என்று அவன் சிறிது நம்பிக்கை கொண்டிருந்தானோ அவரா இப்படிப் பேசியது. ரகுவின் தாயும் பாட்டியும் இது விஷயமாக தங்கள் அபிப்பிராயங்களைக் கூறியபோதே, ரகுவின் லக்ஷியத்திற்கு சோதனை ஆரம்பமாகிவிட்டது என்று சொல்லவேண்டும். இப்பொழுது தகப்பனாரின் வார்த்தைகள் அதற்கு முதல் அடியைக் கொடுத்தன. அவன் மனதில் ஒரு வேதனையும் குழப்பமும் உண்டாக்கி உளைந்தது. தன்னுடைய சாதனை சக்தி பற்றி அவனுக்கு சந்தேகம் ஏற்பட்டது போலிருந்தது. அதைச் சமாளித்துக்கொண்டு, 'பணம் கையில் வாங்குவதற்கும் சீர் செய்வதில் நிபந்தனை விதிப்பதற்கும் இரண்டிற்கும் எனக்கு வித்யாசம் தெரியவில்லை' என்றான். இதைக் கூறும்பொழுது அவன் கண்கள் தகப்பனாரையே உற்று நோக்கின, என்ன சொல்லப்போகிறாரோ என்ற ஆவலுடன்.

அவர் பேச வாயை அசைக்குமுன்னரே, அம்மாவின் குரல் உச்சஸ்தாயியில் கேட்டது. 'இவன் பேச்சைக் கேட்டு சீர்வரிசை ஒண்ணுமில்லாமல், பொண்ணை மட்டும் கலியாணம் செய்து கொண்டு வந்துவிட்டால் ரொம்ப அழகாகத்தான் இருக்கும்! அப்படி அந்தஸ்தை விட்டுக் கொடுத்து யார் வீட்டுக் கல்யாணமோ போல – செய்து கொண்டுவர நான் தயாரில்லை' என்று அழுத்தமாகக் கூறினாள்.

அந்த வார்த்தைகளில் 'அந்தஸ்து' என்ற வார்த்தை மாத்திரம் மலரைச் சுற்றி பறந்து கொண்டிருக்கும் வண்டு போல் அவன் மனதில் ரீங்காரமிட்டுக் கொண்டிருந்தது. வாய் முணுமுத்துக் கொண்டது. 'சீர் நிபந்தனையின்றி கல்யாணம் செய்து கொள்வது அவ்வளவு நம் அந்தஸ்துக்குக் குறைவானதா? அதில்தானா நம் அந்தஸ்தின் திராசு முனை நிற்கிறது' என்று ஆராயத் தொடங்கியது அவன் உள்ளம். அந்தஸ்தைப்பற்றி என்ன விசித்திர அபிப்ராயமடா இது!

ரகு திகைத்துப் போய் பதில் ஒன்றும் கூறாமல் நின்று கொண்டிருந்தான். 'ஆமாம், நம் அந்தஸ்துக்குத் தக்கபடி அவர்களும் செய்தால்தானே ஒரு கௌரவமாக இருக்கும்' என்று தன் சகதர்மிணியின் அபிப்பிராயத்தை எதிரொலித்துப் பேசினார் தந்தை.

ரகுவின் மனம் மேலும் குழம்பியது. தன் கக்ஷி பலவீனப்பட்டு வருவது போன்றதொரு உணர்ச்சி அவன் மனதில் இழைந்தது. ஆனால் லக்ஷியத்தை விட்டுக்கொடுக்க அவனுக்கு மனம் வரவில்லை. ஏன் அது அவரவருக்குத் தெரியாதோ?...

அதை முடிப்பதற்குள் அம்மா இடைமறித்து, 'ஆமாண்டா, யார் கண்டது? இன்னைக்கு சரி; நாளைக்கு பெண்ணை அனுப்புறபோது காதிலே ஒரு புதுச் சிவப்புத் தோட்டையும், ரெண்டு கண்ணாடி வளையையும் போட்டு குறத்தி மாதிரி ஆத்துக்கு அனுப்பிச்சு வச்சா யாருக்குடா அவமானம்? நான்னா அந்தப் பெண்ணை வச்சு ஆளப் போகிறவள்! ஊர் சிரிக்குமே அப்போ! அப்படி ஒரு நாட்டுப் பெண் எனக்குவர நான் சம்மதிக்க மாட்டேன்' என்று அடித்துப் பேசிவிட்டு விருட்டென்று திரும்பி சமையலறைக்குப் போய் விட்டாள். எல்லோரும் சிரித்தார்கள் ரகுவைத் தவிர்த்து.

என்ன ஆணித்தரமான வார்த்தை! அந்த சில வாக்கியங்களில் அம்மா அடக்கிப் பொரித்துவிட்ட அந்தக் கருத்துகள்! அதை அளவிட முடியுமா, எதிர்கால வாழ்வு முழுமையையும். அதைப் பற்றி பெண்மையின் பூரண நம்பிக்கையையும், உலகத்தின் உறுதியற்ற குணத்தையும், சந்தேகத்தையும் படம் பிடித்துக் காட்டின அந்த வாக்கியங்கள்!

ரகுவின் குழம்பிய மனம் தத்தளிக்கத் தொடங்கியது. அவன் கட்டிய லட்சியக் கோட்டையின் அஸ்திவாரம் கலகலத்து ஆடிக்கொண்டிருந்தது. எந்த நிமிஷத்திலும் தரைமட்டமாகிவிடலாம். சந்தேகமேயில்லை. அம்மாவின் அனுபவம் வாய்ந்த அந்தக் கடைசி வாக்கியந்தான். அவன் காதுகளில் ஒலித்துக் கொண்டிருந்தது. அதற்கு என்ன பதில் கூறுவது?

அவன் உள்ளம் பலவீனமடைந்தது. அதில் வரைந்திருந்த உறுதி காற்றோடு கலந்து போய்விட்டது. அவர்களோடு தர்க்கித்து அவர்கள் மனதை மாற்றிவிட முடியுமென அவன் உறுதி கொண்டிருந்தான். நம்பிக்கையுடன் இருந்தான். மனச் சித்திரம் வரைந்திருந்தான். எல்லாம் இன்று அழிந்து போய்விட்டன.

அதற்குமேல் ஒரு விநாடி அந்த இடத்தில் தங்கி நிற்க அவனுக்கு முடியவில்லை. சாவதானமாக 'உங்கள் இஷ்டப்படி செய்யுங்கள். என்னைக் கேட்பானேன்' என்று சொல்லிவிட்டு வாசலை நோக்கிப் போய்விட்டான்.

வாசலில் தபால்காரன் ஒரு கடிதத்தை கொடுத்தான். அது கிட்டுவிடமிருந்து வந்த கடிதம். அன்று கிட்டு கூறிய வார்த்தைகள் அவன் ஞாபகத்திற்கு அப்பொழுது வராமலிருக்க முடியுமா?

சிப்பாய் இதயம்

கைவலி தாங்க முடியவில்லை. தோளோடு சேர்த்துக் கட்டி இருந்த கைக்கட்டுக்கு உள்ளே இருந்து நரம்புகள் 'விண் விண்' என்று தெறித்துக் கொண்டிருந்தன. ஒவ்வொரு தெறிப்புக்கும் ஒவ்வொரு முக்கல் ; முனகல். கையை அசைத்து திருப்பிப் படுக்கக் கூடாதென்று ஆச்ரம டாக்டரின் கண்டிப்பான உத்திரவு.

ஆனால் என் காய வேதனையிலும், தெளிவுபடாத மன வேதனையின் அவஸ்தைதான் அதிகமாக இருந்தது.

அந்த முகம் – ஒரே மாதிரி உடை தரித்திருந்த அத்தனையிலிருந்து இதுமட்டும் இவ்வளவு தெளிவாக என் கண்களில் ஒட்டிக்கொள்வானேன்? புது முகம் இவ்வளவு சீக்கிரத்தில் ஒட்டிக்கொள்ளுமா?

சே, இருக்கவே முடியாது. அது எனக்கு கொஞ்சம் பழகின முகம்தான். அதன் சாயலை எப்போதோ பார்த்து இருக்கிறேன். ஒருவேளை பேசிக்கூட இருக்கேனோ? ஆனால் எங்கே, எப்போது? பாழும் மனது, இவ்வளவு நேரமாக, அந்தச் சம்பவத்திற்குப் பின் பல மணி நேரங்கள் ஆகியும் இன்னும் நினைவு காட்டவில்லை.

முதல் அடி முழங்கால் சிப்பியில், வெட்டி வீழ்த்தினது போல் விழுந்தது. 'ஸ்...ஹா' என்று வாய்விட்டு வீறிடப் போனவன், எப்படியோ பல்லை இறுக்கிக் கொண்டு விட்டேன். அடுத்த க்ஷணம் வலது முழங்கையில். கையே ஒடிந்து நொறுங்கினதா? அப்படியே இடதுகை ஓடி அதை அமுக்கிப் பிடித்தது கூட ஞாபகம் இருக்கிறது.

அந்தக் கையணைப்புடனேயே, பல்லை இன்னும் நெருக்கிக் கொண்டு, ஓசையை வெளிக்கிளம்ப விடாமல் தலையை நிமிர்த்தி அந்த தடியையும் பார்த்தேன். அதைப் பிடித்து இன்னொரு அடிக்கு ஓங்கின கையையும் பார்த்தேன். ஏன், உதட்டைக் கடித்துக்கொடுத்த அந்த முகத்தையும் முதல் பார்வையில் அளந்துவிட்டேன்.

ஒரே விநாடிப் பார்வைதான்! அந்த முகமும் என் முகத்தில் எகிறி விழுந்தது. இன்னும் ஒரு வீச்சு நேரம்தான். தடியோடு கை என் முகத்தில் விழுந்துவிடும், மூன்றாம் தடவை.

அந்த ஒரு விநாடிப் பார்வைக்குள் நான்கு கண்களிலும் எவ்வளவு குழப்பம்; தெளிவு இல்லாத நினைவின் ஓட்டம்!

அந்த முகம்... எங்கேயோ நான் பார்த்திருக்கிறேனா? – இதுதான் என் முகம் காட்டின வியப்பு.

அதன் எதிரொலி அந்த முகத்திலும். நானும் எங்கோ பார்த்திருக்கிறேனா, இல்லை பிரமையா?

ஓங்கின அந்த கை கீழே தணிந்து வரவில்லை. அந்தரத்தில் மேலும் கீழுமாக தடுமாறிக் கொடுத்தது அந்த ஒரு க்ஷணத்துக்கு. குழப்பத்திடையே பட்ட ஒரு அவஸ்தையைத்தான் அந்தக் கையில், முகத்தில், என் நிலைநின்ற கண்கள் வலை வீசிப் பிடித்தன.

அந்தக் கண்களும் அப்போதே எவ்வளவு துடிப்பில் கண் இமைவிழிப்பில் மாறுதல் காட்டின! பிரமிப்பு, திகில், ஆச்சர்யம், திகைப்பு மாறி மாறி சுழன்றது அந்த உக்ரமான விழிகளில். என்னை அடையாளம் அறியத் தவித்த யோசனை. நானும் தவித்தேன். ஆனால் உடனே அறிய முடியவில்லை.

சத்யாக்ரகி இடம் விட்டு நகர்வதா? அந்த முகத்தையே பார்த்துக்கொண்டு, வலி தெறிக்கும் விழிகளின் முழுபலத்தையும் உபயோகித்து நிலை நிற்க உறுதி காட்டினேன். அந்த முகம்...

நான் பார்த்துக்கொண்டிருக்கையிலே மின்னல் வேகத்தில் அதன் மற்றொரு கை தோளை அமுக்கிப் பிடித்துக் கொண்டது. அடுத்த க்ஷணம் சகாக்கள் கூட்டத்திலிருந்து விலக்கி நான் ஒதுக்கப்பட்டுக் கொண்டிருந்தேன்.

கைப்பிடி கொஞ்சம் தளரவும், ஒதுக்கிவிட்ட ஆத்திரம்; 'வெறி முன்னேறி மறுபடியும் இரண்டு எட்டுகள் வைத்திருப்பேன். அந்தக் கண்கள் என்னைக் கவ்வி விடுவது போல் விழித்தன. அந்த முகம்...?

'நீ வராதே இங்கே. வீணாக இன்னும் அடிபடாதே.' என்று

சொல்வதுபோல் இருந்தது அந்தப் பார்வை. அடுத்து, இன்னும் பத்தெட்டுகள் நான் நெட்டித் தள்ளப்பட்டேன்.

ஒரு ஊதல் சப்தம் பலத்து கிளம்பினது. சிப்பாய்கள் திரும்ப ஒன்று சேருமாறு சார்ஜெண்டின் உத்திரவு அது. என்னை நெட்டித் தள்ளின கை அப்படியே இழுத்துக் கொண்டு விட்டது. விருட்டென்று திரும்பி நான் அந்த முகத்தைப் பார்த்தேன். அந்த முகம்?

சிப்பாய் ஒருதரம் கண்களை நிலை நிறுத்தி விறைத்துப் பார்த்தான். இனி முன்னேற மாட்டேன் என்று அவனுக்கு தீர்மானமோ என்னமோ, சார்ஜெண்ட் வேறு உத்தரவிட்டு விட்டான். ஒரு உறுத்தல் பார்வையுடன் என் அங்கங்களை ஆராய்ந்துவிட்டு, விறுட்டென்று திரும்பி ஓட்ட நடையாக போய்விட்டான் அவன், சார்ஜெண்டும் சகாக்களும் இருந்த இடத்துக்கு.

இன்னொரு தரம் அங்கிருந்து திரும்பிய ஒரு பார்வை. அதற்குப் பிறகு என்னால் சிப்பாய் கூட்டத்திலிருந்து அந்த உருவத்தைப் பிரித்துப் பார்க்க முடியவில்லை.

'ரத்தம் பீறிடுகிறது. வண்டியில் ஏற்று' என்று அருகில் பல குரல்கள் கேட்டன. கீழே சுணங்கி விழப் போனேன் போலிருக்கிறது. இரண்டு மூன்று உருவங்கள் சட்டென்று என்னை தாங்கிப் பிடித்து காருக்கு அணைத்துச் சென்றன.

அந்த முகம்... இன்னும் ஞாபகத்துக்கு வரவில்லை...

ஆமாம், இப்போது ஞாபகத்துக்கு வந்துவிட்டது. பார்த்தது மட்டுமில்லை. அதோடு பேசியும் இருக்கிறேன். ஏன், பெயர் கூட ஞாபகம் வருகிறது மேஹர்சந்த்.

அவனை நான் பார்த்தது மூன்று வருஷங்களுக்கு முன், சென்னையிலிருந்து புறப்பட்ட ரயில் செங்கற்பட்டில் நின்றது. காட்டுத்தனமாக விழுந்து அடித்துக்கொண்டு ஏறினார்கள் மூன்று சிப்பாய்கள், ஒரு வண்டி சாமான்களை தாறுமாறாக உள்ளே எறிந்துகொண்டு. முழுப் பலகையையும் ஆக்ரமித்துக் கொண்டிருந்த என்னை முரட்டுத்தனமாக அலைத்து எழுப்பி விட்டது அந்த அநாகரீகக் கூட்டம்.

'மிருகங்கள்' என்று முனகிக்கொண்டே கடுகடுப்புடன் எழுந்து ஜன்னல் ஓரம் சாயவும், அந்த மூன்றும் பலகையை நிரப்பிவிட்டன. புரியாத பாஷை காதை துளைத்தது. அவர்கள் வாய்களில் எரிந்த சிகரெட்டின் புகை மூக்கை துளைத்தது.

நாலாவது ஆள், நான் இருப்பதாக அவர்கள் – அது கூட தப்பு – அவை லக்ஷியம் செய்ததாகத் தெரியவில்லை. மிருக வாழ்க்கையில்

பண்பட்ட உருவங்கள்தானே அவை. நாகரீகமும், மரியாதையும் எங்கே தெரியப் போகிறது? உணர்ச்சி மரமரத்துப்போக, வெறிநாய் குணம் மேலோங்கத்தானே பட்டாள வாழ்க்கையே தயாரிக்கப்படுகிறது. மனித சுபாவத்தை அங்கே எப்படி எதிர் பார்க்க முடியும்?

புகையின் அடர்த்தியில் ஏற்பட்ட தொண்டைக் கமறலை அதற்குமேல் தாங்க முடியவில்லை. 'புகையை கொஞ்சம் தள்ளி விடு' என்று அடுத்து உட்கார்ந்திருந்த சிப்பாய்க்கு சைகை காட்டினேன்.

அவன் என்னை ஒருதரம் உறுத்துப் பார்த்தான். எனக்குக் கூட கொஞ்சம் பயமாக இருந்தது. எதற்காக இந்த மிருகங்களிடம் போய் இதைச் சொன்னோம் என்று கூடத் தோன்றியது. அவன் என்னவோ தன் பாஷையில் முனகிக்கொண்டான். பக்கத்தில் கிடந்த சிகரெட்டுப் பெட்டியை எடுத்து நீட்டி 'உபயோகி' என்பதுபோல் தலையை அசைத்தான்.

நான் சிரித்துக்கொண்டே, 'வேண்டாம்' என்று கையை மறுத்தேன். அவன் மீண்டும் வற்புறுத்தினான். என் ஜாடையை தப்பர்த்தம் செய்து கொண்டு விட்டான் போலிருந்தது. அல்லது திமிராகவும் இருக்குமென்று நினைத்து, 'இங்கிலீஷ் தெரியுமா உனக்கு' என்று கேட்டேன்.

'ஓ, தெரியும் எனக்கு. அவர்களுக்குத் தெரியாது' அவன் ஆங்கிலத்தில் சொல்லி முடிப்பதற்குள் ஏற்பட்ட தடுமாறுதல், அவன் தேர்ச்சிக் குறையை நிரூபித்தது.

மறுபடியும் அவன் கை நீட்டி 'புகை பிடியுங்களேன்' என்றான் இங்கிலீஷில். அதன் பின் எங்கள் சம்பாஷணை இங்கிலீஷில் தொடர்ந்தது.

'நான் பிராமணன்; புகை பிடிக்கும் வழக்கம் கிடையாது.'

வியப்புடன் அவன் என்னை விழித்துப் பார்த்தான். 'ஓ, நானும் பிராமணன்தான்' என்று பூணூலை வெளியே இழுத்துக் காட்டினான்.

'உங்கள் சம்பிரதாயம் இருக்கலாம். தென்னாட்டில் இல்லை' என்றேன் நான் மறுபடியும்.

அவனுக்கு அது விசித்திரமாக பட்டது. பெட்டியை மற்றவர்களிடம் வீசிவிட்டான். வண்டி முழுதும் புகை மயம். என் வேண்டுகோளை இவனாவது, மற்றவர்களாவது கவனிக்கவில்லை. ஜன்னலுக்கு வெளியே தலையை நீட்டிக் கொண்டு விட்டேன் புகை தணியும் வரை.

சிப்பாய், தான் பிராமணன் என்றது எனக்கு ஞாபகமாகவே இருந்தது.

நான் அவனைக் கேட்டேன். 'வட நாட்டில் அதிகம் பிராமணர்கள் பட்டாளத்தில் சேர்கிறார்களா' என்று.

'நிறைய, இவர்களும் பிராமணர்கள்தான்.'

தென்னாட்டு பிராமண சமூகத்தைப் பற்றிய ஒரு நினைவு அப்போது என் மனதில் உளைந்தது.

இதிலிருந்து திரும்பின சம்பாஷணை பரஸ்பரம் இருவர் பழக்க வழக்கங்களையும் தெரிந்து கொள்ள விழுந்த ஆசையிலே வழிவிட்டுச் சென்று கொண்டிருந்தது.

அவன் பெயர் மேஹர்சந்த். இருபத்தோரு வயதென்று அவன் சொன்னதைக் கூட சந்தேகிக்கும்படி வளர்த்தியான உருவம். பரீக்ஷை தேறாததால் ஏழாவதோ எட்டாவதோ படிக்கும் போது விட்டுவிட்டு வீட்டை விட்டு ஓடினவன். எங்கேயோ அலைந்து சுற்றி சிப்பாயாகி விட்டான். அவனும் சகாக்களும் பூனாப் படையிலிருந்து நீங்கி திருச்சிப் படையில் சேரப் போய்க் கொண்டிருந்தார்கள். சத்தியாக்ரக அறிகுறிகள் கிளம்பினதன் கெடுபிடி ஏற்பாடுகள் போலும்.

அங்கங்கே யாராவது வண்டியில் ஏறும் உத்தேசத்துடன் கைப்பிடியைத் திருப்புவார்கள். மேஹர்சந்த் பாய்ந்து வேட்டை நாய் போல் கதவுக்குத் தவ்வி, யாரும் ஏறக்கூடாதென்று தன் பாஷையில் கத்துவான். அந்த சப்தத்திலேயே எல்லோரும் பயந்து போய், இவர்களுக்கு நடுவில் அகப்பட்டுக் கொண்டிருக்கும் என் மீது ஒரு பரிதாபப் பார்வை செலுத்தி விட்டுப் போய் விடுவார்கள்.

இவ்வளவு தூரம் எவ்வளவோ விஷயங்களைப் பேசி தர்க்கித்த நிலைமையிலும் மிருககுணம் தான் அவனிடம் மேலோங்கி இருந்ததை நான் கண்டேன்.

திருச்சியில் சகாக்களுடன் பிளாட்பாரத்தில் நின்று என் கையை அவன் குலுக்கினபோதுதான் எனக்கு ராணுவக்கையுடன் கைகொடுக்க எவ்வளவு தைர்யம் வேண்டுமென்பது தெரிந்தது.

அந்தக் கையின் அழுத்தத்தை இன்று என் தோள் உணர்ந்தது. அதே மேஹர்சந்தின் உருவம்தான் என் தலைக்கு மேலாக ஓங்கின கைத்தடியுடன் நின்று கொண்டிருந்த காட்சி இன்னும் கண்களிலிருந்து மறையவில்லை. எப்படி மறையும்? முதல் இரண்டு அடிகளின் பலனை என் அங்கங்கள் அனுபவித்துக் கொண்டிருக்கும்போது?

போர் முனையில் நான் வந்து நின்றேன். எங்கிருந்தோ சந்தர்ப்பம் எனக்கு நேர் எதிர் முனையில் அவனைக் கொண்டு வந்து நிறுத்தினது. இரண்டு கடமைகள் அங்கே மோதின. அதன் முடிவு என் உடலின்

புண்; அவன் மனதில். அதெப்படி நான் சொல்ல முடியும்? எங்கே, அந்த மிருக உள்ளத்தில் அது பதியவாவது? க்ஷணத்துக்கு ஒரு குழப்பம்; அவ்வளவுதான்..

காய வேதனையில் தூக்கம் வரவில்லை. எல்லோரும் கண் அயர்ந்து கொஞ்ச நேரமாகிவிட்டது. மணி பத்துக்கு மேல் இருக்கும். ஆச்ரமத்தின் வாசல் கதவு தாளிட்டு இருந்தது. மூலையில், சிறிதாக்கின ஒரு ஹரிக்கேன் விளக்கு மட்டும் நிழல் அசைவைக் காட்டும் அளவுக்கு வெளிச்சம் காட்டிக் கொண்டிருந்தது.

முனகிக்கொண்டே கிடந்தேன். யாரோ கதவை தட்டும் சப்தம் கேட்டது. முதல் தட்டுக்கு பேசாமல் இருந்தேன். மறுபடியும் பலக்க தட்டும் சப்தம். அடுத்த படுக்கையில் படுத்திருந்த தொண்டரை எழுந்து போய் பார்க்கச் சொன்னேன்.

விளக்கை பெரியதாக்கிக்கொண்டு வாசல் கதவைத் திறந்து தொண்டர் மறைந்ததும், அறையில் இருள் சூழ்ந்தது. வெளியே பேச்சுக் குரல்கள் வார்த்தைத் தெளிவில்லாமல் கேட்டன. காய வேதனையோடு போராடிக் கொண்டிருந்தேன்.

சில நிமிஷங்களில் விளக்கு வெளிச்சம் உள்ளே திரும்பினது மறுபடியும். தொண்டர் மெதுவாக பேசிக்கொண்டே வர இன்னொரு நிழலும் பின் தொடர்ந்தது.

யாரது, ராமநாதன்?' என்று படுக்கையில் படுத்தவாறே கேட்டேன்.

அவர் பதில் கிளம்புமுன் பூட்ஸின் கிறீச் சப்தம் அடங்கி கிளம்பினது. 'என்னது, இந்த இருட்டில் பூட்ஸ் சப்தம் ஆச்ரமத்தில்' என்ற நினைப்புடன் கண்களை சுழற்றி பார்த்தேன்.

'ஆச்ரமத்தில் ஒருவரைத் தேடுகிறார் இவர். நேரில் பார்த்துத்தான் சொல்ல முடியுமாம்' என்றார் ராமநாதன்.

அதே சமயம், நான்கு படுக்கைகளுக்கு அப்புறம் வந்து கொண்டிருந்த அந்தச் சாயலை ஒரு க்ஷணத்தில் அறிந்து கொண்டு விட்டேன்.

மேஹர்சந்த்!

மேஹர்சந்த் திடுக்கிட்டு நின்று சப்தம் வந்த பக்கம் பார்த்தான். தொண்டரும் திகைத்து நின்றுவிட்டார். அவருடைய கைவிளக்கின் முழு வெளிச்சம் என்மீது விழுந்தது. மேஹர்சந்த் கவனித்து விட்டான், 'உங்களைத்தான் தேடினேன்' என்று இரண்டே எட்டுகளில் பாய்ந்து கட்டிலுக்கு வந்து விட்டான்.

அப்போது உண்டான பூட்ஸ் சப்தத்தில் ஆச்ரமமே விழித்துக்

கொண்டது. பாதி ராத்திரியில் ஒரு சிப்பாய் உருவம் சத்யாக்ரக ஆச்ரமத்தில் – அவர்களுக்குத் திகைப்பு.

மேஹர்சந்தின் முகத்தில் ஒரு பிரகாசம் ஏறினது.

'என்னை ஞாபகம் இருக்கிறதா' என்று முதல் கேள்வி போட்டான் அவன் இங்கிலீஷில்.

இல்லாமலா பேர் சொல்லிக் கூப்பிட்டேன்' என்றேன் நான் ஹிந்தியில், அவனை வியப்புடன் பார்த்துக்கொண்டே.

நான் ஹிந்தியில் பேசினதில் அவன் வியப்பு அதிகரித்தது. ஹிந்தியிலே பதில் கொடுத்தான். 'என்னை நீங்கள் இங்கே எதிர்பார்த்தே இருக்க மாட்டீர்கள்.'

'எப்படி எதிர்பார்க்க முடியும் – என் தலைக்கு நேரே தடியோடு பார்த்து விட்ட பிறகு?'

'அது கிடக்கட்டும். உங்கள் கையை காட்டுங்கள் முதலில்.'

போர்த்தி இருந்த போர்வையை விசிறிவிட்டு பாதி எழுந்திருப்பேன். மேஹர்சந்த் அந்த கட்டைக் கண்டு விட்டான். 'ஸ்ஹா' என்று பல்லைக் கடித்துக்கொண்டான். மூகம் ஒரு விநாடியில் சுண்டிவிட்டது. அவன் கொடுத்தது தானே அந்த கட்டு பாக்யம்.

'கை ஒடிந்தா போச்சு?' என்பது அவன் கேள்வி. அவன் முகத்தில் இரக்கம் தட்டினது.

நான் அவன் முகத்தைப் பார்த்து, 'மூன்றாவது அடியும் விழுந்திருந்தால் அந்த பயம் உண்மையாகி இருக்கும். இப்போது இல்லை' என்றேன்.

மேஹர்சந்தின் காதுகளில் அவை விழுந்ததாகத் தெரியவில்லை. அவன் மேலே பேசினான். 'உங்களை அடையாளம் கண்டவுடன் நான் கலங்கிப் போய் விட்டேன். முகாமுக்குச் சென்றதும், அந்த இரண்டு அடிகளை என்னால் மறக்க முடியவில்லை. அந்த அடிகளின் வேகம், உபயோகித்த எனக்குத் தெரியும்.'

மேஹர்சந்த் ஒரு பெருமூச்சு விட்டுக்கொண்டான். அந்தக் கட்டுகளை ஒரு தரம் அவன் பார்வை மறுபடியும் வெறித்துப் பார்த்துவிட்டு. என் முகத்திற்கு நேரே திரும்பியது. அதில்தான் என்ன மாறுதல்! அன்று ரயிலில் ஏற வந்தவர்களை விரட்டின மூர்க்கம், ஓங்கின தடியுடன் என் தலைக்கு நேரே தோன்றின விழிகள்; அவை எங்கே? இப்போது அவன் முகத்தில் தோன்றின பார்வை –

மறுவினாடி மேஹர்சந்த் எழுந்து நின்றான். இன்னும் பதினைந்து

நிமிஷத்தில் முகாமில் இருக்கவேண்டும். வருகிறேன். நான் உங்களைப் பார்த்தாகிவிட்டது. எனக்கு இப்போது கொஞ்சம் ஆறுதல், வரட்டுமா' என்று சொல்லிக்கொண்டே கால்களைப் பின்னரித்தான்.

என் கையை நீட்டினேன். மேஹர்சந்தின் முரட்டுக் கை அதைப் பிடித்து அமுக்கினது. முரட்டு சுபாவத்தின் பகைப்புலத்திலும், மிருதுத் தன்மை இருப்பதை அந்தக் கையடிப்பிலே ஒத்துக்கொண்டது மனது.

சில வினாடிகளில், ஒரு சிப்பாய் இதயத்தின் மறுபக்கத்தை திறந்து காட்டிவிட்டு வெளி இருட்டிலே மூழ்கி விட்டது அந்த கம்பீர உருவம்.

மார்கழி மலர்

சூரியன் இன்னும் முழுதும் உதிக்கவில்லை. மார்கழிப் பனியின் மூட்டம் இன்னும் அடர்ந்து பரவிக் கிடந்தது. தெரு முழுவதும் பனி பெய்து தரை ஈரம் அடைந்து ஜலம் தெளித்தது போல் இருந்தது. கிராமாந்தரக் குழந்தைகளுக்கு உள்ள இயல்பில் சச்சி வெகு சீக்கிரம் படுக்கையிலிருந்து எழுந்துவிட்டாள். தூக்கக் கண்களைத் துடைத்துக் கொண்டு பனிக்குப் பாதுகாப்பாகப் பாவாடை முனையைத் தோள் மீது போர்த்திக்கொண்டு வாசற் பக்கத்துக்கு வழக்கம்போல் வந்தாள். இரட்டை வரிசையாக அமைந்த சிறு தெருவின் இரண்டு கோடிகளையும் அவள் ஒரு தடவை பார்த்ததும் அவளுக்கு வியப்பு ஏற்பட்டது

ஒவ்வொரு வீட்டு வாசலிலும் விதவிதமான கோலங்கள் போட்டுப் பூசணி, பரங்கி மலர்களை வெகு நேர்த்தியாகவும் ஒழுங்காகவும் பரப்பி இருந்தார்கள். அந்தக் காட்சி குழந்தை உள்ளத்தைப் பறித்தது. அப்படியே பார்வையைத் தன் வாசலுக்குத் திருப்பினாள். புஷ்ப அலங்காரம் ஒன்றும் இல்லாமல் வெறும் கோலத்துடன் இருந்த வாசல் தான் அவள் கண்களில் உறுத்தி மனதில் எழுச்சியை உண்டாக்கியது.

சரஸ்வதி என்று அவளுக்கு அம்மா அழகான பெயர் இட்டிருந்தாள். ஆனால் எளிமை அவளுக்குச் சச்சி என்ற ஊர்ப்பெயரைக் கொடுத்திருந்தது. வீட்டு வாசலில் நின்று கொண்டிருந்தபடியே முற்றத்தில் பாத்திரம் துலக்கிக் கொண்டிருந்த தன் தாய்க்கு வாசலில் தான் கண்ட அதிசயத்தை பலத்த குரலில் வர்ணித்தாள்.

"அம்மா! பூ, அம்மா! ஒவ்வொரு வீட்டு வாசலிலும் நிறைய நிறைய வச்சிருக்கா அம்மா! பெரிசு பெரிசாப் பூ, அம்மா" என்று கை அளவு காட்டிக் கத்தினாள்.

குழந்தையின் வார்த்தைகள் முற்றத்தில் இருந்த தாயின் காதுகளில் தெளிவாக விழுந்தன. அங்கிருந்தே சச்சிக்குப் பதில் கூறினாள்: "இப்போ மார்கழி மாசம் இல்லையா? ஊரெல்லாம் வருஷா வருஷம் பூமாதேவிக்கு இப்படித்தான் அலங்காரம் பண்ணுவா. கோலம்போட்டு, பூ வச்சு..."

அத்தனை வீட்டு வாசல்களும் புஷ்பங்களோடு கொஞ்சிக் கொண்டு இருந்தபோது தன் வாசல் வெறிச்சென்று இருந்தது. உள்ளே போய் அம்மாவைப் பூ வைக்கச் சொல்ல வேண்டும் என்ற ஆசை வேகமாகத் தூண்டியது. "ஏன் அம்மா, நம்ம வாசலில் ஒன்றும் வைக்கல்லே நீ?" என்று ஏமாற்றமும், ஆசையும் கலந்த குரலில் கேட்டுக் கொண்டே கால்கள் தரையில் பாவாமல் அம்மாவை நோக்கி ஓடி வந்தாள்.

அம்மா பதில் கூறினாள்: "அவா வீடுகளில் பூக் கொண்டு வரப் பண்ணையாள் உண்டு. தோட்டங்கள் நிறைய இருக்கு; பறித்துக் கொண்டு வந்து வைக்கிறா. நமக்கு யார் இருக்கா? என்ன இருக்கு. சரஸ்வதி?" என்று தன் ஏழ்மையை விளக்கிக் கூறியபோது, தாயின் குரல் வரவரக் கம்மியது. அம்மா ஏதோ வருத்தப்படுவது போன்ற எண் ணம் குழந்தையின் மனதில் பட்டது. நெருங்கிச் சென்று அம்மாவின் தோள்களில் கையைக் கொடுத்துக் கழுத்தைக் கட்டிக் கொண்டு இரக்கமாக முகத்தைப் பார்த்துக்கொண்டு "அம்மா, வாசல்லே பூ வருமோ இல்லையோ? வந்தால் கூப்பிடட்டுமா? வாங்கி வைக்கறயா?" என்று கொஞ்சிக்குழறிக் கேட்டாள். பூ ஜோடிப்பும் அதன் வர்ணங்களும் அவ்வளவு அவள் உள்ளத்தைக் கவர்ந்திருந்தன. குழந்தை கொஞ்சிய கொஞ்சல் தாயின் இருதயத்தைத் தொட்டு விட்டது.

'குழந்தையின் இந்தச் சிறிய ஆசையைக்கூடப் பூர்த்தி செய்ய முடியாதா?' என்று ஒரு விநாடி யோசித்தாள். "சரி, சரஸ்வதி வாசல்லே போய்ப் பாரு. யாராவது பூசணிப்பூ வித்துண்டு போனால் கூப்பிடு; வாங்கி நம்ம ஆத்திலும் வைக்கலாம்" என்று போக்குச் சொல்லி அனுப்பினாள். கிராமத்தில் அப்படி எங்கே பூ விற்றுக் கொண்டு போகப் போகிறார்கள் என்பது மரகதத்தம்மாளின் எண்ணம்.

குழந்தை சச்சி வாசலுக்குக் குதி போட்டுக் கொண்டு ஓடிப்போய்விட்டாள், பூக்காரன் வருகையை எதிர்பார்த்து.

அவள் போகவும் மரகதத்தம்மாள் மனதில் தன் வறுமை நிலையைப் பற்றிய சிந்தனை எழுந்தது. தன்னையும், குழந்தையையும் அனாதரவாக

விட்டுவிட்டு அகால மரணமடைந்த கணவனது ஞாபகம் வந்தது. கிராமத்தில் சில பெரிய வீடுகளுக்கு ஆற்று ஜலம் கொண்டு வந்து கொடுத்து இதர சில்லறை ஏவல் வேலைகள் செய்து கொடுத்துத் தன் வயிற்றுப் பிழைப்பை நடத்தும் வாழ்க்கையை நினைத்து அங்கலாய்த்துக் கொண்டாள். குழந்தைக்குப் போக்குக் காட்டி விட்டாள். ஆனால் வாசலில் பூ வந்துவிட்டால் வாங்குவதற்கு ஒரு சல்லிகூட அன்று இல்லையே, என்ன செய்வது என்று மனதில் எண்ணித் தவித்துக் கொண்டிருந்தாள்.

அந்தத் தவிப்பில் இருக்கும்போதே, 'அம்மா! அம்மா! பூக்காரன் வரான். சீக்கிரம் வா அம்மா, ஏ, பூக்காரா' என்று கைதட்டி உற்சாகத்துடன் குதிக்கும் குழந்தையின் குரல் காதுகளில் விழுந்தது.

ஒரு பெருமூச்சு விட்டுத் தன் கைகளை அலம்பி முன்றானையில் துடைத்துக்கொண்டே மரகதத்தம்மாள்' வாசலுக்கு வந்தாள். அதற்குள் பூக்காரனும், "பூசனிப்பூ!" என்று கூவிக் கொண்டே திண்ணையில் கூடையை இறக்கி மூடி இருந்த ஈரத்துணியை விலக்கினான். காலைச் சூரியனில் செந்நிறப் பூசணி மலர்கள் விரிவான இதழ்களுடன் சச்சியின் கண்களில் ஒளிவீசிப் பிரதிபலித்தன. அவளே கூடையிலிருந்து புஷ்பங் களை ஆத்திரத்துடன் எடுக்கப் போனாள். இதழ்களைச் சிதறச் செய்யாமல் அவளை அடக்கித் தடுத்து, பெரிதாகவும் நல்லதாகவும் உள்ள மூன்று புஷ்பங்களைக் கூடையிலிருந்து மரகதத்தம்மாள் எடுத்தாள். பூரணமாக மலர்ந்திருந்த அந்த மலர்களைப் போலவே சச்சியின் முகமும் மகிழ்ச்சியால் மலர்ந்து விளங்கியது.

"அடேயப்பா பூக்காரா! நாளைக்குக் கூட மூன்று பூ வேணும். மொத்தம் ஆறு பூவுக்கும் என்ன விலை? சேர்த்து வாங்கிக் கொள்ளேன்" என்று சாதுரியமாக கேட்டாள் மரகதத்தம்மாள்.

"அம்மா, இந்த மூன்று பூவுக்கும் இப்போதே துட்டு கொடுத்துடுங்க. காலணாத்தான். இதுக்குக் கூடாவா கடனுங்க? நாளைக்கு இந்தப் பக்கப் வருவேனோ வர மாட்டேனோ சொல்ல முடியாதுங்க" என்று பூக்காரன் கறாராகப் பேசினான்.

"இல்லையப்பா, குழந்தை கேட்குது. நாளைக்குக் கட்டாயம் வாங்கிக்கொள்ளேன்" என்று மரகதத்தம்மாள் எவ்வளவோ நயமாகவும் கொஞ்சிக் கேட்டும், "காலையில் போணி ஆகாமல் கடன் கிடையாது" என்று கண்டிப்பாகக் கூறிக்கொண்டே கூடையைத் தூக்கப் போனான்.

மரகதத்தம்மாளின் முகம் அப்போது இறங்கிவிட்டது. சரஸ்வதியின் கண்களும் ஏமாற்றமடைந்து அம்மாவையே பார்த்துக்கொண்டிருந்தன. என்ன செய்யப் போகிறாளோ என்று திடீரென்று அம்மா

முன்றானையைப் பிடித்துக் கொண்டே, "பூக்காரன் போப்போறான், அம்மா. வாங்கு அம்மா என்று இழுத்துக் கொஞ்சினாள். அம்மா மனநிலை அந்தச் சிறு உள்ளத்துக்கு எப்படிப் புரியும்?

மரகதத்தம்மாள் ஒரு வினாடி ஆலோசனை செய்தாள். பூக்காரன் கூடையைத் தூக்குவதற்குள் சரேலென்று அவளுக்கு ஒரு யோசனை தோன்றியது. பூக்காரனைக் கொஞ்சம் பொறுக்கச் சொல்லிவிட்டுப் படி இறங்கி அடுத்த வீட்டுப் படியேறி உள்ளே சென்றாள்.

தனது லஜ்ஜையைக் கட்டி வைத்துவிட்டு அந்த வீட்டுத் தங்கம்மாளைக் கூப்பிட்டு, "பூ வந்திருக்கு வாசல்லே. சச்சி என்னை நச்சரிக்கிறாள். காலணா இருந்தால் கொடுங்கோ. நாளைக்குத் தந்து விடுகிறேன். காலையில் அவன் கடன் தரமாட்டேன் என்கிறான்" என்று வாய்விட்டுக் கேட்டாள்.

"ஐயோ! மரகதம், என்ன செய்கிறது! சில்லறையே இல்லையே. ஒரு ரூபாயாகத்தான் இருக்கும்மா" என்று சொல்லிவிட்டு உள்ளே சமையலறைக்குப் போய்விட்டாள் தங்கம்மாள். "ஆமாம்; வேலை என்ன இவளுக்கு! பொழுது விடிந்தால் கடன் தான், உப்பும் புளியும்; என்றைக்குத்தான் தரித்திரம் விடப் போகிறது இவளை" என்று சமையலறையில் முணுமுணுத்துக் கொண்டது மரகதத்தம்மாள் காதில் விழுந்திருக்க முடியாது.

மரகதத்தம்மாள் ஏமாற்றத்துடன் வீடு திரும்பினாள். முதல் தடைக்குப் பிறகு வேறு ஒருவரிடமும் சென்று கடன் கேட்க மனம் வரவில்லை. எங்கும் இதே பதிலைத்தான் அவள் மனசு எதிர்பார்த்தது. அவளுக்கு வந்த வெறுப்பில் கசப்படைந்தாள். பூசணிப் பூக்களைத் திரும்பக் கூடையில் கொண்டு போட்டு விட்டாள். சச்சியின் பார்வையிலிருந்து மறைக்க விரும்பியவன் போலவும், அவள் ஏமாற்றத்தைத் தூண்டுபவன் போலவும் பூக்காரன் புஷ்பங்களை ஈரத்துணியால் மூடிக் கூடையைத் தூக்கிக்கொண்டு கிளம்பினான். பூக்கள் வெயிலில் வாடாமல் இருக்க அந்த ஈரத்துணி பாதுகாப்பாய் இருந்தது. ஆனால் சச்சியின் முகம் வாடாமல் குளுமையாக இருக்க வைக்க மரகதத்தம்மாளால் முடிய வில்லை.

"போனால் போகிறது சரஸ்வதி! நாளைக்கு வாங்கி வைப்போம். அதோ அவர்கள் வீட்டில் எல்லாம் வைக்கிறா பாரு. அதைப் பார்த்துக்கொண்டிரேன்" என்று ஆதரவாக அணைத்துக் கூறிய தேறுதல் மொழிகள் கூட அவள் காதுகளில் படவில்லை. அவள் பார்வை அந்தப் பூக்கூடையோடேயே பிரயாணம் செய்யத் தொடங்கியது. தன் மனதை அந்தக் கூடையில் புஷ்பங்களுக்கு இடையில் வைத்து

அனுப்பிவிட்டாள் போல் இருந்தது. அல்லது கூடை இடுக்குகள் வழியாக புஷ்பங்கள் அவளைப் பார்த்து ஏளனமாகச் சிரித்தனவோ என்னவோ!

பூக்காரன் கூவிய குரல் தெருக்கோடி வரையில் கொஞ்சங் கொஞ் சமாகக் குறைந்து கொண்டே சென்று கூடையோடு சேர்ந்தே அவன் உருவமும் சச்சியின் பார்வையிலிருந்து பூரணமாக மறைந்து விட்டது. பூரண ஏமாற்றத்தை வெளிக்காட்டிய சச்சியின் கண்கள் அப்புறந்தான் திசை திரும்பின. வீட்டு வேலையைக் கவனிக்க அம்மா உள்ளே போய் விட்டாள். குழந்தை சச்சி மட்டும் திண்ணையில் குந்தி உட்கார்ந்து கொண்டிருந்தாள்.

சச்சியைப் போல சீக்கிரமே எழுந்துவிட்ட இதர குழந்தைகளும் தத்தம் வீட்டு வாசலில் பாட்டி, அம்மா, அத்தை போடும் கோலங்களில் சாணி உருண்டைகளை வைத்துப் பூசணி பரங்கிப் பூக்களைப் பதித்துக் கொண் டிருந்தன. தட்டான் கற்களைக் கூட்டில் பதிப்பது போல் ஒரு குழந்தை பூவின் காம்பை முழுதும் கிள்ளிவிடும். பூ உருண்டையில் பதியாமல் சாய்ந்து கொண்டே இருக்கும். தேவைக்கு அதிக நீளமான காம்பினால் சில சாய்ந்து போகும்; பதிக்கும் வேகத்தில் சில பூக்களின் இதழ் கிழியும். உருண்டைகள் நெகிழ்ந்து போகும். அடிக்கடி இந்தவிதமான சிறுசிறு இடைஞ்சல்களுக்கு இடையே பதித்து வைக்கப்பட்ட பூக்களைக் கண்டு குழந்தைகள் பெருமிதங் கொண்டிருந்தன. தத்தம் வீட்டில் தான் அதிகப் பூக்கள் என்று ஒன்றுக்கொன்று பீற்றிக் கொள்வதைக் கேட்க வேடிக்கையாக இருக்கும்.

வாசல் வாசலாக வைக்கப்பட்டிருந்த பூக்களின் கவர்ச்சி சச்சியைத் திண்ணையில் உட்கார விடவில்லை. நம் வீட்டில்தான் அது வைக்கவில்லை; மற்ற வீடுகளில் வைத்திருப்பதையாவது போய் பார்த்து விட்டு வாயேன் என்று மனசு அவளைத் தூண்டியது. மெதுவாக எழுந்து அம்மாவுக்குத் தெரியாமல் ஒதுங்கி ஒதுங்கி நடந்து கொண்டே பக்கத்து வீட்டு வாசல் பக்கம் சென்றாள்.

பக்கத்து வீட்டு வாசலில் நின்று கொண்டிருந்த கிறுமிகள் சச்சியின் வருகையைக் கவனித்து விட்டன. "அடி அடி! சச்சி வராள். அவள் வீட்டு வாசல்லே பூ வைக்கல்லேடி!" என்று ஒரு சிறுமி தன் சகாக்களிடம் கூறினாள். இந்தச் சொற்கள் சச்சியின் காதைத் தைத்தன.

"அவ இங்கேயிருந்து ஏதாவது பூவைத்தாண்டி திருட வந்திருப்பாள். திருட்டுப் பிணம்டி அது!" என்றாள் மற்றொரு சிறுமி வாய்த்துடுக்காக.

"ஆமடி, ஜாக்கிரதையாகத்தான் இருக்கணும்" என்று மற்றொரு சிறுமி உஷார்ப்படுத்தினாள். இந்தச் சம்பாஷணைகளையெல்லாம் கேட்டுக்

கோண்டே சச்சி அந்த இடத்தில் கோலத்தின் விளிம்பில் போய் நின்று பார்த்துக் கொண்டிருந்தாள்.

கீழே பாரிஜாதக் கொடி மாதிரி கோலம் போட்டு அதன் மீது பூஷணி, பரங்கி, ஊமத்தம் பூ இவ்வாறு பதினைந்து புஷ்பங்கள் வெகு அழகாக மூலைக்கு மூலையும், நேருக்கு நேராயும் வைக்கப்பட்டிருந்தன. வெண்ணிறக் கோட்டுக் கோலப் பொடிகளைத் தின்ன எறும்புகள் சாரைசாரையாகப் போய்க்கொண்டிருந்தன. பூக்களின் வர்ணத்தில் ஈடுபட்ட ஈக்கள் தேனை எதிர்பார்த்து ஒவ்வொரு பூவிலும் நிலையாக உட்காராமல் பூவுக்குப் பூ மாறிப் மாறி பறந்து கொண்டிருந்தன. வானில் கிளம்பிய சூரியனது பொன்னிறத்துடன் போட்டி போட்டுக் கொண்டிருந்தது பூக்களின் பொன்னிறம்.

சச்சி அவற்றைய உற்றுப் பார்த்துக்கொண்டு நின்றிருந்தாள். சரேரென்று கண்களைத் திருப்பி அங்கிருந்தபடியே தன் வீட்டு வாசலையும் பார்த்தாள். மறுபடியும் வீட்டுக்கு வீடு வைக்கப்பட்டிருந்த பூக்களை ஒரு முறை விறைத்துப் பார்த்தாள். 'எடு என்னை' என்று அவள் காலருகில் அகன்ற இதழ்களை விரித்து நின்ற ஒரு புஷ்பம் அவள் காதோடு பேசி ஜாடை காட்டுவது போல் இருந்தது. அவள் மனம் அவற்றின் மீது லயித்துப் போயிருந்த நிலைமையில் இதரச் சிறுமிகள் ஏதேதோ சன்னக் குரலில் பேசிக்கொண்டு தன்னை அடிக்கடி கண்காணித்துக் கொண்டிருப்பதை அவள் கவனிக்கவில்லை.

'அடேயப்பா! இத்தனை பூக்கள் வைத்திருக்கிறதே, இந்த ஒன்றை மட்டும் நான் எடுத்துக் கொண்டால் என்ன? என்ற திருட்டு நினைவு, சாயை போல் அவளறியாமல் அவள் மனதில் புகுந்து கொண்டது. பூவின் மீதுள்ள ஆசை சிறிது முன் ஏற்பட்ட ஏமாற்றத்தின் உணர்ச்சி வேகம், 'அவள் திருடி' என்று சிறுமிகள் உணர்த்திய சூசனைக்குறியின் உறுத்தல் எல்லாம் சேர்ந்து அவள் அறிவையும் அமைதியையும் மறைத்து விட்டன. அதே உணர்ச்சி வேகத்தில் சச்சி திடீரென கீழே குனிந்தாள். பிற குழந்தைகள் அவளை நெருங்கிக் கையைத் தடுக்கு முன் சட்டென்று ஒரு பூவைப் பற்றி எடுத்தாள். விர்ரென்று வீடு நோக்கித் திரும்பிப் பாராமல் ஒரே ஓட்டமாக ஓடினாள்.

அதிக தூரம் அவள் ஓடவில்லை. அதற்குள் "திருடி! திருடி!" என்று ஒரு பெண் கத்தினாள். சச்சியின் காதருகில் மற்றொரு பாவாடையின் படபடப்பு சப்தம் லேசாகக் கேட்டது, அவள் பின்னலை ஒரு பெண் பலமாகப் பிடித்திழுத்தாள். முதுகில் அதே சமயம் பளீரென ஓர் அறை பலமாக விழுந்து அவளை முன்னால் தள்ளியது. அந்த வேகத்தில் கீழே கிடந்த ஒரு கல்லில் கால் தடுக்கி சச்சி கீழே அலங்கோலமாக விழுந்துவிட்டாள். ஆசை, ஏமாற்றம், அவமானம்

இத்தனை உணர்ச்சிகளும் அடுக்கடுக்காக அலை மோதிய மனத்தோடு இருந்த சச்சி மூர்ச்சித்துப் போய்விட்டாள். கல்லில் மோதி அவள் தலையில் ஏற்பட்ட சிறு காயத்தினின்று ரத்தம் கசிந்து கொண்டிருந்தது.

சிறிது நேரம் கழித்து சச்சி மூர்ச்சை தெளிந்து கண் விழித்தாள். தான் ஒரு கயிற்றுக் கட்டிலில் கிடப்பதையும் அருகே யாராரோ நிற்பதையும் சச்சி சரியாகக் கவனிக்கவில்லை, அம்மாவைப் பார்த்துப் பேச வாயெடுத்தாள். யாரோ அவள் 'திருடிக்கொண்டு வந்த அந்தப் பூவையும் இன்னும் இரண்டு பூக்களையும் அவள் கையில், "இந்தாடி அம்மா இந்தப் பூவுக்காக இப்படிச் செய்யலாமாடி?" என்று சொல்லிக் கொண்டே அவள் கையில் வைத்தார்கள். சச்சி கைப் பூக்களை முறைத்துப் பார்த்தாள், அவள் முகம் க்ஷணத்தில் பலவிதமாக மாறியது. அவள் வெறித்த முகத்தில் ஒரு விதக் கசப்பு ஏறியது. அவற்றைச் கூர்ந்து கவனித்துவிட்டு வீசி விட்டெறிந்தாள்.

சற்று முன் கோலங்களை அழகுபடுத்திக் கொண்டு இருந்த அந்தப் புஷ்பங்கள் வேடன் அம்படி பட்டுச் சிறகொடிந்து அலங்கோலமாக விழுந்த பக்ஷியைப் போல சிவந்த இதழ்கள் தாறுமாறாகக் கிழிந்து தரையில் சிதறிக் கிடந்தன.

பைராகி

கோடைகாலம். சூரியன் வான உச்சியில் ஊசலாடிக் கொண்டிருந்தான். மேல் திசையை நோக்கியே அவன் கால்கள் இழுத்தன. மேகங்கள் ஓடி ஒளிந்திருந்த இடத்தையே கண்டுபிடிக்க முடியவில்லை. வெயில் சுளீரென்று அடித்துக்கொண்டிருந்தது. உஷ்ணக் காற்று வீசிக்கொண் டிருந்தது. தேகத்தில் பட்ட மாத்திரத்தில் ஒருவித எரிச்சலைக் கிளப்பி விட்டது. வெப்பத்தின் கொடுமை தாங்கமாட்டாமல் தெருவோர் யாவரும் வீடுகளின் உட்புறத்திலே அடங்கிக் கிடந்தனர்.

தெருவெங்கும் ஒரே நிசப்தமாக இருந்தது, நடுநிசியைப் போல. ஆள் நடமாட்டமே காணோம். எச்சிற் இலைகளுக்கு 'எங்கே எங்கே' என்று அடித்துக்கொள்ளும் நாய்களும் மாடுகளும் கூட அவை விழக் கண்டும் அசையாமல் நிழலோரங்களில் பதுங்கிப் படுத்துக் கிடந்தன. ஒரு காகத்தைக் கூடக் காணோம் என்றால், கடும் கோடையின் தகிப்பை என்னென்பது?

'ஒரு ஐந்து நிமிஷத்திற்காவது கார்மேகம் நாற்புறமும் சூழ்ந்து இவனை மறைக்காதா இவன் கொட்டம் அடங்காதா?' என்று முணுமுணுத்துக் கொண்டே வாசலுக்கு வந்தேன்.

எங்கள் வீட்டுக்கு எதிரில் ஒரு பெரிய சத்திரம் உண்டு. அதைச் சுற்றி ஒரு நந்தவனமும்கூட. ஆனால் சாதாரண அரளி, அந்திமந்தாரை, காட்டு ரோஜா இவை போன்ற மலர்ச் செடிகளே மிகுந்திருந்தன. எங்கள் தெருவில் சிறிது குளுமையான இடம் இது ஒன்றுதான். சாப்பிட்டானதும் வெயிற்பொழுதைப் போக்குவதற்குப் பலர் அங்கே கூடிவிடுவார்கள்.

விசாலமான அதன் திண்ணை சங்கப்பலகை போன்றது. வருகிறவர்களுக்கெல்லாம் இடம் கொடுக்கும். மகாராஜன் ஒருவர் அதை கட்டிவைத்து விட்டுப் போயிருக்கிறார். அத்துடன் தினம் வழிப்போக்கர் எட்டுப் பேர்களுக்கு சமைத்துச் சாப்பிடுவதற்கு வேண்டிய உணவுப் பொருள்கள் வழங்குவதற்கும் தக்க ஏற்பாடு செய்திருந்தார். அந்த தர்மம் இன்று வரை ஒழுங்காகத்தான் நடைபெற்றுக் கொண்டு வருகிறது.

சத்திரத்துத் திண்ணைக்கு நான் வரவும் அஜீரண மய்யரும் அது சுந்தரமய்யர் என்ற அவருக்கு இடப்பட்ட காரணப் பெயர் வந்து சேர்ந்தார். எங்கள் திண்ணைப் பேச்சு வழக்கம்போல் ஆரம்பமாயிற்று.

'சாப்பாடு ஆகிவிட்டதா' என்றேன்.

'ஆகிவிட்டது. ராத்திரிச் சாப்பாடே ஜீரணமாகவில்லை' என்றார் அஜீரணமய்யர் தயங்கித் தயங்கி ஏப்பம் விட்டுக் கொண்டே.

'ஓய்! உமக்கு ஜீரணமாவதற்கு ஒரு வழி சொல்கிறேன், கேளும்.'

'என்ன ஐயா அது?'

'சாப்பிட்டானதும் ஜீரணமாகவில்லை ஜீரணமாகவில்லை என்று சஹஸ்ரநாமஜபம் செய்யும். ஜீரணமாகாவிட்டால் என்னைக் கேளும்.'

"அப்படியே செய்கிறது. இதுதானா பிரமாதம்! என்று சிரித்துக்கொண்டே அவர் பதில் கூறினார்.

எங்கள் பொருளற்ற பேச்சு நித்ராதேவிக்குப் பிடிக்கவில்லை போலிருந்தது. எங்கள் கண்களையும் வாயையும் மந்திரத்தால் கட்டி விட்டாள். அவள் வசமாகிவிட்டோம். சம்பாஷணை தானாகவே நின்று போய்விட்டது.

கண்ணயர்ந்து ஒரு குறட்டையாவது விட்டிருப்பேனோ என்னவோ தெரியாது. ஏனெனில் 'மகராஜ், மகராஜ்,' என்று இருமுறை கூப்பிட்ட குரல் கணீரென்று என் காதுகளில் பலமாகத் தாக்கியதும் கண்கள் திறந்து கொண்டன. தோரணையும் கம்பீரமும் கலந்த குரலில் யார் அப்படிப் பேசியது எனத் தலை நிமிர்ந்து பார்த்தேன்.

ஒரு பைராகி!

அவன் அங்க அமைப்புகளை நான் இங்கே விஸ்தரிக்கவில்லை. சுருக்கமாகச் சொல்கிறேன். உச்சந்தலையிலிருந்து உள்ளங்கால் வரை, ஒரு முறையல்ல, இருமுறை ஏறிட்டுப் பார்த்தேன். அந்த மஹராஷ்டிர வீரன் சிவாஜியின் ஞாபகம் தான் வந்தது. மொகலாயருடன் சரிசமானமாகப் போராடிய மராட்டியரின் உருவங்களும் வீரச் செயல்களும் என்

மனக்கண் முன் தோன்றின. 'அட, இவனும் அந்த நாட்டினன் தானே. இத்தகைய தேகக்கட்டு வாய்ந்திருப்பதில் ஆச்சரியம் ஏதும் இல்லையே,' என்று எனக்குள்ளேயே சொல்லிக் கொண்டேன்.

'மகராஜ்! வெகு தொலையிலிருந்து வருகிறேன். அகோரமான பசி, தாங்கமுடியவில்லை. இந்த சத்திரத்தில், ஏதாவது ஆகாரம் கிடைக்குமா,' என்று மராட்டிய பாஷையில் கம்பீரமாகக் கேட்டான் பைராகி.

எனக்கு ஹிந்தியில் சிறிது பரிச்சயம் உண்டு. பைராகி பேசிய மராட்டி புரியாமல் இல்லை. அவன் பேசிய மாதிரியிலிருந்து அந்த கம்பீரம் அப்பாஷைக்கேதான் உரியதன்றி, களைப்பினாலும் பசியாலும் சோர்வுற்று ஈனஸ்வரப்பட்டிருக்கும் அவனுடைய குரலுக்கு அன்று என்று கண்டு கொண்டேன்.

அவன் மீது இரக்கம் பிறந்தது. அருகில் குறட்டை விட்டுக் கொண்டிருந்த சத்திரத்து அய்யரை எழுப்பி, 'ஓய், இன்று விநியோகிக்க வேண்டிய பங்குகளில் ஏதாவது மீதம் இருக்கிறதா' என்றேன்.

'இன்னும் இரண்டு பேர்களுக்கு கொடுக்கலாம்,' என்றார் அவர்.

அவனுக்கு ஒரு பங்கு கொடுக்க சிபார்சு செய்தேன், அவரும் சம்மதித்து உணவுப் பொருள்களை எடுத்துவரச் சென்றார்.

எனக்கு அரைகுறையாகத் தெருந்த ஹிந்தியை வைத்துக்கொண்டு பைராகியுடன் பேச்சு வளர்க்க வேண்டும் என்ற ஆசை உண்டாயிற்று. எனக்கு ஹிந்தி தெரியும் என்று நான் காட்டிக் கொண்டதும் அவன் புன்னகையுடன் ' தங்களுக்கு மராத்தி தெரியுமா? தக்ஷிணத்தில் எங்கள் வட நாட்டு பாஷை தெரிந்தவர்கள் ஆயிரம் பதினாயிரத்துக்கு ஒருவரைக் கூட காண்பது அரிதாக இருக்கிறதே' என்றான். அவனுக்கும் என்னோடு அதிகம் பேசவேண்டும் என்ற எண்ணம் தோன்றியது போலிருந்தது. அவனுடன் பேசி, அவன் ஊர், எங்கிருந்து வருகிறான், எங்கே போகிறான் என்பது போன்ற விஷயங்களை கிரஹித்துக் கொண்டேன். பக்கத்தில் இருந்தவர்களுக்கும் அதை தர்ஜமா செய்து சொன்னேன்.

ஒரு ஆளுக்குப் போதிய அரிசி, பருப்பு உப்பு, புளி, மிளகாய் மற்றும் சில்லுண்டி பதார்த்தங்களுடன் விறகு உள்பட எல்லாம் எடுத்துக்கொண்டு அய்யர் வந்து சேர்ந்தார்.

அவை பைராகி முன் வைக்கப்பட்டன.

பைராகி அவற்றைப் பார்த்ததும் முகத்தைச் சுளித்துக் கொண்டான். என்னையும், சத்திரத்து ஐயரையும் ஒருதரம் கூர்ந்து பார்த்தான். ' இனிமேற்பட்டு சமைத்து எப்போது சாப்பிடுவது. அதுவரையில் பசி

தாங்காதே' என்பதே அந்தப் பார்வை. சுளிப்பின் அர்த்தமாகவும் இருக்கலாம் என நான் யூகித்துக் கொண்டேன்.

நான் நினைத்ததற்கு ஏற்ப பைராகி, 'மகராஜ் சமைத்த உணவு கிடையாதா,' என்றான்.

'கிடையாது, இங்கு இதுதான் வழக்கம். என்றேன்.

ஆமாம் இவனுக்குத் தயாராக இங்கு சமைத்து வைத்திருக்க வேண்டியது தானே,' என்று ஏளனமாக சிரித்தார் சத்திரத்து அய்யர்.

அந்தச் சிரிப்பை பைராகி பொருட்படுத்தவில்லை. 'நல்லது மகராஜ் என்று பதிலிறுத்துவிட்டு அவைகளை எடுத்துச் சென்று சமைக்க வழி தேடாமல், அந்த இடத்திலேயே அவற்றுக்கு முன்னால் காலை சம்மணம் இட்டு உட்கார்ந்து கொண்டான். எங்களுக்கு ஒன்றும் புரியாமல் திகைப்பு அதிகமாயிற்று. என்ன செய்யப் போகிறானோ என்று அவனையே உற்றுப் பார்த்துக் கொண்டிருந்தோம். பைராகி முதலில் அரிசிப் பொட்டணத்தைப் பிரித்தான். அரிசியைப் பிடிப்பிடியாக எடுத்து வாயில் போட்டுக் கொண்டு உள்ளே செலுத்தினான். அரிசி முழுவதும் காலியாகிவிட்டது. எங்களுக்கு ஆச்சரியமாக இருந்தது. நாங்கள் பார்த்துக் கொண்டிருக்கையிலேயே பருப்பு, புளி முதலிய இதர சாமான்களும் முறையே அதே கதியை அடைந்தன.

அதிசயத்தால் கண் கொட்டாது பைராகியையே பார்த்துக் கொண்டிருந்தேன். அவன் சாப்பிட்ட மாதிரியிலிருந்து அரைப்பசி கூட தணிந்திராதென்று எனக்குத் தோன்றியது. சத்திரத்து அய்யருக்கும் இந்தச் சம்பவத்தால் தன்னை அறியாத ஆனந்தம் உண்டாயிற்று. அஜீரணமய்யரோ எனக்கு சமீபத்தில் பிரமித்துப் போய் உட்கார்ந்தி ருந்தார்.

நான் சொல்ல வாயெடுக்கும் முன்பாகவே சத்திரத்து அய்யர் போய் அன்று பாக்கி இருந்த மற்றொரு பங்கையும் எடுத்துக் கொண்டு வந்து பைராகி முன் வைத்தார். பைராகியின் கண்களில் நன்றி தோன்றியது. கடவுளை நினைத்து ஒரு கும்பிடு போட்டு தன் நன்றியை வெளிக் காட்டி மகிழ்ச்சியுடன் அவைகளையும் சாப்பிட ஆரம்பித்தான்.

அவற்றை அவன் உட்செலுத்திக் கொண்டிருக்கும் போது என் மனம் எண்ணியதாவது சாதம் ஒரு கொதி குறைவாக வடித்து விட்டால் விரிசலாக இருக்கிறது, வயிற்று வலி உண்டாகிவிடும் என்றெல்லாம் சொல்லி ஒதுக்கி விடுகிறோமே! இயற்கையில் உண்டான அரிசி, பருப்பு, உப்பு, புளி, மிளகாய் முதலியவற்றை, ருசிகளையும் பொருட்படுத்தாமல் பச்சையாக உட்செலுத்தி விடுகிறானே இவன்! ஜீரணம் தான் ஆகுமா?

குடலென்ன கல்லா இரும்பா? இவன் ஹடயோகியா? அவர்கள் தான் இப்படிச் செய்வார்கள். கல்லை ஜீரணிக்கக்கூடிய வயது என்று பெரியோர் சொல்லத்தானே கேட்டிருக்கிறோம். இப்படித் தின்பவரை இதுவரை பார்த்ததே இல்லையே என்று எண்ணமிட்டுக் கொண்டே பிரமித்துப் போய் இருந்தேன்.

ஒன்று விடாமல் தின்று முடித்து விட்டு பைராகி பெரிய ஏப்பம் விட்டான். அது வாதாபியைத் தின்று கிளம்பிய அகஸ்தியரின் ஏப்பம்! எனக்கு அப்போது தான் சுய ஞாபகம் வந்தது. அருகே இருந்த ஜீரணமய்யரை பார்த்து; 'ஓய்! நீரும் ஏப்பம் விடுகிறீரே' என்றேன், அவரும் அசட்டுச் சிரிப்பு சிரித்து வயிற்றை தடவிக் கொண்டார்.

மிஞ்சியது விறகுதான். 'ஏன் இதையும் தின்று தீர்த்து விடுகிறது தானே' என்றேன் பைராகியைப் பார்த்து சிரித்துக்கொண்டே.

அவனும் சிரித்துக் கொண்டான். 'மகராஜ்! பசியின் வேகம் மட்டும் அடங்கி இராவிட்டால் அதையும்கூட விட்டிருப்பேனா என்ன' என்று பைராகி என் ஹாஸ்யத்தை ரசித்து பதில் கூறினான்.

"என்ன, பசியின் வேகம் அவ்வளவா?' என்றேன்.

'மகராஜ்!' அதனால் மட்டுமன்று. உடல் வலிமையும் கூடச் சேர்ந்தது. நாளொன்றுக்கு நான் சராசரி நாற்பது மைல்களுக்குக் குறையாமல் நடக்கிறேன்!' என்றான் பைராகி.

பைராகி நேரே சத்திரத்துக் கிணற்றுக்குச் சென்றான். கடும் உப்பாக இருந்த ஜலத்தை ஒரு வாளி நிறைய குடித்து விட்டு, திண்ணையில் படுத்துத் தூக்கம் போட்டான். சாயந்திர வேளை நெருங்கிக் கொண்டிருந்த சமயம், பைராகி விழித்து எழுந்தான். 'மகராஜ், போய் வருகிறேன்' என்று விடைபெற்றுக் கொண்டான். அவன் தெருக்கோடியில் சென்று மறையும் மட்டும் அவனையே பார்த்துக் கொண்டிருந்து விட்டுத் திரும்பினேன்.

பக்கத்தில் நின்ற அஜீரணமய்யர் 'என்ன சார், ஆச்சரியம்! எனக்கு ராத்திரி சாப்...' என்று பழைய பல்லவியை ஆரம்பித்தார். எனக்குப் பொறுமை போய்விட்டது.

'ஓய், பைராகியைப் போல் ஜீரணிக்க வேண்டுமானால் காந்தாரி செய்தது போலச் செய்யும். என்னிடம் வந்து கேட்காதேயும்'; என்று படபடப்பாகச் சொல்லிவிட்டு துண்டைத் தட்டிக்கொண்டு கிளம்பினேன். எல்லோரும் சிரித்தார்கள்.

எனக்குள் மனவோட்டம்; பாரத புத்திரன் ஒவ்வொருவனும் இப்படி இருந்தால் –

செய்த கணக்கு

'கிட்டு, கிட்டு' என்ற உரத்த குரல் மேல் மாடியில் இருந்து கேட்டது. அதைக் கேட்டதும் குழந்தை ராதாவுடன் 'கியாக்கியா தம்பாளம் கீச்சுக் கீச்சு தம்பாளம்' விளையாடிக் கொண்டிருந்த கிட்டு கையில் இருந்த வாழைப் பூ மடலை அப்படியே போட்டுவிட்டு 'இதோ வந்துட்டேன் அப்பா' என்று கத்திக்கொண்டே மாடிக்கு ஓடினான்.

ஓடின அவசரத்தில் 'இந்த கிட்டு எப்போதும் இப்படித்தான். பாதி ஆட்டத்திலே ஓடிப்போயிடுவான். இதான் அவன் கூட விளையாடக் கூடாது' என்று ராதா கோபத்துடன் முனகிக்கொண்டது அவன் காதுகளில் விழவில்லை. அவன் கவனம் பூராவும் அப்பாவின் அழைப்பில் தான் இருந்தது.

சமையல் அறையிலிருந்து குதித்தோடி வந்த அவன் வேகம் மாடிப்படியை அடைந்ததும் தடைப்பட்டு விட்டது. அவனால் வேகமாக படியேற முடியவில்லை. மெள்ள மெள்ள காலடி எடுத்து வைத்து பயத்தால் இருதயம் படபடத்துக் கொள்ள படியேறிச் சென்றான். கடைசிப் படியில் கால் வைக்கும்போது அவன் மனதில் திகில் தோன்றி உற்சாகம் குறைந்து விட்டது.

கிட்டு அறையில் நுழையும்போது விஸ்வநாதய்யர் நாற்காலியில் உட்கார்ந்து கொண்டிருந்தார். அவரது கையில் கிட்டுவின் கணக்கு புஸ்தகம் இருந்தது. அதன் பக்கங்களை புரட்டிக் கொண்டிருந்தார். கிட்டு அவரை நெருங்கி 'எதுக்கு அப்பா கூப்பிட்டீர்கள்,' என்று கேட்டுக்கொண்டே... நாற்காலிக்குப் பின் நின்றான். பயத்தால் பீடிக்கப்பட்டிருந்த அவன் முகத்தில் வியர்வைத் துளிகள் அரும்பின.

உருட்டி விழித்த கண்களுடன் அப்பா அவனை நோக்கி 'ஏண்டா, கணக்குப் போடாமல் விளையாடிக் கொண்டா இருக்கிறாய், ஹூம்' என்று அதட்டிக் கேட்டார்.

அந்தப் பார்வையும் தொனியும் சேர்ந்து கிட்டுவுக்கு கொஞ்சநஞ்சம் இருந்த தைரியத்தையும் போக்கிவிட்டது.

'இல்லே அப்பா, செய்திருக்கேன்' என்று நடுங்கிக் கொண்டே பதில் கூறினான்.

'எடுத்துக்கொண்டு வா, பார்ப்போம்.'

கிட்டு ஓடிப்போய் சிலேட்டைக் கொணர்ந்து கொடுத்து விட்டு அப்பாவின் முகத்தையே உற்று நோக்கிக் கொண்டிருந்தான். எட்டுக் கணக்குகள் போடப்பட்டிருந்தன. தந்தை ஒவ்வொன்றாக ஜாக்ரதையுடன் சரிபார்த்தார். ஒன்றாவது சரியாக செய்யப்படவில்லை. அவ்வளவும் தப்பிதம். ஒவ்வொரு விடையையும் அவர் அடித்துக் கொண்டு வரும் போது அத்தனை அடிகள் தனக்குக் கிடைக்குமோ என்று கிட்டு கற்பனை செய்து கொண்டான். அவன் தேகம் நடுங்கியது.

தந்தைக்கு வந்த கோபத்துக்கு எல்லை இல்லை. 'வாடா இங்கே,' என்று அழைக்கும் பாவனையில் தலையை அசைத்தார். கிட்டுவுக்கு சந்தேகம் தெளிவாகி விட்டது. தயங்கித் தயங்கி அவர் கைக்கு எட்டும் தூரத்தில் போய் நின்று கொண்டான். அவன் கால்கள் வெடவெடத்தன. அடுத்த விநாடி அவன் முதுகில் பல பாகங்களிலும் அவருடைய விரல் அடையாளங்கள் சிவந்த தோலில் பதிந்தன. கிட்டு துடிதுடித்துப் போய்விட்டான். அழுவதற்குக் கூட அவனுக்கு திராணி இல்லை.

'அம்ம' என்ற உச்சஸ் தாயிக் குரல் கேட்டு கிட்டுவின் தாய் அங்கு வந்தாள்.

'கணக்கு முழுவதையும் சரியாகச் செய்தால்தான் மத்தியானம் சாதம், இல்லாவிட்டால் போடாதே,' என்ற கண்டிப்பான உத்திரவு அவர் வாயிலிருந்து கிளம்பியது. அவரது உத்தரவின் கண்டிப்பை இத்தனை நாட்கள் பழக்கத்தில் அறிந்திருந்த அவர் மனைவியும் பதில் பேசாது உள்ளே போய்விட்டாள்.

விஸ்வநாதய்யர் சுபாவத்தில் சாந்த குணம் வாய்ந்தவர்தான். அவருடன் பழகியவர்கள் அவரை முன்கோபி என்றோ ஒரு சிடுசிடுத்த முகத்தினர் என்றோ கூற மாட்டார்கள். இளகிய மனதும் அன்பு மிகுந்த இருதயமும் படைத்தவர். ஆனால் கிட்டுவைக் கண்டால் மட்டும் அவருடைய சாந்த குணம் பஞ்சாகப் பறந்துவிடும். அவனைக் கூப்பிட்டாலும் சரி, பேசினாலும் சரி ஒருவித கடுப்புடன்தான் இருப்பார்.

காரணம் இல்லாமல் இல்லை. குழந்தைகளுக்கு செல்லம் கொடுத்தால் கெட்டுப்போய் விடுமென்றும் கண்டிப்பிலேயே தான் வளர்க்க வேண்டும் என்றும் அவர் மனதில் பதிந்து கிடந்தது. கிட்டுவை கண்டிப்புடன் நடத்துவதற்கு வேண்டிய வழிகளை அவர் கையாளத் தயங்குவதில்லை. எல்லா பெற்றோர்களையும் போல் கிட்டுவும் கெட்டிக்காரனாக ஆகவேண்டும் என்று அவருக்கு ஆசை. அவர் சொல்லிக் கொடுத்தால் ஒரே தடவையில் கிரகித்துக் கொள்ள வேண் டும், இரண்டாம் தடவை கேட்டுவிட்டால் பிரமாதமான கோபம் வந்து விடும். 'அடி மேல் அடி வைத்தால் அம்மியும் நகரும்' என்ற பழமொழி அவருக்கு வேதவாக்கு.

ஆனால் கிட்டுவோ அம்மியாவது நகரும் – அவன் நகர மாட்டான். அந்தக் குற்றம் அவன் மீதல்ல; அவனைப் படைத்த பிரமனின் குற்றம். அதிலும் அவனுக்கு கணக்கு என்றால் நஞ்சு, இதுவும் அவனாகச் செய்து கொண்டதல்ல. பிறவிக் குணம். இப்படிப்பட்ட கிட்டுவை அடியின் மூலம் சீர்திருத்தி விடலாம் என்ற தப்பெண்ணம் கொண்டிருந்த அவருக்கு, அடியினால் இன்னும் அவன் புத்தி மந்தித்துப் போகுமே யொழிய சீர்திருந்தாது என்று எப்படிப் புரியும்?

கிட்டு இல்லாமல் ராதாவுக்கு பொழுது போகவில்லை. அவனைத் தொடர்ந்து மாடிப்படி ஏறியவள் அப்பா அவனை அடித்ததை ஒளிந்து நின்று பார்த்துக் கொண்டிருந்தாள். பயம் அவளைப் பற்றிக் கொண்டது. அப்பா அவனை அடித்த காரணம் புரியவில்லை. விரைவாக கீழே இறங்கி அம்மாவிடம் ஓடினாள். 'ஏதுக்கு அம்மா, அப்பா கிட்டுவை அடிச்சா' என்று இரக்கத்துடன் தாயிடம் வினவினாள்.

'கணக்கு சரியாக செய்யவில்லையாம்; அதற்காக அடித்தாராம்' என்று தாய் பதில் கூறினாள். ராதாவின் கண்களில் பிரகாசம் ஏறியது, 'அதுக்குத்தானா அடிச்சா.' என்று கேட்டுக் கொண்டே வெளியே ஓடினாள். அதற்கு என்ன அர்த்தமோ?

அதன் பிறகு அவளை சமையலறைப் பக்கமே காணோம்.

கொஞ்ச நேரம் ஆயிற்று. தந்தை மாடியை விட்டு இறங்கி புழக்கடைப் பக்கம் சென்றார். கிட்டு மட்டும் அவர் நாற்காலி அடியில் உட்கார்ந்து சிலேட்டில் கண்களை பதித்து கணக்கு செய்து கொண்டிருந்தான். அவன் கண்ணிமைகள் கண்ணீரில் தோய்ந்திருந்தன. அவனுக்கு ஒன்றும் புரிய வில்லை. ஒரு கணக்குக்கும் சரியான வகை தெரியாமல் திகைத்துக் கொண்டிருந்தான்.

அப்போது மெல்லிய சப்தம் கேட்டது. யாரோ படியேறி வந்து கொண்டிருந்தார்கள். தந்தை தான் என்று நினைத்து கிட்டு குனிந்த

தலை நிமிராமல் வாய் முணுமுணுத்து எழுதிக்கொண்டிருந்தான்.

'கிட்டு' என்று மிருதுவான சப்தம்.

தலையை நிமிர்த்திப் பார்த்தான். குழந்தை ராதாவின் முகம் கதவின் வெளியிலிருந்து அரைகுறையாக தெரிந்தது. அவள் கண்களில் ஒரு பிரகாசம்; சிறு முகத்தில் ஒரு மலர்ச்சி.

'இங்கே வாயேன்' என்று கையை அசைத்தாள். அவள் அன்பு அழைப்பில் ஈடுபட்டு அப்பாவின் கோபத்தையும் கொஞ்சம் மறந்து சிலேட்டை கீழே வைத்துவிட்டு அவளிடம் சென்றான்.

அவள் கையில் ஒரு உடைந்த சிலேட் இருந்தது. அது அவளுடையது. அதை உயர்த்தி கிட்டுவின் பக்கம் நீட்டினாள். கிட்டு ஒன்றும் புரியாமல் அதை கையில் வாங்கி புரட்டிப் பார்த்தான். அதில் தாறுமாறாக வட்டங்களும் கோணங்களும், வளைவுகளும் கிறுக்கி இருந்தன. அதைப் பார்த்ததும் அவனுக்கு சிரிப்பு வந்தது. 'பேஷ், நன்றாக எழுதி இருக்கையே. எதுக்கு எழுதினாய்' என்று அவள் கண்களைப் பார்த்து கேட்டான்.

ராதாவின் உதடுகள் உற்சாகத்துடன் விரிந்தன. 'இல்லெ, அப்பா வந்து உன்னை கணக்கு செய்யல்லேன்னு அடிச்சா இல்லையா? நான் செய்திருக்கேன். இதைக் காண்பிச்சுட்டு சீக்கிரமாக விளையாட வந்துடு' என்று கொஞ்சிக் குழறிக் கூறினாள்.

அது தான் கிட்டுவுக்காக அவள் செய்த கணக்கு.

கிட்டு வாய்விட்டுச் சிரித்து விட்டான். கணக்குதான் அவனுக்கு போடத் தெரியாது, தவித்தான். குழந்தையின் அன்பு இருதயத்தையுமா அவன் ஊடுருவிப் பார்க்க முடியாது? அப்பாவின் அடிக்குத் தான் அவன் மசியவில்லை. ராதாவின் வாஞ்சையால் எப்படி இளகாமல் இருக்க முடியும்? அவளை அணைத்துத் தட்டிக் கொடுத்து 'சரி ஆகட்டும் அப்பா வந்துடுவா. நீ கீழே போய்விடு' என்றான் கிட்டு.

'சீக்கிரம் வந்துடணும். பார்த்துக்கோ. புதுப்புது வாழைப்பூ மடல் சேர்த்து வச்சிருக்கேன்' என்று சொல்லிவிட்டு ராதா கீழே போய் விட்டாள்.

ராதா சென்றபின் கிட்டு கணக்குகளை விட்ட இடத்திலிருந்து செய்ய ஆரம்பித்தான். எல்லா கணக்குகளையும் சரியாக ஒரு நொடியில் செய்து விடுவது போல் அவன் மூளை வெகு வேகமாக வேலை செய்து கொண்டிருந்தது.

'ராதாவின் அழைப்பும்' அவன் கவனத்தில் இருந்துகொண்டே இருந்தது.

வீரமும் வகையும்

ஒரு நாள் தங்கிய இடத்தில் மறு நாள் தங்காமல் உத்தர பாரதம் முழுவதையும் சுற்றி, மறைந்து திரிந்து கொண்டிருந்தான் ஒரு வாலிபன். தன் உண்மைப் பெயரை வெளியிடவே அவனுக்கு பயமாக இருந்தது.

கொளுத்துகிற உச்சி வெயில். புழுதியில் கால் பட்டால் துள்ளிவிழச் செய்தது. சாலை நாவல் மரத்து மந்திகள் கிளையோடு கிளையாக ஓட்டிக்கிடந்தன. வெயிற் பறவைகளான காகங்கள் கூட வெப்பம் தாங்காமல் ஜலக் கரையோர ஈரநைப்பில் கால் வைத்துச் சூடாற்றிக் கொண்டிருந்தன. மேய்ச்சல் மாடுகள் மேய்வதையும் விட்டு மரத்தூறுகளோடு உராய்ந்து நின்று அசை போட்டுக்கொண்டு இருந்தன. அனல் ஓடிக்கொண்டிருந்தது. உஷ்ணக் காற்று சுவாசப் போக்கைத் தடுமாற வைத்தது.

"உஸ், அப்பாடா!" என்று சொல்லிக்கொண்டே வெள்ளம் போல் ஓடிய வேர்வையைத் துடைத்துக் கொண்டு சாலையோர மரத்துத் நிழலில் ஓய்ந்து போய் உட்கார்ந்தான் அந்த வாலிபன் – மகத சாம்ராஜ்யத்தின் வரப்போகும் சத்ராதிபதியான சந்திரகுப்தன். முழங் கால் வரை ஏறிப் படிந்திருந்த புழுதி அன்றைய அவன் நடையின் தூரத்தை அளந்து காட்டுவதுபோல் இருந்தது.

வெளி உஷ்ணம் அவனைத் தகித்ததைவிட அவன் இருதயத்தில் நிரந்தரமாகத் தங்கியிருந்த உஷ்ணந்தான் பன்மடங்கு வேகத்தில் தகித்துக்கொண்டிருந்தது. அவனுடைய அனாதை நிலைமையிலும்

சாம்ராஜ்ய லட்சிய நினைவுதான் அவன் மனக்கண் முன் நின்று கொண்டிருந்தது.

கீர்த்தியுடன் தலைமுறை தலைமுறையாக நந்தர்கள் ஆண்டுவந்த மகத சிம்மாசனத்தில் அப்போது ஒரு ஜாரபுத்திரன் உட்கார்ந்து கொண்டிருந்தான். அதுதான் அவனை உறுத்திக்கொண்டிருந்தது. ஒரு நாவிதனின் மகன்: அவன் பெயர் தனநந்தன் என்பது. தாய் பரிஹாரி யின் துணை கொண்டு புருஷனைக் கொன்றவள்! இந்த ஜாரபுத்திரனை விட மகத சிம்மாசனத்துக்குத் தன் பாத்தியதை மதிப்புள்ளது என்று அவனுக்கு நிச்சயப்பட்டது. அவனும் நந்தவம்சத்தைச் சேர்ந்தவன் தானே?

"அடடா! மகத சிம்மாசனத்துக்குத்தான் என்ன கௌரவம்! தனி அந்தஸ்து! போகட்டும்; ராஜரீகத்திலாவது நியாயம் உண்டா என்றால், நிரபராதிகளின் ரத்தம் எங்கும் சிந்திக் கிடக்கிறது! இதற்கு முடிவு இருப் பதாகவும் தெரியவில்லையே. ஹூம். ஈன ரத்தம் ஓடும் இருதயத்தில் நியாயத்தை எப்படி எதிர்பார்க்க முடியும்?" என்று அவன் தனக்குள் பேசிக்கொள்ளும் போது இருதயமே வெடித்துவிடும் போல் இருந்தது.

தனநந்தன் மீது சந்திரகுப்தனுக்கு அத்தனை ஆக்ரோஷம் இருக்க மற்றொரு காரணமும் உண்டு, நந்த வம்சத்தில் வந்த மௌரியனையும், சந்திரகுப்தனைத் தவிர அவனுடைய மற்ற மக்களையும், தன் ஆட்சிக்குப் பின்னால் ஆபத்து வந்து விடுமே என்று பயந்து கொலை செய்து விட்டான் அவன். சந்திரகுப்தன் மட்டும் தப்பியது தெய்வா தீனம். அந்த க்ஷத்திரத்தைத் தீர்த்துக்கொள்ள வேண்டும் என்று துடிதுடித்துக்கொண்டிருந்தது அவன் ராஜபுத்திர இருதயம்.

இரண்டும் சேர்ந்து அவன் மனதை அறுத்துக் கொண்டிருந்தன. ஊர் ஊராகச் சுற்றிக்கொண்டிருந்தான், தனநந்தனது சதிக்குத் தப்பி ஒவ்வோர் இரவும் அவன் உயிர் வாழ்வதே எவ்வளவு கஷ்டமாக இருந்தது!

சில தினங்களுக்கு முன் தான் சரித்திரக் கீர்த்தி பெற்ற மாஸிதோனிய அரசனான கிரேக்க நாட்டு வீரன் அலெக்ஸாண்டரை நேரில் கண்டு பேசியிருந்தான். ஜீலம் நதிக்கரையில் போரஸ் என்ற புருஷோத்தமனை ஜயித்துவிட்டு அலெக்ஸாண்டர் விபாஸா நதிக்கரையில் முகாம் போட்டிருந்த சமயம். அவன் கீர்த்தி சந்திரகுப்தனை இழுத்தது. அவனைப் பார்த்துப் பேசி விட்டான்.

அந்தக் கிரேக்கப் புருஷனின் துணிச்சலும் காம்பீர்யமும், திமிரும் சந்திரகுப்தன் மனதில் மூடியிருந்த இருளையும், மங்கிக்கிடந்த உணர்ச்சியையும், ஆவலையும் தூண்டி விட்டன. வஜ்ரக் கட்டமைந்த

அவ்வுருவம் அவன் மனதில் ஆழமாய்ப் பதிந்து விட்டது. அந்த கிரேக்கனின் வார்த்தைகளும் அப்படியே.

சந்திரகுப்தன் யோசிக்கத் தொடங்கினான். மாஸிதோனிய ராஜ்யம் எங்கே, மகத ராஜ்யம் எங்கே! இரண்டிற்கும் இடையேயுள்ள ஆயிரக்கணக்கான மைல் விஸ்தீரணத்தைத் தனதாக்கி ஸிந்து நதிப் பிரதேசத்திலும் தன் கொடியை நாட்டிவிட்டுப் போயிருக்கிறான் அலெக்ஸாண்டர். அவனுடைய சாம்ராஜ்ய வேகந்தான் எவ்வளவு! அவன் படை எவ்வளவு உறுதியான கட்டுப்பாடு அமைந்தது! ஹிந்துஸ்தானத்தைப் பிடித்த அதிருஷ்டம்தான், அவன் படை இதற்கு மேல் செல்ல மறுத்ததும், அவனும் இணக்கம் காட்டித் திரும்பியதும் என்று சொல்ல வேண்டும். புருஷோத்தமன் காட்டிய வீரமும் மற்றொரு காரணம்.

ஒரு பெருமூச்சு விட்டுக்கொண்டு மறுபடியும் யோசித்தான்; "அவனும் என்னைப் போல மனிதன்தானே? அவனை இவ்வளவு தூரம் கொண்டு வந்த துணிச்சலும் வீரமும் எனக்கு இல்லையா? பல ஆயிரம் மைல் என் ஜயக்கொடியை நாட்டமுடியாதா?" என்று அவன் வாய் முணுமுணுத்துக் கொண்டபோது முகத்தில் ரத்தம் வேகமாகப் பாய்ந்து சிவந்தது. கண்கள் தீர்க்கமாக உறுத்து விழித்தன. வார்த்தைகள் பதறி வெளியே வந்தன.

"என்னால் முடியும். சந்தேகமே இல்லை. அவனைப் போலவே எதற்கும் தளராத படை இன்று முதல் சேர்ப்பேன். என் கருத்தை மகத சாம்ராஜ்ய லக்ஷியத்தை அடைந்தே தீருவேன். இந்த சிம்மாசனத்தில் முடங்கி கிடக்கும் ஈன ஜந்துவை இழுத்தெறிந்து விட்டு அதன் மீது நான் உட்காருவேன். மகத சாம்ராஜ்யத்தை கோடி சூரியப் பிரகாசமாக்குவேன்" என்று உயரே தோன்றிய சூரியனைப் பார்த்துக்கொண்டே சபதம் செய்தான் சந்திரகுப்தன். பற்கள் கடித்துக்கொண்டன. இடையில் செருகியிருந்த வாளின் பிடியைக் கை பலமாக அமிழ்த்தியது.

சபதம் செய்துவிட்டு சந்திரகுப்தன் தன்னைச் சுற்றிப் பார்த்தான். அவனுக்கு இருந்த உணர்ச்சி வேகத்தில் அதுவரையில் அவன் கவனித்திராத ஓர் உருவம் அவன் கண்களுக்கு அப்போதுதான் தென்பட்டது. ஐந்தாறு மரங்களுக்கு அப்பால் உள்ள நிழலை சந்திரகுப்தன் கூர்ந்து கவனித்தான். இருவர் கண்களும் சந்தித்தன. வெகு நேரமாக அந்த உருவம் தன்னையே பார்த்துக்கொண்டிருக்க வேண்டுமென்று பார்வையின் தீக்ஷண்யத்திலிருந்து ஊகித்துக் கொண்டான் சந்திரகுப்தன்.

மறு விநாடி அந்த உருவம் கண்களைத் திருப்பிக் கொண்டது. இருமல் கலந்த தொண்டையில் லேசாகக் கனைத்துக் கொண்டதை

சந்திரகுப்தன் கேட்டான். அவன் பார்த்துக்கொண்டிருக்கையிலே அந்த உருவம் உயர்ந்து எழுந்து ஒரு மூட்டையை எடுத்துக் கொண்டு சாலையில் அவன் பக்கமாக வரத் தொடங்கியது. அந்த உருவத்தையே சந்திரகுப்தன் கண் கொட்டாமல் கவனித்துக் கொண்டிருந்தான்.

வற்றலான சரீரம். நல்ல உயரம். எலும்பு மூடிய தோலுருவம். சதைப்பற்று இல்லாத அவயவங்கள். குடலோடு ஒட்டிய வயிறு. கண்கள் ஆழப்பதிந்து இருந்த போதிலும் பீரங்கிவாய்க் குண்டுகள் சூரிய ஒளியில் ஜ்வலிப்பதுபோல் தீக்ஷண்யமான பார்வை. பண்டை சாஸ்திர ஞானம் அவன் முகத்தில் பிரதிபலித்தது. தட்டி முடியாத உச்சி குடுமி காற்றில் மெதுவாகப் பறந்து கொண்டிருந்தது. அவன் தான் விஷ்ணுகுப்தன். உலகத்துக்குப் பொருள் நூல் இயற்றித்தர இருக்கும் சாணக்கியன்.

கம்பீர நடை போட்டு வந்த சாணக்கியன் சந்திரகுப்தனைக் கடந்து சில அடி தூரம் போயிருப்பான். காலில் ஏதோ தடுக்கித் தடுமாறியது. சாணக்கியன் சட்டெனத் திரும்பிக் கீழே தடுக்கிய இடத்தைத் தீர்க்கமாகப் பார்த்தான். கண்கள் உற்று விழித்துப் புருவங்கள் உயர்ந்தன. கீழே சாவதானமாக உட்கார்ந்தான். அந்த இடத்தில் வளர்ந்திருந்த, தன்னைத் தடுக்கிய அந்தப் புல்லைப் பிடுங்கி எறியத் தொடங்கினான். தடுக்கிய அந்தப் புல் மீது அவ்வளவு க்ஷாத்திரம்!

சந்திரகுப்தன் வியப்படைந்து சம்பவத்தை கவனித்துக் கொண்டிருந்தான்.

புல்லை மேலாகப் பிடுங்கி எறிந்து விட்டதோடு சாணக்கியன் நிற்கவில்லை. ஒரு குச்சியை எடுத்து ஆழத் தோண்டி வேரோடு அந்த புல்லை மறுபடியும் வளரவொட்டாமல் எறிந்துவிட்டான். ஒரு சல்லி வேர் கூடப் பாக்கி இல்லை. மறுபடியும் குழியை மூடிவிட்டு எழுந்து மேலே எட்டு வைத்தான்.

சந்திரகுப்தனுக்கு ஆச்சரியம் தாங்க முடியவில்லை. சரேலென்று எழுந்து க்ஷத்திரிய நடை போட்டு சாணக்கியனை நெருங்கினான். அவன் வருவதைப் பார்த்த சாணக்கியனும் நின்று விட்டான்.

“உனக்கென்ன பைத்தியமா!" என்று ஏளனமாகச் சிரித்து சந்திரகுப்தன் அவனைக் கேட்டான்.

சாணக்கியன் உதடுகளில் அலக்ஷியப் புன்னகை தோன்றியது: "நான் பைத்தியம் அல்ல; இன்று மகத சிம்மாசனத்தின் மீது தான் ஒரு பைத்தியம் இருக்கிறது" என்று அர்த்த புஷ்டியுடன் தனக்கு நந்தன் மீதுள்ள வெறுப்பைக் காட்டினான்.

அந்தக் குறிப்பைச் சந்திரகுப்தன் அறிந்து கொண்ட போதிலும் புல்

விஷயம் அவனுக்கு வேடிக்கையாக இருந்தது. மறுபடியும் கேட்டான்;

"அந்தப் புல்லை ஏன் அப்படி செய்தாய்?"

"எனக்கு இடையூறு தெய்த அந்தப் புல்லைப் பிடுங்கி எறிந்ததில் நீ ஆச்சரியப்படுவதற்கு என்ன இருக்கிறது?"

"ஒரு சின்னப் புல் மீதா உனக்குக் கோபம்?"

"சின்னப் புல்! பயிரை நசுக்கி விடும் அந்தப் புல்! அது செய்திருக்கும் வேலையைப் பார்த்தாயா?" என்று தன் கால் கட்டை விரல் இடுக்கைப் புரட்டிக் காண்பித்தான் சாணக்கியன். அந்த இடத்தில் ரத்தம் கசிந்து பரவி இருப்பதை சந்திரகுப்தன் பார்த்தான். அப்போதும் சந்திர குப்தனுக்கு அவன் செய்கை புரியவில்லை. அவன் அஜாக்கிரதைக்குப் புல்லா காரணம்? " இதற்காக வேரோடு கல்லி எறிய வேண்டுமா?" என்று மீண்டும் கேலியாகக் கேட்டான்.

சாணக்கியன் ஆத்திரம் அதிகரித்தது. கண்களில் ஆக்ரோஷம் தோன்றியது. "நுனிப்புல்லைப் பிடுங்கி விட்டால் போதுமென்று நினைக்கிறாயா நீ? இன்னும் பச்சை இழக்காத அதன் சல்லி வேர்களின் ஆதரவைக் கொண்டு எவ்வளவு வேகமாக முளைத்தெழும் தெரியுமா? க்ஷத்திரி யனான நீ அறிந்து கொள்ள முடியவில்லையா இதை?" என்று படபடப்பாக வார்த்தைகளைக் கொட்டிவிட்டான்.

தன்னை அவன் க்ஷத்திரியன் என்று கண்டு கொண்டதைக் கேட்ட சந்திரகுப்தன் திடுக்கிட்டுப் போனான். அவனை விறைத்துப் பார்த்து, "நான் க்ஷத்திரியன் என்பது உனக்கு எப்படித் தெரியும்?" என்று வியப்புடன் கேட்டான்.

"சந்திரன் மங்குகிறதில்லை. மேகந்தான் மறைக்கிறது. ராஜலக்ஷணமும் அப்படியே தான்; புழுதி மூடிக்கிடந்தாலும் சரி, ஊட்டமின்றி சோபை குன்றிய போதிலும் சரி."

சந்திரகுப்தன் பிரமித்துப் போனான். சாணக்கியன் தொடர்ந்து கூறினான். "மேலும் நீ பகைவருக்கு அஞ்சி நிலையாக நிற்க வழி இல்லாமல் என்னைப் போல திரிந்து கொண்டிருக்கிறாய் என்பதும் எனக்குத் தெரியும். பிரமிக்காதே. சூரியனைப் பார்த்து. நீ செய்த சபதத்தைக் கேட்காவிட்டாலும் பார்த்தேன். உன் பல் நறநறப்புக் கூட கேட்டது. அந்த சூசகந்தான் நான் புல்லைப் பிடுங்கி எறிந்ததற்குக் காரணம்."

"அதற்கும் புல்லைப் பிடுங்கி எறிந்ததற்கும் என்ன சம்பந்தம்? உன் ஆத்திரத்தைக் காட்டுவதற்குத்தானே பிடுங்கி எறிந்தாய்?' என்று கேட்டான் சந்திரகுப்தன்.

சாணக்கியன் வாய்விட்டுச் சிரித்துவிட்டான். "ராஜ புத்திர! என் ஆத்திரத்தை உத்தேசித்து அல்ல; நீ ஆத்திரங் கொள்ளத்தான். சாதாரண சந்தர்ப்பத்தில் நான் புல்லைப் பிடுங்கி எறிந்திருந்தால் பைத்தியம் என்று நீ என்னைக் கூறியது மிகவும் பொருந்தியிருக்கும். ஆனால் இப்போது உனக்கு ராஜ தர்மத்தை உணர்த்தவே அந்தச் சூசகக் குறி காட்டினேன்" என்றான்.

"ஏது ராஜ தர்மம்?"

"சத்துருக்களை வேருடன் களைவது தான். எனக்கு இடையூறு செய்த புல் கதிதான் உன் பகைவருக்கும் நேர வேண்டும் என்பதை வேறு எந்த விதத்தில் சுருக்கமாக உனக்கு உணர்த்த முடியும்? அதற்குரிய தகைமை உன் ரத்தத்தில் ஓடுகிறது" என்று தன் செய்கையை விளக்கினான் சாணக்கியன்.

அந்தப் பதிலைக் கேட்ட சந்திரகுப்தன் மனம் திருப்தி பெற்று குதூகலம் அடைந்தது. "அந்தண! குமுறிக் கொண் டிருந்த என் ஆவலை வேகமாகத் தூண்டிவிட்டாய். அதற்கு துணை வேண்டும். நீ இருப்பாயா?" என்று ஸ்பஷ்டமாகக் கேட்டு, "என்னிடம் வீரம் இருக்கிறது; வகை வேண்டும்" என்றான்.

"நானும் வீரத்தைத்தான் தேடி அலைகிறேன், வகையை வைத்துக்கொண்டு" என்றான் சாணக்கியன்.

சந்திரகுப்தன் மரியாதையுடன் சாணக்கியன் முன் தலை தாழ்த்தி வணங்கினான். "மகத சத்ராதிபதி வாழ்க" என்று சாணக்கியன் வாயார வாழ்த்தினான்.

'விஷ்ணுகுப்தன் சபதம் நிறைவேற, அவன் தன் குடுமியை முடிந்து கொள்ளும் நாள் வெகு தொலைவில் இல்லை' என்று சொல்லிக் கொண்டே சாணக்கியன் கை குடுமியை ஒரு தரம் கோதிக் கொடுத்தது.

வீரமும், வகையும் அந்த இடத்திலே கலந்தன.

தாய்

நல்ல முன்னிருட்டுக் காலம். வானத்துக்கும் பூமிக்கும் ஒரே கறுப்பாக இருந்தது தெரு முழுவதும். அஸ்தமித்த ஒரு நாழிகைக்கே ஏற்றிவிட்டுப் போன தெரு யூனியன் லாந்தல் படர்ந்து எரிந்து, கண்ணாடிப் பக்கங்களை ஒரே புகையடையாக அப்பி, ஒளியை வெளியே காட்ட முடியாமல் மங்கிப் போய் கிடந்தது. குளிர்காற்று மூச்சுத் தடுமாற வெளியே வீசிக்கொண்டிருந்தது. தேகத்தில் பட்ட மாத்திரத்தில் ஒரு விடவிடப்பை உண்டாக்கி, பல் கிட்ட வைத்துக் கொண்டிருந்தது.

மணி பத்துக்கு மேலாகி தெருவெங்கும் நிசப்தமாக இருந்தது. மௌனத்தின் உஸ் ஓசை மட்டும் படம் எடுத்த சர்ப்பத்தின் சீற்றம் போல தொடர்ச்சியாகக் கேட்டுக் கொண்டிருந்தது. நடுவே நடுவே சுவர்க் கோழியின் கத்தலும், சேர்வதும் நிற்பதுமாக இருக்கும். திடீர் திடீரென ஆகார வேட்டைக்கு வெளியே புறப்பட்ட பல்லிகள் தலைக்கு மேலாக சுவர்ப் பக்கங்களில் பதுங்கிப் பாய்ந்து வால்களை படபடவென்று அடித்துக் கொள்ளும் சப்தம் கிளம்பும். அவற்றிம் அகப்படாமல் தப்பி ஓடப் பார்க்கும் பாச்சை, கரப்புகளின் இறகடிப்பு சப்தமும் சேரும்.

எல்லாம் சேர்ந்து திண்ணையில் படுத்திருந்த என் தூக்கத்துக்கு உலை வைத்துக்கொண்டிருந்தன. கண்களை மூடிமூடித் திறந்து, வெளிப்புறத்திலே, இருட்டின் உட் புறத்திலே, கண்களை செலுத்துவதுமாக இருந்தேன்.

வீட்டின் உட்புறக் கூடத்து அறையிலே இருந்து தங்கை குழந்தையின்

வீறிட்ட சப்தம் கிளம்பினது. முறைப்படி அந்தச் சிசுவுக்கு பால் புகட்ட வேண்டிய நேரம் வந்து விட்டது என்பதுதான் அந்த வீறிடலின் அர்த்தம். குழந்தையின் அழுகை தாயை எழுப்ப முடியவில்லை. அவள் அசந்து தூங்கிக் கொண்டிருந்தாள்.

'ராஜம், ராஜம்!' என்று திண்ணையில் படுத்திருந்தவாறே அவள் அறை ஜன்னல் ஓரமாக கூவி எழுப்பி, குழந்தைக்கு பால் புகட்டச் சொன்னேன்.

ராஜம் எழுந்து படுக்கையறை விளக்கைப் பெரிதாக்கி குழந்தைக்கு பால் புகட்ட ஏற்பாடுகளை செய்யத் தொடங்கினாள். அவள் அறை யிலிருந்து மெல்லியதாகக் கிளம்பின வெளிச்சம் என் திண்ணையில் விழுந்து மங்கலாகத் தெருவிலும் போய் விழுந்தது.

திடீரென்று எதிரே இருந்த ஒரு திண்ணையிலிருந்து ஒரு குழந்தைக் குரல் வீறிட்டுக் கிளம்பினது. பாழடைந்து போய் குடி இல்லாமல் கிடக்கும் அந்த நீண்ட திண்ணை வெகுகாலமாக பிச்சைக்காரர்கள் சிலர் இரவில் படுத்துக் கொள்ளும் வாசஸ்தலமாக இருந்து வருகிறது. அவர்களை வரவொட்டாமல் தடுக்க திண்ணைக்கு இரும்பு கிராதி போடும் யுக்தி ஒருவருக்கும் அதுவரையில் தோன்றவும் இல்லை.

அப்படி படுக்கும் ஒரு குடும்பத்தின் குழந்தைதான் அப்போது கத்தினது என்று எனக்கு நன்றாகத் தெரியும். அந்த குழந்தை அழவும் இரண்டு பெரிய குரல்கள் உடனே எழுந்து அதை தணிக்கும் ரீதியில் ஆசுவாசப்படுத்தின. ஆனால் அந்த குழந்தையின் அலறல் மட்டும் நின்றபாடில்லை. இங்கே என் தங்கை, குழந்தையின் அழுகையை அடக்கி பால் புகட்டிக் கொண்டிருந்தாள்.

பிச்சைக்காரி விதவிதமான தாலாட்டுப் பாட்டுகள் சொல்லியும் அவள் குழந்தையின் அலறல் நின்றபாடில்லை. கர்ண கடூரமாக இருந்தது எனக்கு. 'இதென்னடா சனியன்... பாதிராத்திரியில்' என்று வாய்விட்டு முனகினேன்.

உள்ளிருந்து என் தங்கை சிரித்துக்கொண்டே கேட்டாள்: 'ஏன் அண்ணா, பாவம்! நம் வீட்டு பிடாரி கத்தவில்லையா? அதுக்கு என்ன பண்ணுகிறாய்? அதே மாதிரிதானே, அவர்களை ஏன் விரட்டவேண்டும்? வயிற்றுக்கு இல்லாமல் அழுகிறதோ என்னமோ? பாவம்!" என்று ஒரு தாயின் மனப்பான்மையில், என் நினைப்புக்கு எதிர்க்கட்சி பேசி நியாயம் காட்டினாள்.

எங்கள் இந்தப் பேச்சுக்கு நடுவில், பிச்சைக்காரக் குழந்தையின் அலறலுக்கு இடையில், திண்ணையில் அதோடு இருந்த இரண்டு

குரல்களின் குசுகுசுவென்ற சம்பாஷணையும், வார்த்தைகள் உருப்படி இல்லாமல் என் காதுகளில் விழுந்தது.

ராஜம் விளக்கை சிறிதாக்கிக் கொண்டிருந்தாள். எதிர்த் திண்ணை யிலிருந்து ஒரு அவசரக் குரல் கத்தினது. 'போலே சீக்கிரம். அவுக விளக்கை அணைச்சுப்பிட்டு படுக்கப்போறாக. நெளிச்சுக்கிட்டு நடக்கிறே" என்று கேட்டது.

'என்னடா இது' என்று திண்ணைக்கு வெளியே இருட்டில் ஊடுருவி பார்த்தேன். எதிர்த் திண்ணையில் மினுக் மினுக்கென்று எரிந்து கொண்டிருந்த விளக்கு வெளிச்சத்தில் ஒரு நிழல் என் பக்கத்தை நோக்கி வருவது தெரிந்தது. அதே சமயம் 'ஏ, அம்மா, சாமி / கொஞ்சம் வென்னித் தண்ணி இருந்தா கொடுக்க மாட்டீங்களா? பிள்ளை பசியாலே துடிக்குது. புண்யமுண்டுங்கம்மா உங்களுக்கு. பச்சைப்புள்ளை' என்று முழு கெஞ்சலுடன் கேட்டான் அந்தப் பிச்சைக்காரி.

'வென்னீராவது பச்சைத் தண்ணியாவது? இந்தப் பாதிராத்திரி நேரத்திலே. நல்லா கேட்டே போ, என்று படுக்கையிலிருந்தே நான் வெடுக்கென கத்தினேன். பிச்சைக்காரி கேட்டு நடு இரவில் ரொம்பப் பேர்கள் அல்லவா சிரத்தையாக அவள் கேட்டதை கொடுப்பார்கள்!

அறை ஜன்னலோரம் நின்ற ராஜத்தின் காதுகளில் இது விழுந்தது, 'சாமி, சாமி, அப்படி சொல்லாதீங்க; புண்யமுண்டு. பச்சைப்புள்ளை' என்று திண்ணையில் குழந்தையை வைத்துக் கொண்டிருந்த பிச்சைக்காரன் அங்கிருந்தே கெஞ்சினான்.

அதே சமயம் பிச்சைக்காரியும் ' அம்மா, உங்க குழந்தைக்கு இப்போ போட்டீங்களே அம்மா. அதிலே கொஞ்சமாவது மீதி இருக்குமேம்மா, அதைப் பாத்துட்டுத் தானே ஓடியாந்தேன்" என்று கெஞ்சினாள் மறுபடியும்.

'அட, துப்போடேயா நீ வந்திருக்கே' என்று நான் சிரித்தேன்.

'ஐயோ பாவம்! இருடி, சுடு தண்ணி கொண்டு வந்து தரேன். குழந்தைக்குன்னு கேக்கறா பாதி ராத்திரியிலே' என்று சொல்லிக் கொண்டே விளக்கைப் பெரிதாக்கி வென்னீரை எடுத்துக் கொண்டு வாசலுக்கு வந்தாள் ராஜம்.

கையில் கொணர்ந்திருந்த ஒரு தகரக் குவளையில் பிச்சைக்காரி அதை வாங்கிக் கொண்டு 'மகராசியா இருப்பீங்க அம்மா' என்று வாயாற வாழ்த்திக் கொண்டு திண்ணையை நோக்கிச் சென்றாள்..

'அண்ணா, குழந்தைக்கு வெறும் வென்னீர்த்தண்ணி போட்ட

போகிறாள் பாரு: பாவம் என்ன ஏழை நிலைமை!' என்று கொண்டே ராஜம் கதவைத் தாளிட்டுக் கொண்டு தன் அறைக்குள் சென்று விளக்கை சிறிதாக்கினாள்.

நான் கண்களை மூடிக்கொண்டு போர்வையை ஒருதரம் காலைச்சுற்றி இழுத்துக் கொடுத்து, போர்த்திக் கொள்ளப்போனேன்.

'ஏ புள்ளே, டப்பாவை எங்கிட்டுலெ வச்சே. குழந்தை துடிக்குது! அல்லாத்தையும் நோண்டிக்கிட்டு இருக்கிறே கூறுகெட்டவளே' என்று அதட்டிக் கத்தினது அந்த ஆண் குரல்.

“அட, இங்கிட்டுத்தான் வச்சேன்.”

'ஆ. இந்தா ஆப்புட்டிச்சு' என்று பதில் கொடுத்தது பெண்குரல் உடனே.

நான் திடுக்கிட்டுத் திரும்பி என் கண்களை அந்த திண்ணைப் பக்கம் திரும்பினேன். மினுக் மினுக்கென்று எரிந்து கொண்டிருந்த அந்த மண்ணெண்ணெய் தகர விளக்குக்கு நேரே போய் கையில் ஒரு டப்பாவுடன் உட்கார்ந்தாள் அந்தப் பிச்சைக்காரி. வென்னீர் கொண்டு போன தகரக் குவளையை எடுத்துத் தனக்கு நேரே வைத்துக் கொண்டாள். பிச்சைக்காரனும் குழந்தையுடன் அருகே போய் உட்கார்ந்து கொண்டான்.

படுக்கையில் என்னை அறியாமலே எழுந்து உட்கார்ந்து கொண்டே. 'ராஜம்! இங்கே வா சீக்கிரம். ஜன்னல் வழியாகப் பாரு' என்று ஓதிய குரலில் கத்தினேன். ராஜம் பரபரப்பாக எழுந்து ஜன்னலுக்கு வந்து எதிர்த்திண்ணையை பார்த்தாள். டப்பாவிலிருந்து குவளையில் எதையோ போட்டுக் கொண்டிருந்தாள் அவள்.

'அட போதுமிலே குருட்டுக் களுதை இருட்டிலே தடுமாறிக்கிட்டு தண்ணிக்கு அளவு பார்த்துக்கிறாமே' என்று கத்தினான் அந்த ஆண்.

பிச்சைக்காரி பதில் பேசாமல் குவளைக்குள் ஒரு குச்சியை விட்டு கலக்கி சப்தம் செய்தாள்.

'அண்ணா, அண்ணா வேடிக்கையாக இருக்கே' என்றாள் ராஜம் பிரமிப்புக் குரலில்.

எனக்கு ஆவல் தாங்க முடியவில்லை. 'இரு, இதோ வந்துவிட்டேன்' என்று கொண்டே திண்ணையிலிருந்து பாய்ந்து நாலே எட்டில் அந்த திண்ணைக்குப் போய்ச் சேர்ந்தேன். பிச்சைக்காரர்கள் இருவரும் திடுக்கிட்டு என் பக்கம் திரும்பி, 'சாமி! என்னாங்க' என்றார்கள்.

'ஒன்றுமில்லை, குவளையிலே போட்டது என்ன என்று பார்க்க

வந்தேன்' என்றேன்.

'ஒண்ணுமில்லீங்க' என்று இழுத்தான் அந்த பிச்சைக்காரன்.

'காண்பீடா பார்ப்போம் என்னதுன்னு' என்று தோரணையாக கேட்டேன்.

"இல்லீங்க சாமி. குளந்தைக்கு மாவுபுட்டீங்க. ஆகாரத்துக்கு" என்று கொண்டே அந்த மினுக்கு வெளிச்சத்திலே கையிலிருந்த டப்பாவை புரட்டிக் காட்டினாள் பிச்சைக்காரி.

ஒரே விநாடிதான் அதை உற்றுப் பார்த்தேன். மறுவிநாடி திரும்பத் திண்ணைக்குப் பாய்ந்து ஏறிக் கொண்டிருந்தேன்.

"என்ன அண்ணா அது?' என்று ஆவலோடு கேட்டாள் ராஜம்.

'நீ குழந்தைக்கு போட்டுகிறாயே அதேதான்.'

'என்னது! ஹார்லிக்ஸா?' ஒரு பிச்சைக்காரி...

"ஏன், அவளும் ஒரு தாய் தானே உன்னைப் போலே?"

நிலா இரவில்

எதிர் வீட்டிற்கு அவர் குடிவந்தது முதல் எனக்கு படிப்பதற்கு வேண்டிய புஸ்தகங்கள் அவரிடமிருந்து நிறைய கிடைத்தன. வழக்கம் போல் அன்று ஒரு புஸ்தகத்துடன் நான் வீட்டுக்குத் திரும்பி வந்து கொண்டிருக்கும்போது ரோட்டை பாதி குறுக்கே கடந்தவன், புஸ்தகத்தைப் பிரித்தேன். அதிலிருந்து ஒரு கடிதம் கீழே விழுந்தது.

வேறொருவர் புஸ்தகத்திலுள்ள கடிதத்திற்கும் நமக்கும் சம்பந்தம் இல்லாவிட்டாலும், என் கண்கள் என்னவோ அதைப் பார்க்கத் தூண்டின. அதைப் பார்த்ததும் எனக்கு பிரமிப்பு ஏற்பட்டது. அது ஒரு கடிதமல்ல; சென்னை நகரத்தின் ஒரு அனாதை ஸ்தாபனத்தின் அச்சு ரசீது அது. அதில் அவரிடமிருந்து ஒரு இருபது ரூபாய் அந்த மாதம் பெற்றுச்கொண்டதாகக் குறிப்பிட்டிருந்தது.

என் எண்ணம் பலவாறாக அலைக்கழிக்கத் தொடங்கியது. அதை மடித்து மறுபடியும் புஸ்தகத்தில் வைத்துக் கொண்டே வீட்டுக்கு நடந்தேன். உடனே அவரிடம் இதைப்பற்றிக் கேட்கவேண்டும் என்ற அவாவை அடக்கிக் கொண்டு. இரவு அவர் காற்றுக்காக ஈஸிசேரை வாசலில் போட்டுக்கொண்டு வந்து உட்காரவும் நாங்கள் வழக்கம் போல் வம்பளக்கும் பொழுதை எதிர்பார்த்துக் கொண்டிருந்தேன்.

அவர் ஒரு சர்க்கார் உத்யோகஸ்தர். ஸூப்ரவைஸராக மாற்றலாகி எங்கள் ஊருக்கு அப்போதுதான் வந்து இரண்டு மாதங்கள் ஆயிற்று. அவருடைய குடும்பத்தினர் இன்னும் வரவில்லை. அவர் மட்டும் சமையல்காரனை வைத்துக் கொண்டு இருந்தார்.

அவருக்கு இந்த ஸ்தாபனத்திடமிருந்து இந்த ரசீது வரக் காரணம்? அங்கே அனாதைகளைத் தானே வளர்ப்பார்கள். இவருக்கு இது சம்பந்தமாக எந்தவிதமான உறவு அதோடு இருக்கக் கூடும்? என்ற புதிரை என்னால் சிறிதும் விடுவிக்க முடியவில்லை. அவரோடு நெருங்கிப் பழகி இருந்த இந்த நாட்களில் ஒரு வார்த்தை மூலம் கூட இது சம்பந்தமாக அவர் மூச்சுவிட்டதில்லை.

அன்றிரவு அவர் வெற்றிலையை எடுத்துக்கொண்டு சாய்வு நாற்காலியில் சாயவும் எதிர் திண்ணையில் உட்கார்ந்திருந்த நான் "ஸார், சாப்பாடாச்சா" என்ற பூர்வ பீடிகையுடனே வந்து அவருக்கு பக்கத்தில் போட்டிருந்த நாற்காலியில் வந்து உட்கார்ந்தேன்.

அவர் பதில் சொல்லுமுன் நானாகவே "ஸார், ஒரு விஷயம். உங்கள் புஸ்தகத்தில் ஒரு கடிதம் இருந்தது. அது அப்புறம் காணாமல் போய்விட்டால் உங்களுக்கு என்ன நஷ்டம் ஏற்படுமோ என்று பத்திரமாக இதோ..." என்று அந்த ரசீதை அவரிடம் நீட்டினேன்.

"அடடா, மறந்துபோய் புஸ்தகத்தில் வைத்து விட்டேன் போலிருக்கிறது. வழக்கமாக அதை பைலில் குத்திவைப்பேன். நல்ல வேளை ஸார்" என்று ரொம்ப ஆவலுடன் அதைக் கையில் வாங்கிக்கொண்டு வெற்றிலை போட ஆரம்பித்தார்.

முதலில் நான் அதைப் பார்த்து விட்டதாக காட்டிக் கொள்ளாமல் இருந்து விட்டேன். அது சம்பந்தமாக அவரே ஏதாவது கிளப்புவாரோ என்று அவர் முகத்தோற்றத்தையே எதிர்பார்த்துக் கொண்டிருந்தேன். அவரோ அந்த நினைவே இல்லாதவர் போல் சுபாவமாகவே இருந்து விட்டதை கவனித்த எனக்கு நிம்மதியாக இருக்க முடியவில்லை. "ஸார், நான் அந்த ரசீதைப் பார்த்துவிட்டேன்" என்றேன்.

அவர் சற்று பிரமித்தது போல் என் முகத்தை ஒரு தடவை ஏறிட்டுப் பார்த்து ஒரு விநாடி தயங்கிவிட்டு ஒரு புன் சிரிப்பு சிரித்தார். 'அந்தக் கதையை கேட்க ஆவலாக இருக்கிறீர்கள் இல்லையா' அதானே?" என்றார்.

நானும் ஒரு அக்கறைச் சிரிப்புடன் "பின்னே; புதிராக இருப்பதை விளக்கிக் கொள்ளாமல் இருக்க மனதுக்கு எப்படி சாத்யமாகும்" என்றேன்.

"இருக்காதா? இருக்கத்தான் செய்யும். எனக்கே புதிராகத்தான் இருந்தது அவளுடைய வாழ்க்கை, அவள் ஏன் 'ஐயா நீங்களே என்னை தெய்வம்போல் எங்கிருந்தோ வந்து மானம் காத்து உயிர் கொடுத்தீர்கள். மீதி நாட்களுக்கும் எனக்கு ஒரு வழி காட்டிவிடுங்கள்' என்று காலில் விழவேண்டும்?"

“சற்று கதையை ஆரம்பத்திலிருந்து சொல்லுங்கள். இப்படி நடுவில் ஒரு கட்டத்தில் ஆரம்பித்தால்;'...என்று நான் அவரை மறித்தேன்.

"முழுக் கதையுமா" என்று ஒரு பெருமூச்சு விட்டார் அவர். அந்தச் சம்பவம் நடந்த சமயத்தில் இருந்திருக்கக்கூடிய ஒரு தீவிரக்குறி அவர் முகத்தில் படர்ந்தது. அந்தச் சூழ்நிலை படமாக கண் முன் வந்து நின்றது போல் காட்டியது அவர் அதை ஆரம்பித்த விதம்.

"நிலா இரவிலே ஊருக்கு வெளியே எட்டியுள்ள கம்மாய் ஒன்றை அளந்து மேற்பார்வை பார்த்துவிட்டு அகாலத்திலே வண்டியில் லஸ்கருடன் கிராமம் திரும்பிக் கொண்டிருந்தேன். மூன்று வருஷங்களுக்கு முன்பு. நான் விலாசபுரத்தில் சூப்ரவைஸராக இருந்த சமயம்.

அணைக்கட்டை நெருங்கிக்கொண்டிருந்தது வண்டி. பாலம் சற்று எட்டி வெளுத்து ஸோப் கட்டி மாதிரி தெரிந்தது. அணைக்கட்டுகளின் கீழே பாதி உயர்த்திவிடப்பட்ட மதகுகளின் வழியாக ஹோ என்று அலறிச்செல்லும் நீர் சப்தத்துடனே, ஆற்றின் கரைகளின் மேலே வீசி வளர்ந்துகிடந்த மரங்கள் காற்றடிபட்டு வீறிட்டுக் கத்தினதும் சேர்ந்து ஒரே கலாட்டாவாக இருந்தது. வண்டி பாலத்துக்குக் கொஞ்சம் கிட்ட வரும்போது, என்னவோ கரை மேலே என் பார்வை விழுந்தது. 'வண்டியை நிறுத்துடா' என்றேன்.

பார்த்த இடத்திலே நாலைந்து பேர் நிலா வெளிச்சத்திலே பளிச்சென தெரிந்தது. ஒரு பெண் பிள்ளை இருந்தாள் நடுவில், அவள் ஒரு கையை பிடித்து ஒரு கை இழுக்க, மறுகையைப் பிடித்து வேறு கை இழுக்க நிலைக்காமல் அலைபடும் அந்த உருவத்தின் நிழல் தோற்றம் துல்யமாக கண்களில் விழுந்தது.

"எஜமான்" என்று குரலில் ஒரு படபடப்பு காட்டினான் லஸ்கர் முத்து. அவனைப் பார்த்தேன். " இந்த இடம் எப்பவும் இப்படித்தாங்க. ரவைக்கு பொல்லாத இடங்க. இப்படித்தான் இதுக்கு முன்னே..."

“ஷ் ஷ்... கதை அப்புறம். போய் பார்க்கலாம் வா” என்றேன்.

"யசமான் அங்கேங்களா? வேண்டாங்க. வேளைப் பிசகா ஏதாவது நடந்தாலும்..."

“இந்தப் பெண்பிள்ளை படற பாட்டைப் பார்த்துட்டா வண்டியை விட்டுக் கிட்டு..."

“அவன் ஒரு கணம் என்னவோ யோசனை செய்தான். 'சரிங்க நீங்க முன்னே போங்க. நான் பின்னாடி வர்ரேன்" என்று கூறினான். வண்டியில் இருந்த வெள்ளிப் பிடி போட்ட பிரம்பை எடுத்துக்கொண்டு செருப்பின் சப்தம் சடக் சடக் என்று கரைச்சரிவின்

ஒத்தையடிப்பாதையில் சப்தம் செய்ய, முடுக்காக நடைபோட்டு முன் சென்றேன். அப்போது என் மனம் இருந்த நிலைமையை , இப்போது நினைத்தாலும் படபடக்கிறது. வேறு எந்தச் சமயத்திலும் வந்திராத ஒரு துணிச்சல் எனக்கு அன்று எப்படி வந்தது என்று நினைத்துப் பார்க்கும் போது பிரமிப்பாகத்தான் இருக்கிறது.

'அந்தப் பெண்ணின் குரல் ஐயோ என்னை ஏன் உபத்ரவப் படுத்துறீங்க" என்று நடுக்கமாக கூறுவது காதில் விழுந்தது, அந்த இயற்கை இறைச்சலிலும். அந்தக் கூட்டத்தினிடமிருந்து அந்தப் பெண்ணை எப்படி காப்பாற்றுவது? சாத்யமா என்ற நினைப்பே இல்லாமல் நான் முன் சென்றேன்.

"சரிவில் ஏறி இன்னும் சில எட்டுக்கள் போட்டால் அந்த இடத்தை நெருங்கி விடுவோம். அவர்கள் கவனத்தை அப்பொழுது தான் எங்கள் வருகை இழுத்தது போலும். அவர்கள் திரும்பினார்கள். அந்த சமயத்தை எதிர்பார்த்தவள் போல் அந்தப் பெண் சரேலென்று அந்த இரு பிடிகளிலிருந்தும் திமிறிக்கொண்டு சரிவின் பக்கமாக பாய்ந்து கீழே கவிந்தாள். அவள் கவியவும் நான் அந்த இடத்திற்கு வரவும் சரியாக இருந்தது. "ஐயோ என்னை காப்பாத்துங்க" என்று பதறின குரலுடன் அவள் கைகள் என் முழங்கால்களை கெட்டியாக வந்து பிடித்துக் கொண்டன.

“என்னடா இது" என்று ஒரு குரலுடன் அது அதட்டலா, இல்லை வினவுக்குரலா என்று எனக்குத் தெரியாது நான் ஏதோ கேட்க வாயெடுத்தேன். அதே சமயம் லஸ்கர் முத்து என் பின்னால் நின்றவன் சடக்கென என் முன் வந்தான் அவர்கள் முன் பாய்ந்து"அட, மாசிரிட்டு எஜமான் கேக்கராரு. பதில் சொல்லுங்கப்பா" என்று அதட்டினான்.

"மாசிரிட்டு யசமான்!"

அந்த ஒரு வார்த்தை என் மனதில் தாக்கியதுபோல் அந்த அத்தனை பெயர்கள் மனதிலும் சுழன்றிருக்க வேண்டும். அவ்வளவு தான், விருட்டென்று அவர்கள் பின்னரித்துக் கொண்டார்கள்."

இதுவரையில் கதையை சுவாரசியமாக கேட்டு வந்த நான் "சபாஷ், சமயத்துக்கு நல்ல யோசனை" என்று அந்த லஸ்கரின் சாதுர்யத்தைப் பாராட்டிவிட்டு ‘அப்புறம்' என்றேன்.

“அப்புறம் என்ன? மந்திரம் போன்ற அந்த வார்த்தை செய்த வேலை தான்! அவர்களில் ஒருவரும் ஒரு வார்த்தை பேச முன் வரவில்லை. தயங்கி நகர்ந்து நின்றார்கள். “முத்து, இந்தப் பிள்ளையை வண்டிக்கு கூட்டிவா, நான் போரேன்" என்று கீழே இறங்கினேன். அந்த பெண்ணும் பின்னாலேயே தப்பித்தோமென்று பாய்ந்து வந்தாள்.

எல்லாம் நடந்தது சில விநாடிகளில்தான். வண்டியில் மூவரும் ஏறிக் கொள்ளவும் வண்டி நகர்ந்தது.

“முத்து நல்ல யோசனை செய்தாய்" என்றேன்.

"எசமான் என்னவோ சமயத்துக்கு யோசனை தோணிச்சு. இல்லாட்டி இந்த பொடிப் பசங்களா பயப்படரவங்க? நான் சொன்ன தோரணை யிலே என்னவோ பிரமிச்சுப் போயிட்டாங்க” என்றான். வண்டி பாலத்தின் மீது கடகடவென்று உருண்டு கொண்டிருந்தது. அந்தப் பெண்ணும் அதுவரை அழுக முடியாமல் இருந்தவள் வாய்விட்டு வண்டியில் அழுதாள்.

"ஐயா நீங்க வராதிருந்தீங்கன்னா நான் என்ன ஆகி இருப்பேன்” என்று சொல்லிக் கதறினாள்.

“அழாதே சொல்லம்மா! ஆபத்து தான் நீங்கிருச்சே. பதட்டத்தை விடு" என்று வண்டியை ஓட்டிக்கொண்டிருந்த முத்து அவளை ஆற்றினான்.

அவளோடு எப்படி பேச்சு அந்தச் சமயத்தில் ஆரம்பிப்பதென்று தெரியவில்லை. அவளை ஒருதரம் பார்த்தேன். வண்டிக்குள் வீசி அடித்த நிலவு அவள் முகத்தில் முழுக்க விழுந்தது. நான் பிரமித்துப்போனேன். அவள் அவ்வளவு அழகாக இருந்தாள். “நீ எந்த ஊரு அம்மா, இவங்க கிட்ட எப்படி அகப்பட்டுக்கிட்டே” என்றான் முத்து.

அவள் தேம்புதலை அடக்க முயன்றுகொண்டு சொன்னாள், “ஐயா அந்தக் கதையை கேட்காதீங்க. அது என்னோடேயே இருக்கட்டும். அது உங்களுக்குத் தெரிய வேண்டாம்."

முத்து மறுபடியும் தூண்டிக் கேட்டான். "ஐயோ வேண்டாமே" என்று கெஞ்சுவது போல் பார்த்தாள் அவள்.

"முத்து" என்றேன். அவன் வாயை மூடிக்கொண்டான். துன்பக்கதையை வெளிக்கிளப்ப மனமில்லாதவளை தூண்டிக் கேட்டுத் தெரிந்து என்ன பிரயோஜனம்? அம்மா நீ அதைச் சொல்லவேண்டாம்' என்று தீர்க்கமாக பதில் சொன்னேன் .

இவ்வளவுக்கும் பிறகு அவள் வரலாற்றை அறிய யாருக்கு மனது வரும்?

அவள் என்ன சொல்வதென்று அறியாமல் மௌனமாக இருந்தாள்.

"உனக்கு வேண்டியவர்கள் யாராவது இருப்பதை தெரிவித்தால் அவர்களிடம் போக..."

என்னை அவள் முடிக்கவிடவில்லை. "எனக்கு வேண்டியவர்கள்

யாரும் இல்லை. உங்கள் வீட்டில் உழைத்து என் வயிற்றை மானியாக நிரப்பக்கூடுமானால்....

அதற்குமேல் என்னிடம் எதிர்பார்ப்பதை எடுத்துச் சொல்ல தெம்பு வரவில்லை அவளுக்கு. பாலத்தில் உருளும் சக்கரங்களின் கடகட சப்தத்தில் அவள் விம்மல் கலந்தது. மௌனமாகவே வண்டியில் வந்து கொண்டிருந்தோம். இருதயத்தின் பாரம் கனத்து இருந்தது."

அவர் நிறுத்தி ஒரு பெருமூச்சு விட்டார். அதற்குமேல் அந்த கதைத் தொடர்ச்சி எனக்குத் தேவையில்லை.

“உங்கள் அபிமானப் பெண்ணாக அவளை அந்த ஆஸ்ரமத்தில் விட்டிருக்கிறீர்கள்" என்று நான் புன்சிரிப்புடன் சேர்த்தேன். "நீங்கள் நூற்றில் ஒரு மனிதர்" என்று வாய் தொடர்ந்து பாராட்டியது.

“நீங்கள் என்னைப் பாராட்டுவது இருக்கட்டும். அன்று முத்து காட்டிய சாதுர்யம்தான் நான் என்றும் மறக்க முடியாது" என்று சொல்லிக் கொண்டே நாற்காலியிலிருந்து எழுந்தார் அவர், அந்த ரசீதை பத்திரமாக கொண்டு போய் வைப்பதற்கு.

சரித்திர தினம்

சென்ற அக்டோபர் இரண்டாம் தேதி வந்தது.

முத்திருளு வழக்கம் போல விடியற்கருக்கிலேயே எழுந்திருக்கவில்லை. தினமும் அவன் இருட்டோடு எழுந்து மண் வெட்டியை தோளில் போட்டுக்கொண்டு வயல் வெளியை நோக்கி நடந்துவிடுவான். இன்று முக்கி முனகிக்கொண்டு அடித்துப் போட்டது மாதிரி உருண்டு புரண்டு தூங்கிக் கொண்டிருந்தான்.

அவனை எழுப்புவதா, வேண்டாமா என்று சவந்தி தயங்கித் தயங்கி நின்றாள். கடைசியில் எழுப்ப வேண்டாம் என்ற முடிவுக்கு வந்தாள். 'இன்னைக்கு ஒரு நாள்தானே. போயிட்டுப் போகுது. நாளைக்கு தானே ஏந்திரிச்சுப் போகும் மம்பிட்டியை தூக்கிக்கிட்டு' என்று உதட்டில் பல்லைக் கடித்து கிளம்பிய ஒரு சிரிப்புடன் அப்புறம் போய் விட்டாள். முந்தின இரவு அவன் எந்த நிலையில் வீட்டுக்கு வந்து படுத்தான் என்பது அவளுக்கு ஞாபகம் இருக்காதா?

அக்டோபர் இரண்டாம் தேதியை எல்லோரும் சரித்திரதினமாக கோடிக்கணக்கான மக்கள் கொண்டாடினார்கள். உடலை அரித்து, வாழ்க்கையை நொறுக்கிய ஒரு கானல் மாயமான் ஒழிந்தது என்று பெருமிதத்துடன் அந்த நாளை போற்றி கும்பிட்டார்கள்.

ஆனால், முத்திருளுவுக்கு சரித்திர தினம் அது இல்லை. முந்தின தினமான அக்டோபர் முதல் தேதி தான் இரண்டு விஷயத்தில் அவனுக்கு ஞாபக தினம். அவனும் தான் 'நல்லா தண்ணி போடுவான், என்று அந்த வட்டாரத்திலேயே பேர் வாங்கி இருந்தான். ஆனால் அன்னைக்கு அவன் அள்ளி அள்ளி ஆத்துத் தண்ணி குடிக்கிற மாதிரி சும்மா மடக் மடக்கா உள்ளே இறக்கிட்டாப்லே ஒரு பிராணி இது வரைக்கும் குடிச்சதில்லே' என்று சிநேகிதக்காரர்கள் கூட அதிர்ந்து போகும்படியாக அப்படி குடித்தான். இன்னைக்கு ஒரு நாத்தானே, நாளைக்கு மண்டியை நக்கிக் குடிக்கக் கூட கலயம் இருக்காதே.

முத்திருளு வவுறு எம்புட்டுத்தான் கொள்ளுதோ பார்ப்போம் என்று சொல்லிக் கொண்டே தான் சேர்வைக்காரர் கள்ளுக்கடைக்குள் நுழைந்தான் முத்திருளு. 'இந்தாங்க சேர்வைக்காரம்மா, முத்திருளு கிட்ட தண்டல் வசூல் பண்ணிக்கிரதை எல்லாம் இன்னைக்கு பார்த்துக்கிடுங்க, ஆமாம், சொல்லிப்புட்டேன்' என்று கூறி விட்டான்.

குடித்தான், குடித்தான். அப்படிக் குடித்தான், இரவு வீட்டுக்கு அவனை தூக்கிக்கொண்டு வந்துதான் போட்டார்கள் பிணத்தைப்போல. பிணமாகத்தான் அவனை வீட்டைவிட்டு வெளியேயும் கொண்டுவிட்டுப் போகணும் போலிருந்த நிலைமையில் இருந்தான் முத்திருளு. சவந்தி 'அடப்பாவி, கடைசி கடைசின்னு மண்ணைப் போட்டுட்டா! போப்பரே' என்று அலறித் துடித்தாள்.

இரவு முழுவதும் அவன் வீடு பூராவும் புரண்டு சக்கரம் போல் சுற்றினான், சம்பந்தா சம்பந்தமின்றி உளறிக் கொட்டினான். நடுவே நடுவே இன்னைக்கு... ஒரு... நா ஒரு.... என்று முனகல். பிரக்ஞை இழந்த நிலையில் குமட்டல் எடுத்து வெளியேறிய அசுத்தங்களை அகற்றி அவன் உடலை சுத்தப்படுத்தி உடைகளை மாற்றிக் கொண்டிருப்பதற்கு பெரும்பாலான இரவு நேரம் சவந்திக்கு சரியாகப் போயிற்று. கடைசியில் அவன் அசையாமல் அடித்துப்போட்ட மாதிரி தூங்கினபிறகுதான் அவளுக்கு நிம்மதி ஏற்பட்டது. குழந்தைகள் பக்கம் போய் கண்ணயர்ந்தாள்.

காலை வெயில் நன்றாக ஏறிப்போய் சுள்ளென்று அடிக்கிற சமயத்திற்குத்தான் முனகிக்கொண்டு கொஞ்சம் புரண்டு கொடுத்து அசைய ஆரம்பித்தான் முத்திருளு. அந்தச் சமயத்தை எதிர்பார்த்திருந்த சவந்தி 'என்ன, சேர்வைக்காரய்யா கடைக்கு முழுக்கு போட்டதோடே வேலைக்குப் போரதுக்கும் போட்டுட்டியா' என்று அவன் கவனத்தை இழுக்க ஓங்கி கத்தினாள்.

முத்திருளுவுக்கு சடக்கென ஞாபகம் வரவே சுருட்டி மடக்கி எழுந்து உட்காரப் பார்த்தான். முடியவில்லை. உடம்பு வசப்படாமல் ஒரு புறம் அமுக்கவே படுக்கையில் ஒருக்களித்துக் கொடுத்து கீழே சாயப்போனவன் கையை அண்டைக் கொடுத்து தாங்கிக்கொண்டான். 'உடம்பு பூராவும் ஒரே வலி வலிக்குது சவந்தி. சுடுதண்ணி போட்டிருக்கியா?' என்றான் முத்திருளு மீண்டும் உட்கார்ந்து கொண்டே.

'ஆமாம், நேத்து ரவைக்கு சுடு தண்ணிலே முளுக்காட்டறாப்பிலே தான் இருந்தே? ஆத்துத் தண்ணி கொண்டுட்டு வந்துல்லே ஐயாவை முளுக்காட்டி இருக்கணும். சீ ஆண்பிள்ளைன்னு சிரிச்சிக்கிட்டுப் பேசறியே. பாவி, நட்டாத்திலே விட்டுப்போக இருந்தியே' என்றாள் சவந்தி.

முந்திருளு கலகலவென்று சிரித்தான் வலிக்கு இதமாக உடலை நெளித்து பிடித்துவிட்டுக் கொண்டு.

'சிரிக்கமாட்டே? ரவைக்கெல்லாம் நான் அளுதிட்டே கிடந்தேன். இன்னைக்கு சாயந்திரமும் சேர்வைக்காரய்யா கடைக்குப் போயிட்டுவா' என்றாள் சவந்தி.

முந்திருளு எழுந்து கொண்டே 'சேர்வை கடையா? இன்னுமா இருக்குது அங்கிட்டு? திருவிளாக்கடை கலஞ்சாப்லே ரவைக்கே மோட்டைப் பிரிக்க ஆரம்பிச்சுட்டாங்களே. எங்கே ஒரு தீக்குச்சி அதையும் வேட்டு வெச்சிடப் போகுதுன்னு. விளையாட்டுப் பயங்க வேலையா ஆயிருச் சுன்னா! கிடுகையும் மூங்கிலையுமா வுட்டுப் போவரு அவரு? நல்லா சாப்பிட்டாரு முந்திருளு காசை' என்று ஒரே மூச்சாக பேசினான் முத்திருளு, குடித்து கத்திக் கத்தி கட்டையாகப் போயிருந்த குரலில்.

'மொத்தம் கணக்குப் போட்டுப் பாரு சேர்வைக்கார ஐயாவுக்கு அளுததை. ஒன் பணத்திலே தான் அவரு கவுண்டரு அரைமாவை வாங்கி இருப்பாரு'என்றாள் சவந்தி. 'சரி சுடு தண்ணி கொதிக்குது. முளுகிட்டு மம்பிட்டியை எடுத்துக்கிட்டுப்போ, ராசு வந்து குரல் கொடுத்துட்டு போச்சு, அது தூங்குது, உசுப்பரேன்னு சொல்லித் தாட்டினேன்' என்றாள் சவந்தி.

முந்திருளு மண்வெட்டு வேலை செய்கிறவன். அவன் இவ்வளவு தூரம் குடித்துக் கெட்டிருந்த நிலையிலும் அவன் மற்றவர்களை விட வலுவாக உழைத்தே வேலை செய்பவன். அவன் கையில் பிடிக்கும் மண்வெட்டி அலாதியானது. அதனாலே ஒரு வெட்டு வெட்டி மண்ணை மண்வெட்டியிலே இழுத்தால் ஒரு தடவைக்கு ஒரு கூடை மண்ணை அப்படியே அள்ளிக்கொண்டு வந்துவிடும். அவ்வளவு அகலமானது பளுவானது. லேம்பாக அதை கையிலே பிடித்து மண்வெட்டி ஒருநாழி தாக்கு பிடிக்க மற்றவர்கள் யாராலேயும் முடியாது.

முந்திருளு வெளியே போனால் ஒரு நாளைக்கு மூணு ரூபாய்க்கு சுருக்குப்பையிலே போட்டுக்கிட்டு வராமல் இருக்க மாட்டான். ஆனால் அந்த மூன்று ரூபாயும் வீட்டுக்கு வந்து சேராது. அவன் சம்பாத்தியத்திற்கு கொடுத்து வைத்திருந்த அய்யாத்துரை சேர்வை கள்ளுக்கடையிலே பையை உதறிவிட்டு சில்லறைக்காசுகளை கொண்டுவந்து சவந்தி முகத்திலே வீசி எறிவான். அதை பொறுக்கிக்கொண்டு தானும் வேலைக்குப் போய் தழைக்கட்டு, சுள்ளி, விறகு, புல்லுக்கட்டு, அப்பப்போ கொண்டு வந்து விற்று ஒருவாறாக சமாளித்து வீட்டை காப்பாற்றிக் கொண்டிருந்தாள் சவந்தி.

அக்டோபர் இரண்டாம் தேதி போய் ஒரு வாரம் ஆகி விட்டது.

அந்த பிரமாதமான சரித்திர சம்பவத்தின் ஆர்ப்பாட்ட சின்னங்கள் மறைந்து போய்விட்டது. கிராம எல்லைகளில் இருந்த கள்ளுக்கடைகள், குடும்பங்களைக் கெடுத்து பாழடைய செய்த வீடுகளால் பழிவாங்கப் பட்டவை போல பாழடைந்து கிடந்தன. கூரையும் ஓலையும் இல்லாத மொட்டையான தோற்றத்துடன் பாழடைந்த குட்டிச் சுவர்கள்; சுற்றி எங்கும் உடைந்த மொந்தைப் பானைகள்; ஓட்டுச் சில்லுகள். ஈயும் மனிதனும் போட்டி போட்டு மொய்த்த இடத்திலே ஓணானும் நாயும் தான் ஓடின. கள்ளுக்கடைகள் இருந்த அந்தப் பொட்டல் இடத்திலே இளநீர் கடை கூட வைப்பதை யாரும் அருசியாக கருதினார்கள் போலும்! அந்த இடம் மனிதன் காலடி படாத ஒரு மசான பூமியாவதை யாவரும் விரும்பினது மாதிரி இருந்தது.

முத்திருளுவின் கால்கள் அந்த திசையை மறந்து ஒரு வாரமாகிவிட்டது. என்றாலும் சவந்தியின் மனதிலே அதிர்ச்சியையும் ஆதங்கத்தையும் வளர்க்கும் நாட்களாகத்தான் அந்த வாரத்தின் ஒவ்வொரு நாளும் இருந்தது. முத்திருளுவின் வெற்றிலைப் பை கலகலக்க தன் கையில் தினமும் காசு வீசி விழுவதை அவள் எதிர்பார்த்திருந்தாள். அது நடக்கவில்லை. பழைய மாதிரியிலேயே சில்லறைக் காசுகள்தான் முந்திருளுவிடமிருந்து அவளுக்கு கிடைத்துக் கொண்டிருந்தன. முன்பெல்லாம் அவன் குடிபோதையில் விட்டெறிவான், இப்போது வீசியெறிவதில்லை. கையில் கொடுத்தான்.

முதல் நாள் அவன் கொடுத்தபோது அவள் திகைத்து கேட்டாள். 'என்னாது! இது தான் சம்பாரிச்சியா இன்னைக்கு?'

அவன் அவள் முகத்தை ஏறிட்டுக் கூட பார்க்கவில்லை. அடே, சரிதாம்போ கொடுத்ததை வாங்கிக்கிட்டு' என்றான் அழுத்தமாக. அவள் படிந்து போனாள். என்ன இது? இன்னும் அதே தானா கள்ளுக்கடை ஒழிந்தும்? விமோசனம் இல்லையா? அதற்கு பதில் வேறு ஏதாவது பழக்கமா. ஒரு வேளை தோப்பிலே போய் காயுருட்ட ஆரம்பித்து விட்டானா. இல்லை திருட்டுத்தனமாக எங்கேயாவது... இப்படியெல்லாம் தனக்குள்ளே கேள்விக்கு மேல் கேள்வி.

ஆனால் அவனிடம் மேலே எதுவும் கேட்கவில்லை. இதுக்கு முன் அவள் கேட்டிருந்த சந்தர்ப்பங்கள் ஞாபகத்துக்கு வந்தன. முகத்திலே ஏறின ஒரு கசப்புடன் பேசாமல் போய்விட்டாள்.

அன்று முதல் அவன் வீட்டுக்குத் திரும்பும் போது அவள் ஆசையுடன் அவனை எதிர்பார்த்து வெற்றிலைப் பையைப் பற்றி நினைப்பதில்லை. அக்டோபர் இரண்டாம் தேதி சரித்திர தினம் என்று அன்று நடைபெற்ற

கூட்டத்தில் எல்லோரும் பேசினார்களே. இதுதானா அந்த தினம்? அவளுக்கு வெறுப்புச் சிரிப்பு வந்தது. பெண்களுக்கு இயற்கையான தலைவிதித் தத்துவத்தின் நம்பிக்கையில் ஆழ்ந்து விட்டாள் சவந்தி,

அக்டோபர் இரண்டாம் தேதி போய் மூன்று வாரங்கள் ஆகிவிட்டன.

முத்திருளு வழக்கம் போல அவளிடம் சில்லறைகளை கொடுத்துக் கொண்டிருந்தான். சவந்தி ஆரம்பத்தில் காட்டிய, எதிர்பார்க்கும் ஆவல் மனப்பான்மையின்றி முன் போல் சாதாரணமாக ஆகிவிட்டதை உணர்ந்தான். முன் எல்லாம் அவன் குடிவெறியில் இருந்ததால் அப்போதெல்லாம் அவன் அதை உணரவில்லை. இப்போது அவள் தோற்றத்தையும் நடந்து கொள்ளும் விதத்தையும் அவன் அறிய முடிந்தது. ஆனால் அதைப் பார்த்து அவன் லேசாக சிரித்துக்கொள்வானே தவிர அவள் கசப்பை அகற்றுவதற்கு அவன் முயலவே இல்லை. அவளைப் பார்க்கும் போதெல்லாம் ஒருவித அலக்ஷிய புன்னகையுடன் இருப்பான். அவளிடம் ஏதாவது பேசிக்கொண்டிருந்தாலும் தன் சம்பாத்யம் விஷயமாக பேச்சு திரும்பிவிடக் கூடாதே என்று வெகு ஜாக்ரதையாக இருப்பான். எங்கே தன்னை அவள் பணம் எங்கே என்று கேட்டுவிடப்போகிறாளோ என்ற பீதியுடன் இருப்பவன் போல காணப்பட்டான். அநேக சமயங்களில் அவன் அவளிடம் நேரில் சில்லரைகளைக் கொடுப்பதை வீட்டு தன் மூத்த மகனிடம் கொடுத்து 'உங்க ஆத்தாகிட்ட கொண்டுபோய்க் கொடு' என்று சொல்லிவிடுவான். தான் அவளுடன் அதைப்பற்றி பேசமாட்டான்.

அக்டோபர் இரண்டாம் தேதி போய் நாலாவது வாரம் நடந்து கொண்டிருந்தது.

தீபாவளிக்கு இன்னும் நான்கு நாட்கள்தான் இருந்தன. திடீர் திடீரெனப் பெய்யும் மழையால் ஒழுகும் வீட்டின் மோட்டை பார்த்து பெருமூச்சு விடுவாள் சவந்தி. அவள் எதிர் பார்த்திருந்தாள், அதை உடனே பழுது பார்த்துவிடக் கூடிய சந்தர்ப்பம் ஏற்பட்டுவிடுமென்று. ஆனால் அந்த சந்தர்ப்பம் இன்னும் தள்ளிப் போய்விட்டது. இந்த நிலைமையில் அவளுக்கு தீபாவளியைப் பற்றி ஞாபகம் எப்படி வரப்போகிறது. எத்தனையோ தீபாவளிகள் இப்படி வந்தது தெரியாமல் போயிருக்கின்றன. அவற்றைப் போல் இதுவும் ஒன்றாகத்தான் ஆகப்போகிறது. அவளுக்கு அதில் சந்தேகமேயில்லை.

அவள் நாட்களைக் கழித்துக்கொண்டிருந்தாள், யந்திரம் போலவே. இப்போது அவள் வேலைக்கும் போக முடிவதில்லை. பிள்ளைத்தாச்சி. வெலவெலத்துப் போயிருந்த ஒரு மூங்கிற்பாயைப் போட்டுக்கொண்டு படுத்திருந்தாள்.

'ஏ, சவந்தி' என்று கூப்பிடும் சப்தம் கேட்கவே எழுந்து உட்கார்ந்தாள். 'என்ன வேலைக்குப் போகலியா இன்னைக்கு. இந்நேரத்திலியே ஊடு வந்துட்டே' என்று கேட்டாள் முத்திருளுவைப் பார்த்து.

முத்திருளு லேசாக சிரித்தான். 'சரிதாம்புள்ளே, உளைச்சு உளைச்சு என்னத்தை கண்டுச்சு! உடலை வதக்கினது தான் மிச்சம். இன்னைக்கு அரை நாள் வேளையோடு வந்துட்டேன். கஞ்சி ஊத்து' என்றான்.

சோற்றுப் பானையையும் தட்டத்தையும் எடுத்து வந்து வெங்காயத்தையும், உப்பையும் கொண்டு வந்து அவனுக்கு சோறு போட்டாள் சவந்தி. முத்திருளு அவளை ஒரு தரம் உற்றுப் பார்த்துவிட்டு சாப்பிட ஆரம்பித்தான். சாப்பிடும்போது "என்ன தொட்டுக்கிட வெங்காயமும் உப்பும் தானா" என்றான் முத்திருளு.

'பின்னே நீ கொடுக்கிற துட்டுலே உருளைக்கிழங்கும் பருப்புமில்லே வாங்க முடியும்? அன்னைக்கு குடிச்சு காசு இல்லாமே பட்டினி போட்டே, இன்னைக்கு... என்று கடுமை யான குரலில் படபடப்புடன் பேசினாள் சவந்தி. அவளுக்குள் அடக்கி இருந்த அத்தனை ஆத்திரத்தையும் தூண்டிவிட்டது அவனுடைய கேள்வி.

முத்திருளு தலைநிமிர்ந்து அவள் பக்கம் பார்க்கவே இல்லை.

'தலைக்குமேல் மழைக்கு ஓலை பூராவும் ஒளுகுது. அது கூட உன் கண்ணுலே படல்லே சம்பாதிக்கிற துட்டெல்லாம்...'

அவன் சூதாடியே பணத்தை தொலைக்கிறான் என்பது அவளுக்கு நிச்சயம். ஆனால் வாய்விட்டுச் சொல்லவில்லை. பாதியில் நிறுத்திவிட்டாள். அவள் கண்களிலிருந்து நீர் தன் தட்டத்துக்கு முன் சொட்டினதைப் பார்த்தான் முத்திருளு. நிமிர்ந்து பார்த்தான் அவன். அவள் முகம் தணிந்திருந்தது. அவன் லேசாக விஷமமாக சிரித்துக்கொண்டே சடாரென தன் இடுப்பிலிருந்து வெற்றிலைப் பையை உருவி 'இந்தா இன்னைக்கு சில்லறைக்காசு' என்று அவள் முன் எறிந்தான். உட்கார்ந்திருந்த அவள் மடியில் விழுந்தது வெற்றிலைப் பை.

அவள் அதை லக்ஷியம் செய்யவில்லை. என்றைக்கும் உள்ள சில்லரைக் காசுதானே. அதை தொடாமல் இருந்தாள் சவந்தி. முத்திருளு மௌனமாக சாப்பிட்டு எழுந்தான். 'இந்த பாரு சவந்தி' அந்தப் பையிலிருக்கிறதை வச்சுக்கிட்டு நீ வீடுதான் ரிப்பேர் செய்வியோ. தீவாளிக்கி நீ என்னென்ன தான் வாங்குவியோ உனக்கும் மாரிக்கும் சொர்ணத்துக்கும். நீயா பாத்து எனக்கு ஒரு நாலு முளம் வாங்கிக் கொடுத்தா கட்டிக்கிடுதேன் தீவாளிக்கு. இல்லாட்டி அதுவும் வேண்டாம்' என்று சொல்லிக்கொண்டே கை கழுவச் சென்றான்.

அவன் மளமளவென்று பொழிந்து தள்ளிய வார்த்தைகளைக் கேட்டு சற்று வியப்படைந்த அவள் அந்த வெற்றிலைப் பையின் உருவான் சுருக்கைப் பிடித்து இழுத்தாள். வாய் திறந்த அந்தப் பையிலிருந்து அடுக்காக ஐந்து ரூபாய் நோட்டுகள் வெளியே தெரிந்தன. அந்த கட்டை அப்படியே வெடுக்கென வெளியே உறுவின சவந்தி அதை எண்ணிக் கூடப் பார்க்கவில்லை. கைகழுவிட்டு வரும் அவன் முன் போய் நின்றாள். 'ஆமாம் யாருகிட்ட போய் கடன் வாங்கிட்டு வந்தே? குடுக்கிறதுக்கு திறமிருக்கான்னு கினைச்சுப் பார்த்துக்கிட்டியா? இப்படி தோப்பிலே போய் சின்னப்பசங்களோட காயுருட்டிக்கிட்டிருந்தின்னா ...'

'அட சே! வாயமூடுலே. தோப்புலே நீதானே பாத்தே காய் ஆடறதெ?

'பின்னே என்னவாம். சேர்வைக்காரர் கடைக்குப் 'போய்க்கிட்டிருந்த காசி ஊட்டுக்குத்தானே வந்துக்கிட்டு இருந்துச்சு?'

முத்திருளு சிரித்தான். 'ஊட்டுக்கு வந்தாத்தானா. ஆத்தா கிட்ட கொடுத்திருந்தா அதை மானங்காணியாக செலவழிச்சிட்டிருப்பே. கண்டிராக்ட் அய்யாகிட்ட தினம் ரெண்டு ரூபாய் உட்டுவைச் சுட்டுருக்காட்டி மொத்தமா அம்பது ரூபாய் தீவளிக்கு கண்ணாலே பாத்திருவெல்லே. புத்தியைப்பாரு' என்று சொல்லிக் கொண்டே தோளில் மண்வெட்டியுடன் வெளியேறினான் முத்திருளு.

சவந்தி மேலே என்ன பேசுவது என்று தெரியாமல் அப்படியே நின்றாள். எப்படி இதெல்லாம் நடந்து விட்டதென்று அவள் நம்ப முடியும்? அவளை அறியாமலே அவள் கண்கள் வீட்டின் முகட்டைப் பார்த்தன. பிறகு குழந்தைகளைப் பற்றி நினைத்தாள். தன்னைப்பற்றி நினைத்தாள். கடைசியாக அவள் பார்வை எதிரே 'முத்திருளுவை என்னன்னு நினைச்சே நீ' என்று கேட்ட அவனது உருவத்தையே பார்த்து மகிழ்ச்சி பொங்கி வழிய நிலைத்தது.

அப்போது தெருவில் ஆர்ப்பாட்ட சப்தம் கேட்டது. ஓடி வந்து பார்த்தாள். கிராம பள்ளிக்கூடத்து பையன்கள் கைகளில் கொடியேந்தியும் 'கள் ஒழிந்தது, குடும்பம் தழைக்கும் 'மது அரக்கன் வீழ்ந்தான்' என்று எழுதியிருந்த அட்டைகளுடன் மதுவிலக்கு பாடல்களை பாடிக் கொண்டும் கோஷித்துக்கொண்டு வரும் ஊர்வலத்தைப் பார்த்தாள். அந்த ஊர்வலத்தின் முதல் வரிசையில் அவளுடைய ஏழு வயது மகன் வந்து கொண்டிருந்தான். அவள் மனது மகிழ்ச்சி நிரம்பி நின்றது.

அன்றைய பொங்கல்

சாப்பிட்டுக்கொண்டே வேறு எதையெல்லாமோ பற்றி பேசிக் கொண்டே இருக்கையில் திடுதிப்பென அவன் "அம்மா, நாளைக்குப் பொங்கல்" என்று அவசரமாக சொன்னான்.

பொங்கலுக்காக கடையிலிருந்து பண்ணைக்காரன் வாங்கி வந்து, அந்த அறை முழுவதும் பரப்பிக் கிடந்த சாமான்களை சரி பார்த்துக்கொண்டிருந்த தாயாரின் கை ஒரு கணம் அப்படியே நின்றது. வைத்த கை சாமான் மீது அப்படியே இருந்தபடி பிள்ளை பக்கம் சடக்கெனத் திரும்பி அவனைப் பார்த்தாள். ஏதோ அதிசயத்தைக் கண்டு விட்டது மாதிரி, தன் பிள்ளை கூறியதை அந்த ஒரு கணத்தில் அந்த தாய் உள்ளம் புரிந்து கொள்ள முடியாதா என்ன?

'ஆமாண்டா, நாளைக்குப் பொங்கல். சொல்றது புரியறது. விட்ட குறை தொட்ட குறை இன்னும் ஏதாவது பாக்கி இருந்தா வேணா அதையும் பார்த்துட்டு வந்துடேன். இனிமேத்தானே உன்னை நான் தடுக்கப் போறேன்?'

சாமிநாதன் கவளத்தை வாயில் போட்டுக்கொண்டே கடகடென சிரித்தான் அம்மாவைப் பார்த்து. பரிமாறிக் கொண்டிருந்த தங்கை சாரதா, பரிமாறுவதை நிறுத்தி 'அம்மா சொல்றபடி செய் அண்ணா, உனக்கு ஸ்டேஷன்லே கொண்டு வந்து நான் பொங்கல் தரேன், அப்போ மாதிரி' என்று சிரித்துப் பேசினாள்.

'ரொம்ப சமத்துப் பெண்ணுடி நீ! புத்தியைப் பாரு' என்று அதட்டிய

பாசாங்குக் கோபக் குரலுடன் அவள் வாயை அடக்கிய தாயார் 'ஏன், அண்ணாவை காப்பும் கையுமா இன்னும் ஒரு தடவை பார்க்கணும்னு ஆசையா இருக்கா அங்கிச்சிக்கு! அங்கிச்சி புத்தியை கேட்டுக்கோடாப்பா. அண்ணாவுக்கு ஏத்த தங்கை.'

'ஏன் அம்மா. நீ பார்க்கல்லியே பளபளன்னு அந்த காப்பை... அடடா... அந்த அதிர்ஷ்டம் சாரதாவுக்குத்தான் கிடைத்தது' என்றான் சாமிநாதன்.

தாயின் முகம் சடக்கென மாறியது. அடிவயிற்றிலிருந்து ஏதோ பீறிட்டுக்கொண்டு கிளம்பினது போன்ற தொனியிலே பேசினாள். 'அம்மா அந்தக் காட்சியை பார்க்கலேன்னு குழந்தைகளுக்கு குறையா யிருக்கா? அம்மா பார்த்திருந்தா இன்னிக்கு ஏழாவது எட்டாவது திவசம் போட்டிண்டிருப்பே அம்மாவுக்கு.'

விளையாட்டாக பேச்செடுத்த அண்ணனுக்கும் தங்கைக்கும் விலுக்கென்றது அம்மாவின் வார்த்தைகளைக் கேட்கவும். எப்போதோ நடந்துபோன ஒரு சம்பவத்தை இப்போது நினைத்துப் பார்த்தாலும் தாயின் வயிற்றில் உடனே கொதிப்புத் தோன்றுகிறது என்பதை அடிக்கடி கண்டிருந்த அவர்கள் சில விநாடிகள் பேச்சை நிறுத்தினர். தாயே மெதுவாக ஆரம்பித்தாள். 'என்னமோ விசாலாக்ஷி மனது வைத்து வயிற்றிலே பாலை வார்த்தாள். நீயும் பிள்ளைன்னு வந்து சேர்ந்து அம்மா என்று கூப்பிடுவதைக் கேட்டுண்டு நானும் இருக்கேன். என்னவோ விதி! நடுவிலே கொஞ்சம் ஆட்டிப் பார்த்தது.'

'இனிமேல் அதுக்கெல்லாம் அவசியமே இல்லேயம்மா. சும்மா உன் வாயைக் கிண்டறதுக்காக' ஆரம்பித்தான்.

'அண்ணா. சுயராஜ்யம்தான் வந்துடுத்தே' என்று சொல்லிக்கொண்டே அண்ணாவினுடைய முகத்தை பார்த்தாள் சாரதா.

'ஆமாம், உங்க அண்ணா போய் சுயராஜ்யத்தை கொண்டு வந்து அங்கிச்சி கையிலே கொடுத்தான் இல்லையா? உங்க சுயராஜ்யமும் நீங்களும்! நிலையா இருக்கிற காட்டு மேட்டைப் பார்த்துண்டு வயிற்றுப் பாட்டைப் பாக்கிறதை விட்டுட்டு...'

இந்த ரீதியில் தாய் பேச ஆரம்பிக்கவும் அன்னணும் தங்கையும் பேச்சை மாற்ற ஆரம்பித்தனர். பழங்கால முறையில் இத்தனை வருஷங்களைத் தாண்டி வந்திருக்கும் தாய் அவள். கிராமாந்திர சூழ்நிலையின் அடிச்சுவட்டிலேயே திரும்பத் திரும்ப நடந்து கொண்டிருந்து குடும்பத்தின் தனிப் பெருமையை கிராமத்தில் காப்பாற்றி ஊர்க்கண் முன் ஓங்கி நிற்பதையே கண்ணோக்காக கொண்டு நாட்களை கழித்து வந்த தாய்க்கு, காந்தி பித்துப் பிடிச்சு இன்னார் வீட்டுப்பிள்ளை

ஜெயிலுக்குப் போனான் என்கிற அபவாதத்துக்கு இடம் உண்டாக்கி ஊரிலே இருந்த கௌரவத்துக்கே ஹானி ஏற்படுத்தினால் எப்படி மனம் இரண்டையும் ஒன்று சேர்த்து பார்க்க முடியும்?

'அதுக்கு சொல்ல வரல்லெம்மா இன்னிமே நானா ஜெயிலுக்கு வரேன் னாலும் உள்ளே சேர்த்துக்கமாட்டா. வெள்ளைக்காரன் தான் போன ஆகஸ்ட் பதினைந்தாம் தேதியோடே மூட்டையைக் கட்டிண்டு போயிட் டானே' என்றான் சாமிநாதன்.

'சாமி, இதோ பாரு நீ என்னதான் சொல்லு. இந்த அசட்டு அம்மாவை சாமாதனப்படுத்த. எனக்கு மனசிலே அது விழுந்தது விழுந்ததுதாண்டா' என்றாள். இன்னும் தன் மகன் செய்த காரியத்தை மன்னிக்க முடியாததாகவோ கருதினாள் தாய் என்பதை அந்த வார்த்தைகள் காட்டின.

தாயுள்ளம் அவனை மன்னிக்க முடியாதபடி அவன் செய்த குற்றம் இதுதான். இன்றைக்கு ஒன்பது வருஷங்களுக்கு முன் நடந்த சம்பவம் அது, பொங்கலுக்கு ஐந்து நாட்கள் முந்தி. தாய் எழுந்திருந்து சமயலறையில் காலை ஆகாரம் தயாரித்துக் கொண்டிருந்தாள். ஆகாரம் சாப்பிட உட்கார்ந்த சாமிநாதன் 'அம்மா ஒரு சமாச்சாரம். நான் சத்யாக்ரகம் பண்ணப் போறேன்' என்று சொல்லி நிறுத்தினான்.

தாயின் குரல் திடுக்கிட்டுக் கூவியது. 'என்னது! உனக்கு ஏதாவது பைத்தியமா? என்னடா இப்படி நீ! விளையாட்டுக்கு சொல்றியா, நிஜமாகவா?'

சாமிநாதன் அம்மா முகத்தை பார்க்காமலே 'நிஜமாகத்தான் அம்மா. கலெக்டருக்குக் கூட தேதி குறித்து எழுதிவிட்டேன். பொங்கலுக்கு முந்தின நாள்.'

அம்மா சில நிமிடங்கள் அப்படியே அயர்ந்து போய் உட்கார்ந்திருந்தாள். 'ஏன் பொங்கலன்னிக்கு செய்யறதுதானே? இன்னும் விசேஷமாய் இருக்குமே.'

'நாளை நான் குறிப்பிட்டு வைக்கல்லே. காங்கிரஸ் தலைமை ஆபீசிலே இருந்து வந்திருக்கு' என்றான் சாமிநாதன்.

சாமிநாதன் தான் சத்யாக்ரகம் செய்யப் போவதை வீட்டில் தெரிவிக்காமல் இருந்ததற்கு காரணம் உண்டு. தந்தையும் தாயும் அதை ஒப்புக்கொள்ள மாட்டார்கள் என்பது அவனுக்கு நிச்சயம். எனவே தன் மனதை பேதலிக்கச் செய்வதற்கு சிறிதும் சந்தர்ப்பம் ஏற்படாத வகையில் சகலத்திற்கும் ஏற்பாடு செய்து விட்டுத்தான் பெற்றோரிடம் அனுமதி கேட்டான்.

தாய் கண்களில் கண்ணீரை பொலபொலவென உதிர்த்துக் கொண்டே அவனுக்கு தோசையைப் போட்டுக் கொண்டிருக்கும் சமயம் அவர் வந்தார். 'கேட்டேளா, உங்க பிள்ளை சத்யாக்ரகம் பண்ணப் போகிறானாமே போகிப் பண்டிகையன்னிக்கு' என்றாள் தாய்.

'சத்யாக்ரகமா?' என்றார் அவர்.

'ஆமாம் அப்பா. கலெக்டருக்குக்கூட எழுதி விட்டேன் தேதி குறிப்பிட்டு.'

'ஹும்' என்று ஒரு வார்த்தையுடன் அன்று நிறுத்தியவர் தான். அதற்கு பிறகு அவர் அது சம்பந்தமாக அவனிடம் பேச்சே எடுக்கவில்லை. மனைவியிடம் மட்டும் கூறினார். "இதோ பாரு, அவனுக்கு வயசாச்சு. விவரம் தெரியாதவனில்லை. முன்னே பின்னே விளையறதை நினைத்து செய்தால் செய்யறான். அவனை போக வேண்டாம்னு நான் ஒரு வார்த்தை சொல்லமாட்டேன். நீயும் சொல்லாதே' என்று சொல்லிவிட்டார் தந்தை.

பொங்கலுக்கு முந்தின நாள் சாமிநாதன் சத்யாக்ரகம் செய்தான். கிராமத்திலிருந்து ஜில்லாத் தலைநகருக்கு அன்றே கொண்டுபோகப்பட்டான். 'நான் குற்றவாளிதான்' என்று கேட்ட கேள்விக்கு சுருக்கமாக உடனே பதில் சொல்லியதின் விளைவாக ஒரு வருஷம் தண்டனை அளித்தார் விசாரித்த நீதிபதி. மறு நாள் மாலையே ஜில்லா சிறையிலிருந்து மாகாணத்தின் மத்திய சிறைக்கு அவனையும், அவன் கூட தண்டனை யடைந்த மற்ற இருவர்களையும் அழைத்துச் சென்றனர்.

ரயில்வே ஸ்டேஷனில் ரயில் வருவதற்கு அரை மணி நேரம் இருந்தது. அவன் தலை குனிந்து ஆழ்ந்த யோசனையில் இருந்தான். அடிக்கொருதரம் அவன் கண்கள் தன் இரு கைகளையும் சேர்த்து இணைத்திருந்த பளிச்சிடும் அந்த விலங்கை பார்த்துக் கொண்டிருந்தன. சிறு வயதில் பொன் காப்பு அவன் போட்டுக் கொண்டிருந்தது ஞாபகத்துக்கு வந்தது. இன்று இந்த காப்பு. அவனுக்கு அது பெருமிதமாக இருந்தது. விலங்கு என்றால் என்னவோ என்று பயந்திருந்தான். ஏன் அவன் பார்த்ததே இல்லை. இன்று அவன் கையை அவை அலங்கரித்தபோது ...

சடாரென வீட்டு ஞாபகம் வந்தது. இந்த வேளையில் அவன் தன் தாயார் கைகள் ஆசையுடன் பரிமாறும் அந்தப் பொங்கலை சாப்பிட்டுக் கொண்டிருக்கவேண்டியவன்...

அன்று காலை ஜில்லா சிறையில் முதன் முதலாக தன் சிறைக் கஞ்சியை ஆரம்பித்து வைத்தது ஞாபகத்துக்கு வந்தது. அதிலே செத்து

மிதந்தது ஒரு பெரிய பாச்சை!

'பொங்கல் கழித்து சத்யாக்ரகம் செய்யேண்டா. நாளும் கிழமையுமா ஆத்தையும் இப்படி ஆக்கிவிட்டு' என்று அம்மா கூறியது ஞாபகத்துக்கு வந்தது.

'அம்மா, யுத்தகாலத்தில் சிப்பாய்களுக்கு உத்திரவு போட்ட மாதிரி. அதை மீறக்கூடாது அம்மா' என்றான் சாமிநாதன்.

'உன் தத்துவ உபதேசமெல்லாம் எனக்கு வேண்டாம்டா. பொங்கலை சாப்பிட்டுட்டு போடா. அடுத்த வருஷப் பொங்கலுக்கு இந்த கை உனக்கு பொங்கலை பண்ணிப் போடப் போறதோ இல்லையோ...'

'அம்மா...' அவன் இடைமறித்தான். 'இப்படி எல்லாம் பேசாதே. இன்னும் ஐம்பது பொங்கல் உன் கையால் சாப்பிடப் போறேன். இதோ பாரு இந்தப் பொங்கலைத்தான் விசேஷமா கொண்டாடு. ஜாஸ்தியாகப் போனால் ஆறுமாசம். நான் வந்து விடுவேன். மனதை விடாதே இன்றைக்குத் தெரியாது உனக்கு. பிற்காலத்திலே...'

'தெரிஞ்சுகிடக்குடா. நீ செய்யறதை செய்துக்கோ. கடைசியாக சொல்லிவிட்டேன் போ' தாய் அதுக்குமேல் எதுவும் பேசவில்லை.

அப்புறம் அவன் 'அம்மா, போயிட்டு வரேன்' என்று நமஸ்காரம் செய்யும்போது, அம்மா பக்கத்து பிறையிலிருந்து குங்குமத்தை எடுத்து அவன் நெற்றியில் இட்டு, 'போயிட்டு வா' என்று உறுதியான, சிறிதும் நடுங்காத குரலில் கூறியபோது தாயின் மனது கல்லாகிவிட்டதை. அவன் கண்டான். கண்களில் நீரையே காணோம். அந்த ஒரு சில விநாடிகளுக்கு சோகத்தை வென்றுவிட்ட மாதிரி தோற்றம் காட்டின அவன் கண்கள். தந்தையை நமஸ்கரித்தான். அவர் பேசாமல் இருந்ததைக் கண்ட தாய் 'அவனை போய்விட்டு வான்னு சொல்லுங்கோ, குழந்தை நமஸ்காரம் பண்றானே' என்று அவரைத் தூண்டினாள். 'போயிட்டு வா' என்று ஈனசுரத்தில் விடை கொடுத்தார் தந்தை.

இந்த நினைவுகளுடன் அவன் ஸ்டேஷனில் தன் கையை அலங்கரித்த அந்த இணைந்த வளையங்களைப் பார்த்துக் கொண்டே இருந்தான். பக்கத்தில் நின்ற இரண்டு எஸ்கார்ட்டுகளின் ஞாபகம்கூட அவனுக்கு இல்லை. தாயார்... முகம் – 'பொங்கல் கழித்துப் போயேண்டா' என்ற வார்த்தைகள் –

'அண்ணா' என்று எங்கிருந்தோ கனவில் கேட்பது போல் குரல் அருகில் கேட்டது. சாமிநாதன் திடுக்கிட்டுத் தலை நிமிர்ந்தான்.

'சாரதா? எப்போ வந்தே பட்டணத்துலே இருந்து இங்கே – எப்படி?'

'நீ சத்யாக்ரகம் செய்யப்போவதாக பேப்பரிலே பார்த்து சொன்னார் அவர். இன்று காலமே எக்ஸ்பிரஸிலே வந்து இறங்கினோம்.'

'சபேசன் வந்திருக்கானா?'

'அதோ... ஆத்துக்குப் போனோம். விஷயம் எல்லாம் தெரிஞ்சது. ஜெயிலுக்கு வந்து உன்னைப் பார்க்கவந்தோம். உன்னை ஸ்டேஷனுக்கு கூட்டிண்டு இப்போத்தான் போனதாகச் சொன்னா' என்று பேசிக்கொண்டே இருந்தவள் திடீரென 'அண்ணா!' என்று கத்திவிட்டாள். ஒரு நடுக்கம் அவள் உடலில் பாய்ந்தது. சாமிநாதன் கையில் பளீரிட்ட விலங்கு அவள் கண்களில் பட்டதுதான் காரணம்.

'சபேசு, வா வா!' என்று அழைத்துக்கொண்டே விலங்கு பூட்டிய இரு கைகளாலும் அவளைத் தொட்டான் சாமிநாதன். அதே சமயம் பிரமிப்புத் தெளிந்த சாரதா, நெருங்கி பளீரிடும் அந்த வளையங்களைத் தொட்டு பார்த்துக் கொண்டே, 'ஏன் அண்ணா. திருடர்களுக்குத்தான் விலங்கு போடுவார்கள். உனக்குக் கூடவா?' என்று கேட்டாள்.

'நான் அரசியல் திருடன்' என்று சொல்லி சிரித்தான் சாமிநாதன்.

அடுத்த க்ஷணம் அவன் சிரிப்பு மாறியது. அம்மாவைப் பார்த்தாயா?' என்று கேட்டான்.

'பார்த்தேன். நான்கு நாட்களாக சரியாக சாப்பிடவில்லை. அண்ணா. பொங்கல் வீடாக இல்லை அது. அதைக் கேட்காதே. கிடக்கட்டும் ரயில் வந்துவிடும். இந்தா பொங்கல் சாப்பிடு, சீக்கிரம் சாப்பிடு' என்று பையிலிருந்து பொட்டணத்தை எடுத்தாள்.

'பொங்கலா! ஏது?'

'அம்மா செய்து கொடுத்தாள்.'

'என்ன சாரதா விளையாடுகிறாயா?'

'இல்லை. அம்மாவேதான் செய்து கொடுத்தாள்.'

'நான் நம்பவில்லை சாரதா.'

'நீ தான் பாரேன் நாற்பது மைல் பஸ்ஸில் நாங்கள் வந்திருக்கோம். அப்பவும் சூடாக இருக்கு பாரு' என்று தொட்டுக் காட்டினாள் சாரதா. பொட்டலம் வெதுவெதுப்பாக இருந்தது.

சாமிநாதனுக்கு சில விநாடிகள் ஒன்றுமே பேசத் தோன்றவில்லை. பிறகு 'சாரதா, இதுதான் அம்மா' என்றான். அம்மா கையால் பொங்கல் அன்று கிடைக்குமென்று அவன் எதிர்பார்க்கவில்லை.

சிறையிலிருந்து வீட்டுக்கு வந்ததும் முதல் முதலில் அம்மாவிடம் 'அம்மா அந்த பொங்கல் தின்ற நாக்கு ருசியுடனேயே ஒரு வருஷத்தை தள்ளி விட்டுவந்துட்டேன்' என்று சொல்லி சிரித்தான். அவன் வீடுவந்து சேர்ந்தது பொங்கலுக்கு முன் தினம்.

அதற்குப் பின் பொங்கலுக்கு முன் தினம் ஒவ்வொரு வருஷம் வரும்போது அம்மா 'நாளைக்கு பொங்கல்' என்பான் அவன், தாய்க்கு பழய ஞாபகம் வந்து விடும். அவன் குறிப்பிட்ட அந்தப் பொங்கலுக்கு முன்தினம் இனி வாராதானாலும் தாயின் மனது மட்டும் அதை மறக்க முடியவில்லை.

ஹாஸ்யக் கட்டுரைகள்

நாவலாசிரியர்

நாவலாசிரியனாக நான் ஆகவேண்டும் என்ற நினைப்பு எனக்குள் எழத் தூண்டுகோலாக இருந்த, இருக்கும் என் வாழ்க்கைத் துணைவிக்கு எனது அன்பு கலந்த, இல்லை மதிப்பு கலந்த, அதுவும் சரியல்ல காதல் கலந்த நன்றியைத் தெரிவித்துக் கொண்டுதான் நான் இந்தக் கட்டுரையை ஆரம்பிக்க வேண்டும். நன்றி மறப்பது என்பது தமிழன் பண்பாடல்ல என்பதை மனதில் அழுத்தமாகப் போட்டுக் கொண்டிருப்பவன் நான். இது ஏதோ, சொந்தமாக, சுயமாக என் மனதில் தோன்றி வெளிவந்த வார்த்தையல்ல என்பதையும் நான் குறிப்பிட்டுத்தான் ஆக வேண்டும். ஒரு பண்பாட்டு முறையைக் கைக்கொள்ளுபவன் அதை வற்புறுத்திப் பேசும், வாயால் இல்லை – எழுதும் கையால் இன்னொரு பண்பாடற்ற முறையைக் கையாண்டுவிடக் கூடாது பாருங்கள். நான் மேலே சொன்னது ஒரு மேற்கோள், நான் வாரத்துக்கு மூன்று நான்குக்கு குறையாமல் கேட்கப் போகும் சொல்மாரி சொற்பொழிவுகளில் ஏதோ ஒன்றில் கேட்டது. 'பசுமரத்தாணி போல் பதிந்துவிட்டது' என்ற பழைய உபமானத்தை விட சிலாக்யமாக நான் என்ன சொல்ல முடியும்? அப்படிப் பதிந்துவிட்டது அந்த வாக்கியம் என் மனதில். நிற்க, தடம் தவறி எங்கேயோ போய்விட்டேன். என் கட்டுரையின் கருத்து பண்பாட்டைப்பற்றி அல்லவே, நாவலாசிரியனாக நான் ஆக விரும்புவதையும் பற்றி அல்லவா!

நான், சிறுகதைச் சிற்பி, பூஷணம், மன்னன், சாம்ராட், பர்மா – இப்படி பட்டங்களையே மனதில் கொண்டு முனைந்து அந்த லட்சியப்

பாதையில், தருமபுத்திர நோக்குடன் திரும்பிப் பாராமல் முன்னேர் பிடித்து ஆதர்ச நடை போட்டுச் சென்றவன். சாம்ராட் பட்டம் சமீபத்தில் கிடைத்து விடும் அறிகுறிகள் தென்படுகின்றன. அடுத்து 'சிறுகதை பிர்மா'. அது கிடைத்துவிட்டால் அதன் பின் பிர்மா எனக்கு எழுதிய தலையெழுத்தை துச்சமாக மதித்து விடுவேன். அந்த நாளுக்காக நான் காத்துக்கொண்டிருக்கிறேன், இல்லை, ஏங்கிக் கொண்டிருக்கிறேன் என்று வைத்துக் கொள்ளுங்கள்.

இந்த நிலையில் தான் பாதி ஏறியதும் ஏணியைத் தட்டி விட்ட மாதிரி அவள், என் மனைவிதான், திடீரென்று இப்போதெல்லாம் சமாதான குண்டுகள் போடப்படுகிறதே அந்த மாதிரி – நீங்கள் ஒரு நாவல் எழுதுங்களேன். நீங்கள் போயிருக்கிறீர்களே, அந்தப் பத்திரிகை ஆசிரியர் 'கடிலன்' மாதிரி, அவர் எவ்வளவு நன்றாக நாவல் எழுதுகிறாரே' என்று ஒரு நாள் சொல்லிவிட்டாள். அவள் ஒரு நாள் திடீரெனச் சொல்லி விட்டாலும், எத்தனை காலமாக அவள் பேதை மனதில் இது எவ்வளவு உளைச்சல் உண்டாக்கி இருக்கும் என்று எனக்கு அவள் மீது ஒரு அனுதாபம் கலந்த இரக்கம் ஏற்பட்டது. நான் ஒரு சிறுகதை எழுத்தாளனாகவே வாழ்ந்து, ஒரு சிறுகதை அந்த இதழோடு முடிந்து விடுகிற மாதிரி நானும் முடிந்து, அடுத்த கதை வந்ததும் அது மறக்கப்பட்டு விடுகிற மாதிரி நானும் என் புகழும் மறக்கப்பட்டுப் போய் விடக்கூடும் என்பதை அவள் எவ்வளவு உணர்ந்து, பாவம், கொள்ளாக்குறையாக இருந்து வந்திருக்கிறாள்!

ஒரு நாவல் நெடுங்கதை, இதழுக்கு இதழ் முந்தினதிலிருந்து சங்கிலித் தொடராகத் தொடர்ந்து, ஹனுமார் வாலாக அவர் ஒரு சிரஞ்சீவிதானே நீண்டு கொண்டே முடியுமா, முடியாதா, 'ஐயோ முடிந்துவிடப் போகிறதே' என்ற வாசக ஏக்கங்களுக்கெல்லாம் இடம் கொடுத்துப் போகவில்லையா? அது மாதிரி தான் இதழுக்கு இதழ் என் கதையும் கதாபாத்திரங்களும் மறக்கப்படாமல், நானும் மறக்கப்படாமல் நீண்ட புகழுடன் இருக்க வேண்டும் என்ற அவள் ஆசையை சிலாகிக்கத்தானே வேண்டும். 'சிறுகதை பிர்மா' என்ற பட்ட லக்ஷியத்தைவிட 'தொடர் கதை பிர்மா'; பட்டம் எவ்வளவு மேலானது! அதற்கு மேல் எனக்கு பட்டப் பெயர் சூட்டிக்கொள்ள எதுவும் தெரியவில்லை; பட்டங்கள் மதிப்போர் தெரிவித்தால் நன்றியுள்ளவனாக இருப்பேன்.

எனவே, அவள் ஒரு வாக்கியத்தில் உணர்த்திவிட்டதை அப்படியே கடைப்பிடிக்கத் தீர்மானித்துவிட்டேன். அதாவது நாவலாசிரியனாக ஆகிவிடுவதென்று. ஆனால், அதற்கு குருநாதர் வேண்டாமா? நமக்கு முன்னால் எத்தனை பேர்கள் நாவல்களை ஓட்டிப் போயிருக்கிறார்கள்? அவர்களைப் பின்பற்றி ஏதாவது செய்யலாம் என்று பார்த்தால்?

சட்டென்று ஒரு யோசனை தோன்றியது. பிற நாட்டு பிரபல நாவலாசிரியர்களை ஏன் நான் ஆதர்ச புருஷர்களாக ஏற்றுக் கொள்ள வேண்டும்? நம் கண்முன் இதோ நடமாடும் நம் நாவலாசிரியர்களை லட்சிய தெய்வங்களாகக் கொண்டு விடக் கூடாதா? அவ்வளவு தூரம் போவானேன்? அவளே குருவைக் காட்டி விட்டாளே. என் தலைமை ஆசிரியர் 'கடிலன்' எனக்கு அடுத்த அறையில் வாரா வாரம் கணக்காக எட்டுப் பக்க அளவுக்கு ஒரு தொடரும்' போட்டு முடித்து எழுதிக் கொண்டிருக்கிறாரே. அவர் போதுமே என்று முடிந்து போட்டுக்கொண்டேன்.

இத்தனை நாள் ஒரு சிறு துணுக்கு, ஒரு க்ஷண மனநிலை, இப்படி ஒரு சிறுகதைக்கு வேண்டிய அளவு 'டோஸ்' கதை தேடியே வந்தவன் நான். இப்போது குண்டுச் சட்டிக்குள் குதிரையோட்டுபவன் என்ற பெயர் அழிய, இனி ஒரு அகன்ற பெரிய ரேஸ் கோர்ஸில் ஓடும் பந்தயக் குதிரையை ஓட்டுபவனாக இருப்பேன் என்று நினைத்துக் கொண்டபோது பூரித்துப்போய்விட்டேன். சமயம் கிடைத்த போதெல்லாம் என் குருநாத நாவலாசியரின் அறைக்குப் போய், அவர் எப்படி எழுதுகிறார் என்பதையெல்லாம் நோட்டம் பார்ப்பதுடன், சமயம் வந்தால் அவரிடம் கேட்டு உபதேசம் பெறுவது என்று முடிவு செய்துகொண்டோன். கிரகஸ்தனாக ஆவதானாலும் சந்நியாசியாக ஆவதென்றாலும் அதற்கேற்றபடி உணர்வுபெற வேண்டும்.

இந்த இடத்தில் என்னைப் பற்றிச் சொல்வதை நிறுத்திக் கொண்டு, நான் குருவாக ஏற்றுக்கொள்ளத் தீர்மானித்த தமிழ்நாட்டு தொடர்கதை நாவலேஸ்வரன் 'கடிலன்' அவர்களைப்பற்றி சொன்னால்தான் அவரைப் பின்பற்றுவதற்கு எனக்கு உள்ள ஆர்வத்தின் நியாயத்தன்மையை நிரூபிக்கக் கூடியதாக இருக்கும். அதிலும் அவரைப்பற்றி நானே சொல் வதை, அதாவது என் அபிப்பிராயத்தைச் சொல்வதைவிட அவரது வாசக விசிறிகள் சிலரது அபிப்பிராயங்களைச் சொல்வதே போதும் அவரது இலக்கியப் படைப்புகளின் மேன்மையை விளக்குவதற்கு.

'அடடா, போன வாரம் அவரது சீரியல் எவ்வளவு பிரமாதமாக இருந்தது ? அப்படி யாரால் எழுத முடியும்? திருவனந்தபுரத்திலிருந்து சென்னை வரை அந்தக் காதலர்களின் ரயில் பிரயாணத்தை சென்ற மூன்று இதழ்களில் எவ்வளவு தத்ரூபமாக வர்ணித்திருந்தார்! அவற்றைப் படித்தபோது அந்தந்த ஸ்டேஷன்கள் அப்படியே என் கண்முன் நின்றன. எந்தெந்த ஜங்ஷனில் என்னென்ன 'ரெஃப்ரேஷ்மெண்ட்' ரூம்கள் முதல் ரயில் வந்து புறப்படும் நேரம்வரை எவ்வளவு நுட்பமாகக் கூர்ந்து கவனித்து எழுதி இருந்தார். எதிர் எதிர் வந்த ரயில்கள் சந்தித்த அந்த சிறு ஸ்டேஷன் பெயரையும் அந்த டயத்தையும் எப்படிக்

கணக்காகக் கூறி இருந்தார்! இதற்கெல்லாம் எவ்வளவு சிரத்தையும் பார்வையும் வேண்டும். அவர் ஒரு பிறவித் தொடர் நாவலாசிரியர்' இப்படி ஒரு அபிப்பிராயம்.

இன்னொரு அபிப்பிராயம்– "அது போகட்டும் சார். சில வாரங்களுக்கு முந்தி கதையில் ஜாதகப் பொருத்தம் பார்த்த கட்டம் வந்தது ஞாபகம் இருக்கிறதா? இரண்டு இதழ்களுக்கு அதைப்பற்றி எவ்வளவு ஞானத்துடன் எழுதி இருந்தார்! இத்தனாம் மடத்தில் அவன் இவனைப் பார்க்கிறான், இவன் அவனைப் பார்க்கிறான். இவன் பார்வை விழுந்தால் இப்படி, என்றெல்லாம் அந்தக் கதாபாத்திரங்களின் ஜாதகங்களைக் கொண்டு, அடேயப்பா என்ன விரிவான ஆராய்ச்சி! ஒரு ஜோஸ்யன் அவரிடம் பிச்சை வாங்கணும் ஸார்!"

மற்றொரு அபிப்பிராயம்: இதைப்போய் பிரமாதமாகச் சொல்ல வருகிறீர்களே. கதாநாயகி ஒரு சமயம் தன் வீட்டுப் பின்புறத்தில் டொமாட்டோ பயிரிட்டதையும் அது வளர்ந்து பலன் தந்ததையும் அந்த பழத்தை தான் காதல் கொண்டிருப்பவனுக்குக் கொடுத்து இன்புற்றதையும் படித்தது ஞாபகம் இருக்கா? சார், வாஸ்தவமாகவே சொல்கிறேன், ஒரு 'தோட்டக் கலை' நிபுணர்கூட அப்படி நுணுக்கமாக அதைப்பற்றி சொல்ல முடியாது; ஏன், சொல்லவே தெரியாது. அவ்வளவு அனுபவத்தில் எழுதி இருக்கிறார்; அதுமாதிரி எத்தனை பேர்கள் இருக்கிறார்கள் நாவல் எழுதுகிறவர்கள்?

இந்த மாதிரி ஒவ்வொரு விஷயத்திலும் அவரது தனித் திறமையைப்பற்றிய அபிப்பிராயங்களை நான் அடுக்கிக் கொண்டே போனால் மாளாது. 'சார், நாட்டியக் கலையைப் பற்றிய ஒரு மூன்று அத்யாயம் எழுதி இருந்தார் பாருங்கள்; அடடா! என்ன சொல்வது போங்கள்! அவரேதான் அந்த சாஸ்திரத்தை இயற்றியவர் என்றே சொல்லிவிடலாம்.' "அத்வைத வேதாந்த தத்துவத்தைப்பற்றிய அந்த மூன்று அத்யாயங்களுக்குத்தான் என்ன? சங்கரர்கூட இப்படிச் சொல்லி இருக்க முடியுமா?' 'அது என்ன பிரமாதம்! அந்த விவகாரத்து கேஸின்போது மனு நீதி சாஸ்திரத்தைப் பற்றி வக்கீல் பேசியதாக எழுதி இருந்தாரே அது ஒன்றே போதுமே !' 'அந்த டாஜ்மஹால் வர்ணனை பத்துப் பக்கம் போதாதா?' இப்படியெல்லம் வாசக விசிறிகள், யானை பார்த்த குருடர்களாக நான் அதை நல்ல அர்த்தத்தில் உபயோகிக்கிறேன் – தாங்கள் அனுபவித்த அந்தத் தலைசிறந்த அம்சத்தைப்பற்றி எத்தனை எத்தனை அபிப்பிராயங்களைக் கேட்டிருக்கிறேன். அவர்கள் யானை பார்த்த குருடர்களாக இருந்தாலும், அத்தனை பாராட்டுக்கும் உரிய யானைதானே 'கடிலன்!'

இதெல்லாம் கேட்கக் கேட்க எனக்கும் அவரைப்பற்றி வியப்பாகத்தான்

இருந்தது. ஒருவருக்கு இத்தனை துறைகளிலும் இவ்வளவு அனுபவம் இருப்பதாகத் தெரிய வந்ததில் அதிசயம் இருக்கத்தானே செய்கிறது. ஒரு நாவல், வாழ்க்கையின் பல அம்சங்களையும் சேர்த்துப் படம் பிடித்துக் காட்டுவதால்தானே, அது அவ்வளவு மகத்தான, பரந்த சிருஷ்டியாக இருக்கிறது என்கிறார்கள். அத்தகைய மகத்தான சிருஷ்டி ஒன்றை நானும் கடிலன் பாணியில் எழுதி விடுகிறபோது, நாளை நாவலேஸ்வரன் 'கடிலன்' அவர்களின் வாரிசு என்ற புகழ் எனக்குக் கிடைத்து விடுமல்லவா?

ஒரு நாள் ஆபீஸில் கடிலன் என்னை வெகு அவசரமாக தன் அறைக்கு வரவழைத்தார். அன்றுதான் அவர் வழக்கமாக தன் சீரியலை எழுதும் நாள். அதற்கு முன் அவர் பிள்ளையார் சுழிகூடப் போடுவது கிடையாது. தேள் கொடுக்கில் விஷயத்தை உண்டாக்கிக்கொண்டு குபுக்கென கொட்டுகிற மாதிரி – இதையும் நான் நல்ல அர்த்தத்தில்தான் உபயோகிக்கிறேன் – அவர் வாரம் பூராவும் கற்பனை செய்து சிந்தித்து சேகரித்ததை அன்றுதான் மையெழுத்துகளாகக் கொட்டிவிடுவார். அவர் அறையிலிருந்து ஒவ்வொன்றாக கம்பாஸிட்டர் அறைக்குப் பிரயாணம் செய்யும் அந்தப் பக்கங்களை கம்போஸ் செய்ய நான், நீ என்று போட்டி போட்டுக்கொண்டு வருபவர்களைப் பார்க்க வேண்டுமே! அப்போதே அதைப் படிக்கும் ஆவல் அவ்வளவு!

'செல்வம் சார், எனக்கு இப்போது உடனே வேண்டும். நமது குவாபரேடிவ் சொசைடி அமைப்பு விதிகள் தகவல், அது வந்தால்தான் மேலே நான் நாவல் எழுத முடியும்' என்றார். கைப்பேனாவைக் கீழே வைத்து விட்டார். அவரது பரபரப்பு என் அனுதாபத்தை உடனேயே சம்பாதித்து விட்டது. நான் அது கிடைக்கும் இடத்தைப் பற்றி சொல்ல ஆரம்பிக்கு முன் அவரே, 'அதெல்லாம் தேடிப் போக வேண்டிய அவசியம் இல்லை. என் வீட்டில் மேஜை மீது வைத்திருக்கிறேன். வீட்டில் யாருக்கும் அதைப் பற்றித் தெரியாது. நீங்கள் தான் தயவுசெய்து போய் எடுத்து வர வேண்டும்; அதற்குத்தான் உங்களைக் கூப்பிட்டேன்' என்றார்.

தமிழ்நாட்டு நாவலேஸ்வரனுக்கு இந்த ஆபத்தில் உதவாத ஜன்மம் என்னத்துக்கு என்று எனக்குள் ஏதோ ஒன்று கூறி இருக்க வேண்டும். அவருடைய அவசரத்தை, பதட்டத்தை, தவிப்பை என்னுடையதாகவே ஏற்றுக் கொண்டு அவர் வீட்டுக்குப் புறப்பட்டுச் சென்றேன். வழி நெடுக எனக்கு ஆச்சர்யம்தான். இந்த வார நாவல் பகுதிக் கும் குவாபரேடிவ் சொஸைட்டி அமைப்பு விதிகளுக்கும் என்ன சம்பந்தம் என்று ஆனமட்டும் பார்க்கப் பார்த்தும் மொட்டைத் தலைக்கும் முழங்காலுக்கும் முடிந்து போட முடியாத புதிராகவே இருந்தது.

அதிலிருந்து அந்த வார இதழில் முடியும் வரியோடு ஒரு சஸ்பென்ஸ்' அதாவது பிரமிக்க வைத்த ஐயப்பாடு எப்படி கற்பனை செய்து தர முடியும் என்று, ஒரு சிறுகதைக்கான அளவு 'சஸ்பென்ஸ், க்ளைமாக்ஸ் 'இங்கிலீஷ் பதங்களுக்கு மன்னிக்கவும் – கொடுப்பது பற்றியே சிந்தித்திருந்த எனக்கு எட்டவேயில்லை.

அவர் வீட்டில் மேஜைமீது இருந்த அந்தப் புஸ்தகத்தை கண்டுபிடிப்பது சிரமமாக இல்லை. எடுத்துக் கொண்டதும் அவரது குட்டி லைப்ரரியை சற்று ஆராயவேண்டும் என்ற அவா உந்தவே வரிசையாகப் பார்த்தேன். ரயில்வே அட்டவணை, ரேகை சாஸ்திரம், காய்கறி பழம் பயிர் செய்யும் முறை, நாட்டிய சாஸ்திர நூல், சங்கரரின் அத்வைத வேதாந்தம் ஹிந்து கோட்', தாஜ்மகாலின் அழகு சரித்திரம், ஜோதிட நூல், பொருளாதார தத்துவ நூல்கள். இப்படி அடுக்கி வைக்கப்பட்டிருந்தன. அவருக்கு ஆதர்சமாக இருப்பவர்கள் யாராக இருக்கக்கூடும் என்று நான் எதிர்பார்த்த உலகப் பிரபல இலக்கியப் படைப்பாளர்கள் புஸ்தகம் ஒன்றையும் காணோம், கண்களைத் துடைத்துக் கொண்டு பார்த்தும்! மருந்துக்குக் கூட ஒன்றும் இல்லை. ஆம்; மறந்து விட்டேனே. ஆயுர்வேத சாஸ்திர புத்தகம் ஒன்றும் இருந்தது. அடடா, ஒரு சமயம் ஆயுர்வேத வைத்ய முறையைக் கரைத்துக் குடித்த மாதிரி அவரது கதாபாத்திரம் ஒன்று ஒரு தொடர்கதையில் ஒரு இதழ் பூராவும் கூறி இருந் தது ஞாபகத்துக்கு வந்தது. சென்ற தொடர் இதழ்களில் கையாளப்பட்டவை போக, எதிர் பார்த்து நிற்கும் அந்த சாஸ்திரப் புஸ்தகங்களை மனதில் நினைத்துக்கொண்டே திரும்பினேன்.

வழியெல்லாம் என் சிந்தனை ஓடியவிதமே அலாதியாக இருந்தது. இத்தனை புஸ்தகங்களும் சேர்ந்தல்லவா ஒரு தலை சிறந்த நாவலாசிரியரை சிருஷ்டிக்கின்றன! இன்னும் இது மாதிரி எத்தனை நுட்ப நூல்கள் இருக்கின்றன! அவற்றை எல்லாம் வைத்து எழுதினோமானால்? எனக்குள் ஒரு வேகம் ஏற்பட்டது. என் மேஜை முன் இருந்த அலமாரியில் உள்ள உலகப் பிரபல நாவலாசிரியர்களான மார்ஸல் ப்ரௌஸ்ட், ஹென்றி ஜேம்ஸ், ஜேம்ஸ் ஜாய்ஸ், ஃப்ளாபேர், தாமஸ் மான் இவர்களை எத்தனை தடவைகள் படித்தும் பயனென்ன? என்னை ஒரு நாவலாசிரியனாக ஆக்காத இலக்கிய கர்த்தாக்களை என்னென்பது? என் மனதில் அங்கேயே போட்டுக் கொண்டேன். அவற்றை எடுத்துவிட்டு நாவலேஸ்வரன் கடிலன் அவர்களைப் பின்பற்றி வான சாஸ்திரம், பௌதீக சாஸ்திரம். இத்யாதி புஸ்தகங்களால் நிரப்பி என் இலக்கிய ஞானத்தை வளர்த்துக் கொண்டு, ஒரு நாவலாசிரியனாகத் திகழ்வதைவிட வேறு சிறந்த வழி எது இருக்கிறது? என் மனைவிக்கு பஸ்ஸிலிருந்தே மீண்டும் ஒருதரம் நன்றியை தெரிவித்துக் கொண்டேன்/

அடுத்த வாரம் 'கடிலன்' தொடர்கதையில், கதாநாயகன் ஒரு குவாபரேடிவ் சொசைடி ஆரம்பிப்பது பற்றிய யோசனை, அமைப்பு இவற்றைப் பற்றி விரிவாக, ஆழ்ந்த ஞானத்துடன் தன் சகாக்களிடம் பேசிய அந்த எட்டுப் பக்கத்தையும் படித்தபோது, ஆசிரியர் என்னை எடுத்து வரச் சொன்ன புஸ்தகத்தை வழியில் நான் புரட்டிப் பார்த்ததெல்லாம் ஞாபகம் வந்தது. நானும் தலைசிறந்த நாவலாசிரியனாக நாவல் பிர்மாவாக ஆகக் கூடிய நாள் வெகு சமீபத்தில்தான் இருக்கிறது என்பதை நினைத்துக்கொண்டபோது, தேவ ரகஸ்யத்தை அறிந்து கொண்டுவிட்ட ஒரு ஆனந்தம் என்னை அப்படியே ஒரு 'அமர நாவல்' ஆசிரியனாக ஆகிவிட்ட நினைப்பு உலகத்திற்குக் கொண்டுபோய் விட்டது!

அறிமுக லக்ஷணம்

சும்மா ஒரு கப் காப்பி சாப்பிட்டு வரலாம் என்று ஹோட்டலுக்குள் நுழைந்தேன். அதுவும் ஞாயிற்றுக்கிழமை. ஹோட்டலுக்குப் போனால் ஒரு பத்து நிமிஷமாவது, ஒரு மேஜைக்கு முன் உட்கார்ந்து சாப்பிட்டுக் கொண்டிருப்பவர்கள் பின்னால் நின்றுகொண்டு தவம் செய்யாவிட்டால் லேசில் இடம் கிடைத்து விடுமா என்ன? நான் நின்றுகொண்டிருந்தேன். அந்த மேஜை முன்பு உட்கார்ந்திருந்தவர் தன் கடைசி வாய் காப்பியை உதடுகளில் டம்ளரை இடுக்கி சாப்பிட்டுக் கொண்டிருப்பதையே கண் கொட்டாமல் பார்த்துக்கொண்டு அவர் நாற்காலியை விட்டு அசைந்ததுதான் தாமதம். கழுகு மாதிரி பாய்ந்து அதைப் பற்றிக்கொள்ளும் ஒரு பாய்ச்சல் நிலையில் நின்று கொண்டிருந்தேன்,

தோள்பட்டையிலே சுரீரென ஒரு அடி விழுந்தது. அடி என்றால் அப்படி இப்படி அடி அல்ல. தோள்பட்டை எலும்பு சடக்கென முறிந்துவிடும்படியான அடி. அந்த மாதிரி அடி சாதாரணமாக இரண்டு சந்தர்ப்பங்களில்தான் நமக்குக் கிடைக்கக் கூடியது. ஒன்று நம்மிடம் இருப்பதை பற்றிக் கொள்ள திருடன் தந்ததாக இருக்கும். அல்லது உயிர் நண்பன் முழு சுதந்திரத்துடன் எதிர்பாராமல் தருவதாக இருக்கும்.

இந்த இரண்டில் அந்த இடத்தில் முதலாவது நடக்கக் கூடியதல்ல. எனவே தூக்கி வாரிப்போட்டது. அடி வேதனையையும் சமாளித்துக்கொண்டு திரும்பிப் பார்த்தேன். சிரித்த முகத்துடன் நின்றுகொண்டிருந்தான்

அவன். அவனா இந்தப் போடு போட்டான் என்று எனக்கு திடுக்கிட்டது, அவனை எனக்கு லேசாகத் தெரியும். எப்போதோ ஒரு இடத்தில் பார்த்தது. பல வருஷங்களாக அவனிடம் எதுவும் பேசியதாக ஞாபகம் இல்லை. இன்னும் இதில் விசேஷம் என்னவென்றால் எனக்கு அவன் பெயர்கூட அவ்வளவாக ஞாபகமில்லை.

அவ்வளவாக அவன் கொடுத்த அந்த அன்புத் தட்டை நான் ரசிக்கவில்லை என்பதை என் முகத் தோற்றத்தின் மூலம் காட்டிக் கொண்டபோதிலும் அவன் அதை சிறிதும் லட்சியம் செய்ததாகவும் தெரியவில்லை. எங்கள் இருவருக்கும் இடையே உள்ளே பழக்கம் ஏதோ ஜென்மம் ஜென்மமாக தொடர்ந்து வந்திருப்பதாகக் கருதியவன் போல மேற்கொண்டு தொடர்ந்து சகஜமாக தடதடவென பேச ஆரம்பித்துவிட்டான். இன்னும் எங்கள் இருவருக்கும் இடையே சிறிது கூட உறவு ஆரம்பமாகவில்லை என்ற ஞாபகமே அவனுக்கு சிறிதும் இருந்ததாக படவேயில்லை. ஏதோ க்ஷேம சமாசாரமெல்லாம் தடபுடலாக விசாரித்தான். ஊர் விஷயம் கேட்டான். என் அரசியல் அபிப்பிராயங்களை எல்லாம் பற்றி பிரஸ்தாபிக்க ஆரம்பித்துவிட்டான்.

அவன் பக்கத்தில் இன்னொருவர் நின்று கொண்டிருந்தார். அவரைப் பார்த்தால் ஒரு சர்க்கார் உத்தியோகஸ்தர் மாதிரி தெரிந்தது. நானும் என் அறிமுக நண்பனும் பேசிக் கொண்டே நிற்கும்போதும் கூட என் ஞாபகம், என் பார்வை மேஜை முன் காப்பி சாப்பிட்டுக் கொண்டிருப்பவர் மீதே இருந்தது.

அந்த அறிமுக ஆசாமி சடரென "இந்த மேஜையில் ஒருத்தருக்குத் தான் இடமிருக்கும் போலிருக்கிறது, வாருங்கள் அந்த மேஜைக்குப் போகலாம்" என்று என் தோளைப் பிடித்து அமுக்கி, சற்றுத் தள்ளி மூன்று பேர்கள் தங்கள் கடைசி வாய் காப்பியை, காலி செய்துகொண்டிருந்த மேஜைக்கு இழுத்துக் கொண்டு சென்றான்.

நாங்கள் அந்த மேஜைக்குப் போகவும் அவர்கள் எழுந்திருக்கவும் சரியாக இருந்தது. பாய்ந்து நாற்காலியில் உட்கார்ந்து கொண்டோம்,

அவன் சரம் சரமாக கேள்விகளை கேட்டுக்கொண்டே இருந்தான். நானோ தயங்கித் தயங்கி அரையும் கால் வாக்யமாகவும் அவனுக்கு பதில் சொல்லிக் கொண்டே இருந்தேன். அவன் எடுத்துக்கொண்ட சகஜத் தன்மையின் எதிரொலி என் மனதிலே கிளம்பவில்லை. அவன் எடுத்துக் கொண்ட சுதந்திரத்துடன் நான் அவனைப்பற்றி எவ்வித கேள்வியும் கேட்க முடியவில்லை. அறிமுகம் புதியதாகத் தோன்றும்போது எப்படி சகஜமான சம்பாஷணை ஆரம்பிப்பது?

அவனுடன் கூட உட்கார்ந்து கொண்டிருந்த நண்பரைப்பற்றி

அவன் சிறிதும் என்னிடம் பிரஸ்தாபிக்கவேயில்லை. ஏதோ தானும் நானும்தான் சம்பந்தப்பட்டவர்கள் போலப் பேசிக்கொண்டிருந்தான். அவ்வளவு தூரம் அவனோடு ஒரு மனிதர் வந்திருந்தாரே, அவரைப் பற்றி ஏதாவது ஒரு வார்த்தை சொல்ல வேண்டாமா? என்னிடம் அவரைப் பற்றி பிரஸ்தாபிக்க வேண்டமா? அந்த மனிதரும் எங்கள் சம்பாஷணையில் கலந்துகொள்ள வேண்டாமா? நாசுக்குத் தெரியாத ஆசாமியாக இருக்கிறானே இவன் என்று நினைத்துக்கொண்டு இருந்தேன். நானாக அவரிடம் எப்படி பேச்சு ஆரம்பிக்க முடியும்? எந்த விதமாகப் பேச்சு தொடர முடியும்? எனவே, நானும் என் தயக்க வாக்யங்களுக்கு இடையே அவரை அவ்வப்போது பார்ப்பதுடன் நிறுத்திக் கொண்டுவிட்டேன். அவரும் என்னைப் பார்த்துக்கொண்டார்.

நண்பனோ, மூன்று கப் காப்பிக்கு ஆர்டர் செய்து விட்டான். நான் சொல்ல ஆரம்பித்ததற்கு “பேசாமல் இருங்கள்” என்று உள்ளடக்கி விட்டான். நான் அதற்கு மேலே அவனது அதிரடி நடவடிக்கைக்கு எதிர்ப்புக் காட்ட முடியாத அசக்தனாக சும்மா இருந்துவிட்டேன்.

அட, ஒரு கப் காப்பிதான் சாப்பிடுவதென்றாலும் ஆர்டர் செய்துவிட்டால் உடனே வந்து விடுகிறதா? சர்வர் பையன் காபி கொண்டு வருகிறானா, வருகிறானா என்று கழுத்தை நீட்டி நீட்டி ஓடிகிறவரையில் பார்த்தாலொழிய காப்பித் தட்டுடன் வந்துவிடுவானா, என்ன?

எனவே, இந்த இடைக்காலம் என் அறிமுக ஆசாமியின் பேட்டிக் கேள்விகளுக்குப் பதில் சொல்லியாக வேண்டிய ஒரு அவசியத்தை நீடிக்கச் செய்தது. இவ்வளவு சம்பாஷணையிலும் அந்த மூன்றாவது ஆசாமியை அவன் எனக்கு அறிமுகப்படுத்தவேயில்லை. ஆனால் தான் பேசிவிட்டு “ஏன் ஸார் நான் சொல்வது சரிதானே” என்று கேட்டுக் கொண்டே இருந்தான். அவரும் அரை உதடு அசைவும் கால் புன்னகையுமாக தலையை ஆட்டிக் கொண்டு இருந்தார்.

காபி வந்து சேர்ந்தது. அந்த மூன்றாவது ஆசாமிக்கு அதற்கு மேல் சும்மா இருக்க முடியவில்லை. அவரும் பேச்சில் கலந்து கொள்ள ஆரம்பித்தார். அதுவும் நான் சொன்ன ஒரு அபிப்பிராயத்திற்கு அவர் “ நீங்கள் சொல்வதுதான் சரி” என்று பலமாக ஆரம்பிக்கவும் என் அறிமுக நண்பன் நிமிர்ந்து பார்த்தான். எங்கள் இருவரையும் மாறி மாறிப் பார்த்துவிட்டு "அட! உங்களுக்கு ஒருவரையொருவர் நன்றாகத் தெரியுமா? நான் தெரியாதாக்கும் என்றல்லவா நினைத்துக் கொண்டிருந்தேன்! சரிதான் போங்கள்" என்று கடகடென்று பேசிக் கொண்டே காபியை ஆற்ற ஆரம்பித்தான்.

அப்போது அந்த மூன்றாவது ஆசாமி அவசரப்படுகிறீர்களே, "நான் சொல்வதைக் கேளுங்கள்." என்று அவனிடம் ஏதோ பேச இழுத்து ஆரம்பித்தபோது "சரிதான் ஸார்! இப்படித்தான் நாம் தெரியாது என்று நினைத்துக் கொண்டிருக்கிறோம். எப்படி எப்படியோ ஒருவரை ஒருவர் தெரிந்து இருக்கிறோம். இப்படித்தான் முன்பு ஒருதரம் நான் என் நண்பர் ஒருவரை மற்றொரு நண்பருக்கு அறிமுகப்படுத்தினேன். அவர்கள் இருவரும் ஏதோ தெரிந்து கொள்ளாதவர்கள் மாதிரி சில நிமிஷங்கள் பேசிக்கொண்டிருந்தார்கள், நானும் நம்பினேன். அப்புறம் திடீரென இருவரும் கடகடவென சிரிக்க ஆரம்பித்தார்கள், என்ன விஷயம் என்று அசட்டு விழிப்புடன் அவர்களைப் பார்த்துக் கேட்டேன்."

'பாரப்பா இவன் நம்மை அறிமுகப்படுத்தி வைக்கிறானாம்' என்றார் ஒருவர், மற்றவர் பதிலுக்கு "ஐயோ பாவம்! அந்தப் பெருமைதான் அவனுக்கு இருக்கட்டுமே!" என்றார். இருவரும் என்னைப் பார்த்து "நாங்கள் இருவரும் பத்து வருஷ காலம் சேர்ந்து படித்தவர்கள் அப்பா" என்றார்கள். எப்படி இருக்கும் எனக்கு! "அட திருடர்களா! இவ்வளவு நேரம் நாடகம் நடத்தி எனக்கு பைத்யக்காரப் பட்டமா கட்டி விட்டீர்கள்" என்று நானும் சமாளித்துப் பதில் சொல்லி விட்டு அப்புறம் ஏதேதோ பேசிக்கொண்டு இருந்தோம் என்று வைத்துக் கொள்ளுங்கள். "அது மாதிரி இப்போதும்..." என்று ஆரம்பித்தார் அந்த மூன்றாவது ஆசாமி.

ஆனால், என் அறிமுக நண்பன் அவரைப் பேசவிடவில்லை. "கேளுங்களேன்! அது முதல் இந்த அறிமுக விஷயத்தில் நான் எப்போதும் ரொம்ப ஜாக்கிரதையாக இருப்பது வழக்கம். எடுத்தவுடனே பேசி அறிமுகம் செய்து வைக்கிற வழக்கம் வைத்துக் கொள்கிறதில்லை. எப்படி நடந்து கொள்கிறார்கள் என்று ஆராய்ந்து பார்த்துவிட்டுத் தான்..." என்று பேசி முடிப்பதற்குள் அந்த மூன்றாவது ஆசாமி இடை மறித்து "ஆனால் எனக்கு..." என்று ஆரம்பித்தார்.

அறிமுக நண்பன் அவரை மேலே பேச விடவில்லை. "ஸார்! இதோ பாருங்கள்! என்னை ஏமாற்றுவதெல்லாம் நடக்காது. பரஸ்பரம் நீங்கள் ஒருவருக்கு ஒருவர் அறிமுகமானவர்கள். இதுதானே. இன்னும் சில நிமிஷங்களில் தெரியப்போகிறது இல்லை, நீங்கள் கெட்டிக்காரத்தனமாக நடந்து கொண்டாலும் எனக்குக் கவலையில்லை. நான் நம்பவே மாட்டேன். நீங்கள் என்ன சொன்னாலும் சரி காபி சாப்பிடுங்கள்" என்று மட்டையடியாக அடித்துப் பேசிவிட்டு காப்பியை சாப்பிடுவதில் முனைந்துவிட்டான்.

அந்த மூன்றாம் மனிதர் அதற்கு மேலே எதுவும் பேசவில்லை.

எனக்கும் ஒரு வேளை அந்த ஆசாமியை முன்பு பார்த்துப் பழகி இருப்போமோ என்ற சந்தேகம் தோன்றிவிட்டது. அறிமுக நண்பர் இவ்வளவு திட்டமாகச் சொல்லும்போது! ஒருவேளை அந்த மூன்றாவது ஆசாமியும் அவன் சொல்கிறபடி தெரியாதது மாதிரி நடந்து கொள்கிறாரோ என்ற சந்தேகத்தை கிளப்பி விட்டது. ஒரு வேளை நாம்தான் அவரை மறந்து விட்டோமோ என்று யோசித்துப் பார்க்க ஆரம்பித்தேன். காபி சாப்பிடுவதில் முனைந்து விட்டேன்.

அப்புறம் அறிமுகப் பேச்சு மறைந்துவிட்டது. நாங்கள் மூவரும் ஒருவருக்கொருவர் தெரிந்தவர்களாகப் பேசிக் கொண்டிருந்தோம். காபி சாப்பிட்டானதும் மூவரும் எழுந்து அறிமுக நண்பன் பில்லுக்கு பணம் கொடுக்கவும் ஹோட்டலை விட்டு வெளியேறினோம்.

"அப்புறம் உங்கள் புரோகிராம் இப்போது" என்று அவரைக் கேட்டான் அறிமுக நண்பன். அவர் பக்கத்து ஷாப்பில் ஏதோ சாமான் வாங்கவேண்டி இருப்பதாகவும் வாங்கி வருவதாகவும் சொல்லி எங்களிடம் விடை பெற்றுக் கொண்டு கடைக்குள் போய் விட்டார்.

அவர் போகவும் என் அறிமுக நண்பன் என் தோளைத் தட்டிச் சொன்னான். 'ஸார்! நல்ல வேளையாகப் போச்சு, நீங்கள் அவர் பெயர் என்ன என்று கேட்காமல் விட்டது. விஷயம் என்ன தெரியுமா? அவர் பெயர் என்ன என்று எனக்கு மறந்து போய்விட்டது. அதனால் அவர் பெயரைச் சொல்லி உங்களுக்கு அறிமுகப்படுத்த முடிய வில்லை. அதற்கு என்ன வழி என்று பார்த்தேன். நீங்கள் இருவரும் பரஸ்பரம் அறிமுகமானவர்கள் என்று நான் பாசாங்காகப் பேசி சமாளித்துவிட்டேன். கடைசிவரையில் எனக்குப் பயம்தான், நீங்கள் எங்கே அவர் பெயரைக் கேட்டுவிடப் போகிறீர்களோ என்று', சொல்லி முடித்தான்.

என்ன சொல்வது என்ன செய்வது என்று தெரியவில்லை எனக்கு, இப்படியும் ஒரு ஆசாமி இருப்பானா ? அட, பெயர் மறந்து போயிருப்பது சகஜம். அதற்காக தன் அசட்டுத் தனத்தை மறைக்க இவ்வாறு நாடகம் நடத்தி என்று நினைத்துக்கொண்டு நான் சிரித்தேன். அவனும் அசட்டுச் சிரிப்பு சிரித்துக்கொண்டான். .

"சரி நான் போய்விட்டு வருகிறேன்" என்று விடை பெற்றுக் கொண்டேன். எனக்கும் அவர் பெயர் ஞாபகம் இல்லை. கேட்கவும் இல்லை. பேசாமல் இருந்துவிட்டேன். ஆனால் இந்த ஆசாமியைப் போல செய்ய மாட்டேன் என்று நினைத்துச் சிரித்துக்கொண்டே நடந்தேன்.

வேறு பல அலுவல்களைப் பார்த்துவிட்டு சாயந்திரம் சினிமாவுக்குச்

சென்றேன். க்யூவில் போய் நின்றேன். எனக்குப் பின்னால் ஒருவர் வந்து நின்ற சப்தம் கேட்டதும் திரும்பிப் பார்த்தேன். அந்த மூன்றாவது ஆசாமி!

"சார் நீங்களா?" என்றார் அவர்.

"நீங்களும் சினிமாவுக்கா" என்று நானும் அர்த்தமில்லாமல் கேட்டேன். அவர்தான் சினிமாவுக்கு வந்திருக்கிறாரே. கேட்பானேன்! எல்லாம் வழக்கம்தான் காரணம்.

அவரும் நானும் அறிமுகமானவர்களாக பேச ஆரம்பித்தோம். அந்த படத்தைப் பற்றியதாக பேச்சு தொடர்ந்தது. அந்தப் பேச்சு சற்றுத் தயங்கவும் நான் சார்! ஒரு சமாச்சாரம். ஹோட்டலில் நம்மோடு இருந்த நண்பரின் பெயர் உங்களுக்குத் தெரியுமா! அவரை எப்போதோ நான் பார்த்தது. பெயர் ஞாபகம் இல்லை. அவருக்கு என்னை ஞாபகம் இருக்கிறாப் போல இருக்கிறது" என்றேன் .

அவர் என்னை திகைப்புடன் பார்த்தார் "என்ன ஸார் இது! விசித்திரமாக கேட்கிறீர்கள்? உங்களுக்கு அவர் பெயர் தெரிந்து இருக்கும் என்றெல்லவா நினைத்தேன். எனக்கும் அவர் பெயர் தெரியாது" என்றார்.

நான் திடுக்கிட்டுப் போனேன். அவருக்குமா தெரியாது? "அட கடவுளே! நீங்கள் ரொம்பவும் அறிமுகமானவர்கள் என்றல்லவா நினைத்துக்கொண்டிருந்தேன்" என்றேன்.

"இல்லை ஸார், நானும் உங்கள் இருவரைப் பற்றியும் அப்படித்தான் நினைத்துக் கொண்டிருந்தேன். நீங்கள் ஹோட்டல் வாசலில் பிரிந்து போய்விட்ட பிறகு நான் கடையிலிருந்து திரும்பி வந்தேன். நான் வரவும் அவர் சென்னார். "நல்லவேளையாகப் போச்சு நீங்கள் அவர் பெயரைக் கேட்காதது. ரொம்ப நல்லதாப் போச்சு. எனக்கு அவர் பெயர் ஞாபகம் இல்லை, அதற்காகத்தான் நீங்கள் இருவரும் ஏற்கெனவே அறிமுகமானவர்கள் என்று நாடகம் நடித்துவிட்டேன்" என்று என்னிடம் சொன்னார்" என்றார்.

இதைக் கேட்டதும் நான் ஸ்தம்பித்துப் போய் விட்டேன், "அடப்பாவி மனுஷா!' என்ற வார்த்தைகள் என் வாயிலிருந்து வந்து விட்டன. நண்பர் "என்ன ஸார்!" என்று கேட்டார்.

"இதையேதான் ஸார் என்னிடமும் சொன்னார். உங்கள் பெயர் அவருக்கு ஞாபகமில்லையாம். அதற்காக இப்படி நடந்து கொண்டாராம்! எப்படி ஆசாமி!" என்றேன்.

க்யூவில் எங்களுக்கு சற்று முன்பும் சற்று பின்பும் நின்றவர்களது

சிரிப்புகள் வரிசையைக் கலைத்து விட்டன என்றால் பார்த்துக் கொள்ளுங்கள். நாங்கள் எப்படி இந்த சம்பவத்தை ரசித்து இருப்போம் என்று!

மூன்று பேரும் ஒருவர் பெயர் ஒருவருக்கு தெரியாமல் நடந்த வேடிக்கை ஒருபுறம் இருக்கட்டும். க்யூவில் நின்ற நாங்கள் இருவரும் ஒருவர் பெயரை ஒருவர் கேட்காமல் பேசிக்கொண்டு இப்போது பக்கத்தில் உட்கார்ந்து சினிமாப் படம் பார்த்தோம்!

அபேட்சகரின் உற்சாகம்

தேர்தல் நெருங்கி வரவர ஆபத்சகாயக் கட்சி அபேட்சகரான அபயவரதன் அவர்களின் ஆவேசப் பிரசாரம் சண்ட மாருத வேகத்தில் நடந்து கொண்டிருந்தது. அவர் அபேட்சகராக நிற்கும் தொகுதியில் மொத்தம் முந்நூற்று இருபத்தி மூன்று கிராமங்கள் இருந்தன. அதுதான் அவருக்கு ஆத்திரமாக இருந்தது. தன் தொகுதியை அடுத்து இருக்கும் மற்றத் தொகுதிகளில் எல்லாம் நூற்றைம்பது இருநூறு என்று கிராமங்கள் இருக்கும்போது தனக்கு மட்டும் இப்படி அமைய வேண்டுமா? இல்லை, இதற்காக அவர்தான் முன்பின் பரிச்சயமே இல்லாத ஒரு புதிய தொகுதியில் போய் நிற்க முடியுமா?

எனவே வேறு வழியின்றி அவர் இந்த முந்நூற்றி இருபத்திமூன்று கிராமங்களுக்கும் போய்த் தீர வேண்டிய ஒரு தொகுதியைத்தான் தேர்ந்தெடுக்க வேண்டியதாயிற்று. ஆரம்பத்தில் அவருக்கு என்ன பிரமாதம், தினம் இருபது கிராமமாகப் பார்த்து விடலாமே; இரண்டே வாரகாலத்தில் முடித்து விடலாம். பிரமாதமா என்ன?' என்று தான் தோன்றியது, அபேட்சகராக நியமனப் பத்திரம் தாக்கல் செய்து சரியாக ஒன்றாவது மாதத்தில் நடைபெற இருந்தது தேர்தல்.

ஆனால் தேர்தலுக்கு இன்னும் இரண்டு வாரங்கள்தான் இருக்கிறது என்ற நாள் வந்தபோதுதான் அவருக்கு தூக்கி வாரிப்போட்டது. இந்த மூன்று வாரக் காலத்தில் தான் மொத்தம் போய் தேர்தல் பிரசாரம் செய்த கிராமங்கள் இது வரையில் சுமார் நூறு தான் என்று தெரிய வந்தபோதுதான் அவருக்கு இப்படி தூக்கி வாரிப்போட்டது. பதறிப் போனார் அபயவரதன்.

“இனி இப்படி நத்தை வேகத்தில் பிரசாரம் செய்தோமானால் கட்டிவராது' என்று சொல்லிக்கொண்ட அபயவரதன் உடனே ஒரு முடிவு செய்து கொண்டார். இனி காரிலேயே தான் சாப்பாடு தூக்கம் எல்லாம். இரவு பகல் பார்க்காமல் இந்த ஒருவாரக் காலத்திற்குள் சூறாவளி வேகத்தில் இந்த அத்தனை கிராமங்களையும் போய் ஒரு தடவை மிதித்து விட்டாவது வந்து விடவேண்டும் என்று உறுதி கொண்டார். அதற்குத் தக்கப்படி திட்டம் போட்டுக் கொண்டார்.

அவரது தேர்தல் பிரசார வேகம் நாளுக்குநாள் அதிகரித்தது. இன்று எத்தனை கிராமங்களுக்குச் சென்றோம் என்று அவர் கேட்கும்போது இருபது என்று பதில் வரும். மறுநாள் முப்பது என்று, இப்படி ஏறிக்கொண்டே வந்தது.

அவருக்கு வந்த உற்சாகம் தாங்கமுடியவில்லை. அவர் பையில் இருந்து அவரது தொகுதியில் அடங்கியுள்ள கிராம மக்கள் ஜாபிதாவை எடுத்துப் பார்த்து பெருமிதம் கொள்வார். அந்தந்த புதுப்புது கிராமப் பெயர்களையெல்லாம் மனதில் நெட்டுரு போட்டுக் கொள்வார் அந்தக் கிராமத்தவர்கள் முன்புபோய் பேசும்போது இதற்கு முன் அவர் கேள்விப்பட்டிராத அந்த கிராமங்களின் பெயர்களை தான் உளறிவிடாமல் இருக்கவேண்டுமே என்பதற்காக. தான் அந்தந்த கிராமத்துக்குத் தக்கபடி என்னென்ன விதமாக பேசவேண்டும் என்பதற்காக அந்த கிராமத்தைப் பற்றிய தகவல்களை எல்லாம் அதற்கு உள்ள குறைகளை எல்லாம் கேட்டு வைத்துக் கொள்வார்.

ஒரு நாளைக்கு இத்தனை கிராமங்களில் அவர் போய்ப் பேசவேண்டி இருக்கும்போது ஒரு கிராமத்துக்கு வேண்டியதை வேறொரு கிராமத்தில் போய்ப் பேசிவிடாமல் இருக்க வேண்டுமே என்ற பயம் வேறு.

ஆயினும் இதையெல்லாம்தான் சமாளித்து தேர்தல் பிரசாரம் செய்யும் தன் திறமையை தாமே வியந்து கொண்டார் அபயவரதன். ஒரு கிராமத்தில் அவர் பேசி முடித்த மறுகணம் அடுத்த கிராமத்தில் போய் குதிக்க வேண்டும் என்று துடியாய்த் துடிக்கும் அவர் மனம்.

இன்னும் சில தினங்கள்தான் இருந்தன தேர்தல் தினத்திற்கு. அபயவரதனின் தேர்தல் பிரசாரம் மின்னல் வீச்சின் வேகத்தையும் மிஞ்சிவிட்டது என்று கருதும்படியாக அவ்வளவு வேகத்தில் நடந்தது. அவர் கார் போகும் வேகத்தையும் கணக்கிடமுடியாது. அது போகும் திசையும் கூடத் தெரியாது. சிலசமயம் அவ்வளவு வேகத்தில் பல திசைகளிலும் உள்ள கிராமங்களுக்கு பாய்ந்து பாய்ந்து செல்லும் அவரது கார்.

டிரைவர் ஒரு இடத்தில் சற்று வேகத்தை தளர்த்தினாலும் கூட

பொறுக்கமாட்டார் அபயவரதன். "இப்படித் திரும்பு! அந்த வழியே போ! முதலில் இந்த கிராமத்திற்கு விடு!" என்றெல்லாம் அபயவரதன் டிரைவரை விரட்டுவார். 'அவரது ஆவேசம் டிரைவரையும் பற்றிக் கொண்டுவிட்டது. அவர் திருப்... என்று முடிப்பதற்குள் அவர் சொன்ன பாதையில் பாதி தூரம் கார் போய்விடும். 'சபாஷ்!' என்று கூறிய டிரைவரின் உற்சாகத்தை தூண்டி விடுவார் அபயவரதன்.

"டிரைவர், அடுத்தபடி எந்த கிராமம் தெரியுமா?' என்று அவர் ஒருதடவை கேட்டபோது தெரியும். இதோ திருப்பி விட்டேன்" என்று ஒரு பாதையில் காரைத் திருப்பிவிட்டான். கார் கிராமத்தை நோக்கி பாய்ந்து கொண்டிருந்தது. அபயவரதனும் அந்த கிராமத்துக்குத் தக்கபடி என்னென்ன பேச வேண்டும் என்பதையெல்லாம் தனக்குள் பிரசங்கம் தயாரித்துக் கொண்டே சென்றார்.

காரை டிரைவர் நிறுத்தியதும் தான் அபயவரதனுக்கு ஞாபகம் வந்தது. 'என்ன வந்து விட்டதா?" என்று உற்சாகத்துடன் காரிலிருந்து இறங்கினார். அவருக்குப் பின்னால் இரண்டு கார்களில் வந்த அவரது கோஷ்டியினரும் இறங்கினார்கள். ·வழக்கம் போல் கிராமத்தில் சில தெருக்களுக்கும் சென்று அபேட்சகர் அபயவரதன் வந்திருப்ப தாகவும் எல்லோரும் அவர் பேசுவதைக் கேட்க வரும்படியும் கேட்டுக் கொண்டார்கள்.

தங்கள் தொகுதிப் புதிய அபேட்சகர் வந்திருப்பதாக தகவல் கிடைத்ததும் கிராமத்து ஜனங்கள் எல்லோரும் ஓடி வந்தார்கள். கிராமத்து சாவடியில் அபயவரதன் தன் பிரசங்கக் குறிப்புகளுடன் உட்கார்ந்து கொண்டிருந்தார். தன்னைச் சுற்றி வந்து உட்கார்ந்த புதிய முகங்களைக் காணக் காண அவருக்கு எல்லையற்ற சந்தோஷம் ஏற்பட்டது. அதோடு அடுத்தபடி தான் போகவேண்டிய கிராமம் அவர் முன் நின்றுகொண்டே இருந்தது. எவ்வளவு துரிதமாகத் தன் பேச்சை முடித்துவிட்டுப் போக வேண்டுமோ அவ்வளவு சீக்கிரம் போய்விட விரும்பும் ஒரு துடிதுடிப்பு அவர் மனதில் ஓடிக் கொண்டே இருந்தது.

எனவே அவர் ஒரு நிமிஷம்கூட தாமதிக்கத் தயாராக இல்லை, கூட்டம் கூடிக் கொண்டே இருக்கையிலேயே அவர் தன் பிரசங்கக் குறிப்பை கையில் வைத்துக்கொண்டு பிரசங்கத்தை ஆரம்பித்துவிட்டார். "மகாஜனங்களே!" என்று ஆரம்பித்து, ஒவ்வொரு கிராமத்திலும் பூர்வ பீடிகையாக பேசுவது போல், தான் அந்த ஊருக்கு வருவது முதல் தடவையாக இருந்தாலும் ஏற்கனவே நெருங்கிய தொடர்பு இருந்து வருவது இத்யாதி விஷயங்களை எல்லாம் சொல்லிக்கொண்டே வந்து அவர்கள் கிராமத்துக் குறைகளை எல்லாம் பற்றி பிரஸ்தாபிக்க

ஆரம்பித்துச் சொன்னார்: "உங்கள் கிராமத்திற்கு தேவையானவைகள் என்னென்ன என்பது எனக்குத் தெரியும். உங்கள் ஊருக்குக் குழாய் அவசியம். குடி தண்ணீருக்கு நீங்கள் ரொம்பவும் சிரமப்படுகிறீர்கள்...'

கூட்டத்தில் ஒருவர் ஏதோ பேச வாயெடுத்தார்.

அபயவரதனுக்கு தன் பிரசங்கம் தடைப்படுவது பிடிக்கவில்லை.

"உங்களுக்கு இன்னும் பல குறைகள் இருப்பதும் எனக்குத் தெரியும். அவ்வளவையும் நான் சொல்லி முடித்து விடுகிறேன். அதன் பிறகு நீங்கள் உங்கள் அபிப்பிராயங்களைச் சொல்லலாம்" என்று தன் குறிப்பு நோட் புஸ்தகத்தைப் பார்த்துவிட்டு தொடர்ந்தார். "மேலும் உங்கள் ஊருக்கு இன்னும் எலக்டிரிக் லைட் வரவில்லை உங்கள் ஊருக்கு இவ்வளவு சமீபத்தில் மெயின் லைன் ஓடிக் கொண்டிருக்கும்போது உங்களுக்கு கிடைக்காதது ஒரு பெரிய குறைதான்..."

அவரை மறுபடியும் ஒரு குரல் கூட்டத்திலிருந்து இடை மறித்தது, கூட இரண்டு குரல்களும் சேர்ந்தன. பார்த்தார் அபயவரதன்.

"பார்த்தீர்களா அவசரப்படுகிறீர்களே! இன்னும் நான் சொல்ல வேண்டியது எவ்வளவோ பாக்கி இருக்கிறதே..." என்று தொடர்ந்தார்... உங்கள் ஊருக்கு ஒரு பஸ் ஸ்டாண்டு இல்லாததும் ஒரு குறைதான் அந்த குறையையும் நிவர்த்தித்து ஆகவேண்டும்..."

மேலே அபயவரதன் பேச்சு தொடர்வதற்குள் கூட்டத்திலிருந்து ஒரு முனகல் ஆரம்பித்தது. தொடர்ந்து இன்னும் சில முனகல்கள் கேட்டன. 'என்ன இது' கேட்பது போல சபையோரின் முகங்களைப் பார்த்தார் அபயவரதன். அவர்கள் ஒவ்வொருவர் முகத்திலும் விவரம் புரியாத ஒரு பிரமிப்பு இருந்தது. ஒருவருக்கொருவர் ஏதோ பேசிக்கொண்டே அவரை வெறிக்க வெறிக்கப் பார்த்துக்கொண்டேயிருந்தனர்.

அபயவரதனுக்கு ஒரு முரட்டுத் துணிச்சல் வந்தது. சபையோரின் கவனத்தை கவர்வதற்கு ஒரு வழி செய்தார். 'நான் கூறியதைத் தவிர உங்களுக்கு இன்னும் 'குறைகள் இருக்கும் பக்ஷத்தில் நீங்கள் தாராளாமாக எடுத்துச் சொல்லலாம். நான் சிலவற்றை பிரஸ்தாபிக்கவேயில்லை என்று நீங்கள் நினைப்பதாகத் தெரிகிறது. உங்கள் முகங்கள் பிரமிப்பு காட்டுவதன் அர்த்தம் எனக்கு புரிகிறது. சீக்கிரம் சொல்லுங்கள்! நான் இன்னும் பக்கத்தில் உள்ள இருபது கிராமங்களுக்குப் போயாக வேண்டும்' என்று சொல்லி நிறுத்தினார்.

அந்த சமயத்தில் டிரைவர் வந்து "எஜமான் இப்படி வாருங்கள் ஒரு வார்த்தை" என்றான். அதற்கு அபயவரதன் "கொஞ்சம் இரு" என்று கையை அமர்த்திவிட்டார். அதற்கு மேல் டிரைவர் தான் சொல்ல

வந்த விஷயத்தை சொல்ல முடியாமல் பின் தங்கினான்.

கூட்டத்திலிருந்து ஒருவர் எழுந்திருந்தார். அவர் ஆரம்பித்தார் அபேட்சகரய்யா! எங்கள் ஊருக்கு பெரிய மனது பண்ணி நீங்கள் வந்தது ரொம்ப சந்தோஷம்; ஆனால் ஒரு சிறு பிசகு ஏற்பட்டிருச்சு. முதலிலே எங்க கிராமத்துக்கு குழாய் வேண்டாம். அதோ பாருங்க அதுதான் ஆறு. நல்ல கோடையில்கூட ஊற்றுத் தண்ணி ஓடிக்கொண்டு இருக்கும். இந்த கிராமத்திற்கு கண்டு தண்ணி ரொம்ப மிஞ்சும்..."

அபயவரதன் திடுக்கிட்டுப் போனார்.

"இன்னும் எலக்டிரிக் கூட ஊருக்கு வேணும்னு சொன்னீங்க அதோ பாருங்க உங்க தலைக்குமேலே எலக்டிரிக் கம்பி ஓடுது எங்க ஊரிலே பஞ்சாயத்து ரேடியோ கூடம் இருக்குது..."

அபயவரதனின் திகைப்பு அதிகரித்தது.

"இன்னும் பஸ் ஸ்டாண்டு வேணும்னு சொன்னீங்க: எங்க ஊருக்குள்ளே பஸ் வருவதேயில்லீங்க. ஒரு மைல் தள்ளித்தான் மெயின் ரோடு; அதா போகுது ஊருக்கு வெளியே" என்றார்.

அபயவரதன் இடிந்து போனார். உடனே தன் கையில் இருந்த குறிப்பைப் பார்த்தார். தான் வேறு கிராமத்துக் குறிப்பு எதையாவது பார்த்துச் சொல்லிவிட்டோமோ என்று சந்தேகம் ஏற்பட்டது.

கூட்டத்திலிருந்து பல குரல்கள் அதே சமயம் நீங்கள் இப்போது சொன்னதெல்லாம் இங்கிருந்து மூணாவது மைலில் இருக்கிற கிராமத்துக்குத்தான் வேண்டும்' என்று கத்தின.

"அப்படியானால்? நான் வந்திருக்கும் கிராமம்...? அபயவரதன் பரபரப்புடன் டிரைவரைக் கூப்பிட்டார். டிரைவர் வந்தான். 'அதைத்தான் சொல்ல வந்தேன். கையமர்த்தி விட்டீர்கள். இது வேறே கிராமம்' என்றான்.

"வேறே கிராமமா? மாடப்பட்டி இல்லையா. நமது படத்தில் இருக்கிறதே!" என்றார் அபயவரதன்.

"அந்த கிராமம் இங்கிருந்து மூன்றாவது மைலில் இருக்கிறது" என்றான்,

"அப்படியானால் இது?" என்று சற்று வாய்விட்டு உரக்கவே கேட்டுவிட்டார் அபயவரதன்.

"இது தொப்பம்பாளயம் பிரிக்காவை சேர்ந்த ஒரு கிராமமுங்க."

"என்ன! ஊர்க்குளம் பிர்க்கா மாடிப்பட்டி கிராமம் இல்லையா இது!"

அபயவரதன் பிரமித்துப் போய் விட்டார்.

அசட்டுச் சிரிப்புடன் கூட்டத்தைப் பார்த்து ஒரு கும்பிடு போட்டுக்கொண்டே காருக்குப் புறப்பட்டார் அபயவரதன். அப்போது அவருக்கு வந்த எரிச்சலை எப்படி வெளிக் காட்டிக் கொள்வது என்று தெரியாமல் தவியாய் தவித்தார். அவருக்குப் பின்னால் அந்த ஊராரது சிரிப்புகள் அவர் காதுகளில் விழுந்து கொண்டிருந்தன.

குறித்த நேரத்தில்

குறித்த நேரத்தில் டகார் என்று ஆபீஸ் நாற்காலியில் வந்து உட்காரும் குமாஸ்தா தன் ஆபீஸிலேயே தான் ஒருவன் தான் என்ற பெருமையில் மிதந்து கொண்டிருப்பவன் மாணிக்கவேலு. பேச்சோடு மட்டுமல்லாமல் அவன் இதை நிறைவேற்றிக் கொண்டிருந்தான். ஆபீஸுக்கு ஐந்து பத்து நிமிஷம் முந்தியும் வரமாட்டான்; பிந்தியும் வரமாட்டான். அவ்வளவு கரெக்ட். அவன்கூட வேலை பார்க்கும் மற்ற குமாஸ்தாக்கள் இந்தப் பெருமையை அடிக்கடி சந்தர்ப்பம் கிடைத்தபோதெல்லாம் அவன் தம்பட்டம் அடித்துக் கொண்டிருப்பதை சகித்துக் கொண்டிருப்பதைத் தவிர வேறு வழியில்லை.

ஆனால் அவர்களுக்கு அவன்மீது ஆத்திரம் மட்டும் இருக்கத்தான் செய்தது. என்ன தான் இவன் குறித்த நேரத்திற்கு வருபவனாக இருக்கட்டுமே. இதற்காக தாங்கள் ஆபீசுக்குள் நுழையும் போதெல்லாம் அவன் கடியாரத்தை பார்த்துக்கொள்வதா? அதோடு ஐந்து நிமிஷம் முன்பின் வருபவர்களைப் பற்றி கிண்டலாகப் பேசுவதா? அவர்களுக்கு எரிச்சலாக இருந்தது. ஆனால் அவனிடம் தவறு கண்டுபிடிக்க முடியாததால் நேரில் எதுவும் சொல்ல முடியவில்லை.

என்றைக்கும் மாணிக்கவேலு அமைதியாக ஆபீஸுக்குள் நுழைபவன். அன்று ஒரே பரபரப்பாக நுழைந்து தன் நாற்காலியில் உட்கார்ந்ததும் உட்காராததுமாக எதிரே மாட்டியிருந்த கடியாரத்தை பார்த்தான். அவன் அதைப் பார்ப்பதற்கும் கடியாரம் மணி பத்தரை அடிப்பதற்கும் சரியாக இருந்தது.

மாணிக்கவேலு அப்படியே பிரமித்துப் போய் நின்றான். தன்னைச் சுற்றி ஒருதரம் பார்த்துக் கொண்டான். அடுத்த நிமிஷம் சபாஷ் என்று சற்று வெளிக் கேட்கும்படியாக கூவிக் கொண்டே நாற்காலியிலிருந்து ஒரு துள்ளு துள்ளி எழுந்து மறுபடியும் உட்கார்ந்து கொண்டான்.

"என்ன மிஸ்டர் மாணிக்கவேலு! பரபரப்புடன் வந்தீர்கள், இப்போது உங்களுக்கே சபாஷ் போட்டுக் கொள்கிறீர்களே" என்று கேட்டார் ஒருவர்.

மாணிக்கவேலு ஆரம்பித்து விட்டான். "இன்றைக்கு எனக்கு சந்தர்ப்பங்கள் ஏற்பட்ட மாதிரி உங்களில் யாருக்காவது ஏற்பட்டிருந்தால் இன்று நீங்கள் ஆபீஸுக்கு ஒரு மணி நேரம் லேட்டாக வந்திருப்பீர்கள்" என்றான்.

அவர்களுக்கு அதிசயமாக இருந்தது. "என்னப்பா விவரத்தை சொல்லு. நீதான் குறித்த நேரத்தில் சரியாக ஆபீஸுக்கு வந்து விட்டாயே" என்றார்கள்.

"ஆமாம் அதைத்தான் சொல்ல வந்தேன். இத்தனை நாட்களாக நான் குறித்த நேரத்தில் வந்த பழக்கம் இன்று எனக்கு வந்த எத்தனையோ ஆபத்துகளிலிருந்து மீட்டுக் கொண்டு வந்து விட்டது ஒரு ஆச்சரியக் கதையாக்கும்" என்றான். காலை எட்டு மணிக்கு ஆபீஸுக்கு வந்துவிடும் ஹெட் அக்கவுண்டெண்ட் சற்று வெளியே போயிருந்ததால் மாணிக்கவேலுவின் கதையைக் கேட்கஅவர்களுக்கு அவகாசம் இருந்தது.

மாணிக்கவேலு ஆரம்பித்தான்; "நான் நேரம் தவறாமல் ஆபீசுக்கு வருவது உங்களுக்கு தெரிந்த விஷயம். அவ்வளவு தூரம் விநாடிகளையும் நிமிஷங்களையும் கணக்கிட்டு வைத்திருக்கிறேன். இந்த குறித்த நேரத்திற்கு இன்று எத்தனை ஆபத்துகள் ஏற்பட்டன தெரியுமா.

முதலில் காலை ஐந்தரை மணிக்கு நான் வைத்திருந்த அலாரம் அடிக்கவில்லை. எனவே, நான் எழுந்திருக்கும் போது நேரமாகி விட்டது. முதலில் கடியாரத்தைப் பார்த்தேன். அது இரவு மூன்று மணிக்கே நின்று போயிருந்தது. அட கஷ்டமே என்று அலமாரியில் வைத்திருந்த கைக் கடியாரத்தை பார்த்தேன். அது இரவு பதினோரு மணிக்கே உயிரை விட்டிருந்தது. என்ன செய்வது.

"பக்கத்து வீட்டு கடியாரத்தை பார்த்து சரியாக வைத்திருக்கலாமே" என்றார் ஒருவர்.

"நன்றாகச் சொன்னீர்கள். அதையெல்லாம் பார்த்து வைத்துக் கொண்டிருந்தால் அப்புறம் நான் பங்சுவலாக வந்தாற்போல் தான்! நான் ரேடியோவை பார்த்துத்தான் வைப்பது வழக்கம். மாடியில் இருப்பவர்கள் ரேடியோவில் செய்தி சொல்லும்போது பார்த்துக் கொள்ளலாம் என்று கடியாரங்களுக்கு சாவியை கொடுத்து உத்தேசமாக மணி வைத்துவிட்டு, வழக்கம் போல் முறைப்படி

அலுவல்களை கவனிக்க முற்பட்டேன். மார்க்கெட்டிற்குப்போய் காய்கறி வாங்கிக்கொண்டு வந்தேன். வந்ததும் மனைவியிடம் ரேடியோ டைம் சரியாக வைத்தாயா?" என்று கேட்டேன். “ரேடியோ ரிப்பேராம்" என்றாள் அவள். எனக்கு தூக்கி வாரிப்போட்டது. சரி இன்றைக்கு ஆபீஸுக்கு லேட்தான் என்று தீர்மானித்துவிட்டேன். உத்தேசமாக வைக்கலாம் என்று எதிர் வீட்டில் மணி கேட்டேன், 7–50 என்று அவர் டயம் சொன்னதும் என்னுடைய கடிகாரங்களின் முள்ளைத் திருப்பி வைத்து விட்டு, பிறகு என் பழக்க வேலைகளில் ஈடுபட்டேன். திடீரென என் மனைவியின் குரல் கேட்டது. “என்ன இது கடியாரத்தை பாருங்கள். மணி 10–5 ஆகிறது!' என்றாள். மேஜை மீது இருந்த டயம் பீசை பார்த்தேன். 10–5. தூக்கி வாரிப்போட்டது. எப்போதும் 9–5க்கு ஸ்நானம் செய்யப் போவேன். சாப்பாடு டிரஸ் எல்லாம் முடித்து பஸ் ஸ்டாண்டுக்கு வந்து 10 மணி பஸ்ஸை பிடிக்க சரியாக இருக்கும். இப்போது 10–5.

என் பங்சுவாலிடிக்கு ஏற்பட்ட ஆபத்தை நினைத்தபோது நான் அதிர்ந்து போய்விட்டேன். என்ன அவசரப்பட்டும் நான் பஸ் ஸ்டாண்டுக்கு வரும்போது மணி 11 ஆகிவிட்டது.

"என்ன ஸார் இது, சரியாக பத்தரை மணிக்கு உங்கள் நாற்காலியில் உட்கார்ந்து விட்டீர்கள். பஸ் ஸ்டாண்டுக்கு வரும்போது மணி பதினொன்று ஆகிவிட்டது என்கிறீர்களே" என்றார் ஒருவர்.

மாணிக்கவேலு கடகடென சிரித்தான். "குறையையும் கேளுங்கள் ஸார், கைக்கடியாரத்தைப் பார்த்தேன். மணி பதினொன்று சரியாக காட்டியது. ஒரு மணி நேரம் லேட் என்று பரபரப்புடன் ஆபீசுக்குள் ஓடி வந்தேன். வந்து உட்காரவும் மணி அரையடிக்கவும் சரியாக இருந்தது. கடியாரத்தைப் பார்த்தேன். நிதானமாகப் பார்த்தபோது புரிந்தது. என் கைக்கடியாரத்தில் மணி பதினொன்றரை. எதிர் வீட்டில் மணி கேட்டு வைத்தபோது நான் ஒரு மணி நேரம் கூட்டியே வைத்திருந்திருக்கிறேன் என்பது இப்போதுதான் புரிந்தது" என்றான்.

மற்றவர்கள் சிரிக்கவே மாணிக்கவேலுவும் சேர்ந்து சிரித்து விட்டுச் சொன்னான். “இதிலிருந்து என்ன தெரிகிறது தெரியுமா? கடியாரம் தப்பாகக் காட்டினாலும் மாணிக்கவேலுவின் பங்சுவாலிடி தவறாது என்று ஏற்படுகிறதல்லவா? அவ்வளவு தூரம் எனக்கு கணக்காக நேரத்தை அளவிட்டு காரியம் செய்யும் திறமை ஏற்பட்டுவிட்டது பார்த்தீர்களா" என்று பெருமைப் பேச்சுக்கு ஆரம்பித்துவிட்டான்.

அப்போதுதான் அவர்களில் ஒருவர் தங்கள் தோல்வியை ஒப்புக்கொண்டு மாணிக்கவேலு, “இதோ பாரு, உன் டயம் சென்ஸ் இருக்கே, அடடா!

அது மாதிரி யாருக்கப்பா வரும்?" என்று இழுத்துப் பேசினார்.

வெளியே போயிருந்த ஹெட் அக்கவுண்டெண்ட் வந்து தன் ஆசனத்தில் உட்கார்ந்தார், 'மாணிக்கவேலு' என்று கூப்பிட்டார். மாணிக்கவேலு நாற்காலியைவிட்டு எழுந்து அவர் முன் போய் நின்றான்.

"ஆமாம் என்ன இப்படி செய்துவிட்டாய்" என்றார்.

"என்ன ஸார்?" என்று கேட்டான் அவன் திகைப்புடன்.

"கொஞ்சம் வேலை இருக்கிறது என்று உன்னை ஒரு மணி முன்னதாக வரச் சொல்லி இருந்தேனே" என்றார் எல்லோருடைய காதிலும் விழும்படியாக.

மாணிக்கவேலு திடுக்கிட்டான். இப்போதுதான் அவனுக்கு முன் தினம் மாலை வீட்டுக்குப் புறப்படும்போது அவர் தன்னை ஒன்பதரை மணிக்கு வரச்சொல்லி இருந்தது ஞாபகம் வந்தது.

"ஆமாம் ஸார்! மறந்தே போய்விட்டேன்" என்று அசடு வழிய இழுத்தான்.

"சரிதான் இப்படி மறதி இருந்தால் என்ன செய்வது? போ போ!" என்று சொல்லி அனுப்பினார்.

மாணிக்கவேலு ஒரு குற்ற நினைப்புடன் தன் நாற்காலியில் வந்து உட்கார்ந்தான்.

"என்ன மிஸ்டர் மாணிக்கவேலு! கடியாரம் தப்பாக காட்டினாலும் உங்கள் 'டயம் சென்ஸ்' குறித்த நேரத்தில் கணக்காக ஆபீசில் கொண்டுவந்து விட்டதைப் பற்றி பெருமையாகச் சொன்னீர்களே! இப்போது அக்கசவுன்டென்ட் கேட்கும்படி உங்கள் மறதி சென்ஸ்' காட்டிக் கொடுத்து விட்டதே" என்றார் ஒருவர்.

அப்போது இன்னொருவர் "எங்கள் கிராமத்தில் சொல்லிக் கொள்வார்கள். மந்தை மாடுகள் கணக்காக மேயப்போய் கணக்காக திரும்பிவிடும் என்று, அவைகளுக்கு டயம்சென்ஸ் ரொம்ப துல்யமாக தெரியுமாம்" என்றார்.

இதன் பிறகு குறித்த நேரத்தில் தான் ஆபீஸுக்கு வரும் பெருமையைப் பற்றி மாணிக்கவேலு சொல்லிக் கொள்வதேயில்லை.

பயந்த காரணம்

வெகு சுவாரசியமாக எங்களுடன் சம்பாஷணையில் ஈடு பட்டு வந்து கொண்டிருந்தார் ராமசாமி, அவ்வளவு மூச்ரவாக ஈடுபட்டிருந்தவரின் வாயசைவு திடீரென நின்றது. நாங்கள் திகைத்துப் போய் அவர் முகத்தை பார்த்தோம். அதில் ஏதோ ஒரு பேயைக் கண்டுவிட்ட தோற்றம் இருந்தது. முகம் பீதியுற்று இருந்தது.

பட்டப்பகலில் அதுவும் தார் ரோட்டில் சென்னை மவுண்ட்ரோடு பக்கத்தில் பேயறைந்த மாதிரி ஒருவர் முகம் மாறினால் அந்த இடத்தில் ஒரு பேய் அவருடைய கண்களுக்கு மட்டும் தோன்றியிருக்கும் என்று சொன்னாலும் யாரும் நம்ப மாட்டார்கள். எனவே அவ்வளவு அவருக்கு பீதியூட்டக்கூடியது எது அவர் கண்ணில் பட்டிருக்கும் என்று நாங்கள் கண்களை சுழற்றி சுற்றும் பார்த்தோம், எங்கள் கண்களில் அத்தகைய தோற்றம் எதுவும் படவில்லை. நாங்கள் எத்திசையில் பார்த்த தோற்றமும் எங்களுக்கு பீதியூட்டவும் இல்லை.

ஆனால் ராமசாமியின் முகம் மட்டும் தவித்து எந்த திசைப்பக்கம் போய் ஒளிந்து கொள்ளலாம் என்று தடுமாறிக் கொண்டிருந்தது. அடுத்த விநாடியே அந்த தடுமாற்றத்தை தன் செய்கையில் காட்டி விட்டார். எங்கள் இருவரையும் பார்த்து “கொஞ்சம் நீங்கள் இருவரும் இந்த நடைபாதையில் நின்று பேசிக்கொண்டிருங்கள். நான் ஒரு விநாடி அதோ அந்தக் கடைக்குப் போய் ஒரு சாமான் வாங்கி வருகிறேன்” என்று சொல்லிவிட்டு, நாங்கள் என்ன சாமான் எந்தக் கடை என்ற தகவல் கேட்பதற்குக்கூட அவகாசம் தராமல் பதட்ட நடையுடன் போய்விட்டார்.

அவர் யோசனைப்படி நாங்கள் நடைபாதையில் நின்று கொண்டிருந்தோம். "என்ன இது, ராமசாமி இப்படி பதறி எங்கேயோ போகிறாரே, காரணம்? அவருக்கு பிடிக்காத நபர் யாரையாவது ஒரு வேளை சந்திக்க வேண்டி இருக்கும் என்பதற்காக போகிறாரோ?" என்றார் நண்பர் லோக சுந்தரம்.

"தெரியவில்லையே! அப்படியும் யாருக்காகவும் பயந்து ஓடும்படியான சுபாவம் வாய்ந்தவர் அல்லவே அவர். இது வரையில் கை நீட்டி ஒரு காலணா வாங்கியதில்லையே. இவ்வளவுக்கும் நான் அவருக்கு எவ்வளவு வேண்டியவன்! யாருக்காக அவர் இப்படி பயப்பட வேண்டும்" என்றும் நான் அவருக்கு பதில் சொன்னேன்.

ராமசாமி அவ்வளவு சுத்தமான மனிதர் என்று எங்கள் வட்டாரத்தில் பேர்வாங்கியவர். அவரிடம் எங்களில் கடன் வாங்காதவர்கள் கிடையாது. ஆபீஸிலாகட்டும் வெளியிலாகட்டும் சரி எந்த இடத்தியிலா யினும் சரி, எந்தச் சமயத்திலும் அவரிடம் போய் காலணாவிலிருந்து ஐந்து ரூபாய் வரை கடன் கேட்டால் உடனே பையிலிருந்து எடுத்துக் கொடுத்து விடுவார். இல்லை என்று சொன்ன நாளே கிடையாது.

எங்கள் ஆபீஸில் அவருக்கு காஷியர் என்று பெயர் வைத்திருந்தோம். மாதத்தில் மூன்று வாரம் சம்பளம் வந்த ஜோரில் இருக்கும் எங்களுக்கு, சிலர் நான்காவது வாரத்தில் அவரிடம் மெள்ள வருவார்கள்.

"நமது ராமசாமிக்கு முதல் தேதி, முப்பதாம் தேதி இதெல்லாம் கிடையாது. மாதம் முழுவதும் முதல் தேதி தான்" என்று நாங்கள் சொல்லிக்கொண்டு போவோம். அவரும் சிரித்துக் கொண்டே போவார். சம்பளம் வந்ததும் எல்லோரும் அவரிடம் பழைய பாக்கிகளை கொடுத்து விடுவோம். பிறகு மூன்றாம் வாரத்தில் மறுபடியும் ஆரம்பமாகும்.

இந்த நிலைமையில் அவரிடம் பணம் வாங்கிவிட்டு கொடுக்க வேண்டி இருப்பவர்கள் அல்லவா குற்ற உணர்ச்சியுடன் அவரிடம் நெருங்க வேண்டும். அப்படி இருக்க இவர் பயந்து ஓடும்படியான சந்தர்ப்பம் இப்போது என்ன ஏற்பட்டது?

எங்களுக்குள் இது சம்பந்தமாக சம்பாஷணை நடந்து கொண்டிருந்தது. அந்தச் சமயத்தில் நடை பாதையில் எங்கள் பக்கத்தில் யாரோ தாண்டிக் கொண்டு போவது நிழல்பட்டது. திரும்பிப் பார்த்தோம். கங்காதரன்.

"என்ன ஸார் சௌக்யமா? எங்கே இங்கே நின்று கொண்டிருக்கிறீர்கள்?" என்று கேட்டுக்கொண்டே எங்கள் அருகில் நின்றார் கங்காதரன்.

கங்காதரனைப் பார்த்ததும் எங்களுக்கு பகீரென்றது. எங்கள் மனதுகள்

இயற்கையாகவே மணிபர்சில் இருக்கும் தொகையை ஞாபகப்படுத்திக் கொண்டன. ஆயினும் அந்த பயத்தை காட்டிக் கொள்ளாமல் "நமது 'ராமசாமி இங்கே ஒரு கடைக்குள் போயிருக்கிறார். அவருக்காக காத்துக் கொண்டிருக்கிறோம்'' என்றோம்.

"ராமசாமியா" என்று குரலை சற்று உயர்த்திக் கேட்டார் கங்காதரன். "சரிதான், நான் ரொம்ப அவசர ஜோலியாக போய்க் கொண்டிருக்கிறேன். பிறகு பார்க்கிறேன்" என்று வெகு துரிதமாக நடையை கட்டிக்கொண்டு போய் விட்டார்.

நல்ல வேளை என்று நான் சொல்லிக் கொண்டேன்.

"ஏது, கங்காதரன் இன்றைக்கு இப்படி பேசாமல் போய் விட்டார்" என்றார் நண்பர்.

"அதுதான் எனக்கும் ஆச்சர்யமாக இருக்கிறது. கங்காதரனை சந்தித்தால்தான், கடன் கேட்காமல் இருக்க மாட்டாரே!" என்று நானும் ஆச்சரியப்பட்டேன்.

கங்காதரன் கை நீட்டி கடன் வாங்காத நபர் யாருமே இருக்க முடியாது என்பது எங்களுடைய திட்டமான அபிப்பிராயம். ஆனால் அவர் நின்று ஒரு வார்த்தைகூடப் பேசாமல் போய்விட்டார் என்றால்...

"அதுவும் நமது ராமசாமியின் பெயரை கேட்டதும் அவர் ஏன் திடுதிப்பென போய்விட்டார்? புரியவில்லையே" என்றார் நண்பர்.

"ராமசாமியிடம் ஏதாவது கடன் வாங்கியிருப்பார். அவரை பார்ப்பதற்கு பயந்து ஓடிப்போயிருக்கலாம்" என்றேன்.

"இருக்கும் இருக்கும்" என்று நண்பர் சொல்லிக்கொண்டிருக்கும்போது பரபரப்புடன் நண்பர் ராமசாமி கடைக்குள்ளிருந்து இறங்கி எங்களிடம் வந்து சேர்ந்தார். "என்ன, சாமான்கள் வாங்கியாகிவிட்டதா அதற்குள்?" என்று நண்பர் கேட்டார். "கையில் ஒன்றையும் காணோமே" என்று நான் சேர்த்தேன்.

ராமசாமி தடுமாறிய குரலில், "சாமானும் வாங்கவில்லை. ஒரு மண்ணாங் கட்டியும் வாங்கவில்லை. ஆமாம், கங்காதரன் போய்விட்டாரா? எந்தப் பக்கம் போனார்? அந்தப் பக்கம் போகவேண்டாம். இந்தப் பக்கம் போகலாம் வாருங்கள்" என்றார்.

எங்களுக்குப் புரியவில்லை, என்ன இது ராமசாமியின் பெயரை கேட்டதும் கங்காதரன் நழுவி விட்டார். இவரோ கங்காதரன் போன பக்கம் போக வேண்டாம் என்கிறார். எங்கே அவரை சந்திக்க ஏற்பட்டு, விடுமோ என்ற பயம் அவருக்கு. இப்படி பரஸ்பரம் ஒருவரை ஒருவர்

கண்டு பயப்படக் காரணம்?

ராமசாமியிடம் நண்பர் கேட்டார் “சரிதான் கங்காதரனுக்கு பயந்து இப்படி ஏன் ஸார் ஓடவேண்டும்? கேட்டால் இல்லை என்று சொல்லிவிட்டால் போகிறது. நாங்கள் கூட அந்த தைரியத்தில்தான் இருந்தோம்" என்றார்.

"வாருங்கள் பேசிக்கொண்ட போகலாம்" என்றார் ராமசாமி. போகும்போது அவர் சொன்னார். “அதெல்லாம் இல்லை. அவர் என்னிடம் கடன் கேட்கமாட்டார். எனக்கு அந்தப் பயம் கிடையாது."

நாங்கள் அவரைப் பார்த்தோம். அந்த பயம் இல்லாதபோது எதற்காக கடைக்குள் போய் அவசரமாக இவர் ஒளிந்து கொள்ள வேண்டும்?

அவரே ஆரம்பித்தார் “உங்கள் சந்தேகம் எனக்குப் புரிகிறது. அதை விளக்கிவிடுகிறேன். கங்காதரன் என்னிடம் பத்து ரூபாய் கடன் வாங்கிக் கொண்டார். இப்போது பார்த்தாலும் அவர் என்ன சொல்வார், தெரியுமா? ராமசாமி, அடுத்த திங்கட்கிழமை உங்களுக்கு கட்டாயம் பணம் தந்து விடுகிறேன் என்று சொல்வார். அதை எனக்கு திருப்பிக் கொடுத்து விடுவாரோ என்ற பயந்தான்" என்றார்.

“அதற்கு பயப்படுவதாவது? திங்கட்கிழமை கொடுக்கட்டுமே” என்றார் நண்பர்.

ராமசாமி கடகடவென சிரித்தார். “சுத்த அப்பாவி மனுஷனாக இருக்கிறீரே! கங்காதரன் இந்த பத்து ரூபாயை வாங்கிக் கொண்டு போய் ஐந்து வருஷம் ஆகிறது தெரியுமா?"

"ஐந்து வருஷமா!"

“ஆமாம் ஒருவேளை திருப்பிக் கொடுத்துவிட்டால் அடுத்த தடவை மறுபடியும் அவருக்கு கடன் கொடுக்க வேண்டி இருக்கும் பாருங்கள். இப்போது அவரைச் சந்திக்காவிட்டால் அந்த ஆபத்து ஏற்படாதல்லவா? அதற்காகத்தான் அவர் எட்டி வருவதைப் பார்த்ததும் போய் ஒளிந்து கொண்டேன், புரிகிறதா?" என்றார் ராமசாமி.

மூவரும் சேர்ந்து சிரித்துக் கொண்டே நடந்தோம்.

லீவு

அன்றைக்கு ஆபீஸுக்குப் போனதும் போகாததுமாக முதல் முதல் அவர்கள் கண்களில் பட்டது அந்த சர்க்குலர்தான். போர்டில் ஒட்டப்பட்டிருந்த அதை படித்தார்களோ இல்லையோ அத்தனை பேர்களும் அப்படியே பிரமித்துப் போய் நின்றார்கள். ஒருவரோடு ஒருவர் சில நிமிஷங்கள் பேசவேயில்லை பேசும் சக்தியையே இழந்து விட்டவர்கள் மாதிரி தோன்றியது.

அந்த சுற்றறிக்கை இதுதான்:

"நாளை முதல் இன்னும் ஐந்து நாட்களுக்கு யாரும் சாக்குப்போக்குகள் சொல்லி கேட்கும் லீவு விண்ணப்பங்கள் ஒப்புக் கொள்ளப்பட மாட்டாது. உண்மையான காரணமாக இருந்தால்தான் கவனிக்கப்படும். தேக அசௌகரியம் சம்பந்தமாக லீவு கேட்பவர்கள் சர்க்கார் மெடிகல் உயர்தர ஆபீஸரிடம் வைத்திய சர்டிபிகேட் வாங்கி அனுப்பினால்தான் கவனிக்கப்படும். இந்த உத்தரவு கடுமையாக அமலுக்கு கொண்டு வரப்படும்"

– என்று எழுதப்பட்டு அந்த ஆபீஸ் தலைமை அதிகாரியின் கையெழுத்திட்டு ஒட்டப்பட்டிருந்தது.

ஒரு தடவைக்கு இரு தடவையாக, மூன்றாவது தடவையாகவும் படித்த ஆபீஸ் சிப்பந்திகளின் வாயிலிருந்து பல பல வார்த்தைகள் புறப்பட்டன. "சுத்த மோசம்! எப்போதும் இல்லாத உத்தரவு!"

என்றெல்லாம் ஆளுக்கொரு வார்த்தையாக அடுக்கினார்கள். அவர்கள் அத்தனை பேர்களையும் அந்த சர்க்குலர் எவ்வளவு ஏமாற்றத்திற்கு உள்ளாக்கியது என்பதை அந்த வார்த்தைகளை அவர்கள் உச்சரித்த தோரணையிலிருந்து அறிய முடிந்தது.

“எல்லாம் இந்த பி. செக்ஷன் சூப்பரிண்டெண்டின் வேலைதான்” என்றது ஒரு குரல்.

மற்றொரு குரல் “ஆமாம் போன வருஷமே அது உருமியதே. இந்த வருஷம் பிளான் போட்டுச் செய்திருக்கிறது. சுத்த பத்தாம்பசலி!” என்றது.

“இதன் பேச்சைக் கேட்டு அவர் கையெழுத்துப் போட்டிருக்கிறதைச் சொல்லவேண்டும்” என்றது இன்னொரு குரல்.

"அதெல்லாம் இல்லே ஸார்! அவர்கள் மேல் தப்பே சொல்வதற்கில்லை. போன தடவை மாதிரி ஆகிவிடாமல் இருக்கவேண்டுமே என்ற பயம்தான் இந்த சர்க்குலருக்கு காரணம்” என்றார் ஒருவர்.

அவர்களில் ஒருவரான ராகவன் ஆரம்பித்தான். “நீங்கள் சொல்வது வாஸ்தவம். நாமும் கொஞ்சம் அனுசரித்து நடந்திருந்தால் இப்படி ஏற்பட்டிருக்காது” என்றான்.

“இப்போது என்ன செய்வது, இந்த சர்க்குலருக்கு அப்புறம் அவர்களை எப்படிப் போய் லீவு கேட்பது” என்றார் ஒருவர்.

“ஒவ்வொருவர் கேட்கும் லீவுக்கே இந்த உத்தரவு இருக்கிறபோது அந்த நான்கு நாட்களும் ஆபீஸ் பூராவுக்கும் லீவு விடும்படி கேட்பது பைத்தியக்காரத்தனம்தான்" என்றார் இன்னொருவர்.

"சரி இந்தத் தடவை அந்த ஆசையை விட்டுத் தொலைக்க வேண்டியது தான்' என்றார் இன்னொருவர்.

ராகவன் மட்டும் சிரித்துக் கொண்டு “இதோ பாருங்கள் நான் எப்படி யாவது லீவு வாங்காமல் விடப்போவதில்லை” என்றான்.

அந்த அத்தனை பேரும் அவனை வியப்புடன் பார்த்தார்கள். “என்ன ராகவன்! மிஸ்டர் சின்ன பத்தாம் பசலி! கிரிக்கெட்டைப்பற்றி பேசுகிற இடத்திலேயே நிற்கமாட்டியே. உனக்கு கிரிக்கட் பார்க்க...” என்று குரல்கள் கேட்டன.

“நான் லீவு வாங்கிக் கொள்ளப் போவதைப் பற்றித்தானே சொன்னேன். கிரிக்கெட் பார்க்கப்போவதாகச் சொல்லவில்லையே” என்றான் ராகவன்.

அத்தனை பேரும் சிரித்தார்கள். “இந்த சர்க்குலரைப் பார்த்துவிட்டு

உனக்கு லீவு ஆசையா? அதுவும் அந்தப் பசலிகிட்ட வேலை பார்க்கிற வன்! லீவுக்கு என்ன காரணம் சொல்லுவாய்? சுத்தப் பைத்தியம்!" என்று சொல்லிக் கொண்டே அவரவர்கள் இடத்திற்கு சென்றார்கள்.

லீவைப்பற்றி அந்த அத்தனை பேர்களும் அவ்வளவு தூரம் ஏகோபித்து அக்கறை காட்டும்படியான அந்த சந்தர்ப்பம் என்ன தெரியுமா? நகரத்தில் சில தினங்களில் நடக்க இருக்கும் இந்தியா–காமன்வெல்த் கிரிக்கெட் பந்தயம்தான். கிரிக்கெட் பந்தயம் நடக்கும் ஐந்து நாட்களில் ஒரு இரண்டு நாட்களாவது தாங்கள் போக ஏதுவாக, ஆபீஸ் முழுவதுக்கும் லீவு கொடுக்கும்படி கேட்டு அவர்களில் கிரிக்கெட் பக்தர்கள் மகஜர் தயாரிக்க யோசித்துக் கொண்டிருந்தனர். கிரிக்கெட் பக்தர்கள் அல்லாதவர்களுக்கு இதில் அக்கறையில்லை என்றாலும் தங்களுக்கும் இரண்டு நாட்கள் லீவு கிடைப்பதை விடுவானேன் என்று தாங்களும் சிரத்தை காட்டினார்கள்.

இந்த சுற்றறிக்கை இப்போது அவர்கள் அத்தனை பேரையும் ஏமாறச் செய்து விட்டது. பாவம்! என்ன செய்வார்கள்? அந்த பி செக்ஷன் சூபரிண்டென்டின் மீதுதான் அவர்கள் ஆத்திரம் அத்தனையும் வந்து விழுந்தது.

பி செக்ஷன் சூப்பரிண்டெண்டு குருசாமி நாயுடுவுக்கு வயது ஐம்பதுக்கு சமீபம் இருக்கும். கிரிக்கெட் என்றால் பௌலர் பட்கர் எறிந்த 'பம்பரை'ப் போல் எகிறிக் கிளம்பி விடுவார். அவ்வளவு ஆத்திரம் வரும் அவருக்கு. ஒரு ஆண்டுக் குழந்தை முதல் கிழவர்கள் வரையில் விளையாடும் எந்த விளையாட்டுகளிலும் இந்த கிரிக்கெட் ஒன்றுதான் அவருக்குப் பிடிக்காதது. மனிதன் காட்டுமிராண்டி என்பதற்கு காலை ஆரம்பித்து அஸ்தமனம் வரை வெயிலில் விளையாடும் இந்த கிரிக்கெட் விளையாட்டே உதாரணம் என்பார் அவர்.

அப்படிப்பட்டவர் எப்படி பத்தாம்பசலி என்ற பட்டத்தை தன் சிப்பந்திகளிடம் இருந்து வாங்காமல் இருக்க முடியும்?

அதிலும் இதற்கு முன் ஒரு தடவை நடந்த சம்பவம் அவருக்கு இன்னும் ஞாபகத்தில் இருக்கும்போது இத்தகைய உத்தரவு பிறப்பிக்கப்படுவதற்கு அவர் போதிய நடவடிக்கை எடுக்காமல் விட்டுவிடுவாரா என்ன? சென்ற தடவை ஆஸ்டிரேலிய கோஷ்டி நகரத்துக்கு வந்திருந்தபோது நடந்த சம்பவம் அது. ஊரே அமர்க்களப்பட்டது. இவர் கீழ் வேலை செய்பவர்கள் மட்டும் சும்மா இருப்பார்களா? கிரிக்கெட் பந்தயத்திற்கு முந்திய நாள் காலை, அவர் ஆபீஸுக்குச் சென்று மேஜை முன்பு உட்கார்ந்ததும் அவர் கண்களில் பட்டது, மேஜை மீது அடுக்கி வைக்கப் பட்டிருந்த லீவு விண்ணப்பங்கள்தான்!

அவர் செக்ஷனில் அவருக்குக் கீழே வேலை செய்யும் அத்தனை பேர்களும் தனித்தனியே வீட்டிலிருந்து இரண்டு நாள், மூன்று நாள் லீவுக்கு விண்ணப்பம் அனுப்பி இருந்தார்கள். 'தேக அசௌக்யம்', 'வீட்டு வேலை', 'ஊருக்குப் போக வேண்டியிருப்பதால்' இப்படி பலவிதமாக காரணங்கள் கூறப்பட்டிருந்தன. மணி பதினொன்றுக்கு செக்ஷன் நாற்காலிகள் பூராவும் நிரம்பி இருக்கவேண்டிய அந்த நேரத்தில் அவர் மட்டும்தான் உட்கார்ந்திருந்தார்.

அவருக்கு வந்த ஆத்திரத்தில் 'பியூன்' என்று மணியை நொறுக்கி விடுவதுபோல அடித்துக் கொண்டே கத்தினார். பியூன் ஓடி வந்ததும் மேலதிகாரி வந்திருக்கிறாரா என்று பார்க்கச் சொன்னார். சொல்லிக் கொண்டே அத்தனை விண்ணப்பங்களுடனும் தானே மேலதிகாரி அறைக்குப் புறப்பட்டு விட்டார். மேலதிகாரி அறையில் நுழைந்ததும் விண்ணப்பங்களை மேஜை மீது வைத்து ஆத்திரத்துடன் "பாருங்கள்! என்ன செய்திருக்கிறார்கள்!" என்றார்.

தலைமை அதிகாரி சிரித்தார். "இதோ பாருங்கள்" என்று தன் மேஜை முன்பு இருந்த விண்ணப்ப அடுக்குகளைக் காட்டினார்.

பி. செக்ஷனைப் போலவே மற்ற எல்லா செக்ஷன்களிலிருந்தும் வந்திருந்த விண்ணப்பங்கள் அத்தனையும்! அந்தந்த செக்ஷன் சூப்ரிண்டெண்டுகள் கொண்டு வந்து கொடுத்திருந்தார்கள்.

பி. செக்ஷன் சூப்ரிண்டெண்டுக்கு வந்த கோபத்திற்கு அளவே இல்லை. ஆத்திரத்துடன் "இதை லேசில் விடக்கூடாது! நடவடிக்கை எடுத்துத்தான் ஆகணும். இந்த காட்டுமிராண்டி விளையாட்டைப் பார்ப்பதற்கு விடுவதா? ஆபீஸ் எப்படி நடக்கிறது" என்று குதிகுதி எனக் குதித்தார். அவரது ஆத்திரத்தை புரிந்துகொண்ட மற்ற ஆபீஸர்கள் தங்களுக்குள் சிரித்துக் கொண்ட போதிலும் வெளிக்கு அவரை ஆதரித்துப் பேசினார்கள். இனி அந்த மாதிரி ஏற்படாமல் இருக்கப் பார்த்துக் கொள்ள வேண்டும் என்னும் முடிவுக்கு வந்தார்கள்.

அந்த முடிவின் பயனாகத்தான் இப்போதைய சுற்றறிக்கை வெளிவந்தது. கிரிக்கெட் பந்தயம் சில தினங்களில் நகரில் நடக்கப்போகிறது என்ற செய்தியை பத்திரிகையில் பார்த்தாரோ இல்லையோ. பி. செக்ஷன் சூப்ரிண்டெண்டு இந்தச் சுற்றறிக்கையை போர்டில் ஒட்டிவிட ஏற்பாடுகள் செய்துவிட்டுத்தான் தன் நாற்காலியில் நிம்மதியாக அமர்ந்தார். "இங்கே இந்த வருஷம், இவர்கள் போன வருஷம் மாதிரி பொய்க் காரணங்கள் சொல்லி கிரிக்கெட் பார்க்க லீவு கேக்கிறதை பார்க்கிறேன்! என்னையா ஏமாற்ற முடியும்?" என்று வீராப்பு பேசிக் கொண்டார் தனக்குள்,

சர்க்குலரைப் படித்துவிட்டு அவரது செக்ஷன் கிளார்க்குகள் தங்கள் தங்கள் இடத்தில் போய் உட்கார்ந்து வேலை ஆரம்பித்தனர். அவர்கள் ஒவ்வொருவர் முகமும் உள்ளடக்கிய ஆத்திரத் தோற்றம் காட்டிக் கொண்டிருந்தது 'லீவு போடக் கூட முடியாமல் செய்து விட்டாரே' என்று உள்ளூற குமுறிக் கொண்டிருந்தனர். அன்றைக்கு மறுநாள் கிரிக்கெட் பந்தயம் ஆரம்பம். என்ன செய்வார்கள் பாவம்!

ராகவன் வழக்கம்போல் தன் வேலையை செய்ய ஆரம்பித்தான். மற்றவர்களுக்கிருந்த உற்சாகக் குறைவு அவனுக்கு இல்லை. என்றைக்கும் விட சூப்ரிண்டெண்டிடம் நெருங்கி பழகிக் கொண்டிருந்தான். அவரும் ராகவனை அடிக்கடி கூப்பிட்டு ஏதாவது சொல்லிக்கொண்டும் கேட்டுக் கொண்டும் இருந்தார். குமாஸ்தாக்கள் யாவருக்கும் தன்மீது கோபம் இருக்கும் என்று அவர் எதிர்பார்த்ததுதான். எனவே அவர் அவர்களிடம் அன்று பூராவும் அதிகம் பேசவில்லை. தன் குமஸ்தாக்களை சிக்க வைத்துவிட்டதைப் பற்றிய திருப்தியில் இருந்தார்.

மற்ற எந்த செக்ஷன் எப்படிப் போனாலும் தன் செக்ஷன் சம்பந்தப்பட்ட வரையில் இப்படி பொய்ச் சாக்கு சொல்லி லீவு பெற்றுப் போக விடுவதில்லை என்ற திடசங்கல்பத்தை ஒரு வினாடிகூட நழுவவிடாமல் பார்த்துக் கொண்டிருந்தார். இதை யூகித்த அவரது குமாஸ்தாக்களும் நிராசை நிறைந்த மனதுகளுடன் வேலையில் ஈடுபட்டு இருந்தனர்.

ஆபீஸ் நேரம் முடிவதற்குச் சற்று நேரம் இருக்கும். ராகவன் ஒரு லீவு விண்ணப்பம் தயாரித்துக்கொண்டு நேரே சூப்ரிண்டெண்டு மேஜைமுன் வந்து நின்றான்.

அவன் கையில் மடித்த காகிதத்தை பார்த்ததுமே கொஞ்சம் தளர்ந்திருந்த தீவிர முகக்குறியையும் இன்னும் கடுமையாக்கிக்கொண்டார் சூப்பரிண்டெண்டு.

"என்ன இது!" என்று அதட்டிக் கேட்டுக்கொண்டே கடிதத்தை வெடுக்கெனப் பிடுங்கிப் படித்தார்.

"லீவு" என்று இழுத்தான் ராகவன்.

"என்ன லீவா? சர்க்குலரைப் பார்த்தாயா? இல்லையா?" என்று அதட்டிக் கேட்டுக் கொண்டே அதைப் படிக்க ஆரம்பித்தார்.

மற்ற கிளார்க்குகள் எல்லோரும் வியப்புடன் இதைப் பார்த்துக்கொண்டே இருந்தனர்.

"சரி இன்றைக்கு நன்றாக அவரிடம் வாங்கிக்கொள்ளப் போகிறான். லீவும் கிடைக்காது" என்றார் ஒருவர்.

"அசட்டுப் பட்டம்தான் மிஞ்சும்! அவமானம் வேறு" என்று ஒருவரோடு ஒருவர் சொல்லிக் கொண்டார்கள்.

கடிதத்தைப் படித்து முடித்தார் சூப்பரிண்டெண்டு. ராகவன் அவரையே பார்த்துக் கொண்டிருந்தான். மற்றவர்கள் அவர்கள் இருவரையும் மாறி மாறிப் பார்த்துக் கொண்டிருந்தார்கள். "சரி வீசியெறிந்துவிடப் போகிறார்!"" என்று எதிர்பார்த்தார்கள்.

ஆனால் அவர்கள் எதிர்பார்த்தபடி ஏற்படவில்லை கடிதத்தை மறுபடியும் படித்தார். படித்துக்கொண்டே தலையை இடது கையால் பின் பக்கமாகத் தடவிக் கொண்டார். அதைத் தொடர்ந்து ஒரு கனைப்பு கனைத்துக் கொண்டார்.

'என்ன இது கடிதத்தைப் படித்துவிட்டு இவ்வளவு தயங்குகிறாரே என்ன காரணம்? என்று எல்லோருடைய மனதுகளும் கேட்டுக் கொண்டன. ஏதோ ரொம்ப கோபத்துடன் நடந்து கொள்ளப் போகிறார் என்று எதிர்பார்த்தார்கள். "ஐயோ! பாவம் ராகவன்!" என்று கூடப் பேசிக் கொண்டார்கள். ஆனால் ராகவன் மட்டும் சிறிதும் பயப்படாதது மட்டுமல்ல; உதடுகளை இறுக்கிய ஒரு லேசான புன்சிரிப்புடன் அவரையே பார்த்துக்கொண்டு நின்றிருந்தான்,

அவர்கள் பார்த்துக் கொண்டிருக்கும்போதே பேனாவை எடுத்தார் சூப்பரிண்டெண்டு. விண்ணப்ப கடிதத்தில் ஏதோ எழுதினார் ராகவனைப் பார்த்துச் சிரித்துக்கொண்டே. அவனிடம் கொடுத்தார்.

ராகவன் ஜாடையாக பார்த்துவிட்டு மடித்து வைத்து திரும்பி தன் ஆசனத்துக்கு வந்து உட்கார்ந்தான்.

"என்ன ஆச்சு?" என்று அவன் பக்கத்தில் இருந்தவர்களை ஆவலோடு கேட்டோம்.

"மூன்று நாட்களுக்கு லீவு கிடைத்து விட்டது" என்றான் ராகவன்.

அவர்கள் நம்பவில்லை. "பொய் சொல்கிறாய்! எங்கே கொண்டா பார்ப்போம்" என்றனர்.

ராகவன் லீவு விண்ணப்பத்தைக் கொடுத்துப் பாருங்கள்'' என்றான்.

லீவு தரப்பட்டிருந்தது!

அவர்கள் பிரமிப்பு தாங்காமல், எப்படிக் கிடைத்தது, என்ன காரணத்துக் காக என்று அறிய விண்ணப்பத்தை ஆவலோடு படித்தார்கள்.

விண்ணப்பம் இதுதான்:

ஸார்,

ஆபீஸ் சர்க்குலரில் கண்டுள்ளபடி நான் எவ்வித சாக்குப்போக்கும் சொல்லி லீவு கேட்கவில்லை. உண்மையான காரணம் சொல்லியே கேட்கிறேன். நான் கிரிக்கெட் பந்தயம் பார்க்க விரும்புவதால் நாளை முதல் மூன்று நாட்களுக்கு லீவு கொடுக்கும்படி கேட்டுக் கொள்கிறேன்.

தங்கள் கீழ்ப்படிதலுள்ள,
எஸ். ராகவன்

ஒருவரையொருவர் பார்த்துக் கொண்டார்கள். ஆபீஸ் சர்க்குலரில் கண்டிருந்த நிபந்தனைக்கு உட்பட்டு பி. செக்ஷன் சூப்பரிண்டெண்டு ராகவனுக்கு லீவு கொடுத்த ரகசியம் அவர்களுக்குப் புரிந்தது.

சட்டம் சட்டமே!

'யூனியன் உத்திரவு பெறாமல் போட்டிருக்கும் பந்தலை, இந்த நோட்டீஸ் கண்ட இருபத்திநாலு மணி நேரத்திற்குள் பிரித்துவிட வேண்டும்' என்ற நோட்டிஸ் கையில் கிடைத்ததும், உலகநாத பிள்ளை அப்படியே ஸ்தம்பித்துப் போய் நின்று விட்டார்.

உலகநாத பிள்ளை கிராமத்தில் பிரபல பண்ணையார். அசாத்ய செல்வாக்கு இருந்த சப்–மாஜிஸ்டிரேட் புன்னைவனநாத முதலியார் அவருக்கு ஆப்த நண்பராகி இருந்ததால், செல்வாக்கு, பணம் இரண்டையும் கொண்டு அவர் எந்தக் காரியத்தையும் சாதித்துக் கொண்டு விடுவார்.

அவருடைய ஒரே பெண்ணுக்கு கல்யாணம் நிச்சயமாகி பந்தல் தடபுடலாக போட ஆரம்பித்து முடிவடையும் சமயத்தில் இருந்தது. யூனியன் அனுமதி பெற்றுத்தான் தெருவில் பந்தல் போடவேண்டும் என்ற விதி இருந்த போதிலும். கிராமாந்திரங்களில் முதலில் பந்தலைப் போட்டுக் கொள்வதும், பிறகு ஒப்புக்கு அனுமதி பெற்று அதற்கான வரியைக் கட்டுவதும்தான் சம்பிரதாயமாக இருந்து வந்தது.

யூனியன் போர்டுகளுக்கு எல்லாம் தலைவராக, சர்க்கார் அதிகாரிகளே நியமிக்கப்பட்டு வந்த காலம் அது. கிராம ஆஸ்பத்திரி டாக்டர் சுதர்சனம் பிள்ளை யூனியன் தலைவரானது முதல், அவருடைய அதிகார தடபுடல் கிராமத்தில் பிரபலமாகி விட்டது.

பாவம் கிராமவாசிகள் திண்ணைக்கு வெளியே நிழலுக்காக போட்டிருந்த தட்டிகள் எல்லாம், ஒரே உத்திரவில் அகற்றப்பட்டு

விட்டன. ஆடுமாடுகளை குளிப்பாட்ட மேண்டுமென்றால் கிராமத்திலிருந்து நாலைந்து மைலுக்குக் குறையாமல் தள்ளிப்போய் ஆற்றில் குளிப்பாட்ட வேண்டும்.

உலகநாத பிள்ளை நோட்டீஸை எடுத்துக் கொண்டு அலறிப்புடைத்துக் கொண்டு யூனியன் ஆபீஸீக்கு ஓடி வந்தார்.

"அதெல்லாம் முடியாது. பந்தலை உடனே பிரித்து விட்டுத்தான் மறு ஜோலி பார்க்கணும், யூனியன் உத்திரவுப்படி" என்றார் சுதர்சனம்.

"இல்லே ஸார்! கல்யாணத்துக்கு போட்ட பந்தல். அதை எப்படிப் பிரிப்பது? சகுனத் தடையாகுமே சார்' என்று கெஞ்சினார் உலகநாத பிள்ளை.

'இந்த யோசனை முன்னாலேயே இருந்திருக்கணும், ஒரு ஆபீஸ், சட்டம், இதற்கு என்று ஒரு மனிதன் உட்கார்ந்திருக்கிறானே என்று மதிந்திருத்தீர்களானால் இப்படிச் செய்வீர்களா'' என்று தன் அதிகாரத்தின் முழுபலத்தையும் தொனியில் காட்டினார் யூனியன் தலைவர் சுதர்சனம்.

"இல்லை, எப்போதும் கிராம சம்பிரதாயம் இதுதான் ஸார். பந்தலைப் போட்டுவிட்டு பிறகு சாவகாசமாக விண்ணப்ப பாரத்தில் கையெழுத்துப்போட்டு..." என்று எதிரே நின்ற உலகநாத பிள்ளை வாக்கியத்தை முடிக்கவில்லை.

டாக்டர் சுதர்சனத்தின் கை ஒரு தரம் மேஜையை அடித்துக் கொடுத்தது. "இதோ பாரும்! நீர் பெரிய மிராசுதாராக இருந்து விட்டால், உமது இஷ்டப்படி எல்லாம் செய்து கொண்டிருக்க முடியாது, தெரியுமா? அந்தக் காலம் எல்லாம் மலையேறி விட்டது, சட்டம் என்றால் சட்டம் தானாக்கும் இம்மியளவு கூட மீறி நடக்க விடமாட்டேன் என் காலத்தில். ஜாக்கிரதை!" என்று அடித்தொண்டையிலிருந்து மறுபடியும் கர்ஜித்தார் சுதர்சனம். அவர் ராணுவத்தில் உழைத்தவர் என்பதின் சின்னமாக விளங்கும் மீசை முறுக்காக அசைந்து கொடுத்தது, உதடுகள் அசையும்போது.

அந்த கர்ஜனையைக் கேட்ட உலகநாதம் பயந்து போய் விட்டார். அவரிடம் பேசி தப்பித்துக் கொள்வதற்கு வேறு ஒரு வழியும் அவருக்குத் தோன்றவில்லை. 'ஸார். என்னமோ தெரியாமல் செய்துவிட்டேன். இந்தத் தடவை மன்னித்து விடுங்கள். இனிமேல் இப்படி ஏற்படாது' என்று பல்லைக் காட்டி கெஞ்சி, ஒரு மட்டுக்கு பந்தல் பிரிபடாமல் வகை செய்துகொண்டு போவதற்குள் அவர் பட்டபாடு போதும் போதுமென்றாகி விட்டது.

கல்யாணம் நடந்து சில நாட்கள் கழிந்து உலகநாத பிள்ளை வீட்டுத் திண்ணையில் இரண்டு பேர்கள் ஒரு கட்டுச் சீட்டுகளைப் பரப்பிக்கொண்டு ‘பிஸ்க்’ ஆடிக்கொண்டிருந்தார்கள். ரொம்ப சுவாரசியமாக அவர்கள் வாயிலிருந்து அடியிற்கண்ட சம்பாஷணை கிளம்பிக் கொண்டிருந்தது.

“அவ்வளவு தைர்யமா இந்த சுதர்சனத்துக்கு? நேற்று பிறந்த பயல்! வெளியிலே போய் ஏதோ சண்டையிலே இரண்டு வருஷம் இருந்து, வந்துவிட்டால் இவ்வளவு திமிரா அவனுக்கு!'' என்று உறுமினார் புன்னைவனநாத முதலியார்.

உலகநாத பிள்ளைக்கு அன்று சுதர்சனம் செய்த கெடுபிடி இன்னும் கண் முன்னாலேயே நின்று கொண்டிருந்தது. “என்ன போங்க, அன்றைக்கு அவன்கிட்ட தப்பித்துக் கொள்வதற்கு முன்னே என் மானமெல்லாம் போய்விட்டது. கஷ்ட காலம் இவன் கிட்ட பல்லைக் காட்டி கெஞ்ச வேண்டிப் போய்விட்டது'' என்று அங்கலாய்த்துக் கொண்டார் உலகநாதம்.

“சட்டமாம் சட்டம்! ரொம்ப சட்டத்தை எல்லாம் கண்டவன்! கோர்ட் சட்டத்திலே கூட சமயத்திலே இரக்கம் காட்டவேண்டி இருக்கு. இவன் ரூல்படிதான் நடக்கிறானாக்கும்! பார்ப்போம்; சமயம் வராமலா போய்விடும்' என்றார் முதலியார்.

“என்னமோ சார், இவன் கொட்டத்தை கொஞ்சம் அடக்கினால்தான் தேவலை. இல்லாவிட்டால் இந்த ஊரிலேயே மனுஷன் குடியிருக்க விடமாட்டான்” என்றார் உலகநாதம்.

சில மாதங்கள் கழிந்து போய்விட்டன. பகல் பத்து மணி சமயம் இருக்கும். டாக்டர் சுதர்சனம் ஸ்நானம் செய்துவிட்டு மடியாக பட்டு ஒன்றை உடுத்திக் கொண்டு வாசலில் நின்று கொண்டிருந்தார். ஆனால் அவர் நெற்றியில் விபூதி ஒன்றும் பூசி இருக்கவில்லை. பாழ் நெற்றியாக இருந்தது.

“எசமான்'' என்று அருகில் குரல் கேட்க சுதர்சனம் திரும்பிப் பார்த்தார். டவாலி போட்டுக்கொண்டு, ஒரு சர்க்கார் கவர் ஒன்றை அவரிடம் நீட்டினான் கோர்ட் சேவகன்.

'என்ன இது! பூசை வேளையில்' என்று கொண்டே எரிச்சலுடன் அதை விருட்டென்று அவன் கையிலிருந்து பிடுங்கி, கவரை பரபரவென்று கிழித்து கடிதத்தை சுதர்சனம் படித்தார். அந்த உத்தரவு:

‘மேலாம்பள்ளம் அருகில் விஷமிடப்பட்டு கொன்று வயலில் புதைக்கப்பட்டு விட்டதாகச் சொல்லப்படும் முருகன் என்பவருக்கு

சொந்தமான காளைமாட்டை உடனே பரிசோதனை செய்து பார்த்து அது விஷமிடப்பட்டதா அல்லது இயற்கையாக இறந்ததா என்ற விபரத்தை கோர்ட்டாருக்குத் தெரியப்படுத்தவும்...'

இதைப் படித்த சுதர்சனத்தின் முகம் மாறியது. 'சரிதான், நல்ல நாள் பார்த்து வந்திருக்கிறது இந்த வேலை' என்று முனகிக்கொண்டே கோர்ட் சேவகனை இருக்கச் சொல்லி விட்டு உள்ளே சென்று ஒரு கடிதம் எழுதினார். கடிதம்;

'... இன்று என் தகப்பனாருக்கு திதியாக இருப்பதால் நாளை இந்த வேலையைச் செய்வதற்கு எனக்கு அவகாசம் கொடுக்கவும், விவரமான தகவல் நாளை கொடுக்கிறேன்...'

கடிதத்தை கோர்ட் சேவகனிடம் கொடுத்து அனுப்பி விட்டு திதிக்கான ஏற்பாடுகளை செய்வதில் சுதர்சனம் முனைத் திருந்தார். கொஞ்ச நாழிகை ஆனதும் மறுபடியும் கோர்ட் சேவகன் குரல் வீட்டு வாசலில் கேட்டது. என்ன எழவாக இருக்கிறது' என்று சீறிக்கொண்டே சுதர்சனம் வாசலுக்கு வந்தார்.

சேவகன் இன்னொரு கவரை அவரிடம் நீட்டினான். முகத்தில் எள்ளும் கொள்ளும் வெடிக்கும் கோபத்துடன் அந்த கவரைப் பிடுங்கி உடைத்து படிக்க ஆரம்பித்தார் சுதர்சனம்.

இரண்டு வரிகள் தான் அவர் படித்திருப்பார். அவர் முகம் சுருங்க ஆரம்பித்தது. அதை முடிப்பதற்குள் அவர் முகம் அப்படியே நீண்டு தொங்கிவிட்டது. ஆய்ந்து ஓய்ந்து போய் கடிதத்தை வீசி ஒரு மூலையில் எறிந்தார் சுதர்சனம், கடிதம்:

...சட்டம் சட்டம் தான் என்பதை கோர்ட் வற்புறுத்துகிறது. தனி மனிதர்களின் தன்மையை அது கவனிக்க முடியாது. ஆகவே கோர்ட்டாரின் முந்தின உத்திரவுப்படி அந்த சோதனையை நடத்தி, இன்று மாலைக்குள் ரிப்போர்ட் அனுப்ப வேண்டுமென யூனியன் தலைவர், சர்க்கார் கிராம ஆஸ்பத்திரி டாக்டர் ஸ்ரீ சுதர்சனத்துக்கு இதன் மூலம் அறிவிக்கப்படுகிறது.

அடியில் சப்மாஜிஸ்ரேட் புன்னைவனநாத முதலியாரின் கையெழுத்து இருந்தது.

அட, கஷ்டமே! திதியன்று செத்த மாட்டை அறுக்கவா என்று ஓங்கித் தலையில் அடித்துக் கொண்டார் ஸ்ரீ சுதர்சனம்.

'சட்டம் சட்டமே,' என்று முன்பு பண்ணையார் உலகநாத பிள்ளையை அவர் படுத்திவைத்தபாடு, அவர் ஞாபகத்துக்கு அப்போது வராமல் இருக்க முடியுமா?

வெல்லமோ வெல்லம்

எஜமானி அம்மாள் கடைசியாக சொன்ன வார்த்தைகள் குருசாமியை தலைகுனியச் செய்துவிட்டன. வாஸ்தவத்தில் குருசாமி அவனுடைய பதினைந்து வருஷ பியூன் வாழ்க்கையில் தலைகுனிய வேண்டி ஏற்பட்ட முதல் சந்தர்ப்பம் இதுதான். எனவே இந்த சந்தர்ப்பத்தில் கிடைத்த சூடு அவனுக்கு தாங்க முடியாததாக இருந்தது. இந்தப் பேச்சு வாங்கி இருப்பதைவிட வேலையை ராஜினாமா செய்துவிட்டுப் போயிருக்கலாம் என்றுகூட அவன் மனதில் ஒரு க்ஷண நேர சிந்தனை ஓட்டம் நடந்தது என்றால், அந்த வார்த்தைகள் அவன் மனதை எவ்வளவு வேதனைப்படுத்தி இருக்க வேண்டும்? எஜமானியம்மாள் கொடுத்த சூடு இதுதான். "நீயும் இத்தனை வருஷமாக பியூன் வேலை பார்த்து வருகிறாயே. ஒரு வீசை வெல்லம் வாங்கிவர முடியாத நீ ஒரு சர்க்கார் பியூனா? வெட்கமாக இல்லை உனக்கு? இப்படிப்பட்ட பியூனைப்பற்றி சொல்லிக் கொள்ள எங்களுக்கல்லவா வெட்கமாக இருக்கிறது. எதிரில் நிற்காதே போ!" என்று இறைந்தாள்.

இந்த வார்த்தைகள் வாசற் திண்ணையில் தலையில் கை வைத்து உட்கார்ந்திருந்த அவன் மூளையைப் போட்டுக் குடைந்தன.

அவன் என்ன செய்வான் பாவம்! ஊரெல்லாம் வெல்லம் வெல்லம் என்று ஜனங்கள் கதறிக் கதறி பாகாக உருகிக் தவிப்பதை அவன் கண்ணால் பார்த்துக் கொண்டிருப்பவன்தான். அவனும் கடைக்குக் கடை ஏறி கேட்டுப் பார்த்தான். நகரம் முழுவதிலும் ஒரு கடை

பாக்கியில்லை. சர்க்கார் ஆபீஸ் பியூன் என்றால் அதற்காகவாவது கொடுத்து விடுவார்கள் என்ற நம்பிக்கையுடன் டவாலியைப் போட்டுக்கொண்டு போய்க்கூட பார்த்துவிட்டான். ஹுஹும்... ஒவ்வொரு கடையிலும் டவாலியை ஏற இறங்கப் பார்த்துவிட்டு வெல்லம் இல்லை என்று கை அசைத்தும் உதட்டைப் பிதுக்கியும் அனுப்பிவிட்டார்கள். ஒரு வேளை இந்த டவாலியைப் போட்டிருப்பதால் தான் சந்தேகித்து, அவர்கள் பதுக்கலைக் கண்டுபிடிப்பதற்காக செய்யப்பட்டிருக்கும் சூழ்ச்சியோ என்ற பீதியில் இல்லை என்று சொல்லிவிடுவார்களோ என்று நினைத்தான். பிறகு சாதாரணமாக எல்லோரையும் போலவும் சென்று கேட்டுப் பார்த்தான். ஒன்றும் பலிக்கவில்லை.

பொங்கலுக்கு இன்னும் மூன்று நாட்கள்தான் இருந்தன. வீட்டில் ஒரு துண்டு வெல்லம் பொங்கல் பானை முன்பாக காட்டுவதற்குக்கூட இல்லை என்றால் எஜமானியம்மாளுக்கு கோபம் எப்படி வராமல் இருக்க முடியும்? எனவே தன்னை எஜமானி அம்மாள் அவ்விதம் கோபித்துக் கொண்டதுகூட ஒரு விதத்தில் எதார்த்தமானது என்று தான் அவனுக்குப் பட்டது. ஆனால் இதற்காக அவன் என்ன செய்ய முடியும்?

சில தினங்களுக்கு முன் உருண்டையும், பொடியுமாக கடைகளில் வைக்கப்பட்டிருந்த. கண்களைக் கவரும் அந்த செந்நிற வெல்ல அம்பாரம் எப்படியோ மாயமாய் மறைந்து விட்டதே, சர்க்கார் அதன் விலையைக் கட்டுப்படுத்தியதும் அவன் எங்கிருந்து வெல்லம் கொண்டு வந்து கொடுப்பது?

தன் வீட்டுத் திண்ணையில் தலையில் கைவைத்து உட்கார்ந்திருந்த குருசாமிக்கு ஒன்றும் ஓடவில்லை. தன் சக்திக் குறைவை எஜமானி அம்மாள் யஜமானனிடம் தெரிவித்து விட்டால் என்ன செய்வது? அதன் பயனாக எஜமான் அவனைப்பற்றி கேவலமாக மதித்து, சம்பள உயர்வில் மண் போட்டு விட்டால் என்ன செய்வது? இல்லை. ஒருவேளை அவன் வேலைக்கே ஆபத்து ஏற்பட்டு விட்டால்?

பாழாய்ப்போன அந்த வெல்லத்தின் மீது அவனுக்கு ஆத்திரம் ஆத்திரமாக வந்தது. அட, வெல்லம்தான் இல்லை என்று தெரிகிறதே. சர்க்கரைதான் ஏகத்தாறாக பட்டணத்தில்தான் கிடைக்கிறதே. கிராமத்தில்தான் சர்க்கரை கிடைக் காமல் காப்பித் தண்ணிக்குக்கூட வெல்லத்தையும் கருப்பட்டியையும் போட்டுக் குடிக்கிறாங்க. இங்கே அஸ்காவைப் போட்டு பொங்கல் பண்ணினால்தான் என்னவாம்? என்று தனக்குள் முனகிக் கொண்டே இருந்தான்.

இருந்தாலும் என்ன செய்வது? இன்னும் பார்ப்போம் என்று மூலைமுடுக்கு, சந்து பொந்துகளில் உள்ள கடைகளில் எல்லாம் போய் வெல்லத்துக்கு அலைந்து பார்த்தான். கிடைத்தபாடில்லை. மனது பலவீனப்பட்டு உடம்புக்குக் கூட வந்து விட்ட மாதிரி அவனுக்குத் தோன்றியது. அவன் மனைவி சுகிர்தம் " என்ன ஒருமாதிரி வாட்டமாக இருக்கிறீங்களே என்று கேட்டபோது அவன் சீறி விழுந்தான். "ஆமா! உன்கிட்ட சொல்லிவிட்டா சம்பாதித்து கொடுத்து விடுவாயல்ல" என்றான்.

"அப்படியென்ன இந்த பட்டணத்திலே சம்பாதிக்க முடியாத சாமானா" என்று சிரித்துக்கொண்டே கேட்டாள் அவன் மனைவி.

"ரொம்ப சாமர்த்தியமாகப் பேசுகிறாயே! எங்கே பத்து பலம் வெல்லம் எங்கே இருந்தாவது வாங்கி வா பார்ப்போம், எஜமானி அம்மா வீட்டுக்கு" என்றான்.

இதை எதிர்பார்க்காத அவன் மனைவி பிரமித்து நின்று விட்டாள். அவளும் தன் வீட்டுக்குப் பொங்கலுக்காக கடை கடையாகத் தேடி பலனில்லாமல் வீடு திரும்பியவள்தானே?

"வெல்லமா? நமது வீட்டுக்கு ஒரு பலம் சிக்கமாட்டேன்கிறது. எஜமானி அம்மா வீட்டுக்கா?" என்று அதோடு நிறுத்தி விட்டுப் போய்விட்டாள் அவன் மனைவி.

பார்த்தான் குருசாமி, வெல்லம் இல்லாமல் யஜமான் வீட்டு வாசற்படியில் காலெடுத்து வைப்பதற்கு அவனுக்கு தைர்யம் வரவில்லை. உடனே, தனக்கு உடம்பு சரியாக இல்லை என்றும் இரண்டு நாள் லீவு கேட்கும் காகிதம் எழுதி தன் மகனிடம் கொடுத்து அனுப்பி விட்டான், எப்படியாவது இந்த வெல்ல வேட்டை உபத்ரவம் நீங்கிவிட்டால் போதும் என்றாகிவிட்டது. அதிலிருந்து தப்பிப்பதற்கு இதைவிட வேறு எந்த வழியும் தோன்றவில்லை.

பொங்கலுக்கு முன் தினம் அஸ்தமன சமயம். குருசாமி தன் வீட்டு வாசல் திண்ணையில் உட்கார்ந்திருந்தான். வாசலில் வண்டி வந்து நின்றது. "குருசாமி சௌக்கியமா?" என்று கேட்டுக்கொண்டே வண்டி யிலிருந்து இறங்கினார் ஒருவர்.

குருசாமி திண்ணையிலிருந்து "ம்மா! வாங்க வாங்க, சுகிர்தம்! நாயனா வந்திருக்கார் பாரு" என்று கத்திக்கொண்டே கீழே குதித்து மாமா கையில் வைத்துக் கொண்டிருந்த மூட்டையை வாங்கிக் கொண்டான்.

வீட்டின் உட்புறத்திலிருந்து சுகிர்தம் ஆவலோடு ஓடி வந்து தன் தகப்பனாரை வரவேற்று உபசரித்தாள். பொங்கலுக்கு கிராமத்திலிருந்து

அவர் வந்ததைப்பற்றி அவர்களுக்கு வந்த சந்தோஷம் இவ்வளவு அவ்வளவு அல்ல. எத்தனையோ வருஷங்களாக இந்தப் பட்டணம் பக்கமே வந்திராதவர் அவர்.

“இந்தா, சுகிர்தம்! இந்த மூட்டையை உள்ளே கொண்டு வை. மாமா நீங்க ஏன் சிரமப்படுறீங்க. நானே எல்லாத்தையும் வண்டியிலிருந்து இறக்கி வைக்கிறேன். நீங்க வீட்டுக்கு உள்ளே போங்க” என்று தானே வண்டி யிலிருந்து எல்லாவற்றையும் எடுத்து உள்ளே கொண்டு போய் வைத்தான்.

பிறகு ஆற அமர உட்கார்ந்து கொண்டு பேச ஆரம்பித்தார்கள், “மாமா! நீங்கள் ஒரு பொங்கலுக்குகூட இங்கே பட்டணத்துக்கு வந்ததேயில்லை. இப்போது வந்தது எங்களுக்கு ரொம்ப சந்தோஷமாக இருக்கிறது" என்றான் குருசாமி.

“ஆமாம் நம்ம ஊரிலே தம்பி தங்கச்சி எல்லாம் சௌக்யமாக இருக்காங்களா?" என்று சுகிர்தம் விசாரித்தாள்.

“ஆமாம், எல்லோரும் சௌக்யம்' என்று சொல்லிக்கொண்டே “சுகிர்தம், நீ பட்டணத்துக்கு வந்த பிறகு பொங்கலுக்கு சீர்வரிசையே செய்ய முடியாமல் போய்விட்டது. நமது ஊரு எங்கே, பட்டணம் எங்கே? தொலைதூரம் இருக்கிறது. வரப்போக முடியாதபடி இருந்துவிட்டது. இந்த வருஷம் எப்படியாவது செய்துவிட்டு வரணும், நானும் பட்டணம் போய் ஒரு பத்து நாள் மருமகன் வீட்டில் இருந்துவிட்டு வரவேணுமென்று தீர்மானித்து விட்டேன். உன் தம்பி தங்கச்சியெல்லாம் சரி சொல்லி விட்டார்கள். புறப்பட்டு வந்தேன். சரி, இந்தா இந்த சீர்சாமன்களை எல்லாம் எடுத்து வை. கரும்புக்கட்டை மூலையிலே சார்த்தி வை, நமது தோட்டத்திலே விளைந்த மஞ்சக் குருத்தை நன்றாக ஈரத் துணியிலே கட்டிக்கொண்டு வந்திருக்கிறேன். ஈரத் துணியிலே சுத்தி பத்திரமாக வை. நாளை, மைக்கா நாளைக்கும் வாடாமல் தாங்கிக்கொள்ளும்” என்றார்.

அவர்கள் கண்கள் அவர் கொண்டு வந்திருந்த சீர் வரிசை சாமான்களை அளவிட்ட வண்ணமாக இருந்தன. இன்னும், புதுப்புடவை, ரவிக்கை, வேஷ்டி, பட்டுத்துண்டு இவற்றை எல்லாம் மகளுக்கும், மருமகனுக்கும் பேரனுக்கும் காட்டிக்கொண்டே வந்தார் அவர். அதெல்லாம் குருசாமியின் கண்களில் பட்டுக்கொண்டிருந்தாலும் குருசாமி மனம் மட்டும் அந்த ஒரே கவலையில் ஆழ்ந்திருந்தது. மெதுவாக பேச ஆரம்பித்தான். “நீங்க எவ்வளவோ சீர் கொண்டு வந்திருக்கிறீர்கள். இருந்தாலும் இந்தப் பொங்கல் பொங்கல் மாதிரி இருக்கும் என்று எங்களுக்குத் தோன்றவில்லை" என்று இழுத்துக்

கொண்டே சுகிர்தத்தைப் பார்த்தான்.

"என்ன சுகிர்தம், மருமகன் இப்படிச் சொல்லுது" என்று கேட்டார் மாமனார்.

"ஆமாமாம் நாயனா! அவரு சொல்வது சரிதான். பொங்கல் பொங்கத்தான் இந்த இவ்வளவு பெரிய பட்டணத்திலே அந்த ஒரு சாமான் கிடைக்கல்லே" என்றாள்.

"என்ன சாமான்? அப்படி பட்டணத்திலே கிடைக்காத சாமான்?" என்று அவர்களைப் பார்த்துக் கொண்டே கேட்டார் அவர்.

"அதை ஏன் கேட்கிறீர்கள்? ஒரு பலம் வெல்லம் சிக்கவில்லை. விடிந்தால் பொங்கல்!" என்றாள் சுகிர்தம் முகத்தைச் சுளித்துக் கொண்டு.

"என்ன, வெல்லமா கிடைக்கவில்லை! நமது கிராமத்திலே சீரழியுதே!"

"ஆமாம் மாமா, கரும்புக் காடாயிருக்கிற ஊரு அது. அதையும் இதையும் ஜோடியாகச் சொல்ல முடியுமா?" என்றான் குருசாமி.

"சுகிர்தம், மறந்தே போயிட்டேன். இந்தா அந்த மூட்டையை எடு. மருமகன் தூக்கி வந்ததே அதை" என்றார்.

சுகிர்தம் தூக்க முடியாமல் தூக்கி வந்தாள். அந்த மூட்டையில் என்ன இருக்கிறதோ தெரியாது. "வண்டி தெருத் தாண்டி வந்த பிறகு தம்பி வந்து இந்த மூட்டையைக் கொண்டு வந்து கொடுத்தான். அதிலே என்ன இருக்கு என்று கேட்கக்கூட நேரமில்லை. அப்புறம் மறந்து போய் விட்டது. அதைப் பிரித்துப் பாரு" என்றார் அவர்.

அதை சுகிர்தம் பிரித்தாள். கட்டி கட்டியாக அத்தனையும் வெல்லம்!

அதைப் பார்த்த குருசாமி அப்படியே அசந்துபோய் விட்டான். அவனுக்குப் பேசக்கூட வரவில்லை. கையை நீட்டி அவற்றை அப்படியே அள்ளவேண்டும் போல் தோன்றியது. ஆசையை அடக்கிக் கொண்டான்.

"அட வெல்லமா? தம்பிகூட வெல்லம் கட்டிக்கொண்டு போங்கள் என்றான். நான் அதற்கு அட போடா பைத்தியக்காரா, பட்டணத்திலே நல்ல நல்ல சர்க்கரை கிடக்கிறபோது இந்த நாட்டுப்புறச் சரக்கை கொண்டுபோகச் சொல்கிறாயே, மருமகன் பார்த்து சிரிக்கப் போவுது என்று தட்டிச் சொல்லிவிட்டேன். அப்புறம் எனக்குத் தெரியாமல் தம்பி கொண்டு வந்து வச்சிருக்கான்" என்றார் அவர் பிரமிப்புடன்.

"மாமா! அதென்ன அப்படி சொல்றீங்க? சுகிர்தம். இந்தா சட்டையை எடு. எஜமான் வீட்டுக்குப் போகணும். சீக்கிரம் எடுத்துவா" என்று அதட்டிப் பேசினான்.

“எதற்கு?" என்றாள் சுகிர்தம்.

“எதுக்கா?" என்று கேட்டுக்கொண்டே குருசாமி அந்த வெல்ல மூட்டையை கையில் எடுத்துக் கொண்டான்.

“அட இதென்ன இது! வீட்டுப் பொங்கலுக்கு வேணாம்? அவ்வளவையும் எடுத்துக்கிட்டுப் போனால்?" என்று சுகிர்தம் அவன் கையிலிருந்த மூட்டையிலிருந்து சில கட்டிகளை எடுத்து வைத்துக்கொண்டாள். அவள் எடுத்துக் கொள்ள வேண்டிய அளவுகூட எடுத்து வைத்துக்கொள்ள விடவில்லை குருசாமி. சட்டையைப் போட்டு கொண்டு “மாமா இருங்க! இதோ வந்துவிட்டேன்" என்று மூட்டையும் கையுமாக வெளியே பறந்தான் குருசாமி!

அவருக்கு ஒன்றும் புரியவில்லை. “ஏன் சுகிர்தம்! மருமகன் வெல்லத்தை எடுத்துக்கொண்டு இப்படி பறந்துக்கிட்டு போகுது!

"எஃஜமான் வீட்டுக்கு வெல்லம் வாங்காமல் வீட்டுப் பக்கம் தலைக்காட்டாதே" என்று யஜமானி அம்மா சொல்லி விட்டாங்களாம். ஊரெல்லாம் ஒரு துண்டு வெல்லம் கூட கிடைக்கவில்லை. ஆபீஸுக்குக்கூட இரண்டு நாள் லீவு போட்டாரு. சாமி வரம் மாதிரி நீங்கள் வெல்லம் கொண்டு வந்தீங்க" என்றாள் சுகிர்தம்.

“நல்ல பட்டணம்! வெல்லத்துக்காகவா இவ்வளவு கலாட்டா! ' என்று சிரித்துக் கொண்டார் அவர்.

சிறிது நேரம் கழித்து குருசாமி திரும்பி வந்தபோது அவன், “சுகிர்தம், நாளைக்கு அம்மா உன்னை வரச் சொன்னாங்க. பொங்கல் வாங்கிப் போக வா. இன்னொரு விசேஷம் தெரியுமா? எஜமான் கிட்டச் சொல்லி என்னை ஹெட் பியூனாகப் போடச் சொல்றேன்னாங்க" என்றான் சந்தோஷம் தாங்க மாட்டாமல்.

"எல்லாம் உங்க மாமா கொண்டு வந்த சீதனம் செய்த வேலையாக்கும்" என்றாள் சுகிர்தம்.

"ஆமாம் மாமா" என்றான் குருசாமி வாய்ப் பல் அத்தனையும் தெரிய.

நல்ல தீபாவளி

இந்த தீபாவளிப் பண்டிகை இருக்கிறதே இந்த மாதிரி ஒரு பண்டிகையை ஏன் ஏற்படுத்தினார்கள் என்றுதான் எனக்குத் தோன்றுகிறது. தோன்றுகிறது மட்டுமென்ன? இந்தப் பண்டிகையையே நமது மாதாந்திரப் பண்டிகைகள் ஜாப்தாவிலே இருந்து எடுத்துவிட்டுத்தான் மறு ஜோலி பார்க்கணும் என்று கூட ஒரு சமயத்திற்கு பத்து சமயத்திலே தோன்றுகிறது. ஒரு நாள் பஞ்சாங்கத்திலே இருந்து இதை அடித்துவிட வேண்டும் என்று கூட பேனாவை எடுத்துக் கொண்டு உட்கார்ந்தேன்.

அப்புறம் ஒரு சின்ன யோசனை தோன்றியது. என் பஞ்சாங்கத்திலே இருந்ததை அழித்துவிட்டால் மட்டும் போதுமா ? தீபாவளி வராமலே இருந்துவிடுமா என்ற சந்தேகம். பேனாவைப் பிடித்த வேகத்தை தளர்த்தியது. போகிறது என்று இருந்துவிட்டேன்.

புது வருஷம் பிறந்தாலும் பிறக்கிறது. அவ்வளவுதான்; பண்டிகைகள் க்யூ முறையில் வர ஆரம்பித்து விடுகின்றன. மாதம் தவறினாலும் பண்டிகைகள் வரத் தவறுவதே இல்லை. இதிலே மாதத்திற்கு இரண்டு மூன்று கூட வந்துவிடுகிறது.

இந்தப் பண்டிகைகள் என்னைத் தேடிவருவதைப்பற்றி நான் கவலைப்படவில்லை. ஏதே சாதாரணமாக மற்ற நாட்கள் வருவதுபோல இதுவும் வந்து விட்டுப் போகட்டுமே என்றால் பரவாயில்லை. மாதம் முப்பது நாட்களுக்கு குடும்ப பட்ஜெட்டை சரிக்கட்டி ஒரு தினுசாக அடுத்த மாதச் சம்பளம் வரும்வரையில் இதைக்கொண்டு நாட்களைத்

தள்ளணுமே என்று ஒருவன் பைசா பைசாவாக செலவழித்துக் கொண்டிருக்கிறபோது, திடுதிப்பென வந்து 'எனக்குச் செய் ஸ்பெஷல் செலவை' என்றால் என்ன செய்வது? செய்துவிட்டு அப்புறம் மீதி நாட்களை எப்படித் தள்ளுவது. அதனால்தான் இந்தப் பண்டிகைகள் மீது எனக்கு அவ்வளவு கோபம் வருகிறது! இப்போது புரிகிறதா?

புது வருஷப் பிறப்பிலிருந்து நூல் பிடித்தாற்போல வர ஆரம்பிக்கும் இந்தப் பண்டிகைகள் கொஞ்சம் கொஞ்சமாக செலவை உச்ச நிலைக்கு ஏற்றிவிடுகிறது. மற்ற பண்டிகைகளாவது ஏதோ பாயசம், பக்ஷணம் இவற்றோடு போய்விடுகிறது. செலவுகளைக்கூட ஏதோ மாதிரியாக சமாளித்து விடலாம். ஆனால் இந்த தீபாவளி இருக்கிறதே! இது நம்மை நெருங்குகிற தோரணையே தனி தினுசு. பிரமாத ஆர்ப்பாட்டத்தோடேயே முழங்கிக்கொண்டு வருகிறது. எப்படி வருகிறதென்று கேட்கிறீர்களா?

"நவராத்திரி வரப்போகிறது என்று என் மனைவி புரட்டாசி மாதம் பிறக்கு முன்பே சொன்னதுதான், இந்த ஆர்ப்பாட்டத்திற்கு ஆரம்பம். நவராத்திரி வரப்போகிறது நவராத்திரி ஆனதும் தீபாவளியும் வரப்போகிறது என்பதை சுட்டிக்காட்டுவது போலத்தானே இருக்கிறது இந்த வார்த்தை!

தீபாவளி வரப்போகிறது என்பதை திடுதிப்பென என்னிடம் சொன்னால் ரேஷன் அரிசி சாப்பிட்டு ஏற்கெனவே கெட்டுக்கிடந்த உடம்புக்கு இன்னும் என்ன வந்துவிடுமோ என்ற பயத்தில்தான் அவள் முன் ஜாக்கிரதையாக தீபாவளி தினத்துக்கு இரண்டு மாதம் இருக்கும்போதே இப்படி ஆரம்பிக்கிறாள் இல்லையா?

மனைவி தீபாவளி என்று சொல்லும்போதே எந்தக் கணவன் மனதிலாவது புடவை என்ற வார்த்தையின் அர்த்தமும் கூடவே தோன்றாமல் இருக்கிறதா? எங்கே மனதில் இருப்பதை ஒளிக்காமல் சொல்லுங்கள் பார்ப்போம்.

தீபாவளியும் புடைவையும்; நீங்கள் எப்படித்தான் பிரித்துப் பாருங்கள் பிரிக்க முடியவே முடியாது. பாலையும் நீரையும் பிரிக்கும் அன்னம்கூட இதைப் பிரிக்க முடியாது. அவ்வளவு துவந்துவம் இரண்டிற்கும் ஏற்பட்டு யுகம் யுகமாக, அந்த நரகாசுரன் வதைப்பட்ட அந்தக் காலம் முதல் இருந்து வருகிறது.

அப்படி இருக்க நாம் தீபாவளி என்று மனைவி சொன்னதும் சிந்தனையை ஓட்டாமல் எப்படி இருப்பது சாத்தியம்? அப்படி இருக்கக்கூடியவன் மனிதனே அல்ல. நிச்சயமாகச் சொல்லலாம்.

தீபாவளியும் வரப்போகிறது என்று மனைவி சொன்னதும் உடனே பேச்சு நின்றுவிடுகிறதா? நாமாகப் பேசாமல் இருந்துவிட்டாலும் அவளால் சும்மா இருக்க முடியுமா?

அவள்தான் சத்தியபாமை அஸ்திரம் எடுத்த மாதிரி துவங்கி விட்டாளே! நம்மை வதைப்பதற்கு? அந்த அஸ்திரம் என்ன லேசானதா?

"என்ன பேசாமல் இருக்கிறீர்கள் தீபாவளி என்றதும் பேச்சு மூச்சைக் காணோம்" என்று அடுத்த சரத்தை தொடுக்க ஆரம்பித்துவிடுகிறாள்.

அந்த அம்பு தாக்கியும், தாக்காதது மாதிரி இருக்கப் பார்த்தாலும் முடிகிறதா? முடியவே இல்லை.

அதற்குள்ளேயே சரத்திற்கு மேல் சரமாக வந்து விழ ஆரம்பிக்கிறது. "உடுத்திக்கொள்ள புடவைகளைக் காணோம். இதை கட்டிக்கொண்டு வாசலில் போக வெட்கமாக இருக்கிறது. ஏதடா நாலுபேர் சிரிப்பார்களே என்று கூட உங்க கண்ணுக்குப் பட்டாத்தானே? போன தீபாவளிதான் அப்படியாளச்சு. இதுவரைக்கும் நீங்கள் எந்த தீபாவளிக்கு ஒரு நூல் புடவையாவது வாங்கிக் கொடுத்திருக்கிறீர்கள்? எங்கே விரலை மடக்குங்கோ. மற்றதுக்கு செலவு இருக்கு. ஒரு பட்டுப் புடவை வாங்கித் தருவதற்கு மட்டும் ஹூம்."

இப்படி சரம் சரமாக வந்து பாய்கிறது.

அடடா! தாங்க முடியவில்லையே ஈசா என்ன செய்வேன்" என்று, அந்த ஆபத்சகாயனைக் கூப்பிடத் தோன்றுகிறதல்லவா? நல்ல தீபாவளியடா ஆளை 'தீவாளி' ஆக்க வருகிறது என்றுகூட நினைக்கிறோம்.

இதையெல்லாம் அந்தச் சமயத்தில் சொல்ல முடிகிறதா! தப்பித்தால் போதும் என்று சரி இந்த தீபாவளிக்கு ஒரு பட்டுப்புடவை வாங்கிக் கொள் என்று சொல்லிவிட்டால்தான், சரத்தாக்குதல் நின்ற மாதிரி இருக்கிறது.

ஆயினும் ஏற்கெனவே குத்திய அம்புகள் வேதனையைக் கிளப்பிவிடுகின்றன. அடடா! நாம் சொல்லிவிட்டோமே அவள் பாட்டுக்கு நூறு ரூபாய் புடவை ஒன்றை எடுத்துக் கொண்டு வந்துவிட்டால் என்ன செய்வது என்றெல்லாம் இரவு இரவாக தூக்கமில்லாமல் கவலை. இந்த நூறு ரூபாய் இப்போது எப்படி திடீரென்று வரப்போகிறது ; சம்பளப் பணத்தில் அதை வாங்கிவிட்டால் மீதி மாதம் பூராவும் என்ன செய்வது ? எவ்வளவுதான் செலவைச் சுருக்கி வத்தல் குழம்பும் சுட்ட அப்பளமுமாக சாப்பிட்டுத் தொலைக்கலாம் என்றாலும் முடியாதே. என்ன செய்வது என்று கவலைப்பட்டு கலங்கி, துணிவு கொண்டு "ஆமாம் மீனா! இந்த

அசாத்ய விலையிலே பட்டுப் புடவை வாங்க வேண்டும் என்கிறாயே ஒரு கீத்து ஜரிகை கூட இல்லாத புடவை நூற்றி இருபது ரூபாயாமே" என்றேன்.

"எனக்குத் தெரியுமே. நீங்கள் இப்படி ஆரம்பிப்பீர்கள் என்று. இதோ பாருங்கோ இஷ்டமிருந்தால் வாங்குங்கோ. இல்லாவிட்டால்..."

"இதோ பாரு மீனா! அதற்குச் சொல்லவில்லை. ஒரு பட்டுப் புடவையில் காசைக் கொண்டு போய்க் கொட்டு வதற்கு நூல் புடவை நாலு வாக்கிக்கொள்ளலாமே என்றுதான் சொல்ல வந்தேன்" என்று ஆரம்பித்தேன்.

"சரிதான் மெள்ள ஆரம்பித்துவிட்டீர்களே! பட்டுப் புடவை வாங்கிறதிலே இருந்து நாலு நூல் புடவைக்கு வந்திருக்கு. இதற்குப் பிறகு இரண்டு புடவை வாங்கினால் போறாதோ என்று சொல்லப் போகிறேள். அப்புறம் வாங்கப் போகிறபோது அது ஒரு புடவைக்கு வந்துவிடும். அந்தப் புடவையும் நீங்களாக வாங்கப் போகிறீர்களா? எங்க அப்பா இருபது ரூபாய் அனுப்புவா. அதிலே வாங்கிக் கொண்டுட்டு... பழைய கதை இதுதானே?"

இந்தத் தாக்குதலை சமாளித்து நிற்கிறது லேசா என்ன? அவ்வளவுதான். "இதோ பாரு மீனா! உன் இஷ்டம். உனக்குத் தெரியாததா என்ன? சம்பளம் பூராவும் உன் கையிலே கொடுத்து விடுகிறேன். நீ எப்படி வேண்டுமானாலும் செய்து கொள்" என்றேன்.

"அப்படி வாருங்கள் வழிக்கு" என்று மறுபடியும் பேச்சுக்கு ஆரம்பித்தாள் மீனா.

"நான் அதெல்லாம் பார்த்துக்கொள்கிறேன். புடவையையும் வாங்கிக்கொண்டு வீட்டுச் செலவையும் நான் சரிக் கட்டிக் கொள்கிறேன். நான் சொல்றதை மட்டும் நீங்கள் கேட்கணும், ஆமாம்" என்றாள்.

"என்ன சொல்லு."

"ஆபீசுக்குப் போய்விட்டு வீட்டுக்குத் திரும்பிவரும் போது திடீரென்று நினைச்சுண்டு இரண்டு சினேகிதேளோடே சினிமாவுக்குப் போகப்படாது, அதான்."

"சரிதான்! அப்புறம்."

"நான் கட்டிக்கொடுக்கிற டிபனோடு ஆபீஸ் காண்டீனுக்கும் போய் கணக்கு மாதம் பதினைந்து ரூபாய் காண்டீன் கணக்கு என்று என்கிட்ட சொல்லக்கூடாது. சரிதானே!"

"சரிதான், இல்லை."

"புஸ்தகக் கடைக்குப் போய் மாதம் பத்து ரூபாய்க்கு குறையாமல் புத்தகம் வாங்கி வருகிறேனே. அதை மூன்று மாதத்திற்கு நிறுத்தி வைக்கணும். சரிதானா?"

"சரிதான் இவ்வளவுதானே?"

"இவ்வளவுதான்."

"இந்த மூன்றுக்கும் கட்டுப்படுவதாக ஸ்டாம்பு ஒட்டி கையெழுத்திட்டு கொடுக்கட்டுமா?"

அவள் கடகடடவென சிரித்தாள்.

"இல்லை; வார்த்தை போதும். நீங்கள் அதை இந்த மூன்று மாதமும் காப்பாற்றினால் போதும்" என்றாள்.

'சரி' என்று அன்று வாக்குக் கொடுத்தவன்தான். இந்த இரண்டு மாதமாக அப்படியே நடந்துகொண்டு வருகிறேன், தீபாவளிக்கு அப்புறம் ஒரு மாதமோ இரண்டு மாதமோ இல்லை, எத்தனை மாதம் இப்படி இருந்தாக வேண்டுமோ? அந்த ஒப்பந்தப்படி இருக்கத்தான் போகிறேன், வேறு வழி!

இப்படி இருப்பதை இன்றுதான் உங்களிடம் சொல்கிறேன். இதை என் நண்பர்கள் யாரிடமும் சொல்லவில்லை. அவர்கள் இந்த இரண்டு மாத காலமாக என்னைப் படுத்துகிற பாட்டைப் பார்த்தால் ஒவ்வொரு சமயம் வலிய சரண்புகுந்து வாய்விட்டுச் சொல்லிவிடலாம் போல அவ்வளவு மனது தவிக்கிறது. என் மனத்தவிப்பு அவர்களுக்கு எப்படித் தெரியும்.

"ஆபீசிஸிருந்து வரும்போது சினிமாவுக்கு வரவில்லை" என்று நான் சொன்னால் அவர்கள் எப்போது முதல் உனக்கு சினிமா ஆசை விட்டது? என்று கேட்கிறார்கள்.

ஆபீஸ் காண்டீன் சொந்தக்காரர் என்ன செய்கிறார் தெரியுமா? என் நண்பர்களிடம் "இப்போதெல்லாம் ரொம்ப சிக்கனமாக இருக்கிறார் சார் இவர். கணக்கு புத்தகத்திலே அவர் கணக்கு மாதா மாதம் ரூபாய், அணா, பைசா காலத்திலே மூன்றும் பூஜ்யமாக இருக்கு. தப்பித் தவறி யாரோடோயாவது வந்தாலும் ஒரு டம்ளருக்கு இரண்டு டம்ளராக தீர்த்தம் வாங்கிச் சாப்பிட்டுவிட்டுப் போய் விடுகிறார்" என்று நாலு பேருக்கு நடுவில் கேலி செய்கிறார். 'உடம்புக்கு ஒத்துக்கவில்லை" என்று சொல்லிப் பார்த்தாலும் அவர் முகம் அதை நம்பும் அறிகுறிகள் காட்டவே இல்லை.

புத்தக கடைக்கு போனாலோ புதிதாக வரும் ஒவ்வொரு புத்தகத்தையும்

வாங்க கை பரபரக்கிறது. என்ன செய்வது? திருப்பி திருப்பி அட்டையைப் பார்த்துவிட்டு வந்துவிடுகிறேன்.

இப்படியெல்லாம் மனிதனை சித்ரவதை செய்யும் இந்த தீபாவளி பண்டிகை மீது எனக்கு இவ்வளவு கோபம் வருவதற்கு காரணம் இப்பொழுது தெரிகிறதா? 'நல்ல தீபாவளி!

அந்தப் பார்வை

ஆடி வெள்ளிக்கிழமை தினம். ஆடி வீதி முழுவதும் ஒரே கூட்டம். ஆயிரக்கணக்கான பேர்கள் மீனாக்ஷி அம்மனை தரிசனம் செய்யப் போய்க் கொண்டிருந்தார்கள். அவர்களில் நானும் ஒருவன்.

சாயந்திரம் மணி ஆறடித்ததும் புதிசாக வெள்ளை மடிப்பு உடைகளைப் போட்டுக் கொண்டேன். ஜோராக கிராப்பை வாரிவிட்டுக் கொண்டேன். சிகப்பு குங்குமப் பொட்டும் ஒன்று வைத்துக் கொண்டேன். கலையாத விசிறி மடிப்பு அங்க வஸ்திரத்தைப் போட்டுக் கொண்டு, அடிக்கொருதரம் அதை சரி பார்த்துக்கொண்டே ஆடி வீதியில் நடந்து கொண்டிருந்தேன்.

மின்சார விளக்குகள் அத்தனையும் ஏற்றப்பட்டு, ஜெகஜ்ஜோதியாக பிரகாசித்துக் கொண்டிருந்தது ஆடி வீதி. அடேயப்பா! எத்தனை வித சுந்தர உருவங்கள்! வண்ண வண்ணச் சேலைகள்! வைர ஒளி டால்கள்! மின்சார ஒளியால் எரிச்சல் எடுத்த கண்களுக்கு குளிர்ச்சியூட்டும், இத்தனையிலும் மனதை பறிகொடுத்துப் போய்க் கொண்டிருந்தேன்.

வடக்கு மூலை திரும்பி, காலெட்டு எடுத்து வைத்துவிட்டிருப்பேன். அப்போதுதான், என் கண்கள் க்ஷணமே கவ்வி விட்ட அந்த உருவம், எனக்கு முன்னால் போய்க் கொண்டிருந்தது, சுமார் ஐந்நூறு கஜ தூரத்தில்.

உருவத்தின் முன் சாயல் விழவில்லை. பின் சாயல் தான் பளீரென வீசி அடித்தது. பின் சாயலே அப்படி என்றால் முன் சாயல் எப்படி

இருக்கும்? என் உள்ளம் ஒரு தரம் புல்லரித்துக் கொடுத்தது.

காலடிகளை இன்னும் அடக்கிப் போட்டேன், அந்த உருவத்திற்கு முன்னால் போய்விடாமல் இருக்கவேண்டும் என்று. முன் சாயலைப் பார்க்க வேண்டும் என்ற அவாதான் என் கண்களுக்கு. ஆனால், அதற்காக முன்னுக்குப் போய் அந்த உருவத்தையே கண்ணிலிருந்து மறைத்துக்கொள்ள விரும்பவில்லை.

நான் காலடி அடக்கிப் போட்டது எப்படி அந்த உருவத்திற்கு தெரிந்திருக்க முடியும்? அந்தப் பெண்ணும் காலடிகளைத் தளர்த்திவிட்டு எட்டுகளைச் சிறிதாக்கி நடந்தாள். என்னையறியாமல் இருவருக்கும் இடையே உள்ள இடை தூரம் சில எட்டுகளுக்குக் குறைந்துவிடும். 'அடடா' என்று மறுபடி கால்களை இன்னும் வெகுவாக அடக்கிப் போட்டு இடை தூரத்தை அதிகப்படுத்திக் கொள்வேன்.

கருநாகம் போல் முதுகின் மத்தியிலே விழுந்து புரண்டு கொண்டிருந்த பின்னலின் தலைப்பில், நாகரத்தினம் போல பளீரிட்டுக் கொண்டிருந்தது ஜடைவில்லை. நீலப்புடைவையில் ஜரிகைப் பூக்கள் மின்னிக் கொண்டிருந்தன. காலிலே பாத சரம், அவள் ஒவ்வொரு அடி எடுத்து வைத்த போதும் கலீர் கலீரென்று ஒலித்து, என் இருதயத்தைச் சவுக்கினால் சுண்டிக் கொடுத்தது போல் இருந்தது. அவள் வயது – யுவதி என்றால் போதாதோ?

திடீரென்று அந்தக் கழுத்து அசைந்து கொடுத்தது. மறு விநாடி அந்தப் பெண் பின்புறம் திரும்பிப் பார்த்தாள். நேரே அவை வந்து என் கண்களில் குத்தின. என்ன ஊடுருவின பார்வை! மறுகணம் அந்த முகம் முன் பக்கம் திரும்பி விட்டது.

என் அதிர்ச்சியை அடக்கிக் கொண்டு மறுபடியும் பின் நடந்து கொண்டிருந்தேன், என்னை அவளுக்குத் தெரியுமா? பின், பார்வை என் மீது விழுந்தது ஏன்? அந்தப் பெண்ணை எனக்குத் தெரியாதே!

இன்னும் சில காலெட்டுகள் தான் போயிருப்போம். மறுபடியும் ஒரு தரம் திரும்பிப் பார்வை இந்தத் தடவை அந்தப் பெண் நின்று விட்டாள், அதே ஊடுருவின பார்வை! இப்போது இன்னும் கொஞ்சம் அழுத்தமாக.

நிச்சயமாக என்னை அவளுக்குத் தெரியும் போலிருக்கிறது. ஒரு வேளை வேறு யாரையாவதா? பின்னால் திரும்பிப் பார்த்தேன், சந்தேகத்துக்கு. எனக்குப் பின்னால், அவள் பார்த்த திசையில் வேறு யாரும் இல்லை. என் மனதில் ஒரு குலுக்கல் ஏற்பட்டது. ரத்தம் கூட கொஞ்சம் வேகமாய் பாய்ந்தது. நிச்சயமாக, அந்தப் பெண்

என்னைத்தான் பார்த்தாள். சந்தேகமே இல்லை. மூச்சு கொஞ்சம் வேகமாகக் கிளம்பி வந்தது. அடக்கி விட்டுக் கொண்டேன்.

அந்தப் பெண் மறுபடியும் திரும்பி முன்னால் நடந்தாள். நான் பழைய எட்டுக் கணக்கே போட்டேன். என் மனது எத்தனை நினைப்புகளை அப்போது உருட்டிவிட்டது! அத்தனையோடும் அலை நீந்தி, நடந்து கொண்டிருந்தேன், அந்த உருவத்தையே பார்த்துக்கொண்டு.

இன்னும் கொஞ்ச தூரம்; முன் பாதியைக் கடந்து விட்டோம். இன்னும் கொஞ்சம் எட்டுகள் போட்டு விட்டால் கிழக்குப் பகுதியையும் திரும்பி விடுவோம். அந்தப் பெண் மறுபடியும் சடக்கென்று நின்று விட்டாள். என் கண்களைச் சரிப்படுத்திக் கொண்டு தயாராக நின்றேன். அதை அறிந்து கொண்டு விட்டவள் போல் அந்தப் பெண்ணும் சொல்லி வைத்ததுபோல் திரும்பிப் பார்த்தாள். இப்போதும் என்னையேதா. அந்தப் பார்வை!

நானும் நின்றுவிட்டேன். ஒரு தரம் என் கண்களைச் சுற்றிப் பார்த்துவிட்டு மறுபடியும் பார்வையை நிலை நிறுத்தினேன். அப்போதும் அந்தப் பார்வை சிறிதும் மாறவில்லை. நேரே என்னை ஊடுருவி துளைத்துச் செல்லும் தோற்றம் அந்தக் கண்களில்

எனக்கு ஒன்றும் புரியவில்லை. திகைத்து அப்படியே நின்று விட்டேன். நாவல்கள், கதாபாத்திரங்கள், காதல் நிலைகள், எல்லாம் என் மனதிலே அபபோது அலறி ஓடின. சரிதான்! என்னைத் தயார் செய்து கொண்டுவிட்டேன்! ஒரு திடம் என் மனதில் ஏற்பட்டு விட்டது. கடைசி முறையாக உறுதியோடு நான் பார்த்தபோது—

அவ்வளவுதான்! அந்த முகத்தில் எத்தனை மாறுதல்கள்! நான் பார்த்துக்கொண்டிருக்கும்போதே படீரென உதடுகள் வெடித்து விரிந்தன. மாதுளை முத்துக்களின் வரிசை இரண்டு பளீரென அதோடு திறந்து பளீரிட்டன. முத்துக்கள் கலகலத்தன. ஒரு சிறு புன்னகை முதலில், அதைத் தொடர்ந்து ஒரு சிரிப்பு!

என்னால் இதை நம்ப முடியவே இல்லை. எப்படி முடியும்? என் உதடுகளையும் நெகிழ்த்தி விட்டுவிட்டேன். எப்படிச் சிரித்திருப்பேனோ எனக்குத் தெரியாது. சிரித்துக் கொண்டே முன்னேறி இரண்டு எட்டுகள் வைத்து விட்டேன் நெருங்கி. இடையே இருந்தது சில எட்டுகள்தான்.

அடுத்த க்ஷணம் முத்துக்கள் கலகலத்து ஏதோ ஒரு சத்தத்தை வெளிக்கிளப்பினது போல் இருந்தது, அந்த வாயிலிருந்துதான்! ஆனால் பார்வை என் மீதுதான், சந்தேகமேயில்லை.

"இதுக்கா இவ்வளவு நாழி?" என்று கலகலப்போடு என்னைப்

பார்த்துக்கொண்டே கேட்டாள் அந்தப் பெண். எனக்குப் புரியவில்லை, அப்படியே பிரமித்து நின்றேன். எதற்காக இப்படி கேட்க வேண்டும் என்னை?

"இல்லேடிம்மா, ஏகக்கூட்டம், வாங்குகிறதுக்குள்ளே பெரிய பாடாக போயிடுத்து!'

ஒரு புதுக் குரல்! திடுக்கிட்டு பின்னால் திரும்பிப் பார்த்தேன்.

எனக்குச் சற்று எட்டி வந்து கொண்டிருந்தாள் நடுத்தர வயது ஸ்திரீ ஒருவள்!

"அப்போதே முதல் உன்னைத் திரும்பித் திரும்பிப் பார்த்துக் கொண்டே நடந்தேன்'அந்த யுவதியின் பதில்.

"என்னது? பார்த்தது, கேட்டது என்னையில்லையா?" எனக்கு தலை கிறுகிறுத்தது. பின்னால் இரண்டு எட்டு வைத்தேன். முன்னாலே திரும்பிப் பார்த்தேன். அப்போதுதான் அந்த முகம் எனக்கு நேரே திரும்பி இருந்தது. ஆனால் கண்கள்!

அவை எங்கே பார்த்தன ?

அந்த நடுத்தர வயது ஸ்திரீ வந்து அவளோடு சேர்ந்து கொண்டாள். அந்தப் பெண் முகத்தை அவள் பக்கம் திரும்ப்பினாள்!

அந்தப் பார்வை! மறுபடியும் நேரே என் மீது வந்து விழுந்தது!

அட, கண்றாவியே! ஒன்றரைக்கண்!

நாவல்கள், கதா பாத்திரங்கள், காதல் நிலைகள் எல்லாம் என் மனதிலிருந்து அப்போது ஓடின ஓட்டம்!

குழந்தைகளுக்கான கதைகள்

நீர்க்குமிழி

அன்று பிரமாதமாக மழை பெய்தது. வானத்துக்கும் பூமிக்குமாக ஒரே சரக்கூட்டம் போட்டது மாதிரி மழையம்புகள் சரசரவென்று தரையில் பாய்ந்து கொண்டிருந்தன.

அவை பாய்ந்து தரையைத் துளைத்த வேகத்தில் மண் கரைந்து செந்தண்ணியாக எங்கும் ஓடிக்கொண்டிருந்தது.

வெகு நாட்களாக மண்ணில் சற்று ஆழத்தில் பதிந்திருந்தது ஒரு நல்முத்து, அது சுத்தமான, அப்பழுக்கு சொல்ல முடியாத வனப்பு உடையதாக இருந்தது. அது ஒரு பெரிய சுண்டைக்காய் அளவு இருக்கும்.

அது ஒரு காலத்தில் ஒரு ராஜகுமாரியின் சங்கிலியில் தொங்கிக் கொண்டிருந்தது. ஒரு நாள் கோபத்தில் அந்தக் குழந்தை ஜன்னலுக்கு வெளியே அதை வீசி எறிந்து விட்டாள்.

அன்று முதல் வெகு காலமாக மண்ணில் பதிந்து கிடந்த நல்முத்து வெளி உலகத்தைப் பார்த்ததே இல்லை. அன்றைய மழை நல்முத்து பதிந்து கிடந்த அளவுக்கு மண்ணைக் கிளறிவிடவே, அதன்மேல் படிந்து கிடந்த கறை எல்லாம் போய், பளீரென்று முத்து தன் பழைய பளபளப்பையும் அழகையும் அடைந்து விட்டது. அதற்கு உண்டான சந்தோஷம் தாங்கமுடியவில்லை.

ஓடும் தண்ணீரோடு கூடவே நல்முத்தும் நீந்திப் பிரயாணம் செய்யத் தொடங்கியது.

முத்து போய்க்கொண்டே இருந்தது.

தன்னோடு சேர்ந்திருந்த பல முத்துக்களையும் பற்றிய ஞாபகம் வந்தது அதற்கு. அவற்றில் ஏதாவது தன் கண்ணுக்குத் தட்டுப்படாதா என்று சுற்றுமுற்றும் பார்த்துக் கொண்டே சென்றது.

திடீரென்று அதன் பக்கத்தில் 'நீ எங்கே போகிறாய்' என்று ஒரு குரல் கேட்கவே முத்து திகைத்து திரும்பிப் பார்த்தது. பக்கத்தில் தன்னோடு கூடவே வந்து கொண்டிருக்கும் ஒரு உருவம் அதன் கண்களில் அப்போது தான் துல்யமாகப் பட்டது.

அந்த உருவம் முத்தைவிட சற்று பெரியதாக இருந்தது. முத்தைப் போல் ஜலமட்டத்தின் மீது படிந்து இருந்த ஒரு அரை உருண்டை வடிவமாக இருந்தது. அதன் உருவில் தன் முழு உருவமும் பிரதிபலிப்பதைக் கண்டது முத்து.

"ஆஹா! என்ன ஆச்சரியம்! என்னைவிட எவ்வளவு பளீரென்றும், பிரதிபலிக்கக் கூடிய சக்தியுள்ளதாகவும் இருக்கிறதே" என்று முத்து ஆச்சரியப்பட்டுக் கொண்டே , "நீ யார்" என்று கேட்டது.

அந்த உருவம் கணீரென்று, "என் பெயர் நீர்க்குமிழி" என்றது.

"நான் இந்தப் பெயரைக் கேட்டதே இல்லையே. நீ எங்கிருந்து வருகிறாய்' என்று கேட்டது முத்து.

"நான் எங்கிருந்து வருகிறேன் என்று எனக்கே தெரியாது. ஏனென்றால் நான் இப்போது தான் பிறந்தேன். நீ எங்கே போகிறாய் என்று கேட்டேனே, அந்தக் கணத்தில்தான் இந்த ஓடும் தண்ணீரில் நான் பிறந்தேன்" என்றது நீர்க்குமிழி

"என்ன, நீ தண்ணீரிலா பிறந்தாய்' என்று அதிசயத்துக் கூவியது முத்து.

"ஆமாம், ஏன் ஆச்சரியப்படுகிறாய்?" என்று கேட்டது நீர்க்குமிழி.

'நானும் தண்ணீரில் பிறந்தவன் தான். சுவாதி நக்ஷத்திரத்தன்று பெய்த மழையில் கடலடியில் நான் பிறந்தேன்," என்றது முத்து.

இப்படிப் பேசிக் கொண்டிருக்கும் போதே அவர்களுக்கு இடையே கனத்த மழையம்புகள் விர்விர்ரென்று பாய்ந்தன. அந்த வேகம் தாளாமல் நல்முத்து ஓடும் தண்ணீரில் புரண்டு கொடுத்துவிட்டு, பேச்சைத் தொடர மறுபடியும் தன் முகத்தை நீர்க்குமிழியும் வந்து கொண்டிருந்த பக்கம் திருப்பியது.

திரும்பியதும் தன்னருகே மிதந்து வந்து கொண்டிருந்த ஒரு பெரிய உருவத்தைப் பார்த்ததும் மலைத்து விட்டது.

"ஏன் மலைக்கிறாய்? நான் தான் உன் நண்பன் நீர்க்குமிழி" என்றது அந்தப் பெரிய உருவம்.

"அதற்குள் எப்படி இவ்வளவு பெரியவனாகிவிட்டாய்" என்று அதிசயித்துக் கேட்டது முத்து.

உண்மையில் நீர்க்குமிழி முன்னைவிட இன்னும் இரண்டு மூன்று மடங்கு பெரிதாகி இருந்தது. முத்தின் சுண்டைக்காய் அளவு முழு உருவமும் நீர்க்குமிழியில் முழுசாகப் பிரதிபலித்தது ஒரு ஓரத்தில். நல்முத்துக்கு நீர்க்குமிழியின் இந்த மாய வளர்ச்சி புரியவில்லை. "தான் பிறந்து எத்தனையோர் வருஷங்களாகி இருந்தாலும்..." என்று அது யோசித்துக்கொண்டிருக்கும்போதே நீர்க்குமிழி சிரித்துக்கொண்டே பேசியது. "உன்னைப் போல நான் பிறவி முதல் கடைசி வரை வளர்ச்சியற்று இருப்பவன் அல்ல க்ஷணத்துக்கு க்ஷணம் வளர்ந்து கொண்டே இருப்பவனாக்கும்" என்று பெருமைப்பட்டுக் கொண்டது.

முத்து உருண்டு கொண்டே, நீர்ப்பரப்பில் மிதந்து வரும் நீர்க்குமிழியை உற்றுப்பார்த்து, தனக்குள் அதோடு தன்னை ஒப்பிட்டுப் பார்த்துக் கொண்டது. நீர்க்குமிழி முன், தான் அவ்வளவு குள்ளமாக இருப்பதை அப்போது உணர்ந்து கொண்டது. ஆனாலும் நீர்க்குமிழி தன்னைக் குத்திக்காட்டியது அதற்கு சுருக்கெனப்பட்டது.

முத்து சொல்லியது "நீர்க்குமிழி, உன்னைப் போல, நான் அவ்வளவு பெரியதாகவும் பளபளப்பாகவும் இல்லை என்பதை ஒப்புக்கொள்கிறேன். ஆனால் ..."

அந்தச் சமயத்தில் திடீரென்று நீர்க்குமிழியின் பக்கத்தில் இன்னும் சில சின்னச் சின்னக் குமிழிகள் துளிர்த்தன. அவை அத்தனையும் பெரிய நீர்க்குமிழியோடு வந்து ஒட்டிக்கொண்டன. முத்து பார்த்துக்கொண்டிருக்கையிலேயே நீர்க்குமிழி இன்னும் பெரிதாகி ஒரு சின்ன எலுமிச்சம் பழ அளவாகிவிட்டது. "பார்த்தாயா என் வளர்ச்சியை" என்று நீர்க்குமிழி கேட்டது வெகு கம்பீரமாக.

அப்போது லேசாக வெளிக்காட்டிய சூரிய வெளிச்சத்தில் பல வர்ணங்கள் நீர்க்குமிழியில் தோன்றின. நீர்க்குமிழி பார்ப்பதற்கு வெகு அழகாக இருந்தது. முத்து அதன்முன் தன் அழகை ஒப்பிட்டுப் பார்த்துக் கொண்டது. தன்னை விட நீர்க்குமிழி அழகுதான் என்று மனத்துக்குள் சொல்லிக் கொண்டது. ஆனால் நீர்க்குமிழி குத்திக் காட்டியதை மட்டும் மறக்கவில்லை.

அந்தச் சமயம் திடீரென அவை இரண்டும் ஏதோ பள்ளத்தில் விழப்போவது போல் தோன்றவே, திடுக்கிட்டு சமாளித்துக் கொள்ளப்

பார்த்தன. நீர் ஒரு மேட்டிடத்திலிருந்து ஒரு இறக்கத்தை நோக்கிப் போய்க்கொண்டிருந்தது.

நல்முத்து சமாளித்து ஒருதரம் உருட்டிக் கொடுத்துக் கொண்டது. நீர்க்குமிழி அந்த இடத்தில் சற்றுத் தடுமாற ஆரம்பித்தது. பிறகு எப்படியோ ஒருவாறாக சமாளித்துக் கொண்டு அதுவும் பள்ளத்தில் இறங்கி விட்டது.

இரண்டும் சேர்ந்து போய்க் கொண்டிருந்தன. நீர்க்குமிழிக்கு அந்த அதிர்ச்சி இன்னும் நீங்கவில்லை. இன்னும் லேசாக தள்ளாடிக் கொண்டே வந்து கொண்டிருந்தது.

நல்முத்து கேட்டது: "என்னவோ பெருமைப் பட்டுக் கொண்டாயே –பிரமாதமாக வளர்ந்திருப்பதாக இந்தச் சரிவில் இறங்குவதற்குள் இவ்வளவு தடுமாறி விட்டாயே" என்று கிண்டலாகச் சொல்லி சிரித்தது பதிலுக்கு.

நீர்க்குமிழிக்கு பதில் சொல்லத் தோன்றவில்லை. அதன் முகத்தில் தோன்றிய வேதனையை கவனித்த முத்து சட்டெனத் தன் கேள்வியை நிறுத்திக் கொண்டது.

“ஏன் இப்படி நடுங்குகிறாய்" என்று கேட்டது முத்து.

நீர்க்குமிழியின் நடுக்கம் அதிகமானதே தவிர அது ஒன்றும் பதில் சொல்லவில்லை. இப்போது அவர்கள் போய்க் கொண்டிருந்த இடம் மேடும் பள்ளமுமாக இருக்கவே, நீர்க்குமிழி ஒவ்வொரு சிக்கலிலும் தடுமாறித் தத்தளித்துக் கொண்டிருந்தது. முத்து அனாயாசமாக நீந்திப் போய்க் கொண்டிருந்தது. இவ்வளவு வளர்ந்தும் கம்பீரமான நீர்க்குமிழி இப்படி தடுமாறுவது அதற்கு வருத்தமாக இருந்தது. நீர்க்குமிழி தன்னோடு கூட வருவதைப் பார்த்துக் கொண்டே முத்து சென்றது.

நீர்க்குமிழியின் தத்தளிப்பு ரொம்பவும் அதிகமாகி விட்டது ஒருதரம் அலைக்கழிக்க ஆரம்பித்துவிட்ட பிறகு அதனால் சமாளிக்க முடியவில்லை என்பதை முத்து கண்டு கொண்டது.

"பயப்படாமல் வா" என்று ஆறுதல் கூறிற்று நல்முத்து.

அந்த வார்த்தைகள் நீர்க்குமிழியின் காதுகளில் விழுந்ததாகத் தெரியவில்லை. நீர்க்குமிழியின் முகத்தில் மரண வேதனை ஓடுவதை நல்முத்து ஒரு நொடிப்பொழுதில் சட்டெனக் கண்டுவிட்டது.

“நீர்க்குமிழி, நீர்க்குமிழி."

அடுத்த கணம் படீர் என்று நல் முத்தின் அருகில் ஒரு வெடி சப்தம் கேட்டது. முத்தின் முகத்தில் ஏதோ வீசி அடித்தது மாதிரி இருந்தது.

ஒரு தரம் உருண்டு கொடுத்து விட்டுத் தன் பக்கத்தில் பார்த்தது.

நீர்க்குமிழியைக் காணோம். அதன் உடைந்த துணுக்குகள் ஜலத்தில் பொட்டுப் பொட்டாக கலந்து நீராவதை தன் கண்களால் கண்டது நல்முத்து.

தன் கண் முன்னாகவே பிறந்து வளர்ந்து அழிந்த நீர்க்குமிழி நண்பனை நினைத்து பெருமூச்சு விட்டது நல்முத்து.

சடசடவென்று அதன் பக்கத்தில் மழைத் துளிகள் சாட்டையடி அடித்தன. கண்களை கசக்கிக்கொண்டு நல்முத்து பார்த்தது.

அதனருகில் பல சின்னச்சின்ன நீர்க்குமிழிகள் தோன்றி ஜலத்தில் தடுமாறித் தடுமாறி அதோடு வந்து கொண்டிருந்தன.

இன்னொரு தரம் பெருமூச்சு விட்டுவிட்டு நல்முத்து தன் வழியே உருண்டு போய்க் கொண்டிருந்தது.

தாயும் குட்டியும்

“அம்பு, நம்பாத்து பூனை மூணு குட்டி போட்டிருக்கு" என்று அம்புஜத்தை அவசரப்படுத்தி கூப்பிட்டாள் அவள் தங்கை பாரு.

அக்காளும் தங்கையும் போய் பார்த்தார்கள். இக்குணி இக்குணியாக மூன்று குட்டிகள். கருப்பும் வெள்ளையும் கலந்து அழகாக மியா மியான்னு கத்திக் கொண்டு அவர்கள் பக்கமாக ஓடி வந்தன. தாய்ப்பூனை, குட்டிகளையும் பாரு, அம்புவையும் மாறிமாறி பார்த்துக் கொண்டு இருந்தது.

ஒரு குட்டி அம்பு கிட்ட வரவும் "எனக்கு இந்தக் குட்டி" என்று அம்பு கையில் எடுத்து வைத்துக் கொண்டாள்.

பாருவுக்குப் பொறுக்குமா என்ன? "எனக்கு இந்தக் குட்டி" என்று தன் கிட்ட ஓடிவந்த இன்னொரு பூனைக்குட்டியை எடுத்து மடியில் போட்டுக்கொண்டு உட்கார்ந்தாள்.

தாய்ப்பூனை பழகிப் போய் விட்டதால் அவர்கள் குட்டியை தூக்கிக் கொண்டதை லக்ஷியம் செய்யாமல் பார்த்துக் கொண்டே இருந்தது. அக்காளும் தங்கையும் தங்கள் பூனைக் குட்டிகளைத் தடவிக்கொடுத்து அவற்றோடு விளையாடினார்கள்.

அப்போது மூன்றாவது பூனைக் குட்டி தன் தாயைச் சுற்றிக் கொண்டு இருந்தது.

“மீதி இருக்கிற பூனைக்குட்டியை யாரு வச்சுக்கிறது?" என்று கேட்டாள் அம்பு.

"எனக்கு ஒண்ணு போரும்" என்றாள் பாரு.

"எனக்கும் ஒண்ணு போரும்" என்றாள் அம்பு.

அப்போது மூன்றாவது பூனைக் குட்டியை என்ன செய்யலாம், அதைப் பார்த்துக் கொள்ள யாரிடம் கொடுக்கலாம் என்று அக்காளும் தங்கையும் யோசித்தார்கள். அவர்களுக்கு வேண்டிய சினேகிதி நாகத்திற்கு ஒன்று கொடுக்கலாம் என்று தீர்மானித்தனர். அவள் ரொம்ப நாளாக அவர்களை "உங்காத்துப் பூனை குட்டி போட்டா எனக்கு ஒண்ணு கொடுக்க மாட்டேளாடி!" என்று நச்சரித்துக் கொண்டே இருந்தாள்.

அம்புவும், பாருவும் தாய்ப் பூனை எங்கேயோ போயிருந்த சமயம் பார்த்து மூன்றாவது பூனைக் குட்டியை தூக்கிக் கொண்டு போய் அடுத்த தெருவில் உள்ள நாகத்திடம் கொடுத்து விட்டு வந்தார்கள்.

தாய்ப்பூனை குட்டியைக் காணாததைக் கண்டு வருத்தப்பட்டதோ இல்லையோ - யார் கண்டார்கள்! இல்லை, அந்த இரண்டு குட்டிகளுடன் திருப்தியடைந்து விட்டதோ என்னவோ?

அம்புவும் பாருவும் தங்கள் தங்கள் பூனைக் குட்டிகளை, போட்டி போட்டு வளர்த்து, விளையாடிக் கொண்டிருந்தார்கள். தாய்ப் பூனையும் இதையெல்லாம் பார்த்து மகிழ்ந்து கொண்டிருந்தது போலிருந்தது. மூன்றாவது பூனைக்குட்டி நாகத்தின் வீட்டில் வளர்ந்து கொண்டு வந்தது.

ஒரு மாதம் சென்றது. ஒரு நாள் பாரு நாகத்தின் வீட்டிற்குப் போய்விட்டு வரும்போது, நாகமும் பூனைக் குட்டியை எடுத்துக் கொண்டு வந்தாள்.

"அடியடீ, தாய்ப்பூனை கிட்ட உன் குட்டியை கொண்டு விடலாமாடி" என்று கேட்டாள் பாரு.

"ஆமடி, தன் குட்டியை அது ஆவலோடே வந்து கொஞ்சும். வேடிக்கை பார்க்கலாமா?" என்றாள் அம்பு.

"அப்புறம் என் பூனைக் குட்டியை பூனை கொண்டு போக விடாதும்மா" என்றாள் நாகம்,

"அதுக்கு நாங்களாச்சு. உன் பூனைக் குட்டியை கொடுத்துடறோம்" என்றார்கள் அம்புவும் பாருவும்.

நாகம் சம்மதிக்கவே மூவரும் தாய்ப் பூனையிடம் குட்டியைக் கொண்டு போனார்கள். அப்போது அதன் மற்ற இரண்டு குட்டிகளும் தாயோடு அதன் வாலைக் கடித்து விளையாடிக் கொண்டிருந்தன.

பாரு மூன்றாவது குட்டியை மறைத்துக் கொண்டே போய் தாய்ப் பூனையின் பக்கமாக கீழே விட்டாள். புதுக்குட்டி மியாவ் மியாவ் என்றது. அதே சமயம் தாய்ப் பூனை விர்ரென்று எழுந்து நின்று "இதென்னடா புதிசா இருக்கே" என்று பார்ப்பது போல் பார்த்தது. மற்ற இரண்டு குட்டிகளும் புதுக்குட்டியைக் கண்டதும் அதன் கிட்ட வரலாமா வரவேண்டாமா என்று தயங்கின.

புதுக் குட்டி பெரிய பூனை கிட்ட போகாமல் தயங்கி, தள்ளி நின்று பார்த்துக் கொண்டிருந்தது.

"சனியனே போ உங்கம்மா கிட்ட! தெரியல்லையா அம்மாவை?" என்று அதை கையால் பெரிய பூனையின் பக்கமாக தள்ளி விட்டாள் பாரு.

"அதுக்குள்ளேயா அம்மாவை மறந்துடுத்து! அசட்டுப் பூனை!" என்று அம்புவும் நாகமும் சிரித்தார்கள்.

பாரு, புதுக் குட்டியை தாய்ப் பூனை பக்கமாக தள்ளவும், தாய்ப் பூனை ஒரு சீறு சீறி புதுக் குட்டி மேல் பாய்ந்தது. குட்டிப் பூனை பயந்து ஓடியது.

"ஐயையோ, தன் குட்டியை கடிக்க வருதுடி" என்று மூன்று குழந்தைகளும் அதிசயித்துக் கூவின. மறுபடியும் அவர்கள் இரண்டு மூன்று தரம் குட்டியை தாயின் பக்கம் தள்ளி விட்டு சினேகப்படுத்தப் பார்த்தும் தாய்ப்பூனை சீறித்தான் பாய்ந்தது. குட்டிப் பூனை ஒதுங்கிப் போய் ஒரு மூலையில் பயந்து உட்கார்ந்து கொண்டது. மற்ற இரண்டு குட்டிகளும் தாயின்மீது விழுந்து புரளுவதும், அதன் பாலைக் குடிப்பதுமாக இருந்தன.

இதைக் கண்ட பாருவின் முகம் சுண்டி விட்டது. "ஐயோ பாவமாக இருக்குடி அந்தக் குட்டியைப் பார்த்தா " என்றாள்.

"என்னடி பண்றது இப்போ ?" என்றாள் அம்பு.

"குட்டிக்கு அம்மாவை தெரியல்லெ. அம்மாக்கு குட்டியை தெரியல்லே" என்றாள் நாகம். அப்போது அவர்களுடைய தாயார் "என்னடி பூனைக்குட்டிகளோடே சதா விளையாடிண்டு" என்று சொல்லிக் கொண்டே வந்தாள்.

"அம்மா, தாய்ப் பூனைக்கு குட்டி அடையாளம் தெரியல்லெம்மா. கடிக்க வருது" என்றாள் பாரு.

"கொல்லு அதை" என்றாள் நாகம்.

அம்மா சிரித்துக் கொண்டே "ஆமாம், அம்மாவையும் குழந்தையையும் குழந்தைலே பிரிச்சுட்டா மறந்துதான் போகும். நமக்கும் அப்படித்தான்.

நீங்கள்ளாம் அப்படித்தான் உங்கப்பா ரொம்ப நாள் கழிச்சு ஊர்லே ருந்து வந்தபோது போக மாட்டேன்னேள் அதுமாதிரிதான். போங்கோ பாவத்தை கட்டிக்கொள்ளுங்கோ" என்று சொன்னாள்.

மூன்று குழந்தைகள் மனதிலும் அந்த வார்த்தைகள் உறுத்தின. அம்மா சொன்னது உண்மை என பட்டது. தாங்கள் செய்த காரியத்தால் தானே இப்படியாச்சு என்று அவர்கள் மனது ஒத்துக்கொண்டது. குழம்பிப் போய் ஒருவரையொருவர் பார்த்துக் கொண்டார்கள். அந்த தாய்ப் பூனையும் இரண்டு குட்டிகளும் ஒரு பக்கத்திலும், புதுக் குட்டி ஒரு ஓரமாகவும் இருந்தன.

"உன் குட்டியை ஆத்துக்கு எடுத்துண்டு போ நாகம்" என்றாள் பாரு. அம்புவும் சேர்த்துச் சொன்னாள்.

நாகம் சடக்கென்று பதில் சொன்னாள், "எனக்கு பூனைக்குட்டி வேண்டாம்மா" மற்ற இருவருக்கும் அது சரியாக பட்டது. "பாவமாக இருக்கு; பாவத்தை கட்டிக்க மாட்டேன்" என்று நாகம் மறுத்து விட்டாள்.

"ஆமடி, மூன்று குட்டிகளும் அதோட அம்மா கிட்டவே இருக்கட்டும். நாம்ப அதுகளைத் தொடவே வேண்டாம் இனிமே" என்றாள் அம்பு.

பாருவும் சம்மதித்தாள். ஆனால் தாய்ப் பூனை குட்டியை வரவிட மாட்டேன்கிறதே என்ன செய்வது?

அம்மா கிட்ட ஓடிக் கேட்டார்கள்.

அம்மா சிரித்துக் கொண்டே சொன்னாள்: "சரி, நாளைக்குப் போய் பாருங்கோ. இப்போ தள்ளிப்போயிடுங்கோ " என்றாள்.

குழந்தைகள் அப்படியே அந்த அறையை விட்டு வெளியே போய் விட்டார்கள். மறுநாள் வரை அந்தப் பக்கமே போகவில்லை.

மறுநாள் அவர்கள் அந்தப் பக்கம் போனபோது மூன்று குட்டிகளும் சேர்ந்து தாய்ப் பூனை மேல் விழுந்து புரளுவதும், பால் குடிப்பதுமாக இருந்தன.

குழந்தைகளுக்கு சந்தோஷம் தாங்க முடியவில்லை.

ஆசையும் நிராசையும்

தர்மலிங்கம் ஆறாவது வகுப்பு வரையில் படித்திருந்தான். அவனுக்கு இரண்டொரு இங்கிலீஷ் வார்த்தைகளை சேர்த்து வாசிக்கத் தெரியும். அதை வைத்துக் கொண்டு அவனுக்கு ஒரு சர்க்கார் ஆபீஸில் பெரிய யஜமான் கீழ் பியூன் வேலை பார்க்க வேண்டும் என்று ஆசை.

அவன் உள்ளூர் சப்மாஜிஸ்டிரேட் ஆபீஸுக்கு மனு போட்டான். உடனே அவனுக்கு அந்த ஆபீஸில் வேலை கிடைத்தது. அவனுக்கு வந்த சந்தோஷத்துக்கு அளவே இல்லை.

தான் போட்டுக்கொண்டிருந்த அந்த வர்ண டவாலியையும் அதில் போட்டிருந்த பித்தளை வில்லையையும் பார்க்கப் பார்க்க திருப்தியாக இருந்தது. தன்னை ரொம்பவும் அலங்காரப்படுத்தி இருப்பதாக பெருமைப்பட்டுக் கொண்டான்.

தினமும் அவன் காலையில் எழுந்ததும் அந்த பித்தளை வில்லையை பளபளப்பாக தேய்த்துப் போட்டுக் கொள்வான். யஜமான் ஆபீஸுக்குப் போகும்போது அவருடைய ரிகார்டும் பெட்டியை கூட தூக்கிக்கொண்டு போவதும், மாலை திரும்பும்போது தூக்கிவருவதும் தான் அவனுக்குப் பிடித்திருந்தது. ஆபீஸில் யஜமான் அறைக்கு வெளியில் உட்கார்ந்துகொண்டு யஜமான் கூப்பிட்ட குரலுக்குப் போவதும், யஜமானைப் பார்க்க வருபவர்களை, “இப்போ போகக்கூடாது” “போய் வாருங்க,” “கொஞ்சநேரம் இருங்கள்” என்றெல்லாம் தன் அதிகாரத்தை செலுத்துவதில் அவனுக்கு பரம திருப்தி.

இவ்வளவு திருப்தியுடன் இருந்தவனுக்கு எதிர்பாராத வகையில் கஷ்டம் வந்தது. அதாவது ஒருநாள் யஜமான் வீட்டுக்கு ஒரு நாய்க்குட்டி வந்தது தான் காரணம்.

அவனுடைய யஜமானி அம்மாள் அவனைக் கூப்பிட்டு "தர்மலிங்கம், இனிமேல் இந்த நாயை பார்த்துக் கொள்வது உன் பொறுப்பு" என்று சொல்லிவிட்டாள். யஜமானும் அதற்கு சரி சொல்லி "இனிமேல் நீ வீட்டிலேயே பியூனாக இரு. ஆபீஸுக்கு வேறு ஆள் போட்டுக் கொள்கிறேன்" என்று சொல்லிவிட்டார்.

அன்றிலிருந்து அவன் டவாலியைப் போட்டுக் கொண்டு யஜமான் பின் போவதும் வருவதும் நின்று விட்டது. யஜமான் வீட்டுக் காரியங்களை செய்வதும், முக்யமாக காலையும் மாலையும் நாயை வெளியே பிடித் துச் செல்வதும், அதற்கு வேளா வேளைக்கு சாப்பாடு போடுவதும் அதை ஆற்றுக்கு கொண்டுபோய் குளிப்பாட்டுவதும் அவனுடைய தினசரி வேலையாகப் போய் விட்டது.

அவனுக்கு வந்த ஏமாற்றத்துக்கு அளவேயில்லை... கௌரதையான வேலை ஒன்று இல்லாமல் இப்படி ஆச்சே என்று வருத்தப்பட்டான். அந்த நாயைப் பார்க்கப் பார்க்க அவனுக்கு கோபமும் எரிச்சலும் வந்தது. என்ன செய்வது?

அந்த நாயை தினமும் ஆற்றுக்குக் கொண்டுபோய் குளிப்பாட்டும் போது அவன் ஆத்திரம் தீர அதைத் தண்ணீரில் முக்கி முக்கி உபத்ரவப் படுத்துவான். "உன்னால் தானே என் பிழைப்பு இப்படி ஆச்சு" என்று முனகிக் கொண்டே அதை நன்றாக அடித்து விடுவான். நாய்க்குட்டியும் அவனைக் கண்டு பயந்து போய் விட்டது.

வீட்டைவிட்டு அது தினமும் புறப்படும்போது யஜமானும், யஜமானியும் அவர்கள் கண்ணுக்கு மறையுமட்டும் பார்த்துக்கொண்டே இருப்பார்கள். அது அவனுடன் போக மறுப்பதைக் கண்டு தர்மலிங்கத்துக்கு நாயை வளர்க்கத் தெரியவில்லை என்று அபிப்பிராயப் பட்டார்கள்.

யஜமான் சில தடவைகள் அதற்காக அவனை கோபித்துக் கொண்டார். அந்த வார்த்தைகள் அவனுக்கு ரோஷமூட்டின. அந்த ஆத்திரத்தில் நாயை ஒரு நாள் நன்றாக தண்ணீரில் முக்கிவிட்டான். அதிலிருந்து அது அவனை விரோதியாகவே பாவித்துவிட்டது.

ஒருநாள் காலை அவன் யஜமானருடைய உறவுக்காரர்கள் வந்திருந்ததாகவும், அவர்கள் அந்த நாயைக் கொண்டு போய் விட்டதாகவும் தெரிந்தது.

தர்மலிங்கத்துக்கு திருப்தியாக இருந்தது. இனி மறுபடியும் ஆபீஸுக்கு

வழக்கம் போல் யஜமானனுடன் போவதற்கு தன்னை தயார் செய்துகொண்டான். தன் வில்லையை பளபளப்பாக்கிக் கொண்டான்.

ஆனால் அவன் அதற்கு மறுநாள் காலை யஜமான் வீட்டுப் படியேறியபோது புதிய நாய்க்குட்டி ஒன்று கட்டப்பட்டிருந்தது. அவனுக்கு பகீர் என்றது. அதே சமயம் அவனுடைய யஜமானி அம்மாள் தர்மலிங்கத்திடம் ' இந்தக் குட்டியை என் அண்ணன் ராத்திரி கொண்டு வந்தார் ஊரிலிருந்து எங்கள் வீட்டு நாய்க் குட்டி. இதை நீ ரொம்ப நன்றாக பார்த்துக்கொள்ள வேண்டுமாக்கும்" என்றாள். தர்மலிங்கத்துக்கு பதில் பேச வாய் வரவில்லை. அந்த நாய்க்குட்டியையே அவன் உறுத்துப் பார்த்தான். அவன் ஆசை நிராசையாகி விட்டது.

சிறந்த சின்னம்

அன்று சுதந்திர தினம். திருஞானம் படித்து வரும் பள்ளிக்கூடத்தில் சுதந்தர தினம் கொண்டாடுவதற்குப் பிரமாதமான ஏற்பாடுகள் செய்யப்பட்டிருந்தன. காலையிலிருந்தே சிறுவர்கள் எல்லோரும் புத்தம் புது ஆடைகளை அணிந்து கொண்டும் குங்குமம், சந்தனம் இட்டுக் கொண்டும் மங்களகரமாக பள்ளிக்கூடத்தில் நிரம்பி விட்டார்கள்.

பள்ளிக்கூடம் ஒரே அமர்க்களப்பட்டது. முதலில் பிரார்த்தனை நடக்கும். பிறகு ஊர்வலம் புறப்பட்டு முக்கியத் தெருக்கள் வழியாகச் சுற்றி வந்து பள்ளிக்கூட மைதானத்திற்கு திரும்பி வரும். வந்ததும் மைதானத்தில் தேசக் கொடி வணக்கம் நடைபெறும். அதற்குப் பிறகுதான் அந்தப் போட்டி நடைபெறுவதாக இருந்தது.

திருஞானம் படித்து வரும் அந்தப் பள்ளிக்கூடத்து ஹெட்மாஸ்டர் மாணவர்களுக்கு ஒரு போட்டி வைத்திருந்தார். அதாவது சுதந்திர தினம் சம்பந்தமாக ஞாபகமூட்டக்கூடிய சின்னம் எது எது என யார் யாருக்குத் தோன்றுகிறதோ அந்தப் பொருளை அவர்கள் கொண்டு வர வேண்டும். அந்தப் பொருள்கள் எல்லாம் கண்காட்சியாக பள்ளிக்கூடத்தில் வைக்கப்படும். அவை பரிசீலனை செய்யப்படும். எது பொருத்தமான தென்று கருதப்படுகிறதோ அதைக் கொணர்ந்தவனுக்கு பரிசு தரப்படும் என்று கூறியிருந்தார்.

பிள்ளைகள் எல்லோரும் தாங்களாகவே யோசித்துப் பார்த்து அவரவர்களுக்கு மனத்தில் பட்டபடி, சுதந்திர ஞாபகார்த்தப் பொருள்களைக் கொணர்ந்திருந்தார்கள். ஆனால் கண்காட்சி

ஆரம்பமாகும் வரையில் ஒருவருக்கொருவர் தங்கள் பொருள்களைக் காட்டிக் கொள்ளாமல் ரகசியமாக வைத்துக் கொண்டிருந்தார்கள். பிறருக்குக் காட்டி விட்டால் அதையே மற்றவரும் கொண்டு வந்து விடலாம் அல்லவா?

ஊர்வலம், கொடி வணக்கம் எல்லாம் முடிந்து போட்டி ஆரம்பமா யிற்று. ஒவ்வொரு மாணவரும் தாங்கள் கொண்டு வந்திருக்கும் பொருள்களை எடுத்து போட்டி ஜட்ஜ் உட்கார்ந்து இருந்த மேஜைமீது வைத்துச் சென்று கொண்டிருந்தனர்.

சிறுவர்களில் பெரும்பாலோர் தேசக் கொடி கொண்டு வந்திருந்தனர். தேசக் கொடிதானே நம் சுதந்தரத்தின் சின்னமாக விளங்குகிறது என்பது அவர்களின் நினைப்பு. வேறு சிலர் யுத்தம் செய்து சுதந்தரம் கிடைத்ததெனக் கருதி ஏரோப்ளேன், கப்பல், துப்பாக்கி, அணுகுண்டு ஆகிய பொருள்களை காகிதத்தாலும் மண்ணாலும் செய்து கலர் கொடுத்துக் கொண்டு வந்திருந்தனர். இன்னும் சிலர் சமீபத்தில் நடந்த தேர்தலை ஞாபகத்தில் வைத்துக்கொண்டு வோட்டுப் பெட்டிகளைச் சின்னமாகக் கொண்டு வந்திருந்தனர். இவைகளை எல்லாம் பார்த்துக்கொண்டே இருந்தார் போட்டி ஜட்ஜ்.

திருஞானத்தின் முறை வந்தது. அவன்தான் கடைசி. அவனிடம், என்ன பொருள் இருந்தது என்பதை யாரும் தெரிந்து கொள்ள முடியவில்லை. கண் காட்சிப் பொருள் மேஜை முன்பு அவன் வந்து நின்றதும், சட்டைப் பையிலிருந்து ஒரு தக்ளியை எடுத்தான். அதோடு, சேர்த்து ஒரு பஞ்சுப் பட்டையும் இருந்தது. அதைப் பார்த்ததும், அங்கிருந்த எல்லோரும் பிரமித்துப் போய் நின்றனர். அவர்களுக்கு புரியவே இல்லை.

மற்ற சிறுவர்கள் யாவருக்குமே, அதைப் பார்த்ததும் சிரிப்பு வந்தது. ஒரு தக்ளியை போய்க் கொண்டு வந்திருக்கிறானே, இதற்கும் சுதந்திரத்திற்கும் என்ன சம்பந்தம் என்று கேலி செய்வது போலிருந்தது.

தக்ளியை மேஜை மீது வைத்துவிட்டுத் திருஞானம் தன் இடத்தில் போய் உட்கார்ந்து கொண்டான்.

பிறகு ஜட்ஜ் அங்கிருந்த எல்லாப் பொருள்களையும் பரிசீலனை செய்தார். அவர் எதைத் தேர்ந்தெடுக்கப் போகிறாரோ, யாருக்குப் பரிசு கிடைக்கப் போகிறதோ என்ற பரபரப்பு எல்லா மாணவர்களின் மனத்திலும் சுழன்று கொண்டிருந்தது.

போட்டி ஜட்ஜ் தன் முடிவைச் சொல்ல எழுந்தார். ஒரு கணம் மேஜை மீது இருந்த பொருள்களில் கண்களைச் செலுத்திவிட்டுத் தக்ளியையும்

பட்டையையும் கையில் எடுத்தார். "மாணவர்களே! இதற்குத் தான் பரிசு கொடுக்கப் போகிறேன். மஹாத்மா காந்தி நமக்கு நூற்கக் கற்றுக் கொடுத்துத்தான் முப்பத்தி இரண்டு வருஷங்களுக்கு முன் சுதந்திர ஆர்வத்தைத் தூண்டினார். எல்லோரும் கதர் கட்டினால் ஒரு வருஷத்தில் சுதந்திரம் வந்து விடும் என்றார். வெள்ளைக்காரன் முதலில் இந்த தக்ளியைக் கண்டு பயந்தான். ராட்டையைக் கண்டும் பயந்தான். அதிலிருந்து நம் சுதந்திர இயக்கம் வலுப் பெற்றது. அந்நியரை விரட்டி இன்று சுதந்தரமாக வாழ்கின்றோம். எனவே நம் சுதந்தரத்தின் சின்னமாக இருக்க தக்ளி தான் மிகப் பொருத்தமானது" என்று கூறினார்.

எல்லா மாணவர்களும் திருஞானத்தையே பார்த் தார்கள். திருஞானம் ஜட்ஜ் முன் வந்து நின்றான். அவனைத் தட்டிக் கொடுத்து தன் கையில் இருந்த பாரதியாரின் புஸ்தகக் கட்டை அவனுக்குச் சுதந்தர தினப் பரிசாக அளித்தார்.

ஒவ்வொரு மாணவனும் தனக்கு இந்த யோசனை தோன்றவில்லையே என்று பேசிக்கொண்டு திருஞானத்தைச் சூழ்ந்து கொண்டு அவனைப் பாராட்டினார்கள்.

தக்க தண்டனை

வகுப்பு ஆரம்பமாகி விட்டது. உபாத்தியாயர் நாற்காலியில் அமர்ந்ததும் கண்களை நாற்பக்கமும் செலுத்தி பையன்களை ஒருதரம் அளவிட்டார். எல்லா பையன்களும் அவரையே பார்த்தார்கள்.

அந்த உபாத்தியாயர் கண்டிப்பானவர் என்று பெயர் வாங்கியவர். மாணவர்கள் தங்கள் கடமைகளைச் செய்வதில் சிறிது பிசகு ஏற்பட்டாலும் அதற்குரிய தண்டனையைக் கொடுப்பதற்குத் தயங்கமாட்டார்.

எனவே பையன்கள் யாவருக்கும் அவரைக் கண்டால் பயம்தான். அவர் வகுப்பில் கூடிய மட்டும் ஒழுங்காக நடந்து கொள்வதற்கு முயற்சி செய்வார்கள்.

முன் தினம் அவர் கொடுத்திருந்த வீட்டுப் பாடங்களை மாணவர்கள் மறு நாள் நிறைவேற்றிக் கொண்டு வருவது வழக்கம். அன்று நாற்காலியில் அமர்ந்து அவர் கேட்ட முதல் கேள்வி, "என்ன, எல்லோரும் வீட்டுப் பாடம் போட்டுக் கொண்டு வந்திருக்கிறீர்களா" என்பது தான்.

அந்தக் கேள்விக்கு வந்த பதில் பலவிதமாக இருந்தன. சில குரல்கள் வெகு உற்சாகத்துடன் 'போட்டிருக்கோம் ஸார்' என்றும் சிலர் இழுத்தும் பேசினார்கள். பாதி போட்டும் போடாதவர்களுமாக இருப்பவர்கள் அவர்கள். இன்னும் சிலர் மௌனமாக இருந்து மிரள மிரள விழித்தனர், அவர்கள் போடாதவர்கள்.

"சரி. போடாதவர்கள் எழுந்திருங்கள்" என்றார் உபாத்தியாயர். தயங்கித் தயங்கி ஒவ்வொருவராக எழுந்து நின்றனர்.

ஒவ்வொருவராகப் பார்த்துக் கொண்டே வந்தார் உபாத்தியாயர். எழுந்து நின்றவர்களில் ஷண்முகத்தை பார்த்ததும் உபாத்தியாயர் ஒரு விநாடி உற்றுப் பார்த்து விட்டு முகத்தை வேறு பக்கம் திருப்பிக் கொண்டார்.

ஏதோ முடிவுக்கு வந்தவர் போல் நாற்காலியிலிருந்து எழுந்து மேடையை விட்டுக் கீழே இறங்கினார்.

அவருடைய உத்தேசம் எழுந்து நின்ற அத்தனை மாணவர்களுக்கும் தெரியும். இது தான் முதல் தடவையல்லவே!

ஆனால் ஷண்முகம் எழுந்து நின்றது வகுப்பில் இது தான் முதல் தடவை. வீட்டுப் பாடம் போடாமல் அவன் குற்றவாளியாக எழுந்து நிற்க ஏற்பட்ட முதல் சந்தர்ப்பம் இது தான்.

கீழே இறங்கி வரும் உபாத்தியாயரையே பார்த்துக் கொண்டிருந்தான் அவன். நேராக முதல் பையனிடம் சென்றார். "ஏண்டா போடவில்லை?" என்று கத்திக்கொண்டே அவன் காதைப் பிடித்துத் திருகினார். "இதே பழக்கமாகப் போய்விட்டதுடா உனக்கு" என்று அடுத்த பையன் தலையில் ஒரு குட்டு குட்டினார். "நீயும் இவனோடு சேர்ந்தவன் தானே" என்று மூன்றாம் பையனைக் கன்னத்தில் அறைந்தார்.

பையனுக்குப்பின் பையனாக தண்டனை கொடுத்துக் கொண்டே வரும் அவரைப் பார்த்துக் கொண்டே இருந்தான் ஷண்முகம். தன் முறையும் சீக்கிரம் வந்து விட இருந்தது. முதல்முதலாக இன்று அவர் கையில் அவனுக்கு தண்டனை கிடைக்க இருந்தது. அது எதாக இருக்கப் போகிறது என்று யூகிக்கப் பார்த்துக் கொண்டே இருந்தான். உபாத்தியாயர் தன்னை நோக்கி சமீபத்தில் வரவர அவன் குற்ற உணர்ச்சி உறுத்தியது. உபாத்தியாயரை நிமிர்ந்து பார்க்கவும் தைரியம் இல்லாமல் அவன் தலை தானாக குனிந்து விட்டது.

அவனுக்கு முன்பு இன்னும் நான்கு பேர்கள் இருந்தார்கள். அவனுக்குப் பிறகு இன்னும் மூன்று பேர்கள் இருந்தார்கள். ஒவ்வொருவராக தாண்டிக் கொண்டே வந்த உபாத்தியாயர் "இப்படியே தினமும் செய்து கொண்டே வருகிறீர்களே உங்களை என்ன செய்ய வேண்டும் தெரியுமா" என்று அடிவயிற்றிலிருந்து கத்திக் கொண்டே வந்தார். ஒவ்வொருவரையும் முதுகில் வெகு வேகத்துடன் அறைந்து கொண்டே வந்தவர். ஷண்முகத்திற்கு முந்திய பையனை ஆத்திரத்துடன் அறைந்து விட்டுட்டுப் பின் வாங்கி ஹாலின் நடுவிற்கு நகர்ந்தார்.

அங்கிருந்து "இப்படியே நீங்கள் செய்து கொண்டிருந்தால் எப்படி உருப்படப்போகிறீர்கள்? உங்கள் படிப்புக்கு உங்கள் பெற்றோர் செலவிடுவதெல்லாம் வீண் தண்டம்" என்று கத்திக் கொண்டே மறுபடியும் அந்த பையன்கள் நின்ற வரிசைக்கு நகர்ந்து எதிரில் உள்ள பையனை ஒரு அறை விட்டார். அடுத்து இருந்த இரண்டு பையன்களையும் தண்டித்து விட்டு அவர்களை கோபித்துக் கொண்டே தன் நாற்காலிக்கு சென்று ஆத்திரத்துடன் அமர்ந்து விட்டார்.

அப்போதுதான் ஷண்முகம் தலை நிமிர்ந்து பார்த்தான். நாற்காலி யிலிருந்த உபாத்தியாயரின் கண்கள் அவனையே உறுத்துப் பார்த்தன. அந்தக் கண்களின் தீவிரப் பார்வையை ஷண்முகம் சமாளிக்க முடியாமல் கண்களை கவிழ்த்துக் கொண்டான்.

அவன் மனத்தில் இருந்த உறுத்தல் அதிகரித்தது. தனக்கு முந்திய பையனை அடித்தபின் தனக்கு கிடைக்கப்போவதை எதிர்பார்த்துக் கொண்டிருந்தான், ஆனால் உபாத்தியாயரோ அந்தப் பையனை அடித்து விட்டு நடு ஹாலுக்குப் போய் விட்டார். மறுபடியும் திரும்பி வந்து தனக்கு தண்டனை கொடுப்பார் என்று எதிர்பார்த்துக்கொண்டிருந்த போது அவர் தனக்கு அடுத்த பையனிலிருந்து அடிக்க ஆரம்பித்து விட்டார். அவனை அவர் தொடவேயில்லை.

கோபாவேசத்தில் அவர் தன்னை தண்டிக்க மறந்து விட்டார். ஒரு தரம் வரிசையிலிருந்து நகர்ந்து போய் விட்டுத் திரும்பும்போது தன்னையறியாமல் அடுத்த பையனிடம் போய் விட்டார். அதனால் தான் தனக்கு அடி கிடைக்காமல், தப்ப முடிந்தது என்று ஷண்முகம் முடிவு கட்டினான். ஆனால் அவனுக்கு உடனே இன்னொரு பயமும் தோன்றியது. மறுபடியும் அவருக்கு ஞாபகம் வந்து நினைத்துக் கொண்டு தன்னை தண்டிக்க வரலாம் என்றும் எதிர்பார்த்துக் கொண்டிருந்தான்!

வகுப்பு முடியும் வரையில் அவனுக்கு அந்த பயம் நீங்கவில்லை. தங்களுக்கு அடி கிடைத்து அவனுக்கு கிடைக்காததைக் கண்டு மற்றவர்கள் ஒருவேளை அவரிடம் அதை ஞாபகமூட்டலாம் அல்லவா? அந்த பயமும் அவனுக்கு இருந்தது.

ஆனால் வகுப்பு முடியும் வரையில் உபாத்தியாயருக்கு அந்த ஞாபகமே வரவில்லை போலும். அந்த பீரியட் முடிய அவன் பக்கம் அவர் திரும்பிக் கூடப் பார்க்கவே இல்லை. "நல்ல வேளை தப்பித்தோம். இனி இரண்டாம் தடவை இப்படி தப்புச் செய்து விடக் கூடாது" என்று தனக்குள் முடிவு செய்து கொண்டான் ஷண்முகம். உபாத்தியாயரின் முகத்தைப் பார்க்கவே அவனுக்கு வெட்கமாக இருந்தது.

மணி அடித்து வகுப்பு முடிந்ததும் மாணவர்கள் எல்லோரும் எழுந்து

புஸ்தகங்களுடன் வெளியே ஓடினார்கள். ஷண்முகம் தினமும் போல் சாவதானமாக எழுந்து புறப்பட்டான். வகுப்பை விட்டு கடைசியாக வெளியேறிக் கொண்டிருந்த பையன் அவன் தான்.

அறையின் கதவு சமீபத்தில் போய்க் கொண்டிருக்கும்போது 'ஷண்முகம்' என்று கூப்பிட்ட உபாத்தியாயரின் குரல் கேட்டு 'ஸார்!' என்று கொண்டே அவர் பக்கம் திரும்பி நடந்தான். அவர் முகத்தைப் பார்த்தான். அவரும் அவன் முகத்தைப் பார்த்தார்.

ஷண்முகத்தின் தலை தானாக குனிந்தது. தான் நினைத்தபடி உபாத்தியாயர் தன்னை அன்று மறக்கவில்லை என்று அவன் மனதில் சுரீரெனப்பட்டது. இப்போது தன்னை தண்டிக்க கூப்பிடுகிறார் என்று நினைத்தான்.

"ஷண்முகம்! உன்னை நான் மறந்து விட்டு அப்பால் போய் விட்டேன் என்று தானே நினைத்தாய். நீ இப்படி செய்தது எனக்கு ஆச்சரியமாக இருக்கிறது. இந்த வகுப்பில் உன்னைத்தான் நான் முதல் பையனாக நினைத்திருக்கிறேன். நீயும் மற்றவர்களைப் போல்..."

"ஸார்!" என்று துக்கக் குரலில் ஆரம்பித்தான் ஷண்முகம் "நான் செய்... தது தப்பு தா...ன்." அதற்கு மேல் அவனால் பேச முடியவில்லை அழுது விட்டான்.

"போடா அசட்டுப் பயலே!" என்று அரைச் சிரிப்பு சிரித்துக் கொண்டே, அவன் தோளில் கை வைத்தார் உபாத்தியாயர் "மற்றவர்களுக்கெல்லாம் அந்த தண்டனை. உனக்கு இதுதான் தண்டனை. இனி இப்படி செய்யமாட்டியே கண்களைத் துடைத்துக் கொள்" என்றார் உபாத்தியாயர்.

ஷண்முகம் கண்களை துடைத்துக் கொண்டான். தனக்குமுன் அறையை விட்டு வெளியே செல்லும் உபாத்தியாயரின் பின்னாலேயே அடிமேல் அடி வைத்துப் பின் தொடர்ந்தான். தன் சிநேகிதர்களுக்குக் கிடைத்த தண்டனையை விடப் பெரிய தண்டனையை தனக்கு உபாத்தியாயர் கொடுத்து விட்டதாக அவனுக்குப் பட்டது.

பொன்னொளி தீபம்

மறுநாள் கார்த்திகை. முந்தின நாள் மாலை ஜவந்தி, மாணிக்கம் எல்லோரும் விளையாடிக் கொண்டிருந்தார்கள். மறுநாள் அவரவர்கள் எப்படி கார்த்திகை தீபாலங்காரம் செய்வது என்பதைப் பற்றி பேச்சு ஆரம்பித்தது.

இந்த நால்வரில் காமு பணக்கார வீட்டுப் பெண். கிராமத்தில் தெருவில் அவள் வீட்டில் தான் முதல் முதலாக எலக்டிரிக் விளக்கு போட்டிருந்தார்கள்.

எனவே அவள் பெருமையாக சொல்லிக் கொண்டாள். "எங்கள் வீட்டில் எலக்டிரிக் பல்புகளாலேயே இந்த கார்த்திகைக்கு அலங்காரம் செய்யப் போகிறோம். எங்கள் அண்ணன் மதுரையிலிருந்து நிறைய பல்பு சரங்கள் வாங்கி வந்திருக்கிறான். மஞ்சள், சிவப்பு, நீலம் இன்னும் எல்லா கலர்களிலும் பல்புகள்!" என்றாள்.

அதற்கு மரகதம் "ஆமாம். ஆமாம். நாளைக்கு கண்களை பறித்துக் கொண்டு போகிற மாதிரி அலங்காரம் பண்ணப்போகிறேன் என்று உங்களண்ணன் எங்கண்ணனிடம் சொல்லிக் கொண்டிருந்தான்" என்றாள்.

இந்த மாதிரியே மாணிக்கமும் "இதுவரைக்கும் நமது ஊர்லே யாருமே இப்படி வச்சதில்லை. நாளைக்கு உங்க வீட்டு வாசலில் அவ்வளவு பேரும் வந்து கூடி வேடிக்கை பார்க்கப் போகிறார்கள் பாரு. இல்லையா ஜவந்தி? நான் காமு வீட்டிலேயே தான் இருப்பேன்." உற்சாகத்துடன் குதித்தாள்.

இவர்கள் இவ்வளவு உற்சாகத்துடன் பேசிக் கொள்வதை மௌனமாக கேட்டுக் கொண்டிருந்தாள் ஜவந்தி.

ஜவந்தி மௌனமாக இருப்பதைக் கண்ட மரகதம் "அவளுக்கு இதெல்லாம் பிடிக்கவேயில்லை போலே இருக்கு. மண் விளக்குத்தான் பிடிக்கும்" என்றாள் காமு.

"ஆமாம் இந்த எலக்டிரிக் லைட் போட்டு அலங்காரம் செய்வது எனக்குப் பிடிக்கவே இல்லைதான்" என்றாள் ஜவந்தி.

அதற்கு மரகதம் துடுக்காக "அவள் வீட்டில் எலக்டிரிக் விளக்கு இல்லை. அதனாலே நரியும் திரட்சைப் பழமும் என்ற கதை மாதிரி சொல்லி விட்டாள்" என்றாள்.

மாணிக்கமும் "ஜவந்தி! மண் விளக்கு வைப்பதில் கொஞ்சம் கூட நாகரீகமே இல்லை" என்றாள்.

இந்த அபிப்பிராயங்களை எல்லாம் கேட்ட ஜவந்தி, "நான் உங்களோடு விவகாரம் பேசத் தயாராக இல்லை. எங்கள் வீட்டுக்கு எலக்டிரிக்லைட் இருக்கோ இல்லையோ, எனக்கு எப்போதும் போல இந்த அகல் விளக்கு வைப்பதுதான் பிடித்திருக்கிறது. நீங்கள் வேண்டுமானால் காமு வீட்டில் போய் வேடிக்கை பார்த்துக் கொண்டே இருங்கள். நான் எங்கள் வீட்டிலேயேதான் இருந்து தீபாலங்காரம் செய்யப்போகிறேன்" என்று கூறினாள்.

அத்துடன் அன்றைய பேச்சு முடிவடைந்தது.

காமு வீட்டுக்கு எதிர் வீடு தான் ஜவந்தியின் வீடும்.

கார்த்திகையன்று சாயந்திரம் காமு வீடு வாசல் எலக்டிரிக் விளக்குகளால் அலங்கரிக்கப்பட்டு இருந்தது. மாடி உச்சியிலிருந்து கீழ்வாசல்வரை வரிசை வரிசையாக பல வர்ண பல்புகள் சரம் சரமாக போடப்பட்டிருந்தன. தெருவில் உள்ள எல்லா சிறுவர் சிறுமியரும் எப்போது விளக்கேற்றப்படும் என்ற ஆவலோடு பார்த்துக் கொண்டிருந்தார்கள்.

அஸ்தமித்தானதும் காமுவின் அண்ணன் ஸ்விட்சைப் போட்டான். அத்தனை விளக்குகளும் ஜெகஜ்ஜோதியாக பளீரிட்டன.

"அடடா, எவ்வளவு அழகாக இருக்கிறது" என்று குழந்தைகள் ஆனந்தம் அடைந்தன. உற்சாகத்துடன் குதித்தன.

இந்த ஆர்ப்பாட்டத்தில் நேர் எதிர் வீட்டில் உள்ள ஜவந்தி கிட்டக்கிட்ட நிறைய அகல் விளக்குகள் வைத்திருந்தாள். நூற்றுக்கணக்கா வீட்டு வாசல் கீழ்த் திண்ணை, மேல் திண்ணை மாடிச் சுவர் விளும்புகள்

இங்கெல்லாம் அகல் விளக்குகள் தங்கநிற சுடர்விட்டு எரிந்து கொண்டிருந்தன.

எதிர் வீட்டு ஜெகஜ்ஜோதி வெளிச்சத்தின் முன் பளிச்சென இந்த வெளிச்சம் எப்படி எடுபடும்? ஆயினும் ஜவந்தி தன் வீட்டு வாசலில் நூதனமாக ஒரு கோலம் போட்டு அந்த கோல வரிசையில் விளக்குகள் ஏற்றி இருந்தாள். திடீர்திடீரென காற்று அடித்து விளக்குகள் மாறி மாறி அணையும் போது அவள் ஓடி ஓடிச் சென்று அவற்றை ஏற்றி வைத்துக் கொண்டே இருப்பாள். அதில் தான் எவ்வளவு உற்சாகம்! அவள் தனக்குத் தானே அந்த அலங்காரத்தையும் முகத்தில் பொன்னொளி வீசப் பாயும் அந்த ஜோதியையும் பார்த்து அகமகிழ்ந்து கொண்டிருந்தாள். ஆனால் இத்தனை அழகையும் தன்னோடு சேர்ந்து அனுபவிப்பதற்கு தன் சிநேகிதிகள் ஒருத்திகூட வராதது அவள் மனதுக்கு சற்று வெறிச்சென்றிருந்தது.

தலை குனிந்து ஒரு விளக்கிற்கு எண்ணெய் விட்டுக் கொண்டிருந்தவள் "ஹோ ஹோ" என்ற சப்தம் கேட்டு நிமிர்ந்து பார்த்தாள். ஜெகஜ் ஜோதியாக இருந்த எதிர் வீட்டு வாசல் இருண்டிருந்தது, எலக்டிரிக் விளக்குகள் அணைந்து போய் விட்டன. திண்ணையில் நின்று தன்னைப் பார்த்துக் கொண்டிருந்த காமு மற்ற சிநேகிதிகளும் அவள் கண்களுக்குத் தெரியவில்லை.

விளக்கு மறுபடியும் வந்துவிடும் என்று எதிர் பார்த்து ஏமாந்தார்கள். எலக்டிரிக் லைனில் ஏதோ கோளாறு ஏற்பட்டு விட்டபடியால் அதை சீக்கிரமாக ரிப்பேர் செய்ய முடியாமல் போய் விட்டது. இனி இன்று இரவு முழுவதும் விளக்கு எரியாது என்று வந்த எலக்டிரிக் அதிகாரி சொல்லிவிட்டுப் போய் விட்டார்.

"அடடா! திருஷ்டிப் பட்டு விட்டதே" என்றாள் ஒரு சிறுமி.

மற்றொருத்தி "இந்த விளக்கு இப்படித்தான் சமயத்தில் மோசம் செய்யுமாம்" என்றாள்.

இன்னொருத்தி "இதென்ன எலக்டிரிக் அலங்காரம் கண்களை கூசச் செய்கிறது. எதிர்த்த வீட்டில் பாருங்கள் என்ன அழகாக தங்கம் மாதிரி பளீரிடுகிறது அகல் விளக்குகள். அதற்கு ஈடாகுமா இது?" என்றாள்.

இவற்றை எல்லாம் கேட்டுக் கொண்டே இருந்தாள் ஜவந்தி. அவளுக்குப் பெருமையாக இருந்தது. பாவம்! காமு, மாணிக்கம் மரகதம் ஆகியோருக்கு இது தெரியவில்லையே என்று பச்சாதாபப்பட்டது அவள் மனது.

மறுபடியும் அவள் அணையும் விளக்குகளை ஏற்றிக் கொண்டிருப்பதில்

கவனம் செலுத்திக் கொண்டிருந்தாள். கொஞ்ச நேரம் சென்றதும் “பக்கத்தில் ஜவந்தி வீட்டு அலங்காரம் எப்படி இருக்கு பாரு” என்று குரல் கேட்கவே நிமிர்ந்து பார்த்தாள். எதிர் வீட்டு வாசலில் இருந்த அத்தனை பேர்களும் அவளைச் சுற்றி நின்று நின்று நூதனகோல தீபாலங்காரத்தை வியந்து கொண்டிருந்தார்கள்.

அவர்களுக்கு முன்பக்கத்தில் மரகதம், மாணிக்கம் இருவரும் நின்று கொண்டிருப்பதைப் பார்த்தாள் ஜவந்தி.

அவர்களைப் பார்த்ததும் ஜவந்தி “காமு எங்கே” கேட்டாள்.

“இதோ வருவாள். அவள் அம்மா இந்த எலக்டிரிக் லைட்டை நம்பி வெள்ளி விளக்கு, வெண்கல விளக்கு. மண் விளக்கு இவற்றை எல்லாம் அதிகமாக எடுக்கவே இல்லை. ஏதோ வெளியிலே இருக்கிறதை இரண்டு வைத்தால் போதும், நாளைக்கு நிறைய வைக்கலாம் என்று சொல்லி விட்டாள்” என்றாள் மரகதம்

அதோடு “உன் சினேகிதி புது தினுசாக கோலம் போட்டு தீபம் வைத்திருக்கிறாளாம். நன்றாக இருக்காம் போய் வேடிக்கை பாரு போ, இன்றைக்கு நம் வீட்டுக்கு இவ்வளவுதான் என்று காமுவிடம் சொல்லி விட்டாள்” என்றாள் மாணிக்கம்.

"தூ! இந்த எலக்டிரிக் விளக்கை நம்பவே கூடாது நீ சொன்னது ரொம்ப சரி ஜவந்தி." என்று ஒரு குச்சியை எடுத்துக் கொண்டு தானும் மங்கிய விளக்குத் திரிகளை தூண்டி விட்டுக் கொண்டு உற்சாகத்துடன் ஈடுபட்டாள்.

"பேசாமல் இரு காமு! நாளைக்கு உங்கள் வீட்டில் இன்னும் நன்றாக கோலம் போட்டு நிறைய விளக்கு வைத்து அலங்காரம் செய்துவிடலாம் என்ன மரகதம் மாணிக்கம்?" என்றாள் ஜவந்தி.

"ஆமடி ஆமடி!" என்று சொல்லிக் கொண்டே சிறுமிகள் ஜவந்தி வீட்டு வாசலை ஜெகஜ்ஜோதி ஆக்குவதில் ஈடுபட்டார்கள்.

அந்த பொன்னிற தீப ஒளியில் ஏற்கெனவே பளபளப்பாய் இருந்த அந்த இளம் முகங்கள் இன்னும் சொர்ணமயமாக விளங்கின.

முன்னுக்குப் பின்

இரவு பத்து மணி.

சினிமாவிலிருந்து திரும்பிய நான் நேரே சாப்பாட்டு ஹோட்டலுக்குள் நுழைந்தேன்.

அநேகமாக வாடிக்கைக்காரர்கள் எல்லோரும் சாப்பிட்டு விட்டுப் போய் விட்டார்கள். ஒன்றிருவர் மட்டும் சாப்பிட்டுக் கொண்டிருந்தார்கள்.

அவர்களுக்கு எதிர் வரிசையில் நான் உட்கார்ந்து கொண்டேன்.

எனக்கு நேர் எதிரில் சாப்பிட்டுக் கொண்டிருந்த ஒரு வாலிபனின் கண்கள் அடிக்கடி என்னை உற்று நோக்குவதை நான் சாப்பிட்டுக் கொண்டே கவனித்தேன். இருவர் கண்களும் அடிக்கடி சந்தித்தன.

அவனுக்கு என் வயதுதானிருக்கும். மெல்லிய இளைத்துப் போன சரீரம். கண்கள் ஆழத்திருந்தாலும் ஒளி வீசும் கண்கள். அதனின்று அருளும் சாந்தமும், அன்பும் ததும்புவது போல் தோன்றியது என் பிரமை பிடித்த கண்களுக்கு. அந்த வாலிபன் சாதாரண கதராடை தரித்திருந்தான்.

திடீரென்று எனக்குத் தோன்றிற்று; "அவன் யாரோ? எதற்கு அவனை உற்றுப் பார்க்க வேண்டும்" என்ற நினைப்பு பிறந்தது. அதன் பிறகு அவனை நான் உற்றுப் பார்க்கவில்லை. அவன் என்னையே உற்றுப் பார்த்துக் கொண்டிருந்தானா என்பதையும் நான் கவனிக்கவில்லை.

சாப்பிட்டுவிட்டு கை கழுவ குழாயடிக்குச் சென்றேன்.

அந்த வாலிபனும் வந்தான்.

இருவரும் சேர்ந்தாற் போல கையலம்பி விட்டுத் திரும்பினோம்.

"என்னை உனக்குத் தெரியவில்லையா" என்று திடீரென்று கேட்டான் அந்த வாலிபன்.

நான் சிறிது பிரமித்து அவன் முகத்தில் விழித்தேன். ஒரு விநாடி உற்றுப் பார்த்துவிட்டு, "தெரியவில்லையே" என்று இழுத்துச் சொன்னேன்.

அவன் சிரித்துக் கொண்டே "நீ செல்லம் இல்லையா" என்றான்.

எனக்கு ஆச்சரியமாக இருந்தது. என் பெயர் செல்லம் என்று ஒரு அறிமுகமில்லாத வாலிபன் அழைத்தது ஆச்சரியமில்லையா?

'ஆமாம்" என்று தலையை அசைத்து விட்டு, "தாங்கள் யார் தெரியவில்லையே" என்றேன் மறுபடியும்.

"உன் பால்ய நண்பன், பள்ளித் தோழன் ரமணுவின் ஞாபகம் இருக்கிறதா" என்றான் அந்த வாலிபன்.

"ஆமாம், ஞபாகமிருக்கிறது. தூத்துக்குடி..."

"இப்பொழுது என்னை தெரிந்து கொண்டாயா?"

"ரமணு நீயா? உன்னைப் பார்த்து எத்தனையோ வருஷங்கள் ஆகிவிட்டது. அடையாளம் தெரியவில்லை நீ தெரிந்து கொண்டு விட்டாய்" என்றேன்.

"ஆமாம் ஏழெட்டு வருடங்களுக்கு முன் நாம் அப்பொழுது சிறுவர்களாக இருந்தோம். சேர்ந்து விளையாடினோம்; படித்தோம். பிறகு என் வாழ்க்கையில் ஒரு பெரிய மாறுதல் ஏற்பட்டு விட்டது. அதை இப்பொழுது நினைத்தாலோ... (பெருமூச்சு விட்டுக் கொண்டான்) அந்தக் கதை எல்லாம் உனக்குத் தெரியும் அதன் பயனாக நம் நட்பு முறிந்து போய் விட்டது. நீயும் பின்பு ஊரை விட்டுப் போய் விட்டாய்; பிரிந்து விட்டோம். இப்பொழுதுதான் வெகு காலம் கழித்து முதன் முதலாக சந்திக்கிறோம். உன் முக ஜாடையைக் கண்டு இனம் தெரிந்து கொண்டேன்" என்றான் ரமணு.

"ரமணு! அதையெல்லாம் இப்பொழுது நினைக்காதே, உன்னை இப்பொழுது சந்திக்க நேர்ந்தது பற்றி சந்தோஷம். வா, என் அறைக்குப் போவோம்" என்றேன்.

"ஒரு விருந்தாளி' என்று புரொப்ரைட்டரிடம் சொல்லிவிட்டு ரமணுவுடன் அறைக்குத் திரும்பினேன்.

“ரமணு! இப்பொழுது எங்கிருக்கிறாய்? எங்கிருந்து வருகிறாய்? இங்கு வந்த காரியம் என்ன? உன் குரல் ஏன் இவ்வளவு பலவீனமாக இருக்கிறது" என்று சரமாரியாக கேட்டேன்.

"நான் இப்பொழுது வருவது கடலூரிலிருந்து" என்றான் ரமணு.

கடலூர் என்றதும் என் ஞாபகம் எங்கேயோ சென்றது. அது ஒன்றிற்கு பெயர் போனதல்லவா?

"கடலூர் என்றால்..."

கடலூர் சிறையிலிருந்து என்று அர்த்தம்.

"என்ன, நீ சத்யாக்ரகப் போரில் ஈடுபட்டாயா? எப்பொழுது?' என்று ஆச்சரியத்துடன் கேட்டேன். என் தேகம் சிலிர்த்தது.

"ஆமாம், இரண்டு வருடம் சர்க்கார் விருந்தினன். நேற்றுதான் விடுதலை. இன்று தான் இங்கு வந்து சேர்ந்தேன். இதுவரை தான் அவர்கள் கொடுத்த டிக்கெட். இனிமேற்பட்டு நான்தான் வாங்கிக் கொள்ள வேண்டும். கையில்..."

"அப்படியா? உன் சிறை வாழ்க்கை?" யாரும் சிறை சென்று வந்தவர்களை கேட்கும் முறை கேள்வி.

தனது சிறை வாழ்க்கையைப் பற்றி விஸ்தாரமாக ரமணு கூறினான். ஒன்று விடாமல் கேட்டேன். நான் கேட்ட கேள்விகளுக்கெல்லாம் ரமணு பதில் சொல்லிக் கொண்டே வந்தான்.

“இதோ பார், அதற்கு கிடைத்த மெடல்கள்," என்று அணிந்திருந்த கதர் ஷர்ட்டை கழற்றிவிட்டு காண்பித்தான். அங்கு இருந்தது என்னவென்று சொல்ல வேண்டுமா? தழும்புகள்!

இரவு வெகுநேரம் வரை அவனது பழைய நாள் வாழ்க்கையைப் பற்றியும் இதர விஷயங்களைப் பற்றியும் பேசிக் கொண்டிருந்து விட்டு கண்ணயர்ந்து விட்டோம்.

மறுநாள் திருவனந்தபுரம் எக்ஸ்பிரஸில் ரமணுவை ஏற்றி விட்டு நான் திரும்பும் பொழுது என் மனம் அடைந்த மகிழ்ச்சியையும் ஆறுதலையும் என்னவென்று சொல்வேன்?

ரமணுவின் பால்ய வாழ்க்கை சுவாரசியமானது. பன்னிரெண்டு வயதுவரை இருவரும் சேர்ந்து பள்ளிக் கூடத்தில் படித்தோம். சிறுகச் சிறுக ரமணு காவாலியாகி விட்டான். திரியவும் ஆரம்பித்து விட்டான். பள்ளிக் கூடத்தில் செய்த துஷ்கிருதயங்களின் பயனாக நீக்கப்பட்டான். கேட்க வேண்டுமா? துஷ்டர்களின் சாவகாசம் பின்

தொடர்ந்தது. துட்டு வைத்து சீட்டாட்டம் வரையில்கூட கொண்டு போய் விட்டது. இந்தக் காலத்திலெல்லாம் எங்கள் நட்பு அறவே முறிந்து போய் விட்டது, நான் அவனிடம் கொண்ட வெறுப்பினால். என் பெற்றோரின் கண்டிப்பும் சேர்ந்தது. ஊரில் அவனைப் பற்றிய வதந்திகள் எவ்வளவோ பறந்தன. அதன் பின்பு என் தந்தை மாற்றப் படவே நாங்கள் அதை விட்டுப் போய் விட்டோம்.

இப்பொழுது தான் மறுபடியும் மதுரையில் சந்தித்தேன்.

சத்யக்ரகம் ஆரம்பித்ததும், அதன் வேக உணர்ச்சிகள் அவனுக்குள் பெருத்த மாறுதலை உண்டாக்கி விட்டன. அவன் அதில் ஈடுபட்டு சிறை சென்றான். இப்பொழுது அவனது பழைய நாளைய வாழ்க்கையை நினைத்தால் காலிப்பயலாக வீணாக காலங்கழித்த ரமணுவை உயர்த்தி நன்னெறி வழிகாட்டிய மகாத்மா காந்தியின் இந்த மகாபுனித இயக்கம்; இதுபோன்று எத்தனை பெயர்களை உயர்த்தியிருக்கிறதோ!

திருத்தம்

நான் அப்பொழுது சென்னை ராஜதானி கல்லூரியில் இண்டர்மீடியட்டில் படித்துக் கொண்டிருந்தேன். முதல் வருஷம். அயலூர்களிலிருந்து படிக்க வரும் மாணவர்கள் ஹாஸ்டலில் சேர்ந்துவிட வேண்டும். வெளியிடங்களில் தங்கக் கூடாது என்ற கலாசாலை விதிக்கு இணங்க ஹாஸ்டலில் சேர்க்கப்பட்டேன். நானும் நகரத்திற்குப் புதிதாகையால் அப்பொழுது தந்தையிடம் அதற்கு ஒன்றும் ஆக்ஷேபணை கிளப்பவில்லை. நாட்கள், மாதங்கள் சென்றன.

கால் பரீட்சை முடிந்த பிறகு விடுமுறைக்கு ஊருக்கு வந்திருந்தேன். தந்தையிடம் ஹாஸ்டல் வாழ்க்கையில் உள்ள சௌகரியக் குறைகளையும் சங்கடங்களையும், கற்பனை கலந்து மிகைப்படக் கூறினேன். காரணம், எனக்கு ஹாஸ்டல் வாழ்க்கை பிடிக்கவில்லை. அதில் வெறுப்பு தட்டிவிட்டது. இந்நேரத்திற்குள் சாப்பிடவேண்டும், இந்நேரத்திற்கு மேல் வெளியே போகக் கூடாது, இந்நேரத்திற்குள் வந்துவிட வேண்டும் என்ற கட்டுப்பாடு எனக்கு சிறிதேனும் பிடிக்கவில்லை. என் சுபாவத்துக்கு ஒத்துவரவுமில்லை. தந்தையிடம் ஹாஸ்டல் வாழ்க்கையை சிலாகித்துக் கூறினேன். நான் கூறிய மாதிரியிலிருந்தே ஹோட்டலில் சாப்பிட்டுக் கொண்டு ரூம் வைத்துக் கொள்வதற்கு அவரை சம்மதிக்கச் செய்து விட்டேன்.

அது முதல் குஷாலாக ஹோட்டல் வாழ்க்கை நடத்தி வந்தேன். ஊரிலிருந்து தந்தை மாதம் தவறாது வேண்டிய பணத்தை அனுப்பிக் கொண்டிருந்தார். பிள்ளை எப்படியாவது நன்றாகப் படித்து முன்னுக்கு வந்தால் போதும் என்ற அபிலாஷையில் பணத்தை அவர் பெரிதாக மதிக்கவில்லை.

கிராமத்திலிருந்து புதிதாக வந்தவனாதலால் நகரத்தின் நாகரீகம் என்னிடம் வந்து அடைந்துவிட்டது. ஹோட்டலில் கணக்கு, சினிமாவுக்கு 'குத்தகை' எடுத்து விட்டேன். அசையும் படத்தையே பார்த்திராத என்னை அப்பொழுதுதான் புதிதாகத் தோன்றின பேசும் படங்கள் கவர்ந்து விட்டதில் என்ன ஆச்சரியம்? அன்றன்று எந்தெந்த சினிமாவில் என்னென்ன 'புரோகிரம்' என்பதெல்லாம் எனக்கு மனப்பாடம். ஒவ்வொரு மாறுதலன்றும் என்னைத் தவறாது சினிமாவில் பார்க்கலாம்.

நான் கலாசாலையில் வந்து சேர்ந்த அன்றே கிட்டுவும் வந்து சேர்ந்தான். இருவருக்கும் அறிமுகமாயிற்று. நாளாக நாளாக அந்த அறிமுகம் நட்பாக மாறி நாங்கள் இருவரும் இணைபிரியாத சினேகிதர்களானோம். கலா சாலையிலாயினும் சரி, வெளியிலாயினும் சரி எங்களைத் தனியே பார்க்க முடியாது. அவ்வளவு தொந்தம்!

நான் சினிமாவுக்குப் போகும் பொழுதெல்லாம் கிட்டுவை இழுத்துக்கொண்டு போகாமலிருப்பதில்லை சில தடவைகளில். ஏன் அநேக தடவைகளில். அவன் தனது அதிருப்தியைக் காண்பிப்பதுண்டு. ஆனால் நான் அவனை விட்டுவிட மாட்டேன். அவனும் சற்று போராடி விட்டு பின்பு வர சம்மதித்து விடுவான். ஆனால் எனது இந்த நடத்தை மட்டும் அவனுக்கு கட்டோடு பிடிக்கவில்லை. எனக்கும் அது தெரியாமலில்லை. ஆயினும் அவன் என்ன செய்வது. ஆப்த நண்பன் வற்புறுத்தும் போது எவ்வாறு மறுப்பது?

இப்படியேதான் தினங்களும் மாதங்களும் சென்று கொண்டிருந்தன.

ஒருநாள் காலையில் ஹோட்டலுக்கு சாப்பிடப்போக தயாராகிக் கொண்டிருக்கும் பொழுது தபால்காரன் ஒரு கடிதத்தை கொடுத்துவிட்டுச் சென்றான். ஆவலுடன் அதைப் பிரித்துப் பார்த்தேன். அது என் தந்தையிடமிருந்து வந்த கடிதம், அதில் எழுதியிருந்தது:

"அன்பார்ந்த ரகு,

க்ஷேமம் க்ஷேமத்திற்கு எழுதவும்... நீ கொஞ்ச நாட்களாக அடிக்கடி சினிமா, நாடகம் முதலியவற்றிற்கு போய்க் கொண்டிருப்பதாயும், படிப்பில் சிறிது கூட கவனம் செலுத்துவதில்லையென்றும் எனக்கு தெரிய வருகிறது, இது எனக்கு மிகுந்த வருத்தத்தை கொடுக்கிறது. இதைவிட நீ படிப்பை நிறுத்தி விட்டு ஊருக்கு வந்துவிடுவது மேலென எனக்குத் தோன்றுகிறது. இரண்டில் ஏதாவது ஒன்றைத் தேர்ந்தெடுத்துக் கொள். மற்றபடி...

இந்தக் கடிதத்தை படித்ததும் என் மனம் என்ன பாடுபட்டிருக்கும் என்பதை நீங்களே யூகித்துக் கொள்ளுங்கள். என் மனம் என்னெல்லாமோ

எண்ணியது. அப்படியே பேசாமல் உட்கார்ந்து விட்டேன் கடிதத்தை மேஜைமீது போட்டுவிட்டு.

அதே சமயம் கிட்டு சீட்டி அடித்துக்கொண்டே உள்ளே நுழைந்தான். அது அவனுக்கு இயற்கை.

“கிட்டு! வா, வா. உன்னைத்தான் நினைத்துக் கொண்டிருந்தேன்” என்றேன்.

"ஏது? இன்றைக்கு எந்த சினிமாவுக்குப் போகலாம் என்று ஆலோசிப்பதற்காகவா" என்று சிரித்துக்கொண்டே கேட்டான் கிட்டு, “வேறு எதற்கு என்னைத் தேடப் போகிறாய்?"

"சரிதாண்டா, உன் சிரிப்பும் கேலியும் அப்புறம் இருக்கட்டும்” என்று கடுகடுப்புடன் கூறினேன்.

கிட்டு என் முகத்தை சிறிது கூர்ந்து கவனித்தான். என் முக மாறுதலை ஒரு விநாடியில் யூகித்துக் கொண்டான். அவன் சிரிப்பு நின்றது. அதே சமயம் அவன் கண்கள் மேஜைமீது இருந்த கடிதத்தை நோக்கின.

“ஏது உன் தந்தை எழுதிய கடிதம் போலிருக்கிறதே", என்று ஆவலுடன் கேட்டான், உறையின் மேல் எழுதியிருந்த எழுத்தை பார்த்துவிட்டு.

கிட்டுவிடமிருந்து நான் எந்த ரகசியத்தையும் கடிதத்தையும் மறைப்பதே கிடையாது. அவன் கேட்ட கேள்விக்கு 'ஆம்' என்று தலையை அசைத்தேன்.

“அதை எடுத்துப் பார்."

கிட்டு அதை எடுத்துப் பார்க்கலானான். நான் அவன் முகத்தையே பார்த்துக்கொண்டு அவன் முக மாறுதல்களையே கவனித்துக் கொண்டிருந்தேன்.

அதை படித்துக்கொண்டு வரும்பொழுது ஒரு சமயம் கிட்டுவின் கண்கள் ஆச்சரியத்தினால் விரியும். மறுசமயம் அவன் முகம் மாறுபட்டு கவலையும், யோசனையும் குடிகொண்டு விட்டது போல் தோன்றும். படித்து முடிந்தபின், கிட்டு கடிதத்தை அலக்ஷியமாக மேஜை மீது போட்டுவிட்டு “எந்த அயோக்கியப் பயலோ வேண்டுமென்று தெரியப் படுத்தியிருக்கிறான்" என்று சொல்லி உதட்டைக் கடித்துக் கொண்டான்.

“துரோகி!"

“ஹிபொக்ரெட்" என்றேன் அழுத்தமாய்.

இப்படி எழுதக் கூடியவர்கள் யாராக இருக்கலாம் என்ற யோசனையில் ஆழ்ந்தான் கிட்டு.

"கிட்டு! ஒருவரும் இருப்பதாக எனக்குத் தெரியவில்லை. இப்பொழுதைக்கு உறவினர் கூட இங்கு ஒருவரும் இல்லையே" என்றேன்.

"வேறு யார்தான் எழுதியிருப்பார்கள்" என்று கிட்டுவினால் யூகிக்க முடியவில்லை. என்னாலும்தான்.

"இருக்கட்டும், யாரென்று கண்டுபிடிக்காமலா விடப்போகிறேன்" என்று வர்மம் கூறினேன் நான். "எப்படியாவது கண்டு பிடித்துவிட வேண்டும்" என்றான் கிட்டு.

சரேலென்று எனக்கு ஒரு யோசனை தோன்றிற்று.

"கிட்டு! ஒன்று செய்தாலென்ன" என்றேன்.

"ஏன், இரண்டு செய்வோமே சொல்லேன்" என்றான் கிட்டு இடக்காக.

"பார்த்தாயா, மறுபடியும் கேலி. நான் சொல்ல வந்தது, இது அப்பாவின் இந்தக் கடிதத்திற்கு நான் பதில் எழுதி அவரை சமாதானப்படுத்த வேண்டும். அவர் மிகவும் கோபம் கொண்டிருப்பார். எழுதும் கடிதத்தில் அவருக்கு கிடைத்த கடிதத்தை அனுப்பச் சொல்லி எழுதச் சொன்னாலென்ன?"

கிட்டு சிரித்தான். "பேஷ், நல்ல யோசனை. அப்படி உன் தந்தை எழுதியவனை காட்டிக் கொடுப்பாரென்று நினைத்தாயோ?"

அவன் ஏளனச் சிரிப்பு எனக்குக் கோபமூட்டியது. "ஏன் அனுப்பமாட்டார்? குரோதத்தின் பேரில் ஒருவன் எழுதியது அந்தக் கடிதம் என்று நான் நிரூபிக்க அதை எனக்குக் காண்பித்தால்தானே முடியும்" என்றேன்.

நான் சொல்லியது சரியென அவன் மனதிற்கு பட்டது போல் தோன்றியது. தலையை அசைத்துக் கொண்டான். ஆனாலும் அவன் ஆக்ஷேபணை கிளப்பாமல் இருக்கவில்லை.

"ரகு, கடிதம் எழுதினவன் முன் யோசனையின்றி தன்னைக் காட்டிக் கொடுக்கும்படியாக எழுதியிருக்க மாட்டான். பின்னால் எப்பொழுதாவது தான் எழுதியது வெளிப்பட்டுவிடும் என்ற பயம் அவனுக்கு இருந்திராமல் இராது. ஆகவே அவன் முன் ஜாக்கிரதை யாகத்தான் இருந்திருப்பான். ஒன்று அவனே வேறொருவரைக் கொண்டு எழுதி இருக்கலாம், அல்லது தானே வேறொருவன் எழுதுவது போல் எழுதி இருக்கலாம். ஆகவே உண்மையான குற்றவாளியைக் கண்டு பிடிப்பது கஷ்டமென்றுதான் எனக்குத் தோன்றுகிறது" என்று கூறி பரிகாச நகை புரிந்தான்.

அவன் சொன்னதெல்லாம் எனக்கு 'இருக்கலாம்' என்று தோன்றிய

போதிலும் திருப்திப்படவில்லை. "அடே அதெல்லாம் உன் குதர்க்க மூளைக்குந்தான் எட்டும். எதற்கும் நான் அப்பாவுக்குக் கடிதம் எழுதி அதையனுப்பச் சொல்லப்போகிறேன்" என்று தீர்மானமாக கூறினேன்.

கிட்டு என் கண்களையே உற்று நோக்கினான். அதன் பின்பு அவன் ஆக்ஷேபணை ஒன்றும் கிளம்பவில்லை, "சரி உன் இஷ்டப்படியே செய், கடிதம் வரட்டும், பார்ப்போம்" என்றான். அவன் மனம் ஏதோ யோசனையில் ஆழ்ந்து விட்டது.

மேலே தீர்மானித்தவாறு நான் தந்தைக்கு கடிதம் எழுதினேன். அதற்கு பின்பு அவரிடமிருந்து கடிதங்கள் வந்தன. ஆயினும் அதைப் பற்றிய பிரஸ்தாபமே கிடையாது. என்ன காரணமோ?

கோடை விடுமுறைக்கு ஊருக்குப் புறப்பட்டேன். கிட்டு ரயிலுக்கு வந்து வழியனுப்பினான். "கிட்டு! ஊருக்குப்போய் கடிதம் எழுதியது யாரெனக் கண்டு பிடித்து உனக்கு எழுதுகிறேன்" என்றேன். "கட்டாயம் எழுதியனுப்பு, மறந்துவிடாதே" என்று கூறி சிரித்துக் கொண்டான் கிட்டு. எங்கே உண்மையான ஆளை இவன் கண்டுபிடிக்கப் போகிறான் என்ற எண்ணமோ என்னமோ அவனுக்கு! வண்டி புறப்பட்டு விட்டது.

நானாக இந்த விஷயத்தைப் பற்றி தந்தையிடம் கிளப்புவது முடியாது. அவரும் இதைப் பற்றி பிரஸ்தாபிக்கவேயில்லை. எனக்கும் கடிதம் எழுதியது யாரென்று கண்டுபிடிப்பதற்கு சந்தர்ப்பம் வாய்க்கவே யில்லை. இப்படி கோடை விடுமுறையும் ஒருவாறாக கழிந்து கொண்டிருந்தது. இன்னும் ஒரு வாரத்தில் மதுரைக்கு புறப்படுவேன்.

நான் எதிர்பார்த்துக் கொண்டிருந்த சந்தர்ப்பம் சீக்கிரமே வாய்ந்தது. ஒருநாள் தந்தை அவரது கைப் பெட்டியிலிருந்து ஏதோ சில பத்திரங்களை எடுத்து வரச் சொன்னார். அதில் அந்தக் கடிதம் இருக்கலாம் அல்லவா? அவர் தான் எந்த முக்கியமான கடிதத்தையும் சேர்த்து வைப்பவர் ஆயிற்றே.

பெட்டியைத் திறந்து துளாவினேன். சேர்ந்தாற் போல் மூன்று கார்டுகள் அந்தக் கட்டினுள் இருந்தன. ஒன்று என் கடிதம். மற்ற இரண்டு கடிதங்களையும் எடுத்து ஆவலுடன் முதல் கடிதத்தைப் பார்த்தேன்.

அதில் இருந்த எழுத்தைப் பார்க்கவும் என்னை தூக்கி வாரிப்போட்டது. கண்ஒளி மங்குவது போல் தோன்றியது. கண்முன் ஏதோ பூச்சி பறப்பதுபோல் தோன்றியது. கண்ணை கசக்கிக் கொண்டு திரும்பிப் பார்த்தேன் சந்தேகமேயில்லை. அவன் எழுதியது தான், கிட்டுவின் கையெழுத்து!

மளமளவென்று அதைப் படித்தேன். அதில்,

அன்பார்ந்த ஐயா,

... ரகு என் நண்பன் என்ற முறையில் நான் இந்தக் கடிதம் எழுதியிருக்கிறேன். அவன் சில காலமாக சினிமா நாடகங்களுக்கு அடிக்கடி போய்க்கொண்டு வருகிறான். படிப்பில் கவனம் செலுத்துவதே கிடை யாது. தாங்கள் அவனுக்கு கடிதம் எழுதிக் கண்டிக்கவும். ஆனால் இந்தக் கடிதம் நான் எழுதியதாக அவனுக்குத் தெரிய வேண்டாம். இப்படிக்கு விஸ்வநாதன்

சந்தேகமின்றி கையெழுத்து கிட்டுவினுடையதுதான். ஆனால் என் மற்றொரு நண்பன் விஸ்வத்தின் பெயர் வைத்து எழுதியிருந்தது. அவன் கையெழுத்தும் எனக்கு நன்றாகத் தெரியும். இது அவனுடையதல்ல. இதைப் பார்த்ததும் என் மனம் ஒரு நிலையில் நிற்கவில்லை. கோபமும் ஆத்திரமும் முன்னுக்கு வந்தது. அட. கூட இருந்தே கழுத்துக்குக் கத்தி வைத்து விட்டானே என்று நினைத்தேன். அன்றெல்லாம் உன் குதர்க்க மூளைக்குதான் எட்டும் என்றேனே... இன்றல்லவா அவன் அவ்வாறு சொல்லிய தன் உண்மை புலனாகிறது.

உடனே இரண்டாம் கார்டையும் படித்தேன். அதில்,

"ஐயா,

... ரகுவின் கடிதம் கிடைத்திருக்குமென்று நினைக்கிறேன். அதில் அவன் எழுதியிருந்தபடி கார்டை அவனுக்கு அனுப்ப வேண்டாம். பின்னால் அவனுக்கு தெரிந்து விடப் போகிறதே என்பதற்காக விஸ்வம் என்று கையெழுத்திட்டு எழுதினேன். விஷயத்தை அவனுக்குத் தெரியாமல் வைத்திருப்பீர்களென்று நம்புகிறேன் இப்படிக்கு கிருஷ்ணமூர்த்தி.

இதில் மட்டும்தான் கிட்டு தன் பெயரையே கையெழுத்திட்டு இருந்தான். இதில் இன்னொரு விசேஷம், என் கடிதமும், கிட்டுவின் இரண்டாவது கடிதமும் ஒரே தினத்தில் அனுப்பப்பட்டு வந்து சேர்ந்திருக்கின்றன. அன்றுதான் அவனுடன் கலந்து யோசனை செய்தது. என்னோடு கூடக் கூடப் பேசியே என்னை ஏமாற்றி விட்டான். சிறிதும் சந்தேகமின்றி நான் குற்றவாளியுடனேயே கலந்து ஆலோசித்திருக்கிறேன். அது அவ னுக்கு சௌகர்யமாய் போய்விட்டது. என் கடிதத்துடனேயே அவனும் கடிதம் எழுதிவிட்டான். அது தான் தந்தை பதிலே போடவில்லை. அதைப்பற்றி எனக்கு ஒரே திகைப்பாக இருந்தது. கிட்டு எதற்காக இப்படிக் கடிதம் எழுதவேண்டும்? அவனுக்கு என் மீது பொறா மையோ, அசூயையோ பிறக்க காரணம் எதுவுமில்லையே. தவிரவும் இருவரும் சேர்ந்துதானே எங்கும் போய்க் கொண்டிருந்தோம். அவனுக்கு நான் என்ன கெடுதல் செய்து விட்டேன் என்றெல்லாம் யோசித்துப் பார்த்தேன். எனக்கு ஒன்றும் விளங்கவில்லை. அவன் மீது எனக்கு

உண்டாகியிருந்த கோபம் கொஞ்ச நஞ்சமன்று இருக்கட்டும்; மறுமுறை நேரில் பார்த்துக் கொள்வோம் என்று இருந்து விட்டேன்.

என் உள்ளத்தில் உள்ளூர கூடவே உறவாடிக் கொண்டிருந்த நண்பன் என்று கருதி இருந்திருந்தவன் இப்படி செய்து விட்டானே என்ற கோபம் குமுறிக் கொண்டிருந்தது இதை நினைத்த பொழுதெல்லாம்.

கோடை விடுமுறை முடிவடைந்தது. நான் இந்த ரயிலில் வரப்போவதாக, கிட்டுவுக்கு முன் கூட்டியே தெரிவிக்கவில்லை. காரணம் எனக்கு அவன் மீதிருந்த கோபம் தணிந்தபாடில்லை. ரயிலைவிட்டு இறங்கியதும் நேரே கிட்டுவைப் பார்க்கச் சென்றேன்.

கிட்டு புன்னகையுடன் என்னை வரவேற்றான். நான் அந்த வரவேற்பை அங்கீகரித்துக் கொண்டதாகக் காட்டிக் கொள்ளவில்லை. ஒருவித கடுகடுப்புடனே அவனைப் பார்த்தேன்.

கிட்டு விஷயத்தை யூகித்துக் கொண்டான். அவன் உதடுகளில் இருதய பூர்வமான புன்னகை தோன்றியது. குனிந்து கொண்டான். மறுபடியும் தலையை நிமிர்த்தி என்னைப் பார்த்து 'என்ன கோபமா என்மேல்' என்று கேட்டான் இரங்கலாக.

“சே, கோபித்துக் கொள்வேனா, நீ செய்த காரியத்திற்கு" என்றேன் கிண்டலாக, குத்தல் சிரிப்புடன்.

அவனும் சிரித்துக் கொண்டான்.

“அது போய்விட்டுப் போகிறது எதற்குக் கடிதம் எழுதினாய்?"

“அதுதான் உன்னைத் திருத்துவதற்கு சரியான வழி என்று எனக்குத் தோன்றிற்று. செய்தேன்" என்று அழுத்தமாக கூறினான். அந்தக் குரலில் ஒரு தந்தைக்குரிய தொனி கலந்திருந்தது.

"என்னைத் திருத்தும் வழியா? பேஷ்" என்றேன். அதற்குமேல் எனக்கு ஒன்றும் சொல்லத் தோன்றவில்லை.

"சரி வெளியே போகலாம் வா" என்றேன். இருவரும் வெளியே புறப்பட்டோம், பழைய நண்பர்களாகவே.

நந்தன் - நந்தி

சுற்றி எங்கு பார்த்தாலும் ஒரே வயற்காடு மயம். சாலையிலிருந்து இறங்கி சிறிது தூரம் வரப்பின் வழியே சென்றால் ஒரு கோணக்காணி. அதன் அக்கம்பக்கத்து வயல்கள் எல்லாம் அறுவடையாகி விட்டன. இதற்கு மட்டும் இன்னும் வேளை வரவில்லை. பொழுது விடிகிற சமயம். அசையாமல் தரையோடு தரையாய்க் கிடந்த அந்தக் காணிப் பயிர்களுக்கு நடுவே வெகு கம்பீரமாக தின்று கொண்டிருந்தான் நந்தி. நந்தி எங்களூர் கோயில் மாடு. பெரிய கூளி. நேர் உயரே போகாமல் குறுக்கு வாக்கில் செல்லும் கட்டைக் கொம்புகள் ; தரையில் இடிக்கும்படியான தாடை; பெரியதொரு மூட்டை சுமத்தியது போன்ற திமில்; இயற்கையில் கருநிறம் படைத்திருந்த போதிலும் செம்மண்ணும், காரையும் உடலில் படிந்து, பலவித தோற்றம் அளிக்கும் உடல். இவ்வளவு அங்கலக்ஷணங்களுடனே அலங்கார புருஷனாய் நின்று கொண்டிருந்த நந்தியின் தோற்றமே போதும் பயத்தைக் கிளப்பி விடுவதற்கு.

தன் வேலையில் அதி மும்முரமாய் ஈடுபட்டிருந்த நந்தி திடீரென்று தலைநிமிர்ந்து பார்த்தான். அவன் வாய் நிறைய இருந்தது ஒரு கவளம் கதிர். ஒருமுறை தன்னைச் சுற்றிப் பார்த்துவிட்டு மெதுவாக அசைபோட ஆரம்பித்தான். மறுபடியும் தலை குனிந்து தன் வேலை யைச் செய்யத் தொடங்கி விட்டான். இந்த விதமாகவே பொழுது சென்று கொண்டிருந்தது வயல் பயிரும் சிறிது சிறிதாக காலியாகிக் கொண்டிருந்தது.

இந்த வயிற்றெரிச்சல் காட்சியை சற்றுத் தொலைவில் வரும்போதே

தன் சூக்ஷுமக் கண்களால் பார்த்து விட்டான் நந்தன். அந்தக் காணிக்கு உரிய பிராசுதாரிடம் பண்ணை பார்த்து வருபவன். அதைப் பார்க்கவும் அவன் அடிவயிற்றிலிருந்து கோபம் பொங்கி எழுந்தது.

"ஹா! இவ்வளவு நாளாக இராப்பகலாக பாதுகாத்து உனக்கு அழுவதற்கா?" என்று அகங்கரித்து எழுந்தான். "என் வயலில் புகுந்து சூறையாட உனக்கு அவ்வளவு தைரியமா?" என்று உறுமினான். பார்க்கப்பார்க்க அவன் கோபம் கட்டுக்கு இயலாததாகப் போயிற்று. விரைவாக காலடியெடுத்து வைத்து வயலை நோக்கி ஓடினான். தூரத்தில் வரும்போதே ஹை! ஹை! என்று உச்சஸ்தாயியில் அதட்டிக் கூவினான். கீழே குனிந்து ஒரு பெருங்கல்லையும் தாக்குவதற்கு ஆயுதமாக எடுத்துக் கொண்டான்.

திடீரென்று தனக்கு சமீபத்தில் அதட்டுக் குரலைக் கேட்ட நந்தி சரேலென்று தலை நிமிர்ந்து வாய்நிறையக் கதிருடன் சப்தம் வந்த திசையை நோக்கிப் பார்த்தான். நத்தனைப்போல் அவன் உடனே ரௌத்ராகாரம் கொண்டு விடவில்லை. ஓங்கிய கையுடனே தன்னை நோக்கி கூவிக்கொண்டு வரும் நந்தனைப் பார்த்த நந்தி, "ஊஹும்! வந்து விட்டாயா நீ, வா, வா பார்க்கிறேன் ஒருகை" என்று தனக்குள் கூறிக்கொண்டு, மா... என்ற பேரிடிக் குமுறலுடன் ஒரு தரம் நந்தனை முறைத்துப் பார்த்துவிட்டு, சாவதானமாக தன் வேலையைத் தொடர்ந்து செய்யத் தொடங்கினான்.

தன் வார்த்தைகளை சிறிதும் பொருட்படுத்தாமல் மீண்டும் பயிரைக் கவ்வியிருப்பதைக் கண்ட நந்தன், "என்ன நான் சொல்வது காதில் விழவில்லையா! அல்லது விழுந்தும்தான் அவ்வளவு துணிச்சலா" என்று கூவிக் கொண்டு முன்னிலும் அதிவிரைவாக ஓடி வந்தான் வயலை நோக்கி. அதே சமயம் அவன் கையிலிருந்த கல் ஜிவ்வென்று கிளம்பி குறிப்பாக நந்தியை நோக்கிப் பாய்ந்தது.

இவ்வாறு ஏற்படும் என்று நந்திக்குத் தெரியுமோ, அல்லது தற்செயலாகத் தான் நிகழ்ந்ததோ. நந்தி தலை நிமிர்ந்து தன் கொம்பை உயரே தூக்கவும், நந்தன் வீசிய கல் பாய்ந்து வரவும் சரியாக இருந்தது. நந்தி கொம்புகளை ஒரு அலைப்பு அலைத்தான். தக்ஷணமே அதில் வந்து தாக்கிய கல் பொடிப் பொடியாகச் சிதறிப்போய் சுற்றி விழுந்தது இந்திரனது வஜ்ராயுதத்தின் முன்பு அசுரரது கதைகள் தூள் தூளானது போல!

இதன் பின்பும் நின்ற இடத்திலிருந்து ஒரு எட்டுக் கூட நகரவில்லை நந்தி. அதற்கு பதிலாக 'ஹ்ஹ்ஹா!' என்று ஏளனமாகச் சிரித்து கம்பீரமான தோரணையில் அலட்சியமாக கூறத் தொடங்கினான்.

"இவ்வளவுதானே உனக்குத் தெரியும்? அப்புறம்...?" இதைக் கூறிய பின்பு மறுபடியும் சாவதானமாக குனிந்து தன் வேலையைப் பார்க்கத் தொடங்கி விட்டான், அலட்சிய புருஷன்!

பார்த்தான் நாதன், "என்னடா இது? இன்றுவரை என்னை எதிர்த்துப் பேசியவர்களே கிடையாது. இன்று இந்த நாலுகால் பிராணி எதிர்த்து நின்று பேசுவதென்றால்" என்று எண்ணி அடி வயிற்றிலிருந்து உறுமிக் கூறினான்: "அட மாடே வருஷமெல்லாம் நெற்றி வேர்வை நிலத்தில் விழ உழைத்துப் பாடுபட்டு இன்று நான் ஏதோ கண் குளிர இரண்டு கதிர்களைப் பார்க்கிறேன். அதையும் நீ அடித்துக் கொண்டு போக வந்து விட்டாயா? ஊஹும், உன்னை அப்படி விட்டுவிட என்னை அவ்வளவு கோழை என்று நினைத்துக் கொண்டாயா? ஹும்..." என்று முடிப்பதற்குள் நந்தி இடை மறித்துக் கூறினான். 'அடே! என்ன சொன்னாய்? நெற்றி வேர்வை நிலத்தில் விழ உழைத்தது நீ என்றா? ஹ்ஹ்ஹா! நன்றாக யோசித்துப் பார்! அப்படி உழைத் தது நானா, நீயா?"

"என்ன நீயா! வெறும் பொய்" என்றான் நந்தன் அடியிற்றிலிருந்து.

"ஆமாம், நான் தான், ஆக்ஷேபணை வேறா" என்றான் நந்தி பதிலுக்கு.

"முழுப்பொய்' பொய்யன் நீ. நீயல்லவேயல்ல நிச்சயமாய்" என்று ஆத்திரமாகக் கூறினான் நந்தன்.

'நான் இல்லாவிட்டால் என் சகோதரன்' என்றான் நந்தி மறுபடியும் விடாமல்.

நந்தன் கூறத் தொடங்கினான். "அதுவும் பொய் தான். மாடே, அன்று முதன் முதலாக, இதோ போகிறதே இந்தக் கண்ணாறு... இதன் வழியாக ஜலம் பாய்ச்சியது இந்தக் கை; நிலம் ஈரநப்படையவும் அதை ஏர் பிடித்து ஒரு முறைக்கு மூன்று முறை உழுதது இந்தக் கை; பரம்படித்ததும் இத்தக் கை; வரப்புகளை சரி வர வெட்டி, ஊத்து வாய்க்கால் பறித்ததும் இந்தக் கை; விதையை வயல் பூராவும் தூவியதும் இந்தக் கை, அது மட்டுமல்ல; அதன் பின்பு எத்தனை முறைகள் இந்தக் கைகள் மண்வெட்டி பிடித்து நீர் பாய்ச்சி இருக்கின்றன! எத்தனை மோடுகளை அடைத்திருக்கின்றன? பயிரை வளரவிடாது தடுத்த களைகளை எத்தனை தரம் பிடுங்கி எறிந்திருக்கின்றன தெரியுமா?" என்று தன் கைகளைப் பெருமையுடன் பார்த்துக் கொண்டான்.

மறுபடியும் தொடர்ந்து கூறலானான். "அப்படியெல்லாம் நான் உயிரைக்கொடுத்துப் பாடுபட்டிருக்க, முன்பின் தெரியாத நீ முதலில் 'தான்' என்றும் பின்பு நான் இல்லாவிட்டால் என் தம்பி என்றும்

பொருத்தமின்றியும், பொய் கலந்தும் கூறியதுமின்றி தம்பி என்று ஒருவனைக் கற்பனை செய்து கொண்டு அவனுக்குப் பரிந்து பேசவும் வந்துவிட்டாயே. சுத்த ஹம்பக்.... உனக்கு வெட்கமில்லையா" என்று சொல்லும் பொழுது பல்லை நறநறவென்று கடித்துக்கொண்டு கையை ஓங்கிக் கொண்டு வந்தான்,

இவ்வளவையும் பொறுமையாக நின்ற இடத்திலிருந்தே கேட்டுக் கொண்டிருந்தான் நந்தி. "சரி நீ சொல்லி முடித்து விட்டாய் , நான் சொல்வதைக் கேட்பாயோ" என்று தோரணையாகக் கேட்டான்.

“சொல்லு," என்றான் நந்தன் ஒரு முனகலுடன்.

நந்தி சொல்லத் தொடங்கினான். "அடே. முதலில் உன் கைகளைப் பற்றி முதல் அத்தியாயம் வெகு அழகாக வாசித்து விட்டாய். கேட்க நன்றாகத்தான் இருந்தது. ஆனால் உள்ளதைத்தான் மறைத்து விட்டாய். நான் சொல்வதைக் கவனி. அன்று உல்லாசமாக தில்லானா பாடிக் கொண்டு, புளகு வெத்திலை போட்டுக் கொண்டு வந்தாயே அந்த அத்தனை சாட்டையடிகளுக்கும், தார்க்குத்துகளுக்கும் முனகாமல் இழுத்து வந்தது யாருடைய கால்கள்? போகட்டும்; நீர் பாச்சியதாக என்னவோ பிரமாதமாகக் கூறினாயே. இந்த வயல் முழுவதையும் ஒரு தடவைக்கு மூன்று தடவை அடித் தொடைவரை ஆழப்பதிய உன் இஷ்டப்படியெல்லாம் செய்ததில் உழுதது யாருடைய கால்கள்? நீ அந்தஸ்தாக பரம்புச் சட்டத்தின்மீது அடிக்கொரு தரம் நின்று சிரமமாற்றிக் கொண்டு வர, சகதியில் இடைவிடாது பரம்படித்தது யாருடைய கால்கள்? அதுவும் போகட்டும் இதையெல்லாம் உன் வீட்டுக்குக் கொண்டுபோய் 'நான் கொணர்ந்தேன்" என்று பீற்றல் அடித்துக் கொள்ளப் போகிறாயே – அந்த நெல் வண்டியை இழுத்துப் போகப்போவது யாருடைய கால்கள்?" என்று ஒரு சிறிய சொற்பொழிவு செய்துவிட்டு மேலும் கூறத் தொடங்கினான்.

"நான் இவ்வளவு சொல்லியதிலிருந்தே நீ அறிந்து கொண்டிருக்க வேண்டும். ஆனால் உன் முகத்தில் தோன்றி மாறும் குறிகளைப் பார்த்தால், உன் மனதிற்கு இன்னமும் படவில்லை போல் தோன்றுகிறது. அதெங்கே உனக்குப் படப்போகிறது? உன்னைச் சூழ்ந்திருக்கும் சாயல் உன்னை விட்டு அகலும் போதல்லவா உனக்குப் படும், என் சகோதரன் என்று நான் சொன்னதிலும் ஒரு பிசகும் இல்லை. நான் இந்த நிலத்தில் பாடுபடாவிட்டால் நான் முன் கூறிய பிரகாரம் உழைத்துப் பாடு பட்டவன் என் இனத்தவன் தானே? அதில் உனக்கு சந்தேகம் வரக் காரணமில்லையே. வேறொரு வர்க்கத்தில் வந்த நீ என் சகோதரன் உழைத்த உழைப்பின் பலனையெல்லாம் அனுபவிக்கப் பிறந்திருக்கிறபோது, அவனது சோதர வர்க்கத்தில் பிறந்த எனக்கு

இதன் பலனை அனுபவிக்க உரிமையில்லையா" என்று கூறும்போது காது நிமிர்ந்து நின்றது; நாசித் துவாரங்கள் விரிந்து கொடுத்தன; சுவாசம் வேகத்துடன் வரத் தொடங்கியது.

நந்தன் இதையெல்லாம் வேண்டா வெறுப்புடனே கேட்டு முணுமுணுத்துக் கொண்டான். நந்தி கூறியதொன்றும் அவன் மனதிற்கு சரியாகப் படவில்லை. இப்பயிர் விளைவுக்கு காரணமானவன் தான் என்ற எண்ணமும் அவன் மனதில் ஊறிப்போய்க் கிடந்தது. நந்தியைப் பார்த்து கோபத்துடன் கூறலானான். "அடே, அதை எல்லாம் உன்னோடு வீணாக தர்க்கித்து கொண்டிருக்க நான் விரும்பவில்லை. இந்த நிலம் என்னுடையது. அதில் உழைத்தது பூராவும் நான் தான். உனக்கு அதில் பங்கு கேட்க உரிமையில்லை. பாத்யதையும் கிடையாது. ஏதோ ரொம்ப உழைத்ததாக சொல்லிக் கொள்கிறாயே; அதற்காக வேண்டுமானால் போனால் போகிறதென்று – அதுவும் நொண்டியாகிய உனக்கல்ல – உன் இனத்தவன் என்று கூறினாயே. அவனுக்கு நாங்கள் கழித்துவிட்ட வைக்கோல் இருக்கிறதே அதை கொடுக்கிறேன். அவ்வளவுதான்."

இதைக் கேட்ட நந்தி பொறுமையை இழந்து விட்டான். உஷ்ணமான குரலில் "அதை நீயே வைத்துக்கொள்; எங்களுக்கு வேண்டாம். உன்னால் ஆனதைப் பாத்துக்கொள் என்னை விரட்டுவதற்கு" என்று சொல்லிக்கொண்டே அவனைப் பார்த்து கொம்பை அலைத்தான். பயங்கரமான அலைப்பு. எதற்கும் பின்னடையாத ஒரு உறுதியை அது வெளியிட்டது.

பனங்காட்டு நரி சலசலப்புக்கு அஞ்சுமா? அது போன்று நந்தனா இதற்கெல்லாம் பின்னடைகிறவன்? "பேசாமல் வெளியே ஓடுகிறாயா, இல்லையா இல்லாவிட்டால்..." என்று அதட்டி கூவியவாறே இடையிலிருந்து அரிவாளை சரேலென்று உருவிக் கையில் பிடித்துக் கொண்டு முன்னோக்கிப் பாய்ந்தான்.

"அடே, இது மாதிரி அரிவாள் எத்தனையோ பார்த்திருக்கிறேன். அவை செய்த லீலை தான் என் உடலில் இருக்கும் இந்த வடுக்களும். இதுவும் அதோடு ஒன்றாய்ப் போகட்டும். இதைக் கொண்டா என்னை பயமுறுத்தி ஓட்டிவிடப் பார்க்கிறாய்?" எனக்கூறிக்கொண்டே நந்தனை நோக்கிப் பாய்ந்தான் நந்தி.

மறு நிமிடம் நந்தன் கரத்திலிருந்த அரிவாள் விர் ரென்று பாய்ந்து நந்தியின் வலது முன் காலில் ஒரு வெட்டு வெட்டிக் கீழே விழுந்தது. அதே சமயம், அந்த வெட்டையும் பொருட்படுத்தாமல் ஒரு பாய்ச்சல் பாய்ந்து, நந்தன் அடிவயிற்றில் ஒரு குத்து குத்தி தூக்கி உயரே வாரி

விட்டான் நந்தி. ஐயோ! என்ற அலறலுடனே எகிறிப் போய் தள்ளி விழுந்தான் நந்தன். குடல் வெளியே வந்து விட்டது. இருவருக்கும் ரத்தம் பீறிட்டுக்கொண்டு வரத்தொடங்கியது நந்தனுக்கு வயிற்றிலிருந்தும், நந்திக்கு காலிலிருந்தும்.

நந்தனது தொடர்ந்த அலறலைக் கேட்டு பதைத்தோடி வந்தார்கள் அக்கம் பக்கங்களில் உள்ளவர்கள். விஷயத்தை அறிந்து கொண்டார்கள். உடனே தாமதிக்காமல் நந்தனை தூக்கிக் கொண்டு ஆஸ்பத்திரியை நோக்கி ஓடினார்கள்.

ஆனால் நந்தியையோ கிட்ட அணுகுவார்கள் ஒருவரையும் காணோம். தள்ளி நின்று தாறாமாறாகத் தூற்றி கற்களைவீசி எறியலானார்கள். போதாக்குறைக்கு, வெட்டுண்டு தொங்கிய காலினின்று ரத்தம் பெருகியோடிக் கொண்டிருந்தது. வேதனை தாங்க முடியவில்லை இருந்தாலும் மெதுவாக நொண்டி நொண்டி நடக்க முடியாமல் நடந்து சென்று சாலையை அடைந்தான். அதற்கு மேல் அவனால் நடக்க முடியவில்லை. அப்படியே ஒரு மர நிழலில் சோர்ந்து படுத்து விட்டான். "இந்த உலக நியாயமும் பாரபக்ஷமும் இன்றைக்குத்தானா தெரியும்? எப்பொழுதும் தெரிந்தது தானே" எனக் கூறி ஒரு நீண்ட பெருமூச்சு விட்டான்...

அவள் மேல் ஜாதியாம்

ஒரு நாள் சாயங்காலம் நானும் என் நண்பன் ஒருவனும் ரயில்வே லயன் வழியே உலாவச் சென்றோம்.

லயனுக்கு இரு பக்கங்களிலும் ஒரே வயற்காடு. நடவுகாலமாகையால் அப்பொழுதுதான் சில வயல்கள் உழுதும், சில நட்டும், சில நீர் தேக்கியும் இருந்தன. அவற்றில் இறங்கினால் கால்கள் முட்டளவுக்கு மேல் ஆழப் பதிந்துவிடும். திரும்ப காலை வெளியே எடுப்பதற்கு பிரயத்தனம் அதிகம் வேண்டும்.

இந்த நிலைமையில் இருந்த வயல்களுக்கு நடுவே, எல்லைக் குறியாக அடைக்கப்பட்டிருந்த ஒரு நீண்ட வரப்பில் நாலைந்து ஹரிஜன சிறுமிகள் வந்து கொண்டிருந்தார்கள். அவர்களது தலைகள் மீது நீர் நிறைந்த மண் பானைகளும், கைகளில் கலையம், மண் வெட்டி முதலியனவும் இருந்தன.

அவர்கள் பாதி தூரத்திற்கு மேல் வந்திருப்பார்கள். அப்பொழுதுதான் லயனை விட்டிறங்கி ஒரு கிழவி – உயர்ந்த ஜாதியைச் சேர்ந்தவள் – ஹரிஜனச் சிறுமிகள் வந்து கொண்டிருந்த அதே வரப்பில் ஏறப்போனாள். எதிரில் சில கஜ தூரத்தில் வந்து கொண்டிருந்த அவர்களைப் பார்த்துவிட்டுத்தானா அல்லது பார்க்காமலா?

அந்தச் சிறுமிகளில் ஒருத்தி அங்கிருந்தே கூறினாள்;

"அம்மா! கொஞ்சம் இறங்கிக் கொள்ளுங்கள். நாங்கள் பாதி தூரத்திற்குமேல் வந்து விட்டோம். நாங்கள் போய் விடுகிறோம்."

இந்த வார்த்தைகள் கிழவியின் காதில் நிச்சயமாக விழுந்துதான் இருக்க வேண்டும். ஆயினும் அவள் தலையை உயர்த்திப் பார்த்துவிட்டு அதை கவனிக்காதவள் போல் வரப்பில் முன்னேறி நடந்தாள்.

சில கஜ தூரம் செல்லுமுன்பே ஒருவரையொருவர் சந்தித்துவிட, இருவர் முன்னேற்றமும் தடைப்பட்டுப்போய் விட்டது.

இன்னொரு சிறுமி கூறினாள். "ஏனம்மா! நாங்கள் சொன்னது காதில் விழவில்லையா? சற்று இறங்கி நின்று கொண்டால் என்ன" என்றாள் பணிவாக.

"நான் இறங்க முடியாது. நீங்கள் வேண்டுமானால் திரும்பிப் போங்கள். நான் போய்க் கொள்கிறேன்" என்றாள் கிழவி தோரணையாய் பதிலுக்கு.

"நாங்கள் இத்தனை பெயர்கள் எப்படி அம்மா திரும்பிப் போகிறது? நீங்கள் கொஞ்சம் பின்தங்கிப் போய் விட்டால் போய்க் கொள்கிறோம்" என்றாள் ஒருத்தி.

"அதெல்லாம் முடியாது. நான் அவசரமாகப் போக வேண்டும். ஒன்று திரும்பச் சென்று வழிவிடுங்கள், அல்லது வயலுக்குள் இறங்கி நின்று கொள்ளுங்கள். சீக்கிரம்" என்றாள் கிழவி மறுபடியும்.

"என்னம்மா நீங்க சொல்றது? கொஞ்சம்கூட நியாயமில்லாத பேச்சு. எங்கள் தலையிலே பானை பாரம் அமித்துது. அதோடு வயலிலே இறங்கினால் முட்டுக்குமேல் பதிந்து விடுமே. கையில் கலையம் வேறு, எப்படியம்மா இறங்குகிறது" என்று சிறிது உரத்துக் கூறினாள் ஒருவள்.

ஒரு ஹரிஜனச் சிறுமி இப்படிப் பேசவே கிழவிக்கு பிரமாதமான கோபம் வந்துவிட்டது, அதே சமயம் எரிகிற நெருப்பில் எண்ணெயை விட்டதுபோல் ஒரு சிறுமி, "போங்க அம்மா, நாங்கள் இறங்க முடியாது; நீங்கள் வேண்டுமானால் இறங்கிக் கொள்ளுங்கள்" என்றாள்.

இதற்குமேல் கிழவி சுடுசொல் பொறுப்பாளா? அதிலும் ஒரு ஹரிஜனச் சிறுமி இப்படிச் சொல்வதா?

உடனே விர்ரென்று பாய்ந்தாள். கைநீட்டி அந்தச் சிறுமியின் தலைமீது இருந்த பானையை இழுத்துக் கீழே போட்டு உடைத்து விட்டாள். க்ஷணப் பொழுதில் பானை சுக்கு நூறாகப் போய் விட்டது. கிழவியின் கோபம் அதோடு தணிந்து விடவில்லை. அந்தச் சிறுமியைத் தொட்டு ஐந்தாறு பலத்த அறைகளும் கொடுத்து விட்டாள்.

பானையும் உடைக்கப்பட்டு அடியும்பட்ட அந்தச் சிறுமி அழுது கூக்குரலிட்டாள். கூட இருந்த இதர சிறுமிகளும் கூக்குரல் போட்டனர். அவர்கள் கிழவியை வைய ஆரம்பித்ததிலும் ஆச்சரியம் இல்லை.

கிழவியின் கோபம் எல்லையைக் கடந்து விட்டது. "அட சிறுக்கிகளா! என்னை கீழிறங்கச் சொல்வதற்கு உங்களுக்கு அவ்வளவு தெம்பா? என்ன கொழுப்பு! ஹும்..." என்று உக்ரரூபம் கொண்டு ஆங்காரத்துடனே, அவர்கள் ஒவ்வொருவர் தலை மீதிருந்த பானைகளையும் பிடுங்கிக் கீழே போட்டு உடைத்து உருப்படி இல்லாமல் செய்து விட்டாள்.

பாவம்! சிறுமிகளெல்லாம் ஏகமாக கூக்குரலிட்டு, வைது அழுதனரே ஒழிய கிழவியை எதிர்க்கக் துணிவு கொள்ளவில்லை. அழுகையும் அரற்றலும்தான் மிச்சம்.

கிழவியும் இத்தோடு நின்றுவிடவில்லை. அவள் கொடுத்த தண்டனை போதுமானதாகத் தோன்றவில்லை போலும். ஒரு சிறுமியின் கையிலிருந்த மண்வெட்டியைப் பிடுங்கிக்கொண்டு தன் வழியே நோக்கிப் புறப்பட்டாள்.

“ஐயோ! மண்வெட்டி, மண்வெட்டி” என்று அலறிய அந்தச் சிறுமிகளின் கூக்குரல் பலத்தது. கிழவியும் சிறிது தூரம் போய்விட்டாள். கிட்ட சென்றாலோ அதாலேயே கிழவி துவம்சிப்பாள் போலிருந்தது. அவளை நெருங்கிக் கேட்க ஒரு சிறுமிக்காவது துணிவு வரவில்லை.

இந்தச் சம்பவம் சொல்லுவதற்கு இவ்வளவு நேரமானாலும் அதிவிரைவிலே நடந்து விட்டது. இதை தூரத்திலிருந்தே பார்த்துக் கொண்டு வந்த நாங்கள் விரைவாக அந்தச் சிறுமிகளை நெருங்கி விஷயத்தை அறிந்து கொண்டு, விரைவாக நடந்து சென்று கிழவியை நெருங்கினோம்.

இப்படிப்பட்ட கிழவியுடன் சம்பாஷிப்பது எவ்வளவு ஆபத்து? அந்தக் கோபம் எங்கள் மீது திரும்பிவிட்டால்! “பாட்டியம்மா” என்று அழைத்தேன். கிழவி முறுக்காகத் திருப்பிப் பார்த்தாள்.

“பாட்டி அம்மா, போயிவிட்டுப் போகிறது. தெரியாமல் செய்து விட்டதுகள். மண்வெட்டியைக் கொடுத்து விடு” என்றேன். இந்தக் கெஞ்சிய குரலில் பேசித்தான் மண்வெட்டியை கிழவியிடமிருந்து மீட்க முடியும். முறைப்பு பயன்படாது.

“சாமி! நீயும் பார்த்துக் கொண்டுதானே இருந்தாய், இந்தப் பள்ளச் சிறுமிகளுக்கு இவ்வளவு இருந்தால் மேல் ஜாதிக்காரிக்கு எவ்வளவு இருக்காது. ஹும்... நான் கொடுக்க மாட்டேன்” என்றாள்.

“பாட்டி! ஏதோ தெரியாம செய்துவிட்டதுகள். மன்னித்து விடு, பானையெல்லாம் உடைத்ததே அவர்களுக்குப் போதும். அவர்களுக்கு புத்தி வந்திருக்கும், மண்வெட்டியைக் கொடுத்து விடு” என்றேன்.

“சாமி! நீ கெஞ்சுகிறதினாலே கொடுக்கிறேன். இல்லாட்டி...” என்று ஒருமுறை அந்தச் சிறுசுகளைப் பார்த்துப் பல்லைக் கடித்துக் கொண்டே, மண்வெட்டியை வீசியெறிந்துவிட்டு போனாள்.

உடைந்த பானைகளைப் பார்த்துக் கண்ணீர் விட்டுக் கொண்டு பனங்காட்டிற்குள் நுழைந்து, மறைந்து விட்டார்கள் ஹரிஜன சிறுமிகள்.

பழக்க வாசனை

அந்த சிங்கம் படுத்தவாறே தன் கூண்டுக் கம்பி இடுக்குகளின் வழியே வெளியே பார்த்துக் கொண்டே வந்தது. பாதையின் இருபுறமும் எழும்பி நின்ற பாறைகளும், உயர்ந்த மரங்களும், அடர்ந்த புதர்களும் அதன் பார்வையில் பட்டுக்கொண்டே வந்தன.

அது ஒரு சர்க்கஸ் சிங்கம். அதன் கம்பெனி அப்போது ஒரு ஊர்விட்டு வேறு ஊருக்கு அந்த வனாந்திரப் பாதை வழியே போய்க் கொண்டிருந்தது. ஒன்றன் பின் ஒன்றாகச் செல்லும் அந்த வண்டி வரிசையில், காட்டு மிருகங்கள் உள்ள கூண்டுகள் ஏற்றிச் செல்லப்படும் பகுதியில், கடைசியாகச் சென்று கொண்டிருந்தது அந்தச் சிங்கம் அடைக்கப்பட்டிருந்த கூண்டை ஏற்றிச் செல்லும் வண்டி அப்போது அஸ்தமன சமயம்.

கூண்டுக்கு வெளியே உள்ள தோற்றங்களை பார்த்துக் கொண்டே வந்த சிங்கம் திடீரென எழுந்து நின்றது. தன்னை ஒருதரம் உலுப்பிக் கொடுத்துக்கொண்டது. அந்தப் பிரதேசம் எதிரொலிக்கும்படியாக ஒருதரம் கர்ஜித்தது. கூண்டுக் கம்பி இடுக்குகளிடையே தன் முகத்தை நசுக்கிக் கொண்டு ஒரு பரபரப்புடன் சுவாசத்தை வேகப்படுத்தியது. தன் மோப்ப சக்தியை உபயோகித்து எதையோ அது நிதானிக்கப் பார்த்தமாதிரி இருந்தது.

ஆமாம், அதற்கு புரிந்துவிட்டது. தன் மோப்ப சக்தியால் அது கண்டு கொண்டது. அந்தப் பிரதேசம் அதற்கு பழக்கப்பட்ட இடம். அதிலும் மேட்டிலும் பள்ளத்திலும் ஆடி அலைத்து அந்த வண்டி

வந்து கொண்டிருக்கும் அதே இடம்தான் அது முன்பு வாழ்ந்துவந்த காடு. அந்த இடத்திலிருந்து தான் அதை, உடலிலே விராய் ஏறிப்போய் கிடந்த இளம் நாட்களிலே அவர்கள் சாதுர்யமாகப் பிடித்துக் கொண்டு போய்விட்டார்கள். இல்லை அவர்களாவது சாதுர்யமாகப் பிடித்தார்களாவது! தான் தான் அசட்டுத்தனமாக அந்த ஆட்டுக் குட்டிக்கு ஆசைப்பட்டு வசையாக அவர்களிடம் உயிரோடு சிக்கிக் கொண்டதாக நினைத்துக்கொண்டது அந்த சிங்கம். அன்று முதல் ஏற்பட்டதுதான் இந்த வாழ்வு! இன்று இந்த நிலைக்கு தன்னைக் கொண்டுவந்திருக்கிறது இந்த கிழட்டு வயதில் அதுவும் எலும்பும் தோலுமாக....

அந்த சிங்கம் இதையெல்லாம் அந்த ஒரு சில விநாடிகளில் நினைத்து உள்ளூர குமுறிக் கொண்டது. அந்த குமுறலை வெளிக்காட்டும் தோரணையில் ஒருதரம் கர்ஜித்தது.

இதைத் தொடர்ந்து மற்ற வண்டிகளில் உள்ள கூண்டு மிருகங்களும் கத்தின. ஆனால் இதெல்லாம் சிங்கத்தின் கவனத்தில் விழவில்லை. எப்படியாவது கூண்டை விட்டு வெளியேறி தன் பழைய இடத்திற்குப் போய்விடத் துடித்தது போல அந்தக் கம்பிகளில் கால்களை அறைந்தது. இடுக்குகள் வழியே வெளியேறப் பார்த்தது.

சுற்றுப்புற காட்சிகள் அதன் நிதானத்தை மேலும் மேலும் குலைத்து சிதறச் செய்தன. சிங்கம் தன்வசம் இழந்தது. அதன் கிழத்தனத்தையும் மறக்கச் செய்த ஒரு வெறி எங்கிருந்தோ அதற்கு வந்துவிட்டது. அவ்வளவுதான்! கூண்டின் ஒரு மூலையை தன் பலம் கொண்டமட்டும் முட்டி அறைந்தது. அந்த வேகத்தில் ஏற்கெனவே ஆடி அலைந்து கொண்டிருந்த கூண்டு இன்னும் அதிக ஆட்டம் கொடுத்தது. கூண்டு ஆட்டம் கொடுக்கக் கொடுக்க, சிங்கத்தின் வெறியும் தெம்பும் அளவு கடந்தது. இன்னும் வேகமாக முட்டியும் அறைந்தும் அது கூண்டைவிட்டு வெளியேற தவித்தது.

ஏதோ சடசடவென சப்தம் கேட்டமாதிரி இருந்தது சிங்கத்துக்கு. ஆமாம்; அந்த கூண்டு நொறுங்க ஆரம்பித்து விட்டது. அது செய்யப்பட்டு எவ்வளவோ நாளாகிவிட்டது. தனக்காக அது புதிதாக செய்யப்பட்டது என்பது அந்த சிங்கத்திற்கு ஞாபகம் வந்தது. இப்போது தன்னைப் போலவே அந்த கூண்டும் கிழமாகி விட்டிருக்கும் என்று சிங்கம் நினைத்தது.

சர்க்கஸின் பொருளாதார நிலைமை பாதிக்கப்பட்டதால் அது பழுது பார்க்கப்படவே இல்லை. பழக்கப்பட்ட கிழச் சிங்கம் ஒரு நாள் இப்படிச் செய்யும் என்று அவர்கள் எதிர்பார்த்திருந்தால்தானே?

தன் கூண்டில் துருப்பிடித்த ஆணிகள் தெறிப்பதைக் கண்ட சிங்கம் தன் நெற்றியில் உள்ள ரத்தக் கீறல்களையும் அறியாமல் இன்னும் இரண்டே மோதல்களில் அந்தப் பக்கத்து கிராதிகளிடையே பிளவு ஏற்படுத்தி விட்டது. இப்போது அதற்கு தன் தலையை வெளியே நீட்ட முடிந்தது.

அடுத்த க்ஷணம் ஏற்பட்டிருந்த பிளவு வழியே அந்த சிங்கம் கீழே பாய்ந்து கொண்டிருந்தது.

பாய்ந்த வேகத்தில் கீழே உருண்டு விழுந்த சிங்கம் புரண்டு கொடுத்து எழுந்து நிதானித்தது. திரும்பி ஒரு தரம் கூண்டைப் பார்த்து விட்டு பக்கத்து புதருக்குள்ளே பாய்ந்தது.

வண்டிகள் போகும் சப்தம் பூர்ணமாக மங்கும் மட்டும் அது புதருக்குள்ளேயே இருந்தது. வண்டி போன திசையைப் பார்த்துக் கொண்டே இருந்தது. பிறகு சுதந்திரம் அடைந்த சிங்கம் தன் இளம் வயதில் சுற்றிச் சுற்றிவந்த அந்த இடங்களை எல்லாம் வியப்புடனும் பார்த்துக்கொண்டே தன் இனத்தவரைத் தேடிக்கொண்டு காட்டின் உட்புறத்திற்குள் செல்ல ஆரம்பித்தது. இப்படி எவ்வளவு தூரம் தான் சுற்றியதோ. அதற்கு கால்வலி ஏற்பட்டுவிட்டது. கூண்டிற்குள்ளேயே அடைபட்டுக் கிடந்து, நடந்தே பழக்கம் இல்லாததால் அதனால் வெகு தூரம் நடக்க முடியவில்லை. அப்போது நன்றாக இருட்ட வில்லை. இருட்டிய பிறகு இன்னும் போவோம் என்று ஒரு அடர்ந்த மரக் கூட்டத்து புதர்களிடையே படுத்துக் கொண்டது. அசதியில் தூங்கிப்போய்விட்டது.

திடீரென ஒரு பயங்கர சப்தத்தைக் கேட்டு வெருண்டு போய் விழித்து கொண்டு வீறிட்டுக் கத்தியது. சர்க்கஸில் அதைப் பழக்குபவனின் சவுக்கடி சப்தத்தைக் கேட்டு பழகிப் போயிருந்ததுதானே அது. எனவேதான் மறுபடியும் சர்க்கஸிற்குள் தான் இருக்கிறோமோ என்ற பயம் வந்துவிட்டது அதற்கு.

அதற்கு சுயஞாபகம் வரவே சிறிது நேரம் பிடித்தது. ஞாபகம் வந்ததும் தான் காட்டில் தான் இருப்பதாக உணர்ந்தது. தன்னைச் சுற்றி நன்றாக இருட்டிவிட்டதையும் காடு தன் கண்களுக்கு துல்யமாகத் தெரிவதையும் உணர்ந்தது. ஆயினும் வீறிட்டு அலறிய பதட்டம் அதற்கு இன்னும் அடங்கவில்லை.

“சீ! தூக்கத்திலும் இதே கனவு தானா! அந்த சர்க்கஸ்காரன் வந்து சவுக்கால் அடிக்கிறமாதிரி! இனி எதற்கு பயப்படவேண்டும் ? சிங்கமாக பிறந்து பயப்படுவதாவது! கேவலமல்லவா?” என்று நினைத்து மனதை திடப்படுத்திக் கொண்டது.

அதே சமயம் இன்னொரு பயங்கர சப்தம் கேட்கவே மறுபடியும் தன்னை மறந்து சிங்கம் வீறிட்டுக் கத்தியது. உடல் பதறல் எடுத்தது. அதே சர்க்கஸ் சவுக்கடி ஞாபகம் அதை விடவில்லை. நடுங்கிக்கொண்டே சுற்று முற்றும் பார்த்தது. ஒன்றும் கண்ணுக்குத் தெரியவில்லை.

" அப்போதாவது தூக்கத்தில் கனவு கண்டோம். இப்போது எங்கோ நிஜமான சப்தத்தைக் கேட்டு அலறினோமே! சீ! இப்படி பயந்து கொண்டால் நம் சுற்றத்தார் நம்மை எப்படி மதிப்பார்கள்? அவர்கள் எல்லோரையும் விட மிக மிகப் பெரியவனான என்னைக் கண்டு அவர்கள் பயந்து வணங்கும்படி நடந்து கொள்ள வேண்டாமா" என்று நினைத்து மனதை திடப்படுத்திக்கொண்டு அந்த சப்தம் வந்த திக்கின் பக்கமாகப் பார்த்தது சிங்கம்.

ஒரு உருவமும் தெரியவில்லை. உடனே தானும் அந்த சப்தத்தை விட பலக்க இந்த காடே கிடுகிடுக்கும்படியாக கர்ஜிக்க வேண்டும், தன் வலிமையைக் காட்டவேண்டும் என்று தன் பலம் கொண்ட மட்டும் கர்ஜித்தது. அதன் குரல் பலத்தே வரவில்லை அதன் பலத்தைக் குறைக்க சர்க்கஸில் அதற்கு அரை வயிற்றுக்கும் கால் வயிற்றுக்கும் உணவு கொடுத்து வந்ததால் பயங்கரமாக கர்ஜிக்கக்கூட தனக்கு சக்தி இல்லாமல் போய்விட்டது என்பதையும் அந்த சிங்கம் கண்டு கொண்டது. "சீ! அற்ப மனிதர்கள்! என்னை எப்படி ஆக்கிவிட்டார்கள்! இனி இந்த காட்டில் நன்றாக ஆகாரம் சம்பாதித்து தெம்பு கொண்டு எப்படி ஆகிறேன் பார்" என்று சொல்லிக் கொண்டது.

“இப்படி பயந்து பயந்து நீங்கள்தானா இந்தக் காட்டில் ஆகாரம் சம்பாதித்து வாழப் போகிறீர்கள்" என்று கலகலவென சிரித்து கேட்கும் ஒரு குரலைக்கேட்டு சிங்கம் அந்தப் பக்கம் பார்த்தது. ஒரு நரி நின்று கொண்டிருந்தது.

நரியின் கேலி சிங்கத்திற்கு அவமானமாக இருந்தது.

சிங்கம் சமாளித்துக் கொண்டு 'ஓஹோ! நீ எப்போது வந்தாய்" என்று கேட்டது.

அந்த நரி சாவதானமாக சிங்கத்தை ஏற இறங்க முறைத்துப் பார்த்துவிட்டு “நான் இங்கேயே தான் இருக்கிறேன். நீங்கள் தான் இப்போது வந்திருக்கிறீர்கள்" என்று பதில் கொடுத்தது. சிங்கத்திற்கு அப்போதுதான் தன் தவறு தெரிந்தது. சர்க்கஸில் தனக்கடுத்த கூண்டில் உள்ள நரியல்ல அது. அதைப்போல் இரண்டு பங்கு பருமனாக இருந்தது இந்த நரி.

சிங்கம் தன் வரலாற்றை நரியிடம் சொல்லியது. நரியும் சாவதானமாக அவற்றைக் கேட்டுக் கொண்டிருந்தது.

நேரம் ஆகிவிட்டதால் சிங்கத்திற்கு பசி அதிகமாகி விட்டது. இதை யூகித்த நரி "ஏன் காலையிலிருந்து ஆகாரம் சாப்பிட வில்லையா" என்று விசாரித்தது.

"இல்லை; பிரயாணத்தின் போது யாரும் கவனிக்கவேயில்லை" என்றது சிங்கம்.

நரி சிறிது யோசனையில் ஆழ்ந்தது. சற்று தூரத்தில் ஏதோ சடசட என்று சப்தம் கேட்டுக்கொண்டிருந்தது. 'யானையைக் கண்டால் உங்களுக்கு பயமில்லையே' என்று கேட்டது.

"எனக்கா யானையைக் கண்டு பயம்" என்று சிரித்துக் கொண்டே பேசிற்று சிங்கம். "எத்தனை தரம் யானையின் மேல் ஏறி சவாரி செய்திருக்கிறேன் தெரியுமா?" என்றது.

பக்கத்தில் சடசடவென்ற சப்தம் அதிகமாயிற்று. காட்டையே அதிரவைக்கும் சப்தம் ஒன்றும் கேட்டது. சிங்கம் தன்னையும் அறியாமல் சரீரத்தை ஒருதரம் குலுக்கிக் நொண்டது. நாலு பக்கமும் சுற்றிப் பார்த்தது. பழைய சவுக்கடி ஞாபகம் வந்துவிட்டதே என்று நினைத்துக் கொண்டது. சில நிமிடங்களுக்கெல்லாம் மறுபடியும் ஒரு கோர சப்தம் மரக் கிளைகளெல்லாம் ஒடியும் சப்தமும் கூட. சப்தம் வந்த திசையில் சிங்கம் உற்றுப் பார்த்துக்கொண்டிருந்தது. திடீரென்று ஒரு யானை காடு அதிர ஓடி வந்து கொண்டிருந்தது. அதற்குத்தான் எத்தனை நீள கொம்புகள்! எவ்வளவு உயரம் / பருமன்! இவ்வளவு முரட்டு யானையை சிங்கம் பார்த்ததே இல்லை. தன்னைப்போல் வாடி ஒட்டி உயர்ந்த யானையைத்தான் அது பார்த்திருக்கிறது.

ஓடிவந்த யானை சிங்கத்தைக் கண்டதும் அப்படியே நின்றுவிட்டது. தன்னைக் கொல்ல சிங்கம் தயாராக காத்து இருப்பதாக அது எண்ணியது. சுமந்து வந்த மரக் கிளையை கீழே போட்டுவிட்டு துதிக்கையை வேகமாக ஆட்டிக்கொண்டு பலம் கொண்ட மட்டும் ஒரு சப்தம் போட்டது. இதுவரையில் யானையையே பார்த்து ஒடுங்கிக் கொண்டிருந்த சிங்கம் இந்த சப்தத்தைக் கேட்டதும் அப்படியே அசந்து விட்டது இனி இங்கிருந்தால் உயிருக்கு ஆபத்துதான் என்று எண்ணியது. எண்ணியதுதான் தாமதம். அருகிலிருந்த நரியைக்கூட நினைக்காமல் ஒரே தாவாகத் தாவி காட்டிற்குள் ஓடிவிட்டது.

காட்டின் வேறொரு மூலையை அடைந்த பின்தான் சிங்கம் ஓட்டத்தை நிறுத்தியது. சோர்வுற்றிருந்த அதன் கால்கள் இந்த ஓட்டத்தைத் தாங்க முடியவில்லை. பீதி ஒருபக்கம் பசி மற்றொரு பக்கம். அயர்ச்சியுடன் ஏதாவது உணவு கிடைக்காதா என்று ஏங்கி ஒரு மரத்தினடியில் படுத்தது. 'சீ என்ன இது, இப்படி எல்லாவற்றிற்கும் பயந்து பயந்து

சாகிறேன்" என்று தன்னையே கடிந்து கொண்டது.

மரத்தின் பின்னால் ஒரு சலசலப்பு கேட்டது. ஒரு முயல் மர வேரின் அருகே இலைகளை ஒதுக்கி குழி பறித்துக் கொண்டிருந்தது. அதைக் கண்ட சிங்கம் பாய்ந்து பிடிக்கச் சென்றது. அந்த முயல் தப்பிப் போய் விட்டது. சிங்கம் களைத்துப் போய் உட்கார்ந்தது. அதற்கு அந்தக் காட்டின் மீது கோபம் வந்தது. "சீ என்ன காடு! ஆகாரத்துக்குக்கூட வழியில்லாமல்?" அப்போது அதற்கு சர்க்கஸ் ஞாபகம் வந்து விட்டது. "ஹூம் அங்கே இருந்தால் கூண்டு வழியாக அவர்கள் அரை வயிற்றுக்கு எறிகிற அந்த மாமிசத் துண்டுகளாவது கிடைத்திருக்கும். இங்கே அதுவும் இல்லையே." சிங்கம் முனகிக்கொண்டே படுக்கப் போய் விட்டது.

அப்போது மறுபடியும் அந்த நரியின் குரல் கேட்டது "ஒரு குழி முயலைப் பிடிக்க முடியல்லியே உங்களாலே. நீங்க இந்தக் காட்டிலே எப்படி ஆகாரம் சம்பாதிச்சு..."

இந்த அவமானத்தை சிங்கத்தால் தாங்க முடியவில்லை. வந்தது முதல் அது காட்டு சப்தங்களுக்கெல்லாம் நடுங்கி நடுங்கி வீறிட்டதும் யானை பிளிறலைக் கேட்டு அயர்ந்து போனதும், சிறு முயல் கூட தன் கைக்குத் தப்பியதும், கொஞ்சம் நடந்து போனாலும் நடக்க முடியாதபடி சோர்வு ஏற்படுவதும், எல்லாம் மாறிமாறி அந்த சிங்கத்தின் மனதில் உறுத்தின.

"சீ இந்தக் காட்டு வாழ்வைவிட சர்க்கஸ் வாழ்வு எவ்வளவோ தேவலை போலிருக்கே? நிமிஷத்துக்கு நிமிஷம் இங்கே பயந்து சாகிறதைவிட அங்கே நிம்மதியாக கூண்டுக்குள்ளே கண்ணை மூடிக்கொண்டாவது படுத்து தூங்கிக்கொண்டு இருக்கலாம். ஏதோ அந்த காஸ்லைட் வெளிச்சத்திலே ஒரு பத்து நிமிஷம் அந்த மனுஷன் சவுக்காலே நாலு சுண்டு சுண்டப் போகிறான். தொலைகிறான். அவ்வளவுதான் அதோடே நிம்மதியாவது இருக்கும். இங்கே வந்து இப்படி..........!"

'டப்' என்ற சப்தம் கேட்டது அப்போது. சிங்கத்திற்கு தூக்கி வாரிப்போட்டது. சர்க்கஸில் அந்த மாதிரி ஒரு சமயம் ஒரு வேட்டு சப்தம் கேட்டதும் தன்னோடு இருந்து முறண்டின இளம் சிங்கம் செத்து கீழே விழுந்ததும் அதற்கு ஞாபகத்துக்கு வந்தது.

அந்த சமயம் நரி "இந்த காட்டிலே யாரோ வேட்டைக்கு வந்திருக்கிறார்கள் மூன்று நாட்களாக. ஓடிப்போய் மறைந்து கொள்ளுங்கள்" என்று சொல்லி ஓடி விட்டது.

சிங்கம் தனக்குள்ளாகவே ஒருதரம் வீறிட்டுக் கத்திக் கொண்டது.

"ஐயோ! ஓடக்கூட முடியாதே; ஒளியக்கூட இடம் தெரியவில்லையே. மறுபடியும் இந்தப் புது மனிதர்கள் கையில் அகப்பட்டு... அவர்கள் என்ன செய்வார்களோ... மறுபடியும் சர்க்கஸுக்கு பழக்கி..."

அந்த நினைப்பில் மறுபடியும் சவுக்கடிபட்டமாதிரி அது வீறிட்டுக் கத்தியது. ஆனால் அது பலவீனமாக இருந்தது. சர்க்கஸில் கத்தின தெம்புகூட அப்போது இல்லை. பசி வேறு அதை ஓய வைத்துக்கொண்டிருந்தது. காடு அதற்கு முழுக்க முழுக்க கசந்துவிட்டது. இந்த வாழ்வுக்கு ஆசைப்பட்டு கூண்டை உடைத்துக் கொண்டு குதித்தோமே. அதோடு போயிருந்தால்...

சிங்கம் ஒரு முடிவுக்கு வந்தது போல் ஒருதரம் சிலிர்த்து கொடுத்தது. அதன் மோப்ப சக்தியை உபயோகித்தது. அது காட்டின் வழியே அயர்ந்த நடையுடன் செல்ல ஆரம்பித்தது. அந்த சர்க்கஸ் வண்டிகள் போன பாதையிலேயேதான் போய்க்கொண்டிருக்கிறதா என்பதை அது நிச்சயப்படுத்திப் பார்த்துக்கொண்டே சென்றது.

குதிரை

சொந்தமாக குதிரை வண்டி வைத்துக் கொண்டு அதை வாடகைக்கு ஓட்டி ஜீவனம் நடத்தி வந்தான் மூக்கன். தன்னிடமிருந்த பழைய குதிரையை விற்று விட்டு வெளியூருக்குச் சென்று அவன் ஒரு புதிய குதிரை வாங்கி வந்திருந்தான்.

அந்தக் குதிரை வெகு அழகாக இருந்தது. நல்ல வெண்மை நிறம். வண்டியில் போகும்போது பார்ப்பதற்கு ரொம்ப அம்சமாக இருக்கும். அந்த கிராமத்திலேயே அதுதான் மிக அழகான குதிரை என்று பெயர் வாங்கியது.

ஒருநாள் வண்டி பூட்டி ரோடு ஓரமாக வண்டியை நிறுத்திக் கொண்டிருந்தான் மூக்கன். அப்போது ஒரு கல்யாண ஊர்வலம் அந்த வழியாக வந்துகொண்டிருந்தது. பாண்டு வாசித்துக்கொண்டு வந்தார்கள்.

பாண்டு சப்தம் கிட்ட வரவும் வண்டியில் பூட்டியிருந்த குதிரை நிலையின்றி கால்களை தூக்கித் தூக்கி வைக்க ஆரம்பித்தது. குதிரை மிரண்டுபோகிறது என்று நினைத்து மூக்கன் குதிரையைத் தட்டிக்கொடுத்து சமாதானப்படுத்தினான்.

ஆனால் குதிரை அடங்காமல் மேலும் மேலும் கால்களைத் தூக்கி வைத்து முன்னும் பின்னும் போக ஆரம்பித்தது. குதிரை இடக்கு செய்கிறது என்று அதை சாட்டையால் இரண்டடி அடித்து அடக்கப் பார்த்தான் மூக்கன். இதற்கும் அடங்காத குதிரை மீண்டும் கால்களைத் தூக்கி வைத்துக்கொண்டே இருந்தது.

இந்த வேடிக்கையைப் பார்த்துக் கொண்டிருந்த அவனது சிநேகிதர்கள் 'மூக்கா, வண்டியிலிருந்து குதிரையை அவிழ்த்துவிடு. அது சரியாகப் போய்விடும் என்றனர்.

மூக்கனும் அவ்விதமே செய்தான். ஆனால் அவர்கள் எதிர்பார்த்தபடி நடக்கவில்லை. அவிழ்த்துவிடப்பட்ட குதிரை பாண்டுவாத்தியத்திற்குத் தக்கபடி இன்னும் லாகவமாக நாட்டியமாடத் தொடங்கியது. அப்போது தான் அவர்கள் எல்லோருக்கும் விஷயம் புரிய வந்தது.

'மூக்கா, உன்னை ஏமாற்றி விட்டான் குதிரையை விற்றவன். எங்கோ சர்க்கஸில் நாட்டியமாடப் பழகிய ஒரு நாட்டியக் குதிரையை வாங்கிக்கொண்டு வந்து விட்டாய், பேஷ்!" என்று போட்டியும், பொறாமையும் கொண்ட சிநேகிதர்கள் கூவி கேலி செய்ய ஆரம் பித்தார்கள்.

மூக்கன் மனச சஞ்சலம் அடைந்தான். "ஐயோ! இவ்வளவு பணம் போட்டு நாட்டியக் குதிரையையா வாங்கிவந்தோம்' என்று வருந்தினான்.

சிநேகிதர்களும் ஊராரும் "நாட்டியக் குதிரை நாட்டியக் குதிரை நாலாயிரம் பொன் வாங்கல்லையோ" என்று அவன் வண்டியைப் பார்த்த போதெல்லாம் கேலி செய்து கொண்டே இருந்தனர். அவனால் இந்தக் கேலியைத் தாங்க முடியவில்லை. நான்கு பேர்கள் நிற்கும் இடத்தில் தன் வண்டியைக் கொண்டுபோய் நிறுத்தவே அவனுக்கு அவமானமாகப் போய்விட்டது.

அவன் சாலையில் வண்டியை நிறுத்தி இருப்பான் சமீபத்தில் எங்கேயாவது நாட்டிய மெட்டுக்களில் பாண்டு வாத்தியமோ, நாகஸ்வரமோ, கேட்டாலும் குதிரை வண்டியிலிருந்தவாறே நாட்டியமாடத் தொடங்கிவிடும். போகப் போக நாட்டிய சங்கீத கிராமபோன் பிளேட்டுகள் வைத்தாலும் ஆட ஆரம்பித்துவிட்டது குதிரை. இன்னும் போகப்போக குறும்புக்காரப் பையன்கள் அதன் அருகில் வந்து நாட்டியமெட்டில் பாடினாலும் குதிரை ஆட ஆரம்பித்து விட்டது.

மூக்கன் மனம் நொந்து போனான். பணமும் போய் அவமானமும் ஏற்பட்டுவிட்டதே என்று மனம் புழுங்கினான், தனக்கு இரு விதத்திலும் நஷ்டம் ஏற்படுத்திய குதிரையை சபித்துக் கொட்டினான். சனியன் பிடித்த குதிரையை போன விலைக்கு விற்றுவிடலாம்; கை நஷ்டம் ஏற்பட்டாலும் சரி என்று விற்கப் பார்த்தான்.

அந்த குதிரையின் தன்மைதான் ஊர் பூராவுக்கும் சுற்று வட்டத்து கிராமங்கள் பூராவுக்கும் தெரிந்த விஷயமாயிற்றே. அவர்கள் ஏமாந்தா போய்விடுவார்கள்? இல்லை, இதை வாங்கித்தான் என்ன செய்வார்கள்?

எனவே அவன் குதிரையை யாரும் விலைக்கு வாங்கத் தயாராக இல்லை. 'மூக்கா, சும்மா கொடுத்தாலும் வேண்டாமப்பா உன் குதிரை. கூட இருநூறு ரூபாய் கொடுத்தாலும் வேண்டாமப்பா' என்று பரிகாசம் செய்தார்கள்.

மூக்கனுக்கு வேறு வழியில்லை. அதை வைத்து ஜீவனம் நடத்தித்தான் ஆகவேண்டும். எனவே கேலிகளைப் பொருட்படுத்தாமல் மற்ற வண்டிகள் நிற்கும் இடத்தில் கொண்டு போய் தானும் நிறுத்துவான். மற்றவர்களைப்போல் பிரயாணிகளிடம் சென்று "என் வண்டிக்கு வாருங்கள்" என்பான்.

ஆனால் அவனைப் பார்த்ததும் "அப்பா, உன் வண்டி வேண்டாமப்பா" என்று சொல்லிவிட்டு வேறு வண்டியைத் தேடிப் போய் விடுவார்கள். அப்படி யாராவது விஷயம் தெரியாமல் அவன் வண்டிக்கு ஏறவந்தாலோ மற்ற வண்டிக்காரர்கள் "அது நாட்டியக் குதிரை வண்டி" என்று கத்துவார்கள். வந்தவர்கள் பயந்து போய் திரும்பிவிடுவார்கள். இதனால் நாளடைவில் அவனுக்கு வரும்படியும் போய் விட்டது. ஜீவனத்திற்கே கஷ்டப்பட்டுக் கொண்டிருந்தான்.

ஒரு நாள் பக்கத்து கிராமத்தில் நடைபெற்ற ஒரு திருவிழாவுக்கு வண்டி கொண்டு போயிருந்தான். வண்டிகளை நிறுத்துவதற்கென்று போலீஸார் ஒதுக்கி வைத்திருந்த இடத்திற்கு அருகில் தான் தொட்டில் ராட்டினம் குடை ராட்டினம் இருந்தன. அவை சுழல ஆரம்பிக்கும் போதெல்லாம் நாட்டிய மெட்டுக்களில் வாத்தியம் வாசிப்பதுண்டு. அவ்வளவுதான் மூக்கன் குதிரையும் உடனே நாட்டியம் ஆட ஆரம்பித்துவிடும். எல்லோரும் வேடிக்கை பார்க்க ஆரம்பித்தார்கள்.

ராட்டினத்தை சுற்றி இருந்த கூட்டம் பூராவும் மூக்கன் குதிரையை சூழ்ந்து கொண்டு விட்டன. மூக்கன் குதிரையை அடக்கப் பார்த்தான்; முடிந்தால்தானே. அப்போது கூட்டத்தில் இருந்த சிலர் “குதிரையை அவிழ்த்து விடப்பா நன்றாக ஆடட்டும். வேடிக்கை பார்க்கலாம்" என்றார்கள்.

"உங்களுக்கு வேடிக்கை; எனக்கு வயிற்றெறிச்சல்" என்று முனகிக் கொண்டே மூக்கன் அவர்கள் வற்புறுத்தலுக்கு இணங்கி குதிரையை அவிழ்த்து விட்டான்.

குதிரையை நடு மையத்தில் நிறுத்தி சுற்றிச் சூழ்ந்து கொண்டது கூட்டம். அதன் ஆட்டத்தைப் பார்த்து ரசித்து ஆர்ப்பரித்துக் கொண்டிருந்தனர் ஜனங்கள். அப்போது ராட்டினம் ஒரு முறை சுழன்று நின்றது. வாத்தியக்காரர்களும் வாசிப்பை நிறுத்தினர்.

“அட, வாசிய்யா! நிறுத்தாதே குதிரை நல்லா ஆடுகிறது, பார்க்கலாம்" என்று கத்தினார்கள் கூட்டத்தில் இருந்த சிலர். உடனே மற்றும் சிலர் ஓடிச்சென்று அந்த வாத்தியக்காரர்களைப் பிடித்து இழுத்துக் கொண்டுவந்து குதிரை முன்பு நிறுத்தி நல்ல டான்ஸ் பாட்டுகள் பாடய்யா குதிரை நாட்டியம் பார்ப்போம்” என்றனர்.

வாத்தியக்காரர்கள் குதிரை முன் நின்று தங்கள் சாமர்த்தியத்தை யெல்லாம் காட்டினார்கள், குதிரையோ இப்போது கட்டவிழ்த்து விடப்பட்டு இருந்ததால் நன்றாக நாட்டியம் ஆட ஆரம்பித்தது. வெறுப்பும் கசப்பும் கொண்டிருந்த மூக்கன் தன்னை அறியாமல் அதன் ஆட்டத்தை கவனித்துக் கொண்டிருந்தான்.

"அட கழுதை! வண்டிக்குப் போகாட்டாலும் நன்றாக நாட்டியம் ஆடுதே; இதற்குத்தான் லாயக்கு" என்று முனகிக்கொண்டே அதை உற்றுப் பார்த்தான். சுற்றி இருந்த கூட்டம் ஆர்ப்பரித்து ஆரவாரம் செய்துகொண்டிருந்தது, அவன் காதைத் துளைத்தது. எரிச்சலாக இருந்தது அவனுக்கு.

‘நல்ல குதிரை, சர்க்கஸ் குதிரை, நல்லா ஆடுது’ என்று குரல்கள் கத்தினதெல்லாம் அவன் காதுகளில் விழுந்து கொண்டிருந்தது.

வாத்தியக்காரனை மேலும் மேலும் கட்டாயப்படுத்தி வாசிக்கச்சொல்லி நாட்டியத்தை ரசித்துக் கொண்டிருந்தது கூட்டம். மூக்கன் என்ன சொல்லியும் ஒருவரும் கேட்கவில்லை. மூக்கனுக்கு அடக்க முடியாத ஆத்திரம் வந்து விட்டது.

அவன் கத்தினான்; “பொழுது விடிந்தது முதல் ஒரு செப்புச் சல்லி சவாரி கிடைக்கவில்லை, இந்தப் பாழும் குதிரையினாலே. நீங்க நாட்டிய வேடிக்கை பார்க்கிறீங்க. நீங்க பார்க்கறது காதுட்டுக்குக்கூட பிரயோசனமில்லை எனக்கு" என்று கத்தினான் கூட்டத்தைப் பார்த்து.

கூட்டம் அவன் ஆத்திரத்தைக் கண்டு சற்று ஆர்ப்பாட்டத்தை நிறுத்தியது. அப்போது ஒருவன் “இந்தாய்யா நாட்டிய வேடிக்கை பார்த்த காசு” என்று ஒரு காலணாவை அவனுக்கு முன் வீசி எறிந்தான். அவ்வளவுதான் காலணா காலணாவாக மூக்கன் முன்பும் குதிரை முன்பும் கூட்டத்திலிருந்து வந்து விழுந்தன. ஒருவன் ஒரு துண்டை கொண்டுவந்து தரையில் விரித்து “இதிலே போடுங்கள் ஐயா காசை சிதறாமல்’ என்றான்.

சில விநாடிகளில் அந்த துண்டு பூராவும் காலணா அரையணா, நாணயங்களாக திரம்பிவிட்டன.

மறுபடியும் வாத்திய சப்தம் ஆரம்பமாகிவிட்டது.

குதிரையும் நாட்டியமாடிக் கொண்டிருந்தது.

தரைமீது விரிக்கப்பட்ட துண்டின் மீது மேலும் மேலும் நாணயங்கள் விழுந்து சப்தித்துக் கொண்டிருந்தன.

மூக்கனின் கண்கள் கொட்டாமல் அந்தத் துண்டின் மீது விழும் நாணயங்களையே பார்த்துக் கொண்டிருந்தன. ஆனால் அவன் மனம் மட்டும் எங்கெல்லாமோ வட்டமிட்டுக் கொண்டிருந்தது.

வாத்தியம் ஓய்ந்து, குதிரை நாட்டியமும் நின்றதுகூட அவனுக்குப் படவில்லை. ஒரு குரல் " இந்தாய்யா, வண்டிக்காரரே! நீ இன்றைக்குப் பூராவும் வண்டி ஓட்டினால் கூட இவ்வளவு காசு பாத்திருக்க மாட்டியே!" என்றது.

"காசுகளை எடுத்துக் கொள்ளப்பா" என்று மற்றொருவன் அவனை ஞாபகப்படுத்தினான்.

மூக்கன் ஆவலுடன் முன் சென்று அந்த துண்டில் விழுந்து இருந்த காசுகளை பொறுக்கிக் கொண்டான். அதை எண்ணிப் பார்க்கக்கூட அவனுக்குத் தோன்றவில்லை. அவ்வளவு திருப்தியான வரும்படி அன்று அவனுக்குக் கிடைக்கும் என்று அவன் எதிர்பார்த்தானா என்ன?

காசுகளைப் பொறுக்கிக் கொண்டு அவன் குதிரையின் பக்கம் வந்தான். முன்பெல்லாம் அவன் பார்க்கும் எரிச்சல் பார்வை இப்போது அதன் மீது விழவில்லை. இதுவரை அவன் அன்புடன் அதைத் தடவிக் கொடுத்ததும் இல்லை. இப்போதுதான் முதல் தடவையாக அதைத் தடவிக் கொடுத்தான்.

'உன்னை வச்சுக்கிட்டு இத்தனை நாளாக பிழைக்கத் தெரியாமல் அவதிப்பட்டுக்கிட்டு இருந்தேனே. இனிமேல் இந்த மூக்கன் பயலைப் பாரு" என்று அதனிடம் பெருமையாக காதோடு பேசிக்கொண்டான். குதிரைக்கு சற்று தள்ளி இருந்த வண்டியைப் பார்த்து “உன்னை போகிற விலைக்கு விற்றுவிட்டுத்தான் மறுஜோலி” என்றான்.

இப்போதெல்லாம் நல்ல வாத்திய ஜமாவுடன் மூக்கக் கவுண்டர் குதிரை நாட்டியம் இல்லாமல் அந்த கிராமத்திலாயினும் சரி, சுற்று வட்டம் இருபது முப்பது மைல் தொலைவில் உள்ள கிராமங்களிலா யினும் சரி, கல்யாணங்களோ திருவிழாக்களோ நடப்பதேயில்லை.

சீ நாயே

இப்பொழுதெல்லாம் பத்திரிகைகளில் பேய்க் கதைகள் அதிகம் வெளிவருவதைப் பற்றி ஒரு நாள் எங்கள் வீட்டில் பேச்சு நடந்து கொண்டிருந்தது. பேய்களைப் பற்றியும் பேய்க் கதைகளைப் பற்றியும் ஆளுக்கொரு அபிப்பிராயமாக தம்பி சிவராமன், தங்கை ஜானகி, அவள் கணவன் கணபதி ஆகியோர் பரிமாறிக் கொண்டிருந்தார்கள். அவர்கள் சொல்வதெல்லாம் என் காதில் விழுந்தாலும், நான் அவர்கள் விவகாரத்தில் ஈடுபடாமல் ஒரு கதைப் பத்திரிகையை படித்துக் கொண்டிருந்தேன்.

"எனக்கு பேய்க் கதைகள் ரொம்ப பிடித்திருக்கு" என்றாள் தங்கை.

"அதுதான் தெரிகிறதே. தினம் ராத்திரி தூக்கத்தில் நீ உளறுவதைப் பார்த்தாலே கண்ட கண்ட கதைகளை எல்லாம் படித்து விட்டு" என்று அவள் கணவன் பரிகாசம் செய்யவும் எல்லோரது சிரிப்பும் கலந்து கொண்டன.

தம்பி எப்போதுமே துடுக்காகவும் கொஞ்சம் சாமர்த்தியமாகவும் பேசுவான். "அத்திம்பேரே! இந்தப் பேய்களை பற்றி நினைக்கும்போது பாவமாக இருக்கிறது. யாராவது தனியே தங்களைத் தேடிவர மாட்டார்களா, குறைகளைச் சொல்லமாட்டோமா என்று தவிக்கின்றன."

'ஒரு வேளை அதைச் சொல்லிவிட்டால்தான் அவைகளுக்கு சாப விமோசனம் கிடைக்குமோ என்னமோ என்று சேர்த்தான் கணபதி.

ஜானகிதான் பேய்கள் கட்சிக்காக வாதாடினாள். "உங்களுக்கு எல்லாம் கேலிதான். இதிலெல்லாம் நம்பிக்கையே கிடையாது

உங்களுக்கு. எதிரிலே பார்த்தால் நீங்களே நம்புவீர்கள். ஒரு சமயம் அத்தங்கா பருவதத்துக்கு பேய் பிடிச்சு இருந்தது. நீங்களெல்லாம் அப்போது இங்கே பட்டணத்திலே இருந்தீர்கள். எவ்வளவு லக்ஷணமாக இருக்கிறாள், அத்தங்கா பருவதம்? அப்போது அவள் முகத்தைப் பார்க்க வேண்டுமே! கடைவாய் பற்கள்கூட வெளியே தெரியும் படியாக அவ்வளவு விகாரமாகச் சிரிப்பாள். தலையை விரித்துக் கொண்டு ஆடுவாள். எவ்வளவு பயங்கரமாக இருக்கும் தெரியுமா?"

"எங்கேயாவது இருட்டில் பயந்து கொண்டிருப்பாள் ஹிஸ்டீரியா வந்திருக்கும்" என்றான் கணபதி.

'ஹிஸ்டீஉளரியாவாவது மண்ணாங்கட்டியாவது? நம்ப ஊரு ஆஸ்பத்திரி டாக்டரும் அப்படித்தான் சொன்னார். இங்கிலீஷ் டாக்டர்களுக்கு இதெல்லாம் தெரியவே தெரியாது. அப்புறம் நமது மாமா தாத்தா சந்திரசேகர தீக்ஷிதர் இருக்கிறாரே....

"யாரு அந்த எண்பது வயது கிழவரா?" என்றான் கணபதி.

"ஆமாம். அவரேதான். எவ்வளவு சாஸ்திரங்களைப் படித்தவர் தெரியுமா? அவருக்குத் தெரியாத மந்திரங்கள் இல்லை. அவர் வந்து மந்திரம் போட்டு அத்தங்கா பேயை விரட்டினாராக்கும்."

"சரிதான் அத்தங்கா பேயையே வீட்டைவிட்டு விரட்டி விட்டாராக்கும்?"

ஜானகிக்கு கோபம் வந்தது. "கிண்டலாக பேசாதீர்கள். அத்தங்காவை பிடித்திருந்த பேயை விரட்டி விட்டார் என்று அர்த்தம்."

"ஆமாம், அந்தப் பேய் என்ன சொன்னது? அதைச் சொல்லு, கேட்போம்" என்றார் கணபதி.

சிவராமன் இடைமறித்தான். "என்ன சொல்லி இருக்கும்? நமக்குத் தெரியாதா? கதைகளில் படிக்கிறோமே அதே மாதிரிதான். 'ஒரு காலத்திலே இன்ன பெயருடையவளாக இருந்தேன்... என்று ஆரம்பித்து தன் கஷ்டங்களையெல்லாம்..."

கணபதி சிரித்தான். ஜானகிக்கு கோபம் அசாத்யமாக வந்தது. "போயும் போயும் நம்பிக்கையேயில்லாத உங்கள்கிட்ட நான் இதைச் சொல்ல வந்தேனே" என்று சலித்துக் கொண்டாள்..

அதோடு "இப்போது சிரிக்கிறீர்கள். அப்போது நீங்கள் அந்தப் பேய் போறேன் போறேன்னு சொல்லி மாமா கிட்ட கையடித்து சத்தியம் செய்து கொடுத்தபோது நீங்கள் அந்த அடியை வாங்கி யிருந்தால் தெரியும். மாமா இப்போதும் சொல்வாரே. அப்புறம் மூணு நாளுக்கு உள்ளங்கையெரிச்சல் தாங்க முடியவேயில்லேன்னு. அது

பேயறையல்லாமல் வேறு என்னவாம்? அத்தங்காவுக்கு அவ்வளவு பலம் ஏது? இவ்வளவுக்கும் மாமா சத்தியம் வாங்குவதற்கு முந்தி, மாமாத் தாத்தா 'அம்பி, நல்ல வெண்பட்டை எட்டாக மடித்துப் போட்டுக்கோடா. பேயறை ஜாக்ரதை' என்று சொன்னார். மாமா கேட்கவில்லை, "ஹும்! என்ன செய்துவிடும்னு அலட்சியமாக சத்தியம் வாங்கினார். அப்புறம்தான் எரிகிற கையை துடைத்துக் கொண்டு "மாமா சொன்னது சரிதான்" என்றார்.

"ஏண்டா அம்பி! இதுமாதிரி எத்தனை பேய்கிட்ட நான் சத்தியம் வாங்கி இருக்கேன் தெரியுமா? என் கை காய்ச்சிப் போயிருக்கிறது பாரு" என்று மாமாத் தாத்தா சொன்னார். அவ்வளவு பெரிய மந்திரக்காரராக்கும் எங்க மாமா தாத்தா! அவரைப்போய்க் கேலி பண்ணுகிறீர்களே. அப்புறம், எங்கள் அத்தங்கா சௌக்யமாக இருந்து வரு கிறாள். அப்போது நடந்ததை யெல்லாம் அவளைக் கேட்டால் அவளுக்கு ஒன்றுமே தெரியவில்லை. இப்போது என்ன சொல்கிறீர்கள்' என்றாள்.

அதற்கு மேல் அவளை கிண்டல் செய்து அவள் ஆத்திரத்தைக் கிளப்பிவிட அவர்களுக்கு மனதில்லை போலும். இல்லாவிட்டால் இவ்வளவு ஆதாரபூர்வமாக அவள் சொன்ன சம்பவத்தை மறுக்க முடியவில்லையோ என்னமோ? அவர்கள் கவனம் என் பக்கம் திரும்பியது.

மாப்பிள்ளை கணபதி ஆரம்பித்தான். "அண்ணா எத்தனையோ கதைகள் எழுதுகிறாரே; இதுவரை ஒரு பேய்க்கதை கூட எழுதக் காணோமே" என்றான்.

"அண்ணாவும் உங்கள் மாதிரி தானே! இதிலே எல்லாம் நம்பிக்கை இருக்கிறதோ என்னமோ" என்றாள் ஜானகி.

"நம்பிக்கை இருக்கு. இல்லை – கதை எழுதுகிறவர்களுக்கு ஏதாவது விஷயம் கிடைத்தால் போதுமே" என்றான் கணபதி.

"அண்ணாவைத் தேடிவந்து எந்தப் பேயும் கதை சொல்லவில்லை. அண்ணா எங்கேயிருந்து பேய்க்கதை எழுதுவான்" என்று மீண்டும் கிண்டலில் இறங்கிவிட்டான் சிவராமன்.

"இதுவரை ஜானகியை மண்டகப்படி செய்தாகி விட்டது. இப்போது அண்ணா பக்கம் திரும்பிவிட்டாயாக்கும்" என்றான் கணபதி.

"இல்லை. பேயிடமிருந்து கதை கேட்க வேண்டுமென்றால் அகாலத்தில் எங்கேயாவது பாழிடத்தில் தங்கியிருந்தால்தான் சாத்யம். அண்ணாதான் ராத்திரி பத்து மணிக்கு மேலே எங்கேயும் போகிறதேயில்லையே.

அதுக்காக சொல்ல வந்தேன்" என்றான் சிவராமன்.

எல்லோருடைய பரிகாசச் சிரிப்பும் கலந்தது. அதற்கு மேல் நான் அவர்கள் பேச்சில் ஈடுபடாமல் இருக்கமுடியுமா! பத்திரிகையில் படித்துக் கொண்டிருந்த பேய்க் கதையை பாதியில் நிறுத்திவிட்டு, அவர்கள் பக்கம் திரும்பி உட்கார்ந்தேன்.

"இதோ பாருங்கள். எனக்குப் பேய்க்கதைகள் எழுதத் தெரியாது. ஒப்புக் கொள்கிறேன். ஆனால் ஒரே ஒரு பேய்க்கதை மட்டும் எனக்குத் தெரியும். நம்ப சானுப்பாட்டி சொல்லியிருக்கிறாள்."

"சானுப்பாட்டியா நாங்கள் பார்த்ததேயில்லையே."

"எனக்கே பத்து வயது, பாட்டி சாகும்போது நீங்கள் அப்போது பிறக்கவில்லை."

"என்ன கதை அது? நேரிலே சொல்ல பாட்டியில்லாத போனாலும் சொல்லுங்கள் கேட்போம்" என்றான் கணபதி.

"நான் தாத்தா வீட்டுக்கு லீவுக்குப் போயிருந்தேன். அந்த ஊர் ஆற்றங்கரையின் உற்பத்தி ஸ்தானத்தை சிநேகிதர்களுடன் பார்க்கப்போக சின்ன மாமா ஏற்பாடு செய்திருந்தார். என்னையும் கூட்டிக்கொண்டு போக சம்மதித்தார். தாத்தா ஊரிலிருந்து பத்து மைல் போய் அப்புறம் அங்கேயிருந்து மலைப்பாதையில் நாலைந்து மைல்கள் வண்டியில் போக வேண்டும். ஆகவே இருட்டோடு வண்டி கட்டி, தயிர்சாதம், புளியம்சாதம் கட்டிக்கொண்டு போய் பார்த்துவிட்டு பகலைக் கழித்துவிட்டு பொழுதோடு திரும்ப ஏற்பாடு.

தாத்தா வீட்டு வண்டிக்கார வேலுவைத்தான் தெரியுமே. அந்த கிழவன் தான் புறப்படுவதற்கு முந்தின நாள் ராத்திரி பத்து மணிக்கு மேல் மாமாவிடம் வந்து "எசமான் வண்டியை எப்போது கட்டிக்கொண்டு போகலாம்" என்றான் .

சானுப்பாட்டியிடம் நான் எல்லாம் கேட்டு வைத்திருந்ததால் முந்திக்கொண்டு "இருட்டோட மூணு மணிக்கு கொண்டு வந்துடு" என்று சொன்னேன். பக்கத்தில் இருந்த பாட்டி என்னை அதட்டினாள். 'அசட்டுப்பிள்ளை வாசல் திண்ணையிலே உட்கார்ந்து கொண்டு இப்படி பலக்க கத்தாதேடா" என்று கண்டித்துவிட்டு "வேலு, எல்லாம் புழைச்சுக்கிடந்து பிச்சைக்காரனுக்கு முதல் பஸ் போகும் பாரு அப்போது வா" என்று அடக்கிய குரலில் அவன் காது மட்டும் கேட்கும்படியாகச் சொன்னாள். மாமாவும் "அப்படியே செய்" என்றார். வேலு போய்விட்டான்.

நான் பாட்டியிடம் "ஏன் பாட்டி நான் சொல்லக் கூடாதுன்னு

சொன்னே" என்று கேட்டேன்.

பாட்டி, "ராத்திரி வேளையிலே இப்படிச் சொல்லலாகாதுன்னு பெரியவா சொல்லுவா, பேய்கள் கேட்டுக்கொண்டு இருக்குமாம்" என்றாள் பாட்டி.

"கேட்டுக் கொண்டிருந்து என்ன செய்யும்" என்று கேட்டேன்,

"என்ன செய்யுமா? செய்யறதைச் செய்யும். முத்துத் தாத்தா கதை மாதிரி ஆயிடப் போறது" என்றாள் பாட்டி

அது என்ன கதை என்று நான் பாட்டியை நச்சரிக்க ஆரம்பித்ததும், பாட்டி சொல்ல ஆரம்பித்தாள்.

உங்க தாத்தாவுக்கு ரொம்பவும் ஆப்த சினேகிதர் ஒருவர் இருந்தார். எதிராளாத்துலே ராமசாமி மாமா இருக்கார் பாரு, அவருடைய அப்பா. உங்க தாத்தா சாவதற்கு நாலு வருஷம் முந்தி அவரும் இறந்து போனார். அப்போது அவருக்கு வயது நாற்பதுக்கு மேலே ஒன்று இரண்டு இருக்கும். ஆள் நல்ல திடகாத்திரமாக இருப்பார். நல்ல ஆசாரக்காரர். அவருடைய அப்பா யாகம் பண்ணினவர். இந்தக் காலத்திலே உங்க மாமா ஏழு மணிக்கு எழுந்திருந்து பால்காரன் வந்து காபி போட்டு சாப்பிட்டு விட்டு வண்டியைப் போட்டுக்கொண்டு வயக்காட்டுக்கு போறானே அந்த மாதிரியா? இருட்டோட நாலு மணிக்கு எழுந்திருந்து ஒரு சிவப்பு கம்பளியைப் போர்த்திண்டு கைத்தடியையும் எடுத்துக்கொண்டு வயற்காட்டுக்கு கிளம்பிவிடுவார். மூணு மைல் போய் வயற்காடு அத்தனையையும் ஒரு தரம் சுற்றிப் பார்த்து விட்டு வாமடைகள் சரியாக இருக்கா, தண்ணீர் ராத்திரி சரியாகப் பாய்ந்திருக்கா, பண்ணைக்காரன் சரியாக தண்ணி வச்சானா, வேறு ஊரான் தண்ணியை வெட்டிட்டுப் போயிட்டானா என்று எல்லாம் பார்த்துவிட்டு ஸ்நானம் ஜபம் முடித்துக் கொண்டு சூர்யோ தயத்திற்குள் வீடு வந்து, கட்டித் தயிரும் பழையதும் பழங்கீரையுமா ஒரு வெங்கலப் பானை சாதம் சாப்பிடுவார். தேகம் கல்லாக இருக்கும்.

அப்படிப்பட்டவரிடம் ஒரு நாள் ராத்திரி படுக்கையான பிறகு, பண்ணைக்கார மாயாண்டி வந்து "கமலைக்கு மாடுகள் சிக்கல்லிங்க. இரண்டு நாளு பொறுத்தா கிடைக்கும். தண்ணி அருந்தலா இருக்குதுல்லே. ஊரில் ரொம்ப கிராக்கியிருக்குது மாடுகளுக்கு. கையேத்தமாப் பிடிச்சு இறைச்சுடலாம்னு பார்க்கறேனுங்க" என்றான்.

மாயாண்டி குடும்பன் எப்படி இருப்பான் தெரியுமா? பீமசேனன் என்றால் பீமசேனன். அவன் கமலை பிடித்து இறைக்க ஆரம்பித்தால் ஒரு நாள் முழுவதும் நிறுத்த மாட்டான்.

அந்த தாத்தா யோசித்தார். அன்றைக்கு தண்ணீர் பாய்ச்சாவிட்டால் பயிருக்கு ஆபத்து; "சரி நீ நாலுமணிக்கு வந்திரு. நான் திண்ணையில் படுத்துக்கிட்டு இருப்பேன். லேசாக ஒரு குரல் கொடுத்து உசுப்பு. மண்வெட்டியை எடுத்துக்கிட்டு வரேன். இருவரும் போய் தண்ணி பாய்ச்சிடுவோம்" என்று லேசாக தெருவெல்லாம் கேட்கும்படியாக பேசினார்.

மாயாண்டியும் போய் விட்டான்.

தாத்தா, கம்பளி, கம்பு, மண்வெட்டி சகிதம் திண்ணையில் படுத்து விட்டார். எங்கே நன்றாக தூங்கிவிடுவோமோ என்ற பயம் அவருக்கு. தலைக்கு கையை வைத்துக்கொண்டு மாப்பிள்ளைத் தலையணை கட்டியிருப்பார்களே திண்ணையிலே, அதில் தலை வைத்துக்கொண்டு தூங்கிவிட்டார். எவ்வளவு நேரம் தூங்கினாரோ என்னமோ அவருக்கே தெரியாது.

"சாமி!" என்ற குரல் கேட்டு விழித்துக் கொண்டார்.

"யாருடா மாயாண்டியா?"

"ஆமாங்க" என்று பதில் வந்தது.

"அதுக்குள்ளேயா நேரமாயிடுத்து! சரி சரி, இதோ வந்துட்டேன். முன்னாடி நட" என்று கம்பளியையும் கம்பையும் எடுத்துக் கொண்டு புறப்பட்டார்.

மாயாண்டி முன்னால் எட்டி நடைபோட்டு நடக்க தாத்தாவும் பின்னால் தொடர்ந்து நடக்க தெருவையும், ஆற்றையும் தாண்டி கரையேறி வயற்காட்டு வரப்புகளைக் கடந்துபோய்க் கொண்டிருந்தார்கள் – வயற்காட்டு வரப்புகளைக் கடந்து போகப்போக மாயாண்டியின் நடை வேகமாகியது. தாத்தாவும் நடைக்கு அஞ்சாதவர் ஆனாலும் கூட தொடர்ந்து போகப் பார்த்தார், முடியவில்லை.

மாயாண்டி முன்னாடி போய் கமலையை சரிப்படுத்திக்கட்டும் என்று தன்பாட்டில் நடந்து சென்றார்.

அப்புறம் தாத்தா வயற்காட்டையும் அதன் பக்கத்தில் இருந்த தென்னந்தோப்பையும் அடைந்தபோது மாயாண்டி ஏற்றம் இறைத்துக் கொண்டிருந்தான்.

நல்ல இருட்டில் ஏற்றச்சால் சப்தம் கேட்டதே தவிர மாயாண்டியின் உருவம் சரியாகத் தெரியவில்லை" என்ன மாயாண்டி கடாசியிலேருந்து தெற்குக் குண்டுக்கு மொதல்லே கட்ட ஆரம்பிக்கட்டுமா? அப்புறம் ஒட்டுக் குண்டு, குப்பைக்கட்டை அப்படிக் கட்டிக்கிட்டு வரலாம்"

என்று கச்சத்தை இறுக்கி மடக்கிக் கட்டிக் கொண்டு, பூனூலையும் காதில் மாட்டிக் கொண்டு மண்வெட்டியும் கையுமாக அந்தக் கடைசிக்குப் போய் வாமடையை வெட்டி சீர்படுத்திவிட்டு சற்று வரப்பில் உட்கார்ந்தார்.

அவர் இருந்த இடத்திற்கும் மாயாண்டி ஏற்றம் இறைத்துக் கொண்டிருந்த இடத்திற்கும் கொஞ்ச தூரம் இருக்கும்.

அவர் வரப்பில் உட்கார்ந்து ஒரு இமைப் பொழுது கூட ஆகி இராது. மாயாண்டி ஏற்றம் பிடித்து இறைத்த ஜலம் கண்ணாறு மூலம் அவர் சமீபம் வந்து விட்டது: அவருக்கு அதிசயமாய் போய் விட்டது.

"என்னடா இது! இப்போத்தான் பய வந்து ஏற்றம் பிடிச்சான்! அதுக்குள்ளே தண்ணி இவ்வளவு தூரம் வந்துடுத்தே! ராக்ஷஸப்பயலாக இருக்கானே ஒரு கமலைத் தண்ணிக்கு இந்த வேகமா? என்று ஆச்சர்யப்பட்டுக்கொண்டே கண்ணாற்றில் வரும் தண்ணீர் பக்கங்களில் உடைப்பெடுத்துக் கொள்ளாமல் இருக்க பலவீனமாக இருந்த இடங்களில் மண்ணைப்போட்டு சரிப்படுத்திக் கொண்டிருந்தார்.

அவர் எப்படி சரிப்படுத்திக் கொண்டிருந்தாலும் ஜலத்தின் வேகம் மீண்டும் அதிகரித்து புதுப்புது இடங்களில் உடைப்புக் கண்டது. அவரும் ஓடி ஓடிப் பார்த்தார். மேல் மூச்சு வாங்க மாறி மாறி மண்ணை வெட்டிப்போட்டு அடைத்தார். அவரால் முடியவில்லை.

"இதென்னடா தொல்லை. ஏய், மாயாண்டி! நிறுத்து தண்ணி மானாங்காணியாகப் பிச்சுக்கிட்டுப் போகுது" என்று கத்தினார். அந்த இருட்டில் நிசப்தத்தில் அந்த வயற்காடு முழுவதும் அந்தக் குரல் எதிரொலித்தது.

ஆனால் மாயாண்டியின் காதுகளில் அந்தக் குரல் விழவில்லை போலும்! நிறுத்தாமல் இறைத்துக் கொண்டே இருந்தான். பார்த்தார் தாத்தா. இன்னும் இரண்டு மூன்று தரம் கத்திப் பார்த்தார். ஒரு பலனும் இல்லை.

"இதென்னடா இது. மாயாண்டி இப்படி இருப்பானா" என்று "சரி கிட்டப்போய்ப் பார்ப்போம் என்று ஏற்றம் இருந்த திசையில் காலெடுத்து வைத்தார். அவர் காலெடுத்து வைத்து இரண்டு எட்டுக்கள் போட்டதுமே இன்னும் பல மடங்கு வேகத்துடன் தண்ணீர் கண்ணாறு வழியாகப் பாய்ந்து வெள்ளம் போல வந்து கொண்டிருந்தது.

அதைப் பார்த்ததும்தான் அவருக்கு திடுக்கிட்டது. முன்னே வைத்த கால்கள் தானாக நின்றன. "இதென்ன இது! கமலைத் தண்ணி இப்படி வராதே! வேறு எப்படி இவ்வளவு தண்ணி வருது? புரியல்லையே"

என்று யோசிக்க ஆரம்பித்தார்.

ஒரு விநாடிதான் யோசனை! சட்டென அவருக்குத் தோன்றிவிட்டது. "ஓஹோ மோசம் போனோமே" என்று சொல்லிக் தொண்டார். மனது நறுக்கென்றது. உடம்பு கூட ஒரு தரம் நடுக்கம் கொடுத்தது. அப்புறம்தான் ஆகாசத்தைப் பார்த்தார். சுற்றிப் பார்த்தார். அவருக்கு நிலைமை புரிய வந்தது.

"அடடா, மணி ஒன்று தான் இருக்கும் போலிருக்கே. பாதி ராத்திரி யிலே எழுந்திருந்து வந்துட்டோமே."

"மாயாண்டி, மாயாண்டி" என்று குரல் கத்தினார்.

பதில் கிடையாது.

அவருக்கு தெளிவாகி விட்டது. "சரிதான் பேய்தான். சந்தேகமே யில்லை." அவர் அப்படியே ஸ்தம்பித்து நின்று விட்டார். மேலே என்ன செய்வது?

வரப்பில் உட்கார்ந்து யோசித்துக் கொண்டே ஏற்றச்சால் சப்தம் கேட்கும் திசைப்பக்கமாக காது வைத்துக் கேட்டார்.

ஏற்ற அசைவு சப்தம் மஹா பயங்கரமாக முறித்து விடும் போல் கிறீச்சிட்டுக் கொண்டிருந்தது ஏற்றச்சால் முட்டுக் கட்டடத்தில் மோதி சடார் சடாரென்று நொறுங்கி விடுவது போலக் கேட்டது. இதைத் தொடர்ந்து ஒரு பயங்கர காற்று வீசுவதுபோல 'உஸ் உஸ்' என்ற சப்தம் கேட்டது.

பேயிடம் அகப்பட்டுக் கொண்டு விட்டோம் என்ற பயம் அவரது நெஞ்சைக்கூட கலக்கி விட்டது. ராத்திரி வாசல் திண்ணையிலிருந்து மாயாண்டி கிட்ட சொன்னது அவர் ஞாபகத்துக்கு வந்தது. மாயாண்டி மாதிரி வந்து பேய் அவரை இங்கு அழைத்துக்கொண்டு வந்துவிட்டது என்பது அவருக்கு நிச்சயமாகி விட்டது.

வேறு யாராவது இருந்தால் அந்த இடத்திலேயே ரத்தம் ரத்தமாக கக்கி உயிர் போயிருக்கும். அவருக்கு அந்த நிலைமையிலும் ஒரு துணிச்சல் வந்தது.

மறுபடியும் "மாயாண்டி மாயாண்டி" என்று கூப்பிட்டார். பதில் இல்லை.

உடனே தன் வேஷ்டியை அவிழ்ந்து அங்கிருந்த ஒரு செடியில் சுற்றினார். கம்பளியையும் சுற்றினார். அதன் மேல் மண்வெட்டியையும் வைத்துவிட்டு கீழே செடிக்குப் பின்னால் உட்கார்ந்து கொண்டார். அங்கிருந்தே திரும்பிப் பார்த்தார். பிசாசின் வேலை நடந்து

கொண்டிருந்தது, அவ்வளவுதான், கோமணதாரியாக விடுவிடுவென்று வீடு நோக்கி நடக்க ஆரம்பித்தார். வரப்பு வரப்பாகத் தாண்டித் தாண்டி ஓட்டமும் நடையுமாக அவர் பாட்டுக்குப் போய்க் கொண்டேயிருந்தார். மற்றவர்களாக இருந்தால் பதறிப்போய் கால் இடறி எத்தனை தரம் கீழே விழுந்திருப்பார்கள். ஆனால் மனிதன் அசாத்ய துணிச்சல்காரர். அதனால் நிதான மனத்துடன் எவ்வளவு வேகமாக ஓட முடியுமோ அப்படி ஓடினார். ஓடினார்.

நடுவே நடுவே அவருக்குத் திரும்பிப் பாக்கணும் போல் ஒரு நினைப்புத் தோன்றும். அந்த பிசாசு தன்னைத் தொடர்ந்து விரட்டி வருகிறது போல் ஒரு பிரமை தோன்றும். ஆனாலும், என்ன ஆனாலும் சரி என்று திரும்பிப் பார்க்கும் சபலத்தை உதறிவிட்டு முன்நோக்கி அந்த இருட்டில் தடம் பார்த்துக் கொண்டே ஓடிக் கொண்டிருந்தார். நல்ல பலசாலியாதலால் சீக்கிரத்தில் வயற்காடுகளைக் கடந்து ஆற்றில் இறங்கி ஆற்றையும் கடந்து கிராமத்து ஓடுகால் ஓரமாக உள்ள படிகளைத் தாண்டி அரசமரத்துப் பிள்ளையாரையும் தாண்டி தெருவுக்குள்ளும் நுழைந்து விட்டார்.

ஒவ்வொரு கட்டத்திலும் அவருக்கு பேய் எந்தச் சமயம் பின்னால் வந்து மறிக்கிறதோ என்ற நினைப்பு இருந்துகொண் தான் இருந்தது. கடைசியில் அவர் தன் வீட்டுப் படியும் ஏறிவிட்டார். ஏறினதும் ஏறாததுமாக படபடவென்று கதவைத் தட்டி தன் மனைவியைக் கூப்பிட்டார். “சீக்கிரம் வா, கதவைத்திற" என்று கத்தினார்.

பதறியடித்து ஓடிவந்த அவர் மனைவி படாரென்று கதவைத் திறந்தாள். கதவை பாதி திறந்ததும் வேகமாக தள்ளி நுழைந்தார் தாத்தா.

பதட்டத்துடன் “கதவை தாழ்ப்பாள் போடு சீக்கிரம்" என்று படபடப்புக் குரலில் சொல்லிக்கொண்டே நடுங்கும் விரல்களுடன் தானே மனைவிக்கு முன் கதவைத் தாழ்ப்பளிட்டுவிட்டார்:

"என்னது! என்னது!" என்று அவர் மனைவி பதறிக் கேட்டாள்.

“சும்மா இரு! அப்புறம் சொல்கிறேன்" என்று பெருமூச்சு வாங்க தட்டுத் தடுமாறிச் சொல்லிவிட்டு அவர் கதவிலிருந்து கையெடுக்கப் போனார்.

“அடே பயலே தப்பித்துக் கொண்டாயா' என்று ஒரு இடிகுரல் கேட்டது.

"யாரது" என்று பதறிக் கேட்டாள் அவர் மனைவி.

"ஷ்ஷ்!" என்றார் அவர்.

“அடே பயலே தப்பித்துக் கொண்டாயா?" என்று மறுபடியும் அதே அதட்டுக் கேள்வி! அதே குரல்!!

அவருக்கு சிரிப்பு வந்தது. கடகடவென்று சிரித்தார். அந்த இருட்டில் அந்த சிரிப்பில் வீடு கலகலத்தது.

"சீ நாயே போ! எங்கே வரே? போறியா இல்லையா?"

அவர் அடிவயிற்றிலிருந்து கத்தினார்.

"அடே பயலே! தப்பிவிட்டாயா? என்று ஒரு உறுமல் சப்தம் வெளியே கேட்டது. அப்புறம் ஒரு சப்தமும் கேட்கவில்லை

தாத்தா பிறகு கதையை மனைவியிடம் சொன்னார். விடிந்தது. ஊர் பூராவும் இந்த விஷயம் அமர்க்களப்பட்டது. இந்தக் காலமா? பொய் புரட்டு, கிலி, பயம் என்றெல்லாம் பேசுவார்கள். அப்போது தாத்தாவின் துணிச்சலைப்பற்றி பேசினார்கள். இதற்காகத்தான் ராத்திரிலே இப்படிச் சொல்லக்கூடாது" என்று பாட்டி கதையை முடித்தாள்” என்று நானும் முடித்தேன்.

கதை முடியும் வரையில் குறுக்கிடாமல் இருந்தவர்கள் இப்போது சளசளவென்று பேச ஆரம்பித்தார்கள்.

இந்தக் கதையை நம்பிய ஜானகிக்கு பூரண திருப்தி. கணபதிக்கு பாதி நம்பிக்கையும் அவநம்பிக்கையும். “என்ன சிவராமா, இந்தக் கதைக்கு என்ன சொல்கிறாய்' என்று கேட்டான்.

சிவராமனுக்கு சில சந்தேகங்கள் எப்போதும்போல ஏற்பட்டிருக்க வேண்டும். “ஆமாம் அந்தப் பேய்க்கு..." என்று ஏதோ தர்க்க ரீதியாக கேள்விகள் கேட்கும் பாவனையில் ஆரமபித்தான்.

"இதோ பாரு; உனக்கு தர்க்கரீதியாக பதில் சொல்ல சானுப்பாட்டி இங்கே இல்லை. எனக்குப் பாட்டி சொன்னதை அப்படியே சொன்னேன், எப்படி வேண்டுமானாலும் வைத்துக்கொள்" என்றேன்.

"ஒரே ஒரு கேள்வி மட்டும்" என்றான் சிவராமன்.

“கேள்" என்றேன்.

“உங்கள் பிரயாணம் என்ன ஆயிற்று? இருட்டோடு கிளம்பி விட்டீர்களா?"

"அதுதான் இல்லை. வீட்டுக்குப் போன வேலு நன்றாகத் தூங்கி விட்டானாம். அவன் வண்டி ஓட்டி வரும்போது கோழி கூவிவிட்டது" என்றேன்.

"நல்ல வேளை! உங்களுக்கும் தாத்தா மாதிரி அனுபவம் ஏற்பட்டிருக்கும். பாவம் அந்தப் பேயும் 'சீ நாயே' என்று உங்களிடம் வசவு வாங்கி இருக்கும்" என்றான் சிவராமன்,

"சானுப்பாட்டி பேத்தியானதினாலேதான் ஜானகியும் இருட்டிலே ஏதாவது தடுக்கி தூக்கிவாரிப் போட்டால் 'சீ நாயே' என்று அடிக்கடி சொல்லிக் கொள்கிறாள்" என்றான் கணபதி.

"உங்களுக்கு எல்லாம் கேலிதான், பெரியவா சொன்னால் அது சரியாகத்தான் இருக்கும்" என்றாள் ஜானகி.

நான் பாதி படித்துவிட்டிருந்த கதையை மீண்டும் தொடர ஆரம்பித்தேன்.

திருடன்

திடீரென்று கையில் பிடித்திருந்த போகிணியில் லொட்' என்ற சத்தம் கேட்டது. கண்களை மூடிக்கொண்டு ஏதோ யோசனையில் ஆழ்ந்திருந்த பிச்சைக்காரன் திடுக்கிட்டு கண் விழித்தான். போகிணிக்குள் உற்று நோக்கினான். அதில் கிடந்தது ஒரு அணா நாணயம்.

ஆவலுடன் அவன் கைகள் அதைப் பற்றிக்கொண்டன. அதே சமயம் அவன் தலை நிமிர்ந்தது அதைப் போட்டு விட்டுச்சென்றது யாரென பார்ப்பதற்கு.

யாரோ அப்பொழுது தான் அவனைத் தாண்டி சில அடி தூரத்தில் போய்க்கொண்டிருந்தார்கள். அவர் தான் போட்டுவிட்டுப் போயிருக்க வேண்டுமென்று பிச்சைக்காரன் யூகித்துக் கொண்டான்.

அவன் கண்கள் சந்தோஷத்தினால் விரிந்தன. உதடுகளில் புன்னகை அரும்பியது. ஆயினும் மனதில் அடக்கி வைத்திருந்த துயரங்களுக்கு நடுவேயிருந்து வந்தது அந்தப் புன்னகை என்பது அவன் முகத்தோற்றத் திலிருந்து தெரிந்தது.

பிச்சைக்காரன் அந்த தர்மாத்மா போன திக்கு நோக்கி ஒரு கும்பிடு போட்டான். "மகராசன், நல்லாயிருக்கணும்" என்று அவன் வாய் வாழ்த்தியது.

பிச்சைக்காரன் அந்த நாணயத்தை புரட்டிப் புரட்டிப் பார்த்துக் கொண்டிருந்தான். ஏதாவது பலகாரம் வாங்கிச் சாப்பிட வேண்டுமென்று அவன் நாக்கு கூறியது.

இந்த நினைப்பிலிருக்கும் பொழுதே, சடக்கென்று பிச்சைக்காரன் முகம் மாறியது. அவன் முகத்தில் கவலை குடி கொண்டது. நாணயத்தைக் கண்ட மகிழ்ச்சியில் அவன் சிறிது மறந்திருந்த துயரங்கள் அவன் இருதயத்திற்குத் திரும்பின.

அவன் கண்கள் ஒரு நிலையில் நிலைத்தன. பிச்சை சேர்ந்திருந்த அவன் கண்களினின்று நீர் வழிந்து ரோமக் காடாக இருந்த அவன் கன்னங்களில் சிதறுண்டு மறைந்தது.

"ஐயோ! தாகம் நாவை வறட்டுகிறதே ஒரு மடக்குப் பால் வாங்கிவர மாட்டீர்களா" என்று இரங்கிய குரலில் பரிதாபமான நிலைமையில் குடிசையில் படுத்துப் புரண்டு மரணாவஸ்தைப் பட்டுக்கொண்டிருந்த மனைவியின் உருவம் அவன் மனக்கண் முன்பு வந்து நின்றது.

அந்த ஞாபகம் வரவே சட்டென்று எழுந்து நின்றான். சோர்வும் அயர்ச்சியும் எங்கேயோ பறந்தோடிப்போய் விட்டன. நேரே பால் கடையை நோக்கிச் சென்றான்.

பால் கடைக்காரனுக்கு ஒன்றுக்குப் பல தடவைகள் அந்த ஒரு அணா நாணயத்தை தட்டிப் பார்த்து, சுண்டிப் பார்த்த பின்தான் மனம் திருப்திப் பட்டது. பிச்சைக்காரன் காசு, செல்லாக்காசாக இருக்குமோ என்று சந்தேகம் போலும்!

அந்த ஒரு அணாவிற்கு அளவான பாலை பிச்சைக்காரனது போகிணியில் ஊற்றிக் கொடுத்தான்.

பிச்சைக்காரனுக்கு உண்டான மகிழ்ச்சிக்கு அளவே இல்லை. அவன் முகத்தில் சந்தோஷமும் பொங்கியது. அந்த மகிழ்ச்சியுடனேயே பிச்சைக்காரன் பாலையெடுத்துக் கொண்டு சற்று விருட்டென்று திரும்பினான், முன் பின் பாராமல்.

அதே சமயம் கனவான் ஒருவர் மேல் நோக்கிய பார்வையுடன் 'விறு விறு' வென்று வந்துகொண்டிருந்தார். பிச்சைக்காரன் திரும்பவும், அவர் அந்த இடத்திற்கு வரவும் சரியாக இருந்தது. பால் போகிணி அவர் மீது பலமாக உராய்ந்தது. மறுவிநாடி, போகிணி பிச்சைக்காரன் கையினின்று நழுவி, கீழே விழுந்து பால் முழுவதும் கொட்டிப் போயிற்று.

'ஐயோ' என்று கொண்டே சரேலென்று குனிந்து போகிணியைக் கையிலெடுத்தான். பிச்சைக்காரன் கையில் வெறும் போகிணி தான் வந்தது.

சிந்திய பால் துளிகள் கனவானின் ஆடைகளில் துளிர்க்கவே, அவருக்கு பிரமாதமான கோபம் வந்துவிட்டது. அதில் ஆச்சரியம்

ஏதுமில்லை. கையிலிருந்த பிரம்பால் பிச்சைக்காரனை அடிப்பது போல் ஓங்கி வாயாறத் திட்டிவிட்டு ஆடைகளைத் துடைத்துக்கொண்டு போய்விட்டார்.

இந்த நிலைமையில் கொட்டிவிட்ட பாலுக்கு அவரைத் துட்டு கேட்க, அவனுக்கு எவ்வாறு துணிவு பிறக்கும்? அல்லது சிந்திப்போன பாலைத் திரட்டத்தான் முடியுமா? அல்லது பால்காரன்தான் மாற்றுப் பால் கொடுப்பானா?

பிச்சைக்காரன் முகம் விழுந்து விட்டது. விடிந்தது முதல் பொழுது முடியும்வரை அலைந்து சுற்றியதில் கிடைத்தது ஒரு அணா. அந்த ஓரணாவிற்கு மரணத் தறுவாயிலிருந்த மனைவிக்குப் பால் வாங்கினான். அதுவும் கொட்டிப் போய் விட்டதென்றால், அவனது அப்போதைய நிலைமையை என்னவென்பது?

அவனுக்கு கொஞ்சநஞ்சம் இருந்த நம்பிக்கையும் போய்விட்டது. ஓடிப்போயிருந்த அயர்ச்சியும் சோர்வும் திரும்ப வந்து உடலில் புகுந்து கொண்டன. எல்லாவற்றிற்கும் மன நிலைமைதானே காரணம்.

சிறிது தூரம் நடந்து சென்று, அதற்கு மேல் நடக்க முடியாமல், ஒரு சுவரோரம் சென்று உட்கார்ந்து கொண்டான். அவன் கண்கள் தானாகவே மூடிக்கொண்டன. அவன் இருதயத்தில் இருந்த பாரச்சுமை தாங்க முடியாததாக இருந்தது. என்ன செய்வது? அவன் ஒருவன்தானே அதைச் சுமக்க வேண்டும்?

காலையில் வீட்டை விட்டுப் புறப்பட்டது முதல் அன்று நடந்த விஷயங்கள் எல்லாம் அவன் மனக்கண் முன்பு தோன்றி மறைந்து கொண்டிருந்தன. அவன் மனைவியின் உருவம் அடிக்கடி அவன் கண் முன் தோன்றி 'பால், பால்' என்று அரற்றி மறைவது போலிருந்தது. வீட்டில் அவளது நிலைமையை நினைக்கும்போதெல்லாம் அவன் உள்ளம் பதைபதைத்தது; உடல் சிலிர்த்தது.

எனினும் அயர்ச்சியின் பாரம் அவன் இருதயத்தின் பாரத்தை மிஞ் சிவிட்டது. அவன் அப்படியே கண்ணயர்ந்து விட்டான். அந்த நேரத்திலாவது சாந்தி இருக்குமோ என்றால் மனைவியைப் பற்றிய பயங்கரக் கனவுகள் எத்தனை தடவை அவன் கண்டான்!

எவ்வளவு நாழிகை அவ்வாறு அவன் தூங்கி இருப்பானோ அவனுக்குத் தெரியாது. அவன் மறுபடியும் கண் விழித்துப் பார்த்தபொழுது, நேரம் என்னவென்று அவனால் நிதானிக்க முடியவில்லை.

ஏனெனில் அவன் கண் விழித்துப் பார்த்தபொழுது தெருவில் சுமார் நூறு அடிகளுக்கு ஒரு முறை கம்பங்களில் எரிந்து கொண்டிருக்கும்

முனிசிபல் காந்த விளக்குகளைத் தவிர மற்றவையெல்லாம் அணைந்து விட்டிருந்தன. டிராம், மோட்டார்களின் சப்தம் அறவே நின்று போயிருந்தது. ஜன நடமாட்டமே காணோம். எங்கும் நிசப்தம் குடி கொண்டிருந்தது.

அப்பொழுது பரவியிருந்த அமைதியைக் கொண்டு, அப்பொழுது நடுநிசிக்கு சமீபமாக இருக்குமென்று பிச்சைக் காரன் யூகித்துக் கொண்டான். அந்நேரத்திற்குப் பின்பு வேறெங்கும் போக முடியாது. ஆகவே அங்கேதான் இருக்க வேண்டும், ஆனால் அவனுக்குத் தூக்கமும் வரவில்லை. பழைய நினைவுகள் தோன்றித் தோன்றி அவனை வதைத்துக் கொண்டிருந்தன. வீட்டில் மனைவியின் நிலைமை எவ்வாறாயிற்றோ? அவள் கேட்ட ஒரு வாய் பால் இன்று கொண்டு கொடுக்க முடிய வில்லையே என்று ஏங்கினான்.

இதிலேயே சிறிது நேரம் சென்றது.

நித்திரை வராமல் அவன் கண்களை உருட்டி, சுற்று முற்றும் பார்த்துக் கொண்டிருந்த பொழுது, அவன் பார்வை எதிர்த்தாற்போல் உள்ளடங்கி ஒரு பூங்காவிற்கு நடுவே அமைக்கப்பட்டிருந்த ஒரு பிரமாண்டமான பங்களாவின் மீது விழுந்தது. மூன்று நான்கு மெத்தைகளுக்கு மேற்பட்ட மெத்தைக் கட்டடம் அது. அதில் அமைதியும் நிசப்தமும் பரவி நின்றது, விளக்கு வெளிச்சமே காணோம்!

அதைத் திரும்பத் திரும்ப பார்க்கவும், பிச்சைக்காரன் மனதில் என்னவெல்லாமோ யோசனைகள் எழுந்தன. ஒன்றுக்கு ஒன்று முரண்பாடான யோசனைகள்! நிலைத்து நிற்காதவை. ஒன்றையொன்று அழித்திடுவதற்கு அவன் மனதில் போரிட்டுக் கொண்டிருந்தன.

இந்தப் போராட்டம் சிறிது நேரம் நிகழ்ந்தது. கடைசில் பிச்சைக்காரன் ஒரு முடிவிற்கு வந்தான், அந்த பங்களாவிற்குள் சென்று தனக்கு வேண்டிய தேவையை பூர்த்தி செய்து கொள்வது என்பதுதான் முடிவு.

எப்பொழுது ஒரு முடிவிற்கு வந்துவிட்டானோ, அதற்கு அப்புறம் தாமதிப்பது கால விரயம்தானே! பொழுது விடிவதற்கு இன்னும் சில மணி நேரம்தானே இருக்கிறது.

ஒரு திருடனுக்குரிய சுடுதியுடனும், சாதுர்யத்துடனும் இடம் காலம் சரி பார்த்து, பிச்சைக்காரன் தோட்டக் காம்பவுண்டு சுவரேறிக் குதித்து சந்தடியின்றி பங்களாவை நோக்கிச் சென்றான்.

ஒவ்வொரு கணமும் கணவன் வரவை எதிர்பார்த்து விழித்துக் கொண்டிருந்த குணசுந்தரி என்ற அந்த வீட்டுப் பெண் கண்ணயர்ந்து விட்டாள். அவள் படுத்திருந்த அறையின் ஜன்னல் கதவு மட்டும்

திறந்திருந்தது. அதன் வழியாக நிலா வெளிச்சம் பாய்ந்து சிதறி, சில இடங்களில் விட்டுவிட்டு விழுந்து கொண்டிருந்தது.

அவள் கணவன் ஓர் தாசிலோலன். உயர்ந்த குடும்பத்தில் பிரபல கோடீஸ்வரரின் பிள்ளையாகப் பிறந்தும், துஷ்டர்களின் சாவகாசம் அதிபால்யத்திலேயே ஏற்பட்டுவிட்டதன் பயனாக, இளமனைவி. சற்குணவதி, ரூபவதி, கற்பரசியான குணசுந்தரியைப் பற்றிய ஞாபகம் அறவே மறந்து வேசியர் வீடே கதியென்று இருந்து விட்டான். பணம் தேவையானபொழுது பல நாட்களுக்கு ஒரு தடவைதான் பங்களாவுக்கு வந்து போவான். அதுவும் பகற்காலத்தில்தான். இரவில் அவன் வருவதே அபூர்வம். ஆயினும் குணசுந்தரி நம்பிக்கை இழக்காமல் தினமும் அவனை எதிர்பார்த்து நிற்பாள். தினமும் ஏமாந்து போவாள். தனியே இருந்து தலை விதியை நொந்து கொள்வாள். அழுவாள். அவன் வந்தபொழுது காலில் வீழ்ந்து கெஞ்சுவாள்; அலறுவாள்; அரற்றுவாள்; ஏதாவது பயன் ஏற்பட்டால்தானே!

திறந்திருந்த, குணசுந்தரியின் அறை ஜன்னலின் வழியே நிழல்போல் ஒரு உருவம் அந்த நடுராத்திரியில் சந்தடியின்றி தோன்றி பூனை போல் அறைக்குள் இறங்கியது.

குணசுந்தரி அயர்ந்து துயின்று கொண்டிருந்தாள். அவள் கட்டிலை யொட்டி கணவனுக்காக படுக்கை விரித்து தயாராக இருந்த கட்டில் காலியாகக் கிடந்தது.

திருடன் சந்தடியின்றி மெதுவாக நடந்து அறை முழுவதும் துளாவிக் கொண்டிருந்தான்.

வழக்கம்போல் படுக்கப் போகும்போது, குணசுந்தரி தனது விலையுயர்ந்த ஆடையாபரணங்களை கழற்றி ஒரு மேஜைமீது வைத்திருந்தாள்; அவள் ஒருபொழுதும் வீட்டில் திருடனை எதிர்பார்க்கவில்லை. அவ்வளவு கட்டுக்காவல் இருக்கும்பொழுது ஏன் பயப்படவேண்டும்?

திருடன் ஒவ்வொன்றாக ஆராய்ந்துகொண்டே வந்தான். அப்பொழுது அவன் கைக்கு சரம்போல் ஏதோ ஒன்று தென்பட்டது. ஆவலுடன் அதையெடுத்து நிலவொளியில் பார்த்தான். அது ஒரு முத்துமாலை. பல ஆயிரம் ரூபாய் பெறுமானமுள்ளதாக மதிக்கத்தக்கது. அதை இப்படியும் அப்படியும் புரட்டிப் பார்த்தான். அவனுக்கு ஒன்றும் திருப்திப்படவில்லை. அதை மடியில் வைத்துக் கொள்ள வேண்டும் என்றும் அவன் ஆத்திரப்படவுமில்லை. அதை அப்படியே திரும்ப இருந்த இடத்தில் வைத்து விட்டான். அது அவனுக்கு வேண்டாத பொருளாகி விட்டது. அவ்வளவு விலை உயர்ந்த மாலையை அவன் அலட்சியமாக கருதிவிட்டான். அப்படியானால் அவன் அங்கு தேடும்

பொருள் எதுவாக இருக்கக் கூடும்?

பின்னும் ஒவ்வொன்றாக ஆராய்ந்துகொண்டே வந்தான். தடவிப் பார்த்துக் கொண்டே வரும்பொழுது வட்டமாக சில அவன் கையில் பட்டது. எடுத்துப்பார்த்தான். ஒரு அணா நிக்கல் நாணயங்கள்!

அவன் முகத்தில் புன்னகை தோன்றியது. ஆவலுடன் ஆனால் திருப்தியுடன், அவனுக்கு அப்பொழுதைக்கு மட்டும் தேவையான ஒரு அணாவை மனைவிக்குப் பால் வாங்குவதற்கு எடுத்துக் கொண்டு திரும்பினான். அந்த அலைப்பில் மேஜை மீதிருந்த ஒரு சிறு ஊதுவத்தி குத்தியில் அவன் கைபட்டு தடாலென்ற சப்தத்துடன் கீழே விழுந்தது.

குணசுந்தரி நித்திரை கலைந்து திடுக்கிட்டு எழுந்தாள். ஜன்னலருகில் நின்றிருந்த உருவம் அவள் கண்களுக்கு புலப்பட்டது. 'திருடன்! திருடன்!' என்று உரத்து நடுங்கி உளறிய குரலில் கூவினாள். அதே சமயம் அவள் கை மின்சாரப் பித்தானை அழுத்தியது. மங்கிய சிவப்பொளி அறை முழுவதும் பரவி நின்றது.

குணசுந்தரி பயம் தோன்றும் கண்களுடன் திகைத்து நின்று கொண்டிருந்தாள். மறுபடியும் வார்த்தைகள் அவள் வாயினின்று உரத்துக் கிளம்பின.

குணசுந்தரியைப் போலவே திருடனும் அப்படியே பிரமித்து நின்றுவிட்டான். என்ன மேற்கொண்டு செய்வதென்று அவனுக்குத் தெரியவில்லை. அவனுக்கு ஓடுவதற்குக் கூட கால்கள் எழவில்லை. பரம்பரைத் திருடனாக இருந்திருந்தால், அவன் செய்திருக்கும் காரியமே வேறாக இருந்திருக்கும். இவனோ பஞ்சத்திருடன்; அந்தத் தொழில் முறைப் பயிற்சி சிறிதும் இல்லாதவன். ஆகவே சாமான் தடா லென்று விழவும், சப்தம் கேட்டு விழித்த குணசுந்தரியின் கூக்குரலும் அவனை திகைத்து நிற்கச் செய்து விட்டன. கற்சிலை போல் நின்று விட்டான்,

இதற்குள் குணசுந்திரியின் கூக்குரல் கீழே படுத்திருந்த வேலைக்காரன் காதில் விழவே, அவர்கள் தடி சகிதம் ஒவ்வோரிடமாகத் தேடிக்கொண்டு வந்து கொண்டிருந்தார்கள்.

திருடனுக்கு சுயநிலைமை வந்ததும், தன் அபாய நிலைமையை உணர்ந்து, 'அம்மா, தாயே! தாங்கள்தான் என்னைக் காப்பாற்ற வேண்டும்' என்று பரிதாபமான குரலில் கூவிக் கொண்டு சாஷ்டாங்கமாக விழுந்துவிட்டான் தரையில். உண்மைத் திருடன் இப்படிச் செய்வானா?

குணசுந்தரிக்கு எல்லாம் ஒரே திகைப்பு, விஷயம் விளங்கவில்லை. நிலை நின்ற விழிகளுடன் அவனையே உற்று நோக்கிக் கொண்டிருந்தாள்.

திருடன் தொடர்ந்து கூறினான். "அம்மணி! வேலைக்காரர்கள்

ஒவ்வோரிடமாகத் தேடிக் கொண்டுவரும் சப்தம் கேட்கிறது. இதோ இங்கு வந்து விடுவார்கள். என்னை அவர்களிடம் காட்டிக் கொடுத்து விடாதீர்கள். என் வாழ்க்கை அதோடு போய்விடும். தாயே! சாகும் தறுவாயிலிருக்கும் மனைவிக்கு பால் வாங்க ஒரு அணாவிற்காக இங்கு வந்தேன். நான் திருடனல்ல; பிச்சைக்காரன்; என்னைக் காப்பாற்ற வேண்டும். அம்மணி!" என்று கையிலிருந்த நாணயத்தை உயர்த்திக் காண்பித்து மண்டியிட்டு பரிதாபமான குரலில் கூறினான்.

அவன் பார்வையும், பேச்சும், தோற்றமும் குணசுந்தரியின் மனதை சிறுகச் சிறுக இளக்கி விட்டது. அவள் இருதயம் நீராகிவிட்டது. அவன் சொல்லும் ஒவ்வொரு வார்த்தையும் உண்மையென அவளுக்குத் தோன்றியது. ஆயினும் பேசவில்லை. மௌனமாக யோசனையில் ஆழ்ந்திருந்தாள் என்ன செய்வதென்று.

திருடன், பதட்டத்துடன் "தாயே தாமதம் செய்யாதீர்கள். வேலைக்காரர் குரல் சமீபத்தில் கேட்கிறது. என்னை காப்பாற்றுங்கள்" என்று கெஞ்சிக் கூத்தாடிய குரலில் கூறினான்.

'சரி, உன்னைக் காப்பாற்றுகிறேன். அதற்கு ஒரே வழி தான் உண்டு' என்றாள் குணசுந்தரி.

'எதானாலும் செய்யத் தயார்' என்றான் திருடன்.

'அதோ அந்தக் கட்டில் என் கட்டிலுக்கு அடுத்தாற்போல் அதில் ஏறி படுத்து நன்றாக மூடிக்கொள், சீக்கிரம் என்று கணவன் கட்டிலைச் சுட்டிக் காண்பித்தாள்.

திருடன் அசையவேயில்லை. திகைத்துப் போய்விட்டான். "அம்மா! வேண்டாம். அதற்கு நான் தயாரில்லை. தங்கள் கணவன் படுக்கையில் நாள் படுக்க மாட்டேன். அந்தப் பாவம்..."

எதிர்பாராத இந்த மறுமொழியைக் கேட்ட குணசுந்தரிக்கு பெரிய சங்கடமாகப் போய்விட்டது. வேறு வழியும் தோன்றவில்லை. என்ன செய்வாள்? அவனைக் காப்பாற்றவும் வேண்டும்.

அவளுக்கு சட்டென்று ஒன்று ஞாபகத்திற்கு வந்தது.

'நீ என்னைத் தாயே என்றழைக்கவில்லையா இப்பொழுது' என்றாள் குணசுந்தரி திருடனைப் பார்த்து.

"ஆமாம் தாயே!"

"அப்படியானால் தாய் சொல் தட்டாதே. உடனே பேசாமல் அதில் போய் படுத்துக்கொள். பாதகம் ஒன்றும் ஏற்பட்டு விடாது" என்றாள் குணசுந்தரி.

திருடன் வார்த்தையில் அகப்பட்டுக் கொண்டான். யோசித்தான், வேறுவழியில்லை. விட்டுக் கொடுக்க வேண்டியிருந்தது. அவள் சொன்னபடியே கட்டிலில் போய் படுத்துக்கொண்டான்.

அதே தருணம் அறைக் கதவு பலமாக இடிக்கப்பட்டது. ஸ்...ஸ்! என்று சீரிய குரலில் அவர்கள் சத்தத்தை அடைத்தாள் குணசுந்தரி. மெதுவாகத் கதவைத் திறந்து ஒருக்களித்து நின்றாள்.

"அம்மணி, திருடன் திருடன் என்று தாங்கள் கூவியது போலிருந்தது. ஒவ்வொரு இடமாகப் பார்த்துக் கொண்டு ஓடிவந்தோம்" என்றார்கள் வேலைக்காரர்கள்.

குணசுந்தரி முகத்தில் சிரிப்பை வரவழைத்துக்கொண்டு "நான்தான் கனாக்கண்டு உளறினேன். அவ்வளவுதான். கட்டிலில் யஜமான் அயர்ந்து தூங்கிக் கொண்டிருக்கிறார். சத்தம் போடாமல் உள்ளே இருங்கள். சந்தேகம் தீர பார்த்து விட்டுப் போய்விடுங்கள்' என்றாள் குணசுந்தரி.

வேலைக்காரர்கள் பார்த்துவிட்டுப் போய்விட்டார்கள்.

குணசுந்தரி கதவைத் தாளிட்டுவிட்டுத் திரும்பினாள். திருடனிடமிருந்து பூரா விஷயங்களையும் அறிந்து கொண்டு தேவைக்கு வேண்டிய பணம் கொடுத்து அனுப்பிவைத்தாள்.

பிச்சைக்காரன் இனி அவன் திருடனல்ல வழியெல்லாம் மனைவியின் ஞாபகமாகவே வீட்டை நோக்கி நடந்தான். அப்பொழுது விடியற்காலை சமயம் ஆகிவிட்டது. பாலை வாங்கிக்கொண்டு வீட்டிற்குச் சென்று பார்த்தான்.

அவன் மனைவி இறந்து கிடந்தாள்.

அவன் கண்களினின்று நீர் ஆறாகப் பெருகியது. குணசுந்தரி கொடுத்த பணத்தைக் கொண்டு அவளை அடக்கம் செய்தான். பிறகு தன்னை காப்பாற்றிய குணசுந்தரி வீட்டை நோக்கி நடந்தான்.

மந்திரக்கட்டு

இந்த தடவை ஊருக்குப் போயிருந்தபோது "அத்தான்! நீ 'சீ நாயே' கதை எழுதியிருந்தாயே, நன்றாக இருந்தது" என்றாள் ஸரஸா.

அவள் சொல்லி நிறுத்தவும் பாரு "ஆமாம்! அத்தான் சொந்தமாக எழுதிவிட்டானாக்கும்? பாட்டி எங்களுக்குக் கூட அந்தக் கதையை சொல்லி இருக்காளே" என்று நொடித்துப் பேசினாள்.

"ஆமாம்! நீ நொடிக்க மாட்டாய்? கதையைச் சொன்னாற் போல சரியாகப் போச்சோ? வக்கணையாக எழுத வேண்டாமாக்கும்?" என்றாள் அம்பு அவர்களுக்கு மறுப்புப் பேசி.

"எப்படி இருந்தால் என்ன? கதை படிக்க சுவாரஸ்யமாக இருந்தது இல்லையா?" என்றேன்.

"ஆமாம்" என்றாள் ஸரஸா. அம்புவும் கூட. பாரு மட்டும் ஆமோதிக்கவில்லை.

"பாருவுக்கு அது பிடிக்கவில்லை போலிருக்கிறது" என்றேன்.

"ஆமாம் அத்தான், அவள் அதைவிட சுவாரசியமான கதை கேட்டிருக்கிறாளாம் அவளுடைய தாத்தாவிடமிருந்து. இப்போது ஊருக்குப் போய்விட்டு வந்தாளோ இல்லையோ, அப்போது கேட்டாளாம். அதைப் பற்றி பிரமாதமாக எல்லோரிடமும் சொல்லிக் கொண்டிருக்கிறாள்" என்றாள் ஸரஸா.

"அப்படியா? அட, நானும் கேட்கிறேனே சொல்லு பாரு!" என்றேன்.

"எனக்கு உன்னைப் போல வக்கணையாக கதை சொல்லவும் தெரியாது. எழுதவும் தெரியாதே" என்று விஷமமாக அடக்கப் பெருமையுடன் சொன்னாள் பாரு.

"சொல்லு பாரு! அத்தான் இதையும் பட்டணம் போய் கதையாக எழுதிவிடுவான் கண் காது, மூக்கு, வைத்து நாலைந்து பக்கத்துக்கு! சொல்லு சொல்லு" என்று ஸரஸாவும் அம்புவும் அவளைத் தூண்டினார்கள்.

"பாரு! உனக்கு எப்படி கதை சொல்ல வருதோ அப்படியே சொல்லு" என்றேன்.

பாரு தொண்டை எச்சிலை ஒரு தரம் முழுங்கி விட்டு உதடுகளை சரி வைத்துக்கொண்டு ஆரம்பித்தாள். பாருவின் பாணியிலேயே இந்தக் கதையை எழுதியிருக்கிறேன்.

"எங்க தாத்தாவுக்கு இப்போது எழுபத்தைந்து வயது ஆகிறது இல்லையா? அவருக்கு அப்போது இருபது வயது இருக்குமாம். இப்போது தான் எங்கள் தாத்தாவின் ஊரில் இரண்டு மூன்று தெருக்கள் இருக்கு. அந்தக் காலத்தில் எங்கள் தாத்தா விடு இருக்கிற பெரிய தெரு ஒன்றுதான் உண்டாம். எங்கள் தாத்தா வீடு கிழக்குக் கோடியிலே, வட சரகிலே இருக்கா? மேற்குக் கோடியிலே தென் சரகிலே ஒரு வீடு இருந்தது. ஏன் இப்போதும் கூட இருக்கு. அந்த வீடு எப்போதும் பூட்டித்தான் கிடக்கும். அதிலே யாரும் குடியிருக்கிறதேயில்லை. ஏர், கலப்பை இன்னும் மரசாமான்கள் இதெல்லாம் போட யாருக்கோ உபயோகமாக இருக்கு. மாடுகளைக் கூட அந்த வீட்டுப் பின்பக்கத்திலே கட்டுவதே கிடையாது. இவ்வளவுக்கும் அந்த வீட்டுப் பின் பக்கம் மண் சுவர்கள் இடிந்து போய், காரைச் சுவர்கள் கூட சரிந்து கிடக்கும். வாசல் முன் பக்கம் மட்டும்தான் ஏதோ வீடு மாதிரி இருக்கு என்று சொல்லும்படியாக இருக்கும். அந்த வீட்டுத் திண்ணையிலே கூட அக்ரகாரத்திலே இருக்கிறவர்கள் படுத்துக்கொள்ள மாட்டார்கள். வீட்டுக்குள்ளே நூலாம்படை அடையப்பிக் கிடக்கும்..."

ஸரஸா அவளை இடைமறித்தாள். "அந்த பாழ் வீட்டைப் பற்றி சொல்வதற்கு இவ்வளவு வர்ணனை பொழிகிறாயே இன்னும் கதையை...'

அம்பு சேர்த்தாள்: 'அத்தான் தேவலை போல் இருக்கே!"

"ஸரஸா, அம் சும்மா இருங்களேன். அவள் சொல்லட்டும். நீ உள்ளபடியே சொல்லு பாரு" என்றேன் நான்.

ஸரஸா சிரிப்புடன் சொன்னாள். "பார்த்தாயா அம்பு, அத்தானை! அவள் சொல்வதை அப்படியே எழுதிவிடலாம் என்று பார்க்கிறான்!

தான் யோசிக்க சிரமப்பட வேண்டாம் பாரு!'

அம்பு பதிலுக்கு "அத்தான் எப்போதும் இப்படித்தான் நாம் ஆத்திலே பேசிக் கொள்வதையெல்லாம் வச்சு எழுதி விடுகிறான். சொந்தமாக எழுதிவிடுகிறானாக்கும்' என்று சொல்லிச் சிரித்தாள். நானும் அவர்களோடு சேர்ந்து சிரித்தேன். அப்போது அங்கே வந்த மாமா 'என்னப்பா அம்மங்காமார்கள் உன் கதைகளையெல்லாம் ஒரே பேச்சிலே தூக்கியெறிந்து விட்டார்களே; இவ்வளவுதானா நீ கதை எழுதுகிறது' என்று சொல்லிக்கொண்டே போய்க்கொண்டிருந்தார் தன் அலுவலைப் பார்க்க.

'அவர்கள் சொல்வதுதான் ரொம்ப சரி. பிர்மாவாலே கூட வெறுமை யிலிருந்து எதையும் சிருஷ்டி பண்ண முடியாதே என்றால், கதைக்கு மட்டும் உறைமோர் இல்லாமல் எழுதிவிட முடியுமா? இவர்கள் தான் அந்த உறைமோர்' என்று சொல்லிக்கொண்டிருக்கும் போதே மாமா அப்புறம் போய் விட்டார்.

பாரு கதையைக் கேட்கிறீர்களா இல்லையா? வீண் பேச்சு பேசிக் கொண்டு'' என்று வெட்டிப் பேசினாள். அவளுக்கு குறுக்கீடு பிடிக்கவில்லை.

"சொல்லு பாரு!" என்றேன்.

'இனிமேல் யாரும் குறுக்கே பேசக் கூடாது கதை முடியும் வரை' என்று உறுதி வாங்கிக் கொண்டு பாரு தொடர்ந்தாள்.

'தாத்தா சொன்னார். அந்த வீட்டில் பீதாம்பரம் சுப்பையா என்ற ஒருவர் இருந்தாராம். அவர் பீதாம்பர வித்தைகள் செய்வாராம். வாயுஸ் தம்பம், ஜலஸ்தம்பம், அக்னி ஸ்தம்பம் என்று காற்றில் மிதப்பது, ஜலத்தில் நடப்பது, நெருப்பில் படுப்பது இப்படியெல்லாம் செய்வதற்கு பீதாம்பர வித்தைகள் என்று பெயர். இந்த பயங்கரமான வித்தைகளை எல்லாம் அவர் ஊர் ஊராகப் போய் செய்துகாட்டி பிரபலமாக விளங்கினார். அங்கங்கே கிடைத்த பணம் காசு துப் பட்டாக்கள், விருதுகளுடன் அவர் ஊருக்கு வந்து கொஞ்ச காலம் அந்த வீட்டில் இருப்பார். பிறகு மறுபடியும் ஒரு தடவை ஊர் சுற்றப் போய்விடுவார். இவ்வளவு பணம் வந்தும் அவரை எப்போதும் தரித்திரம் தான் பிடுங்கித் தின்று கொண்டிருக்கும். மந்திரம் போட்டு அவர் பேய்பிசாசுகளை எல்லாம் கட்டுப்படுத்தி விடுவாராம். அவை அவருக்கு கட்டுப்பட்டு அவர் என்ன சொன்னாலும் செய்து விடுமாம்

அவர் அந்த ஊருக்கு வந்த புதுசில் ஊராருக்கு இதெல்லாம் தெரியாது. அவரோடு எல்லோரும் நெருங்கி பழகிக் கொண்டிருந்தார்கள்.

அந்த ஊருக்கு ஒரு ஜால வித்தைக்காரன் தன் மனைவியோடும் ஒரு கைக்குழந்தையோடும் வந்தானாம். அக்ரகாரத்துத் தெருவில் அந்த குழந்தைக்கு ஒரு சங்கு பால் கேட்டானாம்: யாரும் கொடுக்க வில்லையாம். ஒருவர் திட்டவே அவன் கோபங் கொண்டு என்ன செய்கிறேன் பார் என்று கறுவி விட்டுப் போய்விட்டான்.

அவன் போய் வெகுநேரம் ஆனபிறகு திட்டியவர் வீட்டில் சாயந்திரம் பசுக்களைக் கறக்கப் போன போது பசுக்கள் பால் தரவில்லை. இப்படியே ஒவ்வொருவர் வீட்டிலும் நடந்தது. பிறகு பார்த்தால் அந்த ஊர் முழுவதும் பசுக்கள் பால் தரவில்லையாம். அந்த மந்திரவாதி மந்திரத்தால் பாலைக் கட்டிவிட்டுப் போயிருக்கிறான். ஊராருக்கு என்ன செய்வதென்று புரியவில்லை. கூடிப் பேசினார்கள். பலர் அந்த மந்திரவாதியை தேடிப் பிடித்துக் கொண்டு வந்து அவனை நன்றாக தண்டித்துவிட வேண்டும் என்றனர். மந்திரவாதி இதை யெல்லாம் யூகிக்காமலா இருப்பான்? அவன் எங்கே போய்விட்டானோ யார் கண்டது?

பீதாம்பர சுப்பையாவுக்கு இது ஜாடை மாடையாக காதில் விழுந்ததும் அந்தக் கூட்டத்திற்கு வந்தார். ஒன்றும் தெரியாதவர் போல "என்ன விஷயம்" என்று கேட்கவே அவரிடம் சொன்னார்கள்.

'என்னது? பாலை கட்டிவிட்டானா? முட்டாள்! கட்டினா நன்றாகக் கட்ட வேண்டாம்? கட்டு தளர்ந்து போச்சே. இதற்கா பிரமாதப் படுத்துகிறீர்கள்? போய்ப் பாலைக் கறந்து கொள்ளுங்கள். அந்த நாயை நாளைக்கு இழுத்து வரலாம்' என்றாராம்.

அவர்கள் நம்பாமல் தயங்கி நிற்கவே 'ஏன் நிற்கிறீர்கள்? கொட்டங்களில் பால் சுரந்து போய் பசுக்கள் வேதனைப்பட்டுக்கொண்டு இருக்கு! ஹும் சீக்கிரம் போங்கள்" என்று விரட்டினாராம்.

பக்கத்து வீட்டுக்காரன் போய் பால் கறக்கவே பால் கறந்ததாம். பிறகு எல்லோர் வீட்டிலும் அப்படியே நடந்ததாம்.

அப்போதுதான் அவர்களுக்கு அவரைப்பற்றி தெரிய வந்தது. மறு நாள் காலையில் அந்த ஜால வித்தைக்காரனே அந்தத் தெருவுக்குள் வந்தான். நேரே சுப்பையா வீட்டு வாசலில் போய் நின்று சாமி சாமி' என்று கூப்பிட்டானாம்.

சுப்பையா, 'நாய் வந்துவிட்டதா?' என்று கேட்டுக் கொண்டே வாசலுக்கு வந்தாராம். வந்ததும் 'நாய் எங்கே வந்தது!' என்று கேட்டாராம். அந்த ஜால வித்தைக்காரன் நடுவாசலில் அப்படியே கீழே விழுந்து 'சாமி! இந்த நாயை விட்டுடுங்க புத்தி வந்திடுச்சு' என்று கெஞ்சினானாம்.

'புத்தி வந்திடுச்சா, சரி போ, நாயே' என்றாராம்.

அந்த ஜாலக்காரனுக்கு அவன் கால்களை யாரோ அங்கே இழுத்து வந்த மாதிரி இருந்ததாம். மறுபடியும் அவர் காலில் விழுந்து 'இனிமே ஆண்டவன் திசைப் பக்கம் கால் வைக்கமாட்டேங்க' என்று சொல்லி விட்டு போய்விட்டான். இதையெல்லாம் தாத்தாவும் மற்றவர்களும் பார்த்துக் கொண்டிருந்தார்களாம். மந்திரம் போட்டு அந்த ஜாலக்காரன் கால்களை கட்டி இழுத்து வந்து விட்டாராம்."

"அட, ரொம்ப அதிசயமாக இருக்கே" என்றேன் நான்.

மந்திரக்கட்டு - 2

"இதைவிட அதிசயமாக இன்னொன்றும் சொன்னாயே அதைச் சொல்லு பாரு" என்றாள் அம்பு.

பாரு சொன்னாள். "பீதாம்பரம் சுப்பையாவும் சிலரும் ஒரு நாள் திண்ணையில் உட்கார்ந்து சீட்டாடிக் கொண்டிருந்தார்கள். கொஞ்ச நேரம் ஆனதும் ஒருவர் 'அடடா, கடைக்குப் போய் சாமான் வாங்கி வரணுமே. மறந்து போய் விட்டதே', என்றார். அதற்கு பீதாம்பரம் சுப்பையா 'சுவாரஸ்சியமாக ஆடுகிறபோது எழுந்து போகாதேப்பா. என் கிட்ட காசைக் கொடு. நீ வேணும் என்கிற சாமானையும் ஒரு காகிதத்தில் எழுதி ஒரு கூடையும் கொண்டா' என்றார். முதலில் தயங்கியவர் அப்புறம் அவர் சொன்னபடி செய்தார். திண்ணையில் ஒரு பக்கத்தில் அவற்றை வைத்துவிட்டு மறுபடியும் சீட்டாட்டத்தில் சுவாரசியமாக ஈடுபட்டார்களாம்.

கொஞ்ச நேரம் ஆனதும் சீட்டு ஆடிக்கொண்டேயிருந்த சுப்பையா "அவசரப்பட்டாயே அப்பா! உன் சாமான்களையெல்லாம் வாங்கி வந்தாச்சு பாரு! கூடைக்குள்ளே பாரு" என்றார்.

கூடைக்குள் பார்த்தால் சாமான், அதற்கு பில், மீதி சில்லறை கணக்காக இருந்ததாம். எப்படி இருந்திருக்கும் அவர்களுக்கு? இதேதடா, இவர் விபரீதமான ஆசாமியாக இருக்கிறாரே என்று பயந்து போய்விட்டார்களாம்.

அவரைப்பற்றி ஊர் பூராவும் ஒரு பயம் ஏற்பட்டு விட்டது. இந்த இரண்டு தடவைகளும் அவர் செய்தது நல்ல காரியம்தான். ஆனால்

இவ்வளவு நல்லது செய்யக்கூடியவர் கெட்டதும் செய்யலாம் அல்லவா? பார்த்தார்கள். இந்த விபரீத மனிதரோடு சிநேகிதமும் வேண்டாம் என்று தோன்றிவிட்டது. நாளடைவில் அவர் வீட்டுக்குப் போவதை நிறுத்திக் கொண்டார்கள். தங்கள் வீடுகளுக்கும் அவரை அழைப்பதில்லை. பெரியவர்கள் இப்படி பயப்படவே பெண்கள், குழந்தைகள் பயம் அசாத்யமாகி விட்டது. அந்த வீட்டைத் தாண்டிப் போகும் போது கூட தள்ளியே ஒதுங்கிப் போவார்கள். அவர் ஏதாவது கூப்பிட்டுக் கொடுத்தாலும் வாங்கிக் கொள்ள மாட்டார்கள். பீதாம்பர சுப்பையாவைப் பற்றி ஊரெங்கும் பேச்சாக இருந்தது. அவர் அந்த ஊரை விட்டுப் போய்விட மாட்டாரா என்று தங்களுக்குள் சொல்லிக் கொள்வார்களே தவிர அவரிடம் போய் எப்படி சொல்லுவது?

இவ்வளவுக்கும் சுப்பையா அந்த ஊரில் எந்தப் பிராணிக்கும் ஒரு கெடுதலும் செய்யவில்லை. அவர் ரொம்ப சாஸ்திரோக்தமாக இருப்பார். பூஜை மந்திரம் எல்லாம் ஒழுங்காகச் செய்வார். ஆகாரங்களை முடித்துக் கொண்டு திண்ணையில் வந்து ஏதாவது பழைய ஏட்டுச் சுவடிகளை பரப்பிப் புரட்டிக் கொண்டிருப்பார். யாராவது தன்னிடம் வந்து வலிய பேசினாலொழிய பேசமாட்டார். அவர்கள் தன்னிடம் நெருங்கவே பயப்படுகிறார்கள் என்பதும் அவருக்குத் தெரிந்துதான் இருந்தது. தான் யாருக்கும் எந்த கெடுதலும் செய்யாதபோது அவர்கள் பயப்படுவது அவருக்கு சரியாகப் படவில்லை.

சுப்பையா தன் குருவிடம் இந்த மந்திர தந்திரங்களைக் கற்றுக்கொண்ட போது யாருக்கும் கெடுதலுக்காக உபயோகப்படுத்தக் கூடாது என்று கையடித்துக் கொடுத்திருந்ததாக சொல்லிக் கொண்டிருந்தாராம். இருந்தாலும் பயந்த மனசுகளுக்கு இது நம்பிக்கை தரவில்லை.

சுப்பையாவும் சரியென்று இருந்து விட்டார். அவருக்கு அதனால் லாபமும் இல்லை ; நஷ்டமும் இல்லை. அவருக்கு யாருடைய தயவும் தேவையில்லை. தானே தான் சமைத்துச் சாப்பிடுவார். அவர் எப்போது சமைப்பார், எப்போது சாப்பிடுவார் என்பதெல்லாம் யாருக்கும் தெரிய வராது. வாசலில் காய்கறி விற்கிறவர்கள் அவரிடம் ஒருவித பேரமும் பேசாமல் அவர் கேட்ட விலைக்கே கொடுத்துவிட்டுப் போய் விடுவார்கள். அவரிடம் முதலில் போணி பண்ணிவிட்டுப் போனால் நன்றாக விற்கிறது என்று சிலர் சொல்லிக் கொள்வார்கள். இப்படி ஊர் பலவிதமாக அவரைப் பற்றிப் பேசிக் கொண்டிருந்தது.

அவர் திடீர் திடீர் என வெளியூர்களுக்குப் புறப்பட்டு போய் விடுவார். இரண்டு மாதம், மூன்று மாதம், ஆறு மாதம் வீட்டுக்கதவு பூட்டியிருக்கும். யாருக்கும் அந்தச் சமயத்தில் அந்த வீட்டைப்பற்றி சிறிதும் அக்கறை இருக்காது. கொஞ்சம் தைரியமாக நடமாடிக்கொள்வார்கள். திடீரென்று

அவர் வீட்டின் கதவு ஒரு நாள் காலை திறந்திருக்கும். அவர் எப்போது வந்தார் என்பதே யாருக்கும் தெரியவராது. இப்படி சில வருஷங்கள் நடந்து கொண்டிருந்தன. தெருவிலேயே தனிச்சு இருந்து வந்தார் சுப்பையா."

பாரு ஒரு மூச்சு பேசி நிறுத்தினாள்.

"கதை முடிந்து போச்சா" என்றேன்.

ஸரஸாவும் அம்புவும் சிரித்தார்கள்.

"முடிந்து போச்சா? சரிதான் இன்னும் கதை ஆரம்பிக்கவே இல்லையே' என்றாள் ஸரஸா. "பூர்வபீடிகைதான் இவ்வளவு பலமாக்கும். அத்தான் கூட அவசரப்படும்படியாக கதையை எப்படி நீட்டிவிட்டாள் பாரு? நம்மிடம் சொன்னபோது இப்படியெல்லாம் சொன்னாளா!" என்றாள் அம்பு.

'அத்தானைப்போல அம்புவும் கதை எழுதி விடுவாள் போலிருக்கு! நம்ம மாதிரியா இரண்டு வரிகளில் கதையை முடிப்பதற்கு?' என்றாள் ஸரஸா.

பாரு கதை சொன்ன விதம் உண்மையாகவே எனக்கு வியப்பாக இருந்தது. இவ்வளவு சுவாரஸ்யமாக கதை சொல்லும் போது?

'பாக்கியையும் கேட்க தயாரா?' என்று விரட்டினாள் பாரு.

'சொல்லு' என்றேன்.

பாரு மறுபடியும் தொண்டை எச்சலை முழுங்கிக் கொண்டு உதடுகளை சரிப்படுத்திக் கொண்டு ஆரம்பித்தாள்.

'ஆமாம்; சொல்ல மறந்து விட்டேன். பீதாம்பரம் சுப்பையா அந்த ஊருக்கு வரும்போது ஒத்தையாகத் தான் வந்தார். 'அவருக்கு கல்யாணம் ஆகிவிட்டதாம். 'பெண்டாட்டி இருக்கிறாளாம். 'இல்லை இறந்து விட்டாள்' 'இல்லை அவருக்குக் கல்யாணம் ஆகவில்லை' என்று பலபடியாக ஊரார் பேசிக் கொண்டார்கள். கொஞ்ச நாட்கள் கழித்து ஒரு நாள் காலை அவர் வீடு திறந்து இருந்தது. அதாவது அப்போது அவர் எங்கேயோ போய்விட்டு ஐந்தாறு மாதம் மூடிக் கிடந்ததற்கு அப்புறமாக. சரி சுப்பையா திண்ணையிலே சுவடியும் கையுமாக உட்கார்ந்துவிடுவான். தெருவிலே தைரியமாக நடக்கக் கூட முடியாது என்று ஊர்க்காரர் பேசிக் கொள்வதற்குக் கேட்கணுமா என்ன?

ஆனால் அன்று காலமே சீக்கிரமாக எழுந்து ஆற்றங்கரைக்குப் போகிறவர்கள் பிரமித்துப் போனார்களாம். சுப்பையா வீட்டு வாசலில் கோலம் போட்டு இருந்தது. சுப்பையா வீட்டுக்கு வேலைக்காரி கூடக்

கிடையாது. ஊரிலே உள்ள வேலைக்காரிகள் அந்த சாமி வீட்டுக்கு பெருக்க மெழுகக்கூட போக மாட்டேன் என்று ஒரேயடியாகச் சொல்லி விட்டார்கள். அவ்வளவு பயம். அப்படி இருக்கிற போது வாசலில் கோலம் போட்டிருந்தால்?

எல்லோரும் குசுகுசுவென்று பேசிக்கொள்ள ஆரம்பித்தார்கள். காலமே தோட்டத்துப் பக்கம் போனபோது அவர் வீட்டுக் கிணற்றிலே இருந்து யாரோ ஒரு பெண் ஜலம் இறைத்துக் கொண்டு இருந்ததைப் பார்த்ததாக ஒருத்தர் சொன்னார். கோலம் போடுவதைக்கூட பார்த்ததாக அப்புறம் இன்னொருத்தர் சொன்னார். வீட்டுக்குள்ளே சுப்பையாவும் ஒரு பெண்ணும் பேசிக்கொள்ளும் சப்தம் கேட்டது என்று பக்கத்து வீட்டுக்காரர் சொன்னார். இப்படி ஆளுக்கொன்று சொல்லவே கடைசியிலே விஷயம் உறுதியாயிற்று. சுப்பையா ஒரு பெண்ணைக் கூட்டிக் கொண்டு வந்திருக்கிறார். இந்த விஷயம் ஊர் முழுக்க அமர்க்களப்பட்டது. அந்தப் பெண் காய்கறி வாங்குகிற போது கொச்சையாக தமிழ் பேசினதிலே இருந்து பாலக்காட்டுப் பெண் என்று தெரிந்தாய் முதலில் அவளைப் பற்றி ஒரு விதமாகச் சொன்னவர்கள், அவள் கழுத்திலே தாலிச் சரடு இருக்கிறதை காய்கறிக் கிழவி பார்த்துச் சொன்னதிலே இருந்து சுப்பையா கல்யாணம் பண்ணிக் கொண்டு தான் வந்திருக்கிறார் என்றும் மாற்றிக்கொண்டார்கள். இந்த மாதிரி ஒரு மனுஷன் மந்திரம் தந்திரம் என்று இருந்தால் நம் பக்கத்தில் யார்தான் பெண் கொடுப்பார்கள்? இப்படி ஏதாவது எங்கேயோ போய் சம்பாதிச்சுக்க வேண்டியதுதான் என்றார்களாம்.

அந்தப் பெண்ணும் வந்த மறுநாள் முதல் விடியற்காலையில் எழுந்து ஆற்றுக்கும் போய் வந்தாள். அவள் படித்துறையில் ஸ்நானம் செய்யும் போது மற்ற பெண்கள் எல்லாம் அவளை ஒரு விதமாகப் பார்ப்பதும் பேசுவதுமாக இருப்பார்களே தவிர அவளை நெருங்கி யாரும் விசாரிக்க மாட்டார்கள். பீதாம்பரம் சுப்பையா பெண்டாட்டி, அவளும் அவர் மாதிரி மந்திரக்காரியாக இருப்பாளோ என்னமோ, அவகிட்ட பேச்சு எதற்கு என்பார்கள். ஆனால் அந்தப் பெண் ஆற்றங்கரைக்கு வந்தால் சுற்றியுள்ளவர்களைப் பார்த்து மிரள மிரள விழித்துக் கொண்டு நிற்குமாம். பயந்த சுபாவத்தோடு போவதைப் பார்த்தால் அப்பாவிப் பெண் பாவம் இந்தப் பிரகிருதிகிட்ட வந்து அகப்பட்டுக் கொண்டிருக்கு என்று சொல்லத் தோன்றுமாம்.

சுப்பையா அவளிடம் என்ன சொல்லி வைத்திருந்தாரோ? அந்தப் பெண் அவள் பேரு பாலா என்று சுப்பையா திண்ணையிலேயிருந்தபடி கூப்பிடுகிறதிலே இருந்து தெரிந்தது. தன் வீட்டுத் திண்ணையை விட்டு இறங்கி ஒரு கரண்டி பருப்புக்குக்கூட அக்கம் பக்கத்து வீட்டுக்கு வந்தது என்பது கிடையாது.'

ஸரஸா குறுக்கே பேசினாள்; “உப்புக்கும் பருப்புக்கும் அவள் எதற்கு அடுத்த வீட்டுக்கு வரணும்? சுப்பையா எல்லாவற்றையும் பேயை விட்டு கொண்டு வரச்செய்து விடுவாரே!"

பாரு தொடர்ந்தாள், ‘அதெல்லாம் இல்லையாம். சுப்பையாவே கடைக்குப் போய் எல்லாம் வாங்கி வருவாராம். மந்திரவாதிகள் எல்லாவற்றிற்கும் மந்திரம் போடமாட்டார்களாம். நாளாக நாளாக இந்தக் கல்யாண விஷயம் பழசாகிவிட்டது. தெருவிலே இருக்கிற சின்னஞ் சிறியவர்கள் யாரும் பாலாகிட்ட நெருங்கிப் பேச மட்டார்களாம். தெருவிலே சில பெரிய வம்புக் கிழங்கள் உண்டு. அறைகுறையாக ஏதாவது தெரிந்துகொண்டு ஒண்ணைப் பத்தாக்கி ஊரிலே வம்பு வளர்த்துக் கொண்டிருக்கும். அப்படிப்பட்டதுகளிலே குப்புப் பாட்டி பலே கிழடு. அவள் இந்த பாலா கூட ஆற்றங்கரையிலே ஒட்டிக் கொள்ள ஆரம்பித்தாள். கிழவி அவளோடே ஆற்றங்கரையிலிருந்து வீட்டு வரைக்கும் பேசிக்கொண்டு வருவாளே தவிர சுப்பையா வீட்டுக்கு மட்டும் போகமாட்டாள்.

அந்தப் பெண் பாலா ரொம்ப யதார்த்தமான பெண் போலிருக்கு. பாட்டியிடம் அந்தரங்கமாக எல்லாவற்றையும் சொல்லிவிடும். இனிமேல் கதையில் வரப்போகிறதெல்லாம் அந்தப் பெண் அப்பப்போ பாட்டிகிட்டே சொன்னதிலேயிருந்து ஊராருக்குத் தெரியவந்ததுதான்.

அந்தப் பாட்டிதான் ஒரு நாள் தம்பட்டம் அடித்தாளாம் ஊர் முழுக்க சுப்பையா பெண்டாட்டி கர்ப்பமாக இருக்கிறாள் என்று.

அந்தப் பெண்ணுக்கு அப்பா அம்மா யாரும் இல்லையாம். ஏன், சொந்தக்காரர்கள் என்று சொல்லிக் கொள்வதற்குக் கூட யாரும் இல்லையாம். அந்தப் பெண் சுப்பையாகிட்ட அப்படித்தான் சொன்னாளாம். 'உங்களுக்கு சொந்தக்காரர் யாராவது இருந்தால் கூட்டிக் கொண்டு வாருங்களேன்' என்றாள். அதற்கு சுப்பையா கொஞ்சம் தயங்கி விட்டு ‘சரி இன்னும் மாதமாகட்டும். எனக்கு தூரத்து உறவில் அத்தைக் கிழவி இருக்கிறாள். பிரசவம் பார்க்க அவளைக் கூட்டிக் கொண்டு வருகிறேன் என்று அவளிடம் சொன்னதாகப் பாட்டி ஊராருக்குச் சொன்னாள்.

யாராவது பாட்டியிடம் ‘ஏன் பாட்டி நீங்கள் அவளோடு ரொம்ப இழைகிறீர்களே, அனுபவசாலியாச்சே! பாவம்! அனாதைப் பெண்ணுக்கு நீங்கதான் பாருங்களேன்' என்று சொன்னால் 'அந்த பிசாசுக்காரன் வீட்டுக்கு நன்றாக நான் போவேன்' என்று சொல்லிவிடுவாள். வீட்டுக்குள் நுழைய அவ்வளவு பயம், அந்த சாகப் போகிற கிழவிக்குக் கூட.

சுப்பையா பெண்டாட்டிக்கு நிறைமாதம் ஆகிக்கொண்டிருந்தது. சுப்பையாவை இரண்டு மூன்று நாள் ஊரிலே காணோம். அந்தப் பெண் பாலா பாட்டியிடம் சுப்பையா அந்த அத்தைக் கிழவியைக் கூட்டிக் கொண்டு வரப்போயிருப்பதாகச் சொன்னாள். இன்னொரு நாள் காலையில் ஆற்றங்கரையில் அந்தப் பெண் பாட்டியிடம் அவர் அத்தையைக் கூட்டிக் கொண்டு வந்திருக்கிறார் தொண்டு கிழவியாக இருக்கா. வீட்டுக்குள்ளேதான் நடமாடுகிறாள். திண்ணைப்பக்கம் கூட வர முடியலே, ஊமை போலிருக்கு. பேச்சு கிடையாது ஆனால் காது மட்டும் தீக்ஷண்யமாக கேட்கிறது. எல்லாம் ஜாடையால்தான்' என்றாள்.

அதற்கு பாட்டி 'இப்படிப்பட்டவள் எப்படி பிரசவம் பார்க்கப் போகிறாளோ' என்றதற்கு அந்த பெண் 'இல்லே பாட்டி / நடைதான் தள்ளாடுகிறதே தவிர காரியமெல்லாம் ரொம்ப துடியாச் செய்து விடுகிறாள். எனக்கு ஒரு காரியம் வைக்க மாட்டேன் என்கிறாள். நாளை முதல் நான் ஆற்றங்கரைக்கு வரப்போகிறதில்லை" என்றாள்.

'அத்தைக் கிழவி ஆற்றங்கரைக்கு வரக்காணாமே' என்று கேட்டதற்கு 'அத்தை ஆற்றங்கரைக்கு போகவே மாட்டாளாம். அவர் தான் சொன்னார். அத்தை தன் விஷயத்தை தானே கவனித்துக் கொள்வாள் நீ அவளைப் பற்றிக் கவலைப்படாதே. அவளை அத்தையாச்சே என்ற உபசாரம் வேண்டாம்'என்று என்கிட்ட கண்டிப்பாகச் சொல்லி விட்டார் அவர்' என்றாள் பாலா.

அதென்ன விசித்திரக் கிழமோ அம்மா, என்று குப்புப் பாட்டி இருந்து விட்டாள்.

இதற்குப் பிறகு சுப்பையா ஆத்தில் என்ன நடந்து கொண்டிருக்கு என்பது யாருக்கும் தெரிய வராது பாலாவோ வீட்டுக்குள் இருந்து விட்டாள். அத்தை கிழவியோ வாசற்பக்கம் வர மாட்டாள். கூடத்தில் ஒரு கிழவியின் சாயலாக யாரோ காலை நீட்டிக் கொண்டு உட்கார்ந்திருப்பதுதான் தெருவில் போவார் வருவோருக்குப் படும். அத்தைக் கிழவியை யாரும் பார்த்ததில்லை. அவளுடைய ஊமைக் குரல் கூட தங்கள் காதில் விழவில்லை என்று பக்கத்து வீட்டுக் காரர்கள் சொல்வார்கள். வீட்டின் பின் பக்கம் கூட அவளை யாரும் பார்த்ததில்லையாம்.

ஒரு நாள் ராத்திரி ஒரு குழந்தை அழுத குரல் கேட்டதும்தான் பாலா பிரசவித்துவிட்டாள் என்று தெரிய வந்ததாம். காய்கறிக் கிழவியிடம் திண்ணையில் மறு நாள் காலை சுப்பையா சொன்னதிலிருந்துதான் பெண் குழந்தை தெரியவந்தது. இதைப் பற்றி ஒருநாள் இரண்டுநாள்

பேச்சு இருந்தது. பிறகு நின்றுவிட்டது. யாரும் அவருடைய வீட்டுக்குப் போகவும் இல்லை. அவரைக்கூட குழந்தை பிறந்ததற்கு விசாரிக்கவும் இல்லை.

பத்துப் பதினைந்து நாட்கள் ஆகி இருக்கும். ஒரு நாள் விடியற்காலை சமயத்தில் பாலா வீறீட்டுக் கத்தியது அக்கம் பக்கத்தார் காதில் விழுந்தது. திண்ணையில் படுத்துக் கொண்டிருந்த சுப்பையா சுருட்டி மடக்கி எழுந்து உள்ளே போனதை பார்த்த அக்கம் பக்கத்தவர்கள் தங்கள் வீட்டுத் திண்ணைகளில் நின்று கொண்டு என்னவோ ஏதோ என்று எண்ணிக் கொண்டிருந்தார்கள். பாலாவின் அந்தக் குழந்தை இறந்துவிட்டதென்று அவள் கதறியதிலிருந்து தெரியவந்ததாம். சுப்பையாவின் குரலும் அவளைத் தேற்றிக் கொண்டிருந்தது கேட்டது. சற்று கழித்து சுப்பையா வாசற் பக்கம் வந்தார். கதவைத் தாழ்ப்பாள் போட்டுக்கொண்டு போய்விட்டாராம். நன்றாய் விடிந்தபிறகு கதவு திறந்ததும் சுப்பையா குழந்தையை மூடி எடுத்துக்கொண்டு வர, பாலா அழுதுகொண்டே வர, இருவரும் குழந்தையைப் புதைக்கச் சென்றார்களாம். தெருவோர் யாரும் ஒப்புக்குக்கூட அதில் கலந்துகொள்ளவில்லை. குப்புப் பாட்டி மட்டும் ஆற்றங்கரையிருந்து வரும்போது ஒரு வார்த்தை துக்கம் கேட்டு வைத்தாளாம்.

இதற்குப் பிறகு கொஞ்ச நாட்கள், பாலா வெளியே வரவேயில்லை. பழையபடி பாலா ஆற்றங்கரைக்கு வழக்கமாக வர ஆரம்பித்தபோது பழைய பாலாவாக இல்லை. வெளுத்துப்போய் பேயறைந்தவள் மாதிரி இருந்தாளாம். குப்புப் பாட்டிதான் அவளோடு தினம் ஆற்றங்கரையி லிருந்து பேசிக் கொண்டு வருவாள்.

'ஏண்டி பெண்ணே , எப்படியடி அந்தக் குழந்தை செத்தது?" என்று பாட்டி ஒருநாள் கேட்டதுதான் தாமதம், அந்தப் பெண் ஓவென்று அழுது விட்டாளாம். பாட்டி தூண்டித் தூண்டிக் கேட்ட பிறகுதான் அந்தப் பெண் அழுகையை நிறுத்திவிட்டுச் சொன்னாளாம்.

"பாட்டி தெரியாமல் இவர் கிட்ட வந்து அகப்பட்டுக்கொண்டு விட்டேன். என்ன செய்வேன் பாட்டி!" என்றாள்.

பாட்டிக்குத் தூக்கி வாரிப் போட்டது. சமாளித்துக் கொண்டு, "சுப்பையா அப்படி ஒன்றும் முரட்டு சுபாவம், கெடுதல்காரன் இல்லையேம்மா" என்றாள்.

"நல்லவர்தான் பாட்டி, ஆனால்..." என்று இழுத்தாளாம்.

பாட்டிக்கு அப்பொழுதுதான் அவள் பயம் புரிய வந்தது. 'கொஞ்சம் மந்திரம் தந்திரம் தெரியும் அவனுக்கு அவ்வளவுதானே' என்றாள்.

அந்தப் பெண் பாட்டியை ஒருதரம் உற்றுப்பார்த்து விட்டு 'பாட்டி! யார்கிட்டேயும் சொல்லாதீர்கள். அவர் கூட்டிக் கொண்டு வந்தார் பாருங்கள் அத்தை கிழவி ஒருத்தியை...!'

இருக்காளோ அந்தக் கிழவி இன்னும்? இல்லை போய் விட்டாளோ?'

அந்தப் பெண் பாட்டியை மறுபடியும் முறைத்துப் பார்த்தாளாம்.

'பாட்டி! அதைத்தான் சொல்லவரேன். அந்த அத்தை... அவள்... மனுஷியில்லே.... பாட்டி..... பேய்" என்று நாக்குழற உடல் நடுங்கச் சொல்லி விட்டு அழுது விட்டாள், பாட்டிக்கே தூக்கி வாரிப் போட்டதாம் "என்ன பேயா! போடி அசடு! சிறிசு பயந்து கொண்டிருப்பாய்" என்றாள்.

அந்தப் பெண் விடாமல் 'இல்லை பாட்டி...' என்று ஆரம்பித்தாளாம்.

அத்தைக் கிழவி எந்தக் காரியத்தையும் கண் மூடிக் திறப்பதற்குள் செய்து விடுவாள். ஒரு நாள் நான் அத்தை கூடத்தில் இருந்தபோதே 'அத்தை அடுப்பு விறகு அவிகிறதே' என்றேன். அத்தை எழுந்து போனாள். போனவள், காலை. அடுப்புக்குள் நீட்டினாள். அடுப்பு எரிய ஆரம்பித்தது! நான் பதறி 'என்ன அத்தை' என்றேன். ஒன்றுமில்லை என்பது போல் தலையை அசைத்துக் கொண்டே வந்துவிட்டாள் அத்தை. கால் சாதாரணமாக இருந்தது.

இன்னொருநாள் அத்தை அடுக்குள் குத்து விளக்குத் திரியை நிமிண்டுங்கள்' என்றேன். கூடத்தில் இருந்தவாறே அத்தை கையை நீட்டினாள். விரல்கள் அடுக்குள்ளில் இருந்த திரியை நிமிண்டின. நான் பதறி 'அத்தை!' என்றேன். ஒன்றுமில்லை என்பது போல தலையை அசைத்தாள்.

'எனக்கு இதெல்லாம் விசித்ரமாக இருந்தது. இதெல்லாம் நான் பிரசவிப்பதற்கு முன். பிரசவித்த பிறகு ஒருநாள் அத்தை சாப்பிடுங்கள் இன்று நான் சாதம் போடுகிறேன்' என்றேன். 'வேண்டாம்' என்பது போல கையை அசைத்தாள் அத்தை.

நான் கட்டாயப்படுத்தி சாப்பிட வைத்தேன். அத்தை சாப்பிட்டுக் கொண்டேயிருந்தாள். சாதம் பூராவும் தீர்ந்து விட்டது. அவர் வந்த போது சாதம் இல்லை. நான் நடந்ததைச் சொன்னேன். அதற்கு அவர் 'நான் தான் அத்தையை அதிகம் உபசாரம் செய்யாதே' என்றேனே என்றார்.

கேளுங்கோ பாட்டி! ஒரு நாள் அதிகாலையில் நான் எழுந்திருந்த போது அத்தை எழுந்திருக்காததைக் கண்டு தலையில் கைவைத்து 'அத்தை' என்று எழுப்பினேன். என் கையில் சுரீரென ஏதோ குத்தியது.

அதே சமயம் அத்தை திடுக்கிட்டு எழுந்து உட்கார்ந்தாள். அத்தை முகம் பயங்கரமாக இருந்தது வெறிக்க வெறிக்க என்னைப் பார்த்தாள். "அத்தை உங்கள் தலையில் சிரங்கா' என்று கேட்டேன்.

'இல்லை' என்ற பாவனையில் தலையை அசைத்தாள். நான் மறுபடியும் கையைக் கொண்டு போனேன். 'அத்தை தடுத்து தலையை சாய்த்துக் கொண்டாள். நான் விடாமல் "அத்தை பார்க்கிறேன் சிரங்கை ஏதாவது மருந்து போடலாம்" என்று கையில் குத்திய இடத்தை தடவினேன். இருட்டாதலால் எதுவும் கண்ணுக்குத் தெரியவில்லை. நான் அதை தொடவிடாமல் அத்தை முறண்டினாள். நானும் விடாமல் அதை தொட்டுப்பார்த்தேன். ஏதோ முள்மாதிரி கூர்மையாக இருந்தது. என்ன அத்தை இது, முள் மாதிரி என்று சொல்லிக்கொண்டே அதை லேசாக இழுத்தேன். அது கையோடு வந்து விட்டது. அவ்வளவுதான் தெரியும் பாட்டி. என்னவோ பயங்கரமாக ஒரு வீறிட்ட சப்தம் கேட்டது. உஸ்ஸென்று நல்லபாம்பு சீறுகிற மாதிரி சப்தம்! நான் பயந்து விட்டேன். என் கண்கள் மூடிக் கொண்ட மாதிரி இருந்தது. தொட்டிலில் இருந்து வீறிட்டு அலறின சப்தம் கேட்டு கண்ணைத் திறந்தேன். தொட்டிலுக்குப் பாய்ந்தேன். குழந்தை வாயிலே இருந்து ரத்தம் கொப்பளித்து வந்தது. அசையாமல் கிடந்தது. திரும்பி பக்கத்தில் பார்த்தேன். அத்தையைக் காணோம் பாட்டி குழந்தையைப் பேய் அறைந்து விட்டுப் போயிடுத்து பாட்டி என்று அழுது விட்டாளாம்.

பாட்டி திக்பிரமை பிடிச்சுப் போய் நின்று விட்டாளாம். நிஜம் பொய் என்று எப்படி சொல்வது என்று தெரியவில்லையாம்.

'நன்றாக இருக்கு பெண்ணே, பிராமணன் பேயைக் கொண்டு வந்து நடுவீட்டிலேயா வைத்துக் கொண்டான்! இப்படி கேட்டதில்லையேம்மா. எனக்கும் எழுபத்தைந்து வயசு ஆச்சே' என்றாளாம் பாட்டி.

'பாலா கத்தின சப்தம் கேட்டு உள்ளே போன சுப்பையா விஷயத்தை உடனே புரிந்துகொண்டாராம். 'பாலா, எச்சரிக்கை பண்ணியும் கேட்கமாட்டேன் என்று விட்டாயே போ, அவ்வளவுதான் கொடுத்து வைத்தது' என்று சொன்னாராம். அதற்குமேல் அவர் அந்தச் சம்பவத்தைப் பற்றி பிரஸ்தாபிக்கவே இல்லை. ஆனால் அதற்குப் பிறகு அவர் ஊரைவிட்டு ஒருநாள் கூட வித்தை காட்ட போகவில்லையாம். திண்ணையில் சுவடியும் கையுமாகத்தான் எப்பொழுதும் இருப்பாராம். அதன் பிறகு அந்தத் தொழிலையே அவர் விட்டு விட்டதாக பேச்சாம்' என்று பாரு கதையை நிறுத்தினாள்.

"ஆமாம் பாலா என்ன ஆனாள்?"

"பாலாவுக்கு அதே ஏக்கம்! அவருக்கு முந்தி இறந்து விட்டாளாம்.

அவர் அதன் பிறகு கல்யாணம் செய்து கொள்ளவேயில்லை."

"பேஷ் முதல் தரமான பேய்க் கதை" என்றேன்.

"ஆமாம், பேய்கள் என்றால் அவற்றுக்கு..." என்று ஏதோ சந்தேகம் ஆரம்பித்தாள் அம்பு.

"உனக்கு ஆயிரம் சந்தேகம் கிளம்பும். கதை சொன்னால் அத்தான் கதையிலே கூட உனக்கு சந்தேகம் வந்ததே. பேய் கதைகளிளெல்லாம் சந்தேகப்படக் கூடாது தெரியுமா?" என்றாள் ஸரஸா.

"ஸரஸாவுக்கும் அம்புவுக்கும் எதுவும் இடக்குத்தான்" என்றாள் பாரு.

"அவர்கள் சொல்லிவிட்டுப் போகட்டும் பாரு! உன் கதையை அப்படியே எழுதிவிடுகிறேன்" என்றேன் நான். எழுதி விட்டேன்.

www.ingramcontent.com/pod-product-compliance
Lightning Source LLC
LaVergne TN
LVHW060311051026
849517LV00004B/1063